खांडेकर रजत स्मृतिपुष्प

अंतरीचा दिवा

वि. स. खांडेकर

संपादक

डॉ. सुनीलकुमार लवटे

मेहता पब्लिशिंग हाऊस

Please contact us at **Mehta Publishing House Pvt. Ltd.**
✆ +91 020-24476924 / 24460313 / Mob. No. 9545000513
Email : production@mehtapublishinghouse.com
Website : www.mehtapublishinghouse.com

- *या पुस्तकातील लेखकाची मते, घटना, वर्णने ही त्या लेखकाची असून त्याच्याशी प्रकाशक सहमत असतीलच असे नाही.*

ANTARICHA DIVA by V. S. KHANDEKAR

अंतरीचा दिवा : वि. स. खांडेकर / पटकथासंग्रह

संपादक : डॉ. सुनीलकुमार लवटे

Email : author@mehtapublishinghouse.com

मराठी पुस्तक प्रकाशनाचे हक्क : मेहता पब्लिशिंग हाऊस प्रा. लि.

संस्थापक : सुनील अनिल मेहता

प्रकाशक : मेहता पब्लिशिंग हाऊस प्रा. लि.
१९४१, सदाशिव पेठ, माडीवाले कॉलनी, पुणे - ४११०३०.

मुद्रक : ट्रिनिटी ॲकॅडमी फॉर कॉर्पोरेट ट्रेनिंग लिमिटेड

मुखपृष्ठ : चंद्रमोहन कुलकर्णी

प्रकाशनकाल : ऑगस्ट, २०१२ / पुनर्मुद्रण : जून, २०२२

किंमत : ₹ ६२०

P Book ISBN 9788184984095
E Book ISBN 9789386454119
E Books available on : amazonkindle Apple Books Google Play Books

---

या पटकथा रजतपटावर आणणाऱ्या
सर्व निर्माते, दिग्दर्शक, संवाद लेखक, अनुवादक,
गीतकार, कलाकार, तंत्रज्ञांना अर्पण !

प्रस्तावना

वि. स. खांडेकरांच्या पटकथा

'अंतरीचा दिवा' हा वि. स. खांडेकरांच्या पटकथांचा संग्रह. मराठी समीक्षेच्या प्रांतात खांडेकरांनी लिहिलेल्या साहित्याबद्दल आतापर्यंत विपुल लिहिलं गेलं; परंतु त्यांच्या चित्रपटक्षेत्रातील कामगिरीबद्दल मात्र फारसं लिहिलं गेलं नाही. या पटकथांची अनुपलब्धता हे याचं आजवरचं प्रमुख कारण होतं. सिनेसाहित्याचे संग्राहक शशिकांत किणीकरांच्या खांडेकरप्रेमामुळे आता त्या उपलब्ध झाल्या आहेत. या संग्रहाच्या रूपाने मराठी वाचक आणि चित्रपट अभ्यासकांना त्या प्रथमच एकत्र उपलब्ध झाल्या आहेत. याशिवाय कोल्हापूरच्या शिवाजी विद्यापीठाच्यावतीने वि. स. खांडेकर स्मृती संग्रहालय उभारायचे ठरल्यावर, संग्रहालयाच्या साधनसंग्रहासाठी म्हणून मी अनेक जणांना भेटलो. अनेक संग्रहालये, ग्रंथालये पालथी घातली. पुण्याच्या राष्ट्रीय फिल्म संग्रहालयाला भेट दिली. खांडेकर कुटुंबीय नि विशेषत: खांडेकरांची ज्येष्ठ कन्या श्रीमती मंदाताई खांडेकर यांनी आपल्या संग्रहातून काही साधने उपलब्ध करून दिली. काही जया दडकरांकडून प्राप्त झाली. या सर्व प्रवासातून आणि धडपडीतून अनेक ग्रंथ, कागदपत्रे, पत्रव्यवहार हाती आला. त्या सर्वांच्या आधारे वि. स. खांडेकरांच्या चित्रपटविषयक कामगिरीचे एक सम्यक रूप लक्षात आले. ते या पुस्तकाच्या रूपाने आपणासमोर सादर करताना आनंद होत आहे.

पवित्र गुन्ह्याची कथा : छाया

चित्रपटसृष्टीत वि. स. खांडेकरांचं येणं अगदी अनपेक्षित असं होतं. 'क्रिकेटच्या कसोटी सामन्यात एखाद्या नवख्या खेळाडूची निवड अनपेक्षितपणे व्हावी, तसं.'[१] दिग्दर्शक मास्टर विनायक, अभिनेते बाबूराव पेंढारकर आणि कॅमेरामन पांडुरंग

---

१. रुपेरी पडद्यामागची कहाणी – स्वराज्य (२२ नोव्हेंबर, १९६९)

नाईक यांनी 'कोल्हापूर सिनेटोन' कंपनीस रामराम ठोकून 'हंस पिक्चर्स' नावाची स्वतंत्र कंपनी सन १९३६ च्या प्रारंभी काढली. ही मंडळी ध्येयवादी होती. मराठी चित्रपटसृष्टीस नवं वळण द्यावं, असा त्यांचा ध्यास होता. तो काळ पौराणिक चित्रपटांचा होता. नवशिक्षित, मध्यमवर्गीय प्रेक्षक डोळ्यांसमोर ठेवून ध्येयधुंद, उदात्त असं काही करण्याचा या मंडळींचा ध्यास होता. लक्ष्मीबाई टिळकांचं 'स्मृतिचित्रे,' सानेगुरुजींची 'श्यामची आई,' शरच्चंद्र चटर्जींचं सारं साहित्य – विशेषत: 'देवदास,' 'श्रीकांत,' 'चरित्रहीन'सारख्या कादंबऱ्या, वि. स. खांडेकर यांच्या 'उल्का', 'दोन ध्रुव'सारख्या रचना, आचार्य अत्रे यांची 'साष्टांग नमस्कार', 'भ्रमाचा भोपळा'सारखी गंभीर आणि सामाजिक समस्याप्रधान नाटके यांचा प्रभाव आणि संस्कार असलेली ही मंडळी. मास्टर विनायक तर पूर्वाश्रमीचे शिक्षकच. शिक्षणक्षेत्राचा निरोप घेऊन चित्रपटसृष्टीत जाताना आपल्या निरोपाच्या भाषणात मास्टर विनायक आपल्या विद्यार्थ्यांना उद्देशून म्हणाले होते, 'माझा शिक्षकाचा पेशा बदलला जाणार नाही. यापुढे काळ्या फळ्याची जागा रुपेरी पडदा घेईल.'[२] त्यामुळे काही नवं करण्याच्या उद्देशानं त्यांनी वि. स. खांडेकर, आचार्य अत्रे यांच्याशी संपर्क साधला. हे दोघेही लेखक असले तरी ते मुळात शिक्षकच होते. आचार्य अत्रे त्या वेळी 'उद्याचा संसार' नाटक लिहिण्यात व्यग्र होते; त्यामुळे 'हंस'नी खांडेकरांशी त्यांचे सांगलीचे मामेभाऊ बाबूराव माईणकर यांच्यामार्फत संपर्क साधला. ही सप्टेंबर १९३५ ची गोष्ट. निरोप पोहोचला तरी आपणास बोलपटाची कथा लिहिणे जमणार नाही, म्हणून वि. स. खांडेकरांनी त्याकडे दुर्लक्ष केलं. पुढे मास्टर विनायकांनी दि. १२ डिसेंबर, १९३५ ला पत्र लिहून खांडेकरांना गळ घातली. त्यात लिहिले होते, 'आपणास कळले असेलच की, आम्ही कोल्हापूर सिनेटोन सोडली. मी आणि बाबूराव पेंढारकर दोघंही नवीन कंपनी काढणार आहोत. जवळजवळ नक्की झाले आहे. माझी इच्छा – फार दिवसांपूर्वीची होती की, आपले कथानक screen वर यावे.'[३] याच दरम्यान बाबूराव पेंढारकरांनीही खांडेकरांना लिहिले होते. उत्तरादाखल खांडेकरांनी 'चांभाराचा देव' कथेवर आधारित 'अमृत' ही बोलपटास योग्य कथा सुचविली. ती खर्चिक होती. तिचे बाह्यचित्रण (Outdoor Shooting) कोकणात करणे गरजेचे होते. कंपनी नवीन. एवढा भार सोसणं अशक्य होतं. मग बाबूरावांनी ३१ डिसेंबर, १९३५ रोजी उत्तरादाखल वि. स. खांडेकरांना पत्र लिहिलं होतं.[४] त्यातून 'हंस' त्रिमूर्तीची चित्रपटनिर्मितीमागील भूमिका स्पष्ट होते.

---

२. एक लेखक, एक खेडे – जया दडकर – पृ. ७१

३. मास्टर विनायक – पत्रव्यवहार (अप्रकाशित).

४. बाबूराव पेंढारकर – पत्रव्यवहार (अप्रकाशित).

मंगळवार पेठ,
कोल्हापूर.
ता. ३१-१२-३५.

कृ. सा. न. वि. वि.

आपले ता. ३० चे पत्र वाचले. आपण लिहिता त्याप्रमाणे अस्पृश्यता, मद्यपान निषेध आणि आर्थिक विषमतेचे दुष्परिणाम या कथानकात[५] दाखविता येतील आणि त्याबद्दल मी – विनायक आज रात्री विचार करून आपणास उद्या अगर परवा पत्राने कळवीत आहे. आज विनायकचे Song of Life मधील एक गाणे Retake करण्याकरिता त्याला कंपनीकडून बोलावणे आल्याने हे काम रात्रीवर ढकलणे भाग पडले.

पण या दोन दिवसांत आपणास याहूनही अधिक मध्यमवर्गाचे जीवनभागावर – ज्यात मुख्यत: करुणरसाला भरपूर वाव मिळेल असा कथाभाग सुचविता आल्यास बरे होईल. तेव्हा त्या बाबतीत प्रयत्न करावा, असे मला वाटते.

क. हे. वि.

आ.
बाबूराव

***ता. क. :** थोडक्यात असे म्हणू इच्छितो की, पिक्चर पाहून प्रेक्षक डोळे पुशीत बाहेर पडले पाहिजेत आणि ती उदासीनता घरी जाईपर्यंत स्थिर राहिली पाहिजे.*

या पत्रावरून 'हंस'ची चित्रपटनिर्मितीमागील ध्येयवादी भूमिका पुरेशी लक्षात येते. हे पत्र नि मास्टर विनायक, बाबूराव पेंढारकर प्रभृतींमधील चर्चेनुसार मग 'उल्का', 'दोन ध्रुव', 'दोन मने'च्या मनोभूमिकेवरील 'छाया' बोलपटाची कथा तयार झाली. ही पहिली पटकथा आणि तिचे संवादलेखन वि. स. खांडेकरांनी मास्टर विनायक व र. शं. जुन्नरकर यांच्या मदतीने पूर्ण केले. जानेवारी १९३६ च्या पहिल्या तीन आठवड्यांत हे लेखन डॉ. भडकमकर यांच्या पुण्यातील बंगल्याच्या तिसऱ्या मजल्यावर करण्यात आले.[५अ]

'छाया' बोलपटाचा मुहूर्त ५ मार्च, १९३६ रोजी पुण्याच्या सरस्वती सिनेटोनमध्ये करण्यात आला. या प्रसंगी 'ज्ञानप्रकाश'चे संपादक काकासाहेब लिमये, आचार्य अत्रे, कवी गिरीश, राजकवी यशवंत, माधव जूलियन, तळवलकर, आदी साहित्यिक प्रभृती आणि पुण्याचे तत्कालीन जिल्हाधिकारी श्री. चिन्मुळगुंद सपत्निक उपस्थित

---

५. 'अमृत.'

५ अ. 'छाया'संबंधीचे वि. स. खांडेकरांचे टिपण – आता 'पहिली पावलं'मध्ये उपलब्ध.

होते. या बोलपटाचे चित्रीकरण तीन महिन्यांत पूर्ण करून तो २० जून, १९३६ रोजी मुंबईच्या मॅजेस्टिक सिनेमागृहात प्रदर्शित करण्यात आला. सुरुवातीच्या खेळात अन्य मान्यवरांबरोबर 'महाराष्ट्र शारदा'चे श्री. रा. टिकेकर उपस्थित होते.[६] 'छाया' प्रदर्शित झाल्यावर बाबूराव पेंढारकरांनी खांडेकरांना दि. २५ जून, १९३६ रोजीच्या पत्रात लिहिले होते की, '.... सर्व वर्गाला स्टोरी, Treatment, acting and songs फारच आवडले. End खेरीज कसलाच दोष कोणीही काढीत नाही. End बद्दलसुद्धा – वरच्या क्लासला हा End फारच आवडला. काही वर्गाला मात्र मुलाचे काय झाले, ते थोडे दाखवावे असे वाटते.'[७] यामागे 'छाया'च्या कथानकाचा संदर्भ आहे. ही कथा सामाजिक समस्येवर आधारित आहे. एकीकडे जीवाभावाची नाती जपण्याची अगतिकता; तर दुसरीकडे प्रामाणिकता, शुचिता यांचं बंधन. या द्वंद्वात माणुसकीपेक्षा पैसा श्रेष्ठ ठरतो. गरिबास जीव, अस्तित्व टिकविण्यासाठी शरीरविक्रयाचं पाप करावं लागतं, ते पवित्र नातं जपण्यासाठी. त्यामुळेच खांडेकरांच्या 'छाया' बोलपटाच्या इंग्रजी विवरण पुस्तिका, जाहिराती इत्यादींमध्ये 'छाया'चा अनुवाद 'Holy Crime' असा करण्यात आला होता नि त्याच्यावर मोठं वादळ उठलं होतं. 'विविध वृत्त'नी[८] 'छाया' बोलपटाची भलावण केली होती, तर 'मालव साहित्य'नी[९] खरपूस समाचार घेतला होता. चित्रपटसृष्टीत 'छाया' बोलपटाचं संमिश्र स्वागत झालं, तरी लौकिकार्थाने हा बोलपट यशस्वीच म्हणायला हवा. या बोलपटास चित्रपटसृष्टीतील पहिले पारितोषिक म्हणून गणले गेलेले 'गोहर सुवर्णपदक' लाभले. ते कलकत्ता प्रेस असोसिएशनकडून देण्यात आले होते. उत्कृष्ट कथाकथनासाठी मिळालेले हे पारितोषिक गोहर या प्रसिद्ध बंगाली अभिनेत्रीचे स्मरण म्हणून त्या वेळी बहाल करण्यात येत होते. कन्यारत्न जन्मल्यावर बाळलेण्यासाठी ते खांडेकरांना नाइलाजाने मोडावे लागले होते. ते तीन तोळ्याचे होते.[१०]

'छाया' हा मराठीतील पहिला शोकात्म सामाजिक बोलपट. तो कृष्ण-धवल होता. तो हिंदीतही रूपांतरित (Dub) करून प्रकाशित करण्यात आला होता. 'छाया'च्या हिंदी रूपांतराचे काम पंडित इंद्र यांनी केले होते. यातील दोन गाणी बा. भ. बोरकरांची होती. 'अंधेरी नगरी' या हिंदी बोलपटाचा यावर प्रभाव होता. वि. स. खांडेकरांनी आपल्या या कथेतून छाया आणि प्रकाश जोडीद्वारे भावना आणि

---

६. श्री. रा. टिकेकरांचे वि. स. खांडेकरांना लिहिलेले दि. २९ जून, १९३६ चे पत्र (अप्रकाशित).

७. अप्रकाशित.

८. विविध वृत्त (सिने-परीक्षण) मार्च, १९३८

९. मालव साहित्य (सिने-परीक्षण) मार्च, १९३८

१०. दादासाहेब फाळके : काळ आणि कर्तृत्व - जया दडकर (२०१०) पृ ३७२

विचारांचे द्वंद्व व्यक्त केले होते. एका अर्थाने हा 'मेलोड्रामा' होता. या चित्रपटाने 'हंस'च्या निर्मात्यांना मोठी उमेद दिली. स्वत: खांडेकर हा चित्रपट पाहून खूश झाले होते. या चित्रपटाच्या यशात वि. स. खांडेकरांच्या कथेचा जितका वाटा होता, तितकाच मास्टर विनायकांच्या दिग्दर्शनाचा होता. 'विनायकांची वृत्ती आणि खांडेकरांची प्रकृती या दोहोंचा मेळ चांगला बसण्यासारखा होता.'[१०अ] वि. स. खांडेकर हे मास्टर विनायकांचे श्रद्धास्थान होते; त्यामुळे त्यांच्या चित्रपटात मास्टर विनायकांची कला ऐन बहरात येत असे, याचे सुंदर प्रत्यंतर 'छाया' पाहताना प्रेक्षकांना आले. 'प्रेमिकांची जलाशयात मिसळणारी प्रतिबिंबे, दु:खदायक घटनेचे वृत्त देणारे वृत्तपत्र, कागदाचे बाहेर फेकलेले चिटोरे, वाऱ्याच्या झोताने पुन्हा खोलीतच पसरून जाण्यातील सूचकता, बदाम राणीवर किलवर गुलाम फेकून निर्माण केलेला छायाच्या जीवनातील विसंवादी सूर, शीलभ्रष्ट झालेल्या प्रसंगाची तीव्रता दाखविण्यासाठी मुसळधार पावसात दाखविलेला विजांचा कडकडाट या सर्व नव्या नाण्यांची (प्रतीकांची) टांकसाळ प्रथम विनायकांनी उघडली'[११] असं म्हटलं गेलं, ते खरं आहे. या साऱ्या दृश्यांची कल्पना विनायकांची असली तरी, ती साकारली मात्र आहे पांडुरंग नाईक यांच्या द्रष्ट्या कॅमेऱ्यामुळे, हे विसरून चालणार नाही.

* पाकळ्या या गळाल्या पाहुनि 'ज्वाला'

'छाया'नंतर वि. स. खांडेकरांचा दुसरा बोलपट होता 'ज्वाला.' तोही मराठीबरोबर हिंदीत ध्वनिमुद्रित करण्यात आला होता. 'चंद्रमोहन' या गाजलेल्या हिंदी अभिनेत्यासाठी 'ज्वाला'ची कथा लिहिली गेली. 'ज्वाला'चे कथानक शेक्सपिअरच्या 'मॅकबेथ' नाटकावर आधारित होते. चंद्रमोहन हिंदीभाषी होते. त्यांच्या सदोष उच्चारांमुळे तो मराठी प्रेक्षकांची पकड घेऊ शकला नाही. खांडेकरांच्या मूळ कथेत व्यावसायिक तडजोडीतून अनेक बदल करण्यात आले. या कथेच्या यशापयशाबद्दल मास्टर विनायक[१२], बाबूराव पेंढारकर[१३] आणि वि. स. खांडेकरांनी[१४] लिहिलं आहे. मोठ्या खर्चाचा (Big Budget) अपयशी चित्रपट असं याचं वर्णन करता येईल. 'ज्वाले'मध्ये 'हंस'चे पंख होरपळले'[१५] अशी खोचक प्रतिक्रिया आचार्य अत्रे यांनी

१०अ. मा. विनायक : एक मोहक कूट व्यक्तिमत्त्व – ना. सी. फडके (माणूस – दिवाळी १९६३), पृ. १२३११.

११. माणूस – दिवाळी अंक १९६३, पृ. १४३

१२. चित्र आणि चरित्र (आत्मकथा) – बाबूराव पेंढारकर

१३. रुपेरी पडद्यामागची कहाणी – वि. स. खांडेकर (स्वराज्य – २२ नोव्हेंबर १९६९)

१४. ज्वाला बोलपटाची पार्श्वभूमी – वि. स. खांडेकर (ज्योत्स्ना – मार्च १९४०)

१५. कऱ्हेचे पाणी – प्र. के. अत्रे

त्या वेळी दिली होती. या चित्रपटनिर्मितीस कोल्हापूर संस्थानाने माणसे, साहित्य, रिसाला (घोडदळ) आदी देऊन मोठं साह्य केलं होतं. चित्रपटासाठी भव्य सेटची निर्मिती करण्यात आली होती. मराठी चित्रपटसृष्टीत काही भव्य-दिव्य करण्याच्या महत्त्वाकांक्षेने मास्टर विनायक आणि बाबूराव पेंढारकर यांनी मोठे कष्ट घेतले; पण परस्परसमन्वय नसल्याने अपयश आले. 'ज्वाला'पूर्वी मराठी चित्रपटांची श्रेयनामावली (Titles) इंग्रजीत असायची. या चित्रपटाने मराठी श्रेयनामावलीची प्रथा सुरू केली. ही सूचना स्वातंत्र्यवीर सावरकरांची. 'हंस'च्या भेटीत त्यांनी ती व्यक्त केली होती. स्वतंत्र संगीत नियोजक (Arranger) मुक्रर करण्याची परंपराही याच चित्रपटाने सुरू केली. हा १६० मिनिटांचा कृष्ण-धवल बोलपट. यामध्ये खांडेकरांनी मेलोड्रामाऐवजी 'फँटसी'चा प्रयोग करून कथानकात रंगत भरली होती; पण सदोष निर्मितीमुळे बोलपट पकड घेऊ शकला नाही. हा एक विचारप्रधान बोलपट होता.

वि. स. खांडेकरांनी 'ज्वाला'च्या कथेद्वारे माणसाने षड्रिपूमुक्त असण्याच्या आवश्यकतेवर भर दिला होता. 'पाकळ्या या गळाल्या पाहुनि ज्वाला' हे मंगलची भूमिका निभावणाऱ्या रत्नप्रभेने गायलेले गीत त्या वेळी गाजले होते. हा काळ गायकीचा होता. अभिनेत्रीची निवड सौंदर्याबरोबर गळ्याच्या आधारावर व्हायची. पार्श्व आवाजाची (Play Back) परंपरा त्या वेळी नव्हती. तत्पूर्वी, 'धर्मवीर'मधील रत्नप्रभाची गाणी गाजल्याने तिची योजना 'ज्वाला'मध्ये मुद्दाम करण्यात आली होती. दि. १ एप्रिल, १९३८ रोजी हा बोलपट मुंबईच्या रॉयल ऑपेरा हाऊसमध्ये मोठ्या दिमाखाने प्रदर्शित करण्यात आला होता. भव्यता आणि कलात्मकता यांचा सुंदर मिलाफ झालेला हा चित्रपट. या चित्रपटाची जाहिरात म्हणजे शब्दांची मनोरम आतषबाजी. 'हंसचे कलासामर्थ्य, खांडेकरांचा प्रतिभाविलास, विनायकांचे दिग्दर्शनपटुत्व, चंद्रमोहनची अभिनयपराकाष्ठा, रत्नप्रभेचे गानमाधुर्य, पांडुरंग नाईक यांचे प्रतिभानैपुण्य या सर्वांचा देदीप्यमान विलास म्हणजेच हंस चित्र ज्वाला' अशी आकर्षक जाहिरात त्या वेळी केली जायची.[१६] अशा जाहिरातीचे अनेक नमुने मिळतात. दि. १ एप्रिल, १९३८ रोजी सुरू झालेल्या चित्रपटाने निर्मात्यांना 'एप्रिल फूल' केले खरे! 'अंगार'च्या रूपाने खांडेकरांनी या कथेत महत्त्वाकांक्षी शूराचे, सेनापतीचे चरित्र रेखाटले आहे. महत्त्वाकांक्षेची ज्वाला माणसास आंधळी बनविते. त्याचे अध:पतन सुरू होते आणि त्या ज्वालेतच त्याची शोकांतिका होते, असं चित्रण करणारा हा बोलपट.

---

१६. वि. स. खांडेकर : सचित्र चरित्रपट – जया दडकर, पृ. ७८

* 'ज्वाला'च्या या जाहिराती आचार्य अत्रे आणि जनार्दन अनंतराव गद्रे करीत असत – 'ज्वाला'संबंधीच्या वि. स. खांडेकरांच्या टिपणाधारे (अप्रकाशित).

* दुःख सोसणाऱ्या चरित्रांची मालिका : देवता

'ज्वाला'मुळे झालेले नुकसान भरून काढण्यासाठी आणि प्रेक्षकांचा रुचिपालट करण्याच्या इराद्याने 'हंस'ने आचार्य अत्रे यांच्या कथेवर आधारित 'ब्रह्मचारी' आणि 'ब्रँडीची बाटली' हे बोलपट काढले. त्यानंतर हंस पिक्चर्सने वि. स. खांडेकरांची कादंबरी 'रिकामा देव्हारा'वर आधारित 'देवता' (१९३९) हा बोलपट प्रदर्शित केला. फेब्रुवारी, १९३९ मध्ये मुंबईच्या 'वेस्टएण्ड' सिनेमात प्रदर्शित या बोलपटाचे वैशिष्ट्य म्हणजे बोलपटावर आधारित कादंबरी 'रिकामा देव्हारा' १ रुपयास तिकीटघरात विक्रीस उपलब्ध करून देण्यात आली होती. या चित्रपटाच्या जाहिरातीची जबाबदारी श्यामराव ओक यांच्यावर सोपविण्यात आली होती. बाबूराव पेंढारकरांनी मराठी चित्रपटात आजवर केलेल्या सर्व भूमिका या खलनायकाच्या होत्या. 'देवता'मध्ये बाबूराव पेंढारकरांना नायकाची भूमिका प्रथमच मिळाली होती. ती त्यांच्या इच्छेचा आदर म्हणून देण्यात आली होती. हे लक्षात घेऊन 'देवता'च्या जाहिरातीत लिहिले जायचे, 'पडद्यावरील बदमाश सुधारला!' या चित्रपटाचं गीतलेखन ग. दि. माडगूळकरांनी केलं होतं. मराठी अभिनेत्री आणि गायिका इंदिरा वाडकर यांचा हा गाजलेला बोलपट. हा १४८ मिनिटांचा बोलपट कृष्ण-धवल होता. वि. स. खांडेकरांनी आपल्या साहित्यात कला आणि जीवनाच्या श्रेष्ठत्वाबद्दल एक विशिष्ट भूमिका घेऊन – 'जीवनासाठी कला'चे लेखन केले. 'देवता'चे कथानक याच पठडीतले. वि. स. खांडेकरांचे चित्रपट म्हणजे दुःख सोसणाऱ्या चरित्रांची मालिकाच. 'देवता'मध्येही याचा प्रत्यय येतो. 'देवता'चं कथानक तसं विचारप्रधान. कौटुंबिक चित्र म्हणून ते गाजलं. 'देवता'चं कथानक हे अनेक नाट्यपूर्ण घटनांची शृंखला आहे. नायिकाप्रधान या बोलपटात एक आदर्श स्त्रीचरित्र म्हणून खांडेकरांनी 'सुशीला' चित्रित केली आहे. स्त्रीला समाज मारून-मुटकून देवता कसा बनवतो याचं हृदयद्रावक चित्रण या चित्रपटात करण्यात आलं होतं. त्या वेळी हा चित्रपट स्त्री–प्रेक्षकांच्या विशेष पसंतीला उतरला होता. यातील गाणी अधिक लालित्यपूर्ण झाल्याने त्या वेळी ती घरोघरी गुणगुणली जात होती.

या चित्रपटातील मास्टर विनायक आणि बाबूराव पेंढारकरांच्या अभिनयाची जुगलबंदी संस्मरणीय ठरली. दिग्दर्शक मास्टर विनायकांनी 'छाया'प्रमाणे येथेही आपले कौशल्य पणाला लावले. चित्रपटातील अभिनयाबद्दल मूल्यांकन करताना म्हटलं गेलंय की, " 'छाया' चित्रपटातील विदारक कारुण्य जितक्या प्रभावीपणे विनायकाने चित्रित केले तितक्याच तन्मयतेने त्याने 'देवता' चित्रित केला. लेखकाला अभिप्रेत असलेलेच प्रसंग त्याने अधिक प्रभावीपणे प्रेक्षकांपुढे ठेवले. समाजातील अन्यायाला वाचा फोडणारा, जीवनमूल्ये जीवापाड जपणारा आणि क्वचित आपल्या प्रेयसीशी एकांतात रमणारा नायक विनायकांनी बाबूरावांकरवी उभा केला. या

चित्रपटात विनायकाने अगदी छोटी परंतु अद्वितीय भूमिका केली, ती कॉलेज प्राचार्यांची! 'देवता' चित्रपटातील त्या एकाच लहानशा दृश्यात शिस्तप्रिय प्राचार्याचे सर्व बारकावे त्याने असे रूपास आणले की, विनायकाच्या उत्कृष्ट भूमिकेत या छोट्या भूमिकेची गणना होऊ लागली.''[१७]

'देवता'च्या यशस्वी वाटचालीनंतर 'मंदिर' नावाने हा बोलपट हिंदीत सन १९४७ मध्ये चित्रित करण्यात आला. 'डब' न करता याची स्वतंत्र निर्मिती करण्यात आली. मुळात 'सूना मंदिर' नावाने हा चित्रपट काढायचे ठरले होते; पण नंतर सुलभतेसाठी त्याचे नामकरण फक्त 'मंदिर' करण्यात आले. दि. १६ जानेवारी, १९४७ रोजी मुंबईच्या राजकमल स्टुडिओत याचा मुहूर्त झाला. पुढे नव्याने झालेल्या ईस्टर्न स्टुडिओत 'मंदिर'चे सारे चित्रीकरण झाले. शांता आपटे आणि शाहू मोडक यांची भूमिकेसाठी खास निवड करण्यात आली होती.

* 'रम्य ते बघुनिया वेड लागे' असा : 'सुखाचा शोध'

आनंद हा परोपकारी आणि नि:स्वार्थी तरुण. घरासाठी झटणारा, तसेच इतरांना हात देणारा. या भावनेने एका विधवेस आधार देऊन तो घरी आणतो. विवाह झाल्यावर त्याची पत्नी माणिकबद्दलचा मोहभंग तो पचवू शकत नाही. परिणामस्वरूप नटीच्या जाळ्यात अडकतो. पुढे मद्यपी बनतो; पण सुखी काही होत नाही. शेवटी विधवा उषेस स्वीकारतो नि सुखी होतो, असं कथानक घेऊन येणारा 'सुखाचा शोध' बोलपट खांडेकरीय परंपरा जपणारा, आदर्शवादी, विचारप्रधानही. तो सप्टेंबर १९३९ मध्ये पुण्याच्या 'मिनर्व्हा'मध्ये प्रदर्शित झाला. पुढे या बोलपटाधारित 'सुखाचा शोध' कादंबरी नोव्हेंबर १९३९ च्या मध्यास प्रकाशित झाली. तिच्या पहिल्या आवृत्तीत चित्रपटातील काही दृश्यांची छायाचित्रेही अंतर्भूत करण्यात आली होती. या बोलपटाचे प्रेक्षकांनी चांगले स्वागत केले. 'सुखाचा शोध' पटाचे समीक्षण करताना तारानाथ यांनी चित्रपट पाहताना प्रेक्षकांच्या होणाऱ्या मन:स्थितीचे काव्यात्मक वर्णन करीत म्हटले होते, '' 'जे रम्य ते बघुनिया मज वेड लागे' अशी प्रेक्षकांची स्थिती होऊन जाते.''[१८] तर, या चित्रपटात वि. स. खांडेकरांमधील कथाकाराचं पणाला लागलेलं कौशल्य लक्षात घेऊन श्यामराव ओकांनी खांडेकरांना 'महाराष्ट्राचे मॅक्झिमम (मॅक्झिम) गॉर्की'[१९] संबोधलं होतं. चित्रपटात संकलनाचा अभाव खटकतो. त्यापेक्षा कादंबरी सरस आहे, अशी त्या वेळच्या वाचक-

---

१७. माणूस – (नोव्हेंबर-डिसेंबर १९६३) – पृ. ४७

१८. अग्रणी (३० ऑक्टोबर १९३९), पृ. २

१९. चित्रपट जाहिरात.

प्रेक्षकांची प्रतिक्रिया होती. या काळात 'प्रभात'सारख्या कंपन्यांचे 'माणूस', 'माझा मुलगा' यांसारखे बोलपट बाहेर पडत होते; पण खांडेकरांच्या पटकथांचे चांगले स्वागत व्हायचे. 'सुखाचा शोध'मधील माणिक ही शिक्षित, अहंकारी तर उत्तरार्धातील नायिका उषा ही सुसंस्कृत देवता. खांडेकरांची प्रत्येक पटकथा म्हणजे निषेध आणि विवेकाचा चारित्रिक संघर्ष असतो.. तत्कालीन एकत्र कुटुंबपद्धतीमध्ये घरच्या कर्त्या पुरुषाच्या कुतरओढीचे मार्मिक चित्रण खांडेकरांनी या कथेत केले आहे. 'सुखाचा शोध' चित्रपट हिंदीमध्येही प्रदर्शित करण्यात आला होता. हिंदीत तो 'मेरा हक' शीर्षकाने प्रदर्शित झाला होता. हिंदी प्रेक्षकांनी या कथेचं मराठीप्रमाणेच स्वागत केलं. पूर्वार्ध आणि उत्तरार्धातील स्वतंत्र नायिकेच्या या चित्रपटाच्या कथानकात केलेल्या प्रयोगाने चित्रपटसृष्टीत बहुनायक-नायिकांची प्रथा सुरू झाली. तिचे अनुकरण आजच्या हिंदी चित्रपटांत दिसते.

* मराठी चित्रपटाचे 'नवयुग'

सन १९४० उजाडता-उजाडता 'हंस'ची आर्थिक स्थिती मोठी हलाखीची झाली होती, हे मास्टर विनायक, बाबूराव पेंढारकर आणि वि. स. खांडेकरांच्या दरम्यान झालेल्या पत्रव्यवहारावरून पुरेसं स्पष्ट होतं.[२०] म्हणून मग सहकारी तत्त्वावर फिल्म कंपनी काढायची टूम निघाली नि त्याचं नेतृत्व आचार्य अत्र्यांकडे गेलं. दि. १ फेब्रुवारी, १९४० रोजी 'नवयुग चित्र'ची स्थापना करण्यात आली. 'हंस'ने आजवर खांडेकरांच्या ज्या कथांवर चित्रपट काढले, त्यांचं स्वतःचं असं एक आगळं वैशिष्ट्य होतं. सिनेसमीक्षक मो. बा. केळकरांच्याच शब्दांत सांगायचं तर, 'खांडेकरांची कथानके भावनाप्रधान, ध्येयवादी, 'जीवनासाठी कला' या संप्रदायाशी निगडित झालेली, कल्पनाविलासाने आणि शाब्दिक सौंदर्याने नटलेली असत.'[२१] 'नवयुग चित्र'च्या स्थापनेनंतर स्वतःची नवी ओळख करून देण्याच्या उद्देशाने मनोरंजनपर चित्रपटाचे धोरण 'नवयुग चित्र'ने स्वीकारले. यापूर्वी 'पहिला पाळणा'सारखा विनोदी चित्रपट बऱ्यापैकी चालला होता. प्रेक्षकांची अभिरुची बदलत चालली होती. हलकं-फुलकं दिलं, तर युद्धग्रस्त वातावरणात लोकांना भावेल, म्हणून विनोदी चित्रपट काढायचं ठरलं. यामागे अत्र्यांच्या 'ब्रह्मचारी' (१९३८) आणि 'ब्रँडीची बाटली' (१९३९) या यशस्वी, विनोदी पटांची प्रेरणा आणि अनुभव होता. या काळात आचार्य अत्रे यांच्याप्रमाणे चिं. वि. जोशी हे विनोदी लेखक म्हणून सर्वपरिचित झाले होते. विशेषतः त्यांच्या 'चिमणरावाचं चऱ्हाट' कथासंग्रहानं

---

२०. अप्रकाशित पत्रव्यवहार.

२१. माणूस (दिवाळी - १९६३) पृष्ठ १६८.

मराठी वाचकांवर मोहिनी घातली होती. त्यातील कथा घेऊन वि. स. खांडेकरांनी पटकथा आणि संवाद तयार करावेत, असे ठरले. वि. स. खांडेकरांनी 'चिमणरावाचं चऱ्हाट'मधील 'लग्नसराई' आणि 'बोळवण' या दोन कथांवर आधारित 'लग्न पहावं करून' ही पटकथा लिहिली.

*** मराठी लॉरेल-हार्डी चिमणराव-गुंड्याभाऊंचा 'लग्न पहावं करून'**

'नवयुग चित्र' या महाराष्ट्रातील पहिल्या सहकारी तत्त्वावरील चित्रपट कंपनीतर्फे पहिला चित्रपट म्हणून वि. स. खांडेकरांनी चिं. वि. जोशांच्या उपरोक्त कथांवर आधारित लिहिलेल्या 'लग्न पहावं करून' या पटकथेची निवड करण्यात आली. ऑगस्ट १९४०च्या दुसऱ्या आठवड्यात 'लग्न पहावं करून'चा मुहूर्त करण्यात आला.[२२] चिमणरावच्या भूमिकेसाठी दामुअण्णा मालवणकर तर गुंड्याभाऊंसाठी विष्णुपंत जोग यांची निवड करण्यात आली. लॉरेल-हार्डीसारखी ही जोडी प्रेक्षकांच्या मनात उतरविण्यात विनायक यशस्वी झाले. खांडेकरांनी तयार केलेलं कथानक, संवाद, गीते प्रभावी झाली. मराठी चित्रपट आणि साहित्यात चिमणराव-गुंड्याभाऊ अमर करण्यात या चित्रपटाचा मोठा वाटा आहे. त्या काळात पटकथालेखकास फार अल्प मानधन दिले जाई. चिं. वि. जोशी यांना 'नवयुग चित्र'ने उपरोक्त गोष्टींसाठी अवघे पाचशे रुपये दिल्याचे चिं. वि. जोशी आणि वि. स. खांडेकरांमधील पत्रव्यवहारातून स्पष्ट होते. त्याबद्दल दोघेही नाराज होते. वि. स. खांडेकरांनी चिं. वि. जोशी यांना २६ जून, १९४१ रोजी लिहिलेल्या पत्रात म्हटले होते की, 'चित्रपट मंडळ्या आणि लेखक यांच्या व्यावहारिक संबंधांत सुधारणा होणे जरूर आहे. ती सुधारणा आम्ही लेखकांनीच आपले महत्त्व पटवून देऊन हळूहळू घडवून आणली पाहिजे.'[२३]

'लग्न पहावं करून'सारख्या विनोदी पटांनी एक क्रांती केली. चित्रपटात आजवर सहायक भूमिका करणारे चित्रपटांचे नायक झाले. दामुअण्णा मालवणकर, विष्णुपंत जोग यांच्या भूमिका या संदर्भात अविस्मरणीय ठरल्या. वि. स. खांडेकर विनोदीही लिहू शकतात, यावर प्रेक्षकांचा विश्वास बसत नव्हता, हेच त्यांच्या लेखणीचं यश होतं. फार कमी लोकांना या गोष्टीची कल्पना असावी की, त्यांचं प्रारंभिक लेखन विनोदी आणि कोटीबाज शैलीचं होतं. चिं. वि. जोशींच्या कथेवर आधारित हा पहिला बोलपट. या बोलपटात फोटो दाखवून लग्न ठरविण्याच्या तत्कालीन पद्धतीचं विडंबन सादर करण्यात आलं होतं. उपहासात्मक कथालेखनाचा

---

२२. वि. स. खांडेकर : सचित्र चरित्रपट – जया दडकर, पृ. ८७
२३. अप्रकाशित पत्रव्यवहार.

हा आविष्कार वि. स. खांडेकरांच्या लेखनशक्तीचा विस्मयकारी प्रत्यय देऊन जातो. 'लग्न पहावं करून'ची कथा सुखान्त. या हास्यरसपूर्ण पटाने मनोरंजनाची एक आगळी वाट मराठी चित्रपटांत रूढ केली आणि रुजविलीही! हा १५० मिनिटांचा कृष्ण-धवल पट; त्या काळी एक यशस्वी चित्रपट म्हणून गणला गेला होता. असं असलं, तरी काही चित्रपट समीक्षकांनी 'लग्न पहावं करून'मधील दिग्दर्शन आणि अतिरिक्त (अतिरेकी) अभिनयाबद्दल त्या वेळी नाराजीही व्यक्त केली होती. मात्र हा दोष पटकथाकाराचा नसून, बॉक्स ऑफिसवर डोळा ठेवून केलेली चित्रपटनिर्मितीची तत्कालीन अगतिकता त्यास कारणीभूत होती, हे आपणास विसरून चालणार नाही. त्या काळी विश्राम बेडेकरांनी दिग्दर्शित केलेला 'विदूषक'सारखा दर्जेदार पटही समीक्षकांपुढे होता.

झाली ज्याची उपवर भगिनी
कन्या अथवा भाचि, मेहुणी
लग्न जमविण्या खटपट करणे
त्यास वाटते नको ते जिणे ॥ [२४]

म्हणून करण्यात आलेल्या 'लग्न पहावं करून'च्या काव्यात्मक जाहिरातीने चित्रपटकथेचा उद्देश प्रेक्षकांसमोर ठेवून प्रथमदर्शनीच त्या वेळी ठाव घेतला होता आणि आपल्याकडे आकर्षित करायची किमयाही करून दाखविली होती.

* कोकणप्रेमाचे अपत्य 'अमृत'

'हंस'ची स्थापना करून वि. स. खांडेकरांच्या कथेवर चित्रपट काढायचे ठरल्यानंतर खांडेकरांनी सुचविलेली तशी ही पहिली कथा; परंतु त्या वेळी कोकणाच्या पार्श्वभूमीवर चित्रित या कथेच्या बाह्यचित्रणास मोठा खर्च यायचा, म्हणून मागं पडली होती, हे मागे स्पष्ट केले आहेच. 'लग्न पहावं करून'च्या यशानं ही कथा पेलण्याचं सामर्थ्य मास्टर विनायक आणि बाबूराव पेंढारकर यांना दिलं. 'लपंडाव' आणि 'लग्न पहावं करून'च्या निर्मितीनंतर आचार्य अत्रे 'नवयुग'मधून बाहेर पडले. मग उभयतांनी स्वास्थ्याने 'अमृत'ची निर्मिती केली.

वि. स. खांडेकरांच्या मूळ संकल्पित (अप्रकाशितही) 'चांभाराचा देव' कथेवर, कादंबरीवर आधारित 'अमृत'चं कथानक. बाप्पा हा कोकणातील सावकार. स्वभावानं तसा खाष्ट. गरिबांची पिळवणूक करून तो श्रीमंत होतो. विनासायास आलेल्या संपत्तीमुळे त्याचा एकुलता एक मुलगा विलास व्यसनाधीन होतो. गावातील कृष्णा चांभाराच्या पत्नीवर त्याचा डोळा असतो. एका गोळीबारात कृष्णाची मुलगी –

---

२४. माणूस – नोव्हेंबर-डिसेंबर १९६३, पृ. ४९

जाईचा मृत्यू होतो. बाप्पा कृष्णावर आळ घेतो. कृष्णाची तुरुंगात रवानगी होते. पत्नी सीता सूडाने पेटते. तिच्या नादी लागलेल्या विलासचं बिंग फुटतं. बाप्पाला आपण माडाच्या अमृताचं विष (माडी) केल्याचा पश्चात्ताप होतो. तो माडीचा व्यवसाय बंद करून व्यसनी गावास वरदान देतो – अशी 'अमृत'ची सुखान्त कथा. हे कथाबीज अस्पृश्यतोद्धार, दारूबंदी, इत्यादी तत्कालीन प्रबोधनपर प्रश्नांवर आधारित आहे. या कथेचा लोकशिक्षणाचा उद्देश स्पष्ट दिसून येतो. आदर्शवाद, समाजवाद ही या पटकथेची वैचारिक बैठक म्हणून सांगता येईल. या बोधप्रद कथेचे संवाद प्रभावी आहेत. हा १५३ मिनिटांचा कृष्ण-धवल बोलपट हिंदीतही चित्रित करण्यात आला होता. मराठीपेक्षा हिंदीत तो अधिक चालला. दि. २४ मे, १९४१ रोजी त्याचा पहिला खेळ मुंबईच्या न्यू वेस्टएण्ड सिनेमात झाला होता. कर्फ्यूमुळे मुंबईत याचे प्रदर्शन स्थगित करण्यात आले होते.[२५] कोकणातील जातिभेदावर बेतलेल्या 'या कथेचे चित्रीकरण वालावल, धामापूर, मालवण येथे करण्यात आले होते. मास्टर विनायक, बा. भ. बोरकर प्रभृतींनी लोकेशनची निवड केली होती.'[२६] 'अमृत'मधील 'गमे सखी अंध मला हा भृंग' हे युगुलगीत धामापूरच्या तळ्याकाठच्या खडकावर चित्रित करण्यात आले होते. नटवर्य गोपीनाथ सावकार यांनी 'अमृत'साठी कोकणी लोकगीत लिहिलं होतं. बा. भ. बोरकरांनी त्यासाठी गोव्याहून खास लोकवाद्यं आणली होती. या नि अशा अनेक प्रयत्नांमुळे खांडेकरांची श्रेष्ठ पटकथा म्हणून 'अमृत' प्रसिद्ध पावली. या कथेची सारी पार्श्वभूमी ग्रामीण होती. मराठी ग्रामीण चित्रपटविकासाच्या प्रारंभिक पाऊलखुणा उमटविण्याचं श्रेय वि. स. खांडेकरांच्या या कथेस दिलं जातं. 'अमृत' कथेतील नाट्यमयता लक्षात घेऊन बालमोहन नाटक मंडळींनी खांडेकरांकडे 'अमृत'च्या कथेच्या आधारे नाटक लिहिण्याचा प्रस्ताव ठेवला होता.[२७] पण तो काही फळास आला नाही.

'कोकण आणि दारिद्र्य यांची अभेद्य सांगड या चित्रानं आकाराला आलेली दिसते... यात विनायकांनी आपल्या दिग्दर्शनातले सर्व कसब पणास लावलेले दिसते.'[२८] खांडेकरांनी 'नव्या युगाची नव्या जगाची नौबत वाजे रे'सारख्या समूहगीताची योजना कथेच्या शेवटी करून 'अमृत' हा बोधपट असल्याच्या धारणेवर एका अर्थाने शिक्कामोर्तबच केले होते. या चित्रपटातील बाबूराव पेंढारकरांनी रंगविलेली कृष्णा चांभाराची भूमिका प्रभावी होती. ललिता पवारांनी साकारलेली सीता,

२५. मास्टर विनायकांनी वि. स. खांडेकरांना लिहिलेले दि. २३ मे, १९४१ चे पत्र, (अप्रकाशित).

२६. वि. स. खांडेकरांची चित्रगीते – गंगाधर महांबरे, पृ. ९७

२७. तत्रैव, पृ. ६५

२८. माणूस (नोव्हेंबर-डिसेंबर१९६३) – दत्ता डावजेकर, पृ. ४८

साळवींचा बाप्पा या भूमिकाही अशाच. दृश्य चित्रणातील कलात्मकतेमुळेही 'अमृत'चा त्या काळी मोठा गाजावाजा झाला होता. कोकण नि विशेषत: शिरोडा हा खांडेकरांचा नर्मबिंदू. त्याचं कारण तिथलं अज्ञान नि दारिद्र्य. कोकणचं हे वास्तव खांडेकरांच्या डोक्यात सतत थैमान घालत राहिलं. या मंथनातून निर्माण झालेलं कथारत्न म्हणजे 'अमृत'.

* गरिबी-श्रीमंतीचा 'संगम'

'रक्तापेक्षा मायेचं नातं मोठं', 'विषमता हे देव नसण्याचं लक्षण', 'गरिबांच्या सेवेसाठी खेड्यात चला', इ. सुभाषिते घेऊन सत्पक्षाचं समर्थन करणारी सोज्वळ कथा असं 'संगम'च्या पटकथेचं वर्णन करता येईल. आजवरच्या खांडेकरांच्या कथांच्या तुलनेने 'संगम'ची कथा काहीशी दीर्घ, गुंतागुंतीची आणि अनेक उपकथांचा मेळ साधणारी. 'सब मर्ज की एक दवा' न्यायाने खांडेकरांनी 'संगम' कथेद्वारे अनेक प्रश्न हाताळण्याचा प्रयत्न केला आहे. प्रेमकथा, संघर्षकथा, अशा अनेकांगांनी विकसित होणारी 'संगम' ही आदर्शवादी कथा. गरिबी आणि श्रीमंतीच्या संगमानेच समाजवाद अवतरेल, असा आशावाद ही कथा प्रेक्षकांच्या मनात रुजवते. 'अमृत'च्या कथेप्रमाणे इथंही ग्रामीण पार्श्वभूमी आहे, पण जोडीला शहरही. कथा, पात्र, विचार, प्रदेश सर्वांचा संगम साधणारी ही कथा खांडेकरांच्या समन्वयवादी वृत्तीचा ठळक पुरावा म्हणून आपल्यासमोर येते.

'अमृत'प्रमाणेच ही मराठीबरोबर हिंदीतही रूपांतरित (Dub) करण्यात आली होती. आजवरचे खांडेकरांचे सारे मराठी पट पंडित इंद्र यांनी रूपांतरित केले होते. मात्र, 'संगम'ची पटकथा आणि गीते हिंदीतील प्रख्यात कथा-कादंबरीकार अमृतलाल नागर यांनी रूपांतरित केली होती. त्यासाठी अमृतलाल नागर काही काळ कोल्हापुरी येऊन राहिल्याची आठवण त्यांनीच मला सन १९७८-७९ च्या माझ्या लखनौ मुक्कामात सांगितली होती. त्यांना मराठीची जाण होती. ते मुंबईतही राहिले होते.

'संगम'मध्ये कविवर्य भा. रा. तांबेंचं एक गीत 'ते दूध तुझ्या या घरातले' घेण्यात आले होते. 'संगम'ची कथा म्हणजे झरा (निसर्ग) नि झोपडी (समाज)चा सुंदर मिलाफच होता, हे या गीतयोजनेनं स्पष्ट होतं. पात्रं, प्रसंगांची रेलचेल असलेलं कथानक खांडेकरांनी विलक्षण कौशल्यानं गुंफलं होतं. कुंदा, काकी, इनामदार, मुकुंद, गार्ड, मावशी, कुंदाची आई, मोलकरीण, शेतकरी, भय्यासाहेब, शांता, पुंडोपंत, मंजू, बाबूराव, पोलिस, काका - इतक्या मोठ्या संख्येनं पात्रं पेलणारी ही खांडेकरांची पहिली कथा. 'संगम'च्या निमित्ताने खांडेकर कथेस

आळतेकरांनंतर पहिले दिग्दर्शक म्हणून र. शं. जुन्नरकर लाभले. पांडुरंग नाईकांच्या सातत्यानंतर पहिल्यांदाच खांडेकरांच्या कथेस अण्णासाहेब गुणेंसारखा नाईकांइतकाच गुणी, तोलामोलाचा छायाचित्रकार लाभला. सुंदराबाईंसारख्या गाजलेल्या (चार्ली चॅप्लिनची प्रशंसा मिळविलेल्या) अभिनेत्रीची यातील मावशीची भूमिका सर्वांना भावली होती. मीनाक्षी आणि विनायकच्या जोडीनं गरिबी–श्रीमंतीचा समाजवादी संगम साकारला होता.

*** चंदनवाडचे सरंजामी 'सरकारी पाहुणे'**

'अमृत' आणि 'संगम' या सामाजिक कथांच्या यशस्वी निर्मितीनंतर 'नवयुग चित्र'ने पुन्हा एकदा विनोदी चित्रपट काढण्याचं ठरवलं. 'लग्न पहावं करून'चं यशही यामागे होतं. मग वि. स. खांडेकरांनी चिं. वि. जोशींच्या 'चिमणरावाचं चऱ्हाट'मधील 'रावसाहेब चिमणराव – स्टेट गेस्ट' या कथेवर आधारित पटकथा तयार करून 'सरकारी पाहुणे' नावाने ती सादर केली. 'चिमणराव'मधील अन्य दोन कथांचाही या पटकथेस आधार आहे; कारण चिं. वि. जोशींना प्रत्येक कथेस रु. २५०/– प्रमाणे रु. ७५०/– मानधन आणि १०० फ्री पास देऊन करार केल्याची नोंद पत्रव्यवहारात सापडते.[२९] मास्टर विनायकांच्या दिग्दर्शनाखालीच खांडेकरांची ही पटकथा घेण्यात आली तरी निर्मितीची टीम नवी होती. गीतकार म्हणून राजकवी यशवंत, चित्रीकरण वासुदेव कर्नाटकींचं तर संगीत दत्ता डावजेकरांचं. अशा नव्या बाजात भूमिकांचा साज मात्र जुन्या जोडगोळीकडेच होता – दामुअण्णा मालवणकर नि विष्णुपंत जोग.

दि. ८ जानेवारी, १९४२ रोजी 'सरकारी पाहुणे'चा मुहूर्त करण्यात आला.[३०] 'सरकारी पाहुणे'चा पहिला खेळ दि. ११ जून, १९४२ रोजी झाला. 'लग्न पहावं करून'पेक्षा वरचढ ठरलेल्या या पटकथेत खांडेकरांनी संस्थानिकांची दिवाळखोरी, खोटा बडेजाव, इत्यादी उपहासात्मक चित्रण या कथेत केलंय. आचार्य अत्र्यांच्या मदतीशिवाय साकारलेला हा बोलपट 'नवयुग'साठी एक आव्हान होतं. ते मास्टर विनायक आणि पेंढारकरांनी यशस्वीपणे पेलून दाखवलं. काळाचं प्रभावी चित्रण करणारी पटकथा म्हणून खांडेकरांच्या या पटकथेकडे पाहिलं जातं. या पटकथा लेखनास अच्युतराव रानडे यांनी खांडेकरांना साह्य केल्याच्या नोंदी

---

२९. वि. स. खांडेकर आणि चिं. वि. जोशी यांची दि. २६ जून, १९४१ चे संयुक्त पत्र (अप्रकाशित).

३०. र. शं. जुन्नरकर आणि वि. स. खांडेकर यांचे दि. ७ जानेवारी, १९४२ चे पत्र (अप्रकाशित).

पत्रव्यवहारात आहेत.[३१] 'सरकारी पाहुणे' या कथेद्वारे वि. स. खांडेकरांनी महायुद्धपूर्व सरंजामी, दरबारी वातावरण आणि व्यवहारांचे जिवंत चित्रण केले आहे. या १६४ मिनिटांच्या कृष्ण-धवल हास्यपटात मास्टर विनायक हे प्रथमच निर्माते म्हणून आपणासमोर येतात. आजवर प्रेमगीते सादर करणाऱ्या जोगांनी शास्त्रीय संगीत असलेला तराणा यशस्वी रीतीने पेश केला तो याच बोलपटात. हास्य आणि उपहास (Satire) यांचा सुंदर संगम म्हणून खांडेकरांच्या या पटकथेचे 'न भूतो न भविष्यति' असे स्वागत झाले. अत्र्यांची उणीव भासू न देण्याच्या कौशल्यातच खांडेकरांचं सारं श्रेष्ठत्व या कथेतून सिद्ध होतं.

* मधु-मालतीची प्रेमकथा : 'तुझाच'

काल्पनिक कथेवर आधारित सुखान्त, रंजक पटकथा असंच 'तुझाच' बोलपटाच्या कथेबद्दल म्हणता येईल. ही एक सुमार कथा होती. 'हंस' काय किंवा 'नवयुग' काय, मुहूर्त पाहूनच त्यांचे चित्रपट सुरू केले जात. काळे नावाचे दरबारी ज्योतिषी हे 'हंस'चे सल्लागार होते. 'तुझाच'चा मुहूर्तही त्यांच्या सल्ल्यावरून पक्का करण्यात आल्याचा पुरावा र. शं. जुन्नरकरांनी वि. स. खांडेकरांना लिहिलेल्या एका पत्रात उपलब्ध होतो. त्यात ते म्हणतात, 'काळे ज्योतिषी यांच्या सांगण्यावरून १३ तारखेचा मुहूर्त शुक्रवार – १३ तारीख आणि शिवरात्र असूनसुद्धा विनायकरावांनी मान्य केला आहे. तेव्हा ठरल्याप्रमाणे मी त्या दिवशी सुरवात करणार आहे.'[३२]

'तुझाच' ही एक भावनाप्रधान प्रेमकथा. बाळासाहेब गोखले हे कापड मिलचे मालक असतात. मुंबईला त्यांची डेक्कन क्लॉथ मिल असते. ते पत्नीच्या नृत्यप्रेमामुळे मालती नावाच्या नर्तकीच्या संपर्कात येतात नि तिच्यात गुंततात; पण त्या नर्तकीचे प्रेम असते मधु नावाच्या कवीवर. तो पूर्वी बाळासाहेबांच्या मिलमध्येच कार्यालयात कामाला असतो. पतीची परीक्षा पाहायची म्हणून बाळासाहेबांची पत्नी आक्काताई कविमित्रास घरी ठेवून घेते, तेव्हा बाळासाहेबांच्या लक्षात येतं की, मधु-मालतीचं प्रेम आहे. ते लक्षात येतं एका पत्रावरून, ज्यात शेवटी लिहिलेलं असतं, 'तुझाच मधु.' इंग्रजीत या पटकथेचं नामकरण Ever Your's करण्यात आलं होतं. ते पटकथा पुस्तिकेवर छापण्यात आलं होतं.

प्रेम आणि माया यांतील अंतर सांगणारी ही प्रेमकथा. 'संगम'प्रमाणे याचं दिग्दर्शन जुन्नरकरांकडे होतं. 'संगम'प्रमाणेच याचं अल्प स्वागत झालं. बाबूराव गोखल्यांसारखा नवा गीतकार 'तुझाच'ला लाभला. या बोलपटात शाहीर अमर

३१. मा. विनायक आणि वि. स. खांडेकर यांचे दि. २ एप्रिल, १९४२ चे पत्र (अप्रकाशित).

३२. सदरचे पत्र १० फेब्रुवारी, १९४२चे. त्यानुसार 'तुझाच'चा मुहूर्त १३ फेब्रुवारी, १९४२ रोजी करणार असल्याचे स्पष्ट होते.

शेखांची एक छोटी भूमिका होती. 'स्नेहांकिता'कार स्नेहप्रभा प्रधान यांना अभिनेत्री म्हणून मान्यता देणारा हा बोलपट. 'तुझाच'च्या दोन छापील पटकथा उपलब्ध आहेत. एक संक्षिप्त, तर दुसरी दीर्घ. युद्धकाळात फिल्मचा तुटवडा असल्याने हा चित्रपट कमी लांबीचा (११,५०० फूट) करण्याचे ठरले, हे त्याचे कारण असावे, असे पत्रव्यवहारावरून लक्षात येते.[३३] यातील संवाद हलकेफुलके होते. यातील खांडेकरांच्या इनमिन-तीन गीतांना रसिकांनी उत्स्फूर्त दाद दिली होती. 'पाही कान्हा रोखुनि गाली'सारखं गीत रसिकांच्या विशेष पसंतीला उतरलं होतं. युद्धकाळामुळे तयारी होऊनही हिंदीऐवजी फक्त हा चित्रपट मराठीतच काढला गेला, हे पत्रव्यवहारातून स्पष्ट होतं. हिंदी पटाची गाणी लिहून, चाली लावून तयार होती.[३४]

*** मतभेद म्हणजे मनभेद नव्हे!**

"वास्तविक सांपत्तिकदृष्ट्या 'हंस पिक्चर्स' यशस्वी व्हायला हवी होती. तथापि, विनायकांच्या पेशवाई थाटामुळे ते काही होऊ शकले नाही... पुढे एकोणचाळीसमध्ये अभ्यंकर, राजगुरूंच्या साह्याने मी 'नवयुग चित्र लिमिटेड' कंपनी स्थापन केली... तथापि, 'नवयुग चित्रपट' या संस्थेला आमच्या ऐक्याचा आणि सहकार्याचा लाभ फार दिवस मिळू शकला नाही. 'पटनिर्मितीचा सर्वाधिकार एकट्या मजकडे पाहिजे', असा हट्ट पहिल्या चित्रानंतर विनायकाने हट्ट धरला. बाबूराव पेंढारकर आणि त्यांचे वैयक्तिक मतभेद विकोपाला गेले आणि त्याचा परिणाम असा झाला की, आधी कंपनीतून मी गेलो, नंतर बाबूराव निघाले आणि शेवटी ती कंपनी स्वत: विनायकाला पण सोडावी लागली,"[३५] असं 'हंस' आणि 'नवयुग' प्रवासातील पहिल्या दिवसापासूनचे साक्षीदार असलेले आचार्य अत्रे जेव्हा सांगतात, तेव्हा त्याला चक्षुर्वैसत्यमचं रूप येतं. 'तुझाच'ची निर्मिती संपत आली असतानाच्या काळात तर विनायक आणि बाबूराव पेंढारकर यांच्यातील मतभेद विकोपाला गेले होते. विनायक पराकोटीचे अस्वस्थ होते. वि. स. खांडेकरांना लिहिलेल्या एका पत्रात विनायक म्हणतात, '...अगदीच विस्कळीत झाले आहेत विचार! – वाटतं की, पुन्हा नवीनच मांडावा संसार! – भोवतालचे विचार पटत नाहीत! – ते आपलेच आहेत, असं मानून काम करणं जमत नाही! मग खूप कुचंबणा होते. हे माझे विचार नव्हेत, असं म्हणायलासुद्धा व्यवहार मनाई करतो. नाहीपण दुसरं काही करणं शक्य नसतं, तर ही गुलामगिरी ठीक होती. मी का सहन

---

३३. र. शं. जुन्नरकर यांचे वि. स. खांडेकरांना पत्र (जानेवारी १९४२)
३४. र. शं. जुन्नरकर यांचे वि. स. खांडेकरांना पत्र (जानेवारी १९४२)
३५. माणूस (नोव्हेंबर-डिसेंबर १९६३), पृ. ५८

करावं, हेच कळत नाही.'[३६]

या मतभेदातून मग मास्टर विनायकांनी स्वतंत्र संसार थाटून स्वत:चं 'प्रफुल्ल चित्र' सुरू केलं; पण निर्माता, दिग्दर्शक, लेखक यांच्यातील विसंवाद आणि मतभेद जुनेच होते. शिवाय काही वेळी ते विकोपाला जायचे, हे वि. स. खांडेकरांच्या एका प्रदीर्घ पत्रावरून स्पष्ट होईल.[३७] असे असले, तरी विनायक आणि खांडेकरांचे संबंध अतूट राहिले ते मास्टर विनायकांच्या मनात खांडेकरांविषयी असलेला भक्तिभाव आणि श्रद्धेमुळेच. मतभेद होते, पण मनभेद नव्हते. त्यामुळे 'प्रफुल्ल'चं पहिलं चित्र खांडेकरांच्या कथेचं असणं यात आश्चर्य नव्हतंच मुळी. विनायकप्रेमापोटी खांडेकरांनी 'प्रफुल्ल चित्रला' कथा दिली ती आजवरच्या कथेपेक्षा निराळी, नाट्यपूर्ण आणि नवलविशेष असलेली होती.

* कुमारी मातेचं असलं तरी ते 'माझं बाळ'

त्या कथेचं नाव होतं 'माझं बाळ.' सन १८९६ मध्ये महर्षी धोंडो केशव कर्वे यांनी पुण्यात अनाथ बालिकाश्रमाची स्थापना केली होती. तिथे त्यांनी कुमारी मातांना आश्रय देऊन बालहत्या प्रतिबंधक गृह सुरू केले होते. त्यांनी केलेला विधवा विवाह आणि सुरू केलेले हे पुरोगामी कार्य यांमुळे तत्कालीन सनातन्यांनी त्यांच्यावर भ्रूणहत्येचं कुभांड रचलं. वि. स. खांडेकरांसारख्या समाजशील, संवेदनशील लेखकाचं मन या साऱ्या व्यवहारात न द्रवतं, तरच आश्चर्य! कर्वेंचे कार्य खांडेकर जाणून होते. आपल्या 'वैनतेय'[३८] मध्ये त्यांनी कर्वे यांच्याबद्दल लिहिलंही होतं. ते कर्वेंना गुरू मानत. त्यांच्या सामाजिक कार्याचं आणि समाजसुधारणेचं महत्त्व कळावं म्हणून लिहिलेली 'माझं बाळ'ची पटकथा समस्याप्रधान होती.

शशी आणि रवींद्रचं एकमेकांवर प्रेम असतं; पण शशीला दिवस जाताच तो विश्वामित्री पवित्रा घेतो. निराधार शशी अनाथाश्रमात आश्रय घेते. आपली कन्या शकुंतलेला आश्रमाच्या स्वाधीन करून, नर्सिंगचे शिक्षण घेऊन स्वत:च्या पायावर उभी राहते. तिच्या दवाखान्यात व्यसनाधीन नामांकित वकील मनोहर हा उपचारार्थ दाखल होतो. शशी आपल्या शुश्रूषेने त्याला सुधारते. तो परत वकिली सुरू करतो. तेव्हा त्याच्याकडे भ्रूणहत्येची अनाथाश्रमाविरुद्धची केस येते. तो आश्रम संचालक अण्णांचे वाभाडे काढतो, तेव्हा शशी उत्स्फूर्त साक्ष देऊन आपला पूर्वेतिहास आणि अण्णा नि आश्रमाचे कार्य स्पष्ट करते. मनोहर वकीलपत्र मागे घेऊन शशीची अनौरस कन्या शकुंतलास 'माझं बाळ' म्हणून स्वीकारतो.

---

३६. मास्टर विनायकांचे दि. ४ जुलै १९४२ चे पत्र (अप्रकाशित).

३७. वि. स. खांडेकरांचे २० ऑगस्ट १९४० चे पत्र (अप्रकाशित).

३८. वैनतेय (अग्रलेख) – कर्वेंचा ७१वा वाढदिवस (१७ एप्रिल, १९२८).

अशी कथा धारण करणाऱ्या या चित्रपटाचा पहिला खेळ ३ जुलै, १९४३ रोजी मुंबईच्या सेंट्रल सिनेमागृहात झाला. पुण्यात २२ जुलै, १९४३ रोजी तर या चित्रपटाचे प्रदर्शन महर्षी कर्वे यांच्या उपस्थितीत करून मोठे औचित्य साधले गेले होते. चित्रपट पाहताना अण्णासाहेब कर्वेंना अश्रू आवरणे कठीण झाले होते. ते अश्रू म्हणजे वि. स. खांडेकरांच्या कथेस लाभलेला मोठा पुरस्कारच होता. मास्टर विनायकांचे उत्कृष्ट दिग्दर्शन या पटास लाभले. अनेक अंगांनी हा बोलपट सर्वश्रेष्ठ ठरला. दादा साळवी यांनी साकारलेली ॲड. मनोहरची भूमिका दादांचा 'लाईफटाइम रोल' म्हणून गणली गेली. ती भूमिका पाहून सुविख्यात कायदेपंडित बॅरिस्टर नरिमन म्हणाले होते की, "मराठी भाषा ही कोर्टाची भाषा होऊ शकेल की नाही, याबद्दल मी साशंक होतो; पण 'माझं बाळ' पाहून माझी खात्री झाली की, मराठी भाषा ही इंग्रजी भाषेइतकीच प्रभावी भाषा आहे."[३९] हे तर बॅ. नरिमननी खांडेकरांच्या भाषेस बहाल केलेलं प्रमाणपत्रच होतं. 'माझं बाळ' पाहून वि. स. खांडेकरांवर पत्रांचा वर्षाव करणाऱ्यांत श्री. ज. जोशी, गजानन जहागीरदार साहित्यिक प्रभृती, अभिनेते, कलावंत होते. मास्टर विनायकांनी ही कथा प्रभावीपणे प्रेक्षकांपर्यंत पोहोचावी म्हणून योजलेली समीपदृश्ये (Close-ups) मोठी कलात्मक होती. माधव बुलबुले यांनी कॅमेऱ्याच्या नव्या तंत्राचा केलेला उपयोग प्रभावी ठरला. खांडेकरांच्या या कथेनं विनायकांना यशस्वी निर्माता बनवलं. या चित्रपटाची निर्मिती कोल्हापूरच्या शालिनी सिनेटोनमध्ये करण्यात आली होती. या १२० मिनिटांच्या कृष्ण-धवल बोलपटाने परत एकदा सामाजिक कथेचे महत्त्व अधोरेखित केले. बोलपटाचा विषय प्रेक्षकांच्या हृदयापर्यंत भिडावा म्हणून माधव जूलियन यांच्या 'प्रेमस्वरूप आई' कवितेचा द्रष्टा वापर केला होता. विशेष म्हणजे, या चित्रपटात हे गीत स्वत: माधव जूलियन यांनी गायलं होतं. तेव्हा हे गीत प्रत्येकाच्या ओठी होतं. या चित्रपटकथेत मंगेशकर भावंडांनी अनाथ मुला-मुलींची केलेली भूमिका संस्मरणीय ठरली होती.

वि. स. खांडेकरांच्या या प्रभावी कथेबद्दल त्यांचे अभिनंदन करताना सुविख्यात चरित्र अभिनेते गजानन जहागीरदार यांनी आपल्या पत्रात लिहिलं होतं, 'In this picture you seem to have taken a deep break, open your shoulders and swing your bat in utter abandon, making for a clear boundry. Accept my warmest Shake - of - hands for this.'[४०] या उद्‌गारांतील औदार्य आणि अभिमान प्रत्येक प्रेक्षकाच्या मनाचं प्रतिबिंबच म्हणावं लागेल. कुमारी मातांसंबंधी 'माझं बाळ'च्या कथेनं समाजात भावजागर घडवून आणला. या कथेनं

---

३९. वि. स. खांडेकरांची चित्रगीते – गंगाधर महांबरे, पृ. ७८

४०. गजानन जहागीरदारांचे दि. ७ नोव्हेंबर, १९४३ पत्र, (अप्रकाशित).

अनाथ, निराधारांचं संगोपन आणि पुनर्वसनकार्यासंबंधी समाजमन सक्रिय केलं. समाजाचा संवेदनासूचकांक वर्धिष्णू करण्याचं केलेलं ऐतिहासिक कार्य ही या पटकथेची सर्वांत मोठी सामाजिक कमाई होती.

* मानवी मूल्यांची 'सोनेरी सावली'

मराठी चित्रपटाच्या इतिहासात वि. स. खांडेकरांची चित्रपटक्षेत्रातील कारकीर्द आणि त्यांच्या कर्तृत्वाबद्दल जे लिहिलं गेलं आहे, ते 'छाया' (१९३६) ते 'माझं बाळ' (१९४३) पर्यंतच्या प्रवासाबद्दलच. याचं कारण यानंतरच्या पटकथा, गीते, संवाद यांबद्दलची सामग्री आणि कागदपत्रे, पत्रव्यवहार उपलब्ध नसणं हे असावं. शिवाय खांडेकरांबद्दल जे लिहिलं गेलं, ते 'हंस', 'नवयुग', फार तर 'प्रफुल्ल'पर्यंत; पण तेही विनायक आणि पेंढारकरांसंदर्भात; त्याशिवाय आणि त्यानंतरही १९४३ ते १९६२ पर्यंत खांडेकर चित्रपटसृष्टीत होते. या काळात त्यांनी काही चांगल्या कथा मराठी चित्रपटसृष्टीस दिल्या. या काळातच त्यांचे अनेक हिंदी बोलपटही प्रदर्शित झाले. वि. स. खांडेकरांच्या चित्रपटविषयक कार्याच्या समग्र मूल्यांकनासाठी म्हणून तर 'अंतरीचा दिवा' या ग्रंथाचा खरा घाट मी घातला आहे. या ग्रंथात खांडेकरांच्या चित्रपटविषयक समग्र कार्याचा आलेख रेखाटण्याचा प्रयत्न आहे. पुढील विवेचन हा त्याचाच एक भाग होय.

सी. रघुवीर यांच्या 'रघुवीर चित्र निकेतन, मुंबई'साठी वि. स. खांडेकर यांनी 'सोनेरी सावली' ही पटकथा लिहिली. डिसेंबर १९५३ मध्ये प्रदर्शित या बोलपटाची कथा खांडेकरांनी पूर्वदीप्ती शैलीत (Flash Back) विकसित केली आहे.

बाळासाहेब हे फौजदारी वकील म्हणून प्रख्यात असतात. त्यांनी कष्टाने मिळविलेल्या संपत्तीमागे जे भोगलं, ते मागं सारून सुखाच्या सोनेरी सावलीत जगण्याची महत्त्वाकांक्षा असते. महत्त्वाकांक्षेच्या कैफात बाळासाहेब मानवी मूल्यांना पायदळी तुडवितात. हा कैफ इतका चढतो की, एक दिवस ते आपल्या बहिणीवरच हात टाकतात. वस्तुस्थिती कळेपर्यंत पुलाखालून बरंच पाणी वाहून गेलेलं असतं. हाती राहतो तो फक्त पश्चात्ताप आणि सर्व असून नसल्याचं आयुष्य भरून पुरेल इतकं शल्य!

वि. स. खांडेकरांच्या या पटकथेसाठी राजा बढे यांनी गीतं लिहिली होती. दत्तोपंत कोरगावकरांचं संगीत यास लाभलं होतं. याचे निर्माता-दिग्दर्शक सी. रघुवीर होते. खांडेकरांना ठरलेलं मानधन न दिलं गेल्यानं मामला कोर्ट-नोटिशीपर्यंत गेल्याचं पत्रव्यवहारातून[४१] स्पष्ट होतं. मुंबईचा अशोक स्टुडिओ

---

४१. सी. रघुवीर यांनी वि. स. खांडेकरांना लिहिलेलं पत्र, दि. ११ मार्च १९५७, (अप्रकाशित).

आणि मूव्ही आर्ट सेंटरमध्ये या पटाची निर्मिती झाली होती. मीनाक्षी, कृष्णराव चोणकर, राजा नेने यांची भूमिका लाभलेला हा बोलपट फार काही यशस्वी ठरला नाही. 'विनायकांच्या पश्चात माझी कथा पेलणारा दिग्दर्शक मला आढळला नाही,'[४२] या वि. स. खांडेकरांच्या विषादपूर्ण उद्‌गारांची प्रचिती देणारा हा चित्रपट!

या पुस्तकात 'सोनेरी सावली'चं कथासार देण्यात आलं आहे. खांडेकरांनी ही पटकथा संवादांच्या रूपात लिहून, शिवाय ती दृश्यांच्या रूपातही लिहिली होती.[४३] तिचा उपलब्ध खर्डा अशासाठी आवर्जून दिला आहे की, पटकथा-संवादलेखनानंतर निर्मितीच्या दृष्टीने दिग्दर्शकाच्या सोईसाठी म्हणून दृश्यनिहाय कथेची मांडणी होत असते. त्यात दिग्दर्शक आणि लेखक मोठी मेहनत घेत असतात. ही रचना Titels, cut, Inter cut, Quick Diesolve, Mix, Fed-out, Fed-in अशा निर्मितितंत्राच्या अंगाने कशी लिहिली जाते, याची माहिती या क्षेत्राचा अभ्यास करू इच्छिणाऱ्यांना या पटकथेच्या अभ्यासातून होईल आणि त्यातून खांडेकरांची या क्षेत्रातील तांत्रिक कुशलता प्रत्ययास येईल.

* 'अंतरिचा' ज्ञान'दिवा' मालवू नको रे!

हृदयनाथ मंगेशकरांनी संगीताच्या क्षेत्रात उमेदवारी करीत निर्मितीच्या क्षेत्रात मुशाफिरी करण्याचं ठरविल्यानंतर त्यांना वि. स. खांडेकरांची आठवण न होती, तरच आश्चर्य! मंगेशकर कुटुंब खांडेकरांच्या संस्कारांत नि त्यांच्या देखत मोठं झालं. मुळात या कुटुंबाच्या चित्रपट प्रवेशास मास्टर विनायक, वि. स. खांडेकर, दीनानाथ मंगेशकर यांचे प्रारंभीपासूनचे ऋणानुबंधच कारणीभूत होते. तेव्हा हृदयनाथ मंगेशकरांकडून मागणी होताच खांडेकरांनी त्यांना 'अंतरीचा दिवा' पटकथा देणं स्वाभाविकच होतं.

देशभक्तीपायी बापू मास्तरांची नोकरी जाते. साऱ्या कुटुंबाची ससेहोलपट होते. मुलगा बेकार. उपवर मुलीचं लग्न ठरत नाही. हे सारं पैशाअभावी होतंय, हे लक्षात आल्यावर मुलगा आनंद पेटून उठतो आणि मीरेचं लग्न करण्याचं ठरवितो. स्वामी नामक गुंडाशी संधान बांधून परिस्थितीवर विजय मिळवत असताना आशाच्या प्रेमात पडतो. आशा कुमारी माता होणार, हे लक्षात आल्यावर तिला घर पारखं होतं. याच दरम्यान आनंदला पोलिस अटक करतात आणि मग बापू मास्तरांनी जपलेल्या मूल्यांच्या नंदादीपाचं काय होतं, याची उत्कंठा लावणारं हे कथानक.

---

४२. माणूस (दिवाळी) - १९६३ - पृ. १७१

४३. 'सोनेरी सावली' या कथेचा खांडेकरांच्या हस्ताक्षरातील पेन्सिलीने लिहिलेला दृश्यनिहाय खर्डा, (अप्रकाशित).

या चित्रपटास माधव शिंदेंचे दिग्दर्शन लाभलं. दादा साळवी, सीमा, सूर्यकांत, इंदिरा चिटणीस यांच्याबरोबर नवतारका उमाही यात अवतरली होती. या चित्रपटाचं वैशिष्ट्य म्हणजे, सर्व मंगेशकर कुटुंबीय यात एकत्र येऊन गायले. यातील गीत-संगीत गाजलं. या चित्रपटाने चांगला धंदा केला तरी तो फार प्रभाव दाखवू शकला नाही. चित्रपट प्रदर्शित झाल्यावर समीक्षक, परीक्षकांनी त्याचं केलेलं स्वागत कळायला हृदयनाथ मंगेशकरांनी खांडेकरांना लिहिलेल्या पत्रातील पुढील मजकूर पुरेसा आहे... 'चित्रपट मुंबईत उत्तम धंदा साधतोय; पण वृत्तपत्रांनी नेहमीच्या पद्धतीने आमच्यावर टीकेची झोड उठवली. आपल्याशी साहित्यिक दृष्टीने ते काही बोलू शकत नाहीत, मग बरोबरी करणे दूरच राहिले. मग चित्रपरीक्षणामध्ये तुम्हाला एक कोपरखळी मारता आली तर काय बिघडले, या न्यायाने सर्व वृत्तपत्रांनी आपापली लेखणी चालवली आहे. मी असल्या टीकेची पर्वा करत नाही आणि आपण तर करमणुकीचे एक साधन म्हणूनच असली परीक्षणे वाचत असाल. असो.'[४४]

सोहिरोबानाथ आंबिये यांचा 'अंतरिचा ज्ञानदिवा मालवू नको रे' हा अभंग निर्माता आणि लेखकाने पटकथेत वापरून मोठे औचित्य साधले आहे. त्यामुळे कथेची शिकवण प्रभावी होण्यास मोठे साह्य झाले आहे. कोल्हापूरच्या जयप्रभा स्टुडिओत याची निर्मिती होत असताना शेजारच्या शाहू दयानंद मोफत मराठी शाळेत मी चौथीत शिकत होतो, असे आठवते.

* होय, 'माणसाला(ही) पंख असतात!'

ध्येय-धुंदीचे पंख माणसास नसते, तर त्याचं जीवन आजच्याइतकं रम्य खचितच झालं असतं, असं सूचित करणारी 'माणसाला पंख असतात' ही खांडेकरांची शेवटची पटकथा.

कवी अरविंद हा 'कमल' या टोपणनावाने कविता लिहीत असतो. काव्यप्रेमी मंजिरी ही कमलच्या कवितेची रसिक असते. कमल आपली मैत्रीण असल्याची बतावणी केल्याने अरविंदच्या प्रेमात मंजिरी पडते. अरविंदच्या घरी पहिल्यांदा मंजिरीचा स्वीकार होतो; पण ती हरिजन असल्यानं नाकारलं जातं. मंजिरी आणि अरविंद विरोध झुगारून आंतरजातीय विवाह करतात. स्वत:ला हरिजनोद्धाराच्या कामात झोकून देतात.

अशी ध्येयवादी कथा घेऊन येणाऱ्या चित्रपटास भारत आणि महाराष्ट्र शासनाचा पुरस्कार लाभला आहे. ही कथा म्हणजे 'अमृत'ची सुधारित आवृत्तीच. खांडेकरांच्या

---

४४. हृदयनाथ मंगेशकरांचे दि.२६ जुलै, १९६० चे पत्र, (अप्रकाशित).

पहिल्या आणि शेवटच्या चित्रपटास पुरस्कार लाभणे, हा एक सुखद योगायोग! या बोलपटामुळे मीना मंगेशकर (खडीकर) संगीत दिग्दर्शक झाल्या. उषाकिरण आणि सूर्यकांतच्या त्या वेळच्या गाजलेल्या जोडीचा लाभलेला अभिनय या चित्रपटाच्या यशाचं एक श्रेय सांगता येईल. पी. सावळाराम यांची गीतं आणि संत नामदेवांच्या अभंगांनी नटलेला हा चित्रपट लता आणि हृदयनाथ मंगेशकरांचा गळा लाभल्यानं अधिकच प्रभावी झाला होता.

* 'सूनबाई'ची निर्मळ गाणी

मराठी चित्रपटसृष्टीशी खांडेकरांचा शेवटचा दुवा म्हणून 'सूनबाई' चित्रपटाचा उल्लेख करता येईल. 'सुरेल चित्र'ने १९६२ मध्ये तयार केलेल्या बोलपटासाठी खांडेकरांनी गीतं लिहिली होती. त्या गीतांना सुप्रसिद्ध बंगाली संगीतकार सलील चौधरी यांनी चाली लावल्या होत्या. या चित्रपटाची कथा द. र. कवठेकरांच्या 'रुपेरी कडा' कादंबरीवर आधारित होती. यातील खांडेकरांची गाणी गाजली. भावविभोर निर्मळ गाण्यांमुळे 'सूनबाई'स मराठी प्रेक्षकांनी पसंती दिली होती.

* खांडेकरांच्या हिंदी पटकथा

वि. स. खांडेकरांच्या पटकथांवर हिंदीमध्ये 'छाया' (१९३६), 'ज्वाला' (१९३८), 'मेरा हक' (१९३९), 'संगम' (१९४१), 'अमृत' (१९४१), 'बड़ी माँ' (१९४५), 'सुभद्रा' (१९४६), 'मंदिर' (१९४८), 'विश्वामित्र' (१९५२), 'दानापानी' (१९५३) असे तब्बल दहा चित्रपट प्रदर्शित झाले होते, हे वाचून मराठी भाषकांना आनंद झाल्यावाचून राहणार नाही. यापैकी छाया, ज्वाला, मेरा हक, संगम, अमृत, मंदिरसारखे चित्रपट मूळ मराठी पटकथांवर बेतलेले होते. त्यांतील काही डब होते, तर काहींची निर्मिती स्वतंत्र होती. या सर्व चित्रपटांची चर्चा (हिंदी रूपांतरासंबंधी) यापूर्वी, त्या-त्या मूळ चित्रपटाच्या विश्लेषणा वेळी करण्यात आली आहे. परंतु याशिवाय जे चार स्वतंत्र हिंदी चित्रपट राहतात, त्यांची चर्चा समग्र मूल्यांकनाच्या दृष्टीने आवश्यकच नाहीतर अनिवार्य असल्याने पुढे करण्यात आली आहे.

* बड़ी माँ

'बड़ी माँ' हा या चित्रपटांपैकीच एक होय. 'बड़ी माँ'ची कथा दुसऱ्या महायुद्धाच्या पार्श्वभूमीवर आधारित आहे. दुर्गादासला एक मुलगा असतो. दिनेश त्याचं नाव. दुर्गादासला त्याची कोण काळजी! कारण तो युद्धाच्या ऐन धुमश्चक्रीत

लंडनमध्ये असतो. दुर्गादास हा घनश्यामचा ऋणको असतो. आपली मुलगी उषा हिच्याशी दुर्गादास जर आपल्या मुलाचे – राजेंद्रचे लग्न करेल, तर आपण त्यास कर्जमुक्ती देऊ, असं घनश्याम सुचवितो. राजेंद्र त्या वेळी मोना नामक नृत्यांगनेच्या साह्याने जपानसाठी हेरगिरी करीत असतो. जपानी सेना जेव्हा दिनापूरवर हल्ला चढवते, तेव्हा राजेंद्र स्वातंत्र्यसेनानी बनून दिनेशच्या मदतीने पाडाव करतो. अशी युद्धकथा घेऊन येणारा बोलपट 'बड़ी माँ'च्या रूपाने चित्रित करून खांडेकर आपल्या बोधप्रद कथापद्धतीवर जणू शिक्कामोर्तबच करतात.

विनायकांच्या 'प्रफुल्ल पिक्चर्स'ने निर्मिलेला हा १२२ मिनिटांचा हिंदी बोलपट. यासाठी झिया सरहदी, राजा बढे, दिनकर द. पाटील, अंजुम पिलिभित्ती यांची गीते घेण्यात आली होती. माधव बुलबुलेंनी याचं चित्रीकरण केलं, तर संगीत दिलं होतं के. दत्ता यांनी. यात नूरजहाँ, लता मंगेशकर, सितारादेवी, दामुअण्णा मालवणकर प्रभृतींच्या भूमिका होत्या. लता मंगेशकरांना गायिका बनविणारा चित्रपट म्हणून याचं ऐतिहासिक महत्त्व आहे. त्याचं असं झालं – एका दृश्यात नूरजहाँला एक तान छेडायची होती. मास्टर विनायकांच्या पसंतीला ती काही उतरेना. त्यांनी उपस्थित असलेल्या आणि तेव्हा संगीताची तालीम घेत असलेल्या लतास ती तान ऐकविण्यास सांगितली. विशेष म्हणजे, पहिल्याच शॉटमध्ये दृश्य ओके झालं. या घटनेनं नूरजहाँ आणि लताची घनिष्ठ मैत्री झाली. महायुद्धाच्या टंचाईग्रस्त परिस्थितीत मास्टर विनायक यांनी मोठ्या जिद्दी आणि शर्थीने चित्रपट पूर्ण केला. या पटाची निर्मिती मुंबईमधील ताडदेव येथील त्या वेळच्या सेंट्रल स्टुडिओत करण्यात आली. आज तिथं वातानुकूलित व्यापारी संकुल उभं आहे. ही पटकथा इतकी यशस्वी झाली की, विनायक त्यातून मुंबईच्या शिवाजी पार्कमध्ये आपला 'आशीर्वाद' बंगला बांधू शकले. हा आशीर्वाद खांडेकरांचा होता, हे काय सांगायला हवे? पण याबाबत मात्र मतभेद आहेत.

* सुभद्रा

'बड़ी माँ'नंतर लगेचच 'सुभद्रा' प्रकाशित झाला. 'बड़ी माँ'प्रमाणेच यालाही महायुद्धाची, तत्कालीन दंग्याची मोठी झळ लागल्याचं बोललं जातं. 'शब्दाने नाही, तर त्यागानेच शांती प्राप्त करता येते', असा संदेश देणारा हा बोलपट. सन १९४६ मध्ये तो मुंबईच्या रॉक्सी सिनेमात प्रदर्शित झाला. हा १२२ मिनिटांचा कृष्ण-धवल चित्रपट मास्टर विनायकांनी दिग्दर्शित केलेला शेवटचा चित्रपट म्हणून त्याचं ऐतिहासिक असं महत्त्व आहे. 'प्रफुल्ल चित्र'च्या या बोलपटासाठी पंडित इंद्र यांनी गीतं लिहिली होती. याला वसंत देसाईंचं संगीत लाभलं होतं. शांता आपटे, लता मंगेशकर यांच्या यात भूमिका होत्या. माधव बुलबुले यांचा कॅमेरा

यावर फिरला होता.

तसा हा पौराणिक चित्रपट. खांडेकरांनी कृष्ण-बलराम संवादांच्या आधारे याची पटकथा तयार केली होती. मास्टर विनायकांचे हे पहिले आणि शेवटचे पौराणिक चित्र. प्रेम अदीब यांनी कृष्णाची, दादा साळवी यांनी बलरामाची, ईश्वरलाल यांनी अर्जुनाची, तर शांता आपटे यांनी सुभद्राची भूमिका केली होती. सुभद्रेचा विवाह या प्रश्नावर बेतलेलं 'सुभद्रे'चं कथानक. सुभद्रेचा विवाह कुणाशी करायचा, यावर कृष्ण-बलरामामध्ये वाद होतो. कृष्ण अर्जुनास पसंती देतो, अशी सर्वपरिचित कथा घेऊन येणारा पट. या चित्रपटातील शांता आपटे आणि लता मंगेशकर यांनी गायलेलं 'मैं खिली-खिली फुलवारी' हे दुर्मिळ द्वंद्वगीत लोकांना फार आवडलं होतं.

मास्टर विनायकांनी वि. स. खांडेकरांच्या कथांना मूर्त रूप दिलं. ते खांडेकरांसारखेच ध्येयवादी आणि संवेदनशील होते. मरणाच्या शेवटच्या क्षणापर्यंत त्यांचं देशप्रेम धगधगत राहिलं. त्यांना मृत्यू आला तो राष्ट्रध्वज पाहतच. स्वातंत्र्यदिन पाहिला... ते त्यांचं एक स्वप्न होतं... देश स्वतंत्र झाल्यानंतरचा पहिला स्वातंत्र्यदिन... त्यांची विष्णुपंत जोगांनी सांगितलेली आठवण मोठी हृद्य आहे... मास्टर विनायक आजारी होते. तरी काठी टेकत स्टुडिओत आले... स्वत: ध्वज फडकावला... 'सुभद्रा'चा फलक लावला... कोण आनंद होता त्यांच्या चेहऱ्यावर...! विष्णुपंतांना म्हणाले, "अहो, स्वराज्य मिळालं, बरं का! आता बघा मी कसे बोलपट काढतो ते! आतापर्यंत ही इंग्रजांची बंधनं सांभाळून बोलपट काढायला लागायचे. आता जे मला लोकांना खरोखर दाखवायचं आहे, ते मी दाखवू शकेन! असं काही दाखवीन की, लोक हरखून गेले पाहिजेत!"[४५]

पण ते घडायचं नव्हतं. दि. १९ ऑगस्ट, १९४७ लाच त्यांची प्राणज्योत मालवली आणि खांडेकरांच्या पटकथांना कलात्मक साज चढवून त्यात भावनांचा गोफ गुंफणारा कलाकार हरपला. त्यानंतर खांडेकरांचे दोन हिंदी पट आले; पण त्यांना 'विनायक टच' काही लाभला नाही.

नंतर विनायकांचा स्पर्श लाभलेला 'देवता'वर आधारित 'मंदिर' हा हिंदी बोलपट दिनकर द. पाटील यांच्या साह्याने प्रकाशित झाला. मग आला 'विश्वामित्र' (१९५२).

* विश्वामित्र

मास्टर विनायकांनंतर वि. स. खांडेकरांच्या कथेस तेवढ्याच तोलामोलाचा

---

४५. माणूस (दिवाळी) १९६३ - पृ. १५४ (विनायक पुरवणी).

कलामहर्षी बाबूराव पेंटर यांच्यासारखा दिग्दर्शक लाभावा, यासारखी अभिमानाची गोष्ट ती दुसरी कोणती असणार? 'विश्वामित्र'ची कथा तशी पौराणिकच. 'सुभद्रा'नंतरची वि. स. खांडेकरांची ही दुसरी पौराणिक पटकथा. 'विश्वामित्र' या कथेचा नायक. तो कान्यकुब्जचा राजा. एकदा तो शिकारीच्या नादात वसिष्ठमुनींच्या आश्रमात जातो. तिथे त्याला कामधेनूच्या अलौकिक शक्तीचा प्रत्यय येतो. तो कामधेनू हस्तगत करण्याचा प्रयत्न करतो; पण हरतो. मग तो कामधेनू प्राप्तीसाठी शंकराची तपश्चर्या करतो. त्याला सर्वसिद्धी प्राप्त होते, तरी तो ब्रह्मर्षी बनू शकत नाही; कारण त्याच्यात आत्मशुद्धीचा अभाव असतो.

ही पारंपरिक कथा घेऊन वि. स. खांडेकरांनी आत्मशुद्धीचं महत्त्व, रतीचं तारुण्य, सौंदर्य आणि तपोबलाचं सामर्थ्य यांचं द्वंद्व– या साऱ्या संघर्षात चारित्रिक श्रेष्ठता, शुचिता इत्यादी मूल्यांचे महत्त्व या कथेद्वारे अधोरेखित केले आहे.

वसंतराव पवार निर्मिते असलेला हा हिंदी पट बी. एम. आर्ट्स लिमिटेडसाठी तयार करण्यात आला होता. यात सप्रू, शीला नाईक, जोग, सुधाबाई आपटे, भगवान, किरणबाला आदींच्या भूमिका होत्या. मनोहर खन्ना यांनी याचे संवाद आणि गीते लिहिली होती. त्यांना स्वरसाज चढवला होता आशा भोसले, सुधीर फडके, मोहनतारा, अजिंक्यसारख्या गायकांनी. 'बावरे नयन'फेम दादा माचवे यांनी याचं चित्रीकरण केलं होतं. पार्वतीकुमारांनी यातील नृत्यांचं दिग्दर्शन केलं होतं. भूपाळी, आरती, गीत, नृत्य, इत्यादींनी हा चित्रपट कलात्मक बनविण्याचा प्रयत्न केला होता. सप्रू– विश्वामित्र आणि शीला नाईक– मेनका यांच्या भूमिका अप्रतिम वठल्या होत्या. ट्रिक सीन्स हे या चित्रपटाचं स्वत:चं असं वैशिष्ट्य होतं. याच्या निर्मितीसाठी बाबूराव पेंटर यांनी भव्य सेट्स तयार करून आपलं कलामहर्षिपद पणाला लावलं होतं.

दानापानी

'दानापानी' हा हिंदी बोलपट. याची मूळ पटकथा वि. स. खांडेकरांनी मराठीत लिहिली. ती इथे सविस्तर देण्यात आली आहे. सन १९५३ मध्ये हा चित्रपट प्रदर्शित झाला. याचं दिग्दर्शन व्ही. एम. व्यास यांनी केलं होतं. यात मीनाकुमारी आणि भारतभूषण यांच्या प्रमुख भूमिका होत्या. शिवाय चित्रा, शशी कपूर, वास्ता, वीरा, राधाकिशन यांनीही या बोलपटात विविध भूमिका केल्या होत्या. या बोलपटास मोहन ज्युनिअर यांचं संगीत होतं. पुढे याच पटकथेवर आधारित 'अश्रू' नावाची कादंबरी खांडेकरांनी लिहिली. ती गाजली.

'समस्येचे स्वरूप स्पष्ट करणे, हे लेखकाचे काम; ती सोडवणे, हे राजकीय पुरुषांचे आणि समाजशास्त्रज्ञांचे काम!' असे नाटककार इब्सेन म्हणत असे. त्या भूमिकेतून खांडेकरांनी या पटकथेत शंकर नावाच्या शाळाशिक्षकाच्या चरित्रातून

मध्यमवर्गाच्या अनेक समस्या नि चारित्रिक गुणवैशिष्ट्यांची या पटकथेत चर्चा केली आहे. शंकर हा तत्त्वनिष्ठ शिक्षक. आर्थिक विवंचनेत असूनही प्रलोभनांना बळी न पडता मूल्यरक्षण, आदर्श यांची पूजा बांधत जीवनभर संघर्ष करीत राहतो. मध्यमवर्गापुढे आर्थिक आणि सांस्कृतिक समस्यांचा संघर्ष सतत पिंगा घालीत असतो. या मूल्यांची शकले परस्परविरुद्ध फेकली गेल्याने हा वर्ग समाजाच्या दृष्टीने निष्प्रभ ठरतो. 'स्व' की 'पर'हित या द्वंद्वात नेहमीच या वर्गावर परहिताची मोहिनी राहिली आणि तीच त्याच्या शोकांतिकेस कारणीभूत होत राहते. याची मांडणी खांडेकरांनी आपल्या पठडीत राहून केली आहे. जगात मूल्य, संस्कृती, संस्कार यांचं स्थायित्व शंकरसारख्या सामान्य माणसाच्या 'पावलापुरता प्रकाश' या आचारधर्मावरच टिकून आहे. कालौघात समाजात बदल होतात; पण मूल्ये अटळ राहतात, ती शंकरसारखी सामान्य माणसं प्रत्येक काळात संघर्षाच्या झंझावातातही मूल्यांस चिकटून राहतात म्हणून. ही पटकथा बोधप्रद असून आदर्शवादी आहे.

*** तेलगू आणि तमिळ चित्रपट - 'धर्मपत्नी'**

वि. स. खांडेकर हे विविध भारतीय भाषांत भाषांतरित झालेले 'आंतरभारती लेखक' होते. हा बहुमान फारच थोड्या मराठी भाषी साहित्यिकांना लाभला. जे साहित्याचं, तेच चित्रपटक्षेत्राचंही. मराठी, हिंदीबरोबरच तेलुगू आणि तमिळ भाषांत चित्रपटासाठी कथा देणारे खांडेकर हे बहुधा एकमेव मराठी कथाकार असावेत. त्यांच्या बहुतांशी साहित्याचा का. श्री. श्रीनिवासाचार्य यांनी तमिळ भाषेत अनुवाद केल्याने तमिळ वाचकांना खांडेकर चांगलेच परिचयाचे होते. ते लक्षात घेऊन हा चित्रपट मुळात तेलुगूमध्ये असला तरी तमिळमध्ये डब करण्यात आला होता. चक्रपाणी यांनी याचे तेलुगू संवाद तयार करून चित्रपटनिर्मितीतील आपला तोटा भरून काढण्यासाठी या पटाची निर्मिती केली होती.

'फेमस फिल्म'साठी चक्रपाणी यांनी याची निर्मिती केली होती. सन १९४० मध्ये प्रकाशित तेलुगू, तमिळ चित्रपट 'धर्मपत्नी' हा कृष्ण-धवलपट होता. त्याचं इंग्रजी टोपणनाव 'पतिव्रता' ठेवण्यात आलं होतं. हा १७० मिनिटांचा बोलपट. याची कथा खांडेकरीय पद्धतीची. हा एक मेलोड्रामा होता. सुस्वभावी वेश्या, न सुधारणारा दुष्ट गुंड आणि चंचल तरुण यांच्या चारित्रिक संघर्षाची ही कहाणी.

श्रीदेवी नावाची एक वेश्या असते. ती राधा नावाच्या एका अनाथ मुलीचा सांभाळ करते. ती मोठी झाल्यावर मोहनशी तिचे लग्न ठरवते; पण दुसरीकडे आनंदराव नावाच्या एका गुंडाचा राधावर डोळा असतो. तो मोहनच्या वडिलांचे आणि श्रीदेवीचे जुने प्रेमसंबंध उकरून काढतो. परिणामी, अपेक्षेप्रमाणे मोहनचे लग्न मोडते. मग मोहन स्वतंत्र विचाराच्या उमाशी लग्न करतो. आनंदराव मोहनवर

खुनाचा आळ घालून त्याला बदनाम करण्याचा प्रयत्न करतो; पण त्याला यश येत नाही. श्रीदेवी आणि मोहनच्या वडिलांचे पुनर्मिलन उमा घडवून आणते.

या बोलपटाचं दिग्दर्शन पी. पुलैया यांनी केलं होतं. तमिळ गीतं रचली होती दैत गोपालन यांनी. संगीत होतं तिमिर बरन यांचं. त्यांना अण्णासाहेब माईणकरांनी साह्य केलं होतं. या बोलपटात पी. भानुमती आणि ए. नागेश्वर राव यांच्या प्रमुख भूमिका होत्या. नागेश्वर राव यांचा हा पहिला बोलपट. याशिवाय या बोलपटात शान्ताकुमारी, पेड्डापुरमराजू, लक्ष्मीनाथ सिंह, हनुमंत राव, आदिनारायणैया आदी कलाकारांच्या भूमिका होत्या.

या चित्रपटाची निर्मिती 'हंस पिक्चर्स'ने फेमस फिल्म्ससाठी करून दिली होती. त्याचं अधिकांश चित्रीकरण कोल्हापूर आणि परिसरात झालं होतं. यामागे एक इतिहास आहे. 'सन १९३९ मध्ये वि. स. खांडेकर आणि फेमस सिने लॅबोरेटरी यांच्यामध्ये करार झाला होता. त्यानुसार 'धर्मपत्नी' हा मुळात हिंदीमध्ये काढण्याचे ठरले होते. खांडेकरांनी मराठी कथा, संवाद, गाणी लिहायची; कंपनीनं त्याचा हिंदी तर्जुमा करायचा. खांडेकरांना रु. १५००/- इतकं घसघशीत मानधन देऊ केलं होतं. त्या वेळी खांडेकरांना पटकथेसाठी ५००/- रुपये मिळत असायचे. शिवाय चित्रपट सलग जितका अधिक चालेल तितक्या प्रमाणात लेखकास लाभ देण्याचं ठरलं होतं. प्रत्येक भाषेसाठी स्वतंत्र बिदागी निश्चित करण्यात आली होती. मूळ योजनेनुसार हिंदी, मराठी, उर्दू, गुजराती, तेलुगू अशा पाच भाषांत हा चित्रपट काढण्याची कल्पना होती. याच्या मराठी निर्मितीची जबाबदारी भालजी पेंढारकरांवर सोपविण्यात आली होती. त्याची निर्मिती पुण्यात करण्याचे ठरले होते. मुहूर्तही ठरल्याची नोंद आहे.'[४६] पण ते बारगळले. पुढे भालजींनी आपणास स्वतंत्र कथा द्यावी म्हणून गळ घालणारा पत्रव्यवहार उपलब्ध आहे.[४७] तेही घडले नाही. त्यामागे व्यावसायिक स्पर्धा (हंस / प्रभाकर चित्र) हे कारण असावे. 'धर्मपत्नी'च्या कथानकावर आधारित कादंबरी प्रकाशनाची तरतूदही फेमसच्या करारात आढळते. त्यासाठी वि. स. खांडेकरांना स्वतंत्र मानधनाची योजना होती. मराठी, हिंदीऐवजी मात्र हे चित्र तमिळ, तेलुगूत आले, हा विचित्र योगायोग होय.

परदेसी (तेलुगू / तमिळ)

वि. स. खांडेकरांच्या चित्रपट इतिहासात सन १९५३ हे सुवर्ण वर्ष मानावे

---

४६. फेमस सिने लॅबोरेटरी आणि वि. स. खांडेकर पत्रव्यवहार, दि. १ नोव्हेंबर, १९३९ आणि ३० एप्रिल, १९४१ ची पत्रे (अप्रकाशित).

४७. भालजी पेंढारकर आणि खांडेकर पत्रव्यवहार, दि. ७ सप्टेंबर १९५०, १ नोव्हेंबर १९५०, १ जानेवारी १९५१ ची पत्रे.

लागेल; कारण या वर्षात 'सोनेरी सावली' (मराठी), 'विश्वामित्र' आणि 'दानापानी' (हिंदी) आणि 'परदेसी' (तेलुगू आणि तमिळ) असे पाच चित्रपट प्रदर्शित झाले आणि तेही विविध भाषांत. या वर्षात प्रदर्शित वरील चित्रपटांमुळे खांडेकर हे भारतीय पटकथाकार झाले आणि हे सर्व चित्रपट चांगले चालले.

'परदेसी' चित्रपटाची मूळ कथा वि. स. खांडेकरांची. हा मुळात तेलुगूत निर्मिलेला चित्रपट तमिळमध्ये ध्वनिमुद्रित (डब) करण्यात आला होता. 'धर्मपत्नी' (१९४१) चित्रपटाच्या धर्तीवर तो निर्माण करण्यात आला होता. हा नाट्यपट (ड्रामा फिल्म) होता. हा ३५ मि. मि. फिल्मवर तयार करण्यात आलेला मोनोपट १९० मिनिटांचा होता. सर्वांसाठी (यु) त्याचे प्रदर्शन होते. दि. १ जानेवारी, १९५३ रोजी तो प्रदर्शित झाला होता.

याची पटकथा अनैतिक संबंधांवर आधारित होती. हा मेलोड्रामा होता. चंद्रम त्याच्या वडिलांच्या मृत्यूनंतर सर्वांसमोर येतो. सर्वपरिचित होतो. आपल्या बालमित्राची विधवा पत्नी आणि मुलास हातभार लावतो. या प्रयत्नातून त्याला नोकरी मिळते. दरम्यान, एका पर्यटनस्थळी गेला असताना त्याची भेट लक्ष्मी नावाच्या फुलं विकणाऱ्या बाईशी होते. तिचे वडील जुन्या विचारांचे असतात. ते त्यांच्या प्रेमविवाहास नकार देतात. वडिलांचा विरोध न जुमानता चंद्रम आणि लक्ष्मी लग्न करतात. काही दिवस एकत्र राहतात नि अचानक एक दिवस गाव सोडून चंद्रम पळून जातो. लक्ष्मीला निराधार झाल्यासारखं वाटतं. तिला निराधार आणि अनाथ पाहून तिच्या घराला काही हितशत्रू आग लावतात. ती बेघर होते. तशात तिच्यावर दावा लावला जातो. तिचं जगणं कठीण होतं. दरम्यान, चंद्रम अचानक प्रकटतो. त्याचा समज असतो की, बायको मेली आहे; पण ती आपल्या मुलीसह प्रतिकूल परिस्थितीशी मुकाबला करीत जगताना पाहून तो शरमिंदा होतो. पुढे लक्ष्मीची मुलगी चंद्रमच्या दत्तक मुलाच्या प्रेमात पडते. गावात वदंता असते की, हा मुलगा चंद्रमचाच आहे. बालमित्राच्या विधवा पत्नीस तो त्याच्यापासूनच झालेला आहे. अनौरस संततीस समाजमान्यता देण्याच्या सदाशयातून लिहिली गेलेली ही कथा 'माझं बाळ' या खांडेकरांच्या मराठी चित्रपटाची आठवण करून देते. काही झालं तरी जगलंच पाहिजे, अशी उभारी देणारा हा अनुबोधपट होय.

पटकथाकार खांडेकर

वि. स. खांडेकर सन १९३६ ते १९६२ या सुमारे २५ वर्षांच्या कालखंडात पटकथाकार, संवादलेखक आणि गीतकार म्हणून सक्रिय होते. या काळात मराठीत १४, हिंदीत १०, तर तेलुगू-तमिळमध्ये प्रत्येकी २ अशा २८ चित्रपटांची निर्मिती झाली. 'छाया' (१९३६), 'ज्वाला' (१९३८), 'देवता' (१९३९), 'सुखाचा

शोध' (१९३९), 'लग्न पहावं करून' (१९४०), 'अमृत' (१९४१), 'संगम' (१९४१), 'सरकारी पाहुणे' (१९४२), 'तुझाच' (१९४२), 'माझं बाळ' (१९४३), 'सोनेरी सावली' (१९५३), 'अंतरीचा दिवा' (१९६०), 'माणसाला पंख असतात' (१९६१), 'सूनबाई' (१९६२-फक्त गाणी) हे मराठीत त्यांच्या पटकथा, संवाद, गीतांवर निघालेले बोलपट. त्यांच्या अनेक पूर्व कथा-कादंबऱ्यांच्या पटकथा झाल्या. काही त्यांनी चित्रपटव्यवसायाची गरज पाहून लिहिल्या. मूळ कथांमध्ये व्यावसायिक गरज म्हणून त्यांनी बदल केले, करून दिले. 'छाया' (१९३६), 'ज्वाला' (१९३८), 'मेरा हक' (१९३९), 'संगम' (१९४१), 'अमृत' (१९४१), 'बडी माँ' (१९४५), 'सुभद्रा' (१९४६), 'मंदिर' (१९४८), 'विश्वामित्र' (१९५२), 'दानापानी' (१९५३) हे त्यांचे कालानुक्रमिक हिंदी चित्रपट. या चित्रपटांच्या मूळ कथा, संवाद, गीते वि. स. खांडेकरांची. त्याचं हिंदी रूपांतर, अनुवाद पंडित इंद्र, अमृतलाल नागरांनी केलं. तेलुगू आणि तमिळमध्ये त्यांचे प्रदर्शित बोलपट होते 'धर्मपत्नी' (१९४०) आणि 'परदेसी' (१९५३). यापैकी 'धर्मपत्नी'चे रूपांतर करून संवाद चक्रपाणी यांनी लिहिले होते.

या साऱ्या पटकथांचं स्वत:चं असं वैशिष्ट्य होतं. अधिकांश पटकथा मूळ होत्या, तर एक-दोन आधारित. विषयांच्या अंगांनी अधिकांश कथा सामाजिक. काही एक पौराणिकही. साऱ्या कथा माणुसकी, समता, समाजवाद, मूल्यमहिमा, आदर्शवाद, बोध, ध्येय इत्यादींची जपणूक करणाऱ्या. त्यांच्या पटकथांमागे समाज बदलण्याचं ध्येय नि ध्यास होता. त्या रंजक करण्यासाठी त्यांनी प्रेम, प्रणयही चित्रित केला; पण ते त्यांचं लक्ष्य नव्हतं. चित्रपट यशस्वी करण्याचं साधन म्हणून, पट रंजक व्हावा म्हणून केलेला तो प्रयत्न असायचा. आधारित कथा मात्र त्यांनी निखळ मनोरंजनासाठी लिहिल्या. पटकथांमध्ये चारित्रिक, वैचारिक, भावनिक, सामाजिक द्वंद्व ठरलेलं. अधिकांश कथा शोकात्म होत्या. काही सुखान्तही. द्वंद्वात सुष्ट, सत्पक्षाची सरशी ठरलेली. वि. स. खांडेकरांनी आपल्या पटकथा मेलोड्रामा, फँटसी, सटायर म्हणून लिहिल्या. कथा जशी घडली तशी लिहिण्याचा त्यांचा प्रघात होता. अपवाद म्हणून एखादी पूर्वदीप्ती शैलीविकासाची कथाही आढळते. त्यांच्या पटकथा एका विशिष्ट खांडेकरी वळणवाट घेऊन येतात, विकसित होतात.

खांडेकरांचे चित्रपटातील संवाद छोटे, सहज आहेत. त्यांत विचार, विवेक, सिद्धान्त आपसूक असतातच. त्यांची साहित्यातील सुंदर शब्दकळा इथेही भेटते. अनुप्रास, उपमा हा संवादाचा अविभाज्य भाग असतो. संवादात खोच, कोपरखळी, कोटीही असते. संवादातून कथाविकास, चरित्रचित्रण होत राहतं. नाटककाराचा मूळ पिंड असलेले खांडेकर कथेत संवादांतून नाटकीय प्रसंगांची पेरणी चपखलपणे

करीत ती खुलवत राहतात.

प्रसंगानुरूप गीत, गाण्यांची रचना करण्यात वि. स. खांडेकर वाकबगार होते. प्रसंगानुकूल गीतरचना हे त्यांच्या चित्रकथांचं वैशिष्ट्य. त्यांची गीतं ही प्रेम, प्रणय, निसर्ग, भाव यांचे वर्णन करीत विकसित होतात. गीतं लयबद्ध असतात तशीच नादमधुरही. ती छंदयुक्त अधिक. काही कथांमध्ये त्यांनी अन्य प्राचीन आणि समकालीन कवींच्या रचनांचा उपयोग करण्याचा द्रष्टेपणा दाखविला. या रचनेनं त्यांचे चित्रपट बोधगम्य आणि रम्य होण्यास साह्य झालं आहे.

वि. स. खांडेकरांचं साहित्यिक-सामाजिक लेखन पाहिलं की, रशियन कथालेखक मॅक्झिम गॉर्कीची आठवण झाल्याशिवाय राहत नाही. दोघांचे जीवन आणि साहित्य यात आश्चर्यकारक साम्य दिसून येतं. दोघांना घरच्या आधाराअभावी अल्पवयात जीवनसंघर्ष करावा लागला. दोघांना गरिबांचा आरंभीपासून कळवळा. दोघांचंही शालेय शिक्षण जुजबी, पण वाचन जबर. शिकणं हाच दोघांपुढील वाचण्याचा एकमेव मार्ग. दोघं विचारांनी समाजवादी, धर्मनिरपेक्ष. दोघंही साहित्यकार. दोघांनी कथा, कादंबऱ्या, आत्मकथा, नाटकं लिहिली. दोघांनी टोपणनावांनी लिहिलं. खांडेकरांनी कुमार, आदर्श, एक शिक्षक या नावांनी. गॉर्की हेच त्याचं टोपणनाव. त्याचं मूळ नाव अल्यिक्सेई मक्स्यीमव्हिच प्येश्कॉव्ह. दोघांच्या साहित्यकृतींचे अनेक भाषांत अनुवाद झाले. दोघांच्या साहित्यातील पात्रे सामान्य, पण ध्येयवादी. दोघांच्या लेखनाचा प्रभावकाळ विसाव्या शतकाचा पूर्वार्ध. दोघांनी समाजवादी वास्तववाद स्वीकारला; पण खांडेकर कल्पनेत अधिक रमायचे. दोघांनी आपले साहित्य आणि विचारांनी पिढीस भारावून टाकलं होतं. दोघांच्या साहित्यात दोष होते; पण गुणांची सामाजिक बलस्थानं इतकी मजबूत होती की, त्यांना जीवन जगण्यासाठी कधी कलेचं कातडं पांघरावं लागलं नाही. म्हणून वि. स. खांडेकरांमध्ये मॅक्सिमम मॅक्झिम गॉर्की दिसून येतो. गॉर्कीचा एक अर्थ दु:खी आहे. दोघेही जन्मभर दु:खीच होते. त्यांना आपल्या स्वप्नातलं जग पाहता आलं नाही; पण बदलाच्या पाऊलखुणांनी दोघांना आश्वस्त केलं होतं. त्यातून त्यांना जगण्याची उमेद नक्कीच मिळाली होती.

या पटकथासंग्रहास 'अंतरीचा दिवा' हे नाव दिलं आहे. त्यामागे एक भूमिका आहे. एक तर ते वि. स. खांडेकरांच्या एका पटकथेचं, चित्रपटाचं नाव आहे. त्यात खांडेकरांच्या चित्रपटविषयक कामगिरीचं सम्यक् प्रतिबिंब आहे. खांडेकरांसारखा लेखक उघड्या डोळ्यांनी समाज पाहत असतो. तो समाजनिरीक्षण करतो. सारं भोवतालचं सतत टिपत राहतो. तो जे पाहतो, त्यावर विचार करतो. घडलेल्याची चिकित्सा, मीमांसा अटळ असते. कारण तो मुळात विचारी आणि संवेदनक्षम असतो. वास्तव आणि कल्पनेचा मेळ घालत तो स्वत:ची एक प्रतिसृष्टी कल्पत

असतो. ही आंतरिक सृष्टी केवळ अपरासृष्टी असत नाही; ती भविष्यलक्ष्यी आणि भविष्यवेधी असते. रुपेरी पडद्यावर आलेल्या वि. स. खांडेकरांच्या पटकथा ज्ञान, प्रज्ञेने अंतरीचा दिवा तेवत ठेवत नवयुगाचा ध्यास सतत जपत असतात. त्या कथांना कालजयी, मृत्युंजय असं रूप येतं ते त्यामागील तळमळीमुळे. जीवन अधिक सुंदर, कलात्मक, समृद्ध, आदर्श, ध्येयधुंद व्हावं म्हणून वि. स. खांडेकरांनी पेटवलेला हा 'अंतरीचा दिवा' आपण आपल्या अनुकरणाच्या आडोशात, ओंजळीत जपून ठेवला, तर अंधाराचं भय वाटणार नाही. सर्व विचारशील, समाजहितैषी वाचकांनी या पटकथांचा हा संदेश आपल्या जीवनाचा आचारधर्म बनवायला हवा.

या पटकथा उपलब्ध करून दिल्याबद्दल शशिकांत किणीकरांचे, प्रकाशन अनुमतीबद्दल मंदाकिनी खांडेकरांचे आणि प्रकाशनाबद्दल अनिलभाई आणि सुनील मेहतांचे मन:पूर्वक आभार. सर्व संदर्भ देणारे राष्ट्रीय फिल्म संग्रहालय, हितचिंतक, ग्रंथालये, संग्रहालये पत्रसंग्राहक; शिवाय रद्दीत रत्नं देणाऱ्या रस्त्यावरील अनेक रत्नपारख्यांचेही आभार. आपल्या घरोघरी अनेक वस्तू, छायाचित्रे, पत्रे, संदर्भ, इत्यादी संशोधनसाधने असतात. ती उदारपणे संशोधकांना देण्याची सभ्यता महाराष्ट्र समाजात विकसित होणे गरजेचे आहे. शिवाय लेखक, कलाकार यांचे उत्तराधिकारी म्हणून जगणाऱ्यांनी वारसा म्हणून आलेलं भौतिक जरूर उपभोगावं; पण संदर्भमूल्य असलेलं सारं सामाजिक संपत्ती म्हणून वस्तुसंग्रहालये, विद्यापीठे, ग्रंथालये, संशोधक यांच्याकडे सुपूर्द करण्याचा उदारमतवाद जोपासला नाहीतर इतिहास, संस्कृती, सुधारणांच्या आपल्या पाऊलखुणा मिटून जातील; 'हाती उरेल ते वैषम्य!' या धडपडीत जे प्रकर्षानं जाणवलं, ते लिहिलं. माझ्यापुढे कोणी व्यक्ती नाही; आहे ती आपली समाजवृत्ती, हे कृपया समजून घ्यावं.

दि. २१ मे, २००५

– डॉ. सुनीलकुमार लवटे

अंतरीचा दिवा

छाया

हंस पिक्चर्स प्रस्तुत

छाया

(मराठी-हिंदी चित्रपट)

दिग्दर्शक	:	मास्टर विनायक
कथालेखक	:	वि. स. खांडेकर
हिंदी कथा रूपांतर	:	पंडित इंद्र
छायाचित्रण	:	पांडुरंग नाईक
ध्वनिलेखन	:	एन. एल. रंगय्या
चित्रसंपादन	:	जुन्नरकर

भूमिका

स्त्री पात्र

१ कला	:	रत्नप्रभा (स्वर कोकिळा)
२ छाया	:	लीला चिटणीस
३ संध्या	:	इंदिरा वाडकर (रेडिओस्टार)

पुरुष पात्र

४ प्रकाश	:	मास्टर विनायक
५ डॉ. तिमिर	:	बाबूराव
६ पेंढारकर दादासाहेब	:	हर्डीकर
७ क्षितिज	:	वैशंपायन
८ संपादक	:	पंडित इंद्र
९ सुमन	:	अनंत मराठे

प्रस्तावना

जगात दुःख पर्वताएवढे आहे, हे सांगायला साधुसंत कशाला हवेत? शेकडा नव्याण्णव माणसांना ते दररोज अनुभवाने कळत असते, पण हा दुःखाचा पर्वत कोण निर्माण करतो? निसर्ग की मनुष्य? एखाद्या धरणीकंपात शेकडो मनुष्यांचे बळी घेत असला, तरी निसर्ग त्याच धरणीतून मनुष्यांचे पोषण करणारे अन्न पिकवीत असतो. मनुष्याचा खरा वैरी मनुष्यच आहे. जगातली निम्मी दुःखे मनुष्याने मनुष्यत्व सोडल्यामुळे, माणुसकीला तिलांजली दिल्यामुळे उत्पन्न झाली आहेत. मदोन्मत्त हत्तीने पायाखाली सुंदर फुले तुडवावीत त्याप्रमाणे बुद्धिमंतांची महत्त्वाकांक्षा जगात निष्पाप जिवांचा बळी घेते. ही सारी सत्ये हृदयालाच कळतात, फक्त माणुसकीलाच दिसतात. हृदयशून्यतेच्या छायेने ग्रासलेल्या या जगाला ती दिसतील, त्या दिवशी कल्पनेतला स्वर्ग प्रत्यक्षात दिसू लागेल.

– वि. स. खांडेकर

छाया

प्रकाश, कला आणि सुमन या तीन गरीब भावंडांची आई ज्या दिवशी आजारी पडली, त्या दिवसापासून माणुसकी विसरून गेलेल्या जगाचे कटू अनुभव त्यांना येऊ लागले. मरणाच्या दारी पडलेल्या बायकोकरिता त्यांच्या बापाने बँकेचे आपल्या ताब्यातले काही पैसे खर्च केले आणि या अफरातफरीला दादासाहेब न्यायाधीशांनी कायद्याबरहुकूम शिक्षा दिली. आपले काळे तोंड कुणाला दिसू नये, ही त्याची इच्छा मात्र तुरुंगात लवकरच तृप्त झाली. पण ती जगाकडून नाही, तर मृत्यूकडून!

या वेळेपर्यंत काव्यमय स्वभावाच्या प्रकाशला आपली भावंडे, कविता आणि अभ्यास यांच्या पलीकडचे जग कुठे ठाऊक होते? मग सुस्वरूप आणि प्रेमळ कलेला घराच्या चार भिंतीं पलीकडची माहिती नसावी, यात नवल कसले? सरस्वतीच्या क्षेत्रात बडवेगिरी करणाऱ्या एका संपादकाने प्रकाशच्या बापावरील खटल्याची हकिगत खूप खुलवून आपल्या पत्रात छापली होती. पण योगायोग असा की, प्रकाशला पोटाकरिता आपल्या कविता आणि इतर लिखाण याच संपादकाला विकावे लागले. गुन्हेगाराचा मुलगा म्हणून आपली हेटाळणी होईल, या भीतीने प्रकाश स्वत:च्या नावाने लिखाण करायला कचरत होताच. त्यात संपादकाच्या खळबळ उडवून देण्याच्या कल्पनेची भर पडून 'निशा' ही नवी लेखिका निर्माण झाली. याच वेळी प्रकाशच्या दुबळेपणाचा फायदा घेऊन त्याला कराराने बांधून घ्यायला संपादक विसरला नाही. माणुसकीच्या या दुष्काळात प्रकाश, कला, सुमन यांना एकच विसाव्याचे ठिकाण होते; ते म्हणजे, सुमनच्या लळ्यामुळे त्यांच्या घरी येणारी प्रेमळ भिकारीण माई.

दादासाहेबांची मुलगी छाया ही स्वभावानेच कलासक्त होती. अन्य रसिकांप्रमाणे तीही निशेच्या कवितांची चाहती झाली. तिचा प्रख्यात शस्त्रवैद्य डॉ. अतुल यांच्याशी वाङ्‌निश्चय होतो. अतुल अत्यंत बुद्धिमान असून, आपला नवीन शोध पाश्चात्त्य देशांत घेऊन जायचा आणि कीर्ती मिळवावयाची, अशी त्याची महत्त्वाकांक्षा असते.

वाङ्‌निश्चयाच्या दिवशी आपल्या लाडक्या मुलीचा हट्ट म्हणून दादासाहेब उत्कृष्ट कवितेसाठी एक पदक ठेवतात. ते पदक निशेच्या कवितेला मिळते. प्रकाश जाहीर सभेत 'निशे'ची कविता म्हणून दाखवितो. त्याच्या काव्यगायनाने मुग्ध झालेल्या छायेच्या मनात त्याच्याविषयी कौतुक फुलते.

संपादकाकडून पत्ता मिळवून प्रकाशच्या घरी छाया येते, तेव्हा तिथे भाऊबीज

चाललेली असते. ओवाळणीच्या तबकात पदक पाहून निशा म्हणजे प्रकाशच, अशी शंका तिच्या मनात उत्पन्न होते. भाऊबीज अपुरीच टाकून तिच्याबरोबर प्रकाश बाहेर जातो.

काव्य आणि संगीत यांच्या सहवासात प्रेमलता फुलते, हा अनुभव छाया-प्रकाशलाही येतो. छायेच्या मनातील बदल बुद्धिमान अतुलला कळतो, तसा प्रकाशच्या वृत्तीतील पालट उत्कृष्ट मनोवृत्तीच्या कलेलाही जाणवतो. अतुलकडून सर्व गोष्टी कळताच आपला सामाजिक दर्जा हेच सर्वस्व मानणारे दादासाहेब 'प्रकाशचं पाऊल उद्या इथं पडलं तर तुझ्या पिंजऱ्याचं दारसुद्धा बंद होईल,' अशी धमकी छायेला देतात. या धमकीने छायेची काव्यरम्य वृत्ती उचंबळून येते आणि ती प्रकाशबरोबर पळून जाण्याचा बेत करून तो त्याला पत्राने कळविते. प्रेमांध प्रकाश भावा-बहिणीची तात्पुरती व्यवस्था करून आणि बहिणीच्या उशाशी पत्र ठेवून मध्यरात्रीच्या सुमाराला छायाकडे येतो; तो छाया आपल्यावर उलटली आहे, असे त्याला दिसून येते. प्रकाश गुन्हेगाराचा मुलगा आहे, ही गोष्ट संपादकाकडून अतुल, दादासाहेब आणि छाया यांना क्रमाने कळलेली असते.

बोलण्यावरून बोलणे वाढून छाया-प्रकाश हमरीतुमरीवर येतात. आपले अपरात्रीचे बोलणे बाहेर ऐकू जाऊ नये म्हणून प्रकाश दार लावतो. प्रकाश घरातून बाहेर पडल्यावर कला जागी होते, उशाशी असलेले पत्र वाचते आणि या विलक्षण संकटातून छायाचे भावी पती डॉ. अतुलच मार्ग काढतील, या कल्पनेने धावत जाऊन ती ते पत्र अतुलच्या हवाली करते. अतुल आणि दादासाहेब छायाच्या खोलीकडे येतात तो दार आतून बंद!

दार उघडल्यावर कुमारिकेच्या खोलीत अपरात्री शिरणारा बदमाष या दृष्टीनेच ते प्रकाशकडे पाहतात. खरी स्थिती सांगून छाया या संकटातून आपली सुटका करील, अशी आशा प्रकाशच्या मरणोन्मुख प्रेमाला असते. आपण जिला देवता मानली, तिच्यात साधी माणुसकीही नाही, हे पाहून प्रकाश हताश होतो आणि आपल्या बाजूचा पुरावा – छायेचे पत्र – फाडून टाकतो.

परिस्थितीची प्रतिकूलता आणि माणुसकीचा अभाव यांच्यामुळे या तरुणाच्या कपाळी खडी फोडण्याचे काम येते. तुरुंगात प्रकाशची म्हाताऱ्या कैद्याशी मैत्री होते. जग हा एक मोठा तुरुंग आहे आणि त्या मोठ्या तुरुंगापेक्षा छोटा तुरुंग अधिक चांगला, असे म्हाताऱ्याचे आनुभविक मत असते. तुरुंगात प्रकाशला भेटायला कला येते तेव्हा तिचे हाल आणि सुमनचा भयंकर आजार यांची कल्पना येऊन प्रकाश अत्यंत अस्वस्थ होतो. बहिणीवरील या प्रेमामुळे वाटेल त्या साहसाला प्रकाश तयार आहे, असे पाहून म्हातारा त्याला तुरुंगातून पळून जायला मदत करण्याचे आश्वासन देतो.

सुमनचे दुखणे वाढतच असते. मोलमजुरी करून कसेबसे पोट भरणारी कला मोठ्या कष्टाने दहा रुपये गोळा करून अतुलकडे सुमनला घेऊन जाते. तिथे रोगाप्रमाणे त्याच्यावरील उपायही दुःसाध्य आहे, हे तिला कळून चुकते. पाचशे रुपयांवाचून अतुल सुमनवर शस्त्रक्रिया करणार नाही आणि शस्त्रक्रिया झाली नाही तर....

प्रेमळ कलेच्या मनाला ही कल्पनाही सहन होत नाही. छायेच्या मध्यस्थीने अतुलचे मन द्रवेल, अशा आशेने ती त्याच्या घरी जाते; पण अतुलच्या महत्त्वाकांक्षेत त्याला फक्त आपला शोध दिसत असतो. आपल्या वर्तनाचे समर्थन करताना 'जगाच्या बाजारात प्रत्येक वस्तूला मोल असल्याची' जाणीव तो कलेला करून देतो. चारही बाजूंनी कोंडमारा झालेल्या कलेला माणुसकी नसलेल्या महत्त्वाकांक्षेचे हे वाक्य मार्ग दाखविते.

काबाडकष्ट करून अल्पावधीत पाचशे रुपये कमावणं केवळ अशक्य असतं. म्हणून ती एका सराफाची रखेली बनते, केवळ पाच महिन्यांसाठी. ती देहविक्री करून पाचशे रुपये जमवते खरी; पण या संबंधांतून ती गर्भवती होते. त्याचा बभ्रा होतो. तिच्यावर टपलेले हितशत्रू तिच्या जन्मतः मृतवत अर्भकास मूठमाती देताना रंगेहाथ पकडतात. भ्रूणहत्येच्या आरोपाखाली पोलीस तिची तुरुंगात रवानगी करतात. त्याच दिवशी आपल्या बहिणीला भेटायला म्हणून आलेल्या प्रकाशला पाळतीवरील पोलीस अटक करतात.[१]

---

१. शेवटचा परिच्छेद मूळ पुस्तिकेत नाही. तो उपलब्ध संदर्भांच्या आधारे कथापूर्तीच्या हेतूने जोडला आहे.
संदर्भ : 'एक लेखक एक खेडे' – जया दडकर, पृ. ७४

पदे

१

संध्या –

शाम माझा पाहिला । का कुणी बोला ॥ धृ.॥
मूक का तू मुंज कुंजा । रुसलि वेणू विमल मधुरा ॥ १॥

२

प्रकाश –

अंधार चढे जरि चोहिकडे । बघ अनंत लोचन वर उघडे ॥ धृ. ॥
घनरायांच्या काजळ काया । अंजन नयना उजळ कराया ॥
दिव्य भव्यता तव मापाया । दुर्दैव उभारी क्रूर कडे ॥ १ ॥
पाऊल वाटहि भिऊनि लपली । पणती हाती कापत विझली ॥
रात्र राक्षसी घोरत निजली । हळू गगन वदे 'चल गडे' पुढे ॥ २ ॥
लहरी जहरी जीवन सागर । गमत मनाला, परी रत्नाकर ॥
फुलवित आशा अनंत सुंदर । दे हृदय सुधेचे भरूनि घडे ॥ ३ ॥
हृदय रसाचा एकच प्याला । जगति जयाला मधुर लाभला ॥
हलाहल करि काय तयाला? स्वच्छंद विहंगम गगनी उडे ॥ ४ ॥

३

संध्या –

रुणुझुणु गाई गाना । ही जल ललना ॥ धृ. ॥
फुलवि लतांना, झुळझुळताना । झुळझुळताना ।
कारंजावरि रंग मधुर जरि । शोभा ना एकहि पाना ॥ १ ॥

४

कला –

चल लग बग शुभ घटिका । फुलवि जगाला ॥ धृ. ॥
चंद्रकोर निरांजन । लावि रजनी चपल चरण ।
सहज हंसत सुकलेली । हृदय सुमन माला ॥ १ ॥

५

प्रकाश –

यज्ञी देउनी ज्यांनी निज शीर । घडले मानवतेचे मंदिर ॥
परी जयांच्या दहन भूमिवर । नाही चिरा नाही पणती ॥ १॥

मध्य रात्रि नभ घुमटा खाली । शांति शिरी नभ चवऱ्या ढाळी ॥
त्यक्त बहिष्कृत मी ज्या काळी । एकांती डोळे भरती –
तेथे कर माझे जुळती ॥ २॥

६

(अ) छाया – हळू हास हास तिमिरा । फुलला प्रकाश हसला ॥ धृ. ॥
(ब) प्रकाश – गोपी छाया खेळे रंग । रंगनाथ मोही माया ॥ १॥
(क) कला – कंपित का तव काया । शशिकरि जलराया अभया ॥ धृ.॥
अंतरि गंगा असुनि अभंगा । चंचल रंगा भुलुनि अनंगा ।
नाचसि वाया, ही मधु माया । तरुतलि बघ छाया ॥ १ ॥

७

कला –
धावुं नको रे घननीळा । कांचन मृग हा पाहुनिया ॥
मोहवि हृदया रघुराया । दैव न मृगया या समया ॥
वनि मृग नयना कांचन-माला । असुनि एकली आश्रमि बाला ॥
का न हृदयी आज दया ॥ १ ॥

८

प्रकाश –
चल आतां ये । शेवटचे घे । अश्रू दोन पिवून ।
पाखरा येशील का परतून ॥

९

संध्या –
घन हीना ललनाना । शीलघना दीना भासते न कोणा ॥
विपति अघन बाला जानकी द्रौपदी या ।
अमर चरित झाल्या शील सांभाळुनीया ॥
अगणित नभि तारा चंद्रिका लोपविना ।
विफल घन पसारा संपदा शील जाणा ॥ १ ॥

१०

संध्या –
प्रभुराया आपुला सारा खेळ ना ।

लपंडावि परि सापडसी न हरी का बालका ॥ धृ. ॥
शोध शोधिता सुमनांचा । हा बघ सुकला हार ॥ १॥

११

कला –

निशिदिनी जीव जळे हा । रे देहा सोडी मोहा ॥
गमत सुधा मय जीवन सागर । विष परि केवळ दे हा ॥ १॥

– समाप्त –

'हंस पिक्चर्स'ची त्रिमूर्ती

मास्टर विनायक, बाबूराव पेंढारकर, पांडुरंगराव नाईक

भारतीय चित्रपटसृष्टीतील सर्वोत्कृष्ट कथेचं पहिलं 'गोहर सुवर्णपदक' पटकाविणाऱ्या वि. स. खांडेकरांच्या 'छाया' चित्रपटात बाबूराव पेंढारकर, लीला चिटणीस आणि मास्टर विनायक.

हंस चित्रचे 'छाया'च्या सेटवर

बसलेले – पुण्याचे तत्कालीन जिल्हाधिकारी श्री. चिन्मुळगुंद आणि त्यांच्या पत्नी
मागे उभे – रत्नप्रभा, मास्टर विनायक, सुरेशबाबू माने आणि दादा तोरणे
मागे बसलेले – कॅमेरामन पांडुरंग नाईक आणि अभिनेता बाबूराव पेंढारकर
एकदग मागे उभे – विनायक आणि सुरेशबाबूंच्या मध्ये – ध्वनिमुद्रक एन. एल. रंगय्या

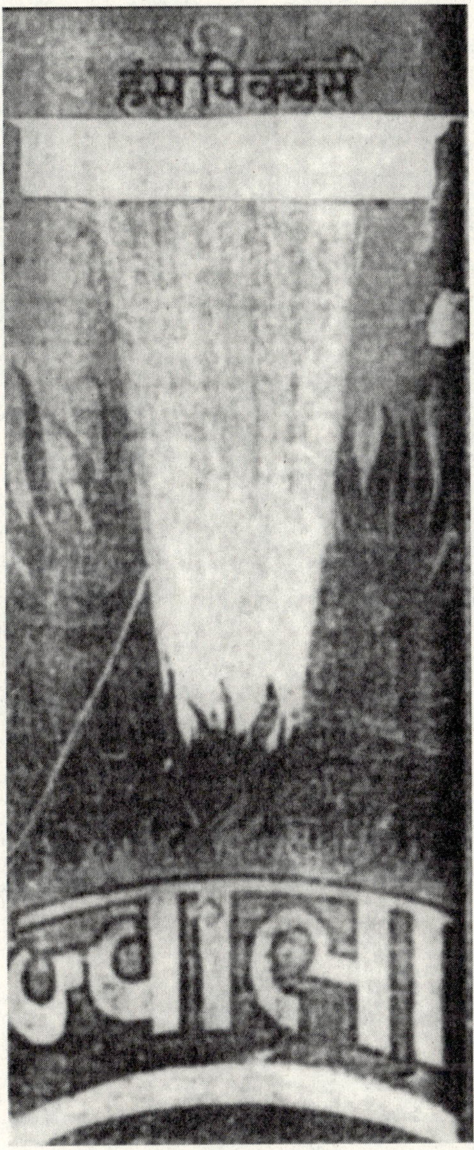

ज्वाला

भूमिका

अंगार	:	चंद्रमोहन
मंगला	:	रत्नप्रभा
कुंतला	:	आशालता
प्रियाल	:	विनायक
तरंग	:	मांढरे (गोपाळ)
युवराज	:	ढवळे
आई	:	रजनी
राजा	:	बुलबुले

* यातील गाणी 'हिज मास्टर्स व्हॉईस' (H.M.V.) ने घेतली आहेत.

पार्श्वभूमी

महत्त्वाकांक्षा हा मनुष्याचा जेवढा मोठा मित्र, तेवढाच मोठा शत्रू आहे. महत्त्वाकांक्षेवाचून मानवजात आजच्या सुधारलेल्या स्थितीला पोहोचली नसती, हे काही खोटे नाही; पण आजच्या जगातली अनेक दुःखे महत्त्वाकांक्षेच्या पोटीच जन्माला आलेली आहेत, हेही विसरून चालणार नाही. महत्त्वाकांक्षेच्या मोहिनीने अतिमानव होऊ पाहणारा मनुष्य दानव केव्हा होतो, हे त्याचे त्यालाच कळत नाही. पिढ्यान्‌पिढ्या माणसांना पशूहूनही हीन लेखणारी अस्पृश्यता, आपल्या देशातील वाढत्या लोकसंख्येची व्यवस्था करण्याकरिता इतर देश पादाक्रांत करणारा साम्राज्यवाद, संस्कृतिसंरक्षणाच्या नावाखाली विशिष्ट जातीचा छळ करणारी राष्ट्रभक्ती, ज्ञानाचा मक्ता एका ठरावीक वर्गाला देऊन बाकीच्यांना त्याचे गुलाम बनवून टाकणारी समाजरचना, ही जगात निरनिराळ्या रूपांनी वावरणाऱ्या राक्षसी महत्त्वाकांक्षेचीच अपत्ये होत.

काम-क्रोधादी मनोविकारांची षड्रिपूंमध्ये गणना करण्याचे मुख्य कारण त्यांना मर्यादित ठेवण्याची मनुष्याची असमर्थताच होय. एखादा पदार्थ विशिष्ट मर्यादेपर्यंत आंबवून त्याचे अन्न करता येते; पण तो अधिक आंबला, तर त्याचे तत्काळ विष बनते. मानवी मनोविकारही असेच असतात. षड्रिपूंचा प्रसिद्ध पुढारी 'काम' याचेच उदाहरण पाहा. त्याने सृष्टीतून आपला गाशा गुंडाळला, तर स्त्री-पुरुष एकमेकांकडे ढुंकूनही पाहणार नाहीत आणि संततिनियमनावर वादही माजणार नाहीत. एवढेच नव्हे, तर एका पिढीत सारी मानवजात नाहीशी होईल. पण याच मनोविकाराने एखाद्या अँटनीचे मन प्रक्षुब्ध करून सोडले की, तो क्लिओपात्राच्या कटाक्षाच्या तालावर नाच घालू लागतो आणि आपल्याबरोबर आपल्या कार्याची धूळधाण करतो. मनोविकार नैसर्गिक आहेत; पण या विकारांना भावनांचे उज्ज्वल स्वरूप देण्यातच मानवी बुद्धीचे महत्त्व आहे. विकार आणि भावना यांच्यामध्ये नेहमी एक सूक्ष्म सीमारेषा असते. मात्र विकाराने अंध झालेल्या दृष्टीला ती कधीच दिसत नाही. जगातले अनेक अनर्थ या आंधळेपणामुळेच घडून येतात.

व्यक्तीच्या आयुष्यावर इतर मनोविकारांपेक्षा कामाचाच पगडा अनेकदा बसत असला, तरी समाज जीवनात इतर मनोविकारांच्या मिश्रणाने तयार झालेल्या महत्त्वाकांक्षेचेच थैमान नेहमी चालत असते, असे आढळून येईल. आधुनिक मानसशास्त्रातही कामापेक्षा (Sex) अहंकाराला (Igo) प्राधान्य देणारे अनेक शास्त्रज्ञ आहेत. जगातल्या कुठल्याही इतिहासाची अगर वाङ्मयाची पाने चाळली; तर

त्यात पुतण्याचा खून करून राज्यपद मिळवू पाहणारे किंग जॉन अगर राघोबादादा जसे आढळतील, तसा मॅकबेथ अगर त्याच्याच जोडीचा या चित्रकथेतील नायक अंगारही दिसेल. क्रोध, लोभ, मोह, मद आणि मत्सर या विविध मनोविकारांपैकी प्रत्येकाचे प्रमाण महत्त्वाकांक्षी मनुष्याच्या मनात निरनिराळे होत असेल; पण त्या सर्वांचे अस्तित्व जगाला नेहमी जाणवते, यात शंका नाही. या चित्रकथेतील नायक अंगार याच्या मनातील महत्त्वाकांक्षेची ज्वाला प्रथम क्रोधाने भडकते आणि मद-मोहांच्या साह्याने ती अधिकाधिक मोठी होते. ज्या राजासाठी त्याने अनेकदा आपल्या रक्ताने रणांगणे रंगविली होती, त्याच राजाच्या रक्ताने आपले हात विटाळून घेण्याइतकी अंधता या गगनचुंबी ज्वालेमुळेच अंगारमध्ये आली. स्वभावत: मनुष्य दुष्ट नाही. लहान मूल तान्ह्या मुलाशी खेळते, मध्येच त्याला चापट मारते आणि ते रडू लागले, की आपणही सहानुभूतीने रडू लागते. मनुष्यमात्राचा मूळ स्वभाव काहीसा असाच आहे; पण आनुवंशिक संस्कार, जगाचे अनुभव आणि भावनांना हळुवारपणे कुरवाळण्याचा प्रयत्न न करणारी परिस्थिती, यांमुळे या मूळ स्वभावात विलक्षण स्थित्यंतरे होतात. अंगार जसा शूर सेनापती आहे, तसा प्रेमळ पतीही आहे. लढाईतल्या विजयाइतकेच पाळण्यातल्या मुलावरही त्याचे प्रेम आहे; पण विजयामागून विजय मिळवीत गेल्यामुळे त्या उन्मादाने बेभान झालेल्या त्याच्या मनाच्या नाजूक स्थितीची कल्पना प्रत्यक्ष त्याच्या पत्नीलाही येत नाही! मग बालमित्र अथवा सिंहासनावरला राजा यांना तिचा थांग तरी कसा लागणार? त्याचा उन्मादवायू भडकावा असेच प्रसंग घडून येतात — ज्वाला पेटते! त्याची प्रेमळ पत्नी मंगला, बालमित्र तरंग आणि पितृतुल्य वृद्ध सेवक प्रियाल हे ती ज्वाला शांत करण्याचा आपापल्या परीने प्रयत्न करतात; पण तिचे पोषण अगदी भलत्याच रीतीने होते. शिकारीकरिता अरण्यात गेल्यावर त्याला गुहेचा आवाज ऐकू येतो, कुंतला भेटते आणि त्या वन्य मुलीची बेभान मनोवृत्तीच त्याला अधिक जवळची वाटू लागते. केवळ जुन्या काळातील अद्‌भुतरम्यता चित्रित करण्याकरिताच कुंतलेने अगर गुहेने या कथानकात प्रवेश केलेला नाही. अगदी आजच्या घटकेच्या जीवनातही अदृश्याचा आणि अद्‌भुताचा आश्रय करून आपले वर्चस्व स्थापन करण्याचे प्रयत्न झालेले आढळतील. किंबहुना, मनुष्याच्या बेफाम झालेल्या मनाला आपल्याला आवरणाऱ्या दुसऱ्या मनाशी अगर आपल्या आप्तेष्टांशी झगडा करण्याची वेळ आली, की ते अतींद्रिय, अदृश्य, अतर्क्य अशा गोष्टींकडे साहजिकच धाव घेते. आजच्या सुधारलेल्या जगात दर आठवड्याला पैशापासरी छापल्या जाणाऱ्या भविष्यावर भाविकपणाने विश्वास ठेवणाऱ्या लोकांची संख्या काही कमी होत नाही. मग अज्ञानाच्या धुक्याने भरलेल्या अंगाराच्या काळात गुहेच्या आतल्या आवाजावर त्याने विश्वास टाकावा, यात नवल कसले?

ज्वालेची पार्श्वभूमी जुनी असली, तरी तिची शिकवण अजून जुनी झालेली नाही. स्वार्थत्यागाच्या तत्त्वावर सहकार्याने चाललेल्या एखाद्या संस्थेतल्या शिक्षकापासून देशोद्धाराच्या उदात्त हेतूने पुढे आलेल्या बुद्धिवान पुढाऱ्यापर्यंत सर्वत्र आंधळ्या महत्त्वाकांक्षेने माणुसकीचा आणि कार्याचा बळी घेतल्याची प्रत्यंतरे पदोपदी येत आहेत. केवळ आपल्याच समाजाचा नव्हे, तर जगातल्या प्रत्येक समाजाचा पाया बदलून वरील मंदिराची नवी रचना करण्याची वेळ आली आहे. समता ही या नव्या मंदिरातील मूर्ती होय. फक्त माणुसकीलाच ही मूर्ती घडविता येईल आणि माणुसकी म्हणजे कोणत्याही मनोविकाराचे निर्मूलन नव्हे, तर त्याचे उदात्त भावनेत केलेले रूपांतर. जगाला ज्वाला हवी; पण ती प्रकाश देणारी, ऊब देणारी, अन्न शिजवणारी अशी हवी. नुसती अमर्याद भडकलेली आग नको.

ज्वाला

(०१)

(बाहेर अरुणोदय झाला आहे. मधूनच पाखरांची किलबिल ऐकू येत आहे. मंगला लगबगीने येऊन पाळण्यात डोकावून पाहते.)

गाणे

होई दूर अंधकार,
विजयी वीरा उषा अधीरा गाई मंगल गान.
उघडुनि नयनां, चिमण्या अरुणा
हांसत ये, हळू डोलत ये, नाचत ये.

(दासी गात आहेत –

फुलल्या लतिका, फुलल्या कलिका
मधुकर रमती, हसती डुलती
हसती डुलती, शुभ या ज्योती
जणू नव कलिका, फुलल्या लतिका
चल चल सखये, लगबग ये ये.)
ऐकु येती गोड गाणी, भेटले का स्वप्नी कोणी?
काय गुंजे वायू कानी? येई पाहा हे कोण
रुमझुम वाळा, वाजवी बाळा
हसत ये, डोलत ये, नाचत ये.

(पाळण्याजवळ जाऊन) – असं का बरं राजा? अजून नाही का झोप पुरी झाली? अशानं मी बोलणारच नाही हं तुझ्याशी! स्वारी मोठ्ठा मोठ्ठा विजय मिळवून आता किल्ल्यावर परत येणार आहे. त्यांच्या स्वागताला तू दुडुदुडु धावत जायला नको का? उठा, उठा गडे आता.

मधु बोल बोल फुलपाखरा
झुळझुळो झरा नव हासरा
धावू दे प्रीतिध्वज नाचरा
ये वेल्हाळा, मम लडिवाळा,
हांसत ये, हळू डोलत ये, नाचत ये

(वात्सल्याने पाहत-पाहत गाणे संपवते. गाणे संपताच पंचारतीची तबके

आणि फुलांच्या परड्या घेऊन दासी येतात. तबकाकडे पाहत) – या काय अक्षता? धड कुंकू तरी लागलंय का त्यांना? (परड्या पाहत) यांचे का हार करणार तुम्ही? पुरत्या उमलल्यासुद्धा नाहीत या कळ्या! चांगली फुललेली फुले शोधायची सोडून... (दासी जातात. दारात उभा असलेला प्रियाल पुढे येतो.)

प्रियाल : माणसाइतकी फुलं उतावीळ नसतात मुली!

मंगला : (वळून पाहत) कोण? प्रियाल?

प्रियाल : (थट्टेने) म्हाताऱ्या नोकराची आठवण आहे म्हणायची!

मंगला : मंगला काही विसराळू नाही इतकी!

प्रियाल : आनंदाच्या धुंदीत माणूस स्वत:लासुद्धा विसरून जातो!

मंगला : (त्याच्याकडे कृतज्ञतेने पाहत) पण स्वत:पेक्षाही काही माणसे मोठी असतात की!

प्रियाल : (सद्‌गदित होऊन) मुली, थट्टेने बोललो हं मी! परवाच्या लढाईत अंगारने मोठा जय मिळवला, हे ऐकून माझे म्हातारे रक्तसुद्धा थयथय नाचू लागले! नोकराला इतका आनंद झाला, मग तुला?... पतीच्या पराक्रमाचा किती अभिमान वाटत असेल तुला! लहानपणी सशाच्या पिलाप्रमाणे माझ्या मांडीवर खेळणाऱ्या अंगारने सिंहासारखा पराक्रम केला हे ऐकून... (आनंदाने तो गहिवरून जातो आणि उद्‌गारतो) शाबास अंगार! एकट्यानं शत्रूला धूळ चारलीस, एकट्यानं निशाणाची मान ताठ ठेवलीस... (याच वेळी रणवाद्ये वाजू लागतात आणि मंगला धावत बाहेर जाते.)

(०२)

(किल्ल्याच्या पलीकडील रस्त्यावरून सैन्य परत येत आहे. निशाण फडकत आहे. रणवाद्ये वाजत आहेत. अग्रभागी घोड्यावर अंगार आणि तरंग)

तरंग : अंगार, किल्ला इतका जवळ असून तुझा घोडा तिकडं बिलकूल ओढ घेत नाही. मोठं शहाणं दिसतं जनावर!

(दृश्य दुसरे अपूर्ण, तिसरे नाही तर चौथेही अपूर्ण आहे. प्राप्त मूळ पुस्तिकेत पृ. ६ व ७ चा मजकूर अनुपलब्ध.)

अंगार : तू हळूच वाकून....

मंगला : इश्श! कोणी ऐकलं तर काय म्हणेल?

अंगार : अंगार लहान झाला, एवढंच!

मंगला : आता लहान व्हायचं नाही. मोठं, फार मोठं व्हायचं! या विजयापेक्षाही मोठे विजय मिळवायचे आहेत आपल्याला.

अंगार : ते दुसरं स्वप्न विजयाचंच होतं की! घनघोर लढाई सुरू झाली आहे, जखमांतून रक्ताच्या धारा गळत असतानाही मी शत्रूवर तुटून पडत आहे. (मंगला त्याच्याकडे भीतीयुक्त नजरेने पाहते.) आणि शेवटी प्रेतांच्या गगनचुंबी राशीवर उभा राहून मी तुच्छतेने खालच्या जगाकडे पाहत आहे. (ती निरखून पाहते. त्याच्याकडे लक्ष जाऊन) – अशी पाहतेस काय निरखून? इतका का लढाईमुळे बदलून गेलो आहे मी? ओळख पटत नसेल तर बाळाला विचार! (पाळण्यात पाहून) पाहा कसा झोपेत हसतो आहे!

मंगला : तो स्वारीला म्हणतोय –

अंगार : काय म्हणतोय?

मंगला : की महाराजांसाठी आपण इतकी तरवार गाजवली; पण माझ्यासाठी काय केलं आहे आपण?

अंगार : (स्वत:शीच विचार करीत) काय केलं आहे?

मंगला : हो! काय केलं आहे? आपण इतक्या लढाया जिंकल्या, हे बाळ मोठा झाल्यावर त्याला खरं तरी वाटेल का?

अंगार : खरंच!

मंगला : बाळ मोठा झाल्यावर त्याच्यापुढे आपल्या पराक्रमाची जुनीपुराणी पोथी वाचून काय उपयोग? आपला आजचा विजय किती-किती मोठा आहे! त्याची आठवण म्हणून बाळाला जन्मभर अभिमान वाटेल असं – अपूर्व, अगदी अलौकिक, असं काहीतरी आपण त्याच्यासाठी आणायला नको का? (पाळण्याजवळ जाऊन) होय ना रे राजा?

अंगार : बाळ, अगदी अपूर्व, अलौकिक असं काही तरी मी तुझ्यासाठी घेऊन येतो हं. (मुलाचा मुका घेतो आणि जातो.)

(०५)

(दरबार आणि त्याच्याबाहेरील जागा – लोक अंगारच्या येण्याची उत्कंठतेने वाट पाहत आहेत.)

राजा : अजून कसे अंगार आले नाहीत? काही दगाफटका तर –

मंत्री : छे! त्याची शंकादेखील नको. अंगारच्या एकेका शब्दावर सारं सैन्य झुलत असतं. मागच्या स्वारीत युवराजांनी हे पाहिलंच असेल!

युवराज : हेच काय, पुष्कळ पाहिले आहे! मधूनच वाघासारखे क्रूर दिसणारे त्याचे ते डोळे....

राजा : कुणीतरी भलतंच वेड भरवून दिलंय तुमच्या डोक्यात!

(नगरद्वारावर तुतारी वाजते. युवराज घाईघाईने पुढे जातो. लोक उत्कंठतेने निरखून पाहू लागतात. सगळीकडे गडबड. बाहेर तरंग आणि त्याच्या मागे सैनिक.)

युवराज : अंगार कुठं आहेत?

तरंग : मागाहून येत आहेत.

युवराज : मागाहून? मागं राहण्याचा स्वभाव नाही त्यांचा.

(युवराज आणि तरंग येतात.)

राजा : तरंग, अंगार सुखरूप आहेत ना?

तरंग : अगदी सुरक्षित.

राजा : कुठे?

तरंग : आपल्या किल्ल्यात.

युवराज : येथे महाराज वाट पाहत आहेत, हे ठाऊक असतानासुद्धा ते गेले? आणि मध्येच सैन्य सोडून? हा अपमान –

राजा : तसंच काही कारण असल्याशिवाय –

तरंग : मुलगा फार आजारी असल्याचं रणांगणावर कळलं होतं त्यांना.

युवराज : शौर्याला काही सारेच गुन्हे माफ नसतात!

(घोड्याच्या टापा ऐकू येतात. बाहेर 'अंगार आले!'... 'अंगारांचा विजय असो!' असा घोष सुरू होतो. राजा युवराजाला पुढे जाण्याविषयी सुचवितो. तो जात नाही. अंगार प्रवेश करून राजाला वंदन करतो.)

राजा : अंगार, परवाच्या तुमच्या पराक्रमाचं तरंग आताच वर्णन करीत होते.

अंगार : पूर्वीच्या लढायांप्रमाणे हीही मी जिंकली. याच लढाईत काही विशेष होतं असं नाही –

राजा : राज्याच्या मोलानंही तुमच्या पराक्रमाची किंमत करता येणार नाही! अंगार, तुम्हाला प्रिय असलेली कोणतीही वस्तू मागा. तिचा उच्चार होताच – (अंगार अभिमानपूर्ण पण गोंधळलेल्या दृष्टीने पाहतो.)

राजा : (हसून) सांगा, अंगार, सांगा त्या वस्तूचं नाव! तुमच्या पराक्रमाला शोभेल अशी अपूर्व, अलौकिक वस्तू –

अंगार : (सिंहासनाकडे रोखून पाहत) एकच आहे!

राजा : कोणती?

अंगार : तरवार!

राजा : (हसून) तरवारीशी तर तुमचं लग्नच लागलं आहे!

अंगार : (तीव्र स्वराने) जिच्याशी कुणाचंच लग्न लागलेलं नाही, अशी तरवार हवी मला! (कृत्रिमपणानं हसून) अशी तरवार –

राजा : कुठं आहे?

अंगार : (बोट दाखवून) सिंहासनावर! (दरबारातील मंडळींत एकच गडबड उडते. ठिकठिकाणी कुजबुज सुरू होते.)

एक मंत्री : अंगार, सिंहासनावरील तरवार ही राजघराण्याची कुलदेवता आहे. कधीही, कोणालाही देता येणार नाही ती!

दुसरा मंत्री : राज्याच्या यशाची स्वामिनी असलेली ही तरवार मागणे म्हणजे शुद्ध वेडेपणा आहे, अंगार!

अंगार : (त्वेषाने) महाराज, तरवारी शोभेसाठी असतात की पराक्रमासाठी?

राजा : अंगार, दुसरं काहीतरी मागा!

अंगार : दुसरं? भिकाऱ्याला मिळेल ते पदरात पाडून घ्यावं लागतं; पण मी काही याचक म्हणून इथं आलो नाही!

तरंग : (त्याचा हात धरून) अंगार, अंगार... महाराज... हे पाहा अंगार!

(तरंगाचा हात झिडकारून, राजाला वंदन न करता अंगार निघून जातो.)

(०६)

(अंगारच्या तसबिरीवरील माळ एकदम तुटून पडते. मंगला आत येताना ते पाहते आणि दचकून स्वतःशीच 'हे काय!' म्हणून उद्‌गार काढते. एक दासी आत येऊन तिला 'इतकं घाबरायला काय झालं? वाऱ्यानंसुद्धा असं होतं!' असे म्हणते.)

मंगला : (दासीला) बाळाला न्हाऊ घातलं?

दासी : हो, किती छान दिसतीय स्वारी आज! पाहा कशी सजवून आणते ती!

मंगला : कमल, तीट लावायला विसरू नकोस हं.

दासी : हो. (जाते. मंगला गाते आणि प्रियाल येतो.)

हुरहुर लागे ही जिवाला,
का शुभकाला, होई म्लान माला, दे अभयाला.
हृद्या विसावा सदा मूक मूर्ती
ध्रुव जणू शोभा दे नभाला.
दे अभयाला, या शुभकाला.

(दासी मुलाला घेऊन येते. तो प्रियालकडे झेप घेतो.)

मंगला : प्रियाल दिसले होय लबाडा? पाहा, कशी तळमळ चालली आहे जिवाची! माझ्या अंगाला काटे लागले आहेत होय? (प्रियालला) प्रियाल, तुमची सारीच माणसे अशी अवखळ आहेत पाहा!

प्रियाल : (त्याला घेऊन) ऊं-ऊं-ऊं! कुठं जायचं? भुर्र! पंखदेखील फुटले नाहीत, पण आभाळ मात्र गाठायला हवं!

मंगला : (मुकुलचा गालगुच्चा घेत) भटकायला हवं एकसारखं!

प्रियाल : आणि दिसेल ते हातात मिळायला हवं. मग ते किती का उंचावर असेना! (प्रियाल मुलाला खेळवीत घेऊन जातो.)

(०७)

(अंगार घोड्यावरून भरधाव येत आहे. मध्येच रस्ता सोडून आडवाटेने तो घोडा काढतो. फुले, वेली इत्यादिकांचा टापांखाली चुराडा होतो. एका झाडाच्या बाजूला एक छोटी दगडी देवमूर्ती असते. घोड्याच्या ठोकरीने ती उलथून पडते. अंगार हे पाहतो; पण तिकडे बेपर्वाईने बघत पुढे निघून जातो. किल्ल्याच्या प्रवेशद्वारापाशी प्रियाल असतो. अंगार येत असलेला पाहून तो वाटेत उभा राहतो.)

अंगार : प्रियाल, दूर हो वाटेतून! फुकट मरशील.

प्रियाल : प्रियाल एकटा नाही. त्याच्या रक्षणाला बाळराजे आहेत. (अंगार एकदम घोडा खेचून धरतो.)

अंगार : म्हातारचळ लागला आहे का तुला आताशी?

प्रियाल : आणि बाळराजांना? पाहा कशी हसते आहे स्वारी!

(अंगार घोड्याला टाच मारून तो बाजूला काढतो आणि पुढे निघून जातो.)

(०८)

(अंगार अस्वस्थतेने फेऱ्या घालीत आहे. मंगला त्याच्या अंगावरचा पोशाख उतरून ठेवण्याकरिता जवळ जाते. त्याची क्रुद्ध मुद्रा पाहून ती तशीच थांबते.)

मंगला : हा लढाईचा पोशाख उतरून ठेवला म्हणजे बरं वाटेल जरा! (अंगार स्तब्ध) मी लागू का काढायला?

अंगार : लढाईवर जायचं आहे पुन्हा मला!

मंगला : कुणाशी लढायचं राहिलं आहे आता?

अंगार : जगाशी!

मंगला : पराक्रमी माणसं फक्त शत्रूशीच लढतात –

अंगार : आणि जगच आपला शत्रू झालं तर?

मंगला : (हसून) आपला बाळ, प्रियाल, तरंग आणि मी, सारी याच जगात

राहतो हं! (लडिवाळपणाने) झालं तरी काय असं आज दरबारात?

अंगार : आम्हाला आपले प्राण देता येतात आणि य:कश्चित एक तरवार देताना या सिंहासनावरच्या म्हाताऱ्या बाहुल्याला... (खालचा ओठ चावून स्तब्ध राहतो. प्रियाल दाराशी हे संभाषण ऐकत असलेला दिसतो.)

मंगला : असा संताप करून घेऊ नये जिवाचा. तसं काय कमी आहे आपल्याला?

अंगार : (कडवटपणाने) काय कमी आहे? मंगला, घराच्या चार भिंतींत स्त्रीला नंदनवनाचा आनंद मिळत असेल; पण पुरुषाला त्याच भिंती तुरुंगासारख्या वाटतात. या भिंतींशी छातीठोकपणाने टक्कर देऊन, त्या मोडून पाडून, पृथ्वीच्या गगनचुंबी भिंती गाठल्याशिवाय समाधानच होत नाही त्याचं.

मंगला : म्हणूनच त्यांचा इतका अभिमान वाटतो आम्हा बायकांना! पण सिंहासनावर बसलेल्या राजानं एखादी वस्तू दिली नाही म्हणून का शूर माणसांनी खळखळ करायची? आपल्यासारखी माणसं स्वत:च्या पराक्रमानं सिंहासनावर बसण्याकरिता या जगात आलेली असतात.

अंगार : (तिचा हात धरून) मंगला, खरं? खरंच का तुला असं वाटतं?

मंगला : खरं? रमणाच्या वैभवाची रमणीला पडणारी स्वप्नं जर दाखवता येत असती – आपल्या मस्तकावर शोभून दिसणारा राजमुकुट –

अंगार : (स्वप्नात असल्याप्रमाणे) राजमुकुट! मलाही स्वप्नात एक शिखर नेहमी दिसतं. अगदी आकाशाला जाऊन भिडलेलं! पण किती अरुंद! एकच मनुष्य काय तो त्याच्यावर बसू शकेल!

मंगला : (दचकून) एकच? आणि मग मी आणि बाळ –

अंगार : (तिला जवळ घेऊन) तू आणि मी एकच नाही का?

(बाहेर तरंग येतो. तरंग आणि प्रियाल.)

तरंग : प्रियाल, अंगार कुठं आहे?

प्रियाल : आत आहेत! आज दरबारात काही विशेष झालं का?

तरंग : सर्वच विशेष! त्याच्या अहंकाराची मजल फार पुढं गेली. प्रत्यक्ष महाराजांचा अपमान करून –

प्रियाल : महाराजांचा अपमान ! तरी मला वाटलंच –

(तो स्तब्ध राहतो.)

तरंग : बोलाव त्याला इकडे –

(प्रियाल अंगारकडे जातो.)

प्रियाल : (दारात येऊन) बाहेर तरंग आले आहेत?

अंगार : कशाला इथं आलाय तो?

मंगला : असं काय बरं?

अंगार : अस्सं! तुम्ही सर्वच एक आहात! (क्षणभर थांबून जातो.) (प्रियाल टक लावून मंगलेकडे पाहतो. शेवटी तिला ते असह्य होते.)

मंगला : प्रियाल, असं काय पाहता? काय झालं आहे असं?

प्रियाल : झालेल्यापेक्षा होणारं भयंकर असतं! मुली, मी तुला शहाणी समजत होतो; पण लगाम खेचण्यापूर्वीच तू तो सैल सोडलास!

मंगला : प्रियाल, काय ते उघड उघड सांगा. नाहीतर संशयानं गुदमरूनच –

प्रियाल : काय सांगू मुली? साधा दिवा फुंकरीनं शांत होतो; पण भडकलेला दिवा तेवढ्याच वाऱ्यानं अधिक पेट घेतो. महाराजांचा अपमान करून अंगार परत आला.

मंगला : अपमान?

प्रियाल : होय, अपमान! आणि आता तुझ्या बोलण्यानं – (पलीकडे अंगार आणि तरंग यांचे बोलणे जोरजोराने ऐकू येऊ लागते. दोघेही व्याकूळ नजरेने ते ऐकू लागतात.)

(०९)

अंगार : चल, चालता हो. तुझ्याशी एक शब्दही बोलण्याची माझी इच्छा नाही.

तरंग : अंगार, मघाच्या तुझ्या वर्तनाला लोक हसल्याशिवाय राहिले असतील का?

अंगार : जे आज हसतील, ते उद्या रडतील!

तरंग : महाराजांनी काहीही मागायला सांगितलं हा त्यांच्या मनाचा उदारपणा!

अंगार : तरंग –

तरंग : तुझा बालमित्र म्हणून मी तुझ्यापुढं उभा आहे. मला जे वाटते ते जर मी ह्या वेळी बोललो नाही, तर देवाघरी मी अपराधी ठरेन. अंगार, राजसिंहासनावरची तरवार मागणं हा वेडेपणा नाही का? (हसून) उद्या तू महाराजांचं मस्तक मागशील –

अंगार : इतकी क्षुद्र वस्तू मागण्याइतका अंगार खुळा नाही.

तरंग : क्षुद्र? अंगार, आपल्या घराण्याच्या परंपरागत राजभक्तीला तू काळिमा फाशीत आहेस!

अंगार : भक्ती! एक पोकळ शब्द! नवसाला पावणाऱ्या देवाभोवतीच भक्त

गोळा होतात! महाराजांना तेवढी तरवार देणं जड व्हावं आणि मी मात्र....

तरंग : भक्ती मोबदल्याचा विचार करीत नाही. मंगलेची तुझ्यावरील उत्कट भक्ती....

अंगार : ती पराक्रमाची पूजा आहे.

तरंग : तुझ्या लहानपणापासून प्रियालची तुझ्यावर असलेली भक्ती –

अंगार : धन्याला सोडून कुत्रं दूर जाऊ शकत नाही!

तरंग : आणि माझं मित्रप्रेम?

अंगार : (हसून) ते खरं असतं, तर तू माझी बाजू घेऊन महाराजांशी भांडला असतास. पोकळ वेदान्त सांगायला माझ्या मागून धावत आला नसतास!

तरंग : अंगार, आज सारं सैन्य तुझ्या नजरेच्या हालचालींवर नाचत आहे. राजा नसूनही राजा असल्यासारखा आहेस तू!

अंगार : राजा नसून! मी राजा नसावं आणि....

तरंग : तुझ्या पराक्रमामुळं राज्यात तू करशील ती पूर्व दिशा होईल.

अंगार : फक्त त्या पूर्व दिशेला सूर्य उगवणार नाही.

तरंग : (जवळ जाऊन) अंगार, चल माझ्याबरोबर.

अंगार : (त्याचा हात झिडकारून) आपले मार्ग आता भिन्न झाले आहेत! (जाऊ लागतो.)

तरंग : (मध्ये येऊन) पण मी असा तुझ्या वाटेत येऊन उभा राहिलो तर?

अंगार : अंगारच्या वाटेत येणाऱ्याला स्वर्गाची वाट धरावी लागते!

तरंग : मित्रालादेखील?

अंगार : मित्र मित्राच्या आड कधीही येत नाही.

तरंग : आणि आला तर?

अंगार : त्याच क्षणी तो शत्रू होतो.

तरंग : (काकुळतीने) अंगार, महाराज मोठ्या मनानं तुला क्षमा –

अंगार : खबरदार तरंग! आणखी एक शब्द तोंडाबाहेर काढशील तर...

(अंगार तरवार उपसतो; इतक्यात मंगला आत येऊन दोघांमध्ये उभी राहते आणि म्हणते, 'बालमित्रांनी असं भांडायचं की खेळायचं?' मंगला अंगारची तरवार हळूहळू म्यान करते.)

(१०)

(तरंग आणि अंगार बुद्धिबळ खेळत आहेत. अंगार क्षुब्ध मन:स्थितीत)

अंगार : (आनंदाने ओरडतो.) बरा सापडला! आता कुठं जातो तुझा राजा? (अस्वस्थपणाने उठून पुन्हा बसतो आणि शह देतो.)

तरंग : (शांतपणाने) हा पाहा सुटला! (वजीर मध्ये घालतो.)

अंगार : वजीर इरेला घातलास की.

तरंग : वजीर गेला तर गेला! राजा बचावला की नाही?

अंगार : (संतापाने) जिथं तिथं हेच! लढाई असो, नाही तर खेळ असो! राजा मरत नाही; इतरांनी त्याच्यासाठी मरायचं!

(तरंगच्या राजाकडे रागाने पाहून अंगार पट उधळून देतो. तरंगकडे पाहून विकटपणाने हसतो.) पशूंचा राजा असा भित्रा नसतो. शिकाऱ्याची चाहूल लागू दे... तो मारील नाहीतर मरेल! शिकार! तरंग, खरा खेळ... आणि मनाला शांती देणारा खेळ – एकच आहे! शिकार! बस्स! शिकार! (एकदम निघून जातो.)

(शिकारीला जाण्याची गडबड. शिपाई घाईघाईने तयारी करीत आहेत. अंगार मध्येच ओरडतो, 'किती उशीर हा?' सर्व शिपाई भयभीत. अंगार चटकन घोड्यावर चढतो आणि दौडत जातो. मागाहून शिपाई जातात.)

(११)

(अंगार शिकारीला जात आहे. मंगला आणि तरंग. घोड्यांच्या टापांचा आवाज ऐकू येईनासा झाल्यावर दोघेही एकमेकांकडे अर्थपूर्ण दृष्टीने पाहतात.)

मंगला : (डोळ्यांत पाणी आणून) तरंग....

तरंग : अश्रूंनी विझणारी आग नाही ही मंगला!

मंगला : काय वेड डोक्यात भरलंय, कुणाला ठाऊक!

तरंग : पराक्रमाचा उन्माद आहे हा! त्याच्यावर उपायही आहे पण!

मंगला : (आनंदाने) खरं? की उगीच माझं समाधान करण्यासाठी....

तरंग : उद्या सकाळी महाराजांच्या दर्शनाला अंगार आनंदाने जाईल, असं भविष्य मी सांगतो. भविष्य खरं ठरलं तर काय देशील?

(मंगला हसते.)

(१२)

(अंगार घोडा पुढे करतो. शिपाई निरुत्साही झालेले असल्यामुळे एक-एक मागे पडतात. अंगार मधून-मधून अचूक टिपण साधीत आणि हिंस्र श्वापदे मारीत भरधाव जात असतो. शिकारीच्या धुंदीत आपण एकटेच राहिलो आहोत याची त्याला शुद्धही नसते. शेवटी तो एका गुहेपाशी येतो. संध्याकाळच्या काळसर छायांमुळे जिकडे-तिकडे अंधूक दिसत आहे. वृक्षवेलींचे आकार चित्रविचित्र वाटत

आहेत. भयाण शांतता पसरली आहे. अंगार गुहेच्या पुढे येतो.)

(अंगार पुढे येताच गुहेतून आवाज येतो.)

...या महामंडलेश्वर! आज शिकार कशी छान झाली; नाही?

(अंगार क्षणभर चकित होऊन स्वत:शीच उद्‌गारतो, 'महामंडलेश्वर!' गुहेत कोणीतरी लपून बसले असेल, या शंकेने आत जाऊन येतो.)

(अंगार बाहेर आल्यावर गुहेतून पुन्हा आवाज येतो.)

...काय राजाधिराज, कशी काय गुहा आहे?

(अंगार विस्मित होऊन 'महामंडलेश्वर', 'राजाधिराज' हे शब्द पुटपुटतो.)

(पुन्हा गुहेतून आवाज येतो.)

...अंगार, हाती घेतलेल्या वाटेल त्या कामात तुला यश येईल! मात्र ज्या दिवशी तुझी बायको तुझ्याविरुद्ध जाईल....

(अंगार एखाद्या पुतळ्याप्रमाणे कितीतरी वेळ गुहेकडे पाहत उभा असतो; पण गुहेतून पुढे शब्दच येत नाही. काही वेळाने तो सावध होऊन इकडे-तिकडे पाहतो. गुहेतून कुंतला एकदम बाहेर येते. तिचा वेष जंगली आणि नजर विचित्र आहे.)

अंगार : कोण, कोण बोललं आता माझ्याशी? तू?

कुंतला : मी? (हसते) ही गुहा बोलली असेल!

अंगार : गुहा?

कुंतला : दर बारा वर्षांनी ही गुहा भाकीत सांगते!

अंगार : भाकीत? भविष्य?

कुंतला : अगदी खरं ठरणारं भाकीत! ज्याचं त्यालाच ते ऐकू येतं. ही जागा नि हा दिवस मला सांगून मग माझी आई मेली. रडत-रडत माझी आई मेली –

अंगार : गुहा तुझ्याशीही बोलली?

कुंतला : (आनंदाने) हो, बोलली! तुझी इच्छा तृप्त करणारा मनुष्य तुला आज भेटेल, असं सांगितलं मला ह्या गुहेनं. तू-तूच-तूच-तो!

('कुंतले, हाच तुझी इच्छा तृप्त करील' असा आवाज त्याला गुहेतून ऐकू येतो. ती एकदम त्याला बिलगते. त्याच्याकडे अर्धवट भेदक आणि अर्धवट मादक अशा नजरेने पाहत जाते. एकदम काहीतरी आठवून ती आत देवाच्या आसनाकडे पळते. त्यावर आपले डोके आपटते. पुन्हा परत येते. आपल्या हाताला जखम करून ते रक्त अंगाराच्या कपाळाला आणि पायांना लावते.)

अंगार : हे काय?

कुंतला : पूजा! बलिदानाखेरीज देवाच्याही वरदानाची आम्ही आशा करीत नाही. देवानंच तुला धाडलंय – आता माझी इच्छा....

अंगार : तुझी इच्छा! कसली इच्छा?

कुंतला : सूडाची!

अंगार : (चमकून) कुणावर सूड घ्यायचाय तुला?

कुंतला : वाटेल त्याच्यावर! (विकट हास्य करून) तुझ्यावर! (हसते.)

(अंगार तिला एकदम दूर ढकलून देतो. ती जवळ येऊ लागते.)

अंगार : मी कोण आहे, हे ठाऊक आहे का तुला?

कुंतला : माझी इच्छा तृप्त करणारा –

अंगार : माझं नाव अंगार!

कुंतला : राजाचा सरदार अंगार? (तुच्छतेने) मग राजाचा सूड तू काय घेणार?

(वन्य पशूप्रमाणे ती चटकन नाहीशी होते. अंगार तिला धरण्याचा प्रयत्न करतो; पण तो साधत नाही. गुहेकडे पाहत मंत्रमुग्धाप्रमाणे तो शब्द उच्चारतो, 'महामंडलेश्वर', 'राजाधिराज', 'सूडाची इच्छा तृप्त करणारा मनुष्य', 'राजाचा सूड!')

(१३)

(मध्यरात्र. मंगला जागीच आहे. अंगार अजून परत आलेला नाही. ती त्याची वाट पाहत असते.)

मंगला : बाळ, कुणी नेली तुझी झोप आज? (थांबून) आपण पांगळी माणसं! वाट पाहत जागत बसायचं, एवढंच काय ते आपल्या हातात! नाही? (डोळ्यांत पाणी उभे राहते.) अगं बाई, हात कशाला वर केला तो? आईच्या डोळ्यांतलं पाणी पुसायला का? बाळ, लवकर लवकर मोठे व्हा – म्हणजे तुमच्या बाळ-बोलाचा तरी धीर मला मिळेल!

लाविता तीट ना
झोपला चंद्रमा
अंगाई रजनी
ही गाई-पुरे चाळा.

(मुकुल झोपतो. मंगला बाहेर येते. एक तारा तुटून पडताना तिला दिसतो.)

अभागी जीवा लाभे न कोठे लव शांती!
शोधे विहगी ही
तमिं दिशा दाही
जीवा लाभे न सखा परि अंती.

काजळला वारा
कांपति या तारा
वाट किती पाहू, धरू धीरा?
गगनी लोपे का नवसुमकांती?

प्रियाल : (बाहेरून) मुली....

मंगला : (प्रियाल येतो. त्याला) अजून झोपला नाहीत तुम्ही?

प्रियाल : (विषण्णपणाने हसून) म्हाताऱ्या माणसांना झोप कमीच असते.

मंगला : मग मीही म्हातारी झाले म्हणायची?

प्रियाल : प्रसंगानं मनुष्य क्षणार्धात म्हातारं होतं!

मंगला : प्रसंग! (अश्रू लपविण्याकरिता तोंड फिरविते. थोड्या वेळाने वळून) प्रियाल, तुम्ही रडत होता?

प्रियाल : (अश्रू आवरून) झोप आली नाही म्हणजे म्हाताऱ्याचेही डोळे चुरचुरतातच की!

मंगला : इतकं खोटं बोलायला कुणी शिकविलं तुम्हाला?

प्रियाल : दुर्दैवानं! आयुष्यातली निम्मी पापं दुर्दैवाच्याच चिथावणीनं होतात. मुली, तेच दुर्दैव आज अंगारच्या गुणाला अवगुणाचं रूप देत आहे.

मंगला : प्रियाल, काय... काय करू मी?

प्रियाल : आई हो!

मंगला : आई?

प्रियाल : हो, अंगारची आई हो! (मंगला आश्चर्याने त्याच्याकडे पाहते.) अवखळ मूल पडेल म्हणून आई त्यांच्यामागून धावत नाही का? अंगारलाही असंच आवरायला हवं तू! बाळाचं प्रेम – तुझं प्रेम – सारे अमृताचे घडे ओत; पण ही भडकू लागलेली आग एकदा शांत कर.

(घोड्याच्या टापांचा आवाज ऐकू येतो. अंगार शिकारीहून परत येतो. नोकर त्याचे कपडे काढतात.)

अंगार : (नोकराला) तू पाहिलंस का त्या पोरीला? जा, तूही जा; पण कोणाला एक शब्ददेखील कळता कामा नये. (मंगलेशी काहीच न बोलता अस्वस्थपणाने फेऱ्या घालतो. मंगला बोलण्याचा प्रयत्न करते – 'किती उशीर झाला आज!', 'मोठी शिकार झाली वाटतं?', 'बाळ आतापर्यंत वाट पाहत होता आपली!' अंगार काहीच उत्तर देत नाही. तो डोळे मिटून पडतो. दुसऱ्या पलंगावर बसून मंगला गाणे म्हणू लागते.)

अंगाई पुरे चाळा
नेली कोणी झोप बाळा?
लागली दृष्ट का
हासऱ्या हीरका?
झाकोनी पदरी
घे बाई – पुरे चाळा
भिववी साऊली
कुळीच्या माऊली
धावोनी पदरी
घे बाई – पुरे चाळा

(अंगारला कुंतला दिसते. त्याला गुहेचे शब्द ऐकू आल्यासारखे वाटतात. तो डोळे उघडतो. दिव्याचा प्रकाश असह्य होऊन तो शांत करण्याविषयी तो मंगलेला सांगतो.)

(१४)

(तरंग किल्ल्यावर येत असताना प्रियाल त्याचे स्वागत करतो. हे एक दासी पाहते आणि लगेच मंगलेकडे जाऊन तरंग येत आहेत म्हणून वर्दी देते. आनंदातिशयाने ती तेथून धावत जाते. तरंग सरदारासह प्रवेश करतो. त्याच्या स्वागतार्थ प्रियाल मंगलेच्याही पुढे जातो. ते सर्व दिवाणखान्यात प्रवेश करतात. प्रियाल आत जाऊन ही बातमी अंगारला सांगतो.

अंगार अस्वस्थतेने उभा आहे. मधूनच हसून स्वत:शीच उद्‍गारतो, 'महामंडलेश्वर...! राजाधिराज!')

प्रियाल : बाहेर तरंग आले आहेत.

अंगार : आल्यापावली त्याला परत जायला सांग.

(तरंग मंगलेला म्हणतो, 'घाबरू नकोस. मंगल वार्ता सांगण्याकरिता मंगलेनंच जावं नाही?' ती जाते. निराश होऊन दरवाजापाशी उभ्या असलेल्या प्रियालकडे पाहते आणि तेथून अंगारकडे जाते.)

मंगला : असं काय करायचं ते? महाराजांनी आपल्याला महामंडलेश्वर केलं, हे सांगण्यासाठी... युवराजांच्या खालोखाल महामंडलेश्वरांचाच मान असतो. होय ना?

अंगार : (विचित्र स्वराने) महामंडलेश्वर?

मंगला : नवलसं वाटलं एवढं? याहूनही मोठं पद आपल्या पायांनी चालत येईल स्वारीकडं!

अंगार : चालत? धावत, दौडत आलं पाहिजे त्यानं!

मंगला : (मनात चमकून पण हसून) हो, हो! धावत, दौडत येईल. (आनंदाने हाक मारते) तरंग... तरंगऽऽ.

(प्रियाल जाऊन तरंगला घेऊन येतो.)

तरंग : महामंडलेश्वरांचा विजय असो!

(तरंग त्याचा निरोप घेऊन जाऊ लागतो. मंगला त्याच्या पाठीमागे धावत जाते आणि म्हणते, 'तरंग, तुमचे किती किती उपकार!...')

तरंग : आधी महामंडलेश्वरांकडं पाहा.

(तरंग जातो. मंगला राजाचे पत्र वाचून ते अंगाराच्या हातात देते. जवळ महामंडलेश्वरपदाची वस्त्रे ठेविली आहेत.)

मंगला : किती गौरवानं लिहिलंय महाराजांनी! महामंडलेश्वर म्हणजे एका दृष्टीनं गादीचे वारसच. (अंगार शून्य दृष्टीने तिच्याकडे पाहतो.) हा पोशाख मी स्वत: अंगावर चढविणार आहे हं!

अंगार : (विमनस्कतेने) लगेच काढून टाकावा लागेल तो!

मंगला : का?

अंगार : राजवस्त्रांपुढं... (सावध होऊन) बाळ ओळखील का मला या नवीन पोशाखात?

मंगला : तरी बरं, बाळाचंच नाव घेणं झालं! (हसून) माझं घेतलं असतं तर... मी अश्शी बाळाला घेऊन येते हं! पाहू या, या पोशाखात स्वारीला तो ओळखतो की नाही ते? (लगबगीने जाते.)

(१५)

(मंगला पाळण्यापाशी उभी आहे.)

मंगला : महामंडलेश्वरांच्या मुलाला अशी झोप शोभत नाही हं! मोठा मान आलाय वाटतं स्वारीला? बाळराजे, तुमच्या मुक्या बोलांनी महाराजांच्या पत्रापेक्षाही तिकडं अधिक आनंद होईल. उठा, लवकर लवकर उठा.

(मुलाला घेण्याकरिता हात पुढे करते तोच वाऱ्याबरोबर उडणारे पत्राचे कपटे तिच्या पायांपाशी पडतात. ती ते उचलून पाहते. आश्चर्य, भय आणि संताप यांच्या छटा तिच्या मुद्रेवर दिसतात. ती एकदम निघून जाते.)

(१६)

(अंगारच्या हातात पत्राचे काही कपटे आहेत. तो एक-एक कपटा वाऱ्याबरोबर सोडीत आहे. मंगला येते.)

मंगला : महाराजांचं पत्र फाडून टाकलंत आपण?

अंगार : असं होतं काय त्यात मोठंसं?

मंगला : सिंहासनाच्या पत्राचा असा अपमान....

अंगार : सिंहासन! (उपहासाने हसून) सिंह नसलेलं सिंहासन! (विचारमग्न होतो).

मंगला : असलं वेडंवाकडं आपल्या मनात येऊ देणार नाही मी!

अंगार : माझ्या मनाशी काय करायचंय तुला?

मंगला : आपल्या दोघांच्या मनांची मिळणी झाली आहे!

अंगार : मिळणी? आग आणि पाणी कधी एकत्रित राहत नाहीत! तुझ्या जागी ती जंगलातली वाघीण असती तर... तर अपमान करणाऱ्या या राजाचा सूड... (विकट हास्य करून) सिंहासनावरली तरवार दिली नाही तरी ती हिसकावून घेता येते, हे त्या शेणामेणाच्या बाहुल्याला –

मंगला : असलं भलतं-सलतं बोलू देणार नाही मी आपल्याला! (ती त्याच्या तोंडावर हात ठेवण्याकरिता जाते. तो हात झिडकारून टाकतो.)

मंगला : नाथ, पराक्रमाला पापाची दृष्ट लागली की –

अंगार : पाप आणि पुण्य! नुसते मनाचे खेळ! आजपर्यंतच्या लढायांत शेकडो लोकांची हत्या मी केली. तिचा पराक्रम म्हणून अभिमान वाटला तुला!

मंगला : का नाही वाटणार? लढाईतली हत्या ही देशातल्या दीनदुबळ्यांच्या रक्षणासाठी होती.

अंगार : (उपहासाने) मला काय करायचंय दीनदुबळ्यांशी? दुसऱ्याभोवती प्रदक्षिणा घालीत बसण्याकरिता अंगार जन्माला आलेला नाही!

मंगला : स्वत:भोवतीच गिरक्या घेत राहणाऱ्या माणसाला शेवटी भोवळ येते.

अंगार : खुशाल येवो! भोवळ येऊन पडण्यापूर्वी त्याने शिखर गाठलेलं असल्यावर –

मंगला : नाही, पापानं माखलेल्या वाटेनं मी आपल्याला शिखराकडं जाऊ देणार नाही. अस्सा हात धरून – (त्याचा हात घट्ट धरते. तो तिला लाथाडून देतो. प्रियाल धावत येऊन उभा राहतो आणि त्याच्याकडे तीव्र दृष्टीने पाहतो.)

प्रियाल : (रागाने) काय आरंभलं आहे हे अंगार?

अंगार : नोकराकडून शहाणपणा शिकण्याची माझी इच्छा नाही.

प्रियाल : लहानपणी याच नोकराकडून क्षणभरसुद्धा दूर राहत नव्हता तुम्ही.

अंगार : (क्षणभर थांबून) झाड मोठं झाल्यावर त्याच्या फांद्या जमिनीला लागत नाहीत!

प्रियाल : कृतघ्न!

अंगार : प्रियाल, धन्याचा अपमान करणाऱ्या नोकराची पाठ इथं एका घटकेत सोलली जाईल, हे लक्षात ठेव.

प्रियाल : आणि सिंहासनाचा अपमान करणाऱ्या सेनापतींची पाठ? पत्नीचा अपमान करणाऱ्या पतीची पाठ?

अंगार : चूप राहा! या बडबडणाऱ्या जिभेला काटेरी लगाम घालून...

(आपल्या जागेवरून उठून मंगला 'प्रियाल' असे ओरडत येते आणि प्रियालला अंगारकडून दूर नेते.)

प्रियाल : या जिभेनंच लहानपणी तुम्हाला खेळविलं होतं!

अंगार : लहानपणच्या लाकडी घोड्यावर बसून काही अंगारने लढाया जिंकलेल्या नाहीत. (मंगला आणि प्रियाल यांच्याकडे तुच्छतेने पाहत निघून जातो. मंगला हताशपणे प्रियालकडे पाहते.)

(१७)

(अंगार आरशासमोर उभा आहे. राजमुकुट आपल्या डोक्यावर कसा दिसेल याचा तो विचार करीत करीत आहे. – ज्वालांचे लोट दिसतात.

मुलाच्या पाळण्यापाशी उभा असलेला अंगार एकदम हसून म्हणतो.)

अंगार : बाळ, अगदी अपूर्व, अगदी अलौकिक असं काहीतरी तुला हवं आहे ना? लवकरच मिळेल हं ते! (मंगला येऊन ते ऐकते)

मंगला : बाळापेक्षा अपूर्व, अलौकिक असं काय आहे जगात?

अंगार : (भ्रमिष्टाप्रमाणे) काय आहे? शिखर, राज्यपद!

मंगला : मागं फिरा नाथ, मागं फिरा. शिखराच्या खाली भयंकर दरी असते.

(स्वप्नातून जागा झालेला अंगार. बाहेर वारा घोंघावत आहे. त्यातून 'महामंडलेश्वर, राजाधिराज' म्हणून कुणीतरी आपल्याला हाक मारीत आहे, असा त्याला भास होतो. तो गच्चीवर येतो. मंगला येऊन उभी राहते. नुसती हाक मारते. त्याचे बेभान मन किंचित शांत होते.)

(१८)

तरंग : अंगार, मोठी आनंदाची वार्ता घेऊन आलो आहे मी!

अंगार : ठाऊक आहे मला. महामंडलेश्वरापेक्षाही मोठी पदवी!

तरंग : कर, कल्पना कर. (थांबून) महाराज किल्ल्यावर येत आहेत आज.

अंगार : वेड लागलंय तुला!

तरंग : तुला लागलं होतं; पण ते आता गेलेलं दिसतं! हे पाहा. (पत्र देतो.)

अंगार : (दुटप्पी स्वराने) आजचा दिवस केवढा भाग्याचा आहे!

तरंग : (मंगलेला) तुझी कळी कशी अजून उमलली नाही? महाराज पाहुणे म्हणून येणार, हे ऐकताच लग्नघाई सुरू व्हायची तुझी!

मंगला : लग्नघाईचा शेवट सुखात थोडाच होतो! (अंगार तिच्याकडे पाहतो. ती तोंडावर हसे आणून म्हणते) खरंच, केवढा आनंदाचा दिवस उगवला हा!

अंगार : खरंच! तरंग, या आनंदाला कारण तू!

(विकट हास्य करतो.)

(१९)

(राजाच्या स्वागतासाठी सुरू असलेली गडबड. शृंगारलेली तोरणे, दिव्यांची रोषणाई, फुलांच्या पायघड्या वगैरे गोष्टी दिसतात. पसरलेल्या फुलांत एक मोठा काटा निघतो. नोकर तो काढून फेकून देतो. मधूनच एक दिवा भडकतो... येणाऱ्या-जाणाऱ्या माणसांच्या गर्दीत कुंतला येते. ती लपतछपत बागेत जाते आणि दडून बसते. इकडे किल्ल्यात मनोरंजनाकरिता नृत्यगायन सुरू होते.
नृत्य सुरू असताना एक शिपाई येऊन अंगारच्या कानात काहीतरी सांगतो. अंगार हळूच बाहेर जातो. मंगला अगदी अस्वस्थ होते.)

(२०)

(**स्थळ :** बाग. झाडाला बांधून ठेवलेली कुंतला. अंगार येतो. तिच्याकडे पाहून तो क्षणभर स्तंभित होतो.)

अंगार : सोडा तिला आणि दूर उभे राहा जा.

पहिला शिपाई : लपून बसली होती ही सरकार! (हसून) जनावरच वाटलं मला पहिल्यांदा!

दुसरा शिपाई : मंतरलेला खंजीर आहे एक तिच्याजवळ!

अंगार : नामर्द! कुणीतरी वेडी दिसते आहे ही! उगीच त्रास देऊ नका तिला. (शिपाई कुंतलेला मोकळी करतात.) चला, चालते व्हा.

(शिपाई दूर गेलेले पाहताच कुंतला मोठ्याने हसते.)

अंगार : कशाला आलीस इथं?

कुंतला : माझी इच्छा तृप्त झालेली पाहायला!

अंगार : कुणाकडून?

कुंतला : तुझ्याकडून... तुझ्याकडूनच! गुहा कधी खोटं बोलत नाही!

अंगार : कधीही खोटं बोलत नाही?

कुंतला : नाही! कधीच नाही! (दात-ओठ खाऊन) या राजाच्या शिपायांनी आमचा देव पायांखाली तुडवला! तो देव... माझ्या बापाचा जीव... माझ्या आईची अब्रू... सारी सारखी माझ्या कानांत ओरडत होती, 'सूड घे, सूड घे!' माझी इच्छा तूच पुरी करणार म्हणून गुहेनं सांगितलं नसतं, तर तुझ्याकडं मी धावत आलेच नसते.

(प्रियाल चोरपावलांनी दाट वेलींच्या मागे येऊन उभा राहतो. तथापि, पानांचा आवाज थोडासा होतोच.)

अंगार : काहीतरी सळसळलं वाटतं?

कुंतला : असेल एखादा साप! (उपहासाने) सापाला भिणारा राजाला काय मारणार? (हे ऐकून प्रियाल दचकतो.) दे, दे मला वचन. (अंगार हात पुढे करीत नाही.) जंगलातली एकही पोरगी तुझी बायको व्हायची नाही. (एकदम त्याला बिलगून) तूच... तूच माझी इच्छा तृप्त करणार. सारी माणसं मेल्यासारखी निजली की इथं ये. मग तू नि मी... तूच... तूच! (एकदम डोळे विस्फारून) ती पाहा गुहा बोलतेय! तुला नाही ऐकू येत? (ती जिकडे पाहते, तिकडूनच मंगला येते. अंगार आश्चर्यचकित होतो.)

कुंतला : (क्रूर मुद्रेने) कोण गं तू?

मंगला : मी किल्ल्याची मालकीण.

कुंतला : (हसून) मी जंगलातली वाघीण!

मंगला : (उपहासाने) इथं कशाला आली ही वाघीण?

कुंतला : (मोठ्याने हसून) रक्त प्यायला!

मंगला : (अंगाराला) भर बैठकीतून एकदम उठून येणं झालं, ते या वेडीशी गुजगोष्टी करायलाच का?

अंगार : दुसऱ्याला वेडं म्हणणं, हेच जगातलं भयंकर वेड आहे.

मंगला : मी वेडी? खरं आहे! रक्त प्यायच्या गोष्टी मिटक्या मारीत मला नाही करता यायच्या!

अंगार : मनुष्य आणि मोठेपणा यांच्यामध्ये रक्ताची नदी नेहमीच वाहत असते.

मंगला : असला किळसवाणा मोठेपणा मिळविण्यापेक्षा –

कुंतला : (अंगाराला बिलगण्याचा प्रयत्न करीत) मोठ्ठा मोठ्ठा राक्षस हो तू! होशील ना?

मंगला : ऐकलं का हे शहाणपण?

अंगार : (हसून) राक्षस नेहमीच पराक्रमी असतात.

मंगला : पराक्रमानं मनुष्याचा देव व्हायला हवा! हिंस्त्र पशूला काही कुणी पराक्रमी म्हणत नाहीत. (कुंतलेच्या जवळ जाऊन) चल बाई, माझ्याबरोबर चल, दोन घास खा, स्वस्थ नीज आणि उद्या सकाळी–

कुंतला : रात्री तर लग्न व्हायचंय माझं!

मंगला : लग्न?

कुंतला : हो, हो, लग्न! तुझ्या नवऱ्याशी लग्न व्हायचंय माझं! (हसून) होतेस का माझी सवत? अगदी हळू गळा दाबीन हं मी तुझ्या मुलाचा!

(मंगला दचकून मागे होते. कुंतला विचित्र दृष्टीने तिच्याकडे पाहते. अंगारची नजर कुंतलेच्या दृष्टीवर खिळलेली असते.)

मंगला : (अंगारला) महाराज काय म्हणतील मनात?

(अंगारचा हात धरून त्याला नेऊ लागते.)

कुंतला : (अर्धवट गाण्याच्या सुरावर) हुशार, हुशार! शिकार, शिकार!

(मंगला आणि अंगार ज्या वाटेने जातात तिकडे पाहून कुंतला मन:पूर्वक हसते. प्रियाल झाळकीतून पुढे वाकून पाहतो. त्याचा चेहरा चिंताक्रांत दिसतो.)

(२१)

(मेजवानी. राजा, युवराज, तरंग, वगैरे. मंगलेची नजर चुकवून अंगार हस्तकाशी नेत्रपल्लवी करतो. तो डोळ्यांनीच सर्व बरोबर आहे, असे सुचवितो... शिपाई मेजवानीच्या रंगात आहेत. दारात अंगार आणि हस्तक यांची नेत्रपल्लवी... बड्या लोकांची मेजवानी संपत आली आहे.)

राजा : बसल्याबसल्याच झोप येऊ लागली की अंगार!

अंगार : मोठी सुंदर हवा आहे इथली! अशी गाढ झोप येईल आता आपल्याला–

तरंग : (अंगाराला) झाल्या-गेल्या सर्व गोष्टी विसरून जायच्या हं आता!

अंगार : हेच सांगणार होतो मी तुला उद्या सकाळी!

(मंगला अंगारच्या बोलण्यामुळे किंचित विचारात पडते.)

(२२)

(मध्यरात्र. राजा आपल्या खोलीत झोपला आहे. बाहेर मेघांचा अस्पष्ट गडगडाट होत आहे. प्रियाल आजूबाजूला पाहत फिरत आहे. मध्येच तो पहारेकऱ्याला 'सावध राहा, झोपू नकोस' असे सांगतो. तरंगला झोप येत नाही. प्रियाल अंगारच्या

खोलीकडे जातो.)

प्रियाल : ती जंगलातली पोरगी आपली....

अंगार : तुला काय करायचं आहे ते? हे बघ, मंगलेला राजपरिवारातल्या बायकांची व्यवस्था पाहायला सांग.

(मंगला अंगारचे बोलणे बाहेरून ऐकते आणि आपल्या खोलीत जाऊन अस्वस्थ चित्ताने गाणे म्हणते :)

पाकळ्या या गळाल्या पाहुनि ज्वाला, देवा
वास हांसे परी हा – बावरे बाला, देवा
एकतारी जिवाची भंगुनि गेली पाही
गोड गाणे रंगता – गुंगवि लीला, देवा
सांज झाली पाखरा – चांदणे भ्याले भासे
धार येई जलाची – वीज वा भाला, देवा

(प्रियाल बागेत कुंतलेजवळ जातो.)

प्रियाल : लवकर बोलावलंय तुला. चल, चल!

कुंतला : कुठं?

प्रियाल : सूड घ्यायला. (तो पुढे जातो. कुंतला मागून जाते.)

कुंतला : (किंचित संशयाने) कुठं चाललास रे थेरड्या?

प्रियाल : मोठ्या महालाला इकडून चोरवाट आहे.

(असे म्हणून तो चटकन मागे वळतो आणि कुंतलेला भोसकतो. ती मरून पडते. खालच्या खंदकात तो तिला ढकलून देतो.)

(मंगला झोपली आहे, असे पाहून अंगार खंजीर घेऊन बाहेर पडतो. मंगला हे पाहते. संशयाकुल वृत्तीने ती त्याच्या मागोमाग जाते. अंगार राजाच्या झोपण्याच्या महालात जाऊन त्याला खंजिराने भोसकतो, हे मंगला झरोक्यातून पाहते आणि एक किंकाळी फोडून बेशुद्ध पडते. आपल्याला अंगारने भोसकले आहे, हे पाहून राजा त्याला काहीतरी सांगण्याचा प्रयत्न करतो; परंतु 'अंगार' एवढा एकच शब्द उच्चारून तो प्राण सोडतो. मंगलेची किंकाळी आणि ती खाली पडल्याचा आवाज अंगार ऐकतो. भयभीत होऊन तो बाहेर पडतो. प्रियालच्या खोलीकडे मदत मागण्याच्या हेतूने तो धाव घेतो; परंतु प्रियाल तेथे नाही, हे पाहून हातातला रक्ताने माखलेला खंजीर भ्रमिष्ट मन:स्थितीत तो त्याच्या बिछान्याखाली लपवतो. नंतर बेशुद्ध पडलेल्या मंगलेकडे येऊन अंगार तिला आपल्या खोलीकडे घेऊन जातो. तिला बिछान्यावर ठेवून तो तिच्याशी बोलण्याचा प्रयत्न करतो... 'मंगला, मी नाही... मी नव्हे... ही... मला क्षमा कर...' एक खंजीर धावत्या वेगाने आपल्या

गळ्याचा रोख धरून येत आहे, असा त्याला भास होतो. त्यामुळे तो किंकाळी फोडून बेशुद्ध होतो. नंतर मंगला शुद्धीवर येऊन अंगारजवळ जाते आणि त्याचे सांत्वन करण्याचा प्रयत्न करते. 'नाथ, नाथ, काय केलंत हे?' असे ती कळवळून म्हणते. त्याचे डोके मांडीवर घेऊन ती गुणगुणते –

अंगाई – पुरे चाळा,
नेलि कोणी झोप बाळा
कोमेजे का राजा
जिवाचा गं माझ्या?
आभाळी फुलल्या
या जाई – पुरे चाळा
भिववी साऊली
कुळींच्या माऊली
धावोनी पदरी
घे बाई – पुरे चाळा

(प्रियाल दाराजवळ येतो. मंगला त्याच्याकडे धावते आणि आवेगाने त्याच्याजवळ जाऊन स्फुंदू लागते.)

(२३)

(एक पहारेकरी 'खूनऽ खून' असे ओरडत धावतो. तरंग, प्रियाल, युवराज, वगैरे ते ऐकताच झोपेतून भयभीत मुद्रांनी उठतात. अंगार एकदम उठून 'मी नाही... मी नाही' असे ओरडू लागतो. मंगला त्याच्याजवळ येऊन त्याचे सांत्वन करते. 'ज्या दिवशी तुझी पत्नी तुझ्याविरुद्ध जाईल –' हा गुहेचा आवाज अंगारला ऐकू येतो.)

अंगार : मंगला, तू माझ्याविरुद्ध जाणार? तू माझ्याविरुद्ध जाऊ नकोस. केव्हाही, काही काही झालं तरी! बोल... बोल... का...

मंगला : नाही, मी माझ्या देवाविरुद्ध कशी जाईन?

अंगार : मंगला, विसरू नकोस –

(प्रियाल दारापाशी येतो.)

प्रियाल : मंगला, महाराजांचे लोक दुसऱ्याच माणसांना पकडू लागले आहेत. अजून अंगारचा संशय कुणालाच आलेला नाही.

मंगला : तुम्हीच त्यांना लहानपणी खेळवलं, तुम्हीच त्यांना लहानाचं मोठं केलंत. आता तुम्हीच त्यांना वाचवा. काही झालं तरी, कुणापाशीसुद्धा काही बोलू नका.

प्रियाल : काय! काय बोलतेस हे तू मंगला?

मंगला : प्रियाल, प्रियाल, त्यांना वाचवा – मला वचन द्या. प्रियाल, तुमच्या मुकुलकरिता तरी वचन द्या. प्रियाल, तुमच्या ह्या मुलीकडं पाहून तरी वचन द्या.

प्रियाल : मंगला, नाही... मी कधीही, काहीही बोलणार नाही!

(राजाचा खून जिथे झाला – त्या महालात तरंग, युवराज आणि इतर दरबारी लोक.)

युवराज : (बापाकडे व्याकूळ नजरेने पाहून) कुठं... कुठं... आहे तो नीच-अधम?

तरंग : युवराज, अश्रू आणि क्रोध यांची ही वेळ नाही. अगोदर राक्षसाच्या गुहेतून बाहेर पडा. याच पावली महाराजांचं शव घेऊन राजधानीकडं चला. मंत्री तुमच्याबरोबर येतील.

(अंगार मंगलेसह तिथे येतो आणि मृत राजाच्या देहाला प्रणाम करतो.)

अंगार : तरंग, काल आपण बोललो काय आणि आज हे झालं काय? युवराज, क्षमा करा. अंगार दुर्दैवी आहे. माझ्या किल्ल्यात महाराजांचा वध व्हावा आणि तो करणारा... कोण आहे रे तिकडं? ज्याचा ज्याचा म्हणून संशय येईल, त्याला त्याला पकडून आणा माझ्याकडं! चला, जा.

(२४)

(अंगार, तरंग, मंगला आणि रात्री ज्या पहारेकऱ्याने प्रियालला कुंतलेला घेऊन जाताना पाहिलेले असते तो. दोन शिपाई प्रियालला घेऊन येतात. त्याला अंगारसमोर उभा करून ते बाहेर जाऊन उभे राहतात.)

अंगार : (प्रियालला) किल्ल्यात महाराजांचा इतक्या गुप्त रीतीनं वध होतो, रक्तानं भरलेली कट्यार तुझ्या अंथरुणात सापडते, रक्ताचे डाग तुझ्या कपड्यांवर दिसतात, ती तुझी छबेली महाराजांचा जीव घेण्याच्या गोष्टी बोलत होती, असा पुरावाही पुढं येतो... (मंगला काहीतरी बोलणार, असे वाटून प्रियाल हसतो.)

अंगार : (पहारेकऱ्याला) जा तू आता. तरंग, प्रियालनंच हा खून केला असला पाहिजे, हे आता उघड-उघड सिद्ध होत आहे.

तरंग : प्रियाल, तुझ्यासारख्या मनुष्यानं महाराजांच्या जिवावर का उठावं, हे कोडंच आहे मोठं! (प्रियाल हसतो.) एका रात्रीत मनुष्य इतका नीच होऊ शकतो, हे खरंच वाटत नाही मला!

अंगार : मनुष्याचा राक्षस व्हायला एक क्षणसुद्धा पुरा होतो कधी कधी!

तरंग : (अंगारकडे रोखून पाहत) खरं आहे. प्रियाल, देव सर्वसाक्षी आहे. त्याला स्मरून काल रात्री काय घडलं, हे सांगशील तर....

प्रियाल : देवाला स्मरून? (अंगारकडे पाहून) देव तर माझ्यापुढं उभा राहून साऱ्या गोष्टी तुम्हाला सांगत आहे. माझा देव कधी खोटं बोलत नाही, तरंग.

तरंग : (प्रियालकडून खरे कळण्याची निराशा झाल्यामुळे) मंगला, तू तरी खरं सांगून....

मंगला : काय सांगू मी? अगदी गाढ झोप लागली होती मला रात्री.

तरंग : देवाला स्मरून सांगते आहेस ना हे?

मंगला : हो, देवाला स्मरून! (अंगारकडे पाहत) माझ्या देवाच्या साक्षीनं!

(अंगार विजयी मुद्रेने हसतो.)

तरंग : तुझा देव इथं नाही....

मंगला : कोण म्हणतो असं?

तरंग : मी म्हणतो. तुझा देव इथं नाही, तो आत पाळण्यात आहे. त्या देवाला स्मरून... मंगला, बाळाच्या गळ्याची शपथ आहे तुला! (मंगला गोंधळते. तिच्या डोळ्यांत पाणी तरळू लागल्याचा भास होतो.)

तरंग : (मंगलेला) तोंडाला कुलूप घातलं म्हणून ते काही हृदयाला लागत नाही! बरं आहे मंगला... प्रियाल, देव तुझं कल्याण करो!

(तरंग एकदम निघून जातो. 'तरंग, तरंग' म्हणून हाका मारीत मंगला त्याच्या मागून धावत जाते. अंगार निश्चल नजरेने त्याच्याकडे पाहत राहतो.)

प्रियाल : देव, माझा देव –

अंगार : (त्याच्यावर उसळून) सैतान! (त्वेषाने ओरडून) न्या रे, या थेरड्याला येथून आणि चांगला साखळदंड बांधून कोठडीत कोंडून ठेवा.

तरंग : (मंगलेला) दुष्टपणापेक्षा दुबळेपणानंच जगात अधिक अनर्थ घडतात.

(अंगार दुरून संशयी मुद्रेने पाहत असतो. तो एकदम आपला हस्तक कज्जल याच्याकडे वळतो.)

अंगार : भिंतींना कान नसून ऐकता येतं; पण तुम्हा माणसांना – जा, तरंगची पाठ सोडू नकोस. (दुसऱ्या मनुष्याला) आत्ताच्या आत्ता पटांगणात सारं सैन्य गोळा झालं पाहिजे.

अंगार : (सैनिकांना उद्देशून) मित्रहो, आजपर्यंत आपण अनेक लढाया जिंकल्या, शेकडो शत्रूंना धूळ चारली, मृत्यूच्या मुखात तुम्ही आणि मी खांद्याला खांदा लावून उभे राहिलो – कुणासाठी आपण

हे सारं केलं? स्वार्थासाठी? स्वत:साठी? ('नाही,' 'नाही' असे सैनिकांतून उद्‌गार.) आपल्या देशासाठी, आपल्या राजासाठी. महाराजांसाठी रक्ताचे सडे आपण घातले – आणि आज त्यांचा खून केल्याचा संशय – (सैनिक निश्चल नजरेने पाहतात.) तरंगसारख्या जिवलग मित्रानं माझ्याविषयी असा संशय घ्यावा – (सैनिकांतून उद्‌गार 'कुठं आहे तरंग?') स्वप्नात तरी असं घडणं शक्य आहे काय? ('नाही – कधीही नाही.' अशा सैनिकांतून आरोळ्या आणि अंगारचा जयजयकार.)

(२५)

(राजवाड्यात युवराज, तरंग आणि मंत्री)

पहिला मंत्री : युवराजांनी आताच्या आत्ता इथून दूर जाणं बरं. पाप आंधळं असलं तरी ते वाऱ्यासारखं धावत असतं. अंगार केव्हा काय करील याचा नेम नाही आता.

दुसरा मंत्री : युवराजांनी या वेळी राजधानीत राहण्यात धोका आहे मोठा! (युवराजाला) तरंगांबरोबर आपण बाहेर जावं आणि –

युवराज : (एकदम उसळून) लोक काय खुनी अंगारचीच आंधळेपणानं पूजा करतील? प्रजेच्या प्रेमावर सिंहासनं उभी राहत असतात. आपल्या सिंहासनाच्या पावित्र्याचं रक्षण करायचं सोडून भ्याडासारखा इथून पळून जाऊ?

तरंग : (जवळ जाऊन बंधुभावाने) युवराज, अंगारची सैन्यावर विलक्षण मोहिनी आहे. तो उघड-उघड खुनी ठरल्यावाचून ती नाहीशी होण्याचा संभव नाही. बाहेरील सरदारांच्या साह्यानं आपणाला सैन्य गोळा करता येईल.

(राजवाड्याबाहेर जमलेल्या जनसमुदायातून 'युवराज', 'युवराज कुठं आहेत?' 'युवराजांना पाहायचंय आम्हांला' अशा आरोळ्या ऐकू येतात.)

तरंग : युवराज, तुमच्यावर प्रेम करणाऱ्या प्रजेसाठीच तुम्हाला दूर गेलं पाहिजे.

(युवराज बाहेर येऊन सर्वांना दिसेल असा उभा राहतो.)

लोक : युवराजांचा जयजयकार असो!

युवराज : मी सिंहासनाचा सेवक आहे.

नंदन : (तरुणांचा पुढारी) सिंहासनाचा जयजयकार असो!
(लोक जयजयकार करतात.)

युवराज : मित्रहो, या सिंहासनाच्या सेवेसाठीच काही दिवस मी तुम्हाला सोडून जात आहे.

(लोकांच्या आरोळ्या 'नाही', 'नाही', 'आम्ही नाही जाऊ देणार!')

युवराज : शक्तीचा प्रतिकार शक्तीनेच करावा लागतो. ती शक्ती संपादन करून मी येईन आणि तुमच्या सिंहासनाला लागणारा कलंक धुऊन टाकण्याकरिता माझ्या रक्ताचा थेंब नि थेंब खर्च करीन. मी परत येईपर्यंत तुमची भक्तीच सिंहासनाचं संरक्षण करील.

(अंगारचा हेर कज्जल हे सर्व पाहून किल्ल्याकडे परत येऊ लागतो. शहरातही 'खून', 'दुसरं कोण?', 'त्यानंच!' इत्यादी संशयात्मक उद्‌गार त्याच्या कानांवर पडतात. तो परत येतो त्या वेळी अंगार आणि त्याचे सहकारी सरदार यांचे खलबत सुरू असते.)

कज्जल : युवराज राजधानी सोडून जात आहेत.

अंगार : (निश्चल नजरेने, पण शांत स्वराने) कुणाचा संशय आला आहे लोकांना?

कज्जल : (कष्टाने) आपला.

अंगार : माझा? (सरदारांकडे वळून) दुर्दैव मनुष्यावर वाटेल तो आरोप ठेवू शकते.

(सर्व सरदार म्यानातून तरवारी काढतात.)

कैवर्ताचा म्हातारा सरदार : महामंडलेश्वरांवर असा आळ घेणाऱ्यांचा नि:पात केल्याशिवाय ही तरवार कधीही स्वस्थ बसणार नाही.

किराताचा सरदार : अंगारराजांवर असा खोटा आळ घेणाऱ्या तरंगाला शासन केल्याशिवाय ही तरवार परत म्यानात जाणार नाही.

कालदरीचा सरदार : सिंहासनावरल्या अंगारमहाराजांना प्रणाम करूनच ही तरवार विश्रांती घेईल.

(युवराज आणि तरंग निरनिराळ्या सरदारांकडे साह्य मागायला जातात; पण त्यांना निराशाजनक उत्तरेच मिळतात.)

(राजधानीत दवंडीवाला दवंडी पिटीत आहे.)

(एका चौकात)

ऐका, लोकहो ऐका! महामंडलेश्वर अंगारमहाराजच आता गादीचे वारस झाले आहेत. ते उद्या राजधानीत प्रवेश करतील आणि आजपासून आठव्या दिवशी सिंहासनावर बसतील. महाराजांच्या खुनात सामील असणाऱ्यांचा त्याच दिवशी शिरच्छेद होईल.

(दुसऱ्या चौकात)

यापुढे सर्वांनी अंगारमहाराजांशी राजनिष्ठ राहावे. जो कोणी फंदफितुरी करील, त्याला तत्काळ देहान्तशिक्षा होईल.

(त्या दिवशी राजधानीत जिकडे-तिकडे दहशतीचे राज्य सुरू होते. दवंडीच्या वेळी हसणाऱ्या आणि दवंडीच्याच अर्थाचे जे जाहीरनामे लागलेले असतात, ते फाडणाऱ्या तरुणांना भराभर पकडले जाते. तथापि, तरुणांचा पुढारी नंदन ठिकठिकाणी लहानमोठ्या जमावांशी बोलण्याचा प्रयत्न करतो. 'आपण काय मेलेल्या आईचं दूध प्यालो आहोत? राज्य सेनापतीचं नसतं – सैन्याचं नसतं – प्रजेचं असतं. प्रजेनं भक्तीनं सिंहासनावर बसविलेल्या राजाचं असतं! घ्या, शपथ घ्या!' असे तो म्हणतो, तोच घोडेस्वार येऊन लोकांचा जमाव उधळून टाकतात. नंदन मात्र सुरक्षित राहतो.)

नंदनची वृद्ध माताही सैनिकांच्या स्त्रियांना भेटून याच गोष्टी बोलत असते. एका म्हाताऱ्या बाईला ती म्हणते, 'तू आई आहेस! आपल्या दुधाचं विष होऊ देणार तू?' एका तरुण स्त्रीला ती प्रश्न करते, 'तू जन्माची सोबतीण आहेस. आपल्या अमृताचं विष होऊ देणार तू?'

(युवराज आणि तरंग यांच्या सैन्य जमविण्याच्या प्रयत्नाला थोडेसे यश येऊ लागते.)

(२६)

(अंगारच्या नगरप्रवेशाची मिरवणूक. नगर सक्तीने शृंगारण्यात आले आहे आणि अंगारचा जयजयकार करविला जात आहे. मिरवणुकीत गाणाऱ्या मुलीसुद्धा जुलमानेच गाणे म्हणत असतात.)

नवरी ही नगरी ना,
दयाळा, पदरी आज घ्या.
मंगल धूळ भाली
नंदन येई खाली
अनाथनाथा, लगबग या या.
सदा जय लाभो!

(मिरवणुकीत नंदन एकदम पुढे येऊन अंगारकडे बोट दाखवून ओरडतो – 'खुनी!' तो तत्काळ मारला जातो. मिरवणूक तशीच पुढे जाते.)

(२७)

(जुलमाने गांजलेल्या नागरिकांचे आक्रोश, तुरुंगात टाकलेल्या तरुणांच्या पायांतील बेड्यांचा खळखळाट, कैद्यांच्या पाठीवरील चाबकांचे फटकारे,

इत्यादी आवाज मंगलेच्या कानांत एकसारखे घुमत असतात. हे सर्व असह्य होऊन ती आपले कोंडलेले मन शब्दांनी का होईना, मोकळे करण्याचा प्रयत्न करते.)

फुलली दुनिया बाग गुलाबी भासत
तुजला शिकार,
सावध व्याधा, अपुऱ्या भारे पाप न
उलटे हत्यार!
गगन न हा आभास, नाथा
सुमना या न सुवास, नाथा
सागर दे जल ना कुणाला
वणवण फिरुनी
परि वनराणी
हसवी तृषित जगास
(दुःखाने बाळाजवळ जाऊन)
नयनीं या जग मम आज नाचे
कलिका सुकल्या
सगळ्या छकुल्या
(मुकुल हसतो.)
लगबग फुलल्या
हस हस किरणा हास, चिमण्या.

अंगार : (उन्मादाने हसून) महाराणी मंगला –

मंगला : रक्तानं माखलेला मुकुट मंगला क्षणभरही आपल्या मस्तकावर धारण करणार नाही.

अंगार : पतीच्या पावलावर पाऊल टाकून जाणं, हाच पत्नीचा धर्म!

मंगला : (किंचित उपहासाने) ते पाऊल रौरव नरकाकडं जात असलं तरी?

अंगार : चूप! शरीरानं काय करावं, हा सावलीचा प्रश्न नाही. बायकांनी असल्या गोष्टीत मन घालू नये.

मंगला : (तीव्र उपहासाने) त्यांनी फक्त पुरुषांच्या पापांवर पांघरूण घालावं–

अंगार : कुणी सांगितलं होतं ते घालायला?

मंगला : कुणी? (त्याच्याकडे शून्य दृष्टीने पाहते.) हृदयानं. पाप झोपी जाईल, या भोळ्या आशेनं. पण पापाला पोटाशी धरलं की ते उन्मादानं नाचू लागतं!

अंगार : (हसून) आणि नाचता-नाचता लीलेनं जगाला आपल्या पायाखाली तुडवतं.

मंगला : जगाला? एका माणसाचा खून हे पाप आहे; पण जगाचा छळ ही आत्महत्या आहे!

अंगार : मंगला, अंगारच्या पत्नीनं कधीही त्याच्याविरुद्ध बोलता कामा नये.

मंगला : पतिराज, पत्नी ही पुण्याच्या मार्गावरील ज्योती आहे; पण पापाच्या मार्गावर – त्या मार्गावर याच ज्योतीची ज्वाला होते.

(अंगार मंगलेला लाथाडून रागाने निघून जातो.)

(मंगला 'वाहत ही कां वादळि नौका, प्रलय सखा हो हासरा!' अशा करुण उद्‌गारांनी आपले दु:ख हलके करीत असते. इतक्यात नंदनची म्हातारी आई येते.)

आई : प्रलय? प्रलय कधीच झाला आहे! बाहेर माणसं मुंग्यांसारखी चिरडली जाताहेत... मान वर करून बघणाऱ्यांच्या डोळ्यांच्या खाचा होताहेत. कोवळ्या पोरींच्या कपाळाचं कुंकू पुसलं जात आहे. तुरुंग भराभर भरत आहेत! राजवाड्यात मुळुमुळु रडत बसणाऱ्याला तो प्रलय कुठून दिसणार?

(मंगला आपल्या दुबळेपणाची पूर्ण जाणीव झाल्यामुळे व्याकूळ होऊन आईच्या गळ्यात पडते.)

आई : बायका दुबळ्या असतात, म्हणून पुरुष दुष्ट होतात.

मंगला : नाही, मी दुबळी नाही. मी दुबळी नव्हते; आंधळी होते. विस्तवाशी फुलाप्रमाणं खेळले मी – (तिच्या डोळ्यांत अश्रू येतात.)

आई : रडून मेलेली माणसं कधी परत येत नाहीत. तुझ्या नवऱ्याच्या मिरवणुकीत माझा एकुलता एक मुलगा मारला गेला! (एकदम चिडून) आहेत ती माणसं जिवंत कशी राहतील याची काळजी कर आधी.

मंगला : (हताशपणे) काय करू – काय करू मी?

आई : आई हो.

मंगला : आई?

आई : एका बाळाची नको, एका कुळाची नको; साऱ्या प्रजेची आई हो! आईपण हेच स्त्रीचं वैभव.

मंगला : (सर्व बळ एकवटून) या घटकेपासून मी प्रजेची आई झाले आहे.

आई : (अतिशय आनंदाने) बाळ, नाही – आई! देव तुला यश देवो!

(मंगला आईच्या कानात काही सांगते. ती हसत म्हणते – 'उत्सव'!)

(२८)

(राजवाड्यात अंगारचा हस्तक कज्जल आणि नंदनची आई.)

कज्जल : काय काम आहे तुझं महाराजांकडं?

आई : काम माझं नाही, अंगारचं आहे. (परत जाण्याकरिता वळते.) मी भेटले नाही, तर तो उद्या सिंहासनावर बसेल का?

कज्जल : (चकित होऊन) जंगलातून आली आहेस होय तू? (आई मानेने होय म्हणते आणि पुढे जाते.)

अंगार : (आश्चर्याने) जंगलातून आली आहेस तू?

आई : घरोघर लोक कुजबुजताहेत, प्रत्येक शिपायाच्या कानांत त्याची बायको सांगत आहे – अंगार पापी आहे, अंगार खुनी... हे विष जर तुझ्या सैन्यात पसरलं तर... ते नाहीसं करण्याकरिता उद्याच्या उद्या राज्याभिषेकाचा उत्सव सुरू कर. मंगलेवर सर्वांची श्रद्धा आहे. तिनंच या उत्सवात पुढाकार घेतला पाहिजे.

अंगार : (गुहेचे पूर्वीचे वाक्य आणि 'ज्योतीची ज्वाला होते' हे मंगलेचे वाक्य आठवून) मंगलेनं?

आई : हो, मंगलेनंच! माझी आज्ञा मानलीच पाहिजे तिनं! मीच सांगते तिला – उद्याच. उद्या –

मंगला : उद्यापासून आपला उत्सव सुरू?

आई : (आनंदाने) हो, उद्यापासून! आपला उत्सव – सत्याचा उत्सव – पुण्याचा उत्सव –

मंगला : उद्या घरोघर अगदी प्रत्येक सैनिकाच्या बायकोला – प्रत्येक शिपायाच्या मुलाला आपली मेवामिठाई मिळाली पाहिजे आणि युवराजांना माझा निरोपही –

आई : (आनंदाने) उद्याच पोचेल. अगदी उद्या!

(२९)

दुसरा दिवस: (अंगार सैन्यापुढून जात आहे. सैनिक तत्परतेने सलामी देतात आणि त्याचा जयजयकार करतात. मंगलेची 'मालवू नको रे दीप अंतरीचा,' ही ओळ ऐकू येते. अंगार ती ऐकून हसतो.)

(मंगला राज्याभिषेकाचा उत्सव सुरू करते. घरोघर खाऊचे पुडे आणि कुंकवाचे करंडे वाटले जातात. सैनिकांच्या घरी बायका करंड्यातील चिठ्ठ्या वाचतात. 'हार म्हणून सापाला कवटाळू नका.', 'अंगारा म्हणून निखारा पदरात घेऊ नका.', 'देवाची पूजा करायची असते; राक्षसाची नाही.', 'खुनी मनुष्याचा साथीदार होण्यात काय भूषण आहे?', 'सत्याचे सेवक व्हा; जुलमाचे गुलाम होऊ नका.', 'खुनी मनुष्याला तुम्ही सिंहासनावर बसविणार?', 'तुमच्या भाऊबंदांचे अमानुष हाल

करणाऱ्या मनुष्याला तुम्ही मुजरा करीत राहणार?' त्या चिठ्ठ्या वाचीत असताना मंगलेचा संदेश नगरीत सर्वत्र पसरतो.)

मालवू नको रे दीप अंतरीचा
तारे न हे निखारे,
भुलसी मनी सख्या रे
विष हीरकांत दाटे
लपले फुलांत कांटे!

(त्याच्यापुढला दिवस. घरोघर सैनिक सज्ज होत आहेत. माता, बहिणी, बायका सर्व त्यांना प्रश्न करतात.)

–आई मुलाला लहानाचा मोठा करते, ते काय खुनी मनुष्याचा साथीदार होण्याकरिता?

–बायका आपलं कुंकू देतात, ते काय जगातलं पाप वाढावं म्हणून?
–बहीण भावाला ओवाळते, ते काय त्यानं राक्षसाची पूजा करावी म्हणून?
–अंगार खुनी आहे, जुलमी आहे, पापी आहे. त्याच्या बाजूनं लढू नका.
–एका नरपशूसाठी तुम्ही आपलं रक्त सांडणार?
–एका सैतानाला खूश करण्यासाठी तुम्ही दीनदुबळ्यांचे गळे कापणार?

(सर्व सैनिक भांबावलेल्या आणि गोंधळलेल्या मन:स्थितीत घराबाहेर पडतात.)

(३०)

(सैनिक अंगारला अनुकूल राहिले नाहीत याचे दृश्य मंगला पाहते... शस्त्रागाराचा भडका होतो... युवराज सैन्यासह शहरावर हल्ला करतो... लढाई सुरू होते. या गडबडीत तुरुंगात टाकलेल्या लोकांची मंगला मुक्तता करते. त्यांच्याबरोबर प्रियालही बाहेर येतो.)

मंगला : प्रियाल, प्रियाल... (हुंदक्यांमुळे पुढे बोलता येत नाही.) काय झालं हे? नंदादीप भडकला आणि देवघराची राखरांगोळी झाली!

प्रियाल : देवी –

मंगला : मी देवी नाही, राक्षसीण आहे. पतीच्या जिवावर उठले मी! जगातल्या साऱ्या सती मला हसतील!

प्रियाल : नाही, आदरानं वंदन करतील. माता सतीहूनही मोठी असते.

मंगला : माता! (प्रियाल जाऊ लागतो, त्याला) कुठं चाललात तुम्ही?

प्रियाल : अंगारला वाचविण्यासाठी, नाहीतर त्याच्या पायापाशी मरण्यासाठी!

(अंगारच्या बाजूचे सैनिक भराभर दुसऱ्या बाजूला मिळतात. अंगार वाघाप्रमाणे

चवताळून लढतो; परंतु त्याचा काही उपयोग होत नाही. जखमी होऊन पडलेल्या आपल्या शिपायांना 'उठा, उठा, लढा' म्हणून तो सांगतो; पण तेही युवराजाच्या विरुद्ध न जाण्याचा त्याला उपदेश करतात.)

मंगला : (पाळण्याजवळ जाऊन) बाळ, काय केलं मी हे? कोण, कोण धीर देईल मला? देवा, स्वर्ग आणि नरक इतके जवळजवळ तू कशाला ठेवलेस? (सद्‌गदित होऊन) नाथ, नाथ! देवा, क्षमा कर त्यांना!

(बेभान झालेला अंगार येतो. बाहेर आरोळ्या – 'युवराजांचा जय, सिंहासनाचा जय, प्रजेचा विजय!'

अंगार : नाही, आज अंगारवाचून दुसऱ्या कुणाचाच जय होणार नाही. (मोठ्याने) अंगारचा जय! राजाधिराज अंगारचा जयजयकार!

('युवराजांचा जय' वगैरे आरोळ्या त्यांना पुन्हा ऐकू येतात.)

अंगार : (मंगलेकडे वळून) बोल-बोल, कुणाचा जय होणार?

मंगला : धर्माचा!

अंगार : धर्म? कुठला धर्म?

मंगला : प्रत्येकाच्या हृदयातला! सत्य! माणुसकी!

(पुन्हा आरोळ्या ऐकू येतात.)

अंगार : (मंगलेचे मनगट धरून) नाही, नाही! अंगारचाच जय झाला पाहिजे. बोल, बोल –

मंगला : ज्याचा पक्ष सत्याचा असेल, त्याचाच जय होईल.

अंगार : (विकटपणाने) सत्य! धर्म! माणुसकी! (रागाने तिचा गळा दाबतो. इतक्यात प्रियाल येतो.)

प्रियाल : अंगार, बाहेर जा. या पेटलेल्या खाईतून लवकर बाहेर जा! प्रत्येक तरवार युवराजांच्या बाजूने लढत आहे. प्रत्येक जीभ सूडाची भाषा बोलत आहे. जा, धाव, पळ... कुठंतरी दूर, दूर जा.

अंगार : (त्वेषाने) नामर्द! मृत्यू डोळ्याला डोळा भिडवून पुढं उभा राहिला तरी अंगार एक पाऊलसुद्धा मागं घेणार नाही. अंगार सिंहासनावर बसल्याशिवाय त्याला स्पर्श करण्याची काळाचीही छाती होणार नाही.

(धावू लागतो. मंगला धडपडत त्याच्या आड येते.)

मंगला : नाथ, मागं फिरा. सावध व्हा. सिंहासन प्रजेच्या प्रेमानंच मिळतं.

(अंगार तिला लाथाडून निघून जातो.)

(....अंगारला सावरण्याकरिता मरणोन्मुख स्थितीत मंगला धावते. मुकुलला सांभाळण्याविषयी ती प्रियालला सांगते. प्रियाल मुकुलला सुरक्षित राखण्याकरिता उचलतो तेव्हा एक सैनिक ओरडतो, 'त्या राक्षसाचं पोर आहे हे!' प्रियाल उत्तरतो, 'माझ्या देवतेचं बाळ आहे ते!' सर्व सैनिक 'आमच्या देवतेचं बाळ आहे हे!' असा घोष करतात.)

(रक्तबंबाळ स्थितीत सिंहासनावर बसण्याकरिता अंगार येतो. ग्लानीमुळे सिंहासनावर बसता येत नाही म्हणून तो त्याला धडका मारून त्याचे तुकडे उडविण्याचा प्रयत्न करतो; पण तो विफल होऊन अंगार खाली पडतो. सिंहासनावर राजाची मूर्ती प्रकट होऊन आपल्याला क्षमा करीत आहे, असा भास त्याला होतो. मृत्यूच्या मुखात आपल्या महत्त्वाकांक्षेचे भयंकर स्वरूप त्याला स्पष्टपणे दिसते. मंगला कशीबशी येऊन त्याचे मस्तक मांडीवर घेण्याचा प्रयत्न करते; पण तीही खाली पडते. अंगार मंगलेला विचारतो, 'आपला बाळ?' मरणाच्या दारातही ती हसून सांगते, 'सुरक्षित आहे.' ...दोघांच्या निष्प्राण देहांना युवराज, तरंग आणि सैनिक वंदन करतात.)

वंदे मातरम् ।

– समाप्त –

'ज्वाला'मध्ये रत्नप्रभा आणि विनायक.

देवता

देवता

कलाकार

कथा-संवाद-पद्ये	:	वि. स. खांडेकर
दिग्दर्शक	:	मास्टर विनायक
छायालेखन	:	पांडुरंग नाईक
ध्वनिसंकलन	:	अहलुवालिया
संगीत-नियोजन	:	दादा चांदेकर
कला-पार्श्वभूमी	:	पळणीटकर
दृश्य-संकलक	:	कांबळे
रसायन	:	गोपाळ कांबळे
वेशभूषा	:	विश्वास
रंगभूषा	:	शंकर गौड
चित्रव्यवस्था	:	बापूराव पोवार

भूमिका

पात्र		**कलाकार**
अशोक	:	बाबूराव पेंढारकर
सुशीला	:	इंदिरा वाडकर
पुष्पा	:	मीनाक्षी
दासोपंत	:	साळवी
चिंतोपंत	:	दामुअण्णा मालवणकर
मैना	:	सरदार
तारा	:	विभावरी
प्रेमा	:	बेबी विमल
प्रभाकर	:	पाटणकर

देवता

'देवता म्हणून स्त्रीची समाजात, संसारात पूजा व्हायला हवी; पण आज आपल्या समाजात या देवतेचाच बळी घेतला जात आहे. नालायक नवऱ्याच्या पायी, निर्जीव आणि निर्दय सामाजिक संकेतांच्या पायी स्त्रीच्या व्यक्तिमत्त्वाचा पदोपदी चोळामोळा होत आहे... माणुसकीचे हे क्रूर विडंबन मी उघड्या डोळ्यांनी पाहणार नाही, असा प्रत्येक तरुणाने निश्चय केला पाहिजे. असे झाले, तरच आपल्या समाजाच्या पायांतल्या शृंखला हां-हां म्हणता गळून पडतील आणि उद्याच्या पिढीला आपला देश स्वातंत्र्यशिखरावर विराजमान झालेला दिसेल...' टाळ्यांच्या प्रचंड कडकडाटात प्रो. अशोकनी आपले व्याख्यान संपविले. तत्त्वज्ञानासारखा अवघड विषय अत्यंत मनोरंजकतेने शिकविणारे अध्यापक म्हणून ते विद्यार्थिवर्गाला प्रिय होते आणि अबलाश्रमासारख्या लोकोपयोगी संस्थांतून कळकळीची समाजसेवा करून त्यांनी जनतेचा विश्वास संपादन केला होता....

***

नित्यक्रमाप्रमाणे सकाळी त्यांनी आपल्या आईच्या फोटोला वंदन केले आणि ते आपल्या कामाकडे वळले. वाढदिवसाच्या जेवणाला निमंत्रण देण्यासाठी आलेल्या त्यांच्या आवडत्या विद्यार्थिनीला – पुष्पेला – ते पाहून साहजिकच अचंबा वाटला; कारण मूर्तिपूजेवरील त्यांचा कटाक्ष प्रसिद्ध होता.

"देवसुद्धा न मानणारे प्रोफेसर घरी एका फोटोची पूजा करतात, हे खरंसुद्धा वाटायचं नाही कुणाला!"

"पुष्पा, मनातल्या मनात का होईना, पण कुणाची तरी पूजा केल्यावाचून राहवतच नाही माणसाला... माझी आई... वात्सल्याच्या पूजेसाठी स्वत:चा बळी दिला तिनं. जगात फक्त एकच देवता आहे – स्त्री!"

इतक्यात अशोकला अबलाश्रमातून त्याचे सहकारी चिंतोपंत बोबडे यांचा फोन आला. एका नवीन मुलीला अशोकलाच भेटायचे होते. आपल्या आमंत्रणाला अशोकची संमती घेऊन पुष्पा घरी परतली आणि अशोक आश्रमाकडे गेला.

***

जिवाला कंटाळलेली तारा नावाची एक दुर्दैवी मुलगी अशोकची आणि त्याच्या आश्रमाची कीर्ती ऐकून तिथे आली होती. अशोकने तिची अत्यंत सहानुभूतिपूर्वक चौकशी केली.

"घर कुठं आहे तुमचं?"

"माझं घर? आता हेच –" असे म्हणून तिने त्याचे पाय धरले.

इकडे रात्री पुष्पेच्या घरी, तिची विधवा पण रंगेल मावशी मैना आणि तिचा गावठी भक्त चिंतोपंत यांनी अशोकला यायला वेळ झाला म्हणून एकच गिल्ला चालविला होता. स्वत:च्या प्रकृतीच्या नाजूकपणाचे नसते सोंग करणे, हा मैनाबाईच्या स्वभावाचा विशेष होता आणि अशोकबद्दल मत्सराने गैरसमज पसरविणे, हा चिंतोपंतांचा व्यवसाय होता.

"बाकी श्रीमंत, अशोक आले की आमच्या आश्रमाचं अगदी गोकुळ होतं, बरं का?" चिंतोपंत मैनेपाशी उद्गारला.

अशोकांबद्दल नि:स्सीम प्रेमभाव बाळगणाऱ्या पुष्पेला हे सहन होणे शक्यच नव्हते. तिने चटकन उत्तर दिले –

"आणि तुम्ही गेलात म्हणजे आश्रमाचं काय होतं? सहारा की अंदमान?"

वेळ टळून गेल्यामुळे आता मात्र पुष्पासुद्धा अधीर झाली होती. ती एकटीच बागेत आली आणि आपल्या अधीर मनाला रिझवण्यासाठी आपले एक आवडते गाणे स्वत:शीच गाऊ लागली –

'प्रेमवेडी बालिका –
करुणा न ये काय कान्ता?
बघता किती अंत आता?
चंद्रही चंचल आला गगनी
मग का राग नाथा?
फुलू द्या बाग आता!'

जणू काही पुष्पेच्या या गानमधुर हाकेला 'ओ' देण्यासाठीच अशोक तिथे आला होता.

वाढदिवसाची भेट पुष्पेच्या हाती देण्यासाठी तो उठला तोच त्याला कळले की, हा सारा समारंभ विधवा मैनाबाईच्या वाढदिवसाचा होता!

***

याच वेळी शहराच्या दुसऱ्या भागात एका गरीब घरकुलात एक वाढदिवस साजरा व्हायचा राहिला होता.

वडील बहीण सुशीला, भाऊ प्रभाकर आणि धाकटी बहीण प्रेमा अशा तीन प्रेमळ भावंडांचे हे घर! आज प्रेमाचा वाढदिवस होता. वाढदिवसाला पुरणपोळी का केली नाही, असे प्रेमाने विचारताच सुशीलेने तिची समजूत घातली –

"देवबाप्पाकडं आज खूप पाहुणे आले होते. त्यांनी संपवली पोळी –"

सुशीला त्यांची केवळ ताई नव्हती; ती आईही होती!

ताईची ही समजूत प्रेमाला पटली आणि आपल्या दादाशी खेळत ती झोपी गेली.

प्रेमा – तुझ्या गळा, माझ्या गळा,
गुंफू मोत्यांच्या माळा
प्रभाकर – ताई आणखी कुणाला?
प्रेमा – चल रे दादा चहाटळा!
तुज कंठी, मज अंगठी
प्रभाकर – आणखी गोफ कुणाला?
प्रेमा – वेड लागले दादाला!
प्रभाकर – मला कुणाचे? ताईला
दोघे – खुसू खुसू, गाली हसू
प्रेमा – वर वर अपुले रुसू रुसू
प्रेमा – चल जा येथे नको बसू
प्रभाकर – घर तर माझे तसू तसू

अल्लड प्रेमा झोपल्यानंतर सुशीलेने फणी-करंड्याच्या पेटीतून एक पत्र काढले. इराणमध्ये पंचवीस वर्षे राहून खूप पैसे कमावलेल्या एका बिजवराशी तिने विवाह करावा, असा तिच्या मावशीचा त्यात उपदेश होता आणि प्रभाकर-प्रेमाच्या सुखासाठी तिने त्याला संमतीही दिली होती.

***

इकडे अशोकच्या हातात एक तार पडली. जितकी अनपेक्षित तितकीच आनंददायक होती ती! पंचवीस वर्षांनंतर इराणमधून परत आलेल्या त्याच्या वडिलांची तार होती ती!

तो लगेच मुंबईला गेला.

पितापुत्रांची पहिली भेट!

''तात्या –'' अशोकने हाक मारली.

''काय म्हणालास? तात्या! तात्या नाही का? म्हण – पुन्हा म्हण –''

''तात्या –''

''केवढा रे मोठा झालायस अशोक! माझी फार इच्छा होती की आपल्या मुलाला मांडीवर घेऊन खेळवायचं, त्याचे मुके-पापे म्हणतात नाही त्याला – ते पापे घ्यायचे – त्याला पाठीवर घेऊन आपण घोडा-घोडा म्हणून नाचायचं –''

पण हा भावनेचा पूर लवकरच ओसरला. बोलण्याच्या ओघात वयस्क दासोपंतांनी एका तरुण कुमारीशी पुन्हा लग्न करण्याचा आपला मनोदय बोलून दाखविला आणि स्त्रीजातीच्या हितासाठी सदैव तळमळणाऱ्या तत्त्वनिष्ठ अशोकला त्यामुळे मोठाच धक्का बसला.

''लग्न करायचंच तर मला वाटतं, आपण प्रौढ विधवेशीच पुनर्विवाह करावा.''

अशोकने सुचवून पाहिले; पण दासोपंतांच्या पुराणप्रिय मनाला ते पटले नाही.

"आपले सुख दुसऱ्याच्या दुःखावर उभारणं, यासारखं पाप नाही जगात." अशोक कळवळून म्हणाला.

आणि दासोपंत तितक्याच बेपर्वाईने म्हणाले, "ते दुसरं माणूस आनंदानं तयार आहे लग्नाला –" असे म्हणून त्यांनी सुशीलेचे नाव आणि पत्ताही अशोकला सांगितला.

अशोक त्या घराचा शोध करीत सुशीलेकडे आला आणि त्याने तिला या विवाहाच्या विचारापासून परावृत्त करण्याचा परोपरीने प्रयत्न केला; पण अपरात्री घरात येऊन एका अनोळखी व्यक्तीने आपल्या खासगी गोष्टीत लुडबुड करावी, याचा तिला राग आला आणि ती त्याला टाकून बोलली.

"बळी जाणाऱ्या स्त्रीला वाचवणं, हा गुन्हा आहे म्हणायचा?"

"कुठं मिळवलीत ही माहिती तुम्ही? हे लग्न ठरल्यापासून केवढा आनंद झालाय मला!"

या तिच्या उत्तराने अगतिक होऊन अशोक खिन्न पावलांनी परतला.

प्रभाकरलाही तिचा हा निर्धार कळताच दुःख वाटले.

"तुझ्या जन्माची राखरांगोळी मी उघड्या डोळ्यांनी पाहू?" तो म्हणाला.

"या राखरांगोळीतील राख काही मी डोक्यात घालणार नाही. रांगोळी तेवढी वेचेन आणि जन्मभर ती माझ्या प्रेमाच्या आणि प्रभाकरच्या पानांभोवती काढीन." या शब्दांनी सुशीलेने प्रभाकरची समजूत काढली. त्याच्या मनाचा विषाद नाहीसा करण्यासाठी लाडिक भावाने "पाच-सहा वर्षांनी प्रभाकराचं एक गोड माणूस येणार, मग मी त्याची खूप थट्टा करणार" या आशयाचे एक गाणेही तिने म्हटले.

"कुणीतरी लाजत पाहत का?
हळू हासत का, नच बोलत का?
मनी मूक एक का बाला?
लगबग का मग बाग बहरला?
वाजवी दारी, पाऊल स्वारी
गाली लालि ही लीला!
नाव घ्या गडे, जा मग दारी
नाचत नयनी लाजत वदनी
गोड बोल तो बोला."

***

पुष्पेच्या सहवासात अशोक आपली दुःखे क्षणभर विसरून जाई. एक दिवस ती दोघे फिरायला गेली होती.

पुष्पा गाऊ लागली –

या या, राया, हासत या या,
या या, राया, नाचत या या,
गात कोकिळा, गडे मंजुळा, गाया या या,
वृक्ष डोलती, लता नाचती, गाया मधुमाया.
राई मोहरली ही
प्रीतीची नवलाई,
गुंजत गुंगति छाया
भुलुनी चालली तुमची राणी
कापे काया, या या, धराया,
चपल खार जणू मुरडुनी पाही,
या या, राया, हासत या या

अशा तऱ्हेने अशोक आणि पुष्पा यांच्यामधील प्रेमाचा विकास होत होता. इकडे सुशीलेने दासोपंतांशी विवाह केल्यामुळे प्रेमा अन् प्रभाकरही सुखात आणि आनंदात होते; परंतु आपण वयस्क दासोपंतांशी विवाह करण्यात भयंकर चूक केली याची सुशीलेला एकांतात तीव्र जाणीव होई आणि ती विसरण्यासाठी ती अनेक मार्गांनी प्रयत्न करी. पूजेसाठी बागेत फुले तोडणे आणि गात-गात फिरणे, हा एक तिचा विसावा होता.

सुशीला : सख्या राया, या या
गडे या खेळाया,
कळी ही गाई, करा हो घाई
मनीच्या देवा या
कलिके आस भोळी, चल गे हास गाली
प्रभूला ध्याऊ – प्रभूला गाऊ – प्रभूला पूजूया.

प्रेमा : नाच नाच किरणा, हास हास सुमना
रुसला छकुला आज काय चिमणा?

सुशीला : सखी भृंग दूर भुलला,
परी देवराय अपुला
न दया सखया,
हृदया उगा का वाहू या?
उजळवी जगता ज्योती जळुनि ना?

प्रेमा : हासू, नाचू खेळू, गाऊ

दोघी : प्रभूला ध्याऊ या.

वरून हे गाणे दासोपंत ऐकत होते. प्रेमा धावत त्यांच्याकडे आली आणि त्यांचे डोळे मिटून म्हणाली,

"कोण आहे? ओळखा पाहू तात्या?"

दासोपंतांनी तिला जवळ घेतले आणि ते तिचे मुके घेत म्हणाले,

"साखर आहे पोरी तुझ्या गालांत!"

ती लगेच म्हणाली,

"मग मी मोठी झाल्यावर साखरेचाच कारखाना काढीन."

प्रेमाला तात्यांचा फारच लळा लागला होता; पण सुशीला अद्यापही संकोचाने वागे. तिने आपल्याशी मोकळ्या मनाने वागावे, सतत प्रसन्नचित्त असावे, अशी दासोपंतांची इच्छा होती. काहीतरी चेष्टा करून तरी तिचा संकोच नाहीसा होतो का पाहण्यासाठी ते तिच्या वाटेत येऊन म्हणाले,

"अहो, रस्ता बंद आहे."

"अस्सं – बरं आहे. आपलं काय जातंय? आपण रेडिओचं गाणं ऐकू."

"त्या रेडिओचं रडगाणं नको आम्हाला! (तिच्याकडे बोट करून) या रेडिओचं गाणं हवं."

सुशीला फक्त हसली.

***

आपणाला या विवाहापासून परावृत्त करण्यास आलेली व्यक्ती दुसरी-तिसरी कुणी नसून दासोपंतांचा मुलगा अशोकच होता, हे कळल्यापासून त्याने घरी यावे, घरातच राहावे, असे सुशीलेला वाटू लागले. दासोपंतांना तिने तसे सुचविले; परंतु, त्याचा उपयोग झाला नाही.

एक दिवस दासोपंतांच्या बरोबर ती कापडाच्या दुकानात गेली होती. अशोकही तिथे आला होता. त्यांची गाठ पडली.

तिला पाहताच त्याने चमकून पाहिले आणि तो म्हणाला –

"सुशीलाबाई – "

"अं हं, तुमची आई!"

"काय हवं आईला?"

"आईला काय हवं असतं? आपलं मूल! माझ्याबरोबर घरी चला – "

अशोक घरी आल्या क्षणापासून सुशीला विलक्षण आनंदी झाली. प्रेमाची आणि अशोकचीही छान गट्टी जमली!

पण आनंदाचा, खेळकरपणाचा हा लपंडाव फार दिवस चालला नाही.

एके दिवशी रात्री सुशीला आणि अशोक दोघेच बोलत होती.

"लग्नाच्या आधी तू मला भेटलास, स्वत:ची निंदा करून घेतलीस, मी

कड्यावरून उडी घेऊ नये, म्हणून जीव तोडून बोललास तू!''

''काहीतरीच बोललो मी त्या रात्री. क्षमा कर मला.''

''नाही. खरं होतं तुझं म्हणणं. त्यागाची धुंदी चढली होती माझ्या डोळ्यांवर. म्हणूनच ते सत्य मला दिसलं नाही. अशोक, स्त्रीला समाजात मारून-मुटकून देवता बनवतात.''

''आई – ''

''आई – मी तुझी आई झाले, त्यापेक्षा बहीण झाले असते तर? रागावू नकोस. मनानं फार चांगले आहेत ते... पण हिरव्या शालूला हिरवाच शेला शोभतो.''

हा सर्व संवाद दासोपंतांच्या कानी पडला. कटू सत्य कुणाला प्रिय असते? परिणाम व्हायचा तोच झाला –

सकाळी चहा घेत असता साध्या शब्दांवरून स्फोट झाला आणि अशोकने घराबाहेर पाऊल टाकले.

''चहासुद्धा न घेता गेला अशोक!''

''मी काय चहा घेऊ नको म्हटलं होतं त्याला?''

''आपल्याला मुलाची इतकी आवड आणि – ''

''लहान मूल हवंय मला – असला घोडा नको!''

आपणाला लहान मूल व्हावे म्हणून दासोपंत लुंगेबुवा नावाच्या भोंदूबुवाच्या नादी लागले. बुवांनी 'पत्नीला सेवेला आणून ठेव' अशी आज्ञा करताच, दासोपंतांनी सुशीलेला हलकेच बोलावले आणि तसे सुचविण्याचा प्रयत्न केला.

''कुठंही लहान मूल पाहिलं की कसंसंच होतं आम्हाला. मूल नाही ते घर कसलं? आमच्या इथं काय – आमच्या मिशा आम्हीच ओढायच्या, आमची चाळिशी आम्हीच फोडायची – ''

परंतु लुंगेबुवांकडे जाण्याची गोष्ट काढताच सुशीलेने त्यांचे पाय धरले.

''मी तुमची बायको आहे, तशी माणूसही आहे. मला त्या बुवाकडे पाठवू नका.''

परंतु तिच्या या विनवण्याचा काही उपयोग झाला नाही. तिची मठात रवानगी झाली.

***

इकडे अशोकही सुखात नव्हता. त्याच्याविषयी पुष्पाला वाटणाऱ्या प्रेमात विष कालवले जात होते.

एके दिवशी रात्री चिंतोपंताने मैना आणि पुष्पा यांना एक पत्र वाचून दाखविले.

''प्रिय अशोक,

आपलं प्रेम हे पाप आहे, हे मला कळतं! पण माझ्या हातून हे पाप पदोपदी

घडावं, एवढंच देवापाशी माझं मागणं आहे. तुम्ही माझ्याकडे पाहून जरी नुसते हसलात, तरी माझं मन फुलतं. मग तुमच्या मूर्तीशी मी तासन्तास खेळत बसते यात – फार वाहवले मी! क्षमा करा मला.

जन्मोजन्मी तुमचीच राहू इच्छिणारी,

तारा''

हा मजकूर कानी पडताच पुष्पाला अंधारल्यासारखे झाले!

***

याच वेळी लुंगेबुवाच्या मठातही गुरूंच्या कृपादृष्टीला बळी पडून सुशीला भ्रष्ट होणार तोच पांचजन्य नावाच्या मठातच राहणाऱ्या एका नवीन शिष्याने तिची सुटका केली.

सुशीला अशोकच्या घरी आली. त्याला समोर पाहताच ती मूर्च्छित पडली आणि भ्रमिष्ट मन:स्थितीत बडबडू लागली –

''सोड – सोड मला –''

''कुठं चाललीस तू?''

''कुठं? जीव द्यायला – ''

''तुझा जीव तुझा नाही आता; तो माझा आहे. साऱ्या जगानं जरी तुला टाकली तरी तू माझी आहेस – ''

सुशीलेने असह्य दु:खाने त्याला मिठी मारली.

याच वेळी ताराच्या पत्राचा जाब विचारण्यासाठी आलेल्या पुष्पेचे पाऊल दारात पडले आणि तिला हे दृश्य दिसले. ती मूर्च्छित पडली....

चिंतोपंतांनी दाखवलेले ताराचे ते पत्र आणि प्रत्यक्ष डोळ्यांनी पाहिलेले हे दृश्य! पुष्पेच्या मनात रुजू लागलेला संशय जोराने फोफावला.

चिडलेल्या लुंगेबुवाचे हस्तकही काही स्वस्थ नव्हते.

चिंतोपंत रात्रीच्या रात्री मठात गेला. आगीला तेलाची जोड मिळाली.

बातम्यांच्या खरेखोटेपणाची कदर न बाळगता खळबळ उडवणे आणि येनकेन प्रकारेण आपला खप वाढवणे, हे ध्येय असणाऱ्या बाजारी वृत्तपत्रांनी ठळक मथळ्यांत दुसऱ्या दिवशी सकाळी बातम्या प्रसिद्ध केल्या –

'प्रोफेसरांनी पोरगी पळवली!'

'समाजसुधारक की नीतिसंहारक?'

या बेजबाबदार नि विषारी बातम्यांच्या वावटळीत सुशीलेचा धीर खचून गेला.

''अशोक, केवढी चूक केली मी! तुझ्यापेक्षा एखादी आडविहीर जवळ केली असती तर – ''

''तर आपल्या आईचंसुद्धा रक्षण करता आलं नाही म्हणून अशोक जन्मभर

दुःखी झाला असता!''

''आणि रक्षण करून तरी काय? ही वावटळ – ''

''वावटळ! गळून पडलेली पानं वावटळीबरोबर भिरभिरत जातात; पण झाडावरची हिरवी पानं जागच्या जागी हसत राहतात! तुझ्यासारख्या देवतेनं – ''

''देवता! – देव्हाऱ्याबाहेर पडली की देवता दगड होते!''

''पण टाकीच्या घावानं दगडालाही देवकळा आणता येते – ''

अशोक धीराचे हे शब्द बोलत असताना दासोपंत तिथे आले. त्यांना नवरेपणाच्या हक्काने सुशीलेला परत मठात खेचून न्यायचे होते. अशोकने निकराचा विरोध केला. पण –

''मी तिच्या अंगावर दागिने घालीन नाही तर डागण्या देईन, तिला डोक्यावर बसवीन नाहीतर लाथांनी तुडवीन, घरात ठेवीन नाहीतर मठात पाठवीन! मी नवरा आहे तिचा – ''

''मी मुलगा आहे तिचा.'' अशोकने हक्काने उत्तर दिले.

सुशीलेपुढे पेच पडला; परंतु शेवटी अशोकची गळ्याची शपथ तिला मोडता आली नाही –

चिडून, संतापून दासोपंत घराबाहेर पडले नाहीत तोच अशोकला कॉलेजचे बोलावणे आले.

वृत्तपत्रांतून जाहीर झालेल्या 'अशोक-सुशीला' प्रकरणाची चौकशी करण्यास कॉलेजच्या कार्यकारी मंडळाची तातडीची सभा भरली होती.

विद्यार्थ्यांमध्येही मोठी खळबळ उडाली होती; पण अशोकवर त्यांचा अढळ विश्वास होता.

अशोकने वृत्तपत्रांवर फिर्याद ठोकावी आणि आपला निर्दोषपणा सिद्ध करावा, अशी सूचना पुढे आली.

''मला प्रिय असलेल्या माणसांचे कोर्टात धिंडवडे करून घेण्याची माझी इच्छा नाही – ''

''आणि तुम्हाला प्रिय असलेल्या संस्थांचे, तुमच्या कॉलेजचे आणि अबलाश्रमाचे धिंडवडे तुम्ही उघड्या डोळ्यांनी पाहू शकता? तुम्ही असलेल्या कॉलेजात मुलगी पाठवायला एक तरी गृहस्थ तयार होईल का? अशोक, समाज वाटेल ते अपराध सहन करतो; पण आपल्या डोळ्यांदेखत होणारा नीतीचा खून मात्र त्याला पाहवत नाही.'' प्रिन्सिपॉल कडाडले.

अशोक उसळून उत्तरला –

''पण माणसांचे खून मात्र तो हसत–हसत पाहतो. या बातमीच्या आड एका देवतेच्या आयुष्यातलं किती भयंकर दुःख भरलं आहे, ते तुमच्या या समाजाला

कधी दिसलं होतं का? घराच्या चार भिंतींत स्त्रीला चिणून कुणी तिचा प्राण घेतला, रूढीच्या राक्षसी पायांखाली तिच्या आयुष्याच्या फुलांचा कुणी चोळामोळा केला, नवरेपणाच्या नादान हक्कानं कुणी तिची विटंबना आरंभली; तर हे सारं मात्र समाज उघड्या डोळ्यांनी हसत पाहतो...."

या तळमळीच्या शब्दांनी हलण्याइतकी त्या मान्यवर सज्जनांची मने काही कोमल नव्हती.

चिंतोपंतांनी या सोन्यासारख्या संधीचा भरपूर फायदा घेतला. ते ताराचे प्रेमपत्र घेऊन पुढे सरसावले. अशोक स्तंभितच झाला! त्याला ते पत्र खोटे वाटले. त्याने त्या मुलीलाच बोलवायला सांगितले. भयभीत तारा म्हणाली –

"माझं त्यांच्यावर प्रेम आहे; पण – "

अशोकने अगदी कळवळून विचारले –

"मी या मुलीला लिहिलेलं एखादं पत्र दाखवाल काय?"

चिंतोपंताचा मूर्खपणा या क्षणी सर्वस्वी लोपला होता.

"बिलंदर लोक लेखांत कधी गुंतत नाहीत."

आणि याच निकराच्या क्षणी, जिच्या प्रेमभावना दुखावल्या गेल्या होत्या, जी मत्सराने आंधळी बनली होती; ती पुष्पा पुढे आली आणि आपण केवढा भयंकर अन्याय करीत आहोत याचे भान न राहिल्यामुळे बोलून गेली – सुशीलेनं अशोकला मिठी मारली होती, या दृश्याचा तिने उल्लेख केला!

अशोकसमोर एकच मार्ग मोकळा होता –

राजीनामा!

"तुम्ही सर्वांनी सत्याचा शोध केलात! पण सत्य डोळ्यांना दिसत नाही; ते हृदयाला, माणसाच्या मनातील दिव्यत्वालाच दिसतं! माणुसकीला लाथाडून जिवंत राहण्यापेक्षा माणुसकीचं रक्षण करता-करता मृत्यूला कवटाळण्यात मला अधिक आनंद वाटेल." असे म्हणून त्याने राजीनाम्यावर सही केली.

ढोंगी समाज विरुद्ध सत्त्वशील अशोक अशा या संग्रामास सुरुवात झाली.

दासोपंत घरी गेले आणि प्रभाकरची त्यांनी हकालपट्टी केली. प्रेमाबद्दलचा लळा मात्र त्यांना तोडता आला नाही. अशोकने आपल्या घरी प्रभाकरचे आनंदाने स्वागत केले. सुशीलेला आनंदी ठेवण्याचा शक्य तो प्रयत्न तो करीत होताच.

'माणुसकी विकल्याशिवायसुद्धा जगात जगता येते', या श्रद्धेनेच तो विरोधाला प्रतिक्षणी टक्कर देत होता.

नामवंत अध्यापक असा लौकिक असूनही अशोक साध्या शिकवणीला महाग झाला. तो सामाजिक बंडखोर गणला गेला होता, 'अनीतिमान' हा शिक्का त्याच्यावर बसला होता. शाळेतसुद्धा त्याला नोकरी मिळेना.

त्याला एका शाळेच्या हेडमास्तरांनी काय उत्तर दिले? "तुम्ही आनंदानं मास्तर व्हाल हो; पण शाळेशेजारी अनाथ पोरांचा आश्रम उघडायचा नाही आम्हाला."

बिचारी सुशीला! अशोकच्या या सर्व दुःखांना आपण कारणीभूत झालो, या विचाराने ती पोखरून निघाली होती. ती अशी खिन्नपणाने आसवे गाळीत बसलेली असताना मधून-मधून प्रेमा तिला भेटायला येई, हाच काय तो विरंगुळा! ती गाणे म्हणायला सांगे आणि सुशीला म्हणे –

"धाव पाव नंदलाल, बोल गोड बोला,
अन्तरीचा हा, छकुल्या, शांतवी उन्हाळा"

एक दिवस "आपली चहाला वाट पाहू नका" असे सांगून अशोक घराबाहेर पडला.

संध्याकाळ झाली. सुशीला मनात घाबरली. अशोकच्या मेजावर 'पुष्पा-पुष्पा' ही अक्षरे विमनस्कपणे लिहिलेली तिला आढळली.

तत्क्षणी ती अशोकच्या शोधाकरिता बाहेर पडली.

आकाश मेघांनी भरून आले होते. दिशा काळवंडल्या होत्या. पुष्पाही घरी खिन्न विचारात गुणगुणत होती –

"मोहपाशी गुंतसी का मम जीवा?
विसरुनी जा ना, विसरुनि जा!
मोही काय माया?
मृगजल प्याया, शिणविसी काया
वणवण वाया! विसरुनी जा ना"

गात असताना तिच्या नेत्रांतून अश्रुधारा वाहत होत्या.

बाहेरही पावसाच्या सरी कोसळत होत्या. अशोकला आपण भिजून चिंब झालो आहोत याचेही भान नव्हते.

तो पुष्पेच्या घरानजीक एका वेलीआड उभा राहतो न राहतो तोच त्याच्या शोधार्थ आलेली सुशीला त्याला भेटली.

"आई, माणसाहून पाऊस फार बरा. तो काळोख करतो; पण किती थोडा वेळ! माणसं मात्र संशयानं अंधारून जातात ती कायमची. माझ्या आयुष्याचं आभाळ असं कधी निवळेल का?"

"नुसतं निवळणार नाही; त्यात एक चांदणीही चमकू लागेल!"

माय-लेकरांचा हा संवाद पुष्पाने लतेआडून ऐकला. सुशीलेबाबतची आपली शंका निराधार आहे, असे तिला कळून चुकले. आपल्या अविचारी संशयाचा तिला पश्चात्ताप झाला.

***

अशोकला बाहेर जाऊन कुठेही पोट भरता आले असते; पण ज्या समाजाला

त्याने आपले म्हटले, त्याची परीक्षा पाहायची होती त्याला!

मधूनच तो आवेशाने बोले. मग त्याला भानच राहत नसे. अशा वेळी सुशीला म्हणे – "अगदीच प्रेमासारखा करतोस!" अशोकला गप्प करण्याकरिता सुशीला गाणे म्हणू लागे –

"मधु हास बाळा हास ना
हसुनिया माझ्या चिमण्या,
नव-गंध दे ना जीवना,
पाहा लगबग लपले काटे
मन फुलवी स्मित मोहना
उमलुनी माझ्या सुमना
मधु गन्ध दे ना मोहना"

सुशीलेच्या गोड गळ्यातील गाणे ऐकत-ऐकत अशोकला झोप लागे; पण झोपेतही तो बोले –

"पुष्पा, मला आई हवी आणि तूही हवीस. काय? नाही? जा – आई कुठंही जाणार नाही – तू गेलीस तरी हरकत नाही."

***

पुष्पेच्या दारात तिघांची गाठ पडली. त्याच्या दुसऱ्या दिवशी सकाळी अशोकला आणि पुष्पेला – दोघांनाही सुशीलेची पत्रे मिळाली –

'चि. अशोक,

प्रत्येकाला सुख देण्यासाठी मी काहीतरी केलं; पण अशोक, तुला मात्र मी दुःखच दिलं. क्षमा कर मला... आम्ही स्त्रिया देवता असलो तरी दुबळ्या असतो. देव्हाऱ्याबाहेर पडायचा धीरच होत नाही आम्हाला. हा दुबळेपणा झुगारून देण्याकरिता मी दूर-दूर जात आहे. माझा शोध घेऊ नकोस. पुष्पावर रागावू नकोस. तीसुद्धा....'

पुष्पाला दोन ओळींचेच पत्र होते; पण त्यात सुशीलेचे थोर मातृहृदय पुरेपूर व्यक्त झाले होते.

'प्रिय पुष्पा,

अशोक सुखी व्हावा म्हणून त्याच्यापासून, तुझ्यापासून, माझ्या या आवडत्या जगापासून मी दूर-दूर जात आहे...

तुझी

– सासू'

अशोक हतबुद्ध झाला आणि पुष्पेला आपली चूक पूर्णपणे कळून आली. तारा फक्त स्वत:च्या समाधानासाठी तसली पत्रे लिहीत असे, हेही तिला कळून चुकले. ती अशोककडे आली आणि क्षमेसाठी तिने त्याचे पाय धरले.

प्रभाकर बोलून-चालून अजाण!

प्रेमा ''ताई-ताई'' म्हणून टाहो फोडण्याखेरीज काय करू शकणार होती?

ताईचे हृदय आणि तिचे गोड गाणे यांची उणीव दासोपंत कशी भरून काढणार?

या दुर्धर प्रसंगाने सर्व जण आपले मतभेद आणि शल्य विसरून गेले. सर्वांच्या पुढे एकच प्रश्न राहिला –

'सुशीला कुठं गेली असेल?'

मन संशयी असते – त्याला भेसूर कल्पनाच लवकर सुचतात.

'हे जग सोडूनही ती गेली असेल!' अशी असह्य भीती प्रत्येकाला बेचैन करू लागली. इतक्यात अशोकच्या गड्याने सांगितले की, सुशीला मुंबईची चौकशी करीत होती!

निदान एक – तुरळक का होईना – आशेचा धागा सापडला.

सर्व जण मुंबईला निघाले.

सुशीलेच्या शोधार्थ आलेली ही मंडळी सगळे उपाय करून अगतिक होऊन बसली असता, रेडिओवर ताई गात असल्याचा भास प्रेमाला झाला. धावत-धावत तिने सर्वांना जमवले. रेडिओवर एक गोष्ट सांगितली जात होती –

''बाळांनो, अक्रूराबरोबर श्रीकृष्ण हसतमुखाने मथुरेला गेला, पण गोकुळ मात्र रडू लागलं. गाई-वासरं चाऱ्याला तोंड लावीनात, यमुनेचं पाणी काळभोर होऊन गेलं आणि यशोदामाई तर दुःखानं वेडीच झाली. ती एकसारखी हाका मारू लागली, 'कृष्णा-कृष्णा-कन्हैय्या –' कृष्ण दूर-दूर जात होता. त्याला आपल्या आईची हाक कशी ऐकू येणार? यशोदा सारखा धावा करीतच होती –

''आईची माया, बहिणीची माया, सारी माया वेडीच असते.''

''यशोदा सारखी टाहो फोडीत होती – 'कृष्ण-कन्हैय्या – ''

''धाव पाव, नंदलाल – ''

हे स्वर ऐकताच प्रेमा 'ताई-ताई' म्हणून आनंदाने नाचू लागली, टाळ्या पिटू लागली. प्रत्येकाच्या नेत्रांत अश्रू चमकत होते.

धाव पाव नंदलाल, बोल गोड बोला,
अन्तरीचा हा, छकुल्या, शांतवी उन्हाळा!
दूर दूर नेई क्रूर दैव वासराला,
हंबरुनी आई पाहा आळवीत बाळा
भासत जग हे उदास,
स्वप्नी तुझा मधुर भास
एक मुका, देई सख्या, जीव हा भुकेला

सर्व जण रेडिओ स्टेशनकडे धावले - त्यांची उत्कंठित मने तिथे अगोदरच पोचली होती आणि -

प्रेमाला आपली ताई मिळाली.

अशोकला आपली आई मिळाली.

दासोपंतांना वाटले - रिकाम्या देव्हाऱ्यात मूर्ती परत आली.

– समाप्त –

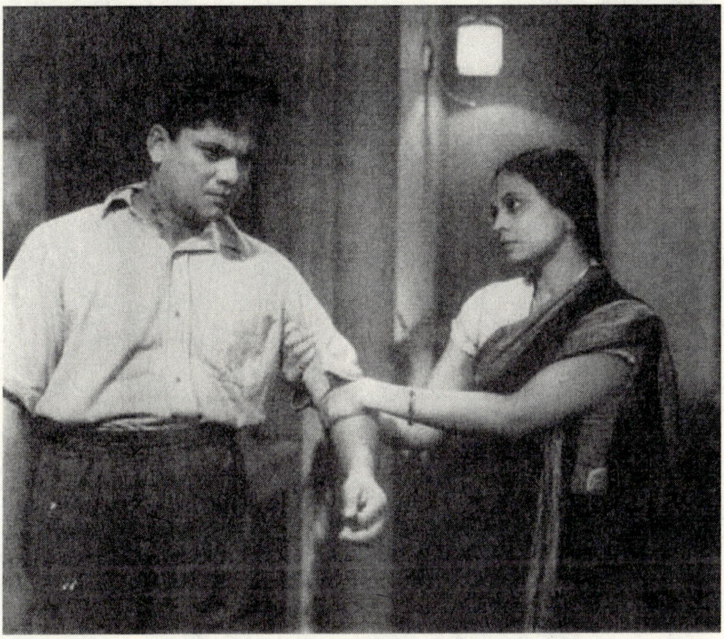

'देवता'मध्ये बाबूराव पेंढारकर आणि मीनाक्षी.

‘देवता’ चित्रपटात प्राचार्यांच्या भूमिकेत मास्टर विनायक.

सुखाचा शोध

सुखाचा शोध

कथालेखक	:	वि. स. खांडेकर
दिग्दर्शक	:	पार्श्वनाथ आळतेकर
छायालेखक	:	पांडुरंग नाईक
संगीत नियोजक	:	दत्ता कोरगावकर
कला दिग्दर्शक	:	वाटेगावकर
ध्वनिरेखक	:	गणपतराव भोळे
वेशभूषा	:	विश्वास
रंगभूषा	:	शंकर गौड

भूमिका

पात्र		**कलाकार**
आनंद	:	बाबूराव पेंढारकर
उषा	:	मीनाक्षी
माणिक	:	विमला सरदेसाई
चंचला	:	सौ. उषादेवी मंत्री
बाताराम	:	दामुअण्णा मालवणकर
अप्पाराव	:	दिनकरराव साळवी
धनंजय	:	गिरीश
भय्या	:	विष्णुपंत जोग
मीरा	:	शांता ठकार

सुखाचा शोध

आज आपले आनंदकाका येणार, आपणाला मोटार आणि चॉकलेट मिळणार, या अपेक्षेने मीरा आणि बाळ ही मुले नाचत होती; तर गेली आठ वर्षे ज्याने घराचा भार ओढीत-ओढीत आपले शिक्षण पुरे करीत आणले, तो आपला धाकटा मुलगा आनंद आज एलएल्. बी.ची परीक्षा देऊन घरी येणार म्हणून आईचे डोळे त्याच्या वाटेकडे लागले होते. त्या घरात फक्त दोनच माणसांना आनंदच्या आगमनाची दादही नव्हती. एक आनंदाचे थोरले बंधू अप्पाराव आणि दुसरा त्यांचा भाचा भय्या! अप्पाराव आपल्या व्याख्यानाचा दौरा, त्या सभा नि स्वागत यांच्या अवडंबरात गर्क; तर दुसरा सिनेमा – जीवनाच्या दिखाऊ वैभवाने जवळजवळ वेडा झालेला!

हे थोरले बंधू, हा भाचा, बंधूंची दोन मातृहीन मुले आणि आपली आई या सर्वांना सुखात ठेवण्यासाठी आनंदने आपल्या वैयक्तिक आकांक्षा, कीर्तीचा मोह हे सर्व बाजूला सारले होते आणि 'आपल्या घरासाठी आपण' या एकाच कर्तव्यभावनेने, विमा-एजंटसारखा नीरस धंदाही तो खुशीने करीत होता. अशा मुलाबद्दल कोणत्या आईला अभिमान वाटणार नाही?

परीक्षेहून आनंद परत आला, पण लवकरच त्याला प्रवासाची तयारी करावी लागली. परीक्षेत व्यत्यय येऊ नये म्हणून गेले दोन-तीन महिने त्याने काही काम केले नव्हते आणि प्रपंच तर त्याच्या एकट्यावर अवलंबून! मुलाने चार दिवस विसावा घ्यावा, असे आईला वाटणे साहजिकच होते. आई त्याला म्हणाली, ''मी तर पिकलं पान झाले बाबा.'' आईजवळ कोणीतरी पाहिजे, हे उघडच होते. आपले लग्न देशाशी लागल्यामुळे आनंदनेच विवाह करावा आणि घरी सून आणावी, अशी सूचना अप्पारावांनी केली. आनंदला या सूचनेबद्दल उत्साह वाटला नाही; पण त्याने फारसा विरोधही केला नाही. आई आणि वडीलभाऊ यांच्या शब्दाबाहेर जाण्याचा त्याचा स्वभावच नव्हता.

व्यवसायाच्या दौऱ्यावरून परत येत असलेला आनंद 'चंपावती'च्या डेकवर एकटाच झोपलेला होता. इतक्यात बोटीच्या कठड्याजवळ समुद्रात उडी घेऊन कोणीतरी जीव देण्याचा प्रयत्न करीत असल्याचा त्याला संशय आला. तो धावत तिकडे गेला. ती एक विधवा बालिका होती. सासरा, दीर आणि सासू यांच्या असह्य जाचाने जगणे अशक्य झालेली अशी ती एक दुर्दैवी स्त्री होती! त्या क्षणीच तिच्या मनोवेदना त्याने ओळखल्या आणि उगाच अधिक प्रश्न न विचारता किंवा अकालीन उपदेशही न करता, ''आमच्या घरी चल. तिथं जिवाला जीव देणारी खूप माणसं

आहेत,'' एवढेच त्याने तिला सांगितले. तिचे नाव उषा!

तो घरी आला. त्याने आईला सांगितले. ''ही उषा आपल्याकडेच राहणार आहे.'' उषेला त्याने मधल्या दालनात नेले आणि तेथील लोकमान्य टिळक, म. गांधी, पं. जवाहरलाल यांचे फोटो दाखवून तो तिला म्हणाला, ''ही सारी मोठी माणसं तुला सांगताहेत – ध्येयासाठी जीव द्यायचा असतो, जिवाला जीव द्यायचा असतो; मातीला नाही.''

आईनेही आपला बाळ, मीरा, तशीच उषा म्हणून मातेच्या मायेने उषेला जवळ घेतले. उषेने दोन-तीन महिने घरीच शिकावयाचे आणि पुढे नर्सिंगच्या कोर्सला जायचे, असे ठरले.

इकडे अप्पारावांचा व्याख्यानाचा दौरा सुरूच होता. या दौऱ्यात त्यांनी आनंदाकरिता एक वधू निवडली नि निश्चितही केली. माणिक बी.ए. होती. समाजकार्याची तिला विलक्षण हौस होती आणि यामुळेच अप्पारावांचा आणि तिचा परिचय झाला होता. माणिकसारख्या सुविद्य आणि उदयोन्मुख कार्यकर्तीच्या बाबतीत आनंदची संमती घेण्याची अप्पारावांना जरुरीच भासली नाही. 'तुझ्यासाठी सून घेऊन येतो आहे. तेव्हा सांडगे-पापडांची घाई कर,' अशा अर्थाचे पत्र त्यांनी आईला पाठविले. एक निष्ठुर दैवदुर्विलास म्हणूनच की काय, हे पत्र उषेलाच वाचून दाखवावे लागले.

उषेच्या अंत:करणात आनंदबद्दलच्या प्रीतीचे अंकुर फुटत होते; पण ते अस्फुट भाव तिला मनातच ठेवणे भाग होते. ती विधवा होती आणि जगाच्या दृष्टीने आनंदची आश्रित होती.

आनंदचे माणिकशी लग्न झाले. वार्धक्यात आपल्या आईला सुख लाभावे, आजवर घराचा भार जिने सहन केला, तिला आता विसावा मिळावा, बाळ आणि मीरा यांची आबाळ होऊ नये यासाठी त्याने अविरोध लग्न केले; पण त्याच्या या सर्व अपेक्षा एकामागून एक फोल होत गेल्या. माणिकला स्वयंपाकघरापेक्षा सार्वजनिक सभांचा ओढा जास्त होता. आपल्या दिरांच्या मातृहीन मुलांचा सांभाळ करणे म्हणजे दाईचे काम करण्यासारखे, असे तिला वाटत होते; त्यामुळे आनंदच्या आईचा पाणउतारा होऊ लागला. पण हा विसंवाद इथेच थांबला नाही. उषेचे त्या घरातील राहणेही माणिकला रुचेनासे झाले होते.

आनंद आपल्याच खोलीत उषेला शिकवी. उषा भाषांतर करीत होती.

"This beggar maid shall be my queen." ही ओळ तो समजावून देत होता. उषा अडखळली.

''सांग ना अर्थ? अगदी सोपा आहे! ही भिकारीण माझी राणी होईल. अशी काय पाहतेस?

''भिकारीण कधी राजाची राणी होईल का?''

"न व्हायला काय झालं? फार तर राजा तिच्यासाठी भिकारी होईल!"

आनंदच्या नकळत उषा रोज त्याच्या फोटोजवळ फुले ठेवी. मनातील कृतज्ञता आणि हलकेच उमलणारे प्रीतिभाव व्यक्त करण्याचा तिला हा एकच मार्ग मोकळा होता. आनंद आणि उषा यांना एकमेकांच्या सहवासात वाटणाऱ्या या थोर सुखाचा माणिकला एक प्रकारचा मत्सर वाटू लागला. माणिकच्या एकंदर वागण्यात, बोलण्यात आणि विचारांत कठोर रुक्षता निर्माण झाली होती. आनंदने तिला खुलविण्याचे, आपल्या परीने शक्य ते सर्व प्रयत्न करून पाहिले.

असाच एक प्रसंग! रात्र बरीच झाली होती. माणिक कसल्याशा समारंभाच्या व्याख्यानासाठी टाचणे तयार करीत होती. इतक्यात खालून गाण्याचे स्वर आले. रस्त्यावरून एक भिकाऱ्याचे जोडपे प्रीतीचे गाणे गात चालले होते.

आनंदने माणिकला जवळ बोलावले आणि ते जोडपे दाखवले. माणिक त्रस्त स्वरात म्हणाली,

"हे भिकारी पाहायला का बोलावलंत?"

"भिकारी पाहायला नाही."

"मग?"

"त्यांचं प्रेम पाहायला!"

"या भिकाऱ्यांसारखी रिकामटेकडी नाही मी. मला ध्येय आहे. सामाजिक कर्तव्ये आहेत."

"आणि नवराही आहे – "

अशी कोटी करून आनंद आपला उत्साहभंग लपवीत असे; पण माणिकच्या या भावनाशून्य वृत्तीने नि तुसडेपणाने त्याला फार वेदना होत.

आणि असे एकदा नव्हे, दोनदा नव्हे; रोज होई. आनंदने एकदा माणिकला नाटकाला म्हणून बाहेर नेले आणि तिला घेऊन तो एका रम्य उद्यानात आला. हृदयात दाटलेले प्रीतिभाव व्यक्त करीत आनंद म्हणाला –"ही नदी, हा चंद्र–"

आणि त्याच्या या सर्व तन्मयतेवर, स्वप्नसृष्टीवर, "ते कळतंय मला, मी काही कुक्कुल बाळ नाही!" या तुसड्या उत्तराने आघात झाला आणि त्याने उभारलेल्या फुलोऱ्याचा चक्काचूर झाला.

याउलट, उषेने मात्र ते घर आपलेसे केले होते. बाळ आणि मीराला आनंदात ठेवण्याचा ती प्रयत्न करी, आईला पोथी वाचून दाखवी. आनंद जेवल्याशिवाय ती जेवत नसे. त्या घरात ती कोणीच नव्हती; पण त्या घराच्या सुख-दुःखांशी ती सर्वस्वी समरस झाली होती.

आणि आनंदला तेवढेच काय ते समाधान उरले होते. माणिकबद्दलच्या मूळच्या अपेक्षा फोल झाल्यानंतर आपल्या आईजवळ उषा आहे, या विचाराने

त्याला बरेच समाधान वाटे.

पण लवकरच याही समाधानाला त्याला मुकावे लागले.

अगदी सामान्य कारणावरून माणिक बिथरली आणि आनंदला स्वच्छ बोलली की, ''मालकिणीला नको असलेल्या माणसानं घराबाहेर जायला हवं!''

उषेने ते ऐकले. ती समंजस होती. निमूटपणे ती दाराकडे वळली. तिच्या पावलांची चाहूल लागून आनंद बाहेर आला आणि म्हणाला, ''कुठं चाललीस?''

ती म्हणाली, ''या घराबाहेर कुठंही!''

''या घरात तुझं कोणीच नाही?''

''आहे तर! ते कुणी तरी सुखी व्हावं म्हणूनच... सुख दोन माणसांच्याच जगात असतं. त्या माणसाला आपलं माणूस मिळालं आहे....''

दुसऱ्या दिवशीच आनंदने उषेला बोर्डिंगमध्ये ठेविले. जाताना उषेने फक्त एकच मागणी केली –

रोज रात्री दहा वाजता... फक्त एकच क्षण!....

उषा बोर्डिंगात गेली आणि थोड्याच दिवसांनंतर आनंदची आई जग सोडून गेली. मीरा आणि बाळ ही दोन मुले उघडी पडली.

अप्पारावांचे समाजकार्य सुरूच होते आणि माणिकला सभासंमेलनांमधून क्षणाचीही फुरसत होत नसे.

आनंदाला मात्र सभोवार सर्व शून्य वाटत होते. मीरा 'आई' कविता वाचीत असता त्याला भडभडून येई. एका रात्री तो असाच उदासवाणा बसला असता माणिक तिथे आली आणि मोठ्या लडिवाळपणाने एक राजा-राणीची गोष्ट सांगू लागली. या राणीसाहेबांना एक जॉर्जिएटचे पातळ हवे होते. पैशांची कमतरता आनंदने बोलून दाखवताच, माणिकने ''घरात बसून कसे चालेल?'' हे सांगायला कमी केले नाही. गिऱ्हाइकाचे अनेक पत्ते त्याने टिपून ठेवले होते. त्यांतील एक मिस चंचला या सिनेमानटीचा होता. कामावर जायचे, असे त्याने ठरविले आणि दुसऱ्या दिवशी गेला तो या नटीकडेच!

आनंद जेव्हा तिच्याकडे गेला, तेव्हा प्रथमदर्शनीच त्याची तिच्यावर छाप पडली. तिने त्याला खेळविण्याचा, झुलविण्याचा प्रयत्न केला; पण आनंद तितका कमजोर आणि मोहवश होणारा नव्हता. त्याच्या डौलदार संयमाने ती अधिकच आकर्षित झाली. ती पसरीत असलेल्या जाळ्यापासून आनंद जसजसा दूरदूर राहिला, तसतशी त्याला अंकित करण्याची एक वेगळीच ईर्षा तिला वाटू लागली.

या मोहक्षणावर विजय मिळवून आनंद घरी आला आणि त्याला काय दिसले? धाकटा बाळ तापाने फणफणत होता. माणिक त्याला तसेच टाकून कसल्याशा सभेला निघून गेली होती. आईचा अपमान, आपल्या भावनांची उपेक्षा, उषेच्या

बाबतीत अन्यायाची भूमिका हे सर्व सहन करणाऱ्या आनंदला या दृश्याने मात्र माणिकबद्दल तिटकारा वाटू लागला. त्याचा मन:स्ताप अनावर झाला. सिगारेटचा तिटकारा करणारा आनंद शून्य मनाला रिझवण्यासाठी आता त्या भराभर ओढू लागला. आनंदच्या मनात अशी आंदोलने सुरू असतानाच चंचला आनंदला आपल्या जाळ्यात ओढण्याचा व्यूह रचीत होती. आपल्या दुखावल्या गेलेल्या अहंकाराचे तिला समाधान करायचे होते.

नव्या चित्रपटाच्या 'ट्रायल शो'चे आमंत्रण देण्यासाठी चंचला एक दिवस अचानक आनंदच्या घरी आली. आनंदने चहा घेण्यासाठी माणिकला बोलावले; पण तिने प्रसंगाचे औचित्य आणि साधा शिष्टाचारही लक्षात न घेता "असल्या बाईबरोबर बसून चहा घ्यायला मी काही..." असे उत्तर दिले.

एक दिवस चंचलेने पाठविलेली एक चिठ्ठी आनंदाच्या टेबलावर पडली होती. ती माणिकला दिसताच तिने एकच गहजब केला.

"या उनाड मैनेबरोबर भटकताना शरम वाटायला हवी होती तुम्हाला!"

"तू कुणाबरोबर फिरत असतेस याची एका शब्दानं मी कधी चौकशी केली आहे का?"

"पुरुषजात तेवढी लबाड, कपटी, दुष्ट – "

"साऱ्या पुरुषजातीबद्दल मत देण्याइतका तुला पुरुषांचा अनुभव आहे म्हणावयाचा!"

या आनंदच्या उत्तराने माणिक निरुत्तर झाली; पण शब्दाने शब्द वाढवण्याचा माणसाला एक उन्माद चढतो. अशा वेळी निरुत्तर होऊनही सामान्य गोष्टीबद्दल कांगावा केला जातो. माणिकचे या क्षणी तसेच झाले. आनंदच्या हातातील जळती सिगारेट दूर फेकून ती म्हणाली,

"मला सिगारेटचा वास मुळीच सहन होत नाही."

"मलाही तुझी ही वेळी-अवेळी चाललेली समाजसेवा मुळीच पसंत नाही."

"पण बायको म्हणजे काही नवऱ्याची बटीक नाही."

"आणि नवरा हा काही बायकोचा गुलाम नाही."

"मी इतक्या उशिरा लग्न केलं, ते नवऱ्याची देव म्हणून पूजा करीत बसायला नाही."

"मला पूजा नकोय; प्रेम हवंय!"

या उत्तराने तरी माणिकने सावध व्हायला हवे होते; पण तिच्या विचाराचा तोल सर्वस्वी सुटला होता. ती ताडकन बोलून गेली –

"जन्माला येऊन नुसतं प्रेमच करायचं असतं, तर बी. ए. झाल्यावर धनंजयसारख्या श्रीमंताच्या मागणीला मी नकार दिला नसता."

धनंजय हा माणिकचा कॉलेजमधील एक स्नेही. अमेरिकेत पाच-सात वर्षे

राहून आता त्याला समाजसेवेची स्फूर्ती आली होती. त्याच्या प्रत्येक हालचालीत एक फसवेगिरीची झाक दिसे!

अशा इसमाच्या नामोच्चाराने आनंद साहजिकच भडकला. मनात पेटलेली ही आग विझविण्यासाठी तो बाहेर पडला आणि त्या आवेगातच पाय नेतील तिकडे वाट चालू लागला. त्याच्या हृदयात मोठे वादळ उठले होते.

आपल्या मागोमाग उषा येत आहे नि ती आपणाला प्रश्न विचारीत आहे, असा त्याला भास झाला.

"कुठं चाललात?"

"दूर, अगदी दूर. एकटाच जाणार आहे मी. सुखाचा शोध लागेपर्यंत."

तो अशा विमनस्क स्थितीत चालला असता चंचलेने ते पाहिले आणि ती त्याच्या मागोमाग गेली. त्याला गाडीत घेऊन ती त्या रम्य उद्यानात आली. याच ठिकाणी माणिकला खुलविण्याचा आनंदने प्रयत्न केला होता. त्याच ठिकाणी आज चंचला आनंदाला अंकित करू पाहत होती.

चंचला त्याला म्हणाली, "आयुष्य ही लढाई नाही आनंद; जुगार आहे तो!" त्याने निश्चयी स्वरात सांगितले, "मी जुगारी नाही, शिकारी आहे. आतापर्यंत परिस्थितीशी झगडत-झगडत आलो आहे मी!"

"कुणासाठी लढत आला तुम्ही?"

"घरासाठी!"

"पण त्या घरात राहून तुम्ही सुखी आहात का?"

आणि खरंच, चंचलेच्या या प्रश्नाला आनंद काय उत्तर देऊ शकला असता? हा प्रसंग झुगारून आनंद अजिंक्य राहिला; पण त्याच्या मनात कर्तव्य नि मोह यांचा प्रचंड झगडा सुरू झाला. माणिक, अप्पाराव यांना त्याची काय पर्वा होती?

चंचलेच्या मोहपाशातून निसटल्यानंतर आनंदने तिला एक पत्र लिहिले की, 'आनंदचे आयुष्य लढण्याकरिता आहे. त्याच्या आयुष्यात चंचलेला जागा नाही.' या पत्रानंतर चंचलाही निकराला पेटली. तिने वेगळाच व्यूह रचला.

भय्याला हाताशी धरावयाचे तिने ठरविले. चित्रपट-तारका चंचला आपल्याला काम सांगते, या कल्पनेवरच भय्या खूश होता. आपल्या कृत्याच्या परिणामांची कल्पना असण्याइतका तो शहाणा नव्हता!

एके दिवशी रात्री चंचलेने मागील दाराने येऊन, भय्याच्या साह्याने आनंदच्या खोलीत प्रवेश मिळविला. खोलीतील दिवे न लावताच ती आनंदच्या बिछान्यावर मच्छरदाणीआड लपून राहिली.

त्याच दिवशी आनंदच्या परीक्षेचा निकाल होता. तारेची वाट पाहत तो घरी

परत आला आणि खिन्न मनाने सरळ आपल्या खोलीत गेला.

माणिकने साधी विचारपूसही केली नाही!

खोलीत गेल्यानंतर त्याने दार लावून घेतले आणि शून्य मनाने तो येरझाऱ्या घालू लागला. इतक्यात चंचलेने त्याचा हात धरला आणि तो स्तंभित झाला. त्याने दिवे लावले. चंचलेला तिथे पाहताच तो गोंधळून गेला. त्याला कशाचाच उलगडा होईना.

दरम्यान, गंमत म्हणून भय्याने हे माणिकला सांगितले. ती वर गेली. मागोमाग अप्पाराव, धनंजय आणि अप्पारावांचे इतर समाजसेवक पाहुणे!

दार लावलेल्या खोलीत आनंद आणि त्याच्या पलंगावर एक नटी!

सर्वांनी एकच गहजब केला... आनंदाचे खरे म्हणणे तरी काय, एवढेही कोणी ऐकून घेईना.

आनंदच्या आजपर्यंतच्या संयमाचा, त्याने मनात कोंडलेल्या वेदनांचा, दुःखाचा प्रचंड स्फोट झाला. माणिक आणि अप्पाराव यांना तो म्हणाला –

''मीच कुठंतरी जातो. या घटकेपर्यंत या घरात प्रत्येकाचा हक्क मी मुकाट्यानं मान्य करीत आलो. पण माझा हक्क? एक गोष्ट मी विसरलो. त्यागानं देवता प्रसन्न होतात; भुतं नाहीत. बस्स! चंचला, आयुष्य हा एक जुगार आहे, हेच खरं!''

सर्वांसमक्ष चंचलेचा हात धरून आजपर्यंत घरासाठीच जगलेला आनंद घराबाहेर पडला. त्याच क्षणी आनंद पहिल्या वर्गात पास झाल्याची तार घेऊन उषा धावत सामोरी आली; पण तिला दूर लोटून तो तसाच पुढे गेला.

''आनंद, कुठं चाललात? आनंद – ''

उषेची ही करुण हाकही त्याला ऐकू गेली नाही!

दारूच्या थेंबालाही स्पर्श न करणारा आनंद आता चोवीस तास त्या गुंगीत होता. चंचलेने त्याच्यावर पुरता विजय मिळवला होता. इकडे धनंजय माणिकला अंकित करण्यात एक-एक पाऊल पुढे टाकीत होता.

एके दिवशी रात्री आनंद दारूच्या धुंदीत रस्त्याकडेला पडला होता. येणारे-जाणारे त्याच्याकडे पाहून त्याचा उपहास करीत होते. धनंजयने ते दृश्य माणिकला मुद्दाम दाखविले. ती तशीच पुढे गेली, इतक्यात उषा तिकडून चालली होती. ती धावत आनंदजवळ गेली. आनंदने तिला आपल्यापासून दूर जायला सांगितले. आनंदच्या मागोमाग ती चंचलेच्या बंगल्यातील त्याच्या खोलीत गेली. तेव्हा आनंद म्हणाला –

''चालती हो इथून. तुझा आनंद मेला. खून झाला त्याचा. त्याच्या भावानं, बायकोनं, साऱ्या घरानं त्याचा गळा दाबून त्याचं भूत तुझ्यापुढं उभं केलं आहे. या

भुताच्या वाऱ्यालासुद्धा उभी राहू नकोस. जा –"

आपल्या पतित अवस्थेचा कलंक उषेला लागू नये, एका दारूबाजाच्या सान्निध्याने तिला लोकनिंदेचा मारा सहन करावा लागू नये, याची दक्षता आनंद त्या स्थितीतही घेत होता. आपल्या सर्वस्वी शोचनीय आणि लांच्छनास्पद अवस्थेची त्याला पूर्ण जाणीव होती.

बिचारी उषा! इच्छेविरुद्ध आनंदला त्या स्थितीत सोडून तिला परत जावे लागले.

इकडे माणिक धनंजयच्या आहारी गेली. ज्या रम्य उद्यानात आनंदने तिला खुलविण्याचा प्रयत्न केला, जिथे चंचलेच्या मोहास्त्रापासून आनंद अलिप्त राहिला; त्याच जागी माणिक फसली, मोहवश झाली. धनंजयने तिला अंकित केले.

धनंजयला एवढ्यावर थांबावयाचे नव्हते!

चंचलेवर, विशेषत: तिच्या संपत्तीवर, त्याची नजर होती आणि चंचलेला वश करणे, ही गोष्ट त्याला तितकी अशक्य नव्हती. आनंदला लाचार बनविण्याचा तिचा हेतू सफल झाला होता. अर्थातच धनंजयसारखा नवा पुरुष तिला खेळायला हवा होताच!

आनंदला तिने घराबाहेर घालवले!

रात्रीची वेळ होती. निबिड अंधारात, रस्त्याकडेला आनंद एकटाच बसला होता. त्याच्या हातात मद्याची बाटली होती. तो तोंडाला लावणार इतक्यात दहाचे ठोके पडू लागले. त्याला उषेची आठवण झाली. त्या आठवणीबरोबर त्याने ती बाटली दूर फेकली.

इकडे उषेलाही त्याच क्षणी आनंदाची आठवण झाली. त्याला एकटे सोडून दूर राहणे तिला अशक्य झाले. ती चंचलेच्या बंगल्याच्या दिशेने धावत सुटली.

तिची आणि दुर्दैवी आनंदची रस्त्यातच भेट झाली. तिने त्याला हाताशी धरले आणि ती दोघे जण वाट चालू लागली!

एक लहानसे घर घेऊन उषा आणि आनंद राहू लागले. केवळ भावनाभंगामुळे, मनाच्या झालेल्या असह्य कोंडमाऱ्यामुळे व्यसनाधीन झालेल्या आनंदला तिने त्याच्या थोर आणि कर्तृत्वशाली व्यक्तिमत्त्वाची हळहळू आठवण करून द्यायला सुरुवात केली.

त्या लहानशा खोलीत तिने लो. टिळक, ग. गांधी, पं. नेहरू, बाबू गेनू यांचे फोटो आणून लावले आणि आनंदला एक गोष्ट सांगायला सुरुवात केली.

"उषा म्हणून एक खुळी मुलगी होती. आई, बाप, भाऊ कोणी कोणी नव्हतं तिला. तिचा भलभलत्या रीतीनं छळ व्हायला लागला तेव्हा ती गेली जीव द्यायला.

तिथे तिला एक गुरू भेटला.... गुरू आपली विद्या विसरला म्हणजे शिष्य काही विसरत नाही हं ती! ही मोठीमोठी माणसं काय सांगताहेत, आहे का ठाऊक? जिवाला जीव द्यायचा असतो; मातीला नाही....''

अशा हळुवारतेने आनंदाचा मानभंग न होईल, या दक्षतेने उषेने आनंदाला जागे केले. व्यसनाधीनतेची त्याची ही स्थिती म्हणजे एक भयंकर स्वप्न होते. उषेने त्याला जागृती दिली. तिने त्याला गोरगरिबांच्या वस्तीतून फिरविले. अज्ञानाने ते रोज कसे फसविले जातात, दारिद्र्याला त्यांच्या स्वत्वाचा बळी कसा पडतो, आजारीपण त्यांना अंगावरच कसे काढावे लागते आणि इतकी दैन्यावस्था असूनही आपली मुले, आपले भाऊ, आपली आई, आपले घर यांसाठी झगडण्यात ते कसे समाधान मानतात, हे त्याला नव्यानेच दाखविले.

आपल्या शिक्षणाचा, कायद्याच्या अभ्यासाचा फायदा या गरिबांना होऊ देता येणार नाही का? कुटुंबात जे मिळाले नाही, ते समाधान या अगणित दुःखितांसाठी जगून नाही का मिळणार?

आनंदला नवी दृष्टी मिळाली!

माणिकभोवती मात्र भीषण अंधकार दाटू लागला. धनंजयच्या मतलबी सहवासात ती मोहभ्रष्ट झाली होती. आपल्याला दिवस गेल्याचे तिला कळून येताच ती भांबावून गेली. धनंजय आता चंचलेशी खेळण्यात दंग होता. माणिकने त्याला हे कळवताच, 'जगात तत्काळ जीव घेणारी विषे पुष्कळ असतात,' असा निर्दय निरोप त्याने पाठविला.

आणि माणिकला आपले अपराध एकामागून एक आठवू लागले. आनंदची दिलदारी, त्याची सहनशीलता, त्याची भावनाशीलता या सर्वांची आपण उपेक्षा केली, या जाणिवेने ती विव्हल झाली; पण तिच्या दृष्टीसमोर निबिड अंधार पसरला होता.

आनंदच्या जीवनात उषःकाल झाला होता. आपल्या जीवनशक्तीचा प्रवाह तो जसजसा या गोरगरिबांकडे वळवीत गेला, तसतशी त्याला नवनवी उत्साहगीते ऐकू येऊ लागली. समोरच्या क्षितिजावर त्याला खऱ्या सुखाचे किरण दिसू लागले.

मिळवता आनंद घराबाहेर जाताच अप्पारावांना आच जाणवू लागली. अनीतिमान आनंदचे तोंड न पाहण्याची प्रतिज्ञा करणारे अप्पाराव त्याला परत न्यायला आले. त्यांना फुकट राबणारा मिळवता गुलाम हवा होता.

आनंदच्या नव्या घरात प्रीतीची रुपेरी सृष्टी उमलत होती. बाहेर विशाल संसाराच्या कानाकोपऱ्यातून आपल्या माणसांची, जीवनासाठी प्रत्यक्ष झगडणाऱ्या, जखमा अंगावर घेऊन शौर्याने लढणाऱ्या सोबत्यांची हाक त्याला नवनवा उत्साह

देत होती. कालच्या निराश आनंदला जीवन जगावेसे वाटू लागले. उषेची प्रीती संजीवक ठरली. त्या प्रीतीच्या डोळ्यांनी त्याने सभोवार पाहिले, त्याला सुखच सुख दिसू लागले; पण माणिक –

गाणी

(१)

भय्या -

एक होता राजा, एक होती राणी –
अचल तयांची अनुपम प्रीती ।
दिव्य तयांची सुंदर नगरी ।
महाग मुंबई जणू दुसरी ।
राणी बोले, काय खर्च हा?
बोले राजा, सर्व उधार ।
या हो, घ्या हो, कुणी माझी । फुले ताजी ।
कुणामागूनी धावू? फुले कुणाला वाहू?
चल ये साजणी गुंफू हार । प्रणयाचा ।
बुलबुल गुलगुल प्यारा बोले ।
तळमळ भारी चाले ।
रुसली जिवाची बाला ।
राधे इतुका कशाला । धरीला हरीशी अबोला ।
यमुनाजळी खेळू खेळ कन्हैया का लाजता?
हालती कशा या लाटा ।
फुलतो शरीरी काटा । बाई काटा ।
का हो दूर राहता?

(२)

उषा : सखि का? रुसलि फुगली कलिका ।
मीरा : बाहुला आवडला ताईला नवरा ।
उषा : सखि का? रुसलि फुगली कलिका ।
मीरा : लाजरी बालिका ।
उषा : गोड हासे तारका ।
उषा : सखी का? उमलत नच कलिका ।

प्रेमला बावरली ही बाला रसिका ।
मीरा : नाही कोणी पाहात गे बोल ना ।
उषा : बाई बोले नयन नयना ।
मीरा : हसुनी काही मागा गडे ।
उषा : काय मागू कोडे पडे ।
दोघी : मंद मधुर हा सुगंध कसला ।
निशिदिनी मनी भरला ।
उषा : सखी का?
मीरा : कलिका ।
उषा : उगी का?

(३)

भिकारी : मिल जाये । मिल जाये ।
चल उस टोली में मिल जाये ।
भिकारीण : चल प्रेमसुधा में खुल जाये ।
भिकारी : चल उस नगरी को छोड चले ।
सखी, उस नगरी की ओर चले ।

(४)

उषा -

मम मनी हास ना रमणा ।
क्षणभरी हास ना रमणा ।
गरीब मी प्रीतिपूजा । घेई राजा ।
वाहू द्या सुमना ।
ओढिता जवळी किती मजला ।
जा गडे, काय भय न मना?

(५)

भय्या -

भुलवी नरा हसुनिया बाला ।
अधरी धरी सुधेचा प्याला ।
गाली लाली गुलाबी, पाहा शराबी ।
पीताची हा सुखी झाला ।
नाचवी नयना ललना ।

रोखुनी बाणा । घेई प्राणा ।
हरिणी न ही शिकारी बाला ।

(६)

मीरा -

आई म्हणूनि कोणी आईस हाक मारी ।
नोहेच हाक माते मारी कुणा कुठारी ।
आई कुणा म्हणू मी? आई घरी न दारी ।
स्वामी तिन्ही जगाचा आईविना भिकारी ।
हे गुंतले जिवाचे पायी तुझ्याच धागे ।
ये रागवावयाही परी येई येई वेगे ।

– यशवंत

(७)

उषा -

अशी लाजे कुणाला राधिका ।
सखी लाजे कुणाला राधिका ।
मुख लपवित का?
मनी मुकुंद मंजुळ गुंजुनी
रुंजुनी गुंगवी का?
बाळ : शोधिती या । धावुनिया ।
छुम छुम छुम छुम गोपी या ।
मीरा : या या या । शोधा या ।
लगबग लगबग साऱ्या या ।
उषा : किती लबाड हरी हा बाई गं ।
दूर मुरारी राहुनी ।
मीरा : हळू लावित मुरली अधरा ।
उषा : सखी, धाव घेई चतुरा ।
वनि माधव लपुनी बसला ।
मनि कुंद कुंज फुलला ।

(८)

मीरा -

कुणी असेल गं, असेल बोबडकांदा ।
खुदुखुदु हसत एखादा ॥१॥
कुणी असेल गं, असेल मैना राणी ।
गुलुगुलु गात गं गाणी ।
कुणी असेल गं, असेल त्या पाण्यात ।
हळुहळु पेंगळुन जात ।
कुणी येईल गं, येईल गं, न्यायाला ।
या नाजुकशा कमळाला ।

– भा. रा. तांबे

– समाप्त –

'हंस पिक्चर्स'च्या 'सुखाचा शोध' चित्रपटातील नायिका उषा मंत्री आणि नायक बाबूराव पेंढारकर.

‘लग्न पहावं करून’

नवयुग चित्रपट लिमिटेड, पुणे

प्रो. चिं. वि. जोशी, एम. ए.,

यांच्या

'चिमणराव' या सुप्रसिद्ध स्वभावचित्रावर आधारलेली कलाकृती

'लग्न पहावं करून'

दिग्दर्शन	:	मास्टर विनायक
पटकथा-संवाद-पद्य	:	वि. स. खांडेकर
छाया-प्रकाश	:	पांडुरंग नाईक
संगीत	:	दादा चांदेकर
ध्वनी	:	चव्हाण
कला	:	वाटेगांवकर

भूमिका

पात्र		**कलाकार**
चिमणराव	:	दामुअण्णा मालवणकर
गुंड्याभाऊ	:	विष्णुपंत जोग
बापूराव	:	वसंत
काठेवाडी	:	बापूराव पवार
रघुनाथपंत	:	शेट्ये
किडमिडे	:	कुलकर्णी (गुलेलू)
उकिडवे	:	अनंत वरेरकर
जहागीरदार	:	बी. डी. पाटील
रावसाहेब फडणीस	:	सावकार
चिमी	:	दमयंती
कावेरी	:	शकुंतला
आई	:	वत्सला जोशी
यमी	:	बेबी विमल
गायिका	:	वत्सला कुमठेकर
मिसेस उकिडवे	:	मलिना
गंगी	:	नूरजहाँ

'लग्न पहावं करून'

(प्रो. गुंडोपंत दांडेकर यांची संगीत व्यायामशाळा, कोल्हापूर)

'ही प्रोफेसर गुंडोपंत दांडेकर यांची संगीत व्यायामशाळा! हे आमच्या चिमणराव जोगांचे मावसभाऊ, बरं का!'

(घाईघाईने चाललेले चिमणराव दिसतात.)

प्रेक्षक : ओहोहो! जोग, नमस्कार! नमस्कार!

चिमणराव : नमस्कार!

प्रेक्षक : आपल्यावर यंदा एक संकट येऊन पडलंय म्हणे!

चिमणराव : छे: छे: छे:! संकट कसलं? पण मोठी जबाबदारी येऊन पडली आहे. आमच्या चिमीचं यंदा लग्नकर्तव्य आहे आणि त्याकरिता आईनं मला गुंड्याभाऊला बोलवायला पाठवलंय! आमची आई म्हणजे आईच आहे म्हणा ना! तिला वाटतं की, मी अजून अजाणच आहे आणि म्हणून गुंड्याभाऊला बोलवायला पाठवलंय! मग काय करायचं, गेलंच पाहिजे. माफ करा हं, जरा घाईत आहे. घाई म्हणजे अगदी लग्नघाईच म्हणा ना! (जाऊ लागतो.)

प्रेक्षक : चला, चला, आपण यांच्या पाठीमागं जाऊ... काय करताहेत ते बघू....

(१)

(व्यायामशाळेत गुंड्याभाऊ संगीताच्या तालावर विद्यार्थ्यांना कवायत शिकवीत आहेत. चिमणराव आत येतो. चिमणरावाला पाहताच त्यालाही तो कवायत करायला सांगतो. कवायतीची समाप्ती होते.)

गुंड्याभाऊ : आता संध्याकाळी यायचं. (सर्व विद्यार्थी जातात.) काय रे चिमण्या, काय आहे?

चिमणराव : अरे, आईनं तुला ताबडतोब बोलावलं आहे.

गुंड्याभाऊ : पण तू हे मला आधीच का नाही सांगितलंस?

चिमणराव : तुझं आपलं सारखं दोन-तीन सुरू होतं.

गुंड्याभाऊ : का बरं? कशाकरिता बोलावलं आहे?

चिमणराव : चिमीचं लग्न केव्हा होईल असं झालं आहे बघ आईला.

'मुलीच्या आधी तिचा नवरा ब्रह्मदेवाला तयार करावा लागतो', हे मी तिला हजारदा समजून सांगितलं; पण तिचं आपलं एकच म्हणणं की, 'तू मूर्ख आहेस, तुला काही अक्कल नाही.'

गुंड्याभाऊ : कुणाला...?

चिमणराव : तुला नव्हे रे, मला –

गुंड्याभाऊ : अगदी खरं आहे मावशीचं म्हणणं!

चिमणराव : हो बुवा, मला अक्कल नाही. बरं, चल-चल आता!

(२)

(तुळशीची पूजा करीत चिमी गात असते.)

रुणुझुणू ये, रुणुझुणु ये, झणकारित बाळा।
लुटुलुटुलुटु दुडुदुडुदुडु ठुमकत ये बाळा।
आरती या बघ करीता।
देवालयी नवयुवती।
आळविती जागविती नंद-नंदनाला।
जागती बघ चिऊकाऊ।
लागती घरट्यात गाऊ।
डोलती तरू, लागति करू, ते हरी-भजनाला ।।

– भा. रा. तांबे

(गुंड्याभाऊ आणि चिमणराव आतल्या खोलीत जात असतात. त्यांना चिमीचे गाणे ऐकू येते.)

गुंड्याभाऊ : आहाहा! काय गोड गळा आहे पोरीचा.

चिमणराव : आहे ना? आहे ना? मला काही गाण्यातलं कळत नाही खरं!

गुंड्याभाऊ : ते मला माहीत आहे रे.

चिमणराव : आता असल्या आवाजाच्या मुलीला एक सोडून छप्पन्न नवरे नाही का मिळणार?

गुंड्याभाऊ : आँ! एकदम छप्पन्न?

चिमणराव : अरे, छप्पन्न नव्हे रे, त्यातून आम्ही एकच निवडणार! पण तिचं लग्न नाही का होणार? सांग, आईला सांग, नीट समजून सांग. नाही तर तिची नेहमी भलतीच गडबड असते.

आई : अरे, गडबड नव्हे बाबा ही!

चिमणराव : गडबड नव्हे? गडबड नव्हे तर काय घाई?

आई : तरुण, उपवर झालेल्या मुलीचं मन याला नाही कळायचं!

गुंड्याभाऊ : हे मला कबूल आहे.

चिमणराव : मला कळायचं नाही? मग काय लोकांना कळणार?

आई : माझ्या चिमीला काय वाटत असेल?

यमू : ते कुणाला काय कळणार! आणि आमच्या दादाला तरी मुळीच कळणार नाही.

चिमणराव : मला कळणार नाही काय? मोठी आजीबाई की नाही! तुला फार कळतं!

यमू : हो-हो, कळतंच मुळी! काल रात्रीचीच गोष्ट –

चिमणराव : काय?

यमू : बरं का भाऊ! हे बघ भाऊ, ताईला वाटलं, की मी झोपले म्हणून; मग तिनं हळूच आपली बाहुली जवळ घेतली आणि तिलाच विचारू लागली – 'माझं लग्न कधी होणार?'

चिमी : यमी, यमी, यमीटली कुठली!

गुंड्याभाऊ : अगं, अगं, अगं –

चिमी : खोटं का बोलतेस?

यमू : कोण? मी खोटं बोलते? घे पाहू शपथ!

चिमी : शपथ!

गुंड्याभाऊ : अगं, अगं, शपथ-बिपथ घेऊ नकोस आणखी!

चिमी : बघ गं, यमी किती वाईट आहे!

यमू : यमी वाईट असणारच. का म्हणजे, हिच्या मनातलं सांगितलं ना मी यांना –

चिमी : गप्प बैस हं, यमे.

गुंड्याभाऊ : भांडू नका गं – कळलं, कळलं – बरं का चिमे, तुला आता दाखवायला नेणार आहोत.

चिमी : तसं नव्हे रे भाऊ –

गुंड्याभाऊ : समजलं-समजलं. आता तुला दाखवायला न्यायची – मी तुला दोन गाणी शिकविणार – एक देवाचं – जुन्या लोकांसाठी; आणि दुसरं–

चिमणराव : तरुणांना खूश करण्याकरता सिनेमातलं, प्रेमाचं 'साँग ऑफ लव्ह' – आहाहा!

यमू : भाऊ, भाऊ, ते प्रेमाचं गाणं ताईला मी शिकवीन – 'प्रेमी

प्रेमनगर में जाये.'

गुंड्याभाऊ : हत्, तुला काय कळतंय चिमुरडीला प्रेमातलं?

यमू : बरं बाबा.

गुंड्याभाऊ : चिमणा –

चिमणराव : अं!

गुंड्याभाऊ : आता लवकरच लग्नाच्या मोहिमेवर निघायचं!

चिमणराव : मोहिमेवर?

गुंड्याभाऊ : हं, मोहीम! लग्न करणं म्हणजे काही कारकुनीइतकं सोपं नाही. समजलं? बाबा – गळा, शरीर आणि नवरा मेहनतीशिवाय कमावता येत नाही.

चिमणराव : अरेच्या!

गुंड्याभाऊ : म्हटलंच आहे, 'घर पाहावं बांधून – '

यमी : आणि 'लग्न पहावं करून!'

गुंड्याभाऊ : हंऽऽऽ! समजलं चिमणा?

चिमणराव : समजलं रे, काय करू सांग. चिमीच्या लग्नाकरता – मल्लखांब करू, शीर्षासन करू, का उठाबशा काढू?

गुंड्याभाऊ : उठाबशा काढाव्या लागतीलच पुढं लग्नात! चेष्टा करू नकोस, प्रथम निरनिराळ्या प्रकारच्या पत्रिका तयार ठेवणं!

(भिकंभट, गुंड्याभाऊ आणि चिमणराव तिघे पत्रिका पाहत असतात. चिमीचे लग्न ठरविण्यासाठी बाहेर पडण्यापूर्वी पत्रिका, चिमीचे फोटो वगैरे घेऊन चिमणराव देवघरात येतो. देवापुढे सुपारी ठेवतो. आई त्याच्या हातावर दही घालते.)

गुंड्याभाऊ : अरे, आईच्या पाया पड.

चिमणराव : आई, येतो हं –

आई : शतायुषी भवं! सांभाळून जा हं!

(मध्येच यमी येऊन आईच्या पाया पडते.)

चिमणराव : तुझी आहेच का लुडबुड?

गुंड्याभाऊ : हे बघ, त्या पत्रिका, कुंडल्या आणि ते दोन्ही फोटो – कोणता फोटो कुणाला दाखवायचा, हे तुझ्या लक्षात आहे ना? नाहीतर काही तरी गोंधळ करशील! तार कर जमलं तर!

चिमणराव : हो, अगदी अर्जंट तार करतो. आई, मी येतो हं! लग्न ठरवून येतो–

यमू : आई, मी दादाबरोबर साताऱ्याला जाणार.

चिमणराव : ते कशाला? तिथं काय माझं लग्न ठरलंय?
आई : घेऊन जा की रे.
चिमणराव : अगं, घेऊन जा काय? तिचे कपडे-बिपडे, परकर-बिरकर –
यमू : ते सगळं मी तुझ्या वळकटीत गुंडाळून ठेवलंय –
चिमणराव : बांधून ठेवलंस तरी पण तुला मी घेऊन जाणार नाही. आई, मी तिथं हिचा शेंबूड पुसत बसू, की किडमिड्यांशी लग्नासंबंधी बोलू?
यमू : आहा रे शेंबूड पुसणारा!
आई : जा ना घेऊन.
चिमणराव : बरं, चल-चल –
यमू : अरे सदू, वळकटी घे, तो तांब्या घे, ट्रंक घे –
गुंड्याभाऊ : सांभाळून जा –
चिमणराव : आई, येतो हं –
यमू : येते हं –

(३)

(सातारा येथील काशिनाथपंत किडमिडे यांच्या घरी किडमिडे आपल्या मुलीला सांगत आहेत.)

किडमिडे : काय झालं रडायला? तुझं लग्न झालं नाही, त्याला मी काय करणार?
कावेरी : कधी कुठं गेला होतात स्थळं पाहायला?
किडमिडे : स्थळं पाहायला किडमिडे आजपर्यंत कुठं गेले नाहीत. किडमिडे घराण्याची परंपरा आहे ही! तुझी आईसुद्धा इथं आली; आम्ही गेलो नव्हतो तिला पाहायला!
कावेरी : तुम्ही पुरुष होता!
किडमिडे : मग? म्हणून काय झालं? माझी बहीण विध्वंसांना दिली – विध्वंस इथं आले. किडमिडे तिकडे गेले नाहीत. तुझ्या नशिबात काय आहे, कोण जाणे? जा, जा, स्वयंपाक कर.

(चिमणराव आणि यमू गावाहून येतात.)

चिमणराव : रा. रा. काशिनाथपंत किडमिडेसाहेब, नमस्कार!
किडमिडे : नमस्कार-नमस्कार! आपण?
चिमणराव : मी चिमणराव जोग, कोल्हापूरचा.
किडमिडे : म्हणजे आपण कोकणस्थ ब्राह्मण?

चिमणराव : हो. काश्यप गोत्रीय! म्हणजे मी अशा कामाकरिता आलो आहे –
(सामानातून काहीतरी शोधू लागतो. ते सापडत नाही.) अगं, तुझ्याकडे आहे का?

यमू : काय-काय?

चिमणराव : अगं, तो फोटो!

किडमिडे : अहो, पण काय – पाहिजे काय तुम्हाला?

यमू : अरे, वळकटीत आहे. (तो फोटो किडमिड्यांना दाखवितो.) ही माझी बहीण चिमी!

किडमिडे : अहो, पण मला काय करायची आहे? (फोटो पाहून) का हो? तुमची बहीण सिनेमात आहे वाटतं?

चिमणराव : भलताच फोटो दिला मी! (दुसरा दाखवितो.) ती-ती-नटी – सिनेमात आहे – तिचं नाव मिस-मिस-मिस –

किडमिडे : काय हो, तुम्ही सिनेमा-नटींचे फोटो ठेवले आहेत! अजून तुमचं लग्न झालं नाही वाटतं?

चिमणराव : नाही-नाही! ईश्वरसाक्ष नाही.

किडमिडे : ईश्वरसाक्ष नाही? नमस्कार! बसा-बसा –

किडमिडे : घ्या-घ्या, पान घ्या.

चिमणराव : मी पान खात नाही.

किडमिडे : पान खात नाही? वा-वा, छान!

चिमणराव : हे पाहा रावसाहेब, आमच्या चिमीचं लग्न यंदा करायचं आहे.

किडमिडे : हे पाहा चिमणराव, तुमच्या बहिणीचं लग्न हा-हा म्हणता जमेल हो!

चिमणराव : मीही हेच सांगत होतो आईला, काय गं यमे?

यमू : हो, दादा हेच सांगत होता आईला.

किडमिडे : पण चिमणराव, तुमच्या बहिणीच्या लग्नाचं देवक कोण बसविणार?

चिमणराव : कोण बसविणार? अर्थात वडील नसल्यामुळे ते सगळं मीच केलं पाहिजे.

किडमिडे : अहो, पण तुमच्या बहिणीच्या लग्नाचं देवक काय तुम्ही एकटे कडोसरीला सुपारी लावून बसवणार?

यमू : पण मग दादा तरी काय करणार?

चिमणराव : हो-हो, मी तरी काय करणार? त्याला काही इलाज नाही!

किडमिडे : छे-छे! हे आम्हाला बिलकूल पसंत नाही. अहो, चांगला सोन्यासारखा भाऊ असून चिमूताईंनी काय सुपारीकडून कन्यादान करून घ्यावं?

चिमणराव : मग आता त्याला मी तरी काय करणार?

किडमिडे : अहो, सुपारी ही आमच्यासारख्या म्हाताऱ्यांची सोबतीण. तुमच्यासारख्या तरुणांनी... समजलं?

चिमणराव : अहो रावसाहेब, आपण म्हणता ते सगळं आम्हाला कबूल आहे; पण आमच्यासारख्या तरुणांनी एकदम आणि आयत्यावेळी बायको तरी कुठून आणायची?

किडमिडे : कुठून?

चिमणराव : (लाजून हसतो.)

किडमिडे : काऊ, काऊ – (कावेरी येते.)

किडमिडे : तुला मी काय सांगत होतो? हा किडमिडे कधी बाहेर जात नाही. हे बघ आले. स्वत: आले. हे कोल्हापूरचे जोग. ही माझी मुलगी कावेरी – (कावेरी नमस्कार करते.)

किडमिडे : हे पाहा चिमणराव, ही आमची कावेरी लहानपणी कविता अगदी सुंदर आणि स्वच्छ म्हणत असे. आता बोलू नये, पण जर सिनेमात घातली असती, तर तुमची शांता आपटे नि तुमची ती मीनाक्षी या दोघींना अगदी खरोखर सळो की पळो करून सोडलं असतं तिनं! (किडमिडे चिमणरावांना कावेरीचे हस्तकौशल्य दाखवीत सर्व घरभर फिरवितात.) हे भरतकाम पाहिलंत? हिनंच केलं. आणि हा मोर, हासुद्धा हिनंच केला. या-या – हे तोरण, हेसुद्धा हिनंच केलं –

यमू : (वाघाचे कातडे पाहून) हे काय रे दादा? हे कुणी केलंय रे?

चिमणराव : अर्थात त्यांनीच!

किडमिडे : अहो, हे वाघाचं कातडं आहे.

चिमणराव : नाही-नाही – मला अगदी रुमालासारखं वाटलं!

किडमिडे : आमची कावेरी जर मागच्या शतकात जन्माला आली असती, तर वाघाची शिकारसुद्धा केली असती तिनं!

यमू : अहो, वाघाचीच का, सिंहाचीसुद्धा केली असती.

किडमिडे : हो-हो, सिंहाचीसुद्धा केली असती. हे आमचं स्वयंपाकघर – हो, पण सांगायचं विसरलो. आमची कावेरी स्वयंपाक इतका फक्कड करते की, काही विचारू नका. जेवताना

जीभ काही ताब्यात राहत नाही बघा!

यमू : दादा, सांभाळ रे बुवा!

(किडमिड्यांनी आपल्या अपेक्षित जामातांना मेजवानी दिली आहे.)

किडमिडे : अहो, ही कोशिंबीर आमच्या काऊनं केली आहे.

चिमणराव : काऊनं? म्हणजे 'त्यां'नी का?

किडमिडे : त्यांनी, त्यांनी! (दाराआड उभी असलेली कावेरी स्वयंपाकीणबाईकडे धावत जाते.)

कावेरी : बाई, बाई, बाई, तुमच्या जिलबीपेक्षा माझी कोशिंबीरच त्यांना अधिक आवडली!

स्वयंपाकीणबाई : असं? मीठ वाढ त्यांना. साखर वाटेल.

(कावेरी कोशिंबीर वाढत आहे.)

किडमिडे : वाढ, वाढ. नवरा पोटभर खातो की नाही, हे बायकोनंच पाहिलं पाहिजे.

यमू : दादा, बरोबर आहे ते म्हणतात ते! (कावेरी चिमणरावांना कोशिंबीर वाढीत असते; पण चिमणराव तिच्याकडे पाहतच राहतो. ताटात कोशिंबिरीचा ढीग साठतो.)

यमू : दादा, दादा! अरे, पुरे म्हण, नाही तर फजिती होईल एका माणसाची!

कावेरी : हो, हो, फजिती होतेय! आज खूप कोशिंबीर केली आहे मी!

किडमिडे : काय चिमणराव, कशी आहे आमच्या काऊची कोशिंबीर?

चिमणराव : कोशिंबीर? आ-हा-हा!

(चिमणरावांना काव्यस्फूर्ती झाली आहे. पिंजऱ्यातल्या वाघासारखे इकडून तिकडे हिंडत ते 'आई म्हणून कोणी' चालीत शब्दयोजना करीत आहेत.)

चिमणराव : 'कोशिंबीर वाढणाऱ्या कावेरीस' कावेरीस? अंहं! कुमारिकेस – कुमारिके, बालिके, आहाहा – बाल ननान ननीना। बाला हळूच वाढी – कोशिंबीर – काऊऽ काऊऽऽऽ काऊऽऽ काऊऽऽ काऊऽऽ (पाळतीवर असलेले किडमिडे हे सर्व ऐकतात. दारातून यमी येते.)

यमू : काय करतोस रे दादा?

चिमणराव : काय? कुठं काय? काही नाही. आपले हे लहान मुलांसाठी एक गोष्ट लिहावीशी वाटली; लिहिली. दाखवू? हे बघ! एक होता काऊ –

यमू : चूक. त्यात एक चूक आहे.

चिमणराव : चूक आहे? कसली चूक आहे? सांग बरं!

यमू : एक होती काऊ! (कागद घेऊन पळते. चिमणराव तिचा पाठलाग करतात.)

चिमणराव : अगं यमे, यमे, कागद –

यमू : कागद काऊनं नेला!

किडमिडे : काय चाललंय हे?

चिमणराव : काही नाही. जरा कोशिंबीर जास्त झाली म्हणून व्यायाम करतो आहे. (स्वयंपाकघरात जाऊन यमू कावेरीला बाहेर ओढू लागते.)

कावेरी : काय हे?

यमू : आता मी तुम्हाला 'वहिनी'च म्हणणार!

कावेरी : अहो, पण –

यमू : का म्हणू नये मी तुम्हाला वहिनी?

कावेरी : म्हणा-म्हणा-म्हणा.

यमू : म्हणा-म्हणा-म्हणा! तर-तर! कुठली ती कोशिंबीर, त्या कोशिंबिरीनं दादाला अगदी वेडा करून सोडलंय! बघा-बघा जरा – (चिमणरावाचे काव्य दाखविते.) गरीब बिचारा दादा!

कावेरी : इश्श, मला नाही असला चावटपणा आवडत हं!

यमू : हा चावटपणा? पण का हो वहिनी, असला चावटपणा आवडत नाही ना तुम्हाला? बघा हं मग! बरं, अशीच दादाला जाऊन सांगते, की तू जे हे 'काऊ, काऊ' लिहिलं आहेस, ते त्या नावाच्या माणसाला मुळीच आवडत नाही. समजलं वहिनी?

कावेरी : अहो, वन्सं, तसं नाही हो!

यमू : तर कसं हो? कशी पण फजिती केली एका माणसाची!

(किडमिड्यांच्या परसदारी कावेरी ओव्या म्हणत येते. चिमणराव गोठ्यात उभा राहून त्या ओव्या उतरून घेत आहे. कावेरी आडावर जाऊन रहाटाला घागर लावते. तिचा हात निसटून घागर एकदम आत जाते. ती घाबरते.)

कावेरी : अगं बाई! आता काय करू? बाबा, बाबा –

चिमणराव : अहो, मी आहे ना? (पळत तिच्याकडे येतो.)

कावेरी : तुम्ही होतात म्हणून बरं झालं!

चिमणराव : इथं समोर गोठ्यातच होतो मी! (पाणी काढायला मदत करतो.)

कावेरी : आता पुरे ना. मी ओढते पाणी.

चिमणराव : असू दे, त्यात काय मोठं आहे?

कावेरी : नको, बाबा पाहतील ना!

चिमणराव : तुमचे बाबा मोठे चांगले आहेत हो. (आत डोकावून पाहतो.) आडाचं पाणी कित्ती खोल आहे हो! भीती नाही वाटत? पोहायला येतं वाटतं?

कावेरी : इश्श!

चिमणराव : इश्श काय? (हसतो. कावेरी घागर वर घेत बादलीत ओतू लागते.)

चिमणराव : सांभाळून, सांभाळून हं – तोल जाऊन पडला तर –

कावेरी : पडले तर पडले!

चिमणराव : असं कसं चालेल?

कावेरी : 'इकडे' पोहायला येत असेल की!

चिमणराव : नाही येत; पण आता मात्र शिकावंसं वाटायला लागलंय!

कावेरी : खरं?

चिमणराव : खरं. (हळूच बादलीतले पाणी घेऊन ते आदराने डोळ्यांना लावतो आणि एक नाजूक तुषार तिच्या चेहऱ्यावर शिंपडतो. कावेरी लाजेने घागर घेऊन निघून जाते. चिमणराव गाऊ लागतो.)

झोक तोल तोल तोल गं।
आडाचं पाणी लई खोल गं।

(चिमणराव गाण्यात गुंग असतो – यमू नि किडमिडे येतात.)

यमू : काय-काय-काय दादा?

चिमणराव : काही नाही – काही नाही.

यमू : कर बुवा – तार कर.

चिमणराव : तार कर? कशाला?

यमू : लग्न ठरलं म्हणून!

चिमणराव : लग्न? कुणाचं? कुणाशी?

किडमिडे : तुमचं तिच्याशी!

चिमणराव : नाही बुवा. तुम्हीच करा तार. 'मॅरेज सेटल्ड.' मी भितो.

यमू : नाही, नाही. मीच सांगते, लिहा

किडमिडे : सांग, सांग.

यमू : लग्न ठरलं. आईला, चिमीला घेऊन येणे – दादा!

चिमणराव : आईला मात्र विसरू नका बुवा. नाही तर तो ते विसरायचा!

(४)

(गुंड्याभाऊ लगबगीने चिमणरावांच्या घरी स्वैपाकघराच्या दाराशी येतो आणि मोठ्याने हाका मारतो.)

गुंड्याभाऊ : मावशीऽ मावशीऽ! अगं मावशी, आहेस तू कुठं? आता काय करावं! आनंदाची बातमी... अगं, चिमण्याची तार आली. चिमीचं लग्न ठरलं –

आई : चिमीचं लग्न ठरलं? आमच्या चिमीचं लग्न ठरलं?

गुंड्याभाऊ : हो-हो, तुमच्या चिमीचं नाही तर काय माझं?

आई : तसं नव्हे रे, पण एकदा चिमीचं लग्न झालं की सुटले मी! मग केव्हा निघायचं म्हणतोस?

गुंड्याभाऊ : अगं, आत्ताच चल... मी माझ्या व्यायामशाळेची सर्व व्यवस्था केलीय.

आई : शहाणाच आहेस! अरे, लग्नाचं काम आहे. बांधाबांध तर व्हायला पाहिजे? उद्या पहाटे निघू या.

गुंड्याभाऊ : बरं, उद्या पहाटे निघू या.

आई : उद्या पहाटे निघायचं हं, चिमे.

चिमी : उद्या? आज का नको?

गुंड्याभाऊ : चिमे –

चिमी (लाजून) : तसं नव्हे रे भाऊ!

गुंड्याभाऊ : तसं नव्हे चिमे – अं-हं- याबद्दल –

चिमी : एक कप गरम गरम दूध –

गुंड्याभाऊ : अगदी आटीव. (थोड्या वेळाने ती पेला भरून आणते.) एवढ्यात दूध आटलं वाटतं? तुझं लक्ष कुठाय बाई?

(चिमी जवळजवळ नाचतच बाहेर येते आणि सर्वांना आपले लग्न ठरल्याची सुवार्ता सांगू लागते.)

चिमी (बाहुलीला) : माझं लग्न ठरलंय; पण बोलू नकोस हं कुणाला? पण आई म्हणते पहाटे जायचं! तोपर्यंत –

(विवाह-मंगलाच्या सुखस्वप्नांत रंगून ती गाऊ लागते आणि गात-गात वधूचा वेश घालते.)

हास हास गं बाले। चांदणे अंगणी आले।
नाच नाच गं बाले। चांदणे मंदिरी खेळे।
कानांत वायू हा बोले।

काया का फुलूनी डोले।
हास हास गं बाले। चांदणे अंगणी आले।
हासती तारका, कलिका।
सखि आली मंगल घटिका।
आनंदे जग हे डोले। हास हास गं बाले।

आई : चिमे, चिमे –

चिमी : हे गं काय आई, तू बघू नकोस माझ्याकडे.

आई : अगं, पण झालं काय त्यात? (तिला पोटाशी धरून) किती छान दिसतेय माझी बाळ!

(५)

(किडमिडे यांच्या घरी चिमणराव गोंधळून गेला आहे.)

चिमणराव : काय केलं मी हे? यमे, यमे – यमी तरी काय सांगू शकेल? काय करून बसलो मी हे? चिमीचं लग्न ठरवायला आलो आणि माझंच लग्न ठरवून बसलो! आई रागावेल. चिमी म्हणेल, दादा, काय स्वार्थी आहेस तू? देवा, अगं यमे, यमे – (यमी येते.) माझी धाकटी बहीण आहेस ना तू?

यमू : असं काय रे बोलतोस दादा?

चिमणराव : यमे, यमे, तू आईला सांगशील का मी लग्नाला का तयार झालो ते? मी लग्न केल्याशिवाय किडमिडेसाहेब आपल्या मुलीला चिमीला करून घ्यायला तयार नाहीत म्हणून.

यमू : पण दादा, त्यांचं लग्न ठरलंय दुसऱ्या मुलीशी!

चिमणराव : कोण सांगतंय?

यमू : कोण सांगतंय काय? ठरलंय, ठरलंय! तुझ्या लग्नाबरोबर त्यांचं लग्न करायचं, असं आताच मला वहिनी म्हणाली.

(मोटार हॉर्न ऐकू येतो.)

चिमणराव : आई आली वाटतं! अहो पंत, पंत – (चिमणराव घाबरून दरवाजा बंद करतो. गुंड्याभाऊ, आई आणि चिमी वगैरे मंडळी येतात. किडमिडे त्यांचे स्वागत करतात.)

किडमिडे : आज सकाळपासून वाट पाहत होतो, पाहा.

गुंड्याभाऊ : साताऱ्याचं हवामान वगैरे ठीक आहे ना? वा: वा:! छान-छान! अहो, पण जावईबुवा कुठं आहेत?

किडमिडे : आत्ता इथंच होते. कदाचित लाजून आत गेले असतील. आपण कपडे काढा, तोवर मी चहा घेऊन येतो.

गुंड्याभाऊ : ठीक आहे. मावशी, आमची चिमी अगदी भाग्याची दिसते.

आई : आहेच माझी चिमी भाग्याची!

गुंड्याभाऊ : सासरा म्हणजे अगदी गोगलगाय आहे. मुलालासुद्धा अगदी 'आहो, जाहो' म्हणतोय म्हातारा! चैन आहे बुवा आमच्या चिमीची!

आई : काय रे गुंड्या! चिमण्या आणि यमू गेली कुठं?

गुंड्याभाऊ : जाणार कुठं? दोघंही नाचत असतील जावईबापूंच्या भोवती. आपल्या लाडक्या बहिणीचा नवरा ना तो?

आई : चल गुंड्या, आपल्या जावईबुवांना एकदा डोळे भरून पाहू या तरी.

गुंड्याभाऊ : चल ना मावशी, चल. पण चिमे, तू मात्र आमच्या जावईबुवांना पाह्यचं नाही हं!

आई : का? येऊ दे रे!

गुंड्याभाऊ : येऊ दे, पण ती आपल्या दादाला आणि यमीला पाह्यला! जावईबुवांना नको.

चिमी : हे काय रे भाऊ?

गुंड्याभाऊ : कुठं काय? चल ना! वेडी कुठली! अहो जावईबुवा – (दार उघडून आत येतात. यमी तिथे आहे. चिमणराव दाराआड लपलेला आहे.)

गुंड्याभाऊ : अगं यमे, जावईबुवा कुठं आहेत?

यमू : कुठले? मला नाही माहीत.

गुंड्याभाऊ : कुठले काय? मीच शोधून काढतो.

आई : अगं यमे, जावईबुवा कुठं आहेत?

गुंड्याभाऊ : लपवून ठेवलेस वाटतं कुठंतरी! लबाड कुठली!

चिमी : कुठं आहेत गं ते?

यमू : ते कोण?

चिमा, आई, गुंड्या : अगं ज़ावईबुवा!

(यमू दार खेचते; घाबरलेला चिमणराव दृष्टीस पडतो.)

गुंड्याभाऊ : हे जावईबुवा?

आई : म्हणजे?

चिमी : दादा?

चिमणराव : चिमे, रागावू नकोस हं! तुझ्याऐवजी माझंच लग्न ठरलंय! आई –

गुंड्याभाऊ : मूर्ख!

चिमणराव : गुंड्याभाऊ, माझं ऐक तरी –

गुंड्याभाऊ : बोलू नकोस! गाढव!

चिमणराव : नाही रे!

गुंड्याभाऊ : नाही काय? लंबकर्ण कुठला!

चिमणराव : कबूल. पण गुंड्याभाऊ, मी लग्नाला का तयार झालो, हे यमीला विचार. मला वाटलं, माझं लग्न झाल्यावर किडमिडेसाहेब आपला मुलगा आमच्या चिमीला देणार!

गुंड्याभाऊ : बरं, पुढं?

चिमणराव : पण त्यांचं लग्न पूर्वीच ठरलंय, असं आत्ताच यमीला सांगितलं आमच्या काऊनं; नाही, नाही – आमच्या तिनं!

गुंड्याभाऊ : अरे म्हाताऱ्या कोल्ह्या!

चिमणराव : तोच तो!

गुंड्याभाऊ : त्या बच्चाजीला म्हणावं, ह्या गुंड्याभाऊशी गाठ आहे. आधी त्या म्हाताऱ्याची हड्डी गरम करतो नि मग रुक्मीनं जसं रुक्मिणीचं स्वयंवर उधळून लावलं, तसं ह्या चिमण्याचं हे लग्नही मोडतो. (सोटा घेऊन निघतो. आई आणि चिमणराव त्याला अडवितात. फराळाचे सामान घेऊन येणारी कावेरी या प्रकाराने अगदी स्तिमित होऊन जाते.)

आई : अरे गुंड्या, अशी डोक्यात राख घालू नकोस. पोरगी गळ्याला लागली म्हणजे काय होतं, ते माझ्या चिमीवरून मला पुरेपूर ठाऊक आहे. झालं-गेलं गंगेला मिळालं. असं चिमण्याचं लग्न मोडलं म्हणजे एका अश्राप मुलीचा सत्यनाश केल्याचं पाप लागेल मला बाबा.

किडमिडे (कावेरीस) : जा-जा, सासूबाईंच्या पाया पड. चल. (कावेरी आत जाते. किडमिडेही जातात.)

कावेरी : सासूबाई, सासूबाई....

(नमस्कार करते.)

आई : औक्षवान हो मुली!

कावेरी : सासूबाई, मला असं दूर लोटू नका. अगदी जवळ घ्या.

आई : जवळच आहेस की तू माझ्या!
चिमी : किती चांगली आहे माझी वहिनी!
चिमणराव : काय चिमे?
यमू : काय भाऊ? कशी आहे माझी वहिनी?
गुंड्याभाऊ : वा:! तूच शोधून काढलीस ना?
यमू : होयच मुळी! (कावेरी गुंड्याभाऊला नमस्कार करते.)
गुंड्याभाऊ : अरे, हो-हो, 'अष्टपुत्रा सौभाग्यवती भव'! आता पहिल्या मुलाचं नाव 'सोट्याभाऊ' म्हणून ठेवायचं बरं का वहिनी?
यमू : सोट्या?
गुंड्याभाऊ : हो, हो, सोट्या!
चिमणराव : अरे, आमचं लग्न तरी होऊ दे ना!
किडमिडे : लग्न काय – उद्याच!
चिमणराव : होय. पण झालं पाहिजे ना?
किडमिडे : होईल-होईल- होईल!

(६)

(चिमणराव कावेरीला भेटायला अगदी अधीर झाला आहे. एक-दोनदा तो तसा प्रयत्न करतो; पण एकदा चिमी, तर एकदा आई आड आल्याने त्याला त्यात यश येत नाही. शेवटी देवघरात रांगोळी घालताना तो तिला गाठतो. यमू हा सारा प्रकार जिन्यावरून पाहते. चिमणराव कावेरीला घेऊन आपल्या खोलीत जातो.)

चिमणराव : आम्ही केव्हाची वाट बघतोय –
कावेरी : लवकर सांगावं काय ते.
चिमणराव : वाघ पाठीशी लागल्यासारखं काय हे?
कावेरी : तर-तर, चिमूवन्सं नि यमूवन्सं काय म्हणतील!
चिमणराव : त्यांचं काय जातंय?
कावेरी : कसलं काम आहे एवढं घाईचं – सांगावं लवकर काय ते –
चिमणराव : फार गुप्त काम आहे हे – या कानाचं त्या कानाला कळता कामा नये – जरा कान करा इकडे –
कावेरी : इश्श, काय हे –
चिमणराव : (कॅलेंडरवरचे आई आपल्या बाळाचे चुंबन घेत आहे असे एक चित्र दाखवीत) मग हे-हे काय चाललंय हे!
कावेरी : इकडे मुलाचं फार वेड दिसतंय!
चिमणराव : मुलाचं नाही हो – फक्त एकच गोड गोड... छे बुवा!

कावेरी : इश्श! (दूर जाऊ लागते. चिमणराव घाबरत जवळ जातो.)

चिमणराव : काऊ – काय चुकलं का हो आमच्याकडून?

कावेरी : असं कधी म्हणाले मी?

चिमणराव : मग आता –

कावेरी : अंऽ हं –

चिमणराव : मग कधी?

कावेरी : चिमूवन्संचं लग्न झाल्यावर –

चिमणराव : हत् तिच्या! त्यात काय आहे एवढं मोठं! हा-हा म्हणता आपलं लग्न झालंच की नाही – तसंच चिमीचं – उद्या पहाटे बेळगावला जाऊन त्या आय. सी. एस. उकिडव्याचं स्थळ ठरवूनच येतो – मग परत आल्यावर?

कावेरी : हं – त्या सुखी झाल्या की –

(चिमणराव कावेरीच्या अगदी जवळ जातो. इतक्यात यमूची 'दादाऽ' अशी हाक ऐकू येते. चिमणराव घाबरून कावेरीला पलंगाखाली लपवतो आणि दार उघडतो.)

चिमणराव : काय गं यमे? चल, आपण फिरायला जाऊ या!

यमू : दादा, एक वाक्य अडलंय रे.

चिमणराव : वाक्य? याच वेळी अगदी तुझं वाक्य कसं अडलं?

यमू : हे बघ, तुझी बायको कुठं आहे?

चिमणराव : काय... काय म्हणालीस?

यमू : घाबरू नको रे दादा! हे बघ, तुझी बायको कुठं आहे?

चिमणराव : असेल कुठं तरी. परसात नाही तर मसणात – (कावेरी पलंगाखाली खोकते.)

यमू : दादा, अरे खोकलं कोण रे?

चिमणराव : खोकलं? कोण खोकलं? अरे हो, हा लुच्चा खोकला असेल.

यमू : हा लुच्चा काय?

चिमणराव : बरोबर आहे – बरोबर आहे, हा शंतनू राजा खोकला असेल; कारण पाण्यातच बसला आहे.

यमू : छे, शंतनू नसेल – हा कृष्ण खोकला असेल.

चिमणराव : असेल-असेल; तोही खोकला असेल. कारण चोरून दही खातो – खोकला आला असेल त्याला!

यमू : पण दादा, मला वाटतं, या पलंगानंच का खोकू नये?

चिमणराव : खोकावं की, कारण थंडी पडली आहे.

यमू : मग पाहतेच मी.

चिमणराव : अगं यमे-यमे, नको-नको – तिथं अंधारात साप, विंचू, वाघ, सिंह असेल.

यमू : (कावेरीला पलंगाखालून ओढून काढीत) दादा, हा बघ तुझा साप, विंचू, वाघ, सिंह!

(७)

(एम. एस. एम. रेल्वेचा तिसऱ्या वर्गाचा डबा. उकिडव्यांचा फोटो हातात घेऊन रावसाहेब फडणीस स्वत:शीच बोलत आहेत.)

रावसाहेब : आय. सी. एस. उकिडवे! छान, आमच्या पुष्पमालेला नवरा शोभेल. जमलं मात्र पाहिजे. आय. सी. एस. उकिडवे!

काठेवाडी : (आपल्या उपवर कन्येस) गंगडे, या बेळगावच्या उकिडव्यांचं स्थळ जमलं तर काठेवाडमांथी पाछा दक्षिणेत नेऊ.

गंगू : कुठलं का असेना! एकदा स्थळ तरी जमवा. मला तुमच्याबरोबर फिरून-फिरून कंटाळा आलाय!

काठेवाडी : वा! कंटाळा आलाय? मोठी शहाणीच आहेस. कंटाळा आलाय!

(चिमणराव तोल जाऊन काठेवाडी आणि गंगी यांच्या अंगावर धडपडतात.)

एक प्रवासी : अहो, जरा बेतानं!

काठेवाडी : अहो, जरा बेतानं!

चिमणराव : माफ करा हं, तोल गेला म्हणून –

गंगू : का हो, कळतंय की नाही तुम्हाला?

काठेवाडी (चिमणरावांना बसवीत) : अहो, इथंच बसा. स्टेशन आल्यावर पुढे जा – कुठले तुम्ही?

चिमणराव : मी कोल्हापूरचा. आपण कुठले?

काठेवाडी : मी काठियावाडचा; पण मूळचा दक्षिणेतला कोकणस्थ ब्राह्मण!

चिमणराव : असं का? मीसुद्धा कोकणस्थ ब्राह्मणच! माझं आडनाव जोग.

काठेवाडी : असं का? मग आपण कोकणस्थ ब्राह्मण हं! ही माझी मुली गंगा – हिला स्थळ पाहण्याकरिता निघालोय! आपण विवाहित का अविवाहित?

चिमणराव : माफ करा हं, मी मोकळा नाही. माझं लग्न झालंय आमच्या काऊशी. अरे गुंड्याभाऊ –

काठेवाडी : अहो बसा-बसा की!

चिमणराव : नाही-नाही, मी जातो! आमचा गुंड्याभाऊ मला बोलावतोय!

गुंड्याभाऊ : चिमणा, सावकाश सावकाश – (चिमणराव येऊ लागतात तो रावसाहेब फडणीस त्यांच्या दृष्टीस पडतो) ओ हो! रावसाहेब फडणीस?

रा. फडणीस : जोग जोग, कुठं निघाली स्वारी?

चिमणराव : स्वारीवरच चाललो म्हणानात! यंदा आमच्या चिमीचं लग्न करायचंय.

रावसाहेब : आनंद आहे. स्थळ-बिळ काही नक्की?

चिमणराव : स्थळ आहे. फक्त नुसतं नक्की करायचं तेवढं राहिलंय.

रावसाहेब : कुठलं?

चिमणराव : आपलं बेळगावचं.

रावसाहेब : बेळगावचं? कुणाचं हो?

चिमणराव : आपले ते आय. सी. एस.

रावसाहेब : आय. सी. एस.?

चिमणराव : हो-हो, आय. सी. एस.! नाव काय बुवा? हं, उकिडवेसाहेब – असिस्टंट कलेक्टर आहेत म्हणतात. (इतक्यात गुंड्याभाऊ संतापाने चिमणरावापाशी येऊन त्यांना चिमटा काढतो आणि समोरच बसतो.)

गुंड्याभाऊ : चिमणा, चिमणा – हे कोण? रावसाहेब फडणीस वाटतं?

चिमणराव : हो, पुण्याचे.

गुंड्याभाऊ : अलभ्य लाभ, अलभ्य लाभ!

रावसाहेब : हरि: ॐ!

गुंड्याभाऊ : रावसाहेब कुठं चालले आहेत?

रावसाहेब : बेळगावला... नाऽही; द... धारवाडला!

गुंड्याभाऊ : धारवाडला? काही काम वगैरे?

रावसाहेब : हुबळीला सिद्धारूढस्वामींची समाधी आहे; म्हटलं, आपलं दर्शन घेऊ! नाही तर आम्ही पेन्शनर लोक काय करणार हो?

चिमणराव : काय करणार? अरे हे बघ गुंड्याभाऊ, आपलं हे उकिडव्यांचं स्थळ जमलं... (गुंड्याभाऊ पुन्हा चिमटा काढतो.) अरे, हे काय रे? दर्शन घ्यायला काय हरकत आहे? मी तर नवससुद्धा करायला तयार आहे. अरे, देवमाणूस होता म्हणतात तो!

गंगू (काठेवाड्यास) : बापूजी, हे लोक बेळगावला चाललेत वाटतं?

काठेवाडी : थांब, थांब, अरे कोल्हापुऱ्या... (मनस्वी चिडतो) अहो मिस्टर!

चिमणराव : का हो भाईसाब?

काठेवाडी : अहो कोल्हापुरीसाहेब, तुमचं ते नवस फुकट जाणार बुवा!
चिमणराव : का हो?
काठेवाडी : अहो, त्या उकिडव्यांचं लग्न झालंय!
चिमणराव
आणि रावसाहेब : लग्न झालंय?
काठेवाडी : हो, हो! मी गंगीला दाखवायला गेलो होतो ना!
चिमणराव : अर्रर! मग आता आम्ही बेळगावला कशाला जायचं?
काठेवाडी : मीही तेच म्हणतो ना?
चिमणराव : आम्ही उतरतो पुढच्या स्टेशनला आणि जातो झालं परत कोल्हापूरला.
काठेवाडी : हं, नाही तर फुकट हेलपाटा.
चिमणराव : मग काय रे गुंड्याभाऊ?
गुंड्याभाऊ : तसं नको रे! आपण बेळगावला जाऊ.
काठेवाडी : कशाला उगीच हेलपाटा?
गुंड्याभाऊ : प्रथम आपण बेळगावला जाऊ आणि नंतर मोटर सर्व्हिसने कोल्हापूरला जाऊ. का हो भाईसाब?
काठेवाडी : मग हरकत नाही.
गुंड्याभाऊ : चल रे चिमणा. (दोघे दुसरीकडे जाऊन बसतात. थोड्या वेळाने बेळगाव स्टेशन येते. रावसाहेब उतरू लागतात. तिथेच उतरणार असणारे चिमणराव आणि गुंड्याभाऊ त्यांच्याकडे आश्चर्याने पाहतात.)
गुंड्याभाऊ : अहो रावसाहेब, रावसाहेब – आपण धारवाडला जाणार ना?
रावसाहेब : हो-हो, धारवाडला!
गुंड्याभाऊ : नाही, म्हटलं, हे बेळगाव आहे.
रावसाहेब : बेळगाव होय! विसरलो. मला वाटलं, धारवाड म्हणून. (सामान खाली ठेवतो.)
चिमणराव : सामान वरती ठेवा की – (तो चडफडत तसे करतो.)
चिमणराव : अजून दोन-तीन तास अवकाश आहे तुम्हाला.
गुंड्याभाऊ : नमस्कार- नमस्कार. (पुढे जातो.)
चिमणराव : भाईसाब, नमस्कार –
काठेवाडी : जय गोपाळ.
गुंड्याभाऊ : अरे हमालऽऽ (जातो.)

(८)

(बेळगाव येथील उकिडवे आय. सी. एस. यांचा बंगला. पट्टेवाला व्हिजिटिंग कार्ड्स घेतो. चिमणराव आणि गुंड्याभाऊ आत जातात. त्यांच्या आधीच तेथे बसलेले रा. सा. फडणीस आणि भाईसाहेब काठेवाडी आपले चेहरे लपवू लागतात.)

चिमणराव : रावसाहेब, तुमचं धारवाड इथंच झालं वाटतं?

रावसाहेब : त्याचं असं झालं, बेळगाव स्टेशनात गाडी आली आणि एकदम आठवण झाली आमच्या दत्तक मावसभावाची चुलत सावत्रआजी इथंच असते.

चिमणराव : इथं? उकिडव्यांच्या घरात?

रावसाहेब : नाही. इथं बेळगावला; तिला भेटावं म्हणून इथं उतरलो.

गुंड्याभाऊ : आणि भाईसाब, तुम्ही वाट चुकलात वाटतं?

काठेवाडी : तसं काही नाही.

गुंड्याभाऊ : उकिडव्यांचं लग्न झालंय म्हणून गाडीत तुम्हीच आम्हाला सांगत होता.

काठेवाडी : तसं ऐकलं होतं भाई आम्ही; पण त्यांची पहिली बायको मयत झाली, हे आम्हाला इथं स्टेशनवरच कळलं.

चिमणराव : कुणी सांगितलं? हमालानं?

गुंड्याभाऊ : अरे चिमणा, तसं नव्हे, इंजीन-ड्रायव्हरनं?

काठेवाडी : नाही; खुद्द स्टेशनमास्तरनं.

चिमणराव : कोण, तो युरोपियन स्टेशनमास्तर?

काठेवाडी : नाही.

चिमणराव : तो पांढऱ्या टोपीचा?

काठेवाडी : हो-हो! (उकिडवे येतात.)

काठेवाडी : जय जय!

गुंड्याभाऊ : नमस्कार!

चिमणराव : साहेब!

रावसाहेब : हरिः ॐ!

उकिडवे : 'टेक् युअर सीट्स.' रावसाहेब फडणीस आपणच का?

रावसाहेब : होय साहेब!

उकिडवे : आपण काठेवाडातून आलात?

चिमणराव : काठेवाडातून मी? तसा दिसतोय का मी साहेब?

काठेवाडी : काठेवाडातनं मी आलोय बाबजी! चार पिढ्या गेल्या तिकडे!

मुलीला देऊन पुन्हा आपला दक्षिणेत येऊ म्हणतो.

उकिडवे : म्हणजे तुम्ही चिमणराव जोग – अं?

चिमणराव : हं, मीच चिमणराव, कोल्हापूरचा!

गुंड्याभाऊ : मी यांच्याबरोबर आलोय! मी यांचा मावसभाऊच म्हणानात!

चिमणराव : म्हणानात काय, मावसभाऊच तू माझा! साहेब, हा माझा मावसभाऊ, गुंड्याभाऊ!

उकिडवे : म्हणजे काय हो चिमणराव, एक पक्षी मारायला दोन धोंडे – असंच की नाही?

चिमणराव : होय साहेब.

रावसाहेब : साहेब, माझी मुलगी अठरा वर्षांची आहे.

उकिडवे : अठरा?

काठेवाडी : साहेब, माझी मुलगी ओगणीस वरसची आहे. म्हणजे एकोणीस!

चिमणराव : साहेब, माझी मुलगी – बहीण – वीस वर्षांची आहे.

गुंड्याभाऊ : आहे-आहे.

उकिडवे : जंटलमेन, डॉ. ओल्ड–फॉक्सचं आणि माझं या बाबतीत अगदी एकमत आहे. मला फारशी वाढलेली मुलगी नको आहे.

रावसाहेब : माझी मुलगी फक्त पंधरा वर्षांची आहे.

गुंड्याभाऊ : अहो रावसाहेब, आत्ताच तुम्ही म्हणालात माझी मुलगी अठरा वर्षांची आहे म्हणून?

रावसाहेब : ती टिळक पंचांगाप्रमाणं अठरा वर्षांची असली तरी जुन्या, पुरातन आणि म्हणूनच पवित्र पंचांगाप्रमाणं ती फक्त पंधरा वर्षांचीच आहे.

काठेवाडी : माझी गंगी थोडी मोठ्ठाड दिसते साहेब, पण उमर फक्त चौदापेक्षा लहानच आहे. आमच्या काठेवाडची जनावरं आकारानं मोठीच दिसतात!

चिमणराव : तुम्हाला पाहून वाटतं खरं तसं! होय की नाही साहेब? साहेब, माझी चिमी फक्त तेरा वर्षांची आहे. बारी उमर लडकय्या!

काठेवाडी : वा, वा, वा, कोल्हापुरी साहेब! मघाशी यांनी सांगितलं वीस वर्षांची म्हणून; आणि आता –

गुंड्याभाऊ : दोन बहिणींचं वय चुकून एकदम सांगितलं यांनी. आमची चिमी तेरा वर्षांची असली तरी तिची इंग्रजी पाचवी पुरी झाली आहे.

रावसाहेब : तुमच्या नॉन-मॅट्रिक चिमीशी लग्न करायला हे काय गावठी साहेब आहेत? साहेब, आमची पुष्पमाला इंटरमध्ये आहे.

हार्मोनिअम, शिवणकाम, पेंटिंग, चौसष्ट कला येताहेत साहेब तिला!

चिमणराव : अहो रावसाहेब फडणीस, ते खरं असेल; पण तुमच्या मुलीला स्वैंपाक करता येतो का?

काठेवाडी : हा, स्वैंपाक करावा तर आमच्या गंगीनंच! अहो साहेब, रसोई तर इतकी नामी करते म्हणता...! आणि पाच शेर दूध देणारी म्हैस, तिचा हात कासेला लागला की, पाव-पाव मण दूध देते!

चिमणराव : अहो भाईसाब, मग आपल्या गंगूबेहेनला एखाद्या डेअरीवाल्याला का देत नाही?

उकिडवे : असिस्टंट कलेक्टरची बायको म्हणजे काही मास्तरीण किंवा मोलकरीण नव्हे! घरकाम आणि शिक्षण यांच्याशी मला काही कर्तव्य नाही. मी वधू पसंत करणार ती रूपाकडे पाहून – (सर्व जण आपापल्या जवळचे फोटो उकिडव्यांना दाखवितात.) ठीक आहे. सुंदर मुली संसारापेक्षा सिनेमालाच ज़ास्त उपयोगी. मला आय. सी. एस. करण्याकरिता माझ्या फादरनी सॅक्रिफाइस करून पंचवीस हजार रुपये खर्च केले आहेत. आपली मुलगी आय. सी. एस.ची बायको व्हावी, असं तुम्हाला वाटतं ना? मग तुम्हीही तेवढेच खर्च केले पाहिजेत.

चिमणराव : तेवढे? अहो साहेब, आमच्या वडिलांनी चिमीच्या लग्नाकरिता फक्त दोन हजारच ठेवले आहेत.

काठेवाडी : तुमचे दोन हजार, मग माझे तीन हजार! वाटेल तर एक हजार ॲडव्हान्स घ्या. तीन हजार एक वार, तीन हजार दोन वार –

रावसाहेब : दहा हजार तीन वार –

काठेवाडी : द-द-द-दहा हजार?

उकिडवे : दहा हजार? दहा हजारानं बॅरिस्टर जावईसुद्धा मिळायचा नाही; मग आय. सी. एस. कुठला? (इतक्यात एक आंग्ल तरुणी धावत आत येते.)

तरुणी : 'डार्लिंग, ओ माय डियर ॲनंटा.' (चुंबन घेते.) 'ओ डिअर लिटल स्काउंड्रल!' (सारखी चुंबन घेते.)

काठेवाडी : म्हारा बापजी!

चिमणराव : काऊ –

तरुणी : डिअर अॅनंटा, तुम्हारे वास्ते हम तुम्हारा अॅड्रेस निकाल कर इंडिया में आया, बेलगांव में आया... तुम हमको छोडकर कैसा इधर आया? 'हाउ कुड् यू कम् डार्लिंग?' (चुंबने घेते.)

उकिडवे : 'वेट-वेट, लेट मी अटेंड टु माय फ्रेंड्स फर्स्ट! आ'इल एक्स्प्लेन यू एव्हरिथिंग.'

तरुणी : ओ. के.!

उकिडवे : गरीब बिचारी! तिचं डोकं फिरलेलं दिसतंय. ही मलाच आपला नवरा समजते. वॉर्डरची नजर चुकवून ल्युनॅटिक असायलममधून पळून आली असावी.

तरुणी : 'ल्युनॅटिक असायलम? हम ल्यौनॅटिक असायलम में से भागा और टुम? जंटलमेन, पिछला बरस हमारा ऑक्सफर्ड में इसके साथ मॅरेज हुआ और हम हनिमून के वास्ते पॅरेस को जाने का था. लजाँर दाँद पॅरी!'

सारे जण : लग्न झालं?

तरुणी : येस!

उकिडवे : हिला भ्रम झालेला दिसतो.

तरुणी : 'भम्? ठहरो, हम तुमको भम् करता है. टुम सब लोक इधर काय कू आया?'

रावसाहेब : मी माझी मुलगी यांना द्यायला आलो होतो.

चिमणराव : माझं लग्न झालं नाही अजून, मला मुलगी नाही – पण माझी बहीण....

तरुणी : ऐसा? यह रास्कल अॅनंटा नबाब का जनानखाना बनाने को मंगटा है? और टुम सब लोक इसका साथवाला है? ठेहरो. (सर्वांवर शेजारची बंदूक काढून रोखते. सर्व जण पळ काढतात.)

(९)

(वरसंशोधनार्थ गावोगावी निरर्थक वणवण करीत फिरल्यानंतर एके दिवशी एका खेडेगावातील मारुतीच्या देवालयात चिमणराव आणि गुंड्याभाऊ दिवसभर थकून रात्रीच्या वेळी विश्रांतीकरिता येतात.)

गुंड्याभाऊ : अरे चिमणा, चल, मारुतीचं दर्शन घेऊन येऊ –

चिमणराव : हे बघ गुंड्याभाऊ, दिवसभर पायपीट करून आपण तर थकलो बुवा! (स्वत:चे पाय दाबू लागतो.) मारुती म्हणजे काय ब्रह्मचारी –स्वत:सारखंच सर्वांना करतो – आपण तर

कंटाळलो बुवा! आता आमच्या चिमीचं जमतंय की नाही, काही कळत नाही!

गुंड्याभाऊ : बरं, मी जाऊन दर्शन घेऊन येतो – (जवळच एक साधू बसलेला आहे – चिमणराव त्याच्याकडे जातो.)

चिमणराव : बुवा, अजब आहे हे सगळं!

साधू : क्या है बेटा?

चिमणराव : किती दिवस तुम्ही असे बसून आहात?

साधू : तीस बरस हो गए, तीस बरस!

चिमणराव : तीस वर्षं? असे एकटेच आहात?

साधू : हां, अकेला हूं!

चिमणराव : कधी आठवण-बिठवण होते का? –

साधू : रामनाम की आठवण –

एक भक्त : आहाहा! महाराज-महाराज... (बुवांचे पाय दाबू लागतो.)

गुंड्याभाऊ (तान मारून) : भीमरूपी महारुद्रा वज्र हनुमान मारुती –

चिमणराव : अरे, अरे, अरे – काय हे राक्षसपार्टी गाणं! – बस-बस, पुरे कर बुवा हे! अरे बाबा – प्रेम, कलिजा, दिलरुबा, राघू-मैना, निदान कोकिळा तरी – असे काही मऊ मऊ शब्द आमच्या कानी पडू देत–

गुंड्याभाऊ : तुला प्रेम पाहिजे काय? बाकी चिमणा, तू बिघडलास बरं का – अगदी कामातून गेलास –

चिमणराव : अरे गुंड्या, गुंड्याभाऊ, राजश्री गुंड्याभाऊ – लष्कराला जसा दाणागोटा, तसं माणसाला प्रेम – अरे गुंड्याभाऊ, आमच्या प्रेमाचा खजिना घरी रिकामा पडलाय रे.

गुंड्याभाऊ : असं काय?

चिमणराव : अरे, तुझ्यासारख्या फत्तराला काय प्रेमाची गाणी येणार – फत्तर तू! तू नुसता सोट्या-मारुती आहेस – भिकारदास मारुती आहेस – बटाट्या मारुती आहेस – तू काय म्हणणार?

गुंड्याभाऊ : हे पाहा चिमणा, या संगीतसम्राटाला असा चिडवू नकोस. ऐक... (गाणे म्हणतो.)

जरा हासून बघ मोहिनी,
चटक चांदणी –
चपळ नागिणी, राणि गं –
गोड घडी, सोड सखी अढी,

फुलत बघ कुडी –
गाई ही गाणी, राणी गं –
दश-दिशांत फुलली केतकी गं,
तुझी गं मूर्ती
मनी पाहुन लाजे रति
सुनी रुसली महाली उशी, अधिर किती?
हास चल गं उर्वशी,
नवी प्रीत कवळी काकडी –
लुटुनी घे गं, मधुर मधुर ही घडी –
खोटी नको गं लाज, कर शृंगार साज
साजणी गं, राणी गं –

(गाणे संपताच सर्व मंडळी निघून जातात. गुंड्याभाऊ अंथरुणावर पडतो. चिमणराव कंदील जवळ घेऊन घरी पत्रं लिहू लागतो.)

गुंड्याभाऊ : चिमणा, काय करतोस रे हे? झोपायचं नाही का तुला?

चिमणराव : झोप येत नाही म्हणूनच पत्र लिहितोय!

गुंड्याभाऊ : कुणाला?

चिमणराव : आईला, आता एकच ध्येय, घरी जाणे –

गुंड्याभाऊ : आणि स्थळासंबंधी आईला काय सांगणे?

चिमणराव : तेच लिहितोय रे! इकडे एक श्रीमंताचं स्थळ पाहिलं आहे. अगदी एकशे दहा टक्के जमण्यासारखं आहे; म्हणून आम्ही दोघे तिकडे येत आहोत.

गुंड्याभाऊ : चिमण्या, चिमण्या, शरम नाही वाटत तुला? आईला थापा मारतोस?

चिमणराव : अरे, मोठमोठे लोक थापा मारतात. काही लोक तर थापा मारूनच मोठे झाले आहेत. मला आज तरी काही सुचेनासं झालंय.

गुंड्याभाऊ : चिमण्या, तू बिघडत चाललास, बरं का?

चिमणराव : मी एकदा घरी जाऊन आलो म्हणजे मला दुप्पट जोर येईल, चिमीच्या लग्नाकरता पायपीट करायला –

गुंड्याभाऊ : कर बुवा, कर. काय वाटेल ते कर. मी झोपतो आता. मला तर झोप येतेय.

चिमणराव : झोप, झोप. झोप येतेय तुला! सुखी आहेस तू.

गुंड्याभाऊ : पण उगीच तेल जळतंय की रे!

(१०)

(पोस्टमन पत्र आणून आईला देतो – चिमी आईच्या हातातून ते पत्र घेते. कावेरी आणि चिमी ते पत्र वाचू लागतात. इतक्यात यमी त्यांच्या हातातून ते ओढून घेते आणि आनंदाने दोघींची थट्टा करीत एक गाणे म्हणते.)

लाजत लाजत पाहसी ताई,
सांग कुणाला गं?
शोभती मोती किती हे भाली
शालु भरजरी कशी ल्याली,
लालि दिली गं कुणी गाली,
वहिनी धावती या कशाला
व्याकूळ राधा शोधी कुणाला,
हसली बाला हा हरी आला,
पाहू चला गं, पाहू चला –

चिमी : गप्प बैस हं यमे – नाही तर मी आईला सांगेन बघ!

यमू : सांग –

चिमी : आई, बघ गं! यमे, किती त्रास देतेस गं मला?

आई : काय गं यमे –

यमू : अगं आई, जरा थांब, अजून दुसरी तक्रार यायची आहे– अहो वन्सं–

कावेरी : हो सासूबाई, वन्सं मला फार त्रास देतात –

यमू : आई, तू आता माझ्यावर रागाव –

आई : आता नुसतं रागावर भागणार नाही – मी खरंच तुला मार देईन हं!

चिमी : यमे –

कावेरी : वन्सं –

आई : चला गं तुम्ही –

यमू (चिमणरावाला पाहून) : दादा! दादा! आई, दादा आला; वहिनी, दादा आला. वहिनी,वहिनी –

(आई, चिमी, कावेरी मोठ्या उत्सुकतेने चिमणरावाच्या भोवती गोळा होतात.)

आई : आमची चिमी मोठी भाग्याची आहे, हं –

चिमणराव : हे काय सांगायला हवं आई? तिच्या भाग्यस्थानात शनी का मंगळ, का दुसरा कुठला तरी फार चांगला ग्रह आहे बघ.

त्याचं हे सारं काम – नाहीतर असलं हे स्थळ मिळायचं म्हणजे–

आई : कुठलं रे आहे ते स्थळ?–

चिमणराव : फार लांबचं आहे आई.

आई : अरे, पण चिमीला इतक्या लांब द्यायची म्हणजे?

चिमणराव : अगं, त्यात काय बिघडलं? विमानानं माहेरी पाठवण्याइतका हिचा नवरा श्रीमंत आहे –

आई : अस्सं?

चिमणराव : हो, हो! आहेस कुठं –

आई : चिमे, आहेच तुझा भाऊ शहाणा! अरे, पण नाव तरी ऐकू दे –

चिमणराव : नाव होय?

गुंड्याभाऊ : सांग ना! अरे, नाव सांग – नाव सांग –

चिमणराव : हो, हो, सांगतो ना! आई, नाव, गाव सगळं काही सांगतो; पण मी किती दमून आलोय पाहा ना! किती पायपीट करायची तरी!

आई : बरं, तू जरा विश्रांती घे.

चिमणराव : बरं, आई, मी जातो – जरा चहा-बिहा पाठवायला सांग की आत–

यमू : अरे दादा, तू काही काळजी करू नकोस – आम्ही तुझ्या वाघ –सिंहाकडून पाठवतो –

चिमणराव : अगं यमिटले, काही तरी –

आई (गुंड्याभाऊला) : तूही विश्रांती घे ना.

गुंड्याभाऊ : हो, हो, कपडे काढतो ना –

यमू : ताई, ताई, 'श्रीमंत पतीची राणी –'

चिमी : बघ गं आई –

चिमणराव : (आपल्या खोलीतल्या फोटोकडे पाहत) : अरे गुलामा, अजून तुझं तसंच आहे ना? तू शंतनू, तू कृष्ण! मोठी गंमत असते बुवा, या लोकांची! 'मरण सोसावे, परी पहिले चुंबन घ्यावे.'

गुंड्याभाऊ (यमीला) : भारी, भारी वात्रट आहे ही यमिटली –

आई : काय त्रास देताय रे, त्या चिमीला –

गुंड्याभाऊ : तिच्याकरिता मात्र स्थळ शोधावं लागणार नाही आपल्याला –

आई : अरे हो, ते स्थळाचं कुठं सांगितलं नाहीस तू? (कावेरी लाडू आणि चहा आणते.) मला लाडू नको, नुसता चहा पाहिजे!

गुंड्याभाऊ : हो मावशी, येत्या शिवरात्रीला गोकर्णाला जाऊ या का?

आई : जाऊ या की – चिमीचं लग्न झालं म्हणजे माझं काय आहे इथं?

गुड्याभाऊ : माझं तरी काय, मी एकटाच आहे!

आई : दोघंही जाऊ या झालं.

गुंड्याभाऊ : बाकी मावशी, चिमणा तर अगदी कामातून गेलाय.

आई : अरे, तुझंही लग्न झालं म्हणजे तूही तसंच –

गुंड्याभाऊ : माझं लग्न आता बाजाच्या पेटीशी!

(आतल्या खोलीत चिमणरावास कावेरी विचारीत आहे.)

कावेरी : फार त्रास झालेला दिसतोय स्वारीला?

चिमणराव : फार म्हणजे? अगं, एवढ्या त्रासात कोलंबसानं अमेरिकेएवढं आणखी एक खंड शोधून काढलं असतं.

कावेरी : चहा आणलाय.

चिमणराव : आम्ही घरी धावत आलो, ते काही हा साधा चहा प्यायला आलो नाही.

कावेरी : इश्श!

चिमणराव : इश्श! काय बायका लाजाळू असतात की विसराळू असतात, कुणास ठाऊक – तू माझ्यापाशी काय कबूल केलं होतंस?

कावेरी : हो, पण वन्संचं लग्न होऊन त्या सुखी झाल्या की –

चिमणराव : आता त्याला किती दिवस आहेत – श्रीमंतांचं स्थळ ठरलेलं आहे; मग काय –

गुंड्याभाऊ : चिमणा-चिमणा, काय करतोय तो? झोपलाय काय? (चिमणरावाकडे जाऊन) झोपेचं सोंग कशाला करतोस? चिमणा – मी सगळं मावशीला सांगितलं!

चिमणराव : सांगितलंस ना? बरं केलंस; अगदी सुंदर केलंस, उत्तम केलंस.

गुंड्याभाऊ : मग आईला फसवलंस कसं तू – हिला कसं फसवलंस?

कावेरी : इकडून थट्टा करणं चाललंय.

गुंड्याभाऊ : माझी थट्टा?

कावेरी : नाही तर काय!

गुंड्याभाऊ : अगं, तो श्रीमंत गृहस्थ, ते विमान – हे सारं या गाढवाच्या डोक्यातून निपालंय.

चिमणराव : होय; निघालंय-निघालंय!

गुंड्याभाऊ : तो श्रीमंत गृहस्थही नाही आणि ते विमानही कोसळून पडलं.

कावेरी : नाही भावजी, त्या श्रीमंत गृहस्थाचं नाव डवरेकर.

गुंड्याभाऊ : आणि तो उत्तर हिंदुस्थानातून आलाय –

कावेरी : आणि ते उभ्या मारुतीपाशी राहतात –

गुंड्याभाऊ : सहस्त्रबुद्ध्यांच्या वाड्यात –

चिमणराव : अरे पण गुंड्याभाऊ, हे तुम्हा दोघांना कळलं कसं?

कावेरी : सांगू, काल सासूबाईंना भिकंभटजी सांगत होते, ते मी चोरून ऐकलं.

गुंड्याभाऊ : आणि हे मला आत्ताच मावशीनं सांगितलं!

चिमणराव : अरे, मग गुंड्याभाऊ, आपण आपल्या चिमीला त्याला दाखवायला नेऊ या की –

गुंड्याभाऊ : नेऊ या की – जरूर जरूर.

चिमणराव : दत्तमहाराजा! पाव रे बाबा!

(११)

(रेल्वेमधील एक कारकून आपल्या बहिऱ्या आणि तोतऱ्या मुलाचे लग्न जमविण्यासाठी तो जहागीरदार असल्याची बतावणी करीत असतो आणि याच जहागीरदारांना दाखविण्यासाठी चिमणराव आणि गुंड्याभाऊ चिमीला घेऊन येतात. यमूही बरोबर असते. जहागीरदार वाकड्या-तिकड्या उड्या मारीत गात असतात.)

जहागीरदार : ब-ब-बा-बाबा, बाबा, माझं लगीन कधी करणार? सुंदर खाशी सुबक ठेंग-ठेंग-ठेंगणी...

चिमणराव : कारभारीसाहेब झोपले आहेत वाटतं?

जहागीरदार : आज जरा बरं आहे. काल डो-डो-डो-डोकं दुखत होतं!

गुंड्याभाऊ : आपला अभ्यास किती झाला आहे?

जहागीरदार : बिलकूल बे-बे-ताचा! क-क-कमीही नाही नि जा-जा-जास्तीही नाही.

गुंड्याभाऊ : बेताचा म्हणजे किती?

जहागीरदार : झाला असेल तीस इंचांपर्यंत!

चिमणराव : अरे, पाऊस रे गुंड्याभाऊ! आपली जहागिरी फार मोठी असेल नाही?

जहागीरदार : हो.

गुंड्याभाऊ : नाही म्हटलं, आपली जहागिरी फार लहान असेल नाही?

जहागीरदार : हो!

चिमणराव : गप बस रे गुंड्याभाऊ –

जहागीरदार : ब-ब-बाबा – (स्वत: जहागीरदारांचे 'कारभारी' आहोत, असे भासविणारा त्यांचा बाप झोपेतून उठून आत येतो.)

कारभारी : अर्रर्र! पाहिलंत जोग, श्रीमंत आम्हाला अगदी वडिलांप्रमाणं मानतात.

कारभारी : (यमूस पाहून) हीच का तुमची मुलगी?

चिमणराव : नाही.

गुंड्याभाऊ : हीच.

कारभारी : श्रीमंत, आहे का पसंत? (जहागीरदार लाजतो.)

यमी : (जहागीरदाराला वेडावीत) तो-तो-तो-तोतरा न-नवरा न-न-नको मला! (कारभारी यमीवर चिडतो. एवढ्यात चिमी आणि कावेरी त्याच्या दृष्टीला पडतात)

कारभारी : या कोण?

चिमणराव : ही आमची मुलगी 'दाखवायला' आणलेली!

कारभारी : (चिमी आणि कावेरी यांना आळीपाळीने पाहत) कोणती मुलगी बघायची? ही का ही?

कावेरी : अहो कारभारी, मी नव्हे, ही!

चिमी : बघा. (विलक्षण चेहरा करते.)

चिमणराव : चिमे, चिमे –

कावेरी : असू दे!

कारभारी : मुली, तुला भावंडं किती?

चिमी : तीन!

कारभारी : कळलं-कळलं. तुला घरकाम काही करता येतं का? बहुतेक नसेलच!

चिमी : नसेल कसं? येतं तर! –

कारभारी : येतं?

चिमी : आईनं वाढलं तर जेवायला येतं, अंथरूण घातलं की झोपायला येतं आणि चहा केला की तो –

कारभारी : चहाला फोडणी कसली देतात, माहीत आहे का?

चिमी : हेसुद्धा माहीत नाही तुम्हाला? चहाला एरंडेलची फोडणी देतात आणि तो चहा तुमच्यासारखे चावट पाव्हणे आले, की त्यांच्या घशात ओततात.

कारभारी : अहो जोग, जोग – काय हे? काय समजता तुम्ही?

चिमणराव : हे पाहा कारभारीसाहेब, मी आपल्या पाया पडतो, या मूर्ख मुलीकडे तुम्ही लक्ष देऊ नका; तुम्ही माझ्याकडे पाहा.
कारभारी : तुमच्याकडे काय पाहा?
चिमणराव : मूर्ख आहे हो ती!
चिमी : कोण मूर्ख? तू का मी?
चिमणराव : गप बैस गं –
कावेरी : गप्प बैस काय? असल्या बहिऱ्या आणि तोतऱ्या ध्यानाबरोबर वन्संनी लग्न करावं, असं तुम्हाला वाटलं तरी कसं?
चिमणराव : घ्या!
कारभारी : हसायला काय झालं?
गुंड्याभाऊ : झालं ते ठीक झालं!
कारभारी : काय ठीक झालं?
गुंड्याभाऊ : चिमणा! चल, चल आता.
जहागीरदार (रडत): -ब-ब-ब-बाबा – बायको?
यमी : जहागीरदारसाहेब, तुम्हाला बायको हवी ना? ही घ्या! (जवळची एक रांध्याची बाहुली देते.)
जहागीरदार : ब-ब-ब-बाबा, ब-ब-ब – बायको!

(१२)

(रत्नागिरी येथील रघुनाथपंत सान्यांचे घर. रघुनाथपंत साने, दादा साने आपल्या मित्रमंडळींसह पत्रावळी लावीत बसले आहेत. एवढ्यात एक दमणी दाराशी थांबते. चिमणराव, चिमी, यमू तीतून उतरतात.)

मंडळी : रघुनाथपंत, कोल्हापूरचे जोग आलेत वाटतं.
रघुनाथ : थांबा, थांबा, मला माहीत आहे.
दादा : रघुनाथ, वरदक्षिणा कमी घ्यायची नाही!
रघुनाथ : दादा, पाहा तर खरं मी काय करतो ते. अरे, बघ रे रागल्या, कोण ते!
चिमणराव : श्रीमंत रघुनाथपंत साने इथंच राहतात ना?
रागल्या : व्हय, व्हय.
चिमणराव : चिमे, चिमूताई, उतर-उतर. (गाडीवानास) अरे बाबा, तुझे पैसे घे आणि सामान खाली दे बघू! यमूताई, उतर-उतर लवकर. तो तांब्या मात्र विसरू नकोस. चल-चल आता. (वरती चढू लागतो. रागल्या त्याला रोखतो.)

रागल्या : कोल्हापूरचं जोग म्हनत्यात, त्ये आपनच का?

चिमणराव : हो-हो, मीच. आपणाला कुणी सांगितलं? सानेसाहेबांनी वाटतं?

रागल्या : व्हंय, आमच्या मालकांनी!

चिमणराव : मी मुलगी सांगून आलो आहे.

रागल्या : बरं, आमच्या मालकांना आपण हुंडा काय देशिला? पाच शंबर देनार, का सात शंबर देनार? का –

चिमणराव : ते आम्ही त्यांना सांगू की!

रागल्या : आदी मला सांगा –

चिमणराव : आपणाला? मग आम्ही दहा शंभर देणार!

रागल्या : धा शंबर देनार! मग आत या. रामभटजी –

रामभट : या-या. रागल्या, ते सामान घे. (चिमणराव वर चढू लागतो. रामभट त्याला थांबवितो.)

चिमणराव : आँ!

रामभट : अहो, पंधराशेची पायरी आहे. थांबा-थांबा!

यमू, चिमणराव : काय हो, काय काय झालं? पंधराशेची?

रामभट : किती म्हणालात आपण?

चिमणराव : दहा शंभर! म्हणजे एक हजार!

रामभट : नाही जमायचं ते.

चिमणराव : दीड हजार!

रामभट : एक पायरी वर या!

यमू : एकच पायरी?

रामभट : हां, एकच पायरी वर या. पंधराशे? (नकारार्थी) या आपण, ते नाही जमायचं!

चिमणराव : बरं, दोन हजार?

रघुनाथ : या-या जोग! अरे रामभट, मुलींना आत घेऊन जा पाहू!

चिमणराव : यमे, तूही जा हं. ताईजवळ बैस....

रघुनाथ : या-या, इथं या.

चिमणराव : अहो, गादीवर कशाला?

रघुनाथ : गादीवर कशाला? – म्हणजे हे काय बोलणं झालं?

विष्णुपंत : प्रवास कसा काय झाला?

चिमणराव : मोटरचा प्रवास म्हणजे थोडा त्रास व्हायचाच. अजून ती मोटरची घरघर डोक्यात आहे हो! इथंच उलटी होते की काय, असं वाटायला लागलंय!

रघुनाथ : अहो जोग, संकोच करू नका. आम्ही न् तुम्ही व्याही होणार आता!

चिमणराव : म्हणजे आमची चिमी आपल्याला पसंत आहे?

रघुनाथ : हो, अगदी जुन्या वळणाची दिसते.

शास्त्री : अगदी बाळबोध! आम्ही पाहिली ना आताच!

चिमणराव : आमच्या आईचं वळणच तसं आहे. मीदेखील अजून आईला भितो.

रघुनाथ : काय मुलगा आहे! (रामभट चहा आणतो.) घे दादा.

दादा : अरे, मला कशाला? (दोघे पिऊ लागतात. चिमणरावाला देत नाहीत.)

चिमणराव : चहा घेतल्यानं डोक्याची घरघर जरा थांबते नाही?

रघुनाथ : थांबते, थांबते बरं का दादा – म्हणून हल्ली प्रत्येक मोटर स्टँडवर चहाचं दुकान झालेलं आहे.

दादा : आणि प्रत्येक प्रवासी मोटरीतून खाली उतरला, की प्रथम चहाच्या दुकानात जातो. आमच्या या पाहुण्यांनीदेखील स्टँडवर चहा घेतला असेलच!

चिमणराव : हो-हो, घेतला ना. पण आता जरा जास्तच गरगरायला लागलंय.

रघुनाथ : मग काढा करायला सांगू का?

चिमणराव : नको-नको.

(यमू येते. चिमणरावाला हाक मारते.)

यमू : दादा, तुला चहा मिळाला?

चिमणराव : नाही.

यमू : आम्हालासुद्धा मिळाला नाही! कसली रे माणसं ही?

चिमणराव : बरं, गप्प बैस. आपल्या चिमूताईचं लग्न व्हायचंय ना?

यमू : तिलासुद्धा दिला नाही!

चिमणराव : आपण कोल्हापूरला जाऊन पिऊ की!

रघुनाथ : काय जोग, काय म्हणतेय मुलगी?

चिमणराव : काही नाही, उगीच काहीतरी बोलतेय झालं!

यमू : आत मंडळी म्हणतात की, आमच्या चिमूताईला गाणं म्हण म्हणून!

रघुनाथ : तुमच्या ताईला गाणं येतं का? वा! मग बाहेरच येऊ द्या की! आम्हीही ऐकू! (सर्व माना डोलावितात.) आमचा आत्माराम

पोस्टात असला तरी गाण्याचा दांडगा नाद हो!

दादा : आणि सिनेमाचा छंद भलताच!

रघुनाथ : म्हणूनच तो मुंबईला राहिला.

(१३)

(मुंबईला आत्मारामपंतांच्या खोलीत आधुनिक पद्धतीने पोशाख केलेली चिमी लाजत-लाजत गाणे गात आहे.)

चिमी : मी अलबेली । छेलछबेली ।
या हो राया । वनी विहार कराया ।
कराया, धराया, सख्या या ।
जाई पदर हा । हळूच गळुनिया ।
वायु छळित रे । बघ राया ।
अजुनी येइना कशी माया ।

आत्माराम : सुंदर, ब्यूटिफुल! अगदी सिनेमा पाहत असल्यासारखं – अहो, पाहत असल्यासारखं काय – अगदी सिनेमातलं गाणं ऐकल्यासारखं झालं; पण थोडी मान वर असती – चेहरा नजरेस पडला असता –

चिमणराव : अरे गुंड्याभाऊ, यांना नुसता चेहरा बघायचा आहे ना? मग फोटो दाखवू या की!

गुंड्याभाऊ : अरे हो, विसरलोच होतो! दाखीव-दाखीव.

चिमणराव : हा फोटो –

आत्माराम : स्प्लेंडिड, ब्यूटिफुल, सुंदर!

चिमणराव : आहेच तशी ती –

गुंड्याभाऊ : आता मुहूर्त?

आत्माराम : मुहूर्त पहिलाच धरा. आपली आज संध्याकाळीदेखील तयारी आहे. मुहूर्त लवकर सापडत नसेल, तर बाबांना म्हणावं की, व्यंकोबाच्या गिरीला चला, नरसोबाची वाडी गाठा, नाहीतर नवीन पंचांग काढा, पण –

गुंड्याभाऊ : आता तुम्ही बोलू नका; हा निघालो रत्नागिरीला!

चिमणराव : हां गुंड्याभाऊ, पण बोटीनं जाऊ या. चिमे, चल-चल. विमान असतं तर बरं झालं असतं! (जातात.)

आत्माराम (फोटोस) : प्रियतमे, लाडके, तू सगनभाऊची लावणी आहेस, ठाकूरसिंगाची ओलेती आहेस! आहाहा! मी अलबेली,

छेलछबेली, या हो राया!

(१४)

(सानेमंडळी आणि जोगमंडळी लग्नाच्या याद्या करीत आहेत.)

गुंड्याभाऊ : ही चौदा-कलमी यादी निव्वळ पिळवणूक आहे आमची!

दादा : आम्ही काय आमच्या मुलाला घेऊन दाराशी आलो होतो तुमच्या?

किडमिडे : नाही, नाही; आम्ही तुमच्या दाराशी आलोय, ते कबूल आहे.

सानेमंडळी : मग- मग?

गुंड्याभाऊ : नाही; पण अगोदर हे पाहा, आमच्याकडच्या मोलकरणीचं ओवाळणीचं लुगडं आम्हीच द्यायचं?

किडमिडे : पोटझाकणीचं लुगडं आम्ही द्यायचं?

चिमणराव : मामेचिर आम्हीच द्यायचं?

दादा : हो, हो, हो.

रघुनाथ : मला जास्त काही बोलता येत नाही. ही चौदा कलमे आपल्याला मान्य असली तर मुकाट्यानं सही करा. नाही तर आम्हांला हे लग्नकर्तव्य नाही.

चिमणराव : गुंड्याभाऊ, मग कसं रे आता?

गुंड्याभाऊ : मला काही सांगू नकोस. तुला काय करायचं असेल ते कर.

चिमणराव : मग कसं हो?

किडमिडे : मग आता काय करायचं? करा कबूल, झालं!

चिमणराव : हं! आडला नारायण....

(१५)

(कोल्हापूर येथे चिमणराव जोग यांच्या वाड्यात चि. सौ. कां. चिमूताई हिच्या लग्नाची धांदल सुरू आहे. रत्नागिरीहून वरपक्षाकडील मंडळी लग्नाच्या आदल्या दिवशी चिमणराव यांच्या घरी आलेली असतात.)

भटजी : काय पंत, सीमांतपूजनाला सुरुवात करायला काही हरकत उरलेली नाही ना?

रघुनाथपंत : हरकत नाही. पण –

किडमिडे : अहो, हुंडा-हुंडा –

चिमणराव : हो-हो-हो, अरे गुंड्याभाऊ, ते घेऊन ये बुवा – (गुंड्याभाऊ रुपयांनी भरलेले ताट आणतो आणि रघुनाथपंतांना देतो.)

हो, विसरलोच होतो – हे घ्या दोन हजार रुपये –

रघुनाथपंत : रामभट, रुपये वाजवून आणि मोजून घे. दत्तोपंत, तुमचंही लक्ष असू द्या, हं – दादा कुठं आहे? त्यालाही बोलवा –

काही स्त्रिया (घाणा भरतेवेळी) –

घाणा हो घातला –
घाणा हो घातला,
खंडीच्या गव्हाचा
मांडव देवाचा अलंकार
घाणा हो घातला,
घाणा हो घातला
खंडीच्या भाताचा
मांडव गोताचा अलंकार

(वाड्याच्या मधल्या चौकात वरपक्षाकडील आणि वधूपक्षाकडील मंडळींची न्हाणी वगैरे होतात. नवरीमुलीला गौरीहराजवळ नेऊन बसवितात. नंतर रुखवताला सुरुवात होते. नवरदेव त्यांतली एक करंजी उचलून खाणार, इतक्यात त्यांचे वडील रघुनाथपंत हाक मारतात.)

रघुनाथपंत : आत्माराम, थांब जरा –

गुंड्याभाऊ : का? का?

रघुनाथपंत : दादा, सांग यांना –

दादा : अहो, यादीतल्या कलमाप्रमाणं रुखवताच्यावेळी वरमायेला वधूपक्षाकडून एक जरीचा शालू मिळाला पाहिजे.

गुंड्याभाऊ : हो-हो, आहे ना. काशिनाथपंत, या लवकर – (काशिनाथपंत शालू आणतात.)

रघुनाथपंत : रामभट, दाखव आत – पसंत पडला तर पाहा म्हणावं.

गुंड्याभाऊ : पसंत पडलाच पाहिजे –

किडमिडे : पसंत न पडायला काय झालं? (वरमायेला तो शालू आवडत नाही – तो ती रागाने भिरकावून देते – गुंड्याभाऊ रागानं उठू लागतो.)

रघुनाथपंत : रागावायचं काहीच कारण नाही –

दादा : आणि रागावता कुणावर हो?

किडमिडे : आम्ही रागावलो नाही –

गुंड्याभाऊ : तसं काही नाही.

रघुनाथपंत : हे पाहा, शालू त्यांच्याकरता आहे –

दादा : तो त्यांना नेसायचा आहे –

किडमिडे : ते आम्हांला माहीत आहे – आम्ही लग्न झाल्यावर बदलून देऊ –

गुंड्याभाऊ : हो-हो, घटका भरत आली आहे. लग्न झाल्यावर बदलून देऊ.

रघुनाथपंत : दादा, शंभर रुपये अधिक द्या म्हणावं; म्हणजे कसं तरी भागवून घेऊ आणि वरदक्षिणेतील पाच रुपये बद्द निघाले आहेत, तेही बदलून द्या म्हणावं –

दत्तोपंत : म्हणजे एकशे पाच –

गुंड्याभाऊ : हे घ्या शंभर रुपये –

किडमिडे : आणि हे पाच रुपये!

रघुनाथपंथ : आत्माराम, घास घे आता.

(सर्व मंडळी लग्नमंडपात येतात. चिमूताई आणि आत्मारामपंत साने यांचे लग्न लागते – शेवटचे मंगलाष्टक संपवून अंतरपाट दूर होतो – चिमूताई नवरदेवाच्या गळ्यात हार घालायला लागते. तोच –)

बापूराव : थांब-थांब –

रघुनाथपंत : आत्माराम –

बापूराव : बाबा, पाहा तरी – फोटोतली ही नव्हे – ती निराळी आहे.

रघुनाथपंत : मुली, हार घाल.

भटजी : मुली, तू अगोदर घाल – (चिमी बापूरावांच्या गळ्यात हार घालते –) आत्मारामपंत, आता तुम्ही हार घाला.

(दोघेही एकमेकांना हार घालतात. वरपक्षाकडील आणि वधूपक्षाकडील निमंत्रित पाहुणेमंडळींना हार, तुरे, पानसुपारी वाटली जाते.)

चिमणराव : हे वरा, गौरीसारखी असलेली ही कन्या यथाशक्ती सालंकृत करून मी तुला अर्पण करीत आहे – हिला तू अंगीकृत करून घे – धर्म, अर्थ आणि काम या बाबतींत तुझ्या हातून हिचे अतिक्रमण होऊ नये–

भटजी : आत्मारामबापू, म्हणा, 'मी हिचे अतिक्रमण करणार नाही –'

बापूराव : 'मी हिचे अतिक्रमण करणार नाही –'

(नवरदेव आपल्या मित्राबरोबर.)

बापूराव : लुच्चे, लफंगे! मला फसवतात काय?

मित्रमंडळी : अरे, काय-काय झालं काय?

बापूराव : काय झालं? माझ्या रोमान्सचा सत्यनाश झाला! – आहाहा!

कुठं हिच्या मखमली गालांवर रुळणाऱ्या नाजूक वेण्या, कुठं हिचे डोळे, कुठं हे रूप, कुठं ही आणि कुठं ती म्हाळसा –

दत्तोपंत : वेडा आहेस, मूर्ख आहेस तू बापू – अरे बाबा, या फोटोतली हीच ती – मी प्रत्यक्ष पाहिली आहे.

बापूराव : काय सांगता तुम्ही हीच ती म्हणून? – या फोटोतली ही मला मिळाल्याशिवाय मी सुखी होणार नाही.

चिमणराव : बरं गुंड्याभाऊ, वरातीची काय व्यवस्था केलीस?

गुंड्याभाऊ : वरातीत इंग्रजी बँड म्हणून लावायचा नाही, बाकी सर्व व्यवस्था करायला तुझ्या सासऱ्याला सांगितलं आहे!

चिमणराव : अरे, वराकडची मंडळी काय म्हणतील?

गुंड्याभाऊ : पण परदेशी बँड आमच्या हिंदू मंगलकार्यात काय म्हणून?

चिमणराव : अरे, तुझं म्हणणं मला अक्षरशः कबूल आहे – वाद्यांतसुद्धा हे जातिभेदाचं भूत नाचू लागलं आहे, हे मला दिसतं. महार वाजंत्री, मुसलमान वाजंत्री, गुरव वाजंत्री!

गुंड्याभाऊ : मग, मग, मग –

चिमणराव : अरे, पण आपला वधूपक्ष पडला ना? आपल्याला या सुधारणा कशा करता येतील?

गुंड्याभाऊ : ते कांही नाही. मी या सुधारणा घडवून आणणार – मी इंग्रजी बँड लावू देणार नाही –

आई : अरे गुंड्याभाऊ, थोडक्याकरिता आम्हांला भांडणं नको हं!

गुंड्याभाऊ : मी एकदा नाही म्हटलं की नाही-नाही-नाही!

(रात्री वरातीत बँड नाही, हे ऐकताच नवरदेवाचे मामा आपल्या बहिणीला आणि रघुनाथपंत साने वगैरे मंडळींना ताबडतोब बातमी देतात.)

दत्तोपंत : अगं ताई, ताई, ताई – तुझ्या मुलाच्या वरातीला बँड नाही! नुसते ताशे आणि वाजंत्री... टुम् टुम् टुम् –

ताई : अरे, का-का?

दत्तोपंत : अगं, त्या तुझ्या व्याह्यांकडे पैसे आहेत कुठं? – दरिद्री लेकाचे!

(बँड नाही म्हणून बायकांत गडबड सुरू होते.)

दत्तोपंत : अहो-अहो, आपल्या बापूच्या वरातीत बँड नाही – एकुलता एक मुलगा आणि बँड नाही म्हणजे काय?

दादा : बँड नाही?

दत्तोपंत : नाही-नाही-नाही! आता तुम्हीच पाहा म्हणजे झालं!

दत्तोपंत : काय भिकंभट, आजची वरात घोड्यावरनं का?

भिकंभट : हो-हो, घोड्यावरनं –

दत्तोपंत : घोड्यावरनं वरात काय?

बापूराव : घोड्यावरनं माझी वरात? गाढवावरनं काढा म्हणावं, उंटासारखी मुलगी गाढवावरच शोभेल!

रघुनाथपंत : मोटरमधून वरात निघालीच पाहिजे –

दादा : नाही तर शंभर रुपये अधिक द्या म्हणावं!

गुंड्याभाऊ : घोड्यावर बसायला भितो शूर मराठ्यांचा हा अपात्र वंशज. ह्याला चांगला सोटा दाखवतो.

चिमणराव : अरे गुंड्या, नको रे बाबा – तू गुपचूप जाऊन मोटर आण बघू –

गुंड्याभाऊ : मी मोटर आणू देणार नाही –

चिमी (रडत) : भाऊ, मला माहीत आहे माझ्यामुळं तुम्हांला फार त्रास होतो आहे, माझ्यामुळं तुम्हांला खर्च पडतो आहे – पण हा शेवटचाच खर्च – मी आता जाणार आहे !

यमी : ताई, मी तुला जाऊ देणार नाही.

(मोटरीतून मोठ्या थाटात वरात निघाली आहे. पुढे बँड वाजत आहे, दारूसामान उडत आहे.)

(मांडवपरतणीच्या दिवशी वरपक्षाकडील बायका आणि पुरुषमंडळी रुसून झोपली आहेत.)

आई : अरे गुंड्या, झालं आहे काय या लोकांना – जेवायला का उठत नाहीत?

गुंड्याभाऊ : काय झालं, कुणाला ठाऊक! तासभर झाला लोक पानांवर तिष्ठत बसले आहेत; लाजसुद्धा वाटत नाही या व्याही मंडळींना! असं वाटतं की, जाऊन –

आई : थांब रे, तू फार बाबा रागवतोस –

कावेरी : सासूबाई, विहीणबाई आणि त्यांच्याबरोबर आलेल्या सगळ्या बायका झोपून राहिल्या आहेत.

आई : झोपून राहिल्या आहेत?

कावेरी : त्या म्हणतात – प्रत्येकीला एक लुगडं आणि खण पाहिजे किंवा त्याबद्दल पन्नास रुपये तरी पाहिजेत!

गुंड्याभाऊ : अस्सं? मिळणार नाहीत म्हणून सांग.

किडमिडे : अहो दांडेकरबुवा, व्याही मंडळींपैकी प्रत्येकाला एक-एक रुमाल मिळाला तरच ते जेवायला उठणार आहेत.

गुंड्याभाऊ : आणि रुमाल नाही मिळाले तर?
किडमिडे : झोपून राहणार आहेत!
गुंड्याभाऊ : अस्सं!
चिमणराव : अरे गुंड्याभाऊ, जावईबुवांना आज रात्री नायकिणीचं गाणं ऐकायचं आहे.
गुंड्याभाऊ : नायकिणीचं गाणं?
चिमणराव : हो-हो, तरच ते जेवायला उठणार. नाही तर ते जेवायला उठणार नाहीत.
गुंड्याभाऊ : नायकिणीचं गाणं? आणि या घरात? नायकिणीचं गाणं केलंस तर मी या घरातून चालता होईन – तुझे-माझे संबंध तुटतील!
चिमणराव : अरे, ऐकून तरी घे माझं! शिवाय त्याच्या मित्राला मास्टर वाइसचा ग्रामोफोन दिला पाहिजे.
गुंड्याभाऊ : नाही दिला तर?
चिमणराव : नाही दिला तर शंभर रुपये रोख दिले पाहिजेत.
गुंड्याभाऊ : मिळणार नाहीत म्हणून सांग. नाहीतर चालते व्हा म्हणून सांग – मी महारांना अन्नदान करीन.
चिमणराव : अरे गुंड्याभाऊ, हळू बोल! अरे, मलासुद्धा तुझ्याइतका संताप आला आहे; पण उपयोग काय? चिमीचं काय होणार?
यमी (रडत) : आई-आई....
आई : काय झालं बाळ?
कावेरी : वन्सं....
किडमिडे : यमे....
यमी : ताई सारखी रडते आहे, किती समजावलं मी तिला. माझंसुद्धा ऐकत नाही – ती म्हणते, माझ्या माहेरच्या मुळावरच आले मी.
आई (दुःखाने) : यमे, चिमणा, भाऊ; आणखी काही विकावं लागतं तर विका; पण पैसे देऊन टाका!

(रघुनाथपंत साने आणि इतर मंडळी झोपेचे सोंग करून झोपली आहेत – किडमिडे दादांच्या हातांत पैसे देतात.)

दादा : अरे रघुनाथ, ऊठ-ऊठ, हे केव्हापासून वाट पाहत आहेत –
रघुनाथपंत : अरे, मी झोपलो म्हणून सगळे झोपले काय? – उठा-उठा म्हणावं सगळ्यांना –

(नवरदेव आणि त्यांचे मित्र झोपेचे सोंग घेऊन पडले आहेत. चिमणराव

दत्तोपंतांच्या हातांत पैशांची थैली देतात. दत्तोपंत सर्वांना उठवतात.)

मित्रमंडळी : नायकिणीचं गाणं ठरलं का ?

चिमणराव : आमचा गुंड्याभाऊ गाईल हो, नायकिणीचं गाणं तेवढं नको.

मित्रमंडळी : मग नवरदेव जेवायला येणार नाहीत.

चिमणराव : दत्तोपंतमामा, तुम्हीच समजावून सांगा ना.

दत्तोपंत : अहो, काय समजावून काय सांगा – करून टाका ना नायकिणीचं गाणं! तरुणमंडळींचं म्हणणं आहे, करून टाका.

चिमणराव : गुंड्याभाऊ काय म्हणेल? तो फार रागावला आहे. घर सोडून जाईन म्हणतो.

दत्तोपंत : काय सारखं गुंड्याभा-गुंड्याभाऊ चालवलं आहे? करून टाका.

चिमणराव : बरं-बरं.

दत्तोपंत : ठरलं... ठरलं ना?

(बापूराव आणि त्यांची मित्रमंडळी गाणं ऐकत आहेत. चिमणराव दारात उभा आहे. बापूरावाचे मित्र त्याला आत यायला सांगतात. तो येत नाही.)

गायिका :

रुसला कान्हा, जा, जा गं, जा ना, कां रुसला, रुसला कान्हा,
कां रुसला कान्हा, का रुसला, रुसला कान्हा,
बाई गं रुसला कान्हा ।।
घागर भरली कुणी ना फोडी,
झोंबुनी पदरा कुणी ना ओढी,
आळवुनी आणा – जा, जा गं, जा ना– जा ना
कां रुसला-रुसला कान्हा ।।
मधुदान कुणा देऊं कधीं गोकुळी ये राणा
गुंजत ये कुणी मागत ना – कुंजीं चुंबनांना
का रुसला माझा, का रुसला,
रुसला कान्हा, बाई गं रुसला कान्हा, सखे गं रुसला कान्हा ।।

(चिमणरावांचे उपरणे धरून शेवटी आपल्या शेजारी बसविते. चिमणराव घाबरतो. सर्व हसतात.)

(सौ. चिमी सासरी जायला निघते.)

आई : (सौ. चिमीचा हात बापूरावांच्या आईच्या हातात देत) सांभाळा हं, मी हिला तुमच्या ओटीत घातली आहे. तिला नीट सांभाळा. तिच्यावर आता माझा हक्क नाही; तुमचा आहे. चिमे –

चिमी : (रडत) आई...

आई : बाळ, सासूसासऱ्यांच्या आज्ञेत वाग. यमी येईल तुझ्याबरोबर – (जाऊ लागतात.)

दादा : रघुनाथ, यांना सांगितलंस का?

रघुनाथपंत : हां हां... मी सांगतो (चिमणरावाला) असं पाहा, आमच्या बापूला चार-पाच दिवस रजा आहे, तेव्हा म्हटलं – गर्भादान उरकून घ्यावं. का, कशी आहे कल्पना?

चिमणराव : वा वा! उत्तम कल्पना! आम्ही काय आपल्या शब्दाबाहेर आहोत?

रघुनाथपंत : हो, पण दोनशे रुपये गर्भादानाकरिता पाठवून दिलेत म्हणजे कार्य ताबडतोब उरकून टाकू.

चिमणराव : हो; पण सध्या मी फार अडचणीत आहे.

रघुनाथपंत : ते मला माहीत आहे – लग्नाचा अफाट खर्च झाला आहे; पण – त्याचं असं आहे... स्टॅंप्स लावल्याशिवाय सरकार-दरबारी अर्ज दाखल करून घेतात काय?

चिमणराव : नाही.

रघुनाथपंत : नाही ना-नाही ना? तसंच आहे हे गर्भादान-प्रकरण. म्हणून म्हटलं, होता होईल तेवढं लवकर पाठवा. नाहीतर विनाकारण माझ्या वहीवर तुमच्या नावे पडून राहतील आणि तसं झालं म्हणजे विनाकारण व्याज वाढतं!

दादा : अरे रघुनाथ –

रघुनाथपंत : आलो हं दादा – म्हणून म्हटलं, गर्भादानाचे दोनशे रुपये लवकर पाठवा – मुलीची काही काळजी करू नका, दोनशे रुपये पाठवून द्या.

(१६)

(रत्नागिरी येथील रघुनाथपंत साने यांचे घर. रात्री झोपण्यापूर्वी साने रामभटजीला जमा-खर्च सांगत असतात.)

रघुनाथ : रामभट, खाते चिमणराव जोग. गर्भादानाचे दोनशे रुपये. लिहिलंस काय? (रामभट होकारार्थी मान हलवितो) बरं, दाखव बघू? (वाचतो.) खाते चिमणराव जोग. दोनशे रुपये. बरं रामभट, जा तू आणि सकाळी रागल्या धनगराला घेऊन वसुलीला जायला विसरू नकोस. जा, जा. पण जाताना दिवे मालवून जा. (रामभट जातो.) पण हो, आत्माराम झोपला का?

रामभट : हो, हो, झोपले.

रघुनाथ : आत्माराम, अरे आत्मारामऽऽ होय, झोपला वाटतं. जा तू रामभट–

सौ. साने : बरं, आता चलावं –

रघुनाथ : आलो, आलो.

सौ. साने : (वहीसंबंधी) ती द्या माझ्याकडे.

रघुनाथ : असू दे, माझ्याकडे असू दे. बरं, कळलं का? या लग्नसमारंभात एक हजार रुपये मिळतील. तरी काही वाईट नाही म्हणा.

(बाहेर कांकणांचा आवाज होतो. यमी आणि चिमी येतात.)

रघुनाथ : रामभट, रामभट –

यमू : रामभट नाही आजोबा, मी यमी आहे.

रघुनाथ : कोण, यमी का?

यमू : होय.

रघुनाथ : का गं?

यमू : नाही आजोबा, मला तहान लागली होती म्हणून पाणी प्यायला गेले होते स्वयंपाकघरात.

रघुनाथ : अगं, सूनबाई काय करतेय गं?

यमू : ताई ना? झोपली. उठवू का तिला?

रघुनाथ : नको, नको. बरं, उठव. तिला एकदा सांगूनच टाकतो म्हणजे पंचाईत नको!

यमू : (ताईला उठविण्याचे सोंग करीत) अगं ताई, ऊठ-ऊठ, आजोबा बोलावतात तुला. चल, चल. (त्या दोघी भीत-भीत सान्यांच्या खोलीत येतात.)

रघुनाथ : यमे, आत ये – (चिमीला) कुसुमावती, आज दुपारी पाहिलंय मी. निऱ्या केलेलं धोतर तू मुद्दाम बापूच्या हातात देत होतीस.

यमी मुद्दाम नाही आजोबा –

रघुनाथ : यमे, मी स्वत: पाहिलं आहे. धोतर हातात द्यायला न्हाणीघरात खुंट्या नव्हत्या की काय?

साने : (चिमीस) मग लक्षात ठेव. विधिपूर्वक गर्भादान झाल्याखेरीज बायकोनं नवऱ्याकडं ढुंकूनसुद्धा पाहता कामा नये, असं शास्त्र आहे. यमे, इकडं ये. काही झालं तरी खोलीबाहेर पडू नका. इथं भुतं फार असतात. हे कोकण आहे.

यमी : असं?

रघुनाथ : हो, आणि भुतांत प्रकार तरी किती? हडळ, देवचार, खवीस, वेताळ.

यमू : अरे बाप रे!

(सकाळी बापूराव दाढी करीत गाणे गुणगुणत असता यमी आत येते.)

आत्माराम : अरे रामराम, काय त्रास आहे हा!

यमी : अहो भावजी, भावजी – काय हे?

आत्माराम : का? का आलीस इथं? चालती हो. तू किंवा तुझी बहीण इथं येता कामा नये.

यमी : नाही, आम्ही येत नाही; पण बिचाऱ्या साबणाच्या डबीवर का राग तुमचा?

आत्माराम : तुला काय करायचं आहे?

यमी : फुटली असती ना बिचारी!

आत्माराम : फुटू दे!

यमी : फुटू दे तर फुटू दे! (बराच वेळ थांबून) आता तरी विचारू का?

आत्माराम : काय? विचार, विचार!

यमू : ताईनं विचारलं –

आत्माराम : काय विचारलं?

यमू : नाही म्हणजे कोकण आहे हे. आणि कोकणात भुतं फार – तेव्हा म्हटलं, इथं या घरात भुतं किती?

आत्माराम : कळलं, कळलं! पूर्वी एकसुद्धा नव्हतं. आता मात्र दोन आली आहेत. एक नव्हे – दोन!

यमू : दोन? अरे बाप रे! दोन कोण बुवा?

बापूराव : दोन कोण? एक ती तुझी ताई आणि दुसरं –

यमू : तुम्ही! (पळते.)

बापूराव : यमे, यमिटले –

(परसदारी यमी गात आहे.)

यमी : नाचत नाचत गाई पाखरा ।
माझ्या रे पाखरा
किलबिल ये कानी । झुळझुळ वाहे पाणी ।
नारळी-पोफळी गाती । या हासऱ्या ।
हसती पाहा फुले । किरणांचे झोले ।

गुणगुणती गाणी । कुजबुज ऐकोनी ।
सागरी नाचती लाटा । या लाजऱ्या ।

यमू : ताई, ए ताईऽ अगं बाई!

चिमी : गप्प बैस हं यमे.

यमू : गप्प का बैस? वेडी कुठली? रडायला काय झालं? भावजी बोलत नाहीत म्हणून – ते का बोलत नाहीत, माहीत आहे तुला?

चिमी : का?

यमू : ते म्हणतात, असली बाहुलीसारखी बायको नको आहे मला.

चिमी : म्हणजे?

यमू : अशी न बोलणारी, न हसणारी, रडणारी – कधी बोलली होतीस का त्यांच्याशी?

चिमी : केव्हा बोलायचं बाई माणसानं? मामंजी तर डोळ्यांत तेल घालून सारखा पहारा करीत असतात.

यमू : खुळी गं खुळी! दादाच चुकला. तुझ्याआधी त्यानं माझं लग्न करायला पाहिजे होतं. पहारेकऱ्याला फसवणं इतकं का कठीण आहे? कान इकडे कर – (कानांत सांगते. चिमी हसते.)

चिमी : रात्री?

यमी : हो, हो, रात्री. (रात्रीच्या वेळी खोलीत यमी आणि चिमी झोपण्याच्या तयारीत आहेत.)

यमी : आण-आण, लवकर आण.

चिमी : अगं, काय करतेस काय ह्या मुसळाला?

यमी : काय, काय? मामंजींची सून – सौ. कुसुमावती साने.

चिमी : काहीतरीच बाई!

यमी : काहीतरीच काय? दे – लवकर दे.

चिमी : नको गं यमे.

यमी : नको काय? काय कळतंय तुला? नाही तर बसशील उद्या त्या विहिरीपाशी रडत मुळूमुळू! (यमी मुसळ बिछान्यावर आडवे ठेवते.) ताई, (मुसळास) झोप हं तू. (चिमीस) ताई, चल हं तू –

चिमी : मामंजी आले तर?

यमी : आले तर आले! ही त्यांची सून झोपली आहे बिचारी!

चिमी : बाई – बाई! मला भीती वाटते.

यमी : भारीच भित्री बाई तू! (बाहेर रघुनाथपंत झोपायच्या तयारीत आहेत.)

रघुनाथ : नको, नको प्राण्या । गुंतू मायाजाळी ।
काळ आला जवळी । ग्रासावया ।।
पांडुरंगा, पांडुरंगा, सोडीव रे बाबा!

(यमी चिमीला हळूच बापूरावाच्या खोलीत लोटते. बाहेर काही आवाज झाला या जाणिवेने रघुनाथपंत यमी-चिमीच्या खोलीत चौकशीसाठी येतो. यमी 'भूत-भूत' म्हणून ओरडते.)

रघुनाथ : अगं यमे, काय, झालं काय? मी आहे आजोबा, भूत नाही.

यमू : आजोबा? नाही, नाही भूत! राम म्हणा!

रघुनाथ : राम, राम, राम! काय गं, ताई झोपली वाटतं?

यमू : हो, झोपली.

रघुनाथ : डोक्यावर पांघरूण का घेतलंय तिनं?

यमू : डास फार झाले आहेत आजोबा! हे बघा, हे बघा – (डास मारते.)

रघुनाथ : खरंच की! फार झाले आहेत इथं डास!

यमू : ताईला उठवू काय?

रघुनाथ : नको, नको, झोपू दे तिला. (इकडे बापूरावाच्या खोलीत चिमीने आपल्या पतीचे पाय धरले आहेत.)

चिमी : मी हे पाय सोडणार नाही.

बापूराव : कशाला? मला ओढून पाडायला? चालती हो –

चिमी : नका, नका. मला इथून तरी दूर लोटू नका.

बापूराव : मला 'पायाची दासी' नको; 'हृदयाची राणी' हवी! चालती हो. (लाथाडतो. ती मिठी सोडीत नाही. 'नका-नका' म्हणून रडते.)

बापूराव : चालती हो म्हणतो ना? (रघुनाथपंत येतात.)

रघुनाथ : काय? काय चाललंय हे? (चिमीस) तू इथं कशी? मग तिथं कोण?

चिमी : यमीनं मुसळ ठेवलंय तिथं!

साने : मुसळ? अगं कार्टे! यमे –

यमू : अरे बाप रे! सगळं मुसळ केरात! (घाबरून झोपते.)

रघुनाथ (चिमीला): लक्षात ठेव, तुझ्या भावानं गर्भादानाचे दोनशे रुपये पाठवल्याशिवाय या खोलीत पाऊल टाकू देणार नाही मी तुला! पुन्हा असला फाजीलपणा केलास तर पाय मोडून

टाकीन! (बापूरावास) बाप्या, तू तरी बायल्याच आहेस!

बापूराव : मी तिला बोलावलं नव्हतं!

रघुनाथ : भीष्म, परशुराम, मारुती जन्मभर ब्रह्मचारी राहिले आणि तू चार दिवस –

बापूराव : अहो, पण –

रघुनाथ : तरी बरं, तू तिच्या खोलीत तिचे पाय धरून बसला आहेस, हे पाहायची पाळी माझ्यावर आली नाही! उद्याच्या उद्या रजा रद्द करून मुंबईला चालता हो. (चिमीला) आणि तू गं – ए, आत्ताच्या आत्ता तुला कोल्हापूरला पाठवून देतो. (तिला घेऊन जातो.)

चिमी : पण मामंजी –

रघुनाथ : चूप!

आत्माराम : पण बाबा –

रघुनाथ : चूप!

आत्माराम : काही नाही.

(१७)

(चिमणराव आपल्या खोलीत अगदी रागाने कावेरीची वाट पाहत बसला आहे. कावेरी येत नाही, असे पाहून तो 'आई, आई' म्हणत आत जातो.)

आई : चिमणा, काय झालं? –

चिमणराव : काय झालं? मी घरात आहे, हे माहीत आहे का कुणाला? चहासुद्धा नाही – हे काय घर आहे की काय आहे?

आई : असं काय करतोस चिमणा –

चिमणराव : असं काय करतोस चिमणा?

आई : इथं काय स्वस्थ बसलंय कुणी? आताच आलास ना तू तुझ्या सासऱ्याला पोचवून?

चिमणराव : आताच काय – चांगली पंधरा मिनिटं झाली – कुणी इकडे फिरकतसुद्धा नाही – यायचं, बघायचं – आम्ही इकडे स्वस्थ बसलोय खोलीत फोटोकडे पाहत! हसतेस काय – द्यायचा असेल तर द्या म्हणावं आम्हाला चहा, नाहीतर आम्ही जातो हॉटेलमध्ये – कोल्हापूरला हॉटेलं काही कमी नाहीत – गल्लोगल्ली हॉटेलं झालेली आहेत. हे कोल्हापूर आहे, सातारा नव्हे!

(कावेरी लाडू आणि चहा घेऊन येते – चिमणराव तिच्याकडे पाहत नाही.)

कावेरी : चहा घ्यायचा ना? घ्यायचा ना चहा?

चिमणराव : अं...हं!

कावेरी : असं काय बरं, असं काय करायचं ते?....

चिमणराव : बोलू नकोस, एक शब्दसुद्धा बोलू नकोस! नवरा म्हणजे काय भिकारी वाटला तुला?

कावेरी : असं काय हे? असं कधी म्हटलं मी? (ती रडू लागते. चिमणरावाला वाईट वाटते.) चुकले मी –

चिमणराव : तुझं चुकलं नाही – माझंच चुकलं!

कावेरी : चहा घ्यावा ना –

चिमणराव : आम्ही नाही – मागं तू काय वचन दिलं होतंस? चिमीचं लग्न झालं, ती सुखी झाली. ती दोघं तिथं रत्नागिरीत आणि आम्ही मात्र –

कावेरी : मी कुठं नाही म्हटलं –

चिमणराव : काऊ (तिच्या अगदी जवळ जातो. इतक्यात यमीची 'आई' अशी हाक ऐकू येते – ती रडत रडत आत येते – कावेरी बाहेर जाते.)

यमू : वहिनी-वहिनीऽऽ

कावेरी : काय वन्सं? काय झालं?

यमू : वहिनी, ताई परत आली. मामंजीनी तिला हाकलून दिलं.

चिमी : आई, आई, काय झालं गं माझं? मामंजीनी मला कोल्हापूरला पाठवलं – परत येऊ नको म्हणाले.

रागल्या : रडायला काय हाय त्यात वहिनीसाब? पंतांनी पत्र दिलं आहे न्हवं का?

रामभट : हो, पंतांनी पत्र दिलं आहे.

रागल्या : चिमणराव जोगास्नी द्यायला.

चिमणराव : हो, हो – मीच चिमणराव जोग. काय पत्र आहे, पाहू?

रागल्या : बरं, येतो आमी – रामराम!

चिमणराव : काय हो, जेवण वगैरे –

रागल्या : अंहं – हितं पाणीसुद्धा घेऊ नको म्हणून सांगितलंय धन्यानी –

चिमणराव : काय, लिहिलंय तरी काय ह्या पत्रात?

आई : रडू नको गं – चिमणा, काय लिहिलं रे त्या पत्रात?

चिमणराव : (पत्र वाचीत) तुमच्यासारख्या तिमाजी नाइकाशी आमची सोयरीक झाली याबद्दल फार वाईट वाटतं! माझ्या आज्ञेचा भंग करून तुमची बहीण चिरंजीव आत्मारामाच्या खोलीत गेली, त्याच्याशी बोलली –

आई : होय गं चिमे?

यमू : आई, ती नाही गेली – मीच पाठवलं तिला.

चिमणराव : वाईट काय केलंस – ठीक केलंस; पण त्यात वाईट काय वाटलं त्या थेरड्याला? (पत्र वाचीत) 'तुमच्याकडून अद्याप गर्भादानाचे दोनशे रुपये यायचे आहेत, सरळव्याजानं – नाही चक्रवाढ व्याजानं. रक्कम भरून साऱ्या गोष्टींबद्दल सपशेल माफी मागाल तरच मुलगीला परत घेऊ. नाही तर आत्मारामचं लग्न दुसऱ्या मुलीशी करून टाकीन.' अरे थेरड्या! चक्रवाढ व्याज – सपशेल माफी – दुसऱ्या मुलीशी लग्न – काय?

आई : काय करायचं रे चिमण्या आता?

चिमणराव : आई, दुसरं काय करायचं? मी आत्ताच्या आत्ता रत्नागिरीला जातो आणि त्या आत्मारामालाच पळवून आणतो.

यमू : दादा, त्यांनासुद्धा पाठवून दिलं मुंबईला!

चिमणराव : अरेच्या! असं केलं काय? ठीक आहे, हरकत नाही. चिमे, घाबरू नकोस तू. आपण दोघंही मुंबईला जाऊ या आणि तो तुला कसा नांदवून घेत नाही, ते मीच आता पाहतो! आणि दाखवतोच त्याला कोल्हापुरी हिसका!

(१८)

(चिमणराव आणि सौ. चिमी दोघेही बापूराव काम करीत असलेल्या मुंबईच्या पोस्ट ऑफिसात येतात.)

बापूराव : अँ! चिमणराव! का आलात तुम्ही?

चिमणराव : बापूराव, हे काय? हे बोलणं झालं काय?

बापूराव : मला काही ऐकायचं नाही. चालते व्हा इथून!

चिमणराव : चालते व्हा? होत नाही!

बापूराव : हळू बोला – हळू बोला –

चिमणराव : का? – का? – का?

कारकून : काय बापूराव, काय, चाललं आहे काय?

बापूराव : काही नाही – एक वेडा पीर आला आहे आणि साध्या तारेच्या दरात अर्जंट तार करा म्हणतो!

कारकून : हाकलून द्या त्याला –

चिमणराव : हाकलून द्या? अं? कुणाची टाप लागून गेली आहे? मी कोल्हापूरचा आहे, समजलात – हाकलून द्या काय? (बापूराव चिमणरावाला घेऊन आत जातात.)

बापूराव : तुम्ही का आलात इथं? चालते व्हा –

चिमणराव : हे काय बापूराव! लग्न झाल्यावर बायकोनं नवऱ्याच्या घरीच राहायचं असतं.

बापूराव : ते असेल, पण ती माझी बायको नाही आणि मी तिचा नवरा नाही–

चिमणराव : बापूराव, हे पाहा, चिमी तुम्हाला आत्ता आवडत नसेल तरी चार पोरं झाल्यावर तुमचं तिच्यावर आपोआप प्रेम बसेल.

बापूराव : चिमणराव, तुम्ही मला कोण – समजता तरी कोण हो?

चिमणराव : कोण म्हणजे? तुम्ही आमचे मेव्हणे आहात!

बापूराव : मूर्ख आहात! – हे पाहा चिमणराव, मी दुसरं लग्न करणार आहे –

चिमणराव : काय! काय म्हणालात? तुम्ही दुसरं लग्न करणार? (बापूरावशी भांडू लागतो – एक मद्रासी कारकून बाहेर येऊन भांडण सोडवतो आणि बापूरावाला आत घेऊन जातो.)

मद्रासी : 'अय्यायो! बापूराव व्हाट्स् दी क्वारल्ल – वर्क सफरिंग – गेट आऊट, गेट आऊट.'

चिमणराव : सेकंड मॅरेज करतोय् म्हणतोय – दुसरी बायको करणार काय? बरं बरं – चिमे, तू अगदी काळजी करू नकोस – तो नाही त्याचा बाप नांदवून घेईल! (तारेच्या खिडकीजवळ जाऊन) अहो, तारेचा एक फॉर्म द्या – (बापूराव तारेचा फॉर्म देतो आणि चिमणराव लिहू लागतो –) 'रघुनाथपंत साने, रत्नागिरी –'

बापूराव : काय हो, आमच्या वडलांच्या नावची तार कशाला?

चिमणराव : का? का? का? तुमच्या वडलांना कुणीही तार करू नये, असा सरकारनं कायदा केला आहे की काय?

बापूराव (तार वाचतो) : 'गर्भादान इन बॉम्बे – स्टार्ट इमिजिएटली – मनी गिव्हिंग'

चिमणराव : हो, तुमच्या वडलांना पैसे पाहिजेत ना!

बापूराव : पण गर्भादान कुणाचं?

चिमणराव : हे पाहा बापूराव, हे सरकारी ऑफिस आहे – खासगी बाबतीत तुम्हाला पडायची जरूर नाही आणि त्यातून ही गोष्ट तर अगदी खासगी आहे. समजलात? नाही तर साहेबाला जाऊन सांगेन!

बापूराव : बरं, दीड रुपया द्या.

चिमणराव : हे घ्या – पावती द्या, पावती – आणि हे पाहा, ह्या तारेचं उत्तर नारसिंहाश्रमात पाठवून द्या. तिथं आम्ही उतरतोय – समजलात?

(१९)

(नारसिंहाश्रम – सोळा नंबरच्या खोलीच्या बंद दारावर थाप देत काठेवाडी भाईसाहेब उभा आहे.)

काठेवाडी : अहो जोग – अहो कोल्हापुरीसाहेब!

चिमणराव : काय शिंची कटकट आहे! कोट काढतो तोच – (दार उघडून) अर्रर्र! भाईसाब, भाईसाब, अहो तुम्ही इथं कसे मुंबईला?

काठेवाडी : आलो, आलो – खाली पाट्यावर तुमचं नाव वाचलं –

चिमणराव : पाट्यावर?

काठेवाडी : म्हणजे बोर्डावर – तुमचं नाव वाचलं आणि आलो वर जुन्या दोस्ताला भेटावं म्हणून!

चिमणराव : फार छान झालं! आत या, आत या. बसा, बसा, भाईसाब भाईसाब!!

काठेवाडी : अहो, इथं असं सुंदर स्थळ मिळालं म्हणता; आहात कुठं! अहो, प्रेमविवाह होणार आहे आमच्या गंगीचा – प्रेमविवाह!

चिमणराव : प्रेमविवाह? तुमच्या गंगीचा – गंगूबेहेनचा – कुणाशी?

काठेवाडी : का-का?

चिमणराव : तसं काही नाही. आपलं सहज विचारलं, नाव तरी सांगा – माझ्या बहिणीचं लग्न झालंय....

काठेवाडी : मग हरकत नाही – जरा कान इकडे करा पाहू! आमचे नवे जावईबुवा पोस्टात आहेत – (चिमणराव दचकतो.) काय झालं हो?

चिमणराव : काही नाही, काही नाही. ढेकूण चावला वाटतं हो! या हॉटेलात ढेकूण फार झाले आहेत!

काठेवाडी : ढेकूण होय – आमचे जावईबुवा फार प्रेमळ – आत्ताच

आमची गंगी त्यांच्याकडे गेली. आता ते जातील फिरायला!

चिमणराव : कुठं?

काठेवाडी : मलबार हिलवर. बरं, मी जातो.

चिमणराव : अहो, पण लग्नाच्या अगोदरच फिरायला काय –

काठेवाडी : हो त्यातच गंमत असते.

चिमणराव : मग त्याची ओळख करून घेतली पाहिजे! त्यांचं नाव काय म्हणालात?

काठेवाडी : त्यांचं नाव आत्माराम रघुनाथ साने.

चिमणराव : आत्माराम रघुनाथ साने काय! (चिमणराव कोट घालून पळत सुटतो.)

(२०)

(मलबार हिलवर बापूराव आणि गंगूबेहेन फिरायला आलेली असतात – चिमणराव घाईघाईनं बापूरावाचा शोध काढीत तेथे येतो.)

बापूराव : (गंगूबेहेनच्या गालावर टिचकी मारून) 'गुलाब गाली माझ्या खुलला – रंग तुझ्या गालावर फुलला –'

गंगूबेहेन : काय हे मला नाही कळत – आमच्या काठेवाडात तसं नसतं.

बापूराव : काय, आहे काय त्यात न कळण्यासारखं? 'गुलाब गाली माझ्या खुलला – रंग तुझ्या गालावर फुलला –' (हे सर्व चिमणराव बाजूला उभा राहून पाहतो आणि एकदम पुढे येऊन रागाने विचारतो.)

चिमणराव : बापूराव! काय, काय चाललंय हे? आणि ही बाई कोण?

बापूराव : चिमणराव, तुम्ही चालते व्हा – माझ्या वाटेत येऊ नका.

गंगूबेहेन : ए बुवा –

चिमणराव : ए बाई – तुम्ही गप बसा – हा आमच्या मालकीचा माल आहे – मी कोल्हापूरचा आहे; समजलात? काठेवाडचा नाही – (चिमणराव बापूरावाची कॉलर पकडतो; दोघांची मारामारीपर्यंत पाळी येते – गंगूबेहेन घाबरून 'पोलीस-पोलीस' म्हणून हाक मारते – जवळचा एक पोलीस येतो – गर्दी होते – पोलीस चिमणरावाला बाजूला ढकलून देतो.)

चिमणराव : बरं, दाखवतो – आतच्या आत्ता गुंड्याभाऊला तार करून बोलावतो.

(२१)

(चिमणराव धावत पोस्ट ऑफिसात येतो आणि हाका मारतो.) तारमास्तर, तारमास्तरऽऽ

तारमास्तर : अहो, काय म्हणताय काय तुम्ही?

चिमणराव : आमची एक तार आहे हो.

तारमास्तर : मजकूर लिहून आणा.

चिमणराव : नाही-नाही हो, तुम्हीच लिहा, मी तुम्हाला चार आणे देईन पाहिजे तर. माझे हात कापायला लागले आहेत हो!

तारमास्तर : नाव सांगा, नाव सांगा.

चिमणराव : दांड्याभाऊ गुंडेकर, नाही, नाही, गुंड्याभाऊ दांडेकर – संगीत व्यायाम शाळा, कोल्हापूर. हं लिहा, 'बापूराव वाइल्ड –'

तारमास्तर : म्हणजे काय?

चिमणराव : अहो, तो फार बेफाम झालाय हो! दुसरं लग्न करणार आहे म्हणतो. ग्रिेट, नायकीण साँग!

तारमास्तर : म्हणजे?

चिमणराव : नायकिणीच्या गाण्याची भानगड आहे हो ती. तुम्हाला नाही कळायची; फार भानगडी झाल्या आहेत हो!

तारमास्तर : बरं, पुढं?

चिमणराव : स्टार्ट इमिजिएटली – लवकर निघ! चिमणा, नारसिंहाश्रम.

(२२)

(बापूरावांची खोली, सकाळी सात वाजावयाचा सुमार. बापूराव अजून झोपलेला आहे. दाराबाहेरची घंटा वाजते. बापूराव रागाने दार उघडतो तो दारात चिमणराव, चिमी आणि गुंड्याभाऊ दृष्टीस पडतात.)

बापूराव : कोण? तुम्ही चिमणराव?

चिमणराव : हो, तोच मी.

बापूराव : कोण? दांडेकरबुवा?

गुंड्याभाऊ : तुम्ही आत बसा!

बापूराव : आत काय बसा?

गुंड्याभाऊ : चिमणा, आत चल. चिमे, आत बस.

बापूराव : आत काय चला?

गुंड्याभाऊ : सामान इथे ठेवा!

बापूराव : सामान इथे ठेवू नका. हे घर माझं आहे.

गुंड्याभाऊ : सामान तिथं ठेव!

बापूराव : सामान तिथं ठेवू नका! (गुंड्याभाऊ त्यास मागे खेचतो. गडी सामान ठेवतात.)

गुंड्याभाऊ : चिमणा, त्यांना पैसे दे.

बापूराव : (चडफडतो. गडी निघून जातात. गुंड्याभाऊ कोट, पगडी काढतो. गुंड्याभाऊ आणि चिमणराव बसतात.) अहो दांडेकरबुवा –

चिमणराव : काय उकडतं बुवा इथं!

गुंड्याभाऊ : मुंबईत लोक राहतात तरी कसे!

चिमणराव : ईश्वर जाणे बुवा!

बापूराव : अहो, हे घर कुणाचं समजता तुम्ही? हे घर माझं आहे!

गुंड्याभाऊ : घर? हे घर आहे? गृहिणीवाचून घर म्हणजे शुद्ध अरण्य!

चिमणराव : आणि अशा अरण्यात राहणारे तुम्ही म्हणजे अगदी शुद्ध अरण्यपंडित आहात!

बापूराव : अरण्यपंडित – अं?

चिमणराव : हो-हो, अरण्यपंडितच! म्हणूनच आम्ही तुमच्या कुटुंबाला घेऊन आलो.

बापूराव : ठीक केलंत!

गुंड्याभाऊ : अगं चिमे, तू तिथं शुंभासारखी उभी का आहेस? तू तुझं स्वयंपाकघर तुझ्या ताब्यात घे!

बापूराव : स्वयंपाकघरात कोणी पाऊल टाकायचं नाही; सांगून ठेवतो.

गुंड्याभाऊ : चिमे, टाक पाऊल, आं!

बापूराव : ए, आत पाऊल पडलं तर मोडून टाकीन!

गुंड्याभाऊ : चिमे, आत पाऊल नाही पडलं, तर मोडून टाकीन! जा!

बापूराव : अहो, आत कशाला?

गुंड्याभाऊ : आत जा आणि बापूरावांना चहा तयार कर.

बापूराव : अहो, पण मला चहा नको आहे.

चिमणराव : असं कुठं झालंय का भाऊजी? काय भाषा ही! तुम्हाला चहा नको असला तरी आम्हाला नको का? बरं, चहाची पावडर आहे ना?

बापूराव : आहे, आहे.

चिमणराव : बरं, मग मीच चहा घेऊन येतो.

गुंड्याभाऊ : तू नको – तिनं करू दे! आणि यांना पिऊ दे!

बापूराव : पण मला तिच्या हातचा चहा प्यायचा नाही आहे.

गुंड्याभाऊ : असं काय? प्यावा लागेल!

बापूराव : काय त्रास आहे बुवा तुमचा! अहो, तुम्ही जसे सर्वांना घेऊन आलात तसे बाहेर चला पाहू! मला प्रेमाची फुलमाला हवी आहे – लग्नाची लोखंडी बेडी नको आहे.

गुंड्याभाऊ : प्रेमाची फुलमाला काय? (काठेवाडी भाईसाहेब आणि त्यांची गंगूबेहेन दारात प्रवेश करतात. त्यांना पाहून बापूराव थक्क होतात.)

बापूराव : बाप रे!

काठेवाडी : लग्नाची लोखंडी बेडी नको काय?

गंगू : म्हणजे लग्न नको?

काठेवाडी : चल, ये गं गंगे. प्रेम करायला बरं वाटतं; पण लग्न करायला का-कू काय? गंगे, जावईबुवांचा एक हात मी धरतो, दुसरा हात तू धर. सोडू नकोस.

गुंड्याभाऊ : हात मागे घ्या अगोदर!

काठेवाडी : आमच्या खासगी भानगडीत तुम्हाला तोंड घालण्याची जरूर नाही.

गुंड्याभाऊ : तोंडच काय, पण जरूर पडली तर हातसुद्धा घालीन!

काठेवाडी : अरे, वा रे हात घालणारा!

गुंड्याभाऊ : तुमच्या मुलीचं कुठं जमत नाही म्हणून काय यांनी तिच्याशी लग्न करावं? हे काय अन्नछत्र आहे की पाणपोई?

काठेवाडी : असं म्हटलं का मी? अहो, यांच्याबरोबर आमची गंगी फिरायला जात असते –

गुंड्याभाऊ : आँ?

काठेवाडी : हो, हे नेत होते आणि ती जात होती! ही भानगड तुम्हाला ठाऊक आहे? आता बोला, आता बोला –

चिमणराव : अरे गुंड्याभाऊ, ते बरोबर आहे. या दोघांनाही फिरायला जाताना मी पाहिलं आहे. आता कोण कुणाला नेत होतं, हे काही आपल्याला माहीत नाही बुवा! ते तुमचं तुम्ही ठरवा!

गुंड्याभाऊ : ठरवा कशाला? मी म्हणतो, की हे बापूराव हिला घेऊन फिरायला गेले. अहो, बिघडलं कुठं?

काठेवाडी : मी केव्हा म्हटलं बिघडलं म्हणून!

गुंड्याभाऊ : उद्या तुमची ही गंगी ट्रॅममध्ये माझ्याशेजारी बसेल.

काठेवाडी : बसेल, बसेल!

गुंड्याभाऊ : आणि लगेच 'जावई' म्हणून तुम्ही मला मिठ्या मारायला लागाल.

चिमणराव : अं, बरोबर आहे. उद्या डॉक्टर यांच्या मुलीची नाडी पाहू लागला, तर हे लागलीच त्याला म्हणणार, तुम्ही माझ्या मुलीचा हात धरलात म्हणून! तुम्ही तिचं पाणिग्रहण करा.

काठेवाडी : अहो, असं कसं? काहीतरीच बोलता की तुम्ही! अहो, ते नुसते फिरायला जात नव्हते. काय सांगायचं ते सगळं?

चिमणराव : सांगा की! त्यात काय आहे!

गुंड्याभाऊ : ते काय असेल ते, सगळं स्पष्ट सांगा!

काठेवाडी : अहो, ते लहान लहान हातरुमाल, ते आकडे, त्या वेण्या यांनी तिला दिलंय!

गुंड्याभाऊ : बस, बस! पुरे करा तुमचं हे! अहो, पण हे सगळं सामान यांनीच दिलं, याला पुरावा काय?

काठेवाडी : पुरावा? पुरावा विचारणारे तुम्ही कोण?

गुंड्याभाऊ : तुम्ही कोण?

काठेवाडी : हां-हां, तुम्ही कोण? व्हा बाजूला! आमच्या मालाचा कब्जा घ्यायला आम्ही आलो आहोत. बापूरावावर आमचा हक्क आहे.

गुंड्याभाऊ : वाटेल त्यानं हक्क सांगायला हा काही चोरीचा माल नाही आहे, समजलात?

चिमणराव : वा रे पठ्ठे! भाईसाब, हा आमच्या मालकीचा माल आहे. समजलात?

काठेवाडी : म्हणजे?

चिमणराव : म्हणजे त्यांचं लग्न झालंय पूर्वीच!

काठेवाडी : लग्न झालंय!

चिमणराव : हो-हो, लग्न झालं आहे भाईसाब!

गंगी : होय हो? का नाही सांगितलंत पूर्वी तुम्ही? बोला ना आता!

बापूराव : काय बोलू मी तुम्हाला आता, कपाळ? (याच वेळी चिमी चहाचे पेले घेऊन येते.)

चिमणराव : ये, ये गं चिमे, घाबरू नकोस तू! (काठेवाड्यास) अहो, ही पाहा आमची चिमी आणि बापूराव आमचे मेहुणे. बरं का

गंगूबेन! (हसतो.)

गंगी (चिमीला पाहून): चांगली दिसते की बिचारी!

काठेवाडी : चांगली म्हणजे, चांगलीच आहे ती! नाही तर हे! भले महाराज! जनानखाना उघडायचा बेत होता वाटतं?

गंगू : अहो, आता हिला तरी फसवू नका.

काठेवाडी : बरं, जाऊ? जातो मी! माफ करा हं! सवतीवर मुलगी देण्यापेक्षा मी तिला समुद्रात बुडवून टाकीन!

चिमणराव : अहो भाईसाब, जरा चहा घ्या की!

काठेवाडी : नाही, नाही. माफ करा. माझं डोकं जरा ठिकाणावर नाही. चल गं गंगे, चल! (जाताना) अहो, आता मात्र बापूरावांना सांभाळा!

चिमणराव : ते सगळं आता आमची चिमी पाहून घेईल हो.

(चिमणराव, गुंड्याभाऊ आणि बापूराव चहा घ्यायला बसतात. बापूराव चहा घेत नाहीत. कप दूर ठेवतात. इतक्यात गडी बाहेरून 'डबा, डबा' म्हणतो.)

गुंड्याभाऊ : ए, आजपासून खाणावळीचा डबा बंद! वहिनीसाहेब घरी आल्या आहेत.

डबावाला : असं का साहेब? मग बक्षीस?

चिमणराव : अरे, ते सगळं महिनाअखेर मिळेल तुला!

गुंड्याभाऊ : बापूराव, चहा घ्या!

बापूराव : अहो, पण –

चिमणराव : चहा घ्या!

बापूराव : अहो – पण मला चहा नको आहे!

गुंड्याभाऊ : (सोटा दाखवीत.) चहा घ्या! (बापूराव चहा घेतो.)

गुंड्याभाऊ : चिमे, स्वयंपाक लवकर तयार पाहिजे. बापूरावांना ऑफिसमध्ये जायचं असतं.

चिमणराव : बरं का चिमे?

बापूराव : साडेनऊपूर्वी स्वयंपाक तयार झाला तरच जेवीन, नाहीतर – (सारा चहा घटघटा पिऊन टाकतो.)

(सकाळी साडेनऊचा सुमार. बापूराव ऑफिसला जाण्याच्या तयारीत आहे. कोट घालू लागतो, तो खिशात पानाचा गोविंदविडा सापडतो. तो चिमीने ठेवला असावा, अशा कल्पनेने बापूराव तो खात नाही. एवढ्यात गुंड्याभाऊ सोट्यासह दत्त म्हणून हजर होतात. 'विडा घ्या', असे खुणेने सांगतात.)

बापूराव : अस्सं काय?

गुंड्याभाऊ : खा, खा. खाण्याकरिताच आहे तो.

बापूराव : अहो, पण मला खायचा नाही. ऑफिसला जायला वेळ होतोय.

गुंड्याभाऊ : वेळ होतोय काय? खा-खा.

बापूराव : अहो, पण मला साडेनऊला ऑफिसला गेलंच पाहिजे. उशीर होतोय.

चिमणराव : खा-खा म्हणतो ना? (दोघे मिळून त्यांना विडा खाणे भाग पाडतात.)

चिमणराव : कसा आहे विडा? आमच्या चिमीच्या हातचा आहे.

गुंड्याभाऊ : चिमणा – (गुंड्याभाऊ आणि चिमणराव एकदम ताठ उभे राहतात.)

बापूराव : अहो, आता तरी जाऊ देता का मला? अहो, सुटू द्या मला एकदा तुमच्या तावडीतून!

गुंड्याभाऊ : ऑफिसपर्यंत पोचवायला आम्ही येणार आहोत.

बापूराव : ते कशाला?

चिमणराव : पुन्हा एकदा मध्ये वाटेत 'गंगू-प्रकरण' उपस्थित होऊ नये, म्हणून! (संध्याकाळी सहा वाजता एका बाजूला चिमणराव आणि दुसऱ्या बाजूला गुंड्याभाऊ अशा थाटात बापूराव खोलीवर येतो. 'ब्रह्मचर्याश्रमा'चे 'सुगृहा'त रूपांतर झालेले असते.)

बापूराव (आश्चर्याने) : अरे! खोली चुकलो की काय? छे! (बाहेर जातो. पण आपल्याच नावाचा बोर्ड दारावर आहे, असे पाहून खात्री पटून परत आत येतो. खोलीचे एकंदर रूपांतर पाहून त्याचे मन प्रसन्न होते!) सुस्वागतम्! श्रीराम प्रसन्न काय? (टेबलाजवळ येतो. तेथील स्वतःच्या फोटोला हार घातलेला पाहून) बापूराव, मजा आहे बुवा तुमची! (जाऊन कॉटवर बसतो. इतक्यात चिमी चहा आणि शिरा घेऊन येते. बापूराव एका हातात चहाचा पेला आणि दुसऱ्या हातात शिऱ्याची बशी घेऊन पाहत राहतो. चिमी जाऊ लागते.)

बापूराव : अहो – (ती वळते.)

बापूराव : काही नाही, काही नाही. अहो, हे काय हे? एका हातात चहा, एका हातात शिरा! हा शिरा खायचा कसा? हा चहा प्यायचा कसा? हे काही जमत नाही बुवा! अहो, अहो, ऐकलंत का? (चिमणराव आणि गुंड्याभाऊ हे सारे दृश्य

पाहत आहेत. चिमणराव आत जाऊ लागतो. गुंड्याभाऊ त्याला मागे खेचतो. चिमी आणि बापूराव बाहेर येत नाहीत. आत भांडी पडल्याचा आवाज ऐकू येतो.)

चिमणराव : अहो, हे काय हे? आम्ही किती वेळ तिष्ठत राहायचं – आम्हाला चहा नाहीतर नाही –

गुंड्याभाऊ : आणि आम्हाला दूध, शिरापण नाही! चल रे चिमणा – आपण जाऊ कोल्हापूरला! (चिमी आणि बापूराव शिरा आणि चहा घेऊन येतात.)

बापूराव : माफ करा हं. स्वयंपाकघर कसं सजवलं ते पाहत होतो –

चिमणराव : (चिमीनं शिऱ्याची बशी पुढं केलेली पाहून) नको-नको, आम्हाला काय मंडळी नाहीत –

गुंड्याभाऊ : मला काय मावशी नाही?

चिमी : असं काय रे! घे ना भाऊ – (ते दोघे ऊंहूं म्हणतात. चिमी बरं-बरं म्हणून गुंड्याभाऊचा सोटा टेबलावर आपटते आणि 'मग घ्या' म्हणते. गुंड्याभाऊ आणि चिमणराव घाबरतात आणि खाऊ लागतात.)

गुंड्याभाऊ : कड्ऽ कट्ऽ कड्ऽ कट्ऽ कट्ऽ कड्ऽऽ (एकमेकांच्या हातावर टाळी देतात.)

***

(मुंबई येथील बापूरावाची खोली. ऑफिसची वेळ टळून गेली तरी बापूराव जायला निघत नाही.)

बापूराव : मला आज ऑफिसला जावंसं वाटत नाही.

चिमी : अगदी खोटं!

बापूराव : खरंच वाटत नाही.

चिमी : खरं? (त्याच्या तोंडात विडा देते.)

(बाहेरच्या खोलीत चिमणराव, गुंड्याभाऊ वाट पाहून-पाहून कंटाळले आहेत. चिमणराव घड्याळाची अलार्म बेल सुरू करतो. ती ऐकून आत्माराम घाईने बाहेर येतो.)

बापूराव : सॉरी अं! बरं, तुम्हाला मुंबई पाह्यला जायचं होतं ना?

चिमणराव : हो, जायचं ना – आम्हांला राणीचा बाग पाह्यचा आहे.

बापूराव : मग जा ना.

चिमणराव : छे-छे! तुम्ही चला ना!

बापूराव : अहो, तुम्ही इकडे जाणार; मी पोस्टात जाणार. तुम्ही जा ना पुढे.

चिमणराव : छे-छे! तुम्हाला आम्ही पोस्टात पोचवू. नंतर पाहायला जाऊ –

बापूराव : अहो, कशाला कशाला! मी आता निघालोच; पण तुम्ही चला ना पुढे –

गुंड्याभाऊ : आपण निघा. मिळूनच बाहेर पडू. तुम्हाला पोस्टात पोचवून मग जाऊ आम्ही.

बापूराव : बरं, चला झालं!

(२३)

(बापूरावांची खोली – चिमी दार लावून एकटीच बसलेली असते. इतक्यात कोणीतरी दारावर टक्ऽटक्ऽ केल्याचे ऐकू येते – चिमणराव आला, असे समजून चिमी 'दादा-दादा' म्हणत दार उघडते. तो ऑफिसमधून दुपारीच बापूराव परत आलेले असतात – चिमी आत जाऊ लागते.)

बापूराव : हसुनी का दूर जासी – लाजत बघसी काय अशी ॥

चिमी : कुणी येईल का, कुणि पाहिल का, मनी राहिल का गुज माझे ॥

बापूराव : कुंजवनी हरी लपत छपत ये – रुसली कशी राधा ॥

चिमी : गंध मनोहर धुंद करी हा – बोलेना बाला मोहना ॥

बापूराव : गुंफू गडे नयनांची प्रेममाला – अधरांची प्रेममाला ॥
हसुनी का दूर जासी – लाजत बघसी काय अशी ॥

चिमी : सखया का दूर जासी –

(गाणे संपता-संपता बापूराव चिमीच्या खांद्यावर हात ठेवतो. इतक्यात पुन्हा दारावर कुणीतरी टक्ऽटक् करते. बापूराव रागाने दार उघडतात – पोस्टमनने एक तार आणलेली असते – बापूराव ती तार घेतात आणि वाचतात, 'बुल्स लेग ब्रोकन. कान्ट कम गर्भादान परमिटेड् रिसीव्ह मनी फर्स्ट. हिप हिप हुर्रेऽऽऽ पैसे घ्यायला मात्र विसरू नकोस.' हे मात्र आमचं नाही हो! त्याच वेळी बाहेरून गुंड्याभाऊ आणि चिमणराव येत असतात.)

चिमणराव : आज कोल्हापूरला जायचं.

गुंड्याभाऊ : अरे, असं म्हणून कसं चालेल? इकडे चिमी काय म्हणेल?

चिमणराव : अरे, तिचं काय? तिचं आता ठीक चाललंय; पण आमचं? ती तिकडे, आम्ही इकडे. आपल्याला काही करमत नाही बुवा इथं – आपण आज जाणार.

गुंड्याभाऊ : ते तू चिमीला सांग – मला काही सांगू नकोस. तुला तिकडची आठवण होते आणि माझी ती संगीत व्यायामशाळा? चल, चिमीपुढंच सांग तुला काय सांगायचं ते. चिमे, अगं

चिमे, ए चिमे – (बाहेरून गुंड्याभाऊची हाक. चिमी आणि बापूराव घाबरतात – बापूराव ऐकताच डोके दुखत असल्याचा बहाणा करून पलंगावर जाऊन झोपतात. चिमी दार उघडते. गुंड्याभाऊ आणि चिमणराव आत येतात.)

गुंड्याभाऊ : सांग तुला काय सांगायचं ते –

चिमणराव : चिमे, आम्ही आता कोल्हापूरला जाणार –

चिमी : का रे दादा? वहिनीची तब्येत कशी काय आहे?

चिमणराव : अगं, तिचं काय गं – पण ती तिकडे, मी इकडे... मला आज गेलंच पाहिजे –

गुंड्याभाऊ : अरे, पण बापूरावांना काय वाटेल?

चिमणराव : आपण जाता-जाता सांगू रे त्यांना पोस्टात –

चिमी : अरे दादा, ते इथंच आहेत.

चिमणराव : काय? बापूराव इथंच आहेत?

बापूराव : (घाबरून अंथरुणावर उठून बसतो.) ओ-हो-हो! डोकं असं भयंकर दुखतंय!

गुंड्याभाऊ : काय बापूराव, ताप-बीप आलाय वाटतं?

बापूराव : आला नाही; पण येणार असं वाटतंय. डोकं असं दुखतंय म्हणता – अगं आई गं –

चिमणराव : आता कसचं आमचं रात्रीच्या गाडीनं जाणं होतंय –

बापूराव : तुम्ही रात्रीच्या गाडीनं जाणार आहात होय?

चिमणराव : आता कसचा जातोय – बापूराव, तुम्हाला ताप-बीप तर काही नाही ना?

बापूराव : अहो, तुम्ही जाऊ शकता – मी काही तसा आजारी नाही. आता माझं डोकं थोडं बरं आहे – तुम्हाला स्टेशनवर पोहोचवायलासुद्धा मी येईन.

गुंड्याभाऊ : चिमणा – आज जायचं –

चिमणराव : अरे, पण बापूराव आजारी आहेत; चिमीला काय वाटेल?

गुंड्याभाऊ : जायचं म्हटलं की जायचं – नाहीतर यांचं डोकं जास्त दुखेल, ताप येईल, पित्त खवळेल, सर्दी होईल.

चिमणराव : अरे लबाडांनो! (बॅग आणि बिस्तरा घेऊन चिमणराव आणि गुंड्याभाऊ निघू लागतात – दाराजवळ चिमी आणि बापूराव येतात.)

चिमी : भाऊ, रागावलास –?

गुंड्याभाऊ : चिमे, मी तुझ्यावर कधी रागवेन का? आज नाही उद्या, आम्हाला जायचंच ना?

चिमी : दादा, आईला सांग, यमीला सांग आणि वहिनीला म्हणावं की मी विचारलंय –

चिमणराव : हो-हो. आणि बापूराव, आमच्या चिमीला सांभाळा हं!

बापूराव : तुम्ही त्याची काऽही काळजी करू नका.

चिमणराव : चिमे – (डोळ्यांत अश्रू येतात – गुंड्याभाऊ आणि चिमणराव निघून जातात. बापूराव आणि चिमी दाराजवळ येऊन त्यांना निरोप देतात.)

(२४)

(चिमणरावांचे घर. चिमणराव – गुंड्याभाऊ टांग्यातून उतरून आत येतात.)

चिमणराव : आई, यमे, काऊ –

यमी : दादा आला, दादा आला!

चिमणराव : हो, हो.

यमी : दादा, माझा परीक्षेत पहिला नंबर आला. मला पहिलं बक्षीस मिळालं.

चिमणराव : वा, वा, वा!

आई : चिमीचं कसं काय आहे रे?

चिमणराव : सांगतो गं आई! चिमीचं ठीक चाललंय गं!

आई : ठीक म्हणजे कसं?

चिमणराव : उत्तम चाललंय गं! (इतक्यात चिमणरावांची कावेरीशी दृष्टादृष्ट होते.)

यमू : दादा, तू मला केव्हा बक्षीस देणार रे?

चिमणराव : देईन गं, देईन गं! अरे गुंड्याभाऊ, बघ की ही! (गुंड्याभाऊ यमीपाशी येतो. तो चिमणराव तेथून निसटतो.)

आई : काय रे गुंड्या, कसं काय आहे चिमीचं?

गुंड्याभाऊ : मावशी, मी सगळं सांगतो, आम्ही येथून मुंबईला गेलो....

(२५)

(इकडे चिमणरावाच्या खोलीत)

चिमणराव : काऊ, काऊ, काऊ – (प्रेक्षकांकडे वळून) प्रेक्षकजन हो,

आता मात्र आत यायचं नाही हं! – काय म्हणालात? आपण आत येणारच... छे-छे-छे! काय हे भलतंच! आपण आतापर्यंत माझा पाठलाग केलात, नाही, नाही ते पाहिलंत. काय म्हणालात आपण? आत येणारच! छे-छे, नो परमिशन – (कावेरी त्याची कोट, टोपी काढून घेते.) हा, हा, हा! हा मजा काही और आहे बुवा! का हो प्रेक्षक, आपल्याला काय वाटलं? 'लग्न पहावंच करून' असं वाटलं की नाही? वाटलं ना? अहो, मोठी गंमत असते त्यात! छे बुवा, आम्ही आता जाणार – अमृत-कलश आहे हा! पुढच्या भेटीला 'अमृत' घेऊन येऊ. काऊ-काऊ – (दरवाजा बंद करतो.)

– समाप्त –

'लग्न पहावं करून'मध्ये दामुअण्णा मालवणकर.

अमृत

नवयुग चित्रपट लिमिटेड, पुणे
हिंदी-मराठी कलाकृती

अमृत

पडद्यामागे

दिग्दर्शन	:	मास्टर विनायक
कथा-संवाद-पद्य	:	वि. स. खांडेकर
छाया-प्रकाश	:	पांडुरंग नाईक
ध्वनिरेखन	:	जी. मोळे
कला	:	ग. वि. वाटेगांवकर
संगीत	:	दादा चांदेकर

पडद्यावर

लता	:	मीनाक्षी
सीता	:	ललिता पवार
जाई	:	बेबी देवी
कृष्णा	:	बाबूराव पेंढारकर
बाप्पा	:	साळवी
चिटकोबा	:	दामुअण्णा मालवणकर
विलास	:	विठ्ठल
काल्लू	:	जोग
दिगंबर	:	जावडेकर
सदानंद	:	मास्टर विनायक

“देवाने एक सुंदर घर बांधले. त्याचे नाव जग... या घरात माणसे भावाभावांप्रमाणे राहतील, अशी त्याची कल्पना होती; पण त्यांनी भाऊबंदकी आरंभली... एका जगाची दोन जगे केली. पहिले श्रीमंतांचे, दुसरे गरिबांचे! पहिल्याला अमृत आणि दुसऱ्याला विष, अशी सुख-दुःखांची वाटणी झाली.

“पण पहिल्या जगाच्या लक्षात आले नाही की, जग एकच आहे. ते श्रीमंतांचेही नाही आणि गरिबांचेही नाही; ते माणसांचे आहे.
माणुसकी हेच जगातले ‘अमृत’ आहे.”

– वि. स. खांडेकर

अमृत

(१)

(कोकण किनाऱ्यावरील एक रमणीय प्रभात. गावी परत येण्यास एक रेंदेर निघाला असून आनंदात गाणे गात आहे.)

रेंदेर : तांडॅला घालरॅ भायेर, घालरॅ भायेर, पोनेळ वोसुंदी समीन्द्रात ।
समींद्राच्या ल्हारा ल्हारांर, चंद्रीम हासता माथ्यार ।
दैव व्होड, म्हणून बाये गावली मासोळी ।
ज्योंदी लोकाक, रुचीन आता, सांजेसोकाळी ।
किरण पासोन, इंगा येना,
असले सुख, खैय मेळना,
सर्गातपासोन, चलता भोवताना ॥
हॉच पुरुख, हॉच देव । तांडॅला घालरॅ भायेर ॥१॥

(२)

(कोकणातील तुळशी गावातील बाप्पांच्या मालकीची एक नारळीची बाग. माडावर पाडेली चढत असतात. जवळच नारळांची रास पडलेली आहे.)

सांतूबाब : अरे विठोबा, फाल्या फतेमारी भरूंक जाय याद आसा मरे?

विठोबा : हय धनयां.

सांतूबाब : कितल्ये नाल्ल मेजले रे?

विठोबा : पाच हजार.

सांतूबाब : हां! बेगीन मेज, बेगीन मेज. (एक तांडेल येतो.) अरे जुंवल्या! बरी याद जाली. आज पोनेळ घेऊन खाजनार यो. बाप्पा वतलो आज.

तांडेल : आं! (काल्लू येतो.)

सांतूबाब : ओहो काल्लू!

काल्लू : आमका आडसर-बिडसर काय ना?

सांतूबाब : वा! तुका ना? अरे, बाबजी एक आडसर घेऊन यो.

काल्लू : काय सांतूबाब, नारळ किती काढलेत?

सांतूबाब : या पाड्याला काढले असतील आठ-दहा हजार. अरे विठोबा, ते दुसरे नाल्ल – (एक थकलेला कोळी येतो.)

कोळी : अहो, एक आडसर मिळेल का हो? तहान लागलीय मला!

सांतूबाब : हो, हो, का नाही! अरे बाबजी, एक आडसर दी ताका! (गडी आडसर फोडून देतो, तो पिऊ लागतो.)

कोळी : किती गोड आहे पाणी! नुसतं अमृत!

काल्लू : मग बाग कुणाचा आहे? बाप्पांचा! स्वतः जातीनं देखरेख करतोय म्हातारा! काय सांतूबाब?

सांतूबाब : या तुळशी गावातील प्रत्येक बाग आज बाप्पांच्या मालकीचा आहे!

कोळी : बेसाव पडो बाप्पाक!

(३)

(तुळशी गावातील माडीचे छप्पर)

दारूडे : माडाचॉ सोरो। पीयौंक बॉरॉ। तुमका जाय जाल्या ताका रुपया पट्टलॅ।

एक जण (माडीचा घोट घेत) : कितलं गोड! – नुसतं अमृत!

दुसरा : बाप्पांच्या माडाची माडी म्हणजे काय वाटलं तुला? अरे, जशी दानत, तशी बरकत!

तिसरा : बरोबर आहे! बरोबर आहे! ऐन जवानीत बाईल मेली; पण पुन्हा लगीन न्हाला नाही, की कधी कुणाकडं वाकड्या नजरेनं पाहिलं नाही!

दुसरा : नाही तर तू!

तिसरा : कुठं कांकणं वाजली की लागलं गिधाड चुळबुळ करायला!

चौथा : अरे, पायाचं तीर्थ घ्यावं त्याच्या! उगीच नाही गावचा मालक झाला!

(४)

(बाप्पा वाड्याच्या पायऱ्या चढून वर येतात. त्यांच्यामागे त्यांचे आश्रित व काही कुळे येत आहेत.)

बाप्पा : काय रे बस्त्यांव? कसं काय चाललंय तुझं?

बस्त्यांव : तुमच्या दयेनं बरं चलला धनयानो. काढीत तितली माडी खपता.

बाप्पा : देवाची कृपा म्हण. माड काही मी लावले नाहीत.

बस्त्यांव : तरी पुण – (चिटकोबा मुंग्यांना साखर घालीत असता मध्येच थोडी थोडी तोंडात टाकीत असतो.)

बाप्पा : काय चिटकोबा, मुंग्यांनाच साखर घालता ना?

चिटकोबा : हो, मुंग्यांनाच ना! थोडी थोडी घातली. नाही तर खूप साखर खाऊन मुंग्यांचे डोंगळे व्हायचे! हं, नेम काय! (तोंडात साखर टाकतो. एक आश्रित फुले घेऊन येतो.)

बाप्पा : वा! शंकर प्रसन्न होऊन वर देण्यासारखी फुलं आहेत ही!

चिटकोबा : पण देवाकडं मागण्यासारखं काही राहिलं नाही; कारण सारा गाव आपला झाला आहे.

बाप्पा : नाही कसं? शंकराच्या कृपेशिवाय –

चिटकोबा : नाही, तसं मागण्यासारखं पुष्कळच आहे म्हणा! आपले धाकटे मालक विलासराव आता मुंबईहून इथंच राहायला येत आहेत; त्यांचे दोन हातांचे चार हात; शिवाय आपल्या लताताईंना चांगलं लक्षाधीशाचं स्थळ मिळायलाच पाहिजे.

बाप्पा : लता उठली नाही वाटतं?

चिटकोबा : नाही. रात्री खूप वाचीत असतात, कविता गात असतात.

बाप्पा : एखादे वेळी पहाटे चार वाजता बागेत गात बसते. एखादे वेळी आठ वाजेपर्यंत उठतच नाही. आमची लता म्हणजे फुलपाखरू आहे.

आश्रित : लहान आहेत त्या अजून.

बाप्पा : आयुष्य म्हणजे एक गोड स्वप्न वाटतं लहान वयात – माणसाला!

(५)

(बाप्पांची मुलगी लता काव्यवेडी असते. स्वप्नाळूपणे ती आपल्या खोलीत गात आहे.)

लता : नाही कोणी । नाही हो पाहत कोणी । या धावोनी ।
किती शिणले डोळे दोन्ही । मनी झुरे तुझी रे राणी ।
वाजती टापा, ऐक गडे । झाले बाई मन वेडे ।
क्षण थांब, शूर सरदारा । उघडिते दारा । कुणि ना सदनी ।
मुरली तुझी राया । फुलवुनी ही काया डोलवी ।
वडाखाली ये रमणी रानी । बघते नाही कुणी ।।

(गाण्यानंतर दारावर टक्ऽटक् आवाज होतो.)

लता : आले, आले! या ना, बाहेर का उभं राह्यचं ते? किती वेळ वाट पाहतेय मी तुमची! (दार उघडताच तिला चिटकोबा दिसतो.)

चिटकोबा : वाट? नि माझी?

लता : कोण? चिटकोबा? चिटकोबा!

चिटकोबा : हो, मी आपला चिटकोबाच ना ताईसाहेब!

लता (वेडावीत) : चिटकोब्याच न्या ट्याईसाहेब! कुणी सांगितलं होतं तुम्हाला यायला?

चिटकोबा : म्हणजे काय ताईसाहेब? (लतेला पुन्हा काहीतरी भास होतो व ती

आश्चर्याने पाहत राहते.) ताईसाहेब, ताईसाहेब!

लता : ते कुठं आहेत?

चिटकोबा : ते? ते कोण? अहो, बाप्पांनी ऐकलं तर काय म्हणतील? तुमच्या 'ते हे अँड को'ला इथं मज्जाव आहे.

लता : पण ते कुठं गेले? आत्ता इथं होते ते!

चिटकोबा : पुन्हा ते? कोण ते?

लता : किती मोठ्यानं ओरडता? घालवलंत तुम्ही त्यांना? चालते व्हा पाहू इथून. कुणी यायला सांगितलं होतं तुम्हाला?

चिटकोबा : म्हणजे काय ताईसाहेब? कोण ते... ते... गेले ना तुमचे? बरं झालं! स्वप्नावर कधी विश्वास ठेवू नये माणसानं! काय वाटेल ते दिसतं त्याला!

लता : तर, तर! काय वाटेल ते दिसतं म्हणे!

चिटकोबा : ताईसाहेब, काही स्वप्नं फार-फार भयंकर असतात बरं!

लता : म्हणजे?

चिटकोबा : काल आम्ही कुठं होतो, माहीत आहे?

लता : कुठं?

चिटकोबा : मसणात! काल आमची स्वारी चौघांच्या खांद्यावरून मारे मिरवत चालली होती! मग आम्हाला चितेवर ठेवलं आणि अग्नी दिला आणि जो चटका बसलाय – तो खाड्‌कन जागा झालो. (लता मोठमोठ्याने हसते.) अशी आमची गंमत झाली. हो, विसरलोच की... आपले विलासदादा येणार आहेत आता लवकरच मुंबईहून!....

लता : हे तुम्ही मला सांगता होय? माझा दादा आहे तो!

चिटकोबा : ते बरोबर आहे; पण त्याच्याबरोबर त्याचे मित्र येणार आहेत, हे ठाऊक आहे तुम्हाला?

लता : हो, तेसुद्धा मला माहीत आहे. त्यांचं नाव सदानंद आहे. होय की नाही रे दादा? (विलासच्या फोटोला विचारते व गाऊ लागते. चिटकोबा हसतो. एका फोटोकडे तिचे लक्ष जाते.) चिटकोबा, चिटकोबा, बाप्पांनी फुलं काढली का?

चिटकोबा : हो, हो, केव्हाच! अहो, एव्हाना ते पूजेलादेखील बसले असतील!

लता : मम सुमन कुणा हे वाहू कमलावरा... (धावत खाली जाते.)

(६)

(बाप्पांच्या वाड्यातील ओटीवर चिटकोबा कारकून देण्याघेण्याचे व्यवहार पाहत बसला आहे. आजूबाजूला काही कुळे व गावकरी थांबलेले आहेत.)

चिटकोबा : माडीला दिलेल्या माडांचे लगेच पैसे होतात; पण हे जमिनीचेच पैसे लवकर वसूल होत नाहीत.

एक जण : खरं आहे! हे भागेली लेकाचे भारीच सुस्त झाले आहेत हल्ली!

चिटकोबा : रामग्या, सवाईच्या बोलीनं दोन खंडी भात नेलंस; आहे ना लक्षात?

रामग्या : यंदा शेतात काही पिकलं नाही चिटकोबा!

चिटकोबा : पिकलं नाही? मग देवावर फिर्याद लाव. सोडू नकोस! आम्हाला काय त्याचं? हा व्यवहार आहे! आणि धर्मा, तुझे व्याजाचे पैसे?

धर्मा : बाप्पांना भेटून काहीतरी....

चिटकोबा : बाप्पांना भेटणार तू? भेट! मग मी इथं कशाला बसलोय रे? आणि बाप्पा आता कुणालाच भेटणार नाहीत. ते पूजेला बसले आहेत. बाप्पांची पूजा म्हणजे....

(दिगंबर बाहेरून धावत आत येतो.)

दिगंबर : बाप्पा, बाप्पा, एवढा जप्तीचा हुकूम मागे घ्या... बाप्पा...!

एक जण : दिगंबरपंत, असे ओरडता काय?

दिगंबर : माझ्या जमिनीवरच्या जप्तीचा हुकूम हा. माझी जमीन गेली तर मी माझ्या पोराबाळांना काय खायला घालू? माझी मुलगी फार आजारी आहे हो! माझी जमीन!

चिटकोबा : दिगंबरपंत!

दिगंबर : चिटकोबा, काय केलंत हे?

चिटकोबा : बरोबर आहे ते! हा व्यवहार आहे बाबा!

दिगंबर : व्यवहार? चिटकोबा, मी तुमच्य पाया पडतो, मला बाप्पांची गाठ घालून द्या.

चिटकोबा : गाठ पडणार नाही. ते पूजेला बसले आहेत. बाप्पांनी हातात माती घेतली, तर तिचं सोनं करणाऱ्या शिवलिंगाची पूजा आहे ती!

दिगंबर : बाप्पांनी हातात माती घेतली तर तिचं सोनं होतं? अगदी खोटं! तुमची व्याजं भरता-भरता आमच्या सोन्यासारख्या संसाराची धूळधाण झाली.

चिटकोबा : दिगंबरपंत, आमचं कर्ज काढा म्हणून हत्ती-घोडे घेऊन तुमच्या दाराशी आलो नव्हतो आम्ही!

दिगंबर : खरं आहे! पण मला बाप्पांना भेटलंच पाहिजे. बाप्पा, बाप्पा... (देवघराकडे जाऊ लागतो. चिटकोबा त्याला अडवितो. दोघांची झोंबाझोंबी होते. आतून बाप्पा रागावतात.)

(७)

(देवघरात बाप्पांची पूजा सुरू आहे. दिगंबर मुकाट्याने येऊन उभा राहतो. मध्येच बोलण्याचा हिय्या करतो.)

दिगंबर : बाप्पा...!

बाप्पा : दिगंबरपंत, हे देवघर आहे....

दिगंबर : हे देवघर आहे; दयेचं घरं आहे म्हणूनच मी... (बाप्पा त्याच्याकडे रागाने पाहतात, तो एकदम गप्प बसतो... बाप्पा शिवलिंगावरील बेलाची पाने एकसारखी करतात.)

दिगंबर : बाप्पा, मी पदर पसरून भीक मागायला आलो आहे!

बाप्पा : कसली भीक?

दिगंबर : दयेची... बाप्पा, माझ्या जमिनीचा तुकडा हा माझ्या पोराबाळांच्या तोंडातला भाकरीचा तुकडा आहे हो! माझं पडकं घर हेच माझ्या चिमण्या पाखरांचं घरटं आहे... जप्तीचा हुकूम मागे घ्या... एवढी दया करा. बाप्पा म्हणजे देवमाणूस... असं सारं गाव म्हणतं तेवढं खरं करा!

बाप्पा : हे पाहा दिगंबरपंत, या कुलदेवावरलं फूल उचलून मी तुम्हाला सांगतो... उभ्या आयुष्यात अन्यायानं मी कुणाची पैसुद्धा घेतली नाही. तुम्हीच सांगा, तुमचे सारे हिशेब बरोबर आहेत ना? व्याजाचा दर भलताच नव्हता ना? मग न्यायानं मला ही जप्ती आणण्याचा हक्क पोहोचतो... होय ना?

दिगंबर : न्याय! हा न्याय कायद्याचा झाला... पण कायदा आंधळा असतो, दया हा देवाच्या घरच्या न्याय आहे.

बाप्पा : मी देव नाही, तुमच्यासारखाच एक कुटुंबवत्सल मनुष्य आहे. विलास लहानपणापासनं मुंबईत वाढलेला आहे! उद्या त्याचं लग्न होईल... त्याची बायकोही शिकली-सवरलेली असणार. लतेला हवं तसलं स्थळ पाच-दहा हजार हुंडा दिल्याशिवाय काही मिळणार नाही; समजलं? लोकांना हत्तीचं खाणं तेवढं दिसतं... त्याचं शरीर....

दिगंबर : माडीला माड देऊन, माड दारूला देऊन तुम्ही आपलं उत्पन्न खूप वाढवलंय. तसं नाही, तुमच्यासारख्या श्रीमंतांनी थोडी दया दाखवायला हवी. बाप्पा, जमीन गहाण ठेवून एकुलत्या एक पोराला कॉलेजमध्ये पाठवलं. आशाळू मनाला वाटलं की, तो कुटुंबाचे सारे पांग फेडील; पण नोकरी नाही म्हणून वैतागून जीव दिला त्यानं! पाच मुलींपैकी

चार कशाबशा उजवल्या होत्या... एकीचाच गळफास राहिला म्हणून म्हणत होतो, तो मुलाच्या दोन पोरांची भर पडली!....

बाप्पा : तुम्हाला पाच मुली झाल्या आणि तुमच्या बेकार मुलालाही मुलं झाली, हा काय माझा गुन्हा? खुशाल राहायचं होतं ब्रह्मचारी!

दिगंबर : बाप्पा, तुम्ही मोठे आहा; श्रीमंत आहा, कायद्यानं वागणारे आहा; पण लक्षात ठेवा, श्रीमंतांनाही या गरिबांच्याच जगात राहायचं असतं... जलात राहून माशाशी वैर करणं....

बाप्पा : दुसऱ्या माशाशी वैर करायला लहान मासे भीत असतील; देवमासा कुणालाच भीत नाही!

दिगंबर : बाप्पा, मी तुमच्या पाया पडतो, पदर पसरतो – एवढी भीक घाला; तेवढा जप्तीचा हुकूम मागं घ्या! एवढ्यानं काही तुम्ही गरीब होत नाही!

(बाप्पा देवघरातून बाहेर तुळशी वृंदावनाकडे निर्माल्य टाकण्याकरिता येतात.)

दिगंबर : या माडासारखं तुमचं वैभव आहे बाप्पा. एक चुडत गळून पडलं म्हणून माडाचं वैभव काही कमी होत नाही.

बाप्पा : वैभव कमी होत नाही, पण किंमत कमी होते. पडलेल्या प्रत्येक चुडताला किंमत असते!....

दिगंबर : आणि माणसाला? मी, माझी आजारी मुलगी, माझी पोरकी नातवंडं यांच्यापेक्षा माडावरनं गळून पडलेल्या एका पानाची किंमत अधिक आहे?

बाप्पा : चुडताची झापं विकणाऱ्या कुठल्याही कुणब्याला जाऊन विचारा!

(८)

(तुळशी गावाजवळ कृष्णा चांभाराची बायको सीता व मुलगी जाई जळण गोळा करीत आहे.)

जाई : आई, मला भूक लागली गं?

सीता : असं काय बरं जाई! आत्ताच आलो ना आपण खानापुरासनं! आत्ताच आलो ना?

जाई : म्हणून काय झालं?

सीता : हे बघ जाई, ते जुतं शिवायला बसले आहेत ना?

जाई : हो, बसलाय त्या झाडाखाली जुतं शिवायला!

सीता : हे बघ, जुतं शिवून झालं म्हणजे मी ते बाजारात नेऊन विकीन. तुला खाऊ आणून देईन, सुंदर-सुंदर झोपडी बांधून देईन हं! बैस हं इथं!

जाई : बैस इथं! पण मला आता भूक लागली ना! (पोटाला हात लावून)

इथं कसंसंच होतं. बाबाला विचारलं तर तो म्हणतो, तुझ्या आईला विचार! कशाला आणलं तिनं मला इथं?

सीता : कशाला आणलं! दारूच्या धुंदीत त्या राघल्या महाराच्या डोक्यात कुऱ्हाड घालताना हे सुचलं होतं का? खानापुरातच राहिलो असतो तर तुरुंगात, नाहीतर! घरदार, पोटचं पोर विसरायला लावणारी ती दारू नसती तर! आज आपण असे देशोधडीला का लागलो असतो चोरांसारखे? चल जाई, ती टोपली घे.

जाई : आई, तू का गं रडतेस? माझा त्रास होतो तुला?

सीता : नाही जाई.

जाई : मग का रडतेस?

सीता : नाही बाळ, नाही रडत हं! तुला भूक लागली आहे ना?

जाई : हो.

सीता : चल, आपण काजू मिळतात का बघू. (इतक्यात मोटारचा हॉर्न ऐकू येतो. मोटार जवळ येताच सीता हात वर करून थांबवते. मोटारीतून बाप्पांचा मुलगा विलास व त्याचा मित्र सदानंद येत असतात.)

विलास : ए-ए ऽ ए-ए बाई! बाई, दिसत नव्हतं वाटतं तुला? काय मरायचं होतं वाटतं? (तिच्याकडे पाहतो व हसतो.) कुठली गं तू? इथली दिसत नाहीस?

सदानंद : का? इथले सगळे लोक माहीत आहेत वाटतं?

विलास : गप्प बस रे! (सीतेला) तुझं गाव?

सीता : गरिबाला कुठलं आलं आहे गाव! जिथं पोट भरेल तेच आमचं गाव. धंद्यासाठी आजच आले या तुळशी गावात!

सदानंद : ते ठीक आहे. गरिबाला गाव नसलं तरी नाव असतंच की! उदाहरणार्थ मी! मला गाव नाही; पण नाव आहे. माझं नाव सदानंद.

विलास : हो, हो! (सीतेला) तुझं नाव?

सीता : सीता.

जाई : आणि बाबाचं नाव किसना.

विलास : अरे, तुला पाहिलं नव्हतं आम्ही!

सदानंद : ते कसं शक्य आहे रे?

विलास : अरे! (जाईस) आणि तुझं?

जाई : जाई! आई, मला भूक लागली.

सीता : साहेब, मी भिकारी नाही; पण पोरीला भूक लागली.

विलास : अस्सं! दहा रुपये पुरतील ना?

सीता : दहा! दहा कशाला?

विलास : असू दे, घे.

सीता : वरूनच टाका! मी चांभारीण आहे.

विलास : चांभारीण? हं, घे. (नोट तिच्या हातात देतो. सीता कृतज्ञतेने नोट कपाळाला लावते.)

सीता : धनी! आमच्या कातड्याचे जोडे करून तुमच्या पायांत घातले तरी हे तुमचे उपकार फिटायचे नाहीत.

विलास : माणसाच्या कातड्याचे जोडे करायचे नसतात. त्याच्यावरून प्रेमाने हात फिरवायचा असतो.

सदानंद : अहो, श्रीमंत विलासराव जहागीरदार, या! या!

विलास : थांब रे! (गाडीत बसतो, गाडी सुरू करतो.) बरं सीता!

सदानंद : घे! घे! निरोप घे! (गाडी सुरू होते.)

सीता : अहो साहेब, साहेब!

विलास : काय?

सीता : मी माझ्या कारभाऱ्याकडनं एकं जुतं शिवून आणून देईन म्हणते!

विलास : कशाला उगीच सीता!

सदानंद : असू दे! असू दे रे!

विलास : बरं. (मोटरीचे दार उघडतो. एक पाय बाहेर घेतो. सीता विलासच्या पायाचे माप घेते.)

(९)

(बाप्पांच्या वाड्यात लता आपल्या भावाच्या येण्याची वाट पाहत आहे.)

लता : चंदनी पाट, चांदीचे ताट ।
चंदेरी शेला, माझ्या भाऊरायाला ।
हासे चांद वरी, दादा कोठे दिसेना ।
दिसेना हसेना, ताई दारी उभी ना ।
कोणी डोळे पुसेना ॥
या हो, या भाई, करा हो घाई, ओवाळणीची ।
लोपे चांद जरी, ताई हसे पाहा ना ।
चला ना, हसा ना, ताई नाचे पाहा ना ।
आला दादा घरी ना ॥

(विलास, सदानंद मोटरीतून उतरतात.)

लता : बाप्पा, हे पाहा दादाला आणलंय – येतच नव्हता लवकर!

बाप्पा : काय रे, बरा आहेस ना?

विलास : बरा आहे.

बाप्पा : प्रवासात त्रास वगैरे झाला नाही ना?

विलास : काही नाही.

लता : अरे, नमस्कार तरी कर! (विलास नमस्कार करतो.) काहीसुद्धा कळत नाही! पण बाप्पा, मी नाही अं नमस्कार करणार!

बाप्पा : तुझा नमस्कार आता घेतोय कोण? तुझा नमस्कार सासरी जाताना!

(चिटकोबा स्वत: विलासचे सर्व सामान घेऊन येत आहे.)

चिटकोबा : नाही, नाही, मी इमानी नोकर आहे. हे सामान मीच नेणार आहे. चला, बाजूला व्हा. नाही रे नाही, आमच्या धाकट्या मालकांचं सामान मी एकटाच नेणार! काय समजलात तुम्ही! अरे, आमच्या धाकट्या मालकांची टोपी!

लता : अहो चिटकोबा, हे काय?

चिटकोबा : हे सगळं सामान आणलं पाहिजे ना!

विलास : अहो, पण हा पेट्रोलचा डबा कशाला?

चिटकोबा : हां, तोही पाहिजे ना! (चिटकोबा सामान घेऊन माडीवर जाऊ लागतो. विलासच्या खोलीत लता, सदानंद व विलास येतात.)

लता : ती बॅग इथं ठेवा पाहू!

चिटकोबा : हो, हो.

लता : दादानं माझ्या सगळ्या वस्तू आणल्यात की नाही पाह्यचंय मला. आणल्यास की नाही रे दादा?

विलास : अगं, सगळ्या आणल्या आहेत.

चिटकोबा : हं, अगदी यादी पाहून घ्या ताईसाहेब.

लता : हो, हो, तर.

चिटकोबा : अरे, ती बॅग हांगां दोवर आणि ते सामान घेऊन भीतर वच, चल बेगीनं.

लता : (बॅगमध्ये शोधीत) दादा, या बाटल्या रे कसल्या?

विलास : अगं लता, त्यांना हात लावू नकोस.

लता : का?

विलास : अगं, ते झोपेचं औषध आहे.

चिटकोबा : झोपेचं औषध? मग मला घेऊन पाहिलंच पाहिजे.

लता, विलास : का?

चिटकोबा : अहो, का काय? आमची 'ही' अशी घोरते. कानांत बोळे घालून पाहिले....

विलास : लता –

लता : (बॅगेतील सामान काढीत) अय्या, कित्ती कित्ती छान छान आहेत!

चिटकोबा : वा:! सारी मुंबईच आणली की....

विलास : आणि हा कोट?....

चिटकोबा : हा मला आणलाय वाटतं?

लता : वा: वा:! तुम्हाला नाही. (कोट घालते) दादा घरी आला ना?

विलास : कसा आहे कोट?

लता : कसा? अरे दादा, पण तुझे मित्र सदानंद कुठं आहेत?

सदानंद : हो, हजर....

विलास : हा माझा मित्र सदानंद –

लता : थांब, थांब! हे चांगले गातात – पुष्कळ शिकलेत – खूप फसवतात आणि भयंकर खोटं बोलतात.

सदानंद : अहो, मी कधी खोटं बोललो; आणि फसविलं तरी केव्हा बुवा? यापूर्वी तुम्ही मला कधी पाहिलंसुद्धा नाही.

लता : पाहिलं नाही?

सदानंद : नाही.

लता : मी तुम्हाला रोज पाहते; पण प्रत्यक्षात पाहण्याचा योग मात्र आज आला.

सदानंद : म्हणजे ते ठीक आहे; पण मला तुम्ही पाहणार तरी केव्हा? इकडे मी कधी आलेलो नाही.

चिटकोबा : अहो सदानंद, आमच्या ताईसाहेबांना स्वप्नं फार पडतात. हं, स्वप्नांत पाहिलं असेल त्यांनी तुम्हाला.

लता : गप्प बसा की तुम्ही! चोंबडे कुठले –

सदानंद : अहो, मी ऐकलं नाही हं हे –

चिटकोबा : मग हरकत नाही. ताईसाहेब, यांनी ऐकलं नाही हं.

(१०)

(नवीन बांधलेल्या झोपडीत कृष्णा चांभार जुते शिवीत बसला आहे. सीता बाहेर येताच तिच्याकडे पाहून तो हसतो.)

सीता : असं काय बरं – ते जुतं तयार होणार आहे ना?

कृष्णा : तू समोर असलीस की कामाकडं लक्षच लागत नाही.

सीता : समोर असले की कामाकडे लक्ष लागत नाही; अन् समोर नसले की

दारूची याद येते! बरं का गं जाई –

(जाई स्वत:साठी खेळातली एक लहान झोपडी बांधीत आहे.)

जाई : अगं, मी कामात आहे –

(सीता झोपडीत जाते. कृष्णा तिच्या पाठोपाठ जातो व तिचा हात धरतो.)

सीता : जाईनं पाहिलं तर –

कृष्णा : जाईच्या बापालासुद्धा भीत नाही मी. तिचा या जगात पत्ता नव्हता तेव्हापासून तुझा न् माझा एकजीव झाला.

सीता : हो; पण ते जुतं –

कृष्णा : केव्हाच तयार झालं. अगदी खूश होऊन जाईल तो साहेब –

सीता : मग, कसबच आहे तसं ह्या हातांत.

कृष्णा : कसब? कोण पाहणार आहे कसब? खानापुराहून पळून आलेल्या–

सीता : अगदी लांब आहे आपली झोपडी; कुणी कुणी येणार नाही इथं. तुम्ही इथं बसूनच जुती शिवा, ती मी गावात जाऊन विकत जाईन. तुमच्या मनातलं भय मोडलं की मग –

कृष्णा : कारभारणी, इतकी माया करायला कुणी शिकविलं गं तुला?

सीता : कुणी? (दोघे प्रेमाने हसतात. इतक्यात जाई हळूच येऊन 'कूऽ कूऽ कूऽ' म्हणून ओरडते. सीता हसत उठून जाते.)

सीता : लबाड कुठली! चल. (कृष्णा सीतेच्या हातात शिवलेले जुते देतो.)

सीता : (जुते पुशीत) माझीच दृष्ट होईल यांना.

कृष्णा : हे देऊन लवकर येशील ना?

सीता : हूं. (ती जाऊ लागते; पण कृष्णाची हाक ऐकून वळून पाहते.)

सीता : काय?

कृष्णा : काही नाही. तुझ्याकडे दोन आणे आहेत का?

सीता : सारे पैसे झोपडीला नाही का लागले? तुम्ही पिणार नाही म्हणून माझ्या गळ्याची शपथ घेतलीत ना?

कृष्णा : हो –

सीता : विसरायचं नाही; खरं ना?

कृष्णा : खरं.

(सीता जाईच्या कानात काहीतरी सांगून निघून जाते. कृष्णा जाईजवळ येतो.)

कृष्णा : काय जाई?

जाई : बाबा, दारूची याद येते?

कृष्णा : जाई, आईनं कानात काय गं सांगितलं?

जाई : आई म्हणाली, बाबाला दारूची याद आली की – (त्याचा मुका घेऊन पळत जाते व गाणे म्हणू लागते.)

जाई : चल खेळू घोडा घोडा, बघ आई माझा घोडा
का उभाच बाई वेडा, चल खेळू घोडा घोडा ॥
बसली राणी पाठीवरती, गरगर फिरवित चाबूक हाती ।
टपटप उडविती टापा माती । थांब थांब रे थोडा ॥

(विलास, सदानंद व लता येतात.)

विलास : हुशार आहे हं पोरगी! सीता कुठं आहे?

कृष्णा : आत्ताच आपलं जुतं घेऊन गेली आहे, धनी!

विलास : कुठं? घरी? अरे सदानंद, मी घरी जातो हं.

लता : का रे दादा?

विलास : अगं, माझं डोकं दुखू लागलं आहे गं एकदम! जातो हं. (गडबडीने जातो.)

सदानंद : अरे विलास, विलास –

(११)

(बाप्पांच्या वाड्याबाहेरील बागेत चिटकोबा नोकरांवर देखरेख करीत असता फाटकाजवळ सीता येते.)

चिटकोबा : कोण गों तू?

सीता : मी घाटावरली सीता चांभारीण. हे जुतं घेऊन आले आहे.

चिटकोबा : चांभारीण? हल्ली ब्रह्मदेवाचं माथं फिरलेलं दिसतं! चांभारणीला इतकं रूप! आणि आमच्या हिला –

सीता : साहेब कुठं आहेत?

चिटकोबा : साहेब लोक विलायतेत राहतात. का?

सीता : हे जुतं आणलं आहे.

चिटकोबा : हं! फाटकाला शिवू नकोस! बघू?

(बाप्पा व एक आश्रित बोलत येत आहेत.)

आश्रित : मग विलासरावांना इथंच ठेवून घेणार तर?

बाप्पा : हो, तो एकदा राहिला आणि आपले व्यवहार पाहायला लागला म्हणजे – माझी मुक्तता झाली.

आश्रित : हो, ते इथं राहिले म्हणजे बरं होईल!

(सीता टोपलीमधून जुतं काढते व चिटकोबाला दाखवते.)

चिटकोबा : हं, ठीक आहे! मला वहाणा घ्यायच्याच होत्या! जा तू आता.

सीता : धाकट्या मालकांसाठी तयार केल्यात या घरधन्यांनी! दहा रुपये दिलेत त्यांनी आम्हाला!

चिटकोबा : काय?

बाप्पा : दहा रुपये? कुणी दिले? का दिले? (इतक्यात बाहेरून विलास येतो; फाटकापाशी सीता त्याला दिसते. तो तिच्याजवळ येतो.)

विलास : सीता, मी तुझ्या झोपडीकडे गेलो होतो. कृष्णानं सांगितलं की तू–

बाप्पा : विलास, इकडे ये! (विलास बाप्पाजवळ येतो.)

बाप्पा : कुबेरसुद्धा पायताणासाठी दहा रुपये देणार नाही!

आश्रित : खरं म्हटलं म्हणजे त्यांनी काहीच द्यायला नको होतं.

बाप्पा : लेलेभटजी, विलास माझा मुलगा असला तरी तुमचा धनी आहे!

चिटकोबा : बाई, जा तू आता. जुतं ठेव; आणि दहा रुपये लवकर पाठवून दे.

(सीता जुतं फाटकाच्या आत ठेवते आणि जाते. बाप्पा व विलास वाड्याच्या चौकात येतात.)

बाप्पा : फार दिवसांपासून मनात होतं; आज तो प्रसंग आला. भगवान शंकराच्या कृपेनं आणि आमच्या सतत परिश्रमानं आमच्या कुळाला प्रतिष्ठा प्राप्त झाली. पण तुला मात्र आयुष्य हा पोरखेळ वाटला! वर्षेच्या वर्षे मुंबईत राहिलास! पाण्यासारखा पैसा खर्च केलास, अत्तराचे दिवे लावलेस! पण या घटकेपर्यंत एका शब्दानंही बोललो नाही. म्हटलं, आईवेगळं मूल आहे. एकुलता एक मुलगा आहे. आज ना उद्या डोळे उघडतील. पण मनात आल्याबरोबर तू एका चांभारणीला दहा रुपये देऊन टाकलेस!

विलास : पण बाप्पा, ती चांभारीण फार गरीब आहे.

बाप्पा : जगात लाखो लोक गरीब आहेत. त्यांच्याशी तुला काय करायचं आहे? मी एका गावाचा मालक आहे. उद्या तू पाच गावची मालकी मिळवली पाहिजे!

विलास : पण बाप्पा....

बाप्पा : पण नाही नि बिण नाही. महत्त्वाकांक्षेशिवाय माणसाला मोल नाही. माझे आजोबा नेसत्या वस्त्रानिशी एक शिवलिंग घेऊन या गावात आले. त्यांनी पै-पैचा हिशेब ठेवून नारळाचा व्यापार केला नसता, तर या गावातल्या साऱ्या बागा तुझ्या मालकीच्या झाल्या नसत्या.

माझ्या वडलांनी सावकारी करून पै-पैचा हिशेब करीत जन्म घालविला नसता, तर आज या गावचा मालक म्हणून तुला मिरवता आलं नसतं. तुलाही तसंच इथं राह्यलं पाहिजे!

विलास : पण मला इथं राहता येत नाही; मला इथं कोंडल्यासारखं होतं बाप्पा.

बाप्पा : पिंजऱ्यातल्या पोपटालाच डाळिंबाचे दाणे मिळतात. दोन दिवसांत तुला इथं कोंडल्यासारखं झालं! विलास, मी माझा सारा जन्म या तुरुंगात हसत घालवला. मी कुलासाठी जगलो, मुलांसाठी जगलो; स्वत:साठी नाही. रक्ताचा कणन्‌कण बांधकामाला घालून मी हे देऊळ उभं केलं. तुझ्या हातानं त्याच्यावर कळस चढलेला पाहिला की, त्याच क्षणी मी आनंदानं डोळे मिटीन. विलास, माझी निराशा करू नकोस! चिटकोबा, उद्यापासून विलासला साऱ्या व्यवहारांची माहिती करून द्यायला लागा, देण्याघेण्याचे कागदपत्रं समजावून सांगा, कुळांच्या ओळखी करून द्या; साऱ्या बागा, सारी ठिकाणं स्वत: हिंडून दाखवा... समजलं? आता तो इथंच राहणार आहे.

चिटकोबा : बरं!

(१२)

(फिरावयास गेलेली लता व सदानंद एका तलावाजवळ येतात.)

लता : ती पाहिलीत का कमलिनी....

सदानंद : कोणती?

लता : ती एकटीच आहे, ती!

सदानंद : ती?

लता : हो, किती दिवस वाट पाहत होती बिचारी!

सदानंद : कुणाची?

लता : आपल्या प्रियकराची – मधुकराची. एके दिवशी अगदी अचानक तो तिच्याकडे आला. कमलिनीचा आनंद गगनात मावेना. तिची पाकळीन्‌पाकळी कसल्या तरी गोड भावनेनं थरथरू लागली. तिनं त्याला गाढ आलिंगन दिलं. आपल्या अंत:करणाच्या आत – अगदी गाभाऱ्यात त्याला कोंडून ठेवला.

सदानंद : आणि तिथंच तो राहिला?

लता : हो. का?

सदानंद : गमे सखी, अंध मला हा भृंग –
कमली असा का गुंग?

कसा हा! अजुनी असा का गुंग?

लता : भुलवित राधाबाला कृष्णसखा हा
प्रणयी पाहा ना गुंग

सदानंद : गमे परी अंध मला हा भृंग –

लता : हा भोळा न, प्याला,
सख्या, प्रेमप्याला।

सदानंद : प्रेम? छे, वेड!

लता : जरी वेडी ही प्रीत हो –
जोडीविण जगी काय?

सदानंद : एक रात गे खेळ संगे –
मागुनी राहील काय?

लता : प्रीतिच्या पळांत ये युगरंग,

सदानंद : गमे परी अंध मला हा भृंग.

लता : भृंगच माणसाहून शहाणा असतो.

सदानंद : म्हणजे?

लता : कमलिनीला फसवू नये, हे त्यालासुद्धा कळतं. एक माणूस रोज-रोज माझी थट्टा करून पळून जात होतं; नाही का?

सदानंद : परवापासून चालवलं आहे काय तुम्ही?

लता : मुलखाचे लबाड आहात तुम्ही! त्या दिवशी राजपुत्र होऊन घोड्यावर बसून माझ्या महालात नव्हता आलात?

सदानंद : घोड्यावर बसून? तेहतीस कोटी देवांची शपथ घेऊन सांगतो की, अजून टांग्याच्या घोड्यालासुद्धा हात लावला नाही मी.

लता : तर-तर! मी ओढ्यावर पाणी भरायला गेले होते, तेव्हा आंबराईत लपून शीळ कोण घालीत होतं मला?

सदानंद : शीळ?

लता : हो, शीळ –

सदानंद : अहो, पण मला शीळ घालता येत नाही –

लता : खरंच वाटेल की नाही कुणाला – लहान पोरंसुद्धा शीळ घालतात.

सदानंद : अहो लतादेवी, या बिचाऱ्या टोपीवर का राग?

लता : स्वत:ची टोपीसुद्धा जड झाली वाटतं? गुरं राखताना वडाखाली बासरी वाजवून मला कोण बोलावीत होतं?

सदानंद : गुरं राखताना? आमच्या कॉलेजात गुरं राखायला शिकवितात वाटतं? हा मुंबई युनिव्हर्सिटीचा अपमान आहे. या बी. ए. झालेल्या सदानंदाचा

अपमान आहे.

लता : तुमच्याशी मुळीच बोलायचं नाही, असा निश्चय केला होता मी–

सदानंद : बरं झालं तुम्ही तुमचा निश्चय पाळू शकला नाहीत. नाहीतर –

लता : नाही तर काय झालं असतं?

सदानंद : चार दिवसांत मला गाशा गुंडाळून इथून परत जावं लागतं.

लता : ते का?

सदानंद : मला मोठी भीती पडली होती, या खेड्यात माझा वेळ कसा जाणार? पण इथं आल्यावर –

लता : इथं आल्यावर काय झालं?

सदानंद : 'तरुणांनो, खेड्यांत चला' हा महात्मा गांधींचा उपदेश आठवला.

लता : महात्माजींची नि तुमची ओळख आहे?

सदानंद : म्हटलं तर आहे; म्हटलं तर नाही.

लता : आश्रमात होता त्यांच्याबरोबर?

सदानंद : नाही; येरवड्याच्या तुरुंगात.

लता : तुरुंगात? तुरुंगात मोठी गंमत असते नाही? तुरुंगातून बाहेर पडलं की लोक फुलांचे हार घालतात, जयजयकार करतात; पण हे गाव म्हणजे स्मशान आहे नुसतं. इथं एकसुद्धा तुरुंग नाही.

सदानंद : वा:! इथं तर एक मोठ्ठा तुरुंग आहे.

लता : कुठं?

सदानंद : तुमच्या घरी – तुमचं घर हा एक मोठा तुरुंगच आहे!

लता : पण या तुरुंगातून बाहेर पडल्यावर माझा जयजयकार कोण करील?

सदानंद : हा स्वयंसेवक. 'लतादेवी की जय!'

लता : आणि गळ्यात हार कोण घालील?

सदानंद : अर्थात मीच!

(१३)

(चिटकोबा व विलास माडांच्या बागेतून फिरत असता दिगंबरची गाठ पडते.)

दिगंबर : काय चिटकोबा?

चिटकोबा : हे आमचे धाकटे मालक; ओळखलंत का यांना?

दिगंबर : हो, हो, नमस्कार धनी. अलभ्य लाभ, अलभ्य लाभ! (बाजूने जात असलेल्या सीता चांभारणीकडे एकदम विलासचे लक्ष वेधते.)

विलास : सीता –

चिटकोबा : दिगंबरपंत –

दिगंबर : वयाच्या मानानं दृष्टी मोठी चौकस आहे!

चिटकोबा : चौकस? अहो, हे काय बोलणं की काय? तुम्हाला आता पाह्यलंय ना? अमावस्येच्या अंधारात – स्मशानातसुद्धा आता तुम्हाला ओळखतील.

दिगंबर : वा: वा:! स्मशानात? तिथंच हल्ली माझा मुक्काम असतो.

विलास : स्मशानात?

चिटकोबा : हे आम्हाला कुठून माहीत असणार? यंदा आम्हाला तिकडं जायची पाळीच आली नाही. आमच्या नात्यागोत्यातलं कुणी दगावलंच नाही ना हल्ली; हो, पण तुमच्या मुलीच्या लग्नाचं जमलं का कुठं?

दिगंबर : हो!

चिटकोबा : कुठं, कुणाशी?

दिगंबर : परलोकांत – मृत्यूशी – क्षयानं आजारी होती ती; तुम्ही जप्तीचा हुकूम आणलात तेव्हा....

चिटकोबा : असं का?

दिगंबर : बरं, येतो. छोटे धनी, भेटू-भेटू.

(१४)

(गावालगतच्या नदीजवळ लता व सदानंद फिरावयास आलेले असतात.)

लता : गाई चंद्रिका, गाई गोपिका, गाई राधिका,
कुंजवनी का मुरली अधरी! श्याम मुका?
का रुसला माझा कान्हा? हा कळेना
कुणी लिंबलोण आणा । सखी मुरली मधुविण जीव भुका ॥

सदानंद : हो! अहो –

लता : काय हो?

सदानंद : नाही म्हणजे इथं फुलं मिळत नाहीत वाटतं?

लता : फुलं?

सदानंद : हो!

लता : म्हणजे फुलांच्याकरिता तुम्ही सकाळी एकटेच बाहेर पडला होता वाटतं?

सदानंद : नाही, सकाळी आपलं नारळाचं पाणी प्यायला – अडसर! अडसर!

लता : अस्सं! अस्सं! मग आता काय हवं तुम्हाला?

सदानंद : फुलं.

लता : फुलं ना? मग मला वाटतं, फुलांच्याकरिता तुम्हाला लतेकडं यावं लागेल.

सदानंद : लतेकडे ना?

लता : हो!

सदानंद : माझी कुठं ना आहे? चला की, आपण मिळूनच जाऊ!

लता : चला.

(दोघे हसत जातात. त्याच वेळी बाप्पा व चिटकोबा बोलत येतात.)

चिटकोबा : दोघं अगदी गमतीत असतात! हसतात काय, गातात काय, खेळतात काय!

बाप्पा : चिटकोबा! लतेचा वेळ जाण्याच्या दृष्टीनं हे सारे खेळ ठीक आहेत; पण हापूस आंबा आणि रायवळ आंबा यांतलं अंतर विसरून तो सदानंद वागू लागला तर? सदानंदवर नजर ठेवा!

चिटकोबा : नजर? अगदी जागता पहारा ठेवतो. डोळ्यांत तेल घालून बसतो.

(१५)

(लता व सदानंद लतेच्या खोलीत आलेली असतात.)

लता : या ना, 'गाई चंद्रिका, गाई गोपिका, गाई राधिका' – या ना, तुम्हाला फुलं हवीत ना? 'का रुसला माझा कान्हा कळेना' – (सदानंदाच्या हातात फुले देते.) खूप-खूप आनंद झालाय मला. अनिरुद्ध आले तेव्हा उषेलासुद्धा इतका आनंद झाला नसेल. रामचंद्रांना पाहून शबरीलादेखील इतका आनंद झाला नसेल. किती दिवसांची माझी इच्छा होती की, तुम्ही इथं यावं, तासन्तास तुमच्याशी बोलत बसावं, एकसारखं गात राहावं; पण दादाची खोली सोडून तुम्ही कधी बाहेर याल तेव्हा ना?

सदानंद : परवा मी तुम्हाला काय बोललो होतो?

लता : काय?

सदानंद : तुमचं घर हा एक मोठा तुरुंग आहे.

लता : मग?

सदानंद : मग काय? तुरुंगातल्या कैद्याला मनात येईल तसं वागता येत नाही.

लता : पण हा कैदी स्वतंत्र आहे!

सदानंद : कैदी आणि स्वतंत्र? इतकं स्वप्नात राहणं बरं नव्हे! तरी बरं, एका श्रीमंत जमीनदाराच्या घरी तुमचा जन्म झाला आहे.

लता : म्हणून काय झालं?

सदानंद : काय सुंदर चित्रं आहेत!

लता : आवडली तुम्हाला? पण (एका फोटोकडे अंगुलिनिर्देश करून) या ठिकाणी मी आणि....

सदानंद : कैद्यांनी असं बोलू नये.

लता : अं:! कैदी?

सदानंद : सोन्याच्या शृंखला फार जड असतात हं!

लता : अं-तर-तर – (बाहेरून चिटकोबा खोकत-खोकत आत येतो.).

सदानंद : चिटकोबा, काय झालं हो?

चिटकोबा : काही नाही हो. भयंकरच खोकला हो! म्हणजे त्याचं असं झालं – ताईसाहेब, कलमी आंब्यांत रायवळ आंबा मिसळायला लागला!

सदानंद : रायवळ?

चिटकोबा : म्हणजे गावठी! आणि मग एकदम खोकल्याची ढास सुरू झाली. (खोटेच खोकतो.)

सदानंद : अरे बापरे! हा माकडखोकला आहे. फार दिवस राहिला, तर माणसाला शेपूट फुटतं म्हणे. तुम्ही आपले घरी जा कसे!

लता : हो, चिटकोबा, तुम्ही घरी जा, मी बाप्पांना सांगेन.

चिटकोबा : छे; छे; मी इथंच बसतो. खोकत बाहेर कसा जाऊ? (खोकत) तुमचं आपलं चालू द्या!

लता : चालू द्या म्हणे!

सदानंद : पटलं ना तुम्हाला, की आपण कैदी आहोत म्हणून?

लता : हं! कशाला आलेत, कोण जाणे! घालवून दिलं पाहिजे त्यांना! पण कसं?

सदानंद : (एकदम आठवल्यासारखं करून) अरे हो, विसरलोच होतो की आपण!

चिटकोबा : अहो, काय विसरलं काय?

सदानंद : आपणाला आता काव्याचा अभ्यास करायचा ना? आणि याचा खोकलाही थांबलाय, तेव्हा –

लता : चिटकोबा, आता तुम्ही जा. आम्हाला काव्याचा अभ्यास करायचाय!

चिटकोबा : मी ऐकतो की मग – हां –

लता : जा, जाच तुम्ही! (चिटकोबाला बाहेर घालवितात.)

लता : प्रेमावाचुनी सर्व सुने!
जग भासे बापुडवाणे ।

चिटकोबा (खिडकीतून) : अहो सदानंद, सदानंदऽऽ नाही म्हटलं, कविता एकदमच का थांबली? अहो सदानंद, सदानंऽऽऽद....

सदानंद : थांबा हो. काय –

चिटकोबा : नाही म्हटलं, कसलं काव्य चाललंय!

सदानंद : आपलं हे – अनंत फंदीचा फटका –

लता : हो, अनंत फंदीचा फटका –

सदानंद : बिकट वाट वहिवाट नसावी.

चिटकोबा : ....धोपट मार्गा सोडू नको... बिकट वाट वहिवाट – काय अफाट, बेफाट काव्य आहे! चालू द्या – बिकट वाट वहिवाट नसावी, धोपट मार्गा सोडू नको – बरं ताईसाहेब, चालू द्या!

सदानंद : 'धोपट मार्गा सोडू नको!' किती सुंदर वाक्य आहे नाही? (लता लटकाच होकार देते.) दिल्लीची पातशाही कधीच लयाला गेली; पण ताजमहाल मात्र अमर आहे!

लता : का?

सदानंद : शहाजहान बादशहाच्या प्रेमाचं धवल प्रतीक ते! (चिटकोबाची चाहूल लागताच) तज्ज्ञांचं असं मत आहे –

लता : काय मत आहे?

सदानंद : की ताजमहालासाठी खर्च झालेल्या पैशांत यमुनेच्या काठावर नाही म्हटलं तरी कमीत कमी एक लाख माडाच्या बागा तयार झाल्या असत्या –

लता : एक लाख? मला नाही वाटत!

सदानंद : पण तज्ज्ञांचं तसं मत आहे!

लता : पण मला नाही ना वाटत!

सदानंद : पण माझंही तेच मत आहे.

लता : एक लाख? तर मग त्या बागांतून दर वर्षी पन्नास लाख नारळ निघाले पाहिजेत!

सदानंद : पन्नास लाख? निघतील की, आपण चिटकोबांनाच विचारू या –

लता : चिटकोबांना कशाला? ते घरी गेले असतील – खोकला आला होता त्यांना....

चिटकोबा : (बाहेरून) अहो ताईसाहेब....

लता : आहात होय तुम्ही इथं?

चिटकोबा : ताईसाहेब, बरोबर आहे. पन्नास लाख नारळ निघालेच पाहिजेत –

सदानंद : अहो, पण या पन्नास लाख नारळांच्या नरट्या किती होतील नरट्या?

चिटकोबा : पन्नास दुणे... एक कोटी!

लता : आणि या एक कोटी नरट्या जर चुलीत घातल्या आणि त्याच्यावर चहा तयार केला....

सदानंद : करा ना, बेशक करा, पाच अब्ज पेले चहा तयार होईल.

चिटकोबा : पाच अब्ज? एकम... दहम... अब्ज... बरोबर आहे. किती?....

सदानंद : पाच अब्ज!

चिटकोबा : हं, चालू द्या तुमचं... (हिशेब करू लागतो.)

सदानंद : (लतेस) तुम्ही मोठ्या लबाड आहात हं!

लता : कोण, मी? ...तुम्ही –

सदानंद : बरं, आपण दोघंही... मग झालं? (चिटकोबा बाहेर थांबला आहे, असे लता सुचविते.) त्याची आता काळजी करू नका! म्हातारा सापडला आता पाच अब्जांच्या चक्रव्यूहात! (तिच्या कानात काही सांगू लागतो. इतक्यात चिटकोबा आत येतो.)

चिटकोबा : तोंड मागं घ्या, तोंड मागं घ्या....

सदानंद : अहो चिटकोबा, कानांतच गोष्ट सांगायची असली म्हणजे तोंडाजवळ तोंड जायलाच हवं...

चिटकोबा : ते बरोबर आहे; पण तरुण मुलींच्याच कानात गोष्टी सांगायची हुक्की का हो येते तुम्हाला? आम्हा म्हाताऱ्यांना काय कान नाहीत?

सदानंद : हो, आहेत तर –

लता : थांबा, थांबा, – पाहू बरं? हो, आहेत की, पण लांबच लांब –

सदानंद : जाऊ दे हो!

चिटकोबा : ते झालंच हो! ब्रह्मदेवानं गाढव होण्याचा मक्ता आम्हालाच दिलाय ना? लहानपणी बाबा गाढव म्हणत; शाळेत गेल्यावर मास्तर गाढव म्हणू लागले नि लग्न झाल्यापासून आमची बायको-बायकोच ती – तिनं तर आम्हाला गाढवांचा राजाच ठरवलंय.

सदानंद : जाऊ द्या हो, बायकोच ना ती?

चिटकोबा : सदानंद, तुम्हाला म्हणून सांगतो, मनुष्यानं एक वेळ खून करावा – पण बायको करू नये....

सदानंद : छे:! छे:! ते जमायचं नाही हं – आताच माझे विचार थोडेथोडे बदलायला लागले आहेत.

चिटकोबा : का? का? का?

सदानंद : अहो, ते पाच अब्ज प्रकरण कळलं का तुम्हाला शेवटी?

चिटकोबा : हो, तेच विचारायला मी आलो होतो. पाच अब्ज पेले कसे तयार होतात? काय भानगड आहे ही?

सदानंद : ते मी दाखवतो तुम्हाला! पन्नास लाख नारळ घेऊन या म्हणजे झालं....

चिटकोबा : पन्नास लाख?

सदानंद : बरं, पाच नारळ घेऊन या –

चिटकोबा : पाच? आपण दोघंही जाऊ या ना तिकडं.

सदानंद : नाही; पण मी दाखवतो तुम्हाला – लवकर – हं – ताजे ताजे –

चिटकोबा : पाच नारळ ना? बरं –

(१६)

(कृष्णा चांभार आपल्या झोपडीत काम करीत आहे. जवळच जाई खेळत आहे.)

जाई : ए कारभारणीऽऽ कारभारणी, मारू तुला?

सीता : असं बोलू नये हं! आता ते कधी पिणार नाहीत!

जाई : कध्धी नाही?

सीता : कध्धी नाही. हे पाहा जाई, ते जुतं शिवलं की ते विकून ते तुला खूप खूप खेळणी आणून देणार आहेत हं!

जाई : आई, ते बघ! (मासळीविक्या बाया जात असतात.)

सीता : ऐकलंत, आज मी छान मासळीचं कोकणी सांबारं करणार आहे. कांदा, लसूण घालून असा सुंदर मसाला तयार करणार की – मी मासळी घेऊन येते हं! जाई, चल बाई लवकर – थांब हं, मी आलेच पैसे घेऊन! (सीता आत जाऊन पैसे घेऊन येते. कृष्णा तिचा हात धरतो. ती घाबरते.)

कृष्णा : मला पैसे पाहिजेत.

सीता : असं काय बरं!

कृष्णा : मला पैसे दे.

सीता : देत नाही.

कृष्णा : माझ्या मिळकतीतले पैसे मला देत नाहीस? (सीतेचा हात पिरगाळतो.)

सीता : आई!

जाई : आई! (विलास बाहेरून पाहतो.)

(कृष्णा पैसे हिसकावून घेऊन निघून जातो. जाई रडू लागते. इतक्यात विलास तिथे येतो.)

विलास : माकडाला रत्नाची काय किंमत!

सीता : कारभारी बाहेर गेले आहेत. तुम्ही –

विलास : तुझे कारभारी मला नको आहेत – मला तू –

सीता : साहेब, आम्ही गरीब चांभार – तुम्ही श्रीमंत जमीनदार – काही काम असलं तर गडीमाणसाला पाठवावं! तुम्ही स्वतः आमच्या दारात

येणं बरोबर नाही. चल जाई –

(सीता व जाई जाऊ लागतात.)

विलास : सीता!

सीता : मी माझ्या जाईची आई आहे!

(सीता जाईला घेऊन जाते. विलास खिन्न मुद्रेने परततो.)

(१७)

(बाप्पा होडीतून उतरतात. चिटकोबा धावत-धावत येऊन त्यांना नमस्कार करतो.)

बाप्पा : काय हो? काय म्हणतो विलास?

चिटकोबा : तशी गाणी खूप म्हणतात; पण कामाकडं काही लक्ष नाही. कर्जखतांची किंमत त्यांना रद्दीपेक्षा जास्त वाटत नाही. बरं, जमिनी दाखवायला जावं, तर बोहलं पाहून रामदासस्वामींना झालं तसं काही तरी होतं त्यांना!

(समोरून विलास येतो.)

बाप्पा : विलास, कुठं गेला होतास?

विलास : फिरायला बाप्पा!

बाप्पा : एकटाच?

विलास : हो.

बाप्पा : लता आणि सदानंद कुठं आहेत?

विलास : कोण जाणे!

बाप्पा : चिटकोबा, तुम्ही जा आता.

चिटकोबा : हो – हो! तिकडंच चाललो (जातो.)

बाप्पा : चल विलास! काय रे, काय होतंय तुला?

विलास : काही नाही.

बाप्पा : हे बघ, नवं जुतं थोडे दिवस पायाला लागतं; तसंच व्यवहाराचं आहे.

विलास : बाप्पा! मी मुंबईला जाऊन येऊ का?

बाप्पा : अरे, मुंबईला कशाला जायला हवं? इथं जत्रा आहे, पुष्कळ करमणूक होईल तुझी!

(१८)

(नदीशेजारच्या बागेत लता व सदानंद धावत येतात. दोघेही झाडाला टेकून उभी राहतात.)

लता : तुम्ही येण्यापूर्वी कसं एकटं-एकटं वाटत होतं मला!

सदानंद : आश्चर्य आहे बुवा! एकटं का वाटावं? तुमचे हे माड, ती खाडी, त्या होड्या, ती सुंदर-सुंदर अबोलीची फुलं, ते गुलाब आणि त्या कल्पना आणि ती स्वप्नं –

लता : (वेडावून) कल्पना आणि स्वप्नं –

सदानंद : आणि शिवाय सोबतीला बाप्पा आहेत बरोबर. आणि बाहेर फिरायला जायला तो रोमँटिक चिटकोबा – दातपडका –

लता : (वेडावून) रोमँटिक चिटकोबा! गप्प बसता की नाही तुम्ही?

(लता लटक्या रागाने येऊन माडाच्या झाडाजवळ थांबते; काही वेळाने सदानंद तिच्याजवळ येतो.)

सदानंद : रागावलात वाटतं? इकडं पाहा तरी!

लता : मोठे वाईट आहात तुम्ही!

सदानंद : गुन्हा कबूल! अपराध्याला शिक्षा वगैरे –

लता (हसत) : मला सोडून कुठं जायचं नाही तुम्ही!

सदानंद : छे, छे! मला मुंबईला फार महत्त्वाची कामं आहेत!

लता : अस्सं! (पुन्हा निघून जाते. तिच्यामागून सदानंद जातो. चिटकोबा लतेला शोधत येत असतो.)

सदानंद : कुठं चाललात?

लता : मुंबईला! मलाही फार महत्त्वाची कामं आहेत तिथं!

सदानंद : एकाची दोघं झाली म्हणजे कसा रंग येतो, नाही? (दोघेही हसतात. चिटकोबा पळत येऊन ओरडतो.)

चिटकोबा : अहो ताईसाहेबऽऽ अहो सदानंद!

(लता व सदानंद दोघेही पळत येतात. लता सदानंदाला थांबवते.)

लता : थकले बाई अगदी!

सदानंद : थकलात हां!

चिटकोबा : (धावत जवळ येऊन) अहो सदानंद!

सदानंद : काय?

चिटकोबा : अहो, पाच अब्ज पेले चहा कसा होणार बुवा?

लता : अहो, पाच अब्ज पेले! इथं असे धावत धावत का आलात?

चिटकोबा : (दोघांमध्ये येत) तसं नाही हं ताईसाहेब! मला काही कुणी सांगितलं नाही हं! परवा काकडे वैद्यांनी आमच्या कुटुंबाला फिरायला जायचा सल्ला दिला, तो एकदम आठवला. आमच्या हिला काही केल्या फावत नाही. तेव्हा म्हटलं, तिच्याऐवजी आपणच फिरायला जावं

झालं! (सदानंद-लता हसतात.)

सदानंद : हो! हो! (लतेला) मग यांना जाऊ दे ना फिरायला!

लता : हो, जाऊ दे ना! (लता, सदानंद मागे वळतात.)

चिटकोबा : (घाईनं त्यांच्यामध्ये घुसतो) नाही, नाही, ताईसाहेब! एकटं फिरण्यापेक्षा दोघांमधे मिळून-मिसळून फिरण्यात मोठी गंमत असते. काय सदानंद?

सदानंद : हो! हो!

चिटकोबा : शिवाय परवा वाघानं एक वासरू खाल्लं, तेव्हा आपण आपलं मिळून-मिसळून असावं. चला सदानंद!

सदानंद : अहो, पण –

चिटकोबा : (सदानंदाला नेत.) चला हो. तुम्ही चला ताईसाहेब!

(चालता-चालता सदानंद लतेकडे बघतो व 'आता कसं?' म्हणून विचारतो. लता 'थांबा' म्हणते. चिटकोबा चोरून दोघांकडे पाहतो.)

लता : हं, चिटकोबा! आमच्याबरोबर खेळायला येता का?

चिटकोबा : हो, आपण काय, लहानात लहान; मोठ्यात मोठे! बोला, कसला खेळ खेळायचा? गंजिफा, सोंगट्या की बुद्धिबळं?

लता : नाही, नाही – फुगडी. (त्याचा हात धरून फुगडी घालते व मुद्दाम त्याचा हात सोडून देते. तो धडपडतो. लता सदानंदाकडे जाते.)

चिटकोबा : (त्यांच्याकडे जात) छे! छे! ताईसाहेब! आज तुम्ही मला फुगडी खेळायला सांगता – उद्या लुगडी नेसायला सांगाल. लहानपणची गोष्ट निराळी होती. त्या वेळी हदग्यातलं गाणं मी इतका सुंदर म्हणायचा – 'ऐलमा पैलमा गणेश देवा । माझा संसार मांडू दे करीन तुझी सेवा ।।'

(सदानंद-चिटकोबा हसतात.)

लता : हसायला काय झालं? खेळ कोणता खेळायचा, ते ठरवा ना अगोदर!

चिटकोबा : हो! मग लपंडाव?

सदानंद : लपंडाव? छे! मग आंधळी-कोशिंबीर?

लता : हां! हां! पण रुमाल?

सदानंद : (खिशातून काढून) हा घ्या ना. पण आता राज्य?

लता : राज्य चिटकोबावर!

चिटकोबा : ठीक! ठीक! (लता चिटकोबाचे डोळे बांधते. डोळे बांधून झाल्यावर सदानंद चिटकोबाला फिरवतो व दोघेही पळून जातात.)

चिटकोबा : (शोधीत) ताईसाहेबऽऽ अहो सदानंद! काय हो हे? (माडाशी धडकतो.

लता व सदानंद हसतात.)

लता : अय्या! खड्डा आहे तिथं!

सदानंद : असू दे, पडू दे ना जरा! गंमत होईल!

लता : गंमत काय होईल? वा!

चिटकोबा : (सदानंद लतेच्या तोंडावर हात ठेवतो.)

सदानंद : अरेरे!

लता : चिटकोबा! अहो चिटकोबा!

(सदानंद व लता पळत जातात. चिटकोबा हाक ऐकल्याबरोबर वळतो व झाडाला आपटतो.)

चिटकोबा : हा! हा! अहो ताईसाहेब! ताईसाहेब!

(चिटकोबा त्यांना शोधता-शोधता खड्ड्यात पडतो. सदानंद व लता नदीतील एका होडीत बसून वल्हवू लागतात.)

लता : मुरकत मुरकत नौका ही चाले,
सागरी लाजरी बघ डोले
थरथर थरथर कापे रे काया,
हास ना, बोल ना, यदुराया

सदानंद : गौळण गाई
हासत राई
श्याम भुलोनी जाई

लता : लवलि ही काया राया
बिलगली बघ पाया

सदानंद : फुलविसी तू गं प्रीतिची बाले छाया

लता : मुरकत मुरकत नौका ही चाले
हासरी नाचरी घे झोले ॥

(१९)

(कृष्णा चांभाराच्या झोपडीत जाई खेळता-खेळता एका माडाकडे काठीची बंदूक रोखून उभी आहे.)

जाई : कोण आहे? थांब, तिथंच उभा राहा! (झोपडीत सीताने लपवून ठेवलेले पैसे घेऊन जाण्यासाठी आलेला कृष्णा घाबरून बाहेर पाहतो.)

कृष्णा : जाई! मला वाटलं, खरंच कोण आलं!

जाई : (माडाकडे बोट दाखवून) मी ठार मारणार आहे याला! मर मर!

कृष्णा : खेळ – खेळ हं!

जाई : बाबा –
कृष्णा : काय जाई?
जाई : मला एक शिपाई पाहिजे.
कृष्णा : का? मी काही चोरी करीत नव्हतो!
जाई : तसं नव्हे, मला खेळातला शिपाई पाहिजे! मोटार, बाहुली – उद्या जत्रा नाही का?
कृष्णा : पण जाई, खेळ घ्यायला पैसे लागतात; ते कुठं आहेत?
जाई : आईपाशी आहेत की!
कृष्णा : जाई, आई पैसे कुठं ठेवते? (जाई त्याला आत नेते.)
कृष्णा : दाखव ना?
जाई : नको बाबा, आई रागावेल!
कृष्णा : अगं, तुला हत्ती, घोडा पाहिजे ना?
जाई : हो!
कृष्णा : मग दाखव ना! (ती दाखविते. कृष्णा पैसे घेऊन जातो. सीता मासेविकी कोळणीला घेऊन येते. जाई घाबरून आत जाते.)
सीता : थांब हं, पैसे घेऊन येते. (सीता पैसे आणण्याकरिता आत जाते.)
जाई : (घाबरून) मी नाही घेतले पैसे; बाबानं घेतले!
सीता : कार्टे, दाखवलेस का तू? (कोळिणीला जायला सांगते. फुकट वेळ दवडल्याबद्दल ती तणतणते; इतक्यात विलास येतो, कोळिणीला पैसे देतो. सीता विलासवर रागावते व झोपडीचे दार लावून घेते.)
जाई : आई, तू का गं रडतेस? मी वाईट आहे का गं?
सीता : नाही, मी वाईट आहे बाळ! मी तुला मारलं!

(मध्यरात्र झाली आहे. सीता व जाई झोपल्या आहेत. चुलीपाशी एक वाढलेले ताट झाकून ठेवले आहे. दारू प्यालेला कृष्णा येत असतो.)

कृष्णा : श्रीमंत दारू प्याले, गटारांत पडले आणि मेऽऽऽऽलेऽऽ! (माडाला मिठी मारून) जीते रहो पठ्ठे!
सीता : कशाला उभे राहिलात तिथं? तो तुकडा खा नि मुकाट्यानं झोपा! (आत जातो. ताटावरचे झाकण काढून भाकरीचा तुकडा तोंडापर्यंत नेत सीतेला विचारतो.) तू खाल्लीस भाकरी?
सीता : खाल्ली!
कृष्णा : जाईनं?
सीता : अगदी पोटभर खाल्ली!
कृष्णा : खरंच? तुझ्या गळ्याशपथ? जाईच्या गळ्याशपथ?

सीता : ज्यांचे गळे कापायचे, त्यांच्या गळ्यांच्या शपथा कशाला घेता उगीच? पिऊन आलातच रगत आमचं; गिळा तो तुकडा! (कृष्णा ताट बाजूला सारतो व अंथरुणावर येऊन पडतो.)

कृष्णा : जाई झोपली? मी तिला फसवून गेलो होतो!

सीता : तुमच्यामुळं मी हिला मारलं!

कृष्णा : मारलंस? जाई....

सीता : एवढी पोरीवर माया असली, तर जाऊन जुतं शिवा म्हणजे उद्याच्या जत्रेत पोरीला खाऊ-खेळणं तरी मिळेल! (कृष्णा बाहेर जाऊन जुतं शिवण्याच्या कामाला लागतो.)

(२०)

(तुळशी गावात जत्रा भरली असून सीता व जाई कृष्णाची वाट पाहत आहेत. विलास, सदानंद, लता व चिटकोबाही आले आहेत.)

जाई : आई, मला खेळणी –

सीता : असं काय बरं जाई, जुतं विकायला गेले आहेत ना ते? आता येतील हं, तोपर्यंत इथंच वाट बघू हं त्यांची.

(विलास जवळ येतो.)

विलास : जाई, तुला खेळणी हवीत ना?

जाई : हो! मोटार, बाहुली –

विलास : हे घे पैसे. (पैसे देऊ लागतो. सीता जाईला आपल्याकडे ओढते.)

सीता : साहेब –

विलास : गरिबांना इतका मान बरा नव्हे सीता!

सीता : गरिबाला मान नसला तरी मन असतं साहेब! आम्हाला नकोत तुमचे पैसे.

जाई : (रडत) पण आई, मला खेळणी हवीत ना गं!

सीता : जुतं विकून आता येतील ते. रडतेस का अशी जाई? एक जुतंसुद्धा लवकर विकता येत नाही.

(२१)

(माडीच्या दुकानात काही दारूडे माडी पीत आहेत; इतक्यात कृष्णा जुतं घेऊन विकायला म्हणून येतो.)

कृष्णा : चप्पल विकत घेता का?

एक दारूडा : चप्पल! दारू पी, दारू पी, दारू – (हसत जातो.)

कृष्णा : चप्पलची सुंदर जोडी, कुणाला घ्यायची आहे विकत? मुंबई फॅशन

चप्पल घेणार आहे कोण?

दुकानदार : ए चांभार, बाजारपेठ समजलास काय?

कृष्णा : बाजारपेठेत इतकी गर्दी आहे की, माझ्यासारख्या गरिबाचा आवाज तिथं ऐकू जाईना! तुम्ही घेता का? बघा कशी जोडी आहे!

दुकानदार : पाहू! काय दाम?

कृष्णा : काहीही! तुम्ही द्याल ते!

दुकानदार : माडीच्या दोन बाटल्या देईन.

कृष्णा : बाटल्या? नाही नाही; मला खेळणी पाहिजेत!

दुकानदार : खेळणी! (हसतो.)

(२२)

(जत्रेत जाई व सीता कृष्णाची वाट पाहत आहेत.)

जाई : आई, अजून आला नाही बाबा?

सीता : मग काय करू तरी काय मी?

(विलास फिरून येतो.)

विलास : हे घे पैसे.

जाई : आई!

विलास : अजून तरी हे पैसे घे!

जाई : आई, घे ना गं पैसे!

सीता : नकोत, नकोत मला हे पैसे! आत्ता येतील ते पैसे घेऊन.

जाई : आई, असं गं काय करतेस? घे ना गं ते पैसे! (रडू लागते.)

सीता : जाई, रडू नकोस, तू रडू नकोस!

जाई : आई, दे ना गं मला खेळणी!

सीता : तोंड मीट! जीव घे एकदा आईचा, म्हणजे सुटलीस! (उठून विलासकडे येते.) साहेब, द्या ते पैसे!

(विलास सीतेला नोट देतो, ती घेते. इतर लोक पाहतात. विलास जातो.)

(२३)

(माडीच्या दुकानात कृष्णा चप्पल विकण्याचा प्रयत्न करीत आहे.)

कृष्णा : नाही नाही, मला पैसे पाहिजेत.

दुकानदार : पैसे ठेवलेत! बघ, दोन बाटल्या.

कृष्णा : छे, छे! (जुतं घेऊन जाऊ लागतो.)

एक दारूडा : खेळणी कसली घेतोस? माडी पी, माडी पी!

दुसरा दारूडा : (नरटीतून माडी कृष्णाच्या तोंडाजवळ नेतो. कृष्णा परत दुकानात येऊन चप्पल ठेवून माडीच्या बाटल्या घेऊन जातो. दारूडे हसतात.)

दारूडे : घॅ रॅ बाबा माडी, घॅ रॅ बाबा माडी,
कितँ बोरी, कितँ बोरी । कितँ बोरी, हिची गोडी ।
घाल रे मुकान थोडी । घाल रे मुकान थोडी ।

(काल्लू तिथे येताच सर्व जण त्याला लावणी म्हणण्याचा आग्रह करतात.)

काल्लू : तुझ्या नैनांत मैनेचे बोल गं
तुझ्या चरणांत चंद्राची चाल गं
गोरे गाल, ओठ लाल, जणू पवळ्याची नाजूक माळ
अशी लाजुं नको, दूर राहुं नको
तुझ्या मिठीत माझा महाल गं,
मुख मुखात घालू, मग बहरंल शाळू
लुटू प्रीतीचं मोती अमोल गं!

एक जण : काय फाकडी लावणी आहे!

दुसरा : कुठल्या पाखरावर केलीस रे ही? तुझ्या नयनात मैनेचे बोल!

काल्लू : अरे, ते नवीन पाखरू!

तिसरा : कुठलं? कुठलं?

काल्लू : तुम्हाला काय करायचं ते?

तिसरा : आपलं पाहावं!

काल्लू : ते त्या टेकडीवरचं! त्या नवीन झोपडीतलं! घाटावरनं आलेलं! हाय! हाय! काय मस्ती आहे! या दारूत नाही, ते तिच्यात आहे.

दुसरा : कोण, ती सीता? चांभारीण – (दारू पीत असलेला कृष्णा त्यांच्याकडे बघतो.)

काल्लू : मग त्यात काय झालं?

चौथा : अरे, त्या बाप्पाच्या पोरानं, विलासनं – तिला उपटली की! आत्ता जत्रेत त्यानं पाच रुपये दिलं तिला!

पहिला : आणि तो तिचा नवरा कृष्णा!

काल्लू : नवरा?

पहिला : अरे, कसला नवरा? तो नुसता नावचा नवरा!

दुसरा : तिचा खरा नवरा तो विलास!

(कृष्णा येऊन काल्लूच्या गळ्याला धरतो.)

कृष्णा : काय म्हणालास? 'कृष्णाच नावाचा नवरा!' त्या विलासनं तिला पैसे दिले!

काल्लू : गळा सोड, गळा सोड! काय खोटं बोललो? दारूत भिजलेली जीभ कधीही खोटं बोलत नाही. मी पाहिलं.

सर्व लोक : आम्ही पाहिलं! (कृष्णा तिथलीच एक काठी काढून घेऊन रागाने जातो.)

(२४)

(चिडलेला कृष्णा रागारागाने 'सीता, सीता' अशा हाका मारीत येतो व झोपडीतील साऱ्या सामानाची मोडतोड करतो.)

कृष्णा : दुसऱ्याच्या पैशावर माझा संसार? मी नुसता नावाचा नवरा, नाही का? बदमाश, हलकट! त्याच्या पैशाला भाळली आहे ती! (दारू पिऊ लागतो; सीता जाईसह येते.)

सीता : धनी!

कृष्णा : (उठून दार बंद करून घेतो.) आत पाऊल टाकशील तर तंगडी मोडून टाकीन!

सीता : धनी! धनी!

कृष्णा : हलकट! त्या विलासला मिठ्या मार जा! जत्रेत त्यानं तुला पाच रुपये दिले! का दिले ते? बदमाश, जा! मर! (तिला मारतो. ती खाली पडते. तो पुन्हा दार बंद करून घेतो.)

जाई : आई!

सीता : काय बाळ?

जाई : नको आम्हाला बाबाची झोपडी! माझ्या झोपडीत चल!

सीता : चल, तुझ्याच झोपडीत चल!

(जाई तिला आपल्या खेळातल्या झोपडीकडे नेते.)

जाई : बाबा अगदी वाईट आहेत बघ!

सीता : ते वाईट नाहीत बाळ, दारू वाईट आहे!

जाई : दारू वाईट आहे, मग देवानं दारू का गं केली?

सीता : दारू देवानं केली नाही, माणसानं! गावातल्या साऱ्या बागा बाप्पांच्या मालकीच्या आहेत. त्यांनी माडीला माड दिले नाहीत, दारू निघालीच नाही तर – नको बाळ, झोप तू!

(जाई झोपी जाते. सीतेला स्वप्न पडते की तिने दारूला दिलेले सारे माड पाडून टाकले आहेत. इतक्यात बाप्पा तिच्याजवळ येऊन तिचा हात धरतात.)

बाप्पा : काय चालवलं आहेस हे तू?

सीता : मी माड पाडला! तुम्ही माडीला दिलेले सगळे माड मी पाडणार आहे!

बाप्पा : चालती हो! (तिला ढकलून देतात; ती किंचाळून जागी होते.)

(२५)

(विलास आपल्या खोलीत येतो.)

विलास : सदानंद, मी जातो. मला इथं राहायचं नाही! मला या तुळशी गावाला विसरायचं आहे. काल जत्रेत तिनं –

सदानंद : काय वेडा आहेस तू विलास! सीता, सीता करीत काय बसला आहेस? चल, तू हो पुढे, मी आज रात्री निघतोच. मला लतेशी थोडं बोलायचं आहे.

विलास : लवकर ये.

सदानंद : जा तू.

विलास : सदानंद!

सदानंद : काय रे?

विलास : सीता भेटली तर तिला सांग –

सदानंद : सांगतो, की विलासला तुझ्यासारख्या हजारो सीता मिळतील म्हणून! जा-जा लवकर, नाहीतर बाप्पा पाहतील. (विलास जातो. सदानंद लतेच्या खोलीशी घेऊन कानोसा घेऊन 'लता, लता' अशी हाक मारतो. खाली वाड्याच्या चौकात विलास बॅग घेऊन मुंबईला जाण्याच्या तयारीने निघालेला असता बाप्पा पाहतात.)

बाप्पा : विलास, कुठं चाललास?

विलास : मी मुंबईला चाललो आहे! मला इथं अगदी करमत नाही बाप्पा!

बाप्पा : आयुष्य कामाकरिता आहे, करमणुकीकरता नाही! कुणाला विचारून चालला होतास मुंबईला?

विलास : पण बाप्पा, या खेड्यात माझं मन रमत नाही! अगदी उदासीन वाटतं मला इथं!

बाप्पा : एक शब्द बोलू नकोस. जन्मभर रक्ताचं पाणी करून मी या गावातल्या तुकड्या-तुकड्यांवर शिंपडलं. एखाद्या संन्याशाप्रमाणं राहून एका पिढीत साऱ्या गावाची मालकी मिळविली. उभ्या पंचक्रोशीला मत्सर वाटावा इतकी प्रतिष्ठेची आणि वैभवाची जोड मी या घराला मिळवून दिली. कुणासाठी? तुझ्यासाठी! लतेसाठी! शरम नाही वाटली करमत नाही म्हणून सांगायला? चिटकोबा, काय आहे? का आलात?

चिटकोबा : काही नाही, हल्ली वानरांचा झाडाला फार उपद्रव व्हायला लागलाय! (बरोबर आलेल्या शिकाऱ्याला) होय की नाही रे?

(शिकारी मानेने हो म्हणतो.)

बाप्पा : एक फळसुद्धा टिकू देत नाहीत? मग हा काय करतो? (इतक्यात वानरांचे ओरडणे ऐकू आल्याने शिकाऱ्याजवळून बंदूक घेऊन एक वायबार काढतो.) विलास, ही बंदूक घे. सकाळ-संध्याकाळ बागांतून हिंडत जा. एकही वानर राहता कामा नये! कामाबरोबर करमणूकही होईल तुझी! त्या सदानंदालाही पाठोपाठ पाठवून देतो.

(लतेच्या खोलीत लता सदानंदाला चहा आणून देते व गुणगुणते. 'प्रेम-वेडी बालिका करुणा नये काय कांता –' सदानंदाच्या हातात चहाचा पेला देते व स्वत:चा चहा पिता-पिता नाक मुरडते.)

सदानंद : का?

लता : चहात साखरच नाही मुळी!

सदानंद : अहो, काय वेड लागलंय काय तुम्हाला? अहो, चहात भरपूर साखर आहे!

लता : असं का? घ्या पाहू!

सदानंद : अस्सं होय! मग त्याला एवढं ढोंग कशाला? दिला असता की मी! हो, मला तुमच्याशी पुष्कळ बोलायचं आहे.

लता : अस्सं! मग या ना!

सदानंद : इथं?

लता : हो!

सदानंद : बाहेर पाऊस पडत असला तरच मी इथं घरात बसून बोलेन!

लता : आणि पाऊस पडत नसला तर?

सदानंद : तर? शुद्ध मोकळ्या वातावरणी –

लता : मारू भरारी। चल तोड बंधने सारी। (दोघे एकमेकांजवळ येतात. इतक्यात बाप्पा आत येतात व रागाने सदानंदाच्या गालावर मारतात.)

बाप्पा : सदानंद, चालता हो!

लता : बाप्पा, माझं यांच्यावर प्रेम आहे!

बाप्पा : श्रीमंताच्या मुलीनं श्रीमंतावरच प्रेम केलं पाहिजे! चालता हो.

(सदानंद जाऊ लागतो.)

लता : सदानंद!

बाप्पा : चूप, हिरकणी कोणी तांब्याच्या कोंदणात बसवीत नाहीत! चालता हो! (बाहेर बंदुकीचे आवाज होऊ लागतात. बाप्पा तिकडे जातात.)

लता : सदानंद, रागावू नका. तुम्ही समोरच्या माडाच्या बागेत थांबा, मी तिथं येते, जा ना! (सदानंद जातो.)

(२६)

(जाई झोपडीच्या बाहेर बसली आहे. कृष्णा दारूच्या धुंदीत झोपडीतून बाहेर ओरडत येतो.)

कृष्णा : जाई, जाई, जाई, जाई! कुठं आहे तुझी आई?

जाई : बाबा, झोपडी!

(तिची खेळातली झोपडी लाथेने उडवतो.)

कृष्णा : बोल, कुठं गेली तुझी आई? त्या विलासला मिठ्या मारायला? त्या विलासच्या तोंडात तोंड घालायला? कुठं गेली? बोल, कुठं गेली?

जाई : तू बाप नाहीस, राक्षस आहेस!

कृष्णा : ठार मारीन तुला!

जाई : मार, मार, एकदा. दारूड्या कुठला!

कृष्णा : बापाची दारू काढतेस?

(ती पळून जाते. तो मारायला धावतो व माडाला आपटतो.)

(२७)

(बाप्पांच्या वाड्याबाहेरील बाजू. सीता फाटकाजवळ येते. बाप्पा 'लताऽ लता' म्हणून हाक मारीत फाटकाजवळ जातात. इतक्यात सीता पुढे येते. तिच्या कपाळावर जखम झालेली आहे.)

बाप्पा : कुणी मारलं तुला?

सीता : तुम्ही! तुमच्या माडीनं! तुमच्या दारूनं! धनी, तुम्ही थोर आहात, मोठे आहात. देवानं तुम्हाला काही कमी केलेलं नाही. माडीचं उत्पन्न कमी झालं, म्हणून तुम्हाला काही –

बाप्पा : भीक मागावी लागणार नाही, हेच ना तुझं म्हणणं? भीक न मागणं हाच काही पुरुषार्थ नाही! गावातल्या प्रत्येक मनुष्याला जाऊन विचार – बाप्पांची श्रीमंती धर्माची आहे, न्यायाची आहे, हेच शब्द तुला ऐकू येतील! आजपर्यंत अन्यायाची एक पैसुद्धा माझ्या घरात आली नाही.

सीता : दारूचा पैसा हा पापाचा पैसा आहे धनी! धर्माचा नाही, न्यायाचा नाही!

बाप्पा : मी काही कुणाला माडी प्या, दारू प्या – म्हणून सांगायला गेलो नाही! माडी प्यायला काही कुणाला मी शिकवलं नाही!

सीता : वाईट गोष्टी कुणी शिकवाव्या लागत नाहीत धनी! गावातल्या गोरगरिबांच्या घरी जाऊन पाहा, दुधाच्या थेंबासाठी लेकरं तडफडताहेत! लाज राखायला पोतेरंसुद्धा नाही म्हणून बायका तळमळताहेत! रोज रात्री गटारात तोंड घालावं लागल्यामुळं कोवळ्या पोरी जीव देताहेत!

बाप्पा : मी काय करू त्याला? त्यांनी आपल्या नशिबाला दोष द्यावा.

सीता : नशीब! दारू नशिबानं नाही केली; माणसानं केली! तुम्ही केली.

बाप्पा : हो, केली. मग?

सीता : गावात माडीच मिळाली नाही तर? तर, ही सारी माणसं सुखी होतील. धनी, तुम्हाला ती दुवा देतील!

बाप्पा : गरिबांच्या आशीर्वादानं श्रीमंतांचे संसार चालत नाहीत. आजपर्यंत काय कुणी माडीला माड दिले नाहीत? मीही तेच करतो! चालती हो इथून!

सीता : कुठं जाऊ धनी? आमच्यासारखे गोरगरीब सुखी व्हावेत –

बाप्पा : म्हणून मी माझं माडीचं उत्पन्न बुडवू? विलास आणि लता यांचं सुख नाहीसं करू?

सीता : असं कसं म्हणेन मी बाप्पा? मलाही मुलगी आहे; पण माडीच्या उत्पन्नाशिवाय दुसरंही उत्पन्न आहे तुम्हाला. हे माडीचं उत्पन्न सोडलं –

बाप्पा : ते उत्पन्न मला सोडायचं नाही. तुझा नवरा दारू पिऊन तुला मारहाण करतो, ही त्याची चूक आहे, तुझी चूक आहे; माझी नव्हे!

सीता : धनी, उद्या तुमचा जावई दारू पिऊन आपल्या लाडक्या मुलीला मारहाण करू लागला; तुमचा मुलगा उद्या दारू पिऊन –

बाप्पा : चूप!

सीता : भिकारी आणि श्रीमंत दोघंही एकाच देवाची लेकरं आहेत धनी!

(२८)

(बाप्पाच्या वाड्याजवळच्या आंबराईत)

सदानंद : श्रीमंतांचं जग निराळं आणि गरिबाचं जग निराळं! लता, मला जाऊ दे!

लता : नाही, मी नाही सोडणार तुम्हाला! तुमचं आणि माझं जग निराळं नाही.

सदानंद : वेडी आहेस तू लता! तुझ्या बाप्पांना विचार –

लता : बाप्पांना काय विचारू? त्यांचा काय संबंध यात? माझं तुमच्यावर प्रेम आहे. मला तुम्ही हवे आहात!

सदानंद : कोंड्याचा मांडा करून माझ्याबरोबर संसार करशील? अशीच्या

अशी माझ्याबरोबर पळून येशील?

लता : पळून? (बंदुकीचा आवाज ऐकू येतो. लता दचकते.)

सदानंद : भित्री, दुबळी आहेस तू! चल, बाजूला हो!

लता : सदानंद, थोडे दिवस थांबा! मी बाप्पाचं मन वळवून बघते. सदानंद, मला वचन द्या – तुला सांगितल्याशिवाय मी इथून जाणार नाही, असं मला वचन द्या.

(२९)

(माडांच्या बागेत विलास बेफामपणाने बंदूक उडवीत जातो. कृष्णाला भिऊन जाई पळत-पळत येते व एका माडावर चढू लागते. माकड आहे, असे समजून विलास बंदूक झाडतो. जाईला गोळी लागली, असे पाहून विलास बंदूक टाकून पळून जातो.)

(३०)

(बाप्पांच्या वाड्याबाहेरची बाजू –)

सीता : बाप्पा, दया करा –

बाप्पा : सीता, तुझ्याकरिता मला काही करता येणार नाही. गवताला उंच होता येत नाही म्हणून त्याच्याजवळचा माड काही आपला शेंडा तोडून घेत नाही! तुझं जग गवताचं आहे, माझं जग माडाचं आहे! (सीतेला जाईची हाक ऐकू येते व ती 'जाई' म्हणून घाबरून पळत जाते.)

बाप्पा : विलास!

विलास : बाप्पा, चुकून माझी –

बाप्पा : चूप, बोलू नकोस!

विलास : पण –

बाप्पा : भागूबाई! या घरात जन्माला आला नसतास, तर आता काळ्या पाण्याची वाट चालू लागला असतास! लक्षात ठेव. तू अजून निजून उठला नाहीस, घरातील बंदूक कुठं ठेवली आहे; तुला माहीत नाही. जा, झोप जा! (विलास धावत घरात जातो. चिटकोबा घाईने आत येतो.)

चिटकोबा : बाप्पा, बाप्पाऽऽ तिकडे –

बाप्पा : जा, तुम्ही पोलिसांना घेऊन या.

चिटकोबा : हा आलोच!

(३१)

(जाईला गोळी लागली, हे पाहून आजूबाजूचे लोक जमा होतात. सीता

जवळच बसली आहे. सभोवती लोक गोळा झाले आहेत.)

सीता : जाई, जाई! एकदा डोळे उघडून बघ तरी! जाई, का आली होतीस तू इकडे?

एक जण : हिच्या पाठीमागून हिचा बाप पळत होता.

सीता : हिचा बाप?

दुसरा : मी त्याला पळून जाताना पाहिलं!

सीता : पळून जाताना? (बाप्पा येतात.)

बाप्पा : गोळी लागून पडली वाटतं? बिचारी पोर!

सीता : जाई-जाई! तुझा बाप पळून गेला? तुला इथं टाकून पळून गेला – एकटीलाच टाकून पळून गेला – एकटीलाच टाकून पळून गेला?

(चिटकोबा पोलिसांना घेऊन येतात.)

बाप्पा : ही गोळी लागलेली मुलगी. तिचा दारूड्या बाप पळून गेला आहे!

पोलीस : पळून –

सीता : बाप्पा!

बाप्पा : आणि जवळच ती बंदूक टाकलेली दिसते – घाबरला असेल –

सीता : दारूड्या असला तरी तो तिचा बाप आहे! माणूस आहे!

बाप्पा : तू मात्र पतिव्रता आहेस. दारूड्या नाती ओळखत नाही – तो माणुसकी विसरतो आणि याची साक्ष तुझ्या डोक्याला त्यानं केलेली जखम.

एक : पण ही बंदूक –

बाप्पा : काल माझ्या हातात होती! वानरांना भय दाखविण्याकरिता काल मी या बागेत आलो होतो – चुकून ती इथंच राहिली.

(कृष्णाला पोलीस धरून घेऊन जातात.)

(३२)

(झोपडीत सीता जाईला जवळ घेऊन बसली आहे. लता, विलास, चिटकोबा येतात.)

चिटकोबा : ताईसाहेब, ताईसाहेब! आत जाऊ नका. शिवाल तिला; चांभारीण आहे ती!

लता : चिटकोबा!

जाई : आं! आं! आई, माझी झोपडी कुठं आहे गं?

सीता : ही पाहा, इथंच आहे बाळ!

जाई : ही झोपडी, हा चाबूक, ही खेळणी मला नको आता ही! सगळी आता तुला घे. आई! बाबा कुठं गेला? मी त्याच्या पाठीवर बसून

लांब-लांब जाणार आहे.

सीता : जाई!

जाई : तुलासुद्धा घेऊन जाईन हं! मग तरी झालं? रडू नको गं आई. मला इथं कसंसंच होतं! (लता आत येते.)

लता : सीता!

सीता : कोण तुम्ही?

लता : लता. बाप्पांची मुलगी मी!

सीता : बाप्पांची मुलगी! चल, चालती हो इथून!

लता : मी तुला मदत करायला आले आहे.

सीता : तुम्ही श्रीमंत, आम्ही गरीब! तुमचं जग निराळं, आमचं जग निराळं! तुमचा-माझा काय संबंध?

लता : काय संबंध? संबंध आहे! मी तुझी धाकटी बहीण आहे.

सीता : बहीण! एका चांभारणीची बहीण!

लता : हो, बहीण! मोठ्या बहिणीनं धाकट्या बहिणीचं नको का ऐकायला सीता?

सीता : बहीण! माझी बहीण! लता, अशी माया लावून तू –

लता : कधी फसवणार नाही. सीता, हे घे ना! (तिला पैसे काढून देते. इतक्यात विलास आत येतो.)

जाई : आईऽ आई! त्याच्याजवळ बंदूक होती!

सीता : कुणाच्या? याच्या? चालता हो इथून! जा, घेऊन जा तुमचे पैसे! (पैसे त्याच्या अंगावर फेकून देते. लता, विलास मागे सरकतात. जाई किंचाळून प्राण सोडते.)

(३३)

(स्मशानात सीता जाईला खड्डा काढून पुरते. तिला दुःख अनावर होते.)

दिगंबर : ए बाई, ठेव तो दगड खाली! प्रथमच आलेली दिसतेस या ठिकाणी? रडू नकोस! कोण रडं ऐकणार आहे तुझं इथं? जा, घरी जा!

सीता : घरी? कोण आहे आता माझं घरी?

दिगंबर : म्हणजे?

सीता : त्या बाप्पाला विचारा! त्याच्या पोरानं –

दिगंबर : सापडलीस त्याच्या तावडीत! मग काही दिवसांनी रडं थांबेल. अश्रू आटतील. रडायचं म्हटलं तरीसुद्धा रडू येणार नाही.

(३४)

(तुरुंगकोठडीत कृष्णाला कच्च्या कैदेत ठेवले आहे.)

कृष्णा : कारभारणी! कारभारणी!

पोलीस : का ओरडतोस मघापासनं?

कृष्णा : नाही हो, माझी जाई –

पोलीस : कशाला त्या पोरीचं नाव घेतोस? दारूड्या, खुनी, दरोडेखोर!

कृष्णा : नाही हो, मी दारूड्या आहे; पण मी खून नाही केला. मी खुनी नाही. जाई, कारभारणी, कारभारणी!

(सीता येते.)

सीता : धनी!

कृष्णा : माझी जाई!

सीता : जाई फार याद काढते तुमची!

कृष्णा : याद काढते? तिला सांग, तुझा बाप दगड आहे – दारूडा आहे!

सीता : असं वेड्यासारखं बोलू नये!

कृष्णा : वेड लागायची पाळी आल्याशिवाय माणूस शहाणा होत नाही. देवानं मला हे रत्न दिलं होतं, मी तो दगड मानला! बापाशी भांडून लहानपणी घरातून पळून गेलो! पोटाकरिता गिरणीत नोकरीला राह्यलो; तिथल्या कामानं पिळून निघालो नसतो, गिरणीबाहेरच दारूचा गुत्ता नसता, तर आज तू, मी, जाई – (बाहेरून शिपाई दरडावून सांगतात – 'रडायचं असलं तर हळू रड, ही पोलीस चौकी आहे, गांधी चौक नाही.' ती दोघे बाजूला जाऊन बसतात. सीता भाकरी देते, कृष्णा घेतो.)

कृष्णा : तुझ्या हातचा शेवटचाच तुकडा हा!

सीता : असं वेडंवाकडं बोलू नये माणसानं!

कृष्णा : लगीन झाल्यावर आपण एकाच थाळीतली भाकरी खात होतो ना? आता ही तशीच! कारभारणी – आपल्या झोपडीत नुसती पेज पिऊन आपण सुखानं राहिलो असतो; पण हा बाप्पा –

सीता : कसाब आहे तो बाप्पा! बंदूक झाडली त्याच्या पोरानं नि आळ आला तुमच्यावर!

कृष्णा : कोण? तो विलास? त्याची गोळी? गरीब माणसं म्हणजे हुळहुळ्या मुंग्या वाटल्या त्याला? मोकळा असतो तर सर्पटोळीसारखी त्याच्यावर उडी घालून जागच्या जागी त्याला –

सीता : धनी!

कृष्णा : मला नको ही तुझी भाकरी!

सीता : असं भाकरीला नाही म्हणू नये धनी!

कृष्णा : भाकरी! असली भाकरी खाणार नाही मी! तुझ्या नवऱ्याला तुरुंगात घालणाऱ्या त्या बाप्पाचा सूड घे! तुझ्या पोटच्या गोळ्यावर गोळी झाडणाऱ्या त्या विलासचा सूड घे! मग हा भाकरीचा तुकडा घेऊन माझ्याकडे ये! सूड घे! सूड घे! (शिपाई आत येतात.)

शिपाई : काय चाललंय? ओरडतोस काय? ए चांभारणी, बाहेर हो!

कृष्णा : सूड घे, सूड घे, मोकळी आहेस तू – गोगलगाय होऊ नकोस. वाघीण हो! वाघीण हो! (कृष्णा ओरडत असतो. सीतेला शिपाई बाहेर घेऊन जातात.)

(३५)

(स्मशानात सीता येते व तिला जाईची आकृती दिसते.)

सीता : जाई!

जाई : थांब! अगोदर सूड घे! (सीता सूड घेण्याच्या विचाराने तेथून निघते.)

(३६)

(विलास समुद्राकडे पाहत असतो; इतक्यात समुद्राच्या लाटांत त्याला सीतेची छाया दिसते.)

विलास : सीता! (सीतेने हाक मारल्याचा भास होतो व विलास त्या दिशेने धावतो.)

(३७)

(तुळशी गावाजवळची एक टेकडी. धावत असलेल्या सीतेला विलास थांबवतो.)

सीता : विलास!

विलास : सीता, कुणासाठी धावत आहेस?

सीता : आपल्या माणसासाठी!

विलास : सापडलं?

सीता : हो!

विलास : कोण?

सीता : विलास!

विलास : सीता! (विलास व सीता हसत-हसत झोपडीकडे येतात. दिगंबर

त्यांचा पाठलाग करीत एका झाडाआड लपतो.)

विलास : ही तुळस कशाला हवी इथं? हा माड ठीक आहे. त्याची माडी काढायला – दारू काढायला मी वर जाईन. एकटा नाही – तुला घेऊन– माझ्या लाडकीला – (तिच्याजवळ येऊ लागतो. इतक्यात झाडीत काही सळसळल्याचा आवाज होतो.) कोण ते? कुणी पाहिलं वाटतं?

सीता : कुणी नाही, एक रानमांजर.

(विलास भिऊन झोपडीत जातो व दार लावून घेतो. दिगंबर सीतेजवळ येतो.)

दिगंबर : चांभारीण नाही का तू? चांभारीण! (दिगंबर जायला निघतो. इतक्यात सीता 'विलास' म्हणून हाक मारते. दिगंबर निघून जातो.)

(३८)

(विलास सीतेला दागिने व कपडे आणून देतो.)

विलास : हे पाहिलंस? मी तुझ्याकरता आणलं आहे.

सीता : माझ्याकरता? पण मला हे –

विलास : माझी इच्छा आहे. (विलास माडी पिऊ लागतो.)

विलास : सीता, मला कल्पनासुद्धा नव्हती की तू – पुरे आता!

सीता : पुरे? हंः! माझा नवरा कधी पुरे म्हणत नव्हता.

विलास : मी कमी पितो म्हणून तू माझ्याकडे येत नाहीस? आण इकडे – (आणखी पिऊ लागतो.)

सीता : विलास!

विलास : हे मधाचं बोट नको. (तिला धरायला जातो. सीता 'जाई' म्हणून ओरडते. विलास भिऊन डोळे मिटतो.)

(दिगंबर गावातील प्रतिष्ठित लोकांना बरोबर घेऊन येतो व सीतेच्या झोपडीत बसलेल्या विलासला झोपडीच्या फटीतून दाखवतो.)

विलास : आता हे अमृत!

सीता : विष आहे ते!

विलास : असलं विष मी जन्मभर प्यायला एका पायावर तयार आहे.

सीता : जाई-जाईच्या भुताची भीती वाटते मला! त्या भुताची एकदा शांती करू; मग – (झोपडीचा दरवाजा हलल्याचा भास होतो – विलास भीतीने कोपऱ्यात लपून राहतो. सीता दार उघडते. बाहेर दिगंबर आलेला असतो.)

दिगंबर : वहाणेचा अंगठा तुटला, असं वाटलं म्हणून –

सीता : तुटला नाही ना? विलास इथंच आहेत. याचकरिता आला होता ना?
दिगंबर : हो! छे-छे, मुळीच नाही. नाही पण, एवढ्या अपरात्री ते इथं येतात?
सीता : ते येतात, खातात, पितात. पाणी नाही, माडी! समजलं?
दिगंबर : समजलं. (दिगंबर निघून जातो.)
विलास : कोण आलं होतं?
सीता : भित्रे पुरुष बायकांना आवडत नाहीत.
विलास : मी भित्रा? मी कुणाच्या बापालासुद्धा भीत नाही.
सीता : उद्या हे बाप्पांना कळलं तर?
विलास : कळू दे! खुशाल कळू दे! बाप्पांच्या बापालासुद्धा भिणार नाही मी! मला तू हवीस! सीता, तू – (तिला जवळ घेतो.)
सीता : जाईच्या भुताची शांती व्हायची आहे. (विलास दचकतो.)

(३९)

(तुळशी गावातील देवळात दिगंबरने गावातील सर्व लोकांना गोळा केले आहे.)

दिगंबर : लोकहो, घनश्यामबाप्पांचा मुलगा त्या चांभारणीकडे जातो, खातो, पितो. पाणी नव्हे – तर दारू!
एक जण : हे खरं कशावरून?
दुसरा : आमचा तुमच्यावर विश्वास बसत नाही.
दिगंबर : महाजन लोकांवरही तुमचा विश्वास नाही?
सर्व : आहे.
दिगंबर : त्यांना मी प्रत्यक्ष नेऊन दाखवलं, त्यांची खात्री करून दिली. (लोक आपापसांत कुजबुजतात. दिगंबर हसत लोकांच्या गर्दीतून जातो.)
दिगंबर : जय रामेश्वरा! बाप्पांच्या मुलानं त्या चांभारणीशी संबंध ठेवायचा म्हणजे काय! (एक रेंदर दुसऱ्या बाजूने येतो.)
रेंदर : खैंची चांभारीण?
दिगंबर : ती सीता चांभारीण!
रेंदर : (क्रॉस काढीत) आज जेजूस!

(दिगंबर गावातील सर्व लहान-मोठ्या लोकांना चेतवतो.)

(४०)

दुकानदार : पाहिलंत? त्या बाप्पा सावकारांचा मुलगा सीता चांभारणीच्या मागं लागला आहे म्हणे!
एक सावकार : म्हणत नव्हतो मी? बाबा, हा बाप्पा आमच्यासारखा पिढीजात

सावकार नव्हे!

दुकानदार : छे! छे!

गृहस्थ : कानामागून आला आणि तिखट झाला!

दुकानदार : जमीनदार कशाला झालाय लेकाचा, कुणाला ठाऊक!

गृहस्थ : जोड्याचं दुकान काढ म्हणावं जोड्याचं!

दुकानदार : बरोबर, अगदी बरोबर!

(४१)

(गावातील चहाच्या दुकानात लोक चहा पीत बसले आहेत.)

एक : अरे, त्या बाप्पांचा मुलगा त्या सीता चांभारणीकडे पडून असतो म्हणे?

दुसरा : हो-हो! मी असं ऐकलं खरं! तो दिगंबर म्हणत होता.

तिसरा : हो-हो! मीसुद्धा ऐकलं!

पहिला : या कलियुगात काय काय होणार आहे, कुणाला ठाऊक! चहा पी!

(४२)

(तुळशी गावातील देवळाच्या आवारात दिगंबर काही प्रतिष्ठित लोकांसह येत आहे.)

दिगंबर : महाजनहो! हाच का बाप्पांचा धर्मनिष्ठपणा? हाच का न्याय?

गृहस्थ : अहो, पण मंदिराच्या जीर्णोद्धाराकरिता त्यांनी दोन हजार रुपये दिले आहेत.

दिगंबर : म्हणून काही चांभारीण ठेवण्याचा परवाना नाही मिळाला त्यांच्या मुलाला?

सर्व लोक : बरोबर! बरोबर!

गृहस्थ : हां, प्रायश्चित्त घेतल्याशिवाय देवळात पाय ठेवता कामा नये त्यांनी!

दिगंबर : चला, गावकऱ्यांकडे जाऊ.

(४३)

(दिगंबर गावातील लोकांना बरोबर घेऊन बाप्पांना जाब विचारण्याकरिता बाप्पांच्या बंगल्याकडे जात आहे. लोकांच्या हातात पेटलेल्या चुड्या आहेत. चिटकोबा भीतीने वाड्यात बाप्पांच्या जवळ धावत येतो.)

चिटकोबा : सगळं गाव चिडलंय! दिगंबरपंतानं सर्वांना चेतवलंय!

आश्रित : विलासरावांच्याबद्दल काय वाटेल ते लोक बोलतात.

बाप्पा : काय बोलतात?

चिटकोबा : सीता चांभारीण आणि त्यांच्याबद्दल –

बाप्पा : चूप! विलास जमीनदार आहे.

लोक : (बाहेरून) दार उघडा! बाप्पा, दार उघडा!

दिगंबर : हे गावकरी लोक तुम्हाला जाब विचारायला आले आहेत!

लोक : बाप्पा, दार उघडा! दार उघडा!

लता : सारे गावकरी जमावाने इकडे येत आहेत – ते आलेसुद्धा!

बाप्पा : येऊ देत! माझे कपडे घेऊन ये!

दिगंबर : बाप्पा, दार उघडा! आम्ही गावकरी लोक जाब मागायला आलो आहोत!

सर्व : बाप्पा, दार उघडा! (बाप्पा दार उघडतात. सर्व लोक थांबतात. बाप्पा पुढे होतात.)

बाप्पा : झालं तुमचं काम? मिळाला जाब? जा परत आता.
(लोक जाऊ लागतात.)

दिगंबर : थांबा! लोकहो, थांबा! यांचा मुलगा विलास एका चांभारणीकडे जातो, खातो, पितो, मजा मारतो; हे तुम्ही पाहिलं का नाही? मालक म्हणून मिरवणाऱ्या या बाप्पाला विचारा; हा कुठला धर्म? ही कुठली नीती?

सर्व लोक : बोला, हा कुठला धर्म? ही कुठली नीती?

बाप्पा : लोकहो, तुमच्याइतका मला धर्माचा अभिमान आहे. तुमच्याइतकीच नीतीची चाड आहे! वाडवडिलांच्या पावलावर पाऊल टाकून पवित्रपणानं मी माझं आयुष्य घालविलं! विलास माझा मुलगा आहे. त्याच्या हातून असली गोष्ट होणं शक्य नाही. एका स्वार्थी माणसानं रचलेलं हे शुद्ध कुभांड आहे, निव्वळ बालंट आहे!

दिगंबर : बालंट? ठीक. लोकहो ऐका! तुम्ही पाहिलंत ते खोटं! तुम्ही ऐकलंत ते खोटं! तुम्ही बोलता ते बालंट! सर्व लोक चिरंजीवांना!

लोक : बोलवा, बोलवा! (सर्व लोक बसतात.)

बाप्पा : तो फिरायला गेलाय!

लोक : फिरायला? कुठे?

दिगंबर : सीता चांभारणीकडे! सीता चांभारणीचं घर म्हणजे मुंबईची मलबार हिलच! पणजीची कंपालाच!

बाप्पा : दिगंबरपंत, तोंड सांभाळून बोला. गावकरीहो! त्या चांभारणीची मुलगी आमच्या बागेत, दारूबाज बापाची गोळी लागून जखमी झाली. तिच्या समाचारासाठी तिच्या घरी जायला मीच सांगितलं होतं विलासला! दुर्दैवानं ती मुलगी मेली! बिचारी आई उघडी पडली, हे काही मी तुम्हाला सांगायला नको. तिची दया येऊन तिच्या समाचाराकरिता चार-दोनदा विलास तिथं गेलाही असेल!

दिगंबर : दया! तरुण स्त्री-पुरुष दारं लावून एकांतात बसतात ते निव्वळ

दयेमुळं, हे आम्ही आजच ऐकलं! (लोक हसतात.)

दिगंबर : विलासनं त्या चांभारणीला मिठी मारलेली पाहिली तरीसुद्धा बाप्पा म्हणतील की, थंडीनं कुडकुडते बिचारी म्हणून केवळ दयेमुळं तिला पोटाशी विलासनं धरली! (उठून बाप्पाजवळ जातो व रागाने) दया? गोरगरिबांच्या जमिनी गिळताना, त्यांच्या तोंडातील भाकरीचा तुकडा घेताना, ही दया कुठं गेली होती?

बाप्पा : दिगंबरपंत! चिटकोबा, आताच्या आता विलासला शोधून आणा. (चिटकोबा जाऊ लागतो. इतक्यात विलास दाराजवळ दिसतो. त्याच्या मागे सीता लपून राहते.)

विलास : इथं आहे मी! काय पाहिजे तुम्हाला?

दिगंबर : या, या! अहो धाकटे मालक, या ना!

एक जण : किती वेळ वाट पाहायची तुमची?

दुसरा : अहो, आम्ही तुमच्याकरताच आलो आहोत.

सीता (विलासला) : भित्रे पुरुष बायकांना आवडत नाहीत. जा, बाप्पांना सांगा! सगळ्या गावकऱ्यांच्या समोर सांगा! हीच माझ्या जाईची शांती आहे! शांती झाल्यावर मग आज रात्री – (विलास पुढे जातो.)

बाप्पा : ये-ये, बेलाशक ये! सत्याला कसलंच भय नाही.

दिगंबर : हो, खरंच! सत्याला कसलं भय? या ना!

(विलास पुढे येतो.)

बाप्पा : विलास, गावकऱ्यांचा तुला असा प्रश्न आहे –

दिगंबर : थांबा, स्पष्ट विचारायला गावकऱ्यांना तोंडं आहेत.

सर्व : हो! हो!

दिगंबर : विलासराव, सीता चांभारणीकडे तुमचं जाणं-येणं आहे ना?

विलास : हो! (लोक हसतात.)

दिगंबर : अगदी रात्री-अपरात्री?

बाप्पा : मुलीच्या समाचाराला रात्र कसली आणि अपरात्र कसली?

दिगंबर : लोकहो! मुलगी मेल्यानंतरही हे तिथं समाचाराकरिता जात होते! कुणाच्या?

सर्व लोक : कुणाच्या? कसल्या?

विलास : मी समाचारासाठी जात नव्हतो!

दिगंबर : मग?

बाप्पा : विलास!

गावकरी : बोला, का गेला होता? कशाला गेला होता? कशासाठी गेला होता?

विलास : मी – सीता सुंदर आहे म्हणून जातो तिच्याकडे!

बाप्पा : विलास! असा बडबडू नकोस दारू प्यायल्यासारखा!

विलास : प्यायल्यासारखा? भरपूर प्यायलो आहे मी! आणखी पिणार आहे मी!

(सर्व लोक हसतात.)

विलास : माडीला दिलेले सारे माड माझेच आहेत. ही माडी दुसऱ्यानं प्यायची? नाही पिऊ देणार!

बाप्पा : विलास! त्या सीतेची तुला दया आली म्हणूनच तू तिच्याकडे जाऊ लागलास; होय की नाही विलास?

विलास : होय!

सीता : विलास!

लोक : चांभारीण! चांभारीण!

बाप्पा : चालती हो इथून!

दिगंबर : येऊ द्या! येऊ द्या तिला आत!

विलास : सीता! बाप्पा, सीतेची नुसती दया मला आली असती तर – तिच्या तोंडावर चार पैसे फेकून ते मी उभ्या जन्मात पाहिलं नसतं.

बाप्पा : विलास!

विलास : पण हल्ली मी रोज तासन्तास ते पाहत राहतो. तासन्तास तिच्या जवळ पीत बसतो – पाणी नव्हे – दारू!

लता : दादा!

विलास : बाप्पा, मला सीता हवी!

लता : दादा, बाप्पांचा थोडा विचार कर! त्यांची अशी निराशा करू नकोस! त्यांचं केवढं प्रेम आहे तुझ्यावर!

विलास : पण माझं तिच्यावर प्रेम आहे! सीतेवर प्रेम आहे!

दिगंबर : शाबास! ऐका बाप्पा, ऐका!

विलास : सीता, मला तू हवीस! ('सीता... सीता' असे ओरडत विलास तिच्यामागून जातो. सर्व लोक त्याच्यामागून जातात.)

बाप्पा : विलास! (दिगंबर हसत बाप्पाकडे येतो.)

दिगंबर : बरं आहे! येतो बाप्पा! राम-राम!

बाप्पा : चांडाळा!

दिगंबर : कोण चांडाळ? मी चांडाळ? आणि तुम्ही? हा माणसाच्या घरचा न्याय आहे. तुम्हीच सांगा, माझे सारे हिशेब बरोबर आहेत ना?

व्याजाचा दर भलता नव्हता ना? देवमासा! देवमासा कुणालाही भीत नाही! कधीही रडत नाही!

लता : नका ना असं बोलू! थोडी तरी दया दाखवा!

दिगंबर : दया? मी देव नाही. (हसत जातो. लता व बाप्पा वाड्यात जातात.)

(४४)

(अस्वस्थ झालेले बाप्पा काही विचार निश्चित करून खाली येतात व तिजोरीतून एक पैशांची थैली बाहेर काढतात.)

बाप्पा : लता, जा, मला एक कंदील आणून दे. (लता कंदील आणून देते. बाप्पा कंदील घेऊन जाऊ लागतात.) मायेच्या फांद्या तुटल्या तरी मुळं तुटत नाहीत. मला गेलंच पाहिजे.

लता : बाप्पा, कुठं चाललात?

बाप्पा : बाहेर जाताना विचारू नये; अशुभ असतं! विलासला आणायला –

लता : एकटेच? (बाप्पा जाऊ लागतात, लताही मागून जाऊ लागते.)

बाप्पा : तू येऊ नकोस माझ्याबरोबर. (बाप्पा जातात; इतक्यात सदानंद तेथे येतो.)

लता : सदानंद, बाप्पा कुठं चाललेत हे पाहा ना!

सदानंद : पण मला तुझ्याशी पुष्कळ बोलायचं आहे.

लता : पण –

(४५)

(सीता कृष्णाला भेटण्याच्या तयारीने कपड्यांचे गाठोडे बांधीत आहे. इतक्यात बाप्पा तिथे येतात.)

बाप्पा : मी तुझ्या दारात आलो आहे!

सीता : बाप्पा! साऱ्या गावाचे मालक आणि माझ्यासारख्या एका चांभारणीच्या दारात? सिंह हरिणीच्या दारात कशाला येईल? माडाचं झाड वाकून गवताशी गोष्टी कशाला करायला लागेल? खरं नाही वाटत मला!

बाप्पा : नाही खरं वाटत?

सीता : नाही!

बाप्पा : पोटचा गोळा जमिनीआड झाला नाही तोच एक आई आपल्या रूपाचा बाजार मांडते, हे तरी कुणाला खरं वाटेल?

सीता : का? यात खोटं वाटण्यासारखं काय आहे? तुमच्याकडे असलेल्या सत्तेचा तुम्ही बाजार मांडला आहे; माझ्याकडे असलेल्या रूपाचा मी बाजार मांडला!

बाप्पा : स्त्रीचं मोठेपण शीलात असतं; रूपात नसतं!

सीता : पुरुषाचं मोठेपण पैशात नसतं; दयेत असतं!

बाप्पा : दया!

सीता : माडीला माडामागून माड देताना, साऱ्या गावाला दारू पाजताना, त्या दारूवर श्रीमंत होऊन गरिबांना पायांखाली तुडविताना तुम्हाला कधी तरी दयेची आठवण झाली होती काय? मी माझ्या रूपाचा बाजार मांडला असेल; पण न्यायानं, धर्मानं वागणाऱ्या बापाचा मुलगा त्या बाजारात कशाला आला?

बाप्पा : पण सीता –

सीता : त्याला मी काही बोलावणं पाठवलं नव्हतं! बायकांच्या मागे लागायला त्याला मी काही शिकविलं नाही.

बाप्पा : वाईट गोष्टी कुणी शिकवाव्या लागत नाहीत!

सीता : तेच मी तुम्हाला सांगत होते. तुमचा मुलगा मोहात सापडला, याबद्दल तुम्ही आपल्या नशिबाला दोष द्या.

बाप्पा : नशीब! नशीब! सीता, माझा विलास दुबळा आहे!

सीता : माझा नवराही दुबळा होता!

बाप्पा : सीता, अशी निर्दय होऊ नकोस! दयेवाचून जग चालायचं नाही!

सीता : जग कुणाचं? तुमचं की माझं? श्रीमंतांचं की गरिबांचं?

बाप्पा : दोघांचंही! दोन्ही जगं एकच आहेत!

सीता : पण माझ्या जगात आता दयेला जागा नाही. तिथं नुसता न्याय आहे!

बाप्पा : न्याय?

सीता : होय, न्याय! अगदी क्रूर असा न्याय! आपल्या मुलाला वाचवण्याकरिता माझ्या नवऱ्याचा बळी दिलात तुम्ही! माझी जाई!

बाप्पा : सीता, मी चुकलो! माझ्या हातून मोठा गुन्हा झाला! दया हा देवाच्या घरचा न्याय आहे, हे मी विसरलो. विलास माझा एकुलता एक मुलगा आहे.

सीता : मला काय दोन मुली होत्या? दोन नवरे होते?

बाप्पा : सीता, उभ्या आयुष्यात मी कुणापुढंही हात जोडले नाहीत, ते तुझ्यापुढे जोडतो. माझ्या मुलाचा, माझ्या कुटुंबाचा, आयुष्यभर मिळवलेल्या माझ्या मोठेपणाचा असा चेंदामेंदा करू नकोस! कुठं तरी दूर-दूर जा! हे घे हजार रुपये.

सीता : (पैशाच्या थैलीवर थुंकते.) चला, चालते व्हा!

बाप्पा : सीता, म्हातारपणी मी कुणाच्या तोंडाकडे पाहू? कुणाच्या मांडीवर डोकं ठेवू?

सीता : माडीला दिलेल्या माडाकडे पाहत बसा! माडीवर मिळवलेल्या पैशाच्या राशीवर डोकं ठेवा! तुमचा मुलगा माझ्या नादी लागला, ही त्याची चूक आहे; माझी नाही, तुमची नाही! चला, चालते व्हा इथून! चला, चालते व्हा! (दार लावून घेते. विलास येतो.)

विलास : कोण?

बाप्पा : तुझ्या सुखासाठी तळमळणारा तुझा गरीब बाप!

विलास : माझ्या सुखाची तुम्हाला काळजी आहे ना? मग चालते व्हा इथून! मला बाप्पा नको आहेत, सीता हवी आहे! (सीता, सीता म्हणून हसत झोपडीत जातो.)

सीता : चालता हो! चालता हो इथून!

विलास : म्हणजे? माझ्यावर तुझं प्रेम नाही?

सीता : प्रेम! नवऱ्याच्या बायकोचं प्रेम म्हणजे तुझ्या बापानं स्वस्त केलेली माडी वाटली तुला? बायकोचं प्रेम हे देवाला वाहिलेले फूल आहे; समजलास? ते तुझ्यासारख्या शेणातल्या किड्याला कळायचं नाही. चालता हो!

(४६)

(बाहेर व आतून वादळात सापडलेले बाप्पा देवघरात येतात.)

बाप्पा : काय केलंस हे देवा! मंगेशा! मंगेशा! (वादळ जोराने सुरू होते.)

(४७)

(झोपडीच्या दारात विलास उभा आहे. त्याने आणून दिलेल्या कपड्याचे बोचके सीता त्याच्यापुढे आपटते.)

सीता : जा, हे घेऊन घरी जा!

विलास : कुठल्या घरी जाऊ?

सीता : स्वतःच्या!

विलास : मी एकदा घर लाथाडलं –

सीता : घराला लाथाडलंय तरीसुद्धा घर पोटाशीच धरतं. जा, बाप्पांच्या पुढे नाक घासा, त्यांच्या पायांवर डोकं ठेवा आणि सांगा की, मी माणूस व्हायला आलो आहे. जा! तुमची माया लाथाडून मी एका बाईला भुललो, हा माझा गुन्हा झाला. त्यांना सांगा, जाईला माझी गोळी

लागली असतानासुद्धा – जा, माणूस व्हायला जा! जा!
(विलास जातो.)

(४८)

(बाप्पा देवघरात बसले आहेत.)

बाप्पा : अजून तरी माझ्या हाकेला ओ दे! महादेवा! महादेवा! (इतक्यात सदानंद आत येतो.)

सदानंद : बाप्पा, मी –

बाप्पा : तू का आलास? या घरात पाऊल टाकायचं नाही!

सदानंद : तुम्ही सांगितलं होतं.

बाप्पा : मग? (लता येते.)

लता : बाप्पा, मी बोलावलं यांना!

बाप्पा : तू? पोरी, तू?

लता : होय, मी! माझं यांच्यावर –

बाप्पा : त्या पोरानं तसा गळा कापला, आता तू मानेवर सुरी चालव!

लता : बाप्पा!

बाप्पा : चालती हो!

लता : मी जायलाच निघाले आहे बाप्पा! पण – माझं यांच्यावर प्रेम आहे.

बाप्पा : प्रेम? मूर्ख आहेस तू! या भिकारड्याशी लग्न करून –

लता : मला पार्वती व्हायचं आहे. भिकाऱ्याशी लग्न करूनच पार्वती सती झाली. भगवान शंकराला माळ घालताना तो गरीब आहे, हे काय तिला ठाऊक नव्हतं? पण, ती त्याच्याबरोबर स्मशानात राहायला गेली. तिनं त्याच्यासाठी यज्ञकुंडात उडी टाकली. बाप्पा, त्या पार्वतीचीच माता म्हणून तुम्ही पूजा करता? आणि मी मात्र –

बाप्पा : ही रिकामी बडबड नको आहे मला! या भिकारड्याशी तुझं लग्न होणार नाही.

लता : पण मी –

सदानंद : बाप्पा!

बाप्पा : हे वैभव न्यायानं मिळविलं आहे! धर्मानं मिळवलं आहे!

लता : न्याय, धर्म! कशाला त्या पवित्र शब्दांची विटंबना करता?

बाप्पा : लता!

लता : तुम्ही अन्यायी आहात! अधर्मी आहात! तुम्हाला न्यायाची चाड

असती, तर जाईला विलासदादाची गोळी लागली ही –

बाप्पा : लता! (बाप्पा शंकराच्या चित्राकडे पाहून दचकतात.) मी चुकलो, मला क्षमा करा!

(लता सदानंदाला बरोबर घेऊन निघून जाते.)

बाप्पा : लता! लता! (वादळात सापडलेला विलास वाड्याकडे येतो. त्याच्या अंगावर माडाचे झाड कोसळते; पण ते तुळशीवृंदावनावर पडल्याने विलासला नुसता धक्का बसतो; इतक्यात सदानंद धावत येऊन विलासला झाडाखालून उचलून घेऊन आत जातो.)

(४९)

(बेशुद्ध असलेल्या विलासला बाप्पा व लता शुद्धीवर आणू लागतात.)

बाप्पा : बाळ, डोळे तरी उघड ना रे!

लता : दादा! दादा!

बाप्पा : सदानंद, फार लागलं नाही ना हो याला?

सदानंद : नाही, माडाचा नुसता धक्का लागला. तुळशीवृंदावन नसतं तर मात्र–

बाप्पा : बाळ!

लता : दादा!

बाप्पा : लता, तू तरी हाक मार!

लता : दादा! दादा!

(विलास हळूहळू डोळे उघडू लागतो.)

बाप्पा : बाळ! बाळ!

विलास : बाप्पा, मी परत आलो! सीतेमुळे परत आलो!

बाप्पा : सीतेमुळे! सीता थोर आहे.

विलास : बाप्पा, तुम्ही आईच्या हातानं लहानाचं मोठं केलंत! अमृत पाजलंत! पण मी चांडाळानं त्या अमृताचं विष केलं!

बाप्पा : मीही तेच केलं बाळ!

विलास : बाप्पा, मला क्षमा करा.

बाप्पा : कोण क्षमा करणार? मी? मीच अपराधी आहे!

लता : बाप्पा, काय हे?

बाप्पा : लता, मी तुमचा अपराध केला!

लता : कोण म्हणतं असं?

बाप्पा : दिगंबरसारख्या गोरगरिबांचा अपराध केला! नावलौकिकाच्या कैफात

मी माणुसकीला विसरलो!

लता : बाप्पा!

बाप्पा : लता, त्या सदानंदालाही इथंच राहायला सांग. त्या सीतेला जाऊन सांग की – यापुढं माडीला दिलेला माड या तुळशी गावात दिसणार नाही. पण जाई, कृष्णा यांच्यासाठी मी – (इतक्यात वीज कडाडते. बाप्पा विलासकडे जातात.) नाही विलास, तुलाच गेलं पाहिजे. मीच गेलो असतो, पण मला तुलाच पाठवलं पाहिजे.

लता : बाप्पा, कुठे पाठवलं पाहिजे? कुठे जायला पाहिजे दादांना?

बाप्पा : कुठे?

लता : हो, कुठे?

बाप्पा : कुठे? तुरुंगात!

विलास : बाप्पा, मी तेच सांगणार होतो. मला माणूस व्हायचं आहे! मला तुरुंगात जायचं आहे! खरंच, मला तुरुंगात जायचं आहे!

बाप्पा : विलास, मला वाटलं, तू माझ्यावर रागावशील!

लता : नाही बाप्पा!

बाप्पा : मला वाटलं, तू मला कठोर म्हणशील.

(५०)

(तुळशी गावात आनंदाची प्रभात उजळली आहे. श्रीमंत व गरीब ही दोन्ही जगे एक झाली आहेत. सर्व जण आनंदाने नवयुगाचे स्वागत करीत आहेत.)

एक : या रे, सारे । नव्या युगाची
नव्या जगाची । नौबत वाजे रे,
जणू सागर गाजे रे

सदानंद : नाही कुणी उमराव
भाऊभाऊ हा भाव,

लता : चमकत आज नवे तारे
नवे वारे नौबत वाजे रे,

एक : एका ताटात सारे जेवू

सदानंद : एका सुरात हासत गाऊ
नवनिशाण उंच धरोनी

सर्व : चला रे, चला रे, चला रे!

– समाप्त –

'अमृत' चित्रपटात बाबूराव पेंढारकर, दामुअण्णा मालवणकर व मीनाक्षी.

'अमृत' चित्रपटात मीनाक्षी आणि बाबूराव पेंढारकर.

संगम

नवयुग चित्रपट लिमिटेड, पुणे

हिंदी-मराठी कलाकृती

संगम

पडद्यामागे

निर्माते	:	मास्टर विनायक
दिग्दर्शन	:	जुन्नरकर
कथा-संवाद-पद्य	:	वि. स. खांडेकर
हिंदी-संवाद-पद्य	:	अमृतलाल नागर
छाया-प्रकाश	:	अण्णासाहेब गुणे
संगीत	:	दादा चांदेकर
ध्वनिरेखन	:	वि. चव्हाण
कला	:	ग. वि. वाटेगांवकर

पडद्यावर

कुंदा	:	मीनाक्षी
काकी	:	वत्सला कुमठेकर
शांता	:	मालती गुप्ते
मावशी	:	सुंदराबाई
मंजू	:	बेबी देवी
भय्यासाहेब	:	साळवी
पुंडोपंत	:	दामुअण्णा मालवणकर
बाबूराव	:	जोग
काका	:	नंदू खोटे
मुकुंद	:	मास्टर विनायक

संगम

(१)

(रेल्वे स्टेशनच्या आवारात एक मोटर येऊन उभी राहते व तिच्यातून काका, काकी, कुंदा व गणू ड्रायव्हर उतरतात.)

काकी : गणू, तीन सेकंड क्लासची तिकिटं!

काका : तीन नको रे, दोनच. मी घरून निघतानाच सांगितलंय तुम्हाला. तुमची गाडी आठला सुटत असली, तरी आमचा मुहूर्त पावणे-नऊलाच आहे!

काकी : पुरे! पुरे! बसून राहा मग तुम्ही इथंच! पावणेनऊला लाटसाहेबांची स्पेशल सुटणार असेल तुमच्यासाठी. कुंदाला लहानाची मोठी मी केली आहे; तुमच्या ग्रहांनी नाही. कुंदा... कुंदा!... (कुंदाची दृष्टी एका आंधळ्या मुलीवर स्थिर झालेली असते.) देवा! देवा!! सांभाळू तरी कोणाकोणाला? श्रीमंत मुलींनी असं कुठंतरी बघत बसू नये! या भिकारड्यांची केव्हा दृष्ट लागेल... अशी भिकारी पाहत बसलीस, तर हरिपूरला पोचायला दोन वर्षं लागतील!

कुंदा : नि तोपर्यंत तुझ्या या भय्यासाहेब इनामदाराचं लग्न होऊन त्यांना दोन मुलंसुद्धा होतील! होय ना काकी?

(आंधळी मुलगी कुंदाजवळ येताच ती तिला एक रुपया देते. काकी नापसंती दर्शवितात.)

काकी : आता लवकरच सज्ञान होशील, तेव्हा हवा तसा स्वत:चा पैसा उधळ; पण तोपर्यंत....

कुंदा : अज्ञानी कुंदेने काटकसर करायलाच हवी! गणू, माझं थर्ड क्लासचंच तिकीट काढ हं!

काकी : थर्डनं कशाला – मालगाडीनंच जा की! (कुंदा हसू लागते.) आणि वर खि: खि: खि: करून हसते आहे पुन्हा! अगं, भय्यासाहेब हरिपूरला स्टेशनवरच येतील तुला घ्यायला नि तू थर्डमधून आलीस, हे त्यांनी पाहिलं तर ते काय म्हणतील?

कुंदा : काय म्हणणार? ही भिकार मुलगी इनामदारीण व्हायला लायक नाही; असंच ना? (गाडी येण्याची घंटा वाजते.)

काकी : अगं बाई, आता गाडी सुटेल! गणू! देवा! देवा!! अरे, शुंभासारखा

उभा काय राहिला आहेस? तिकिटं काढ जा!

गणू : कुठली काढू?

कुंदा : काढ जा कुठली तरी! हरिद्वारची काढ झालं!

काकी : देवा! देवा!! ए बहिरटा, हरिद्वार नव्हे... हरिपूर!

कुंदा : ए धांदरट, एक सेकंडचं नि एक थर्डच, बरं का!

काकी : कुंदा....

कुंदा : काकी, मी थर्डनंच जाणार आहे!

(२)

(गाडी सुटते. थर्ड क्लासच्या डब्यात बसलेली कुंदा काकांना निरोप देते. इतक्यात धावत आलेला मुकुंद एकदम दार उघडून आत शिरतो. कुंदा एकटीच दिसताच तो आश्चर्याने डब्याकडे पाहतो.)

मुकुंद : अरेच्चा! बायकांचा डबा आहे हा? सॉरी, मी पाहिलंच नव्हतं! गडबडीत एकदम तसाच आत आलो. पुढच्या स्टेशनावरती... (कुंदा दुर्लक्ष करते.) 'वेल वेल!' (दरवाजा उघडून उतरण्याच्या बेतात आहे तोच कुंदा दाराजवळ येऊन उभी राहते.)

कुंदा : अहो-अहो – म्हटलं, इथं डब्यात कुणी डॉक्टर किंवा नर्स नाही!

मुकुंद : म्हणजे?

कुंदा : म्हणजे काय? धावत्या गाडीतनं उतरताय, चांगले हातपाय मोडून घ्याल ना – ते बांधणार कोण इथं?

मुकुंद : बरं, मग गाडी तरी थांबवतो!

(साखळी ओढू लागतो.)

कुंदा : अहो, पण पन्नास रुपये आहेत ना तुमच्याजवळ? नाही म्हटलं, विनाकारण साखळी ओढली, तर पन्नास रुपये दंड होतो, हे माहीत आहे ना तुम्हाला?

मुकुंद : माहीत असून आम्ही देणार कुठून म्हणा? हल्ली विनयभंगाची साथ फार जोरात सुरू आहे; तेव्हा म्हटलं, तुम्ही साखळी ओढून माझ्याविरुद्ध तक्रार करण्याच्या आधी मीच –

कुंदा : पण मी कशाला तक्रार करू? चोवीस माणसांचा डबा आहे हा! आणखी बावीस माणसं चढेपर्यंत मी बिलकूल तक्रार करणार नाही!

मुकुंद : मग ठीक आहे. बायकांच्या डब्यात पुरुषांनी बसणं –

कुंदा : हा फार मोठा गुन्हा आहे!

मुकुंद : मग?

कुंदा : अहो, तुम्ही माझ्या डब्यात बसा नाही तर इथं माझ्यासमोर येऊन बसा; मला काय करायचंय त्याच्याशी? अहो, ते बुरख्याचे दिवस संपले; आता चरख्याचे दिवस आले आहेत!

मुकुंद : बोला महात्मा गांधी की जय! शेंगा खाता का, शेंगा? भुईमुगाच्या शेंगा? (कुंदा मानेने नको म्हणते.) शिकलेल्या मुली भुईमुगाच्या शेंगा कशा खातील? त्यांना हंटले पामर्सची बिस्किटं, नाहीतर चॉकलेट हवं!

कुंदा : अस्सं! एकूण तुम्हीही आमच्या काकीसारखेच दिसताय अगदी!

मुकुंद : म्हणजे त्या कशा दिसतात?

कुंदा : तसं नव्हे, शिकलेली मुलगी म्हणजे एक तोंडीलावणंच झालं आहे तिचं!

(गाडी एका स्टेशनवर थांबते.)

मुकुंद : हरिपूर आलं वाटतं?

कुंदा : हरिपूर? इतक्या लवकर हरिपूर यायला ही काय पंजाब मेल आहे?

मुकुंद : तरीपण उतरलेलंच बरं, नाही का? बायकांचा डबा आहे हा! रेल्वेच्या नियमाविरुद्ध – शिवाय उगीच कुणी पाहिलं तर –

कुंदा : काय म्हणतील? बायकांत पुरुष लांबोडा, भाजून खातो कोंबडा!

मुकुंद : आणखी पुष्कळ म्हणतील! प्लीज, तेवढी बॅग द्या ना!

कुंदा : का? असू दे की! (इतक्यात गार्ड डब्यात येतो.)

गार्ड : मिस्टर, अहो मिस्टर!

मुकुंद : मला म्हणत होता होय तुम्ही?

गार्ड : हो-हो, तुम्हाला! अहो, हा बायकांचा डबा आहे. अहो, आपल्या या पुरुषी वेषाचा तरी विचार करायचा होता! गेट आऊट!

कुंदा : अहो गार्डसाहेब!

गार्ड : येस मॅडम!

कुंदा : नियमाविरुद्ध हा इथं बसला आहे खरा; पण मीच त्याला इथं बसायला लावलं. मला फिट्स येतात मधनं मधनं! अगं आई गं!

मुकुंद : बघितलंत का?

गार्ड : बघितलं, सारं बघितलं! (कुंदेला) पण हा मनुष्य तुमचा अगदी जवळचा नातेवाईक आहे ना?

कुंदा : होय हो, अगदी जवळचा! अरे देवा!

मुकुंद : अरेरे! इथं औषध तरी कोठून आणू? तुम्हाला इथं एकट्याच सोडून–

गार्ड : बसा बसा! आणि हे पाहा, साखळी ओढून आमच्या गाडीची तेवढी खोटी करू नका! फिट्स येतात तर पडून राहावं!

कुंदा : बरं, बरं! अगं आई गं!

गार्ड : आणि हे पाहा, शेंगाही कमीच खा! फिट्स येतात ना तुम्हाला? (गार्ड जातो.)

मुकुंद : मग जरा पडून राहता का? अहो, तुम्हाला फिट्स येतात ना?

कुंदा : कशाला?

मुकुंद : शेंगाही थोड्या कमीच खा हं! पण का हो, जवळचा नातेवाईक म्हणून भाऊबीजेची ओवाळणी उपटावयाचा बेत आहे वाटतं?

कुंदा : भाऊच काय तो जवळचा नातेवाईक असतो वाटतं? काका, मामा, हेसुद्धा मुलीचे जवळचे नातेवाईक असतात हं!

मुकुंद : मग ठीक आहे; कारण आपण तर बोवा सध्या आहोत बेकार! ग्रॅज्युएट म्हणजे बेकार! श्रम करायला लाज वाटते, नोकरी काही मिळत नाही; खायला ठोकरा, प्यायला आसू, हेच आमचं सुशिक्षित मंडळींचं जीवन!

(गाडी चालू होते. खिडकीबाहेर रेल्वेलगतच्या एका झाडाखाली एक शेतकरीण मातीच्या मडक्यातून आणलेले दूध आपल्या नवऱ्याला देत असते. ते पाहून मुकुंद गुणगुणू लागतो.)

मुकुंद : 'ते दूध तुझ्या त्या घटातले.'

कुंदा : 'का अधिक गोड लागे न कळे?'

मुकुंद : तुमच्यात नि माझ्यात फारच साम्य दिसतंय!

कुंदा : ते कसं काय बुवा?

मुकुंद : दोघांनाही भुईमुगाच्या शेंगा आवडतात!

कुंदा : दोघांनाही हरिपूरला जायचंय, होय ना?

मुकुंद : दोघांनाही तांब्यांच्या कविता आवडतात.

कुंदा : ते दूध तुझ्या त्या घटातले ।
का अधिक गोड लागे न कळे?
साईहुनी मऊ मऊ बोटे ती ।
झुरुमुरु झुरुमुरु धार काढती ।
रुणुझुणु रुणुझुणु कंकण गाती ।
का गान मनातील त्यात मिळे
अंधूक शांतल शांत टेकडी ।

झरा नाचरा पुढे झोपडी ।
हिरवी हिरवी हसते झाडी ।
धारेत मधुरता ही मिसळे ।।

– भा. रा. तांबे

मुकुंद : त्या कविश्रेष्ठाचं हे गीत खरंच किती गोड म्हटलंत तुम्ही?

कुंदा : वा:! तुम्ही तर माझी स्तुतीच करायला लागलात!

मुकुंद : असं झालं खरं! पण इच्छा मात्र नव्हती! अर्रर! हरिपूर आलं वाटतं?

कुंदा : का? घरी अगदी केव्हा जाईनसं झालंय वाटतं तुम्हाला?

मुकुंद : घर नाही इथं माझं; मावशी आहे.

कुंदा : सख्खी मावशी?

मुकुंद : सख्खी नाही; रक्तापेक्षा मायेचंच नातं फार मोठं असतं! माझ्या लहानपणी आमच्या घरी मोलकरीण होती ही! माझी आई एकसारखी आजारी असे. हीच माझी आई झाली. हिनंच मला भरवलं, खेळवलं, गाणी म्हणून झोपवलं! आणि गांधींच्या फोटोलासुद्धा हिनंच मला नमस्कार करायला शिकविलं. (गाडी स्टेशनात येते.) मावशी! ती पाहा माझी मावशी! चलू या, आपण. मोठा मजेत वेळ गेला! ओळख ठेवालच!

कुंदा : छे, छे! कशाला? (दोघे हसतात. मुकुंद गाडीतून उतरतो. सेकंड क्लासमध्ये वेशभूषा करीत असलेल्या काकी लगबगीने दारात येतात. मावशी डब्यापाशी येते.)

मावशी : मुकुंदा... मुकुंदा!....

काकी : चल, दूर हो! मुकुंदा!... सेकंड क्लास आहे, सेकंड क्लास! इथं या पांढ्या डब्यात कशाला येईल तुझा भिकारडा मुकुंद? जा तिकडं! (मावशी लगबगीने पुढे येते. मुकुंद दिसताच त्याला जवळ घेऊन कौतुकाने त्याच्या तोंडावरून हात फिरविते. कुंदेकडे तिचे लक्ष जाते. मुकुंद लग्न करून आला आहे, असे समजून ती एकदम हसते.)

मावशी : मोठ्ठा लबाड आहेस हं मुकुंदा! लग्नाचे लाडू नाहीतर नाही, पण बोटभर चिठ्ठी तरी पाठवायची होतीस मावशीला!

मुकुंद : मावशी....

मावशी : होय बाबा, आता तुला कशी म्हातारीची आठवण होणार?

मुकुंद : (कुंदेला) माफ करा हं! माझी मावशी जरा खेडवळ आहे! तिला कळत नाही कुठे काय बोलायचं ते!

(इतक्यात काकी व भय्यासाहेब घाईघाईने येतात.)

काकी : (कुंदाला) हे भय्यासाहेब. (भय्यासाहेब नमस्कार करतो.) नि ही आमची....

कुंदा : (काकीकडे बोट दाखवीत) काकी? (काकी तिच्याकडे रागाने पाहते; पण तिकडे लक्ष न देता,) हे आमचे मुकुंद!

मुकुंद : नि ही माझी मावशी!

भयासाहेब : चलायचं ना? मोटर तयार आहे. हल्ली कमी दिसतं वाटतं थेरडीला? (मावशी चपापून दूर होते.) मालकालासुद्धा ओळखत नाही! फारच चढवून ठेवलं आहे काँग्रेसनं या लोकांना! (मुकुंद मावशीला घेऊन रागाने निघून जातो. गाडीजवळ येताच कुंदा मागे वळून 'मुकुंद-मुकुंद' म्हणून हाका मारते.)

काकी : अगं, कुठला आणलास मुकुंद? चल!

भय्यासाहेब : (पुढे येऊन) ते येणार नाहीत आपल्याबरोबर! इथले गरीब लोक श्रीमंत माणसांबरोबर फिरायला लाजतात!

कुंदा : ते लाजतात, की तुम्हाला लाज वाटते?

(३)

(झोपडीत मावशी देवापुढे भजन करीत बसली आहे.)

मावशी : देवा तुझिया आले दारी, आस आसऱ्याची ।
भुलवित माया
शिणवित काया
बेडी, ही बेडी, रे तोडी चरणाची ॥ १ ॥
वण वण फिरता
शिरी उरी फुटता
आई तू, आई विठाई गरिबाची ॥ २ ॥

(भजन संपता-संपता मुकुंद येतो. मुकुंदाच्या अंगाखांद्यावर शेतकऱ्यांची मुले बसलेली आहेत. आत येताच तो मुलांना मिठाई वाटतो.)

मुकुंद : चला, जा आता घरी!

मुलगा : देवा, आमच्या मुकुंददादाला चांगली बायको मिळू दे!

मुलगी : चांगली गोरी-गोरी बायको मिळू दे!

मुकुंद : गुलामांनो, कुणाला रे बायको?

(सर्व मुले 'मुकुंददादाला बायको' असे म्हणत जातात.)

मुकुंद : मावशी, तुझ्या भजनात मला आता गोडवा वाटेनासा झाला आहे बघ! लहानपणी तुझं भजन मला किती गोड लागत असे! त्या वेळी तू मला भजनाला घेऊन बसत होतीस, मीही त्यात रंगून जात होतो; पण आता –

मावशी : मी आता म्हातारी झाले बाळ!

मुकुंद : नाही मावशी, माझा विश्वासच उडालाय तुझ्या देवावरचा!

मावशी : मुकुंदा, शहरात राहून असं ज्ञान पाघळायला शिकलास होय? असं वेडंविद्रं बोलू नये बाबा! कर, त्या विठोबाला नमस्कार कर! आई विठाई, माझ्या बाळावर रागावू नकोस! त्याला काहीसुद्धा समजत नाही. त्याच्यावर दया कर!

मुकुंद : तुझ्या या विठोबाला दयामाया असती, तर तुझ्या या झोपडीत फाटक्या वाकळी दिसल्या नसत्या. भलत्याच वेळी पाऊस पडून शेती बुडाली नसती. शेतकऱ्याची ही लहान बाळं अशी अर्धपोटी राहिली नसती!

(दौलती येतो.)

दौलती : राम, राम मुकुंद!

मुकुंद : कोण? दौलतबाबा? (मुकुंद नमस्कार करू लागतो. दौलती त्याला उठवतो.)

दौलती : अरेरे, हे काय पोरा!

मुकुंद : म्हणजे? त्यात काय झालं?

दौलती : काय झालं? अरं, शहरात शिकूनशान मोठा झालास तू! पर मावशीची वळख विसरला न्हाय अजून!

मुकुंद : कसं काय दौलतबाबा? मजेत चाललंय ना?

दौलती : कसली मजा घेऊन बसलास पोरा? बिनवक्ताला पानी पडलं, समदी शेती बुडाली. पन खंडाची वसुली मात्र सुरू व्हईल आता! कुठनं रं आनायचं आमी गरिबांनी पैसं?

(बाहेरून काही शेतकरी आलेले दिसताच दौलतबाबा झोपडीबाहेर येतो.)

दौलती : काय रे ग्येना!

गेनू : आवंदा खंड कमी घ्या म्हणून धन्यास्नी सांगाया जायचं ठरलं व्हतं ना?

दौलती : मंग?

गेनू : मंग काय? आमच्या म्होरक्यानं – त्या राम्यानं, ऐन वक्ताला दगा दिला!

१ शेतकरी : मी अदुगरच सांगितलं व्हतं की, राम्या ह्ये काम करणार न्हाई!

२ शेतकरी : हां, घरात पैसं भरल्याती त्येच्या, दील काढून धन्यास्नी!

३ शेतकरी : आमचंच मरन हाय; दुसरं काय? खायला न्हाई घरात; आन् खंडाचं पैसं कुठून द्यायचं?

४ शेतकरी : मजुरीबी मिळत न्हाई गावात; न्हाईतर मजुरी करून बी दिलं असतं पैसं!

दौलती : म्हनतुया काय राम्या?

गेनू : म्हनतुया, डर लागतीया धन्यापुडं जायला! वाघाम्होरं कुनी जावं?

(इतक्यात मुकुंद ते सर्व ऐकून बाहेर येतो.)

मुकुंद : गेनूमामा, शेतात वाघ आला तर तुम्ही लोक काय करता? घाबरता? वेळ पडली तर काठी घेऊन झोडपायला कमी करीत नाही; आणि आपल्या पोटासाठी, भाकरीसाठी आपल्या धन्यापुढं उभं राहायला मात्र घाबरता? चला, माझ्याबरोबर चला.

सर्व शेतकरी : महात्मा गांधी की जय!

(४)

(कुंदा व काकी यांना भय्यासाहेब सतार वाजवून दाखवीत आहेत.)

काकी : आहाहा! किती छान वाजवलं, नाही कुंदा?

कुंदा : खरंच!

भय्यासाहेब : कसचं कसचं! बोलून-चालून आम्ही खेडवळ लोक! आमचा नित्य नांगराशी संबंध!

कुंदा : नांगर आणि सतार ही सख्खी भावंडं आहेत, हे आजच मला कळलं!

काकी : पाहिलंत भय्यासाहेब? उगीच नाही ही कविता करीत! आता मी जरा दूर गेलेलंच बरं! नाही का? तुम्हाला कुंदा आवडली आणि कुंदेला तुम्ही आवडलात, तेव्हा लग्नाचा मुहूर्त ठरवायला काही हरकत नाही म्हणायची!

कुंदा : पण मी लग्नाचा अद्याप विचारच केला नाही काकी!

भय्यासाहेब : लग्नाचा नसेल, पण प्रेमाचा तरी – (हसत-हसत 'प्रेम कोणीही करेना' ही ओळ वाजवू लागतो. त्याची ओळ वाजवून होते न होते तोच शांता आतल्या खोलीत आपल्या बाजाच्या पेटीवर तीच ओळ मोठ्याने वाजविते. भय्यासाहेब रागावतो.) या नोकरांना चांगली शिक्षा केल्यावाचून ते वठणीवर यायचे नाहीत. (आत शांता पेटी वाजवीत बसली आहे. भय्यासाहेब रागारागाने दार उघडून आत येतो व दार लावून घेतो.)

भय्यासाहेब : शांता, काय चाललंय हे?

शांता : कुठं? इथं की बाहेर?

भय्यासाहेब : पाहुणेमंडळी जाईपर्यंत एखाद्या पुतळीप्रमाणं गप्प बसलं पाहिजे म्हणून –

शांता : पुतळीप्रमाणं गप्प बसायला मी दगड नाही, मी माणूस आहे! बाहेर तुम्ही माझा गळा कापत असताना –

भय्यासाहेब : चूप!

शांता : दोन वर्षे गळ्यात गळा घातलात, तुला कधी अंतर देणार नाही म्हणून एका अनाथ मुलीला वचनं देत आलात आणि आता कुठं गेली तुमची ती वचनं? कुठं गेलं तुमचं ते प्रेम?

भय्यासाहेब : प्रेम! प्रेम हे कचकड्याच्या बाहुलीप्रमाणं आहे! खेळता-खेळता मोडून जातं ते!

शांता : भय्यासाहेब!

भय्यासाहेब : एका सुंदर, श्रीमंत, शिकलेल्या मुलीशी माझं लग्न होत असताना, तुझ्याकरिता मी तिच्याकडे पाठ फिरवू? शांता, ताजी पोळी मिळेपर्यंतच माणसाला शिळी भाकरी गोड लागते!

शांता : माझ्या आयुष्याचा नाश करून आता –

भय्यासाहेब : पण तुझ्या आयुष्याचा नाश होण्यासारखं काय झालं आहे अद्याप? फार-फार तर वीस वर्षांची असशील तू! आणखी वीस-बावीस वर्षे तुझा बाजार उघडा राहायला काही हरकत नाही!

शांता : मांग! चांडाळ! राक्षस! रस्त्यावरची वेश्या समजता की काय मला? तुमच्यासारख्यांना माणसाचं सुंदर शरीर हवं असतं, पण त्यांचं मन – (हुंदके देऊन रडू लागते.)

भय्यासाहेब : शांता, सभ्य गृहस्थाचं घर आहे हे! तुझ्या रडण्याचं बदसूर संगीत बाहेर ऐकू जाता कामा नये! बाहेर चार सभ्य माणसं बसली आहेत.

(दार बंद करून निघून जातो. शांता चिडून त्याच क्षणी घर सोडण्याचा निश्चय करते. भय्यासाहेब बाहेर येतो तोच मोठा गलका ऐकू येतो.)

भय्यासाहेब : पंत, अहो पंत – (दिवाणजी येतो. पण पाठोपाठ मुकुंद व शेतकरी अंगणात येतात. भय्यासाहेब रागाने पुढे जातो.) चला, चालते व्हा इथनं! दारू-बिरू पिऊन आलात वाटतं?

मुकुंद : दारू प्यायला पैसे असावे लागतात माणसाजवळ, इनामदारसाहेब!

भय्यासाहेब : तुमचं काही गाऱ्हाणं असेल, तर ते मला उद्या सांगा! मी आता कामात आहे.

मुकुंद : आताच तुम्हाला ते ऐकून घ्यायला हवं!

भय्यासाहेब : मला हुकूम करण्याची सवय आहे, ऐकण्याची नाही! मी या गावचा मालक आहे.

मुकुंद : आणि नोकरही आहात!

भय्यासाहेब : नोकर? मी या गावचा नोकर?

मुकुंद : हो, नोकर – सेवक! या सर्वांचे सेवक आहात तुम्ही!

भय्यासाहेब : चूप! चालते व्हा तुम्ही इथनं!

(शेतकरी जाऊ लागतात.)

मुकुंद : थांबा! भक्तांचा सेवक म्हटला म्हणून देवाला काही राग येत नाही!

भय्यासाहेब : ही तुझी पोथी गावातल्या देवळात जाऊन सोड! हे मारुतीचं देऊळ नाही; इनामदारांचा बंगला आहे.

मुकुंद : इनामदारांचा हा बंगला कोणी बांधला? तुम्ही? या शेतकऱ्यांनी! या बंगल्यात तुम्ही ऐशारामात राहता, ते कुणाच्या जीवावर? स्वत:च्या? या शेतकऱ्यांच्या! हे साधेभोळे जीव बारा महिने रक्ताचं पाणी करतात, अर्धपोटी राहतात म्हणून तुमच्या साऱ्या चैनी चालतात! तुमचे खरे अन्नदाते हे आहेत. अतिवृष्टीनं यंदाची शेती बुडाली! उद्या गुरांप्रमाणं पाला खाऊन जगायची पाळी यांच्यावर येईल! नि तरीही यांनी तुम्हाला पैन्‌पै खंड द्यायला हवा! इनामदारसाहेब, आपल्या अन्नदात्यांशी असे बेईमान होऊ नका!

भय्यासाहेब : हल्ली असे बेगडी देशभक्त फार झाले आहेत. दोस्तहो, याच खेड्यात तुमचे नि माझे वाडवडील पिढ्यान्‌पिढ्या गुण्यागोविंदानं नांदत आले आहेत. याच जमिनीने तुम्हा-आम्हाला अन्न दिलं आहे.

मुकुंद : तुम्हाला दिलं असेल; यांना नाही!

भय्यासाहेब : काही झालं तरी तुम्ही-आम्ही भाऊ-भाऊ आहोत.

मुकुंद : पण गरीब भाऊ उपाशी मरत असताना –

शेतकरी : गप्प बैस! गप्प बैस!

भय्यासाहेब : गरीब भाऊ उपाशी मरत असताना श्रीमंत भाऊ काय ते नुसतं पाहत बसेल? तुम्हाला काय हवं आहे, ते मला माहीत आहे.

मुकुंद : आणि माहीत असूनसुद्धा –

शेतकरी : गप्प बैस! धन्यास्नी बोलू दे! धन्यास्नी बोलू दे!

भय्यासाहेब : परक्या माणसांना भावाभावांची एकी नको असते! त्यांचं भांडण सुरू झालं की, यांचं उखळ पांढरं होतं. यंदाचा खंड तुम्हाला देता येणार नाही, हे मला माहीत आहे. आणि म्हणूनच मी काय

करायला हवं, तेही ठरवून ठेवलं आहे. (एक-दोघांच्या खांद्यावर थाप मारीत.) चला, आनंदानं घरी चला! मी तुमचा आहे नि तुम्ही माझे आहात! चला –

शेतकरी : इनामदारसाहेब की जय! भारतमाता की जय! (जाऊ लागतात.)

मुकुंद : थांबा – यांच्यावर तुम्ही विश्वास ठेवू नका!

शेतकरी : आमचा तुझ्यावर विश्वास नाही. इनामदार आमचे अन्नदाते आहेत.

('इनामदारसाहेब की जय!' म्हणत शेतकरी जातात. मुकुंद निराश होऊन दौलतीकडे पाहतो – दौलती निराश झालेल्या मुकुंदाच्या पाठीवर थाप मारतो, 'चल पोरा' असे म्हणतो व दोघे हळूहळू जाऊ लागतात. भय्यासाहेब आत जातो. कुंदा मात्र जागच्या जागी उभी राहून मुकुंदाकडे पाहत असते. नंतर त्याच्या दिशेने चालू लागते. काकी तिला आडवते.)

काकी : कुठं चाललीस?

कुंदा : मुकुंदाबरोबर!

काकी : कशाला?

कुंदा : तुला खूप श्रीमंत जावई हवा ना? अगं, हा मुकुंद कुबेराहून श्रीमंत आहे मनानं! (कुंदा हसत निघून जाते. इकडे भय्यासाहेब आत आपल्या कारभाऱ्याला बजावून सांगत असतो.)

भय्यासाहेब : चांगला चटका बसल्याखेरीज या हरामखोरांचे डोळे उघडावयाचे नाहीत! जमिनीत यांची घरं आहेत – ती उखडून टाकली पाहिजेत. म्हणजे – (काकी येते असे पाहून घाईने) यंदाचा खंड वसूल करून मगच मी शहरात जाईन! लगेच यांच्यावरल्या मागच्या कर्जाच्या जप्त्या आणा म्हणजे – कुंदाबाई कुठं आहेत?

काकी : जरा फिरून येते म्हणाली! तुमचं गाव फार-फार आवडलंय तिला!

(५)

(संगमाजवळची मळी. मुकुंद नदीच्या काठी एका झाडाखाली बसला आहे. दौलती त्याच्यापुढे पाच-सात कोवळी कणसे आणून टाकतो व म्हणतो –)

दौलती : विचार करून काय होणार पोरा! आमचंच भाग्य खोटं, तिथं तू तरी काय करणार? घे, ही कोवळी कोवळी कणसं खा! शेतातली मिठाई हाय आमच्या ही! लहानपणी तुला फार आवडत होती!

(मुकुंद नुसता हसतो. दौलती निघून जातो. मुकुंद विचारात गुंग आहे. कुंदा हळूच मुकुंदाच्या मागे असलेल्या झाडाजवळ येते. कुंदा हळूच पुढे येऊन त्याच्या जवळची कणसे उचलू लागते व गुणगुणू लागते : 'सुरेख संगम किती, सखे गं'

मुकुंद वळून पाहतो व चकित होतो.)

मुकुंद : हल्ली बायका गुप्त पोलिसांचं काम करू लागल्या आहेत म्हणायच्या!

कुंदा : हो, पुरुष चोऱ्या करू लागल्यावर –

मुकुंद : मी चोरी केली? कुणाची? कसली?

कुंदा : कुणाला ठाऊक! पण चोरी केल्याशिवाय काही कुणी असं दूर पळून जात नाही!

मुकुंद : मी पळून आलो नाही. शांतपणानं विचार करायला आलो आहे.

कुंदा : अस्सं! हा बुद्धदेवाचा नवा अवतार दिसतोय! हं... बुद्धदेवांना मोक्षाचा मार्ग सापडला का?

मुकुंद : हो!

कुंदा : कुठला?

(मुकुंद संगमाकडे बोट दाखवितो.)

कुंदा : अस्सं! लग्नाचा विचार करायला इतका एकांत लागतो म्हणायचा!

मुकुंद : लग्न? कुणाचं लग्न?

कुंदा : अहो, संगम म्हणजे दोन नद्यांचं लग्नच नाही का? अगदी अवश्य येईन हं, मी तुमच्या लग्नाला!

मुकुंद : वेड लागलंय तुम्हाला!

कुंदा : असेल! पण हा संगम पाहून १९४१ च्या बुद्धदेवांना कसला संदेश मिळाला ते तरी कळू दे आम्हाला?

मुकुंद : ही लहान नदी मोठ्या नदीला मिळाली आहे ना; तसं व्यक्तीनं समाजाशी समरस व्हायला हवं! मघाशी मी त्या शेतकऱ्यांची वकिली केली, ती फसली! पण मी जर त्यांच्यात मिसळलो, त्यांच्या दुःखांचा भागीदार झालो, त्यांच्यासाठी लढता-लढता जखमी झालो... श्रीमंत-गरिबांचा संगम करू शकलो....

(दौलती येतो.)

दौलती : तुम्ही अलीकडची पोरं कसला संगम करणार? अजून हात बी लावला न्हाई या कनसांना! आता दोघं मिळून तरी एक कनीस खा! (एका कणसाचे दोन तुकडे करून दोघांना देतो.)

(६)

(आगगाडीत तिकिटे तपासता-तपासता तिकीट-चेकर शांताजवळ येतो.)

तिकीट-चेकर: तिकीट! ए बाई, तिकीट? बहिरट आहे वाटतं! ए बाई, तिकीट?

शांता : अं?

तिकीट-चेकर : तिकीट कुठं आहे तुमचं?

शांता : तिकीट नाही माझ्यापाशी साहेब!

तिकीट-चेकर : मग खाली उतरा बाईसाहेब! ही काही धर्मशाळा नाही! चल, उतर खाली! उतर –

शांता : पण साहेब –

तिकीट-चेकर : पण-बिण काही नाही. कुठं आहे तुझं सामान? का तेसुद्धा नाही? चल, चल उतर खाली!

(शांता उठू लागते. इतक्यात हे सर्व बाहेरून पाहणारा मुकुंद आत येतो. तिकीट चेकरच्या कॉलरला पकडतो.)

मुकुंद : अहो मिस्टर, काय काय बोललात तुम्ही तिला?

तिकीट-चेकर : तिकीट – तिकीट –

मुकुंद : तिकीट! तिकीट! शरम नाही वाटत बायकांची चेष्टा करायला? घरात बायको-पोरं आहे की नाहीत तुम्हाला? का असेच? पुरुष- मंडळी कुठं आहेत म्हणून बायकांना विचारायचं की – हे पाहा तिचं तिकीट! काय गं? तुला हज्जारदा सांगितलं की अशी एकटी बसू नकोस म्हणून! तोंडानं सांगायला काय झालं, की आपली मंडळी पलीकडल्या डब्यात आहेत म्हणून? चल, बावळट कुठली!

(शांतेला घेऊन गाडीच्या दुसऱ्या डब्यात मुकुंद हातात चिवड्याची पुडी घेऊन बसला आहे.)

मुकुंद : चिवडा खाता ना? तुमचं तिकीटसुद्धा मी अनंतपूरचंच काढलं आहे; पण तुम्हाला जायचं आहे कुठं?

शांता : मी येईन अनंतपूरलाच!

मुकुंद : अनंतपूरला? चला, गाव छान आहे. वेड्यांचं हॉस्पिटल आहे, गुरांचा दवाखाना आहे, पांजरपोळ आहे, मोठी मोठी माणसं राहतात; उदाहरणार्थ मी. नाही; पण खरंच, तुमचं घर कुठं आहे?

शांता : घर नाही मला. कोणी नाही मला. मी एकटी आहे.

मुकुंद : काय खोटं बोलता हो कुणी नाही म्हणून? तुमचा एक धडधाकट भाऊ इथं चिवडा खात बसला आहे हा! सध्या तो बेकार आहे, ही गोष्ट निराळी! पण माझ्या घरी पिठलं-भात मिळेल आणि केव्हा केव्हा नुसत्या पाण्यावरच! मग खा नं चिवडा. (मुकुंद चिवडा खाऊन झाल्यावर त्याच कागदावरची जाहिरात वाचतो.)

‘एक सहसंपादक पाहिजे. पगार, तिकिटाचा खर्च वजा करून दरमहा एकूणपन्नास रुपये पंधरा आणे. फक्त कुटुंबवत्सलांनीच समक्ष भेटावे.’

– पुंडोपंत गोंधळेकर

संपादक, ‘सत्पक्ष’.

मुकुंद : नोकरी चांगली आहे; पण ही भयंकर अट! कुटुंबवत्सलांनीच अर्ज करावेत. पन्नास रुपड्यांच्या नोकरीकरिता लग्नाचा खर्च करून बायको कशी मिळवायची? मला काही कळतच नाही! सहसंपादक ब्रह्मचारी असेल नाहीतर जनाना बाळगणारा असेल; त्याच्याशी करायचंय काय त्याला? काय वाटेल ते करून ही नोकरी मिळाली, तर किती छान होईल? शेतकऱ्यांच्यासाठीसुद्धा मला पुष्कळच लिहायचं आहे!

(इतक्यात एक म्हातारी समोर येऊन बसते.)

म्हातारी : शिव! शिव! पांडुरंग, काय उन्हाळा पाडला आहेस यंदाच्या साली! हरे राम! (मुकुंद व शांता यांच्याकडे लक्ष जाऊन) मुली, यजमान वाटतं? मुली, तुझं नाव काय?

शांता : शांता –

मुकुंद : (मुकुंदाला एक कल्पना सुचते.)

शांता : या कुटुंबवत्सल सहसंपादकाच्या जागेसाठी आपण –

शांता : हे नाटक करू या! मी होते तुमची लुटूपुटीची बायको आणि –

मुकुंद : मग मी झालोच कुटुंबवत्सल सहसंपादक! आता काय, पुंडोपंत गोंधळेकराला विनंती अर्ज –

(७)

(‘सत्पक्ष’ कचेरी. पुंडोपंत अग्रलेख लिहिण्याकरिता डोक्याला हात लावून बसला आहे. इतक्यात पेन्शनर रावसाहेब कर्नाळे आत येतात.)

कर्नाळे : नमस्कार पुंडोपंत गोंधळेकर.

पुंडोपंत : नमस्कार, नमस्कार.

कर्नाळे : एक नंबरचे निर्लज्ज आहात!

पुंडोपंत : आं!

कर्नाळे : एखाद्याची पगडी उडवून पुन्हा त्याला वर नमस्कार करता? हा तुमचा ‘सत्पक्षा’चा अंक. कुणी लिहिलं आहे हे?

पुंडोपंत : वा! वा! रावसाहेब, ते आमचं ट्रेड शिक्रेट आहे.

कर्नाळे : चुलीत घाला तुमचं ते ट्रेड शिक्रेट! वाचा, तुम्ही काय लिहिलं आहे ते.

पुंडोपंत : रावसाहेब कर्नाळे काल संध्याकाळी टिळक पुलावर मोटारीखाली कैलासवासी होणार होते. वा, वा, छान, छान! झकास-झकास!

कर्नाळे : या देहाला रावसाहेब कर्नाळे म्हणतात. आता या बातमीच्या पुढं तुम्ही काय लिहिलंय? तात्पर्य, तरुण मुली अंगावरून गेल्यावर पेन्शनर लोकांनी पुन:पुन्हा मागे वळून पाहू नये.

पुंडोपंत : बरोबर आहे.

कर्नाळे : आता पुंडोबा, पुढचं तात्पर्य ऐका! असला चावटपणा केला की, संपादकावर बेअब्रूची फिर्याद होतेच; शिवाय खरपूस चोपही मिळतो.

पुंडोपंत : छे, छे, छे! रावसाहेब, मिश्टेक झाली. कंपॉझिटरची मिश्टेक झाली. अरे, अरे गोंद्याऽऽ अरे, कोण आहे रे! अरे, दिलगिरीचा फॉर्म लवकर आण. फॉर्म नंबर दोन.

कर्नाळे : नुसती दिलगिरी चालणार नाही; माफी हवी.

पुंडोपंत : एवढंच ना रावसाहेब? अरे गोंद्या, अरे, सपशेल माफीचा फॉर्म आण. फॉर्म नंबर चार! बसा ना रावसाहेब! आमच्या कंपॉझिटर लोकांना डिप्लोमशीनं कसं काम करावं, तेच कळत नाही. (कंपॉझिटर फॉर्म आणून देतो.) आण, आण, क्षमा-दिलगिरी-माफी- सपशेल माफी वगैरेंचे फॉर्म मी छापूनच ठेवले आहेत. नेहमी गरज लागते ना रावसाहेब!

कर्नाळे : हो! गरज लागायचीच!

पुंडोपंत : नमस्कार रावसाहेब.

कर्नाळे : नमस्कार – (रागानं पाहत निघून जातो.)

कंपॉझिटर : अग्रलेख हवा आहे लवकर! खोळंबा झाला आहे अगदी!

पुंडोपंत : अग्रलेख! अरे बाप रे! (फोनची घंटा होते. पुंडोपंत फोन घेत आहे.) आं? हॅलोऽ कोण? कोण आहे? कोण? काकीसाहेब! हरिपुराहून केव्हा आलात? असं का? कुंदाताईंना म्हणावं, आपण पाठवलेली कविता फार छान आहे नि हे पाहा काकीसाहेब, तुमची मुलाखतसुद्धा अशी फक्कड घेतो! इश्श काय! (माडीवर आवाज होतो.) अरे च्ऽ च्ऽ च्! जरूर-जरूर! बाबूरावांना घेऊनच येतो मुलाखतीला! अहो, दहा नवरे पाहावेत तेव्हा कुठं एक लग्न जमतंय! त्रास दिला बुवा यानं!

(८)

(सत्पक्ष कचेरीच्या माडीवर बाबूराव व त्याची मुलगी मंजू यांचा खेळ सुरू आहे.)

बाबूराव : बाई गुणाची माझी का रुसली?

रागारागानं फुगून बसली ।
आला मोटारवाला । लगिनघाई चला

मंजू : शालू मोठा मला ।

बाबूराव : घेऊ मुंबईला गं ।
हसरी रे हसली ।
लाडू, जिलब्या, मांडे आणा ।
नवरी घेईल गोड उखाणा ।
म्हणे तिकडचे माकड बघुनी ।
नको घरात कटकट असली ।
नवरा रागावला ।
पाठराखणीला तिनं कुत्रा नेला ।
कुत्र्या-मांजराची भांडाभांडी जुंपली ।
साऱ्या चाळीला झोप मग कुठली? ।
आले पोलीस, जोडी नाही फुटली ॥

(बाबूराव शेवटी मुलीला रेडिओवर बसवितो.)

पुंडोपंत : अरेरे! जंगली आहात, जंगली! माझ्या रेडिओचा अगदी खोका केलात! ए, उतर खाली!

बाबूराव : काही चुकलं वाटतं आमचं?

पुंडोपंत : ब्रह्मदेवच चुकला आहे, तिथं तुम्ही काय करणार?

बाबूराव : मंजू फार दिवसांनी भेटली. आईवेगळी पोर. केव्हा दुसरी आई मिळेल, असं झालंय तिला. तिनं गाण्याचा हट्ट धरला, तेव्हा म्हटलं –

पुंडोपंत : तुम्हाला लॉटरीत चाळीस हजार मिळाले ना? पैशाप्रमाणं थोडी अक्कलही मिळाली असती, तर फार बरं झालं असतं!

बाबूराव : काही चुकलं वाटतं आमचं?

पुंडोपंत : सारंच चुकलंय! जरा डिप्लोमशीनं काम करा बाबूराव. डिप्लोमशीनं करा! (त्याच्या कानाशी लागतो, बाबूराव प्रत्येक शब्दाला मान हलवतो.) अहो, तुमच्या खेड्यातले लोक तुमचं दुसरं लग्न होणार नाही म्हणून तुम्हाला हिणवत होते ना? लॉटरीत पैसे मिळाल्याबरोबर चांगली सुंदर बायको मिळवायची नि त्यांचे दात त्यांच्या घशात घालायचे म्हणून तुम्ही इथं आलात ना?

बाबूराव : हो, इथं आलो. तुमच्या सत्पक्षाच्या जाहिरातींची बिलं भरली, तुमच्या खिशात पाचशे रुपये ओतले; पण अजून बायकोचा कुठंच पत्ता लागेना. वेळ जाईना म्हणून जरा मंजूला बोलावून घेतलं! दुसरं काय!

पुंडोपंत : अहो बाबूराव, ती कुंदा पाहिली आहेत ना? तिच्याबद्दल खटपट करतोय मी! पण तुम्हाला पहिली मुलगी आहे, असं कळलं तर मात्र –

बाबूराव : लॉटरीचे पैसे जसे बँकेत ठेवता आले, तशी मुलगी बँकेत –

पुंडोपंत : तीसुद्धा व्यवस्था केली आहे मी! त्यातसुद्धा डिप्लोमशी आहे माझी हं! तुम्हाला फक्त पन्नास रुपये दरमहा खर्च करावे लागतील. (गडी येतो.) काय रे गण्या?

गणू : एक बोवा नि एक आवा आली आहे.

बाबूराव : त्या कुंदाबाई वाटतं?

पुंडोपंत : डिप्लोमशी, डिप्लोमशी! त्यांना काय हवं हे विचारायचं की नाही? दिलगिरी, माफी, सपशेल माफी – काय पाहिजे काय?

गणू : नोकरी मागाया आल्यात.

पुंडोपंत : असं, असं! बाबूराव, मी ऑफिसमधून जाऊन येतो हं! (जातो.)

(९)

(सत्पक्ष कचेरीत पुंडोपंतांना भेटण्यासाठी मुकुंद आला आहे. बरोबर शांता आहे.)

पुंडोपंत : एकंदरीत आमच्या 'सत्पक्षा'तील जाहिरात वाचून आलात तर? वा! वा! छान! छान! आमच्या सहसंपादकाच्या जागेसाठी आलात? काय म्हणालात? तुमचं लॉकी-लॉकी-आय मीन लॉकीफिकेशन –

मुकुंद : क्वालिफिकेशन म्हणता आहात ना आपण? मी बी. ए. पास झालो आहे.

पुंडोपंत : दॅट्स राइट! क्वालिफिकेशन! हजारो-लाखो शब्द वाचले आहेत ना मी, म्हणून केव्हा केव्हा विसरतो हो! एकूण आपलं लॉकिफिकेशन – बी. ए. पास झाला आहात तर! आणि या आपल्या –

मुकुंद : ही माझी बायकोच!

पुंडोपंत : वा! वा! छान, छान! किती वर्षे झाली तुमच्या लग्नाला?

मुकुंद : पाच-सहा वर्षं झाली!

पुंडोपंत : पाच-सहा वर्षं झाली? आणि अजून मूल नाही तुम्हाला? 'समाजस्वास्थ्य' वाचता वाटतं? मुलाच्या आनंदाची कल्पना नाही तुम्हाला! आहाहा! मुलं म्हणजे फुलं! फुलं म्हणजे काव्य! संध्याकाळी ऑफिसमधून घरी गेल्यावर बंड्या, गुंड्या, चिमी, यमी धावत आली आणि त्यांनी बाबा म्हणून मिठ्या मारल्या – आहाहा! मुलं म्हणजे फुलं! फुलं म्हणजे काव्य! मुलं म्हणजे –

मुकुंद : (शान्ताला) आता मूल कुठून आणायचं?

पुंडोपंत : अहो, कुठून कशाला? मी देतो तुम्हाला एक मुलगी आणून! आहे

काय त्यात!

मुकुंद : पण-पण-ही सहसंपादकाची जागा मला –

पुंडोपंत : जरूर मिळेल! पण याच अटीवर! त्या अनाथ मुलीला तुम्ही सांभाळायला हवं – अगदी तुमचीच मुलगी म्हणून! हे कबूल असेल तरच –

मुकुंद : कुठं आहे ती मुलगी? तिला पोटाशी धरून केव्हा तिचे पापे घेतो असं झालं आहे मला.

पुंडोपंत : थांबा, थांबा!

मुकुंद : का हो? फार मोठी मुलगी आहे वाटतं? मग कसले आम्ही तिचे पापे घेतो? (पुंडोपंत मंजूला बरोबर घेऊन येतात.)

पुंडोपंत : मंजू, तुला आई हवी होती ना? ही बघ तुझी आई! जा-जा लवकर!

मंजू : आईऽ आई! (मंजू धावत शांताकडे जाते. शांता तिला जवळ घेते.)

पुंडोपंत : आहाहा! मुलं म्हणजे फुलं! अहो मिस्टर –

मुकुंद : माझं नाव मुकुंद!

पुंडोपंत : हो, मुकुंदराव, आता तुम्ही आमचे सहसंपादक झालातच! अहो, आमच्या खास महिला अंकाचं साहित्य आहे हे! हे श्रीमंत बायकांचे लेख! हे मुद्दाम मागवले आहेत. अक्षरशः छापायचे! यात जरा डिप्लोमशी आहे. हा इतर रिकामटेकड्या बायकांचा मूर्खपणा! याची वाटेल तशी कत्तल करा!

मुकुंद : हो-हो जरूर!

पुंडोपंत : मंजू, जा बरं बाळ आपल्या आईबरोबर! आं? हा! मुकुंद, सांभाळा हं! पुडक्याचा काही घोटाळाबिटाळा कराल! नमस्कार!

(१०)

(मुकुंदाचे बिऱ्हाड थाटले असून मंजूने खेळातील बाहुलाबाहुलीचे लग्न मांडलेले आहे.)

मंजू : लाजु नको बाई । रुसला हा पाहा ना?
घास गडे देई । लाजु नको बाई
हसू लागला सासू दिसता ।
नाव हळुच मग ही घेई ।
लाजत जेवत जावईबापू ।
वाढू लाडू कुणास गं?
धावत जाऊन आणिन आता ।
बासुंदी किती गोड गं ।।

(बासुंदी म्हणून मंजू शाईची दौत आणते.)

मुकुंद : अहो बाई, बाई, बाईसाहेब – हे आपण काय घालता आहात?
मंजू : बासुंदी!
शांता : ही बासुंदी काय? वेडी कुठली!
मुकुंद : चावट कुठली! म्हातारडी, दातपडकी!
मंजू : गप्प बैस हं दादा!
मुकुंद : (टेबलावरील लेख वाचू लागतो.) 'आंधळ्या भिकारणीस पाहून', कवयित्री कुंदा केळकर. वास पाहिलास शांता?
शांता : वास मोठा सुंदर आहे हं!
मुकुंद : पण ही कविता मात्र भिकार आहे हं! ऐक तरी. आंधळ्या भिकारणीस पाहून –

प्रेम करीना कुणी गरिबावर ।
प्रेम करीना कुणी अंधावर ।
उपास घडती त्यास निरंतर ।
प्रेमच चटणी, कांदा-भाकर ।

शांता : म्हणजे हेसुद्धा लिहिलं आहे वाटतं त्यात?
मुकुंद : एवढंच शिल्लक होतं, तेवढं मी पुरं केलं!
शांता : ही आहे तरी कोण?
मुकुंद : असेल कुणी तरी कॉलेजमधली वेडी पोरगी! जन्मात कधी आंधळी भिकारीण हिनं पाहिली नसेल म्हणून तिला स्पष्ट लिहायला हवं की, काव्य करायच्या अगोदर काव्य जगावं लागतं! म्हणून – मिस अथवा मिसेस कुंदा केळकर, हा तुमचा भयंकर खटाटोप साभार परत –

(११)

(आपल्या स्नानगृहात कुंदा गाणे म्हणत आहे.)

कुंदा : खेळाया, ये खेळाया, हा कुंज फुले चल खेळाया ।
रुम-झुम रुम-झुम नाचाया ।
नाचाया खेळाया खेळाया ।
झुले झुला सखया चला ।। १ ।।
किती छान । झोके घेऊ चला ।
गुंफू गळा नव मेघ फुला ।

उजळवी नयना, सगळ्या गगना ।
बिजली ना प्रीत तुझी राया ।। २ ।।

(गाणे संपता-संपता बाबूराव येतो व कुंदेची वाट पाहत इकडेतिकडे फिरत राहतो. इतक्यात एक गडी पत्र आणून देतो. ते पत्र बाबूराव घेतो व कुंदेला देण्याकरिता तिच्या खोलीकडे जाऊ लागतो. तोच कुंदा येते.)

बाबूराव : कुंदाबाई, हे तुमचं पत्र घेता का?

कुंदा : बाबूराव, तुम्ही जरा बाहेर बसता का? मी कपडे करून येते बाहेर!

बाबूराव : अरे, खरंच की, शेवटी आमचं चुकलंच!

(इकडे काकीच्या खोलीत पुंडोपंत मुलाखत लिहून घेत आहेत.)

काकी : हं, विचारा आता तुमचे प्रश्न.

पुंडोपंत : गांधीजींच्या सत्याग्रहाबद्दल आपलं काय मत आहे काकीसाहेब?

काकी : एकदम वाईट! मेल्यानं गरीब भिकारड्यांना डोक्यावर चढवून ठेवलं आहे. अस्सा राग येतो म्हणता – कधी भेटला तर असा झाडीन त्याला – (पुंडोपंत लिहू लागतात.)

पुंडोपंत : गांधीजींवर माझा पूर्ण विश्वास आहे. बापूजींना देवापेक्षाही पूज्य मानतो मी.

काकी : अहो, पण पुंडोबा –

पुंडोपंत : मुलाखत आहे ही काकीसाहेब! खरं लिहून चालायचं नाही इथं! हं, आता दुसरा प्रश्न – तुम्ही सकाळी किती वाजता उठता?

काकी : आठ-साडेआठला! अहो, लवकर उठून करायचं तरी काय?

पुंडोपंत : पहाटे साडेचारला उठून मी पाच मैल पळून येतो. मुसळधार पाऊस असला तरीसुद्धा माझा हा नेम चुकत नाही.

काकी : अहो, पण खरंच का छापणार आहात तुम्ही हे सर्व?

पुंडोपंत : यात थोडी डिप्लोमसी आहे काकीसाहेब! मोठ्या माणसांच्या मुलाखती अशाच घेत असतात.

काकी : नको गं बाई, कुंदा मला सळो की पळो करून सोडील.

पुंडोपंत : पळण्याचा व्यायाम काही वाईट नाही हं काकीसाहेब! काही-काही बायकांना तो फारच मानवतो. तुम्ही जर पळायला लागलात, तर सिनेमातच पळून जाल.

काकी : इश्श!

पुंडोबा : इश्श काय? माझा पुढचा प्रश्न सिनेमाचाच आहे. तुमची आवडती नटी कोण? कोकिळकंठी काननबाला? मग – फिअरलेस नादिया?

काकी : खरंच सांगू पुंडोपंत, मला हल्लीची कुठलीच नटी आवडत नाही. पण जाऊ का हो मी सिनेमात?

पुंडोबा : जरूर, जरूर! तुम्ही जर सिनेमात असता, तर आमच्या सत्पक्षावर दर आठवड्याला तुमचा सुंदर फोटो छापला असता. आणि दर तीन महिन्यांनी अगदी स्पेशल अंक काढला असता – अगदी ग्लेज पेपरवर! आणि तुमच्या स्वर्गीय संगीताचा ढोल ऐसा बजावला असता – आपली पदं दुसऱ्या बाईनं म्हटली असती तरीसुद्धा.

काकी : माझी गाणी म्हणायला मेली दुसरी बाई कशाला हवी? मीच अशी ढंगदार गाणी म्हटली असती –

पुंडोपंत : त्यातलं एक तरी ऐकू दे आम्हाला! गद्य मुलाखतीपेक्षा संगीत मुलाखत बरी.

काकी : नको बाई!

पुंडोपंत : का? लाजता वाटतं? मग मी म्हणतो, 'रुसला कान्हा –'

काकी : माफ करा, मीच म्हणून दाखवते.

पुंडोपंत : अगदी सिनेमातला अभिनय हं!

काकी : फुलला बाई गाली गुलाब।
लवलवत काया।
अधीर मन राया ।
कशी न तुज माया ।
होई कहाली । सुन्या महाली ।
लगबग ये-ये कठोरा ।
अरे मन मोरा । पुरे तव तोरा ।
वाया पसारा । सख्या हा सारा ।
बागेत हाय ! सहारा ।
अरे गुलजारा । झुरे सखी दारा ।।

(काकी अभिनय करीत असते. पुंडोपंत तिचा हात धरण्याच्या बेतात असतो; तोच – काकी 'पुंडोपंतऽ' असे रागाने ओरडते. तो घाबरून कोचावर पडतो.)

काकी : पुंडोपंत, घाबरलात वाटतं? मी सिनेमास्टारचं ॲक्टिंग केलं होतं; पण तुम्ही मात्र पाघळायला लागलात.

पुंडोपंत : खरंच काकीसाहेब, चुकलं आमचं. आम्ही अगदी माफी मागतो. वाटेल तर लेखी माफी मागतो.

(कुंदा कपडे करून बाहेर येते. बाबूराव लाचारपणे तिला पत्र देतो. कुंदा पत्र फोडून वाचते व रागाने त्याला विचारते.)

कुंदा : कुठं आहेत पुंडोपंत?
बाबूराव : पुंडोपंत खाली आहेत. (काकींची मुलाखत अद्याप चालू असते.)
पुंडोपंत : आता एकच प्रश्न – पुढल्या जन्मी तुम्हाला कोण व्हावंसं वाटतं?
काकी : इश्श बाई! काय, तुम्ही विचारताय म्हणून सांगते. पुढल्या जन्मी गव्हर्नरची बायको व्हावी, अशी इच्छा आहे.

(इतक्यात कुंदा रागाने येते.)

कुंदा : पुंडोपंत!
पुंडोपंत : या-या कुंदाताई, काय छान कविता पाठवलीत तुम्ही!
कुंदा : बेशरम! मग माझी कविता मुद्दाम कशाला मागून नेलीत – साभार परत करायला आणि वर मला उपदेशाचे डोस पाजायला?
पुंडोपंत : नाही, नाही. आमच्या त्या नव्या सहसंपादकानं काही तरी घोटाळा केलेला दिसतोय!
कुंदा : कुठला आला आहे सहसंपादक – माझा अपमान करण्याकरिता तुम्हीच –
पुंडोपंत : छे, छे! भलतंच काय बोलता? तुम्ही माझ्याबरोबर चला म्हणजे तुमची आणि त्या सहसंपादकाची गाठ घालून देतो. अहो बाबूराव, तुम्ही टांग्यातून या, आम्ही पुढं जातो.
काकी : अगं, ही छडी घेऊन तरी चल, म्हणजे शांता आपटेसारखं तुझं नाव तरी गाजेल.

(पुंडोपंत, कुंदा व काकी मोटारीतून सत्पक्ष कचेरीपाशी येतात.)

कुंदा : हं! चला, व्हा पुढं! दाखवा तुमचा तो सहसंपादक!
पुंडोबा : पण-पण कुंदाताई, जरा डिप्लोमशीनंच वागा! तो सहसंपादक अगदी हिटलरचा बाप आहे बाप!
काकी : अगं बाई! मग मला तुम्ही आधीच का हो नाही सांगितलंत? कुंदा–
कुंदा : बसा तुम्ही इथंच! मी एकटीच पाहून घेते तुमच्या त्या संपादकाला–

(काकीच्या हातातली छडी ओढून घेऊन रागारागाने निघते.)

(१२)

('सत्पक्ष' कचेरीत मुकंद लिहीत आहे. कुंदा तावातावाने छडी घेऊन येत आहे.)

कुंदा : माझी कविता परत करता ना – कोण? मुकुंद!
मुकुंद : कोण? तुम्ही? मला वाटलं, सत्पक्षाच्या कचेरीत हिटलरचा बॉंबगोळाच धडकला!

कुंदा : मी तुम्हाला शिक्षा करायला आले आहे. तुम्ही माझा अपमान केलात, माझी कविता परत केलीत.

मुकुंद : अरे, अरे, अरे! म्हणजे तुम्ही कवितासुद्धा करता वाटतं? पण हे अगोदर का सांगितलं नाहीत? नाहीतर सत्पक्षात तुमच्या कवितेशिवाय दुसरं काही छापलं नसतं! तुमची कविता तरी कोणती?

कुंदा : ती आंधळ्या भिकारणीस पाहून!

मुकंद : ओहोहो! म्हणजे तुमचं नाव कुंदा केळकर तर! युअर ऑनर, आरोपीला गुन्हा कबूल आहे; पण त्याचा हा पहिलाच गुन्हा असल्यामुळं–

कुंदा : सरकार त्याला दया दाखवीत आहे.

मुकुंद : थँक्स, थँक्स, युअर लॉर्डशिप – युवर लेडीशिप! (दोघे हसतात. काकी व पुंडोपंत शेजारच्या खोलीतून पाहतात.)

काकी : काय हो पुंडोपंत, मोठा भयंकर माणूस दिसतोय हा तुमचा सहसंपादक! छड्या खाऊनसुद्धा हसतोय!

पुंडोपंत : मी पहिल्यानंच सांगितलं नाही का; तो हिटलर आहे, अगदी हिटलर!

कुंदा : सो लाँग, सो लाँग! मग ठरलं हं? उद्या संध्याकाळी सहा वाजता!

मुकुंद : हो, हो! वाटच पाहतो मी तुमची! चीरिओ!

कुंदा : चीरिओ!

(१३)

(कुंदा कपडे करून बाहेर जाण्याकरिता निघते. वाटेत काकी तिला अडवते.)

काकी : कुंदा, आज फिरायला जायचं नाही.

कुंदा : का? बाँब पडताहेत की काय बाहेर?

काकी : ते तर तुझ्या तोंडातूनच पडताहेत की! कुंदा हे पाहा, ते पुंडोपंत त्या बाबूरावांना घेऊन येणार आहेत. खूप श्रीमंत आहेत ते. मी त्यांना चहाला बोलावलं आहे.

कुंदा : अस्सं! मग खूप किटलीभर चहा पाज हं त्यांना! माझी काही हरकत नाही.

(हसत जाते. काकी संतापाने तिच्याकडे पाहते. नेहमीप्रमाणे काका पंचांग घेऊन ग्रहांचा विचार करीत आपल्या खोलीत बसले आहेत. काकी आत येते.)

काकी : कारटी गेली बाहेर!

काका : केव्हा?

काकी : आत्ताच! अगदी माझा अपमान करून!

काका : आत्ताच? थांबा-थांबा हं! (पंचांग पाहून) वाऽ वा! फार छान!

काकी : फार छान!

काका : घराबाहेर पडायला पोरीनं वेळ अगदी सुंदर शोधून काढली! ऐकलंत का? माझं काही काम नसतानासुद्धा मला घराबाहेर जावंसं वाटू लागलं आहे! पाहा, पाहा – तुम्हीच पाहा हे पंचांग!

काकी : आग लावा तुमच्या त्या पंचांगाला!

काका : छे, छे! तुमच्यापेक्षा आताशा आम्हाला हेच अधिक आवडू लागलंय!

काकी : हे पाहा, या पोरटीचं लक्षण काही ठीक दिसत नाही मला!

काका : म्हणजे या पोरीनं काही अवलक्षण केलं वाटतं?

काकी : ही मेली तुमची नेहमीची थट्टा राहू द्या बाजूला! आणि मी काय म्हणते, ते कान देऊन ऐका! अहो, तिच्या बापानं पैसा मिळवून ठेवला होता म्हणून तुम्हाला सुखानं बसून गिळायला मिळालं!

काका : खरं आहे, अगदी खरं आहे!

काकी : आणि आता ती लवकरच सज्ञान होईल, सज्ञान! आहात कुठं तुम्ही?

काका : मग आता आपण असं करू या –

काकी : कसं?

काका : हे पाहा, ती सज्ञान झाल्यावर तिची इस्टेट तिच्या स्वाधीन करून टाकू या आणि आपण दोघंही हिमालयात बसू या तपस्या करीत!

काकी : देवा, देवा! कसं हो कळत नाही तुम्हाला? अहो, ती सज्ञान होण्यापूर्वी तो भय्यासाहेब नाहीतर हा बाबूराव असा कोणी श्रीमंत जावई गाठला, तरच आहे आपली धडगत! नाहीतर आहेच मग आपला हिमालय!

(गडी येतो.)

गडी : बाहीर पुंडोपंत अन् बाबूराव आल्याती!

काकी : अगं बाई! त्यांना जाऊन सांग, माझी एक मैत्रीण आजारी आहे, तिच्या समाचाराकरिता बाहेर गेले आहे!

(काकी लगबगीने कुंदेच्या खोलीत येऊन तिच्या पलंगावर निजते व अंगावर पांघरूण घेते. काका बसलेल्या ठिकाणी बाबूराव व पुंडोपंत येतात.)

पुंडोपंत : नमस्कार, नमस्कार काकासाहेब! आपलं पंचांग-वाचन चाललंय वाटतं?

काका : हो. या या, बसा ना! हा पाहिलात पंचमातला शुक्र आणि हे –

पुंडोपंत : असं का? आताच तुमच्या नोकरानं सांगितलं की, काकीसाहेबांची मैत्रीण फार आजारी असल्यामुळं त्या तिकडं गेल्या आहेत. खरोखर

केवढा दुर्धर प्रसंग हो तुमच्यावर!

काका : मंगळाची अंतर्दशा होती, तेव्हा – (पंचांग चाळू लागतात.)

पुंडोपंत : (बाबूरावाच्या कानात) : अहो, गप्प काय बसलात? कुंदेला एकटीला गाठायची हीच सुवर्णसंधी आहे!

बाबूराव : मग मी जाऊ तर?

पुंडोपंत : जा-जा, लवकर जा! अहो, ते मी लिहून दिलेलं काव्यमय भाषण चांगलं पाठ आहे ना?

बाबूराव : हो तर! वाचून दाखवू का?

पुंडोपंत : मला नको, वर कुंदेला!

(बाबूराव घाबरत-घाबरत जातो.)

(बाबूराव कुंदेच्या खोलीपाशी येतो. पाठमोरी पडलेली काकी त्याला दिसते. त्याच्या नकळत त्याचा कागद पडतो. तो आत येऊन खाकरतो व बोलू लागतो.)

बाबूराव : दुसरं कोणी नाही, मी बाबूराव आहे. कुंदा, कुंदादेवी, माझं तुमच्यावर किती प्रेम बसलं आहे म्हणून सांगू! (काकी हालचाल करतात.) सुंदरी – हे सुंदरी – माझं प्रेम – माझं प्रेम – निपाणीच्या गुळासारखं गोड आहे, मोरस साखऱ्याप्रमाणं पांढरं शुभ्र आहे. तुम्ही माझ्याकडं पाठ फिरवली असूनसुद्धा किती सुंदर दिसता आहात! माझे बँकेत चाळीस हजार रुपये आहेत. तुमचे ते कुंदकळ्यांसारखे गाल, गुलाबासारखे तुमचे ते दात, चाफेकळीसारख्या भुवया आणि धनुष्यबाणासारखं तुमचं ते नाक! आहाहा! तुम्ही बी. ए. पास आहात म्हणून मीसुद्धा आजकाल ए. बी. शिकायला लागलो आहे. कुंदा, माय दार्जिलिंग, आय लव्ह यू... यू मस्ट आलशो लव्ह मी. एल-ओ-व्ही-ई! आमचं काही चुकलं वाटतं? अरे बाप रे!

(काकी हसत-हसत अंथरुणातून उठते. तिचा चेहरा दिसताच बाबूराव पळ काढतो.)

काकी : अहो बाबूराव, अहो बाबूराव, थोडा चहा तरी घेऊन चला!

(१४)

(कुंदा एका टेकडीवरील वडाच्या झाडाखाली मुकुंदाला शोधीत आहे – तो येत नाही, असे पाहून ती रागावून बसते.)

मुकुंद : कुंदा? (सूर्यास्त पाहू लागतो.)

कुंदा : सूर्यास्त पाहू नये माणसानं!

मुकुंद : पण मी तर सूर्योदयच पाहतो आहे.

कुंदा : सूर्योदय?

मुकुंद : होय, सूर्योदय! सूर्य एकीकडं मावळत असताना तो दुसरीकडे उगवत असतो. किती उदात्त कल्पना ही! तो कधीही न मावळणारा सूर्य, ही टेकडी, ती नदी, हा वटवृक्ष – हेच माझं खरंखुरं घर आहे. एक दिवस मी या ठिकाणी आलो नाहीतर किती चुकल्याचुकल्यासारखं वाटतं मला!

कुंदा : दररोज तुम्ही इथं येता?

मुकुंद : हो!

कुंदा : पण मग करता काय तुम्ही इथं येऊन?

मुकुंद : एक मंदिर बांधतो.

कुंदा : मंदिर! कुठं?

मुकुंद : माझ्या मनात! या वृक्षाखाली येऊन बसलो की, उद्याच्या जगाची स्वप्नं माझ्या दृष्टीसमोर तरळू लागतात. त्या स्वप्नांचं एक सुंदर मंदिर मी बांधलं आहे, अगदी एकट्यानं!

कुंदा : एकट्यानं? भारीच अप्पलपोटा आहेस तू! अशा सुंदर मंदिरात कुणी एकटं राहत नाही. विचार, वाटलं तर तुझ्या या वटवृक्षाला विचार! (पाने गळून पडतात.) पाहिलंस! हा तुझा वटवृक्षदेखील आम्हाला आशीर्वाद देतो आहे.

मुकुंद : (वडाच्या झाडाजवळ बरीच फुले दिसतात, ती पाहून) हे काय बुवा?

कुंदा : प्रीतिदेवतेची पूजा.

मुकुंद : अस्सं! या वडावर तुझं प्रेम बसलंय एकूण! भाग्यवान आहेस बुवा!

कुंदा : पुरुषांना थट्टेचा मक्ताच दिला आहे वाटतं देवानं? या झाडाखाली बसल्यावर –

मुकुंद : या बुद्धदेवाला साक्षात्कार झाला, असंच ना?

कुंदा : मला साक्षात्कार झाला! माझा देव मला दिसला!

मुकुंद : देव दिसला? मग कुठं आहे तो? आम्हाला तरी त्याचं दर्शन घेऊ द्या.

कुंदा : माझा देव पाहायचा आहे तुम्हाला? मग चला. (कुंदा मुकुंदाचा हात धरून त्याला घेऊन जाते व नदीतील त्याचे प्रतिबिंब दाखविते.)

(१५)

(मुकुंद कुंदेला पत्र लिहीत बसला आहे. तो नोटपेपरवर 'प्रिय कुंदा' असे लिहून थांबतो. इतक्यात मंजू येते.)

मंजू : दादा, आई म्हणते की सोन्याचासुद्धा डोंगर असतो! खरं का रे दादा?

मुकुंद : हो तर! फारच मोठा असतो तो!

मंजू : कुठं आहे तो डोंगर, दादा? मला किनई, एक बाहुली बनवायची सोन्याची!

मुकुंद : बरं! बरं!

मंजू : मग केव्हा जायचं आपण तिथं?

(मुकुंद लिहीत असल्यामुळे काहीच बोलत नाही.)

मंजू : दादा, सांग ना, केव्हा जायचं आपण तिथं? मला सोन्याची बाहुली हवी दादा. अं-अं – चल ना!

मुकुंद : शांता – अगं शांता – (शांता येते.) शांता, घेऊन जा बघू हिला आत! कामसुद्धा करू देत नाही मला! नि मला तर खूप-खूप लिहायचं आता! अग्रलेख, पुस्तक परीक्षणं – पुंडोपंतांचे ते नवं सदर 'कानपिचक्या!'

शांता : इथं तर एकच पत्र दिसतंय नुसतं!

(मुकुंद पत्र लपवतो व पलीकडले कोरे कागद सर्रकन ओढून घेऊन लिहिण्याचा आव आणतो.)

शांता : चल गं मंजू, एक माणूस लपंडाव खेळू लागलं आहे आपल्याशी; तेव्हा आपणच लपून बसू. (मंजूला घेऊन आतल्या खोलीत निघून जाते व गाणे म्हणून तिला झोपवू लागते.)

शांता : जागा का तू बाळा?
हासत चाले चाळा
पेंगुळले बघ सारे तारे,
झोपे शांतही वारे
वाजे अजुनी का रे
पायी घुंगुरवाळा?

(गाणे संपल्यावर मंजूला बाजूला झोपवून शांता हळूच दारात येऊन पाहते. केराच्या टोपलीत फाडलेल्या कपट्यांचा ढीग झालेला असतो.)

(१६)

(कुंदा आपल्या खोलीत लिहीत बसली आहे. बाजूला पडलेला मक्याच्या कणसाचा वाळलेला तुकडा घेऊन त्याकडे पाहते व नंतर लिहिता-लिहिता तीपुटपुटते –)

कुंदा : 'प्रिय मुकुंद, कळ्यांची फुलं होतात ना; तसंच मैत्रीचं रूपांतर प्रीतीत होतं!' (कुंदेच्या खोलीतला दिवा पाहून काका हाक मारतात. कुंदा पत्र लपवून ठेवते.)

कुंदा : काय काका?

काका : असं जागत बसू नये बाळ. उगीच आजारी-बिजारी पडशील.

कुंदा : अय्या! अकरा वाजून गेले होय? हे 'गीतारहस्य' वाचीत होते मी काका! त्यात मन असं रमून गेलं म्हणता!

काका : अस्सं! बरं-बरं, आता झोप बघू. ऊठऊठ, मी दिवा काढून टाकतो.

(कुंदा पलंगावर पडते. काका दिवा घालवून जातात. ते गेल्यावर कुंदा हळूच कानोसा घेते व परत टेबलापाशी बसून पहिले पत्र फाडून, दुसरे लिहिते व स्वत:शीच वाचते.)

'प्रिय मुकुंद,

आताच्या आता मला येऊन भेटशील का? गावाबाहेर आपल्या नेहमीच्या जागी – वडाखाली? मुकुंद, कुंदाला खुळी म्हण, वेडी म्हण; पण हो, तुझीच आहे. अगदी लवकर ये हं!

तुझीच
कुंदा'

(पत्र वाचता-वाचता कुंदाचा हात टेबलावरल्या फ्लॉवरपॉटला लागतो. तो खाली पडतो व त्याचे तुकडे होतात. त्या आवाजाने काकी आपल्या खोलीत जागी होते व कुंदाच्या खोलीकडे यायला निघते. कुंदा काचा गोळा करीत असताना ती चोरपावलांनी येते. हळूच दार उघडते. टेबलावरलं पत्र उचलते. कुंदाचे लक्ष जाऊन ते पत्र काढून घेण्याचा ती प्रयत्न करते; पण काकी सोडीत नाही.)

कुंदा : दुसऱ्यांची पत्रं चोरून वाचणं, हे पाप आहे काकी!

काकी : आणि श्रीमंत मुलीनं गरिबावर प्रेम करणं, हे त्यापेक्षाही मोठं पाप आहे. वेडी कुठली! उद्या साडेपाचच्या गाडीला भय्यासाहेब येणार आहेत; त्यांना आणण्यासाठी स्टेशनवर जायचं आहे, समजलीस? जा, झोप आता. (कणीस पाहून) हे शिळं कणीस कुठून आणलंस? छी:!

(फेकून देऊ लागते. कुंदा ते काढून घेते. काकी तिच्याकडे विचित्रपणे पाहत पाहत निघून जाते.)

(१७)

(वडाखाली कुंदेची प्रीतिदेवतेची पूजा संपली आहे.)

मुकुंद : कुंदा, यापुढं मी ही तुझी प्रीतिदेवतेची पूजा तुला बांधू देणार नाही!

कुंदा : ते का?

मुकुंद : आकाश आणि पृथ्वी यांचं प्रेम हा नुसता भास आहे म्हणून!

कुंदा : पण मुकुंद आणि कुंदा यांचं प्रेम हा भास नाही; ते सत्य आहे.

मुकुंद : कुंदा, आपल्या आयुष्याचे मार्ग निराळे आहेत. तू राजरस्त्यानं चालणार आहेस, मी एका खोल दरीतल्या पाऊलवाटेनं जाणार आहे.

कुंदा : तुझ्या पावलावर पाऊल ठेवून मीही....

मुकुंद : नाही कुंदा, तुला हा धीर होणार नाही!

कुंदा : यात कसला आला आहे धीर?

मुकुंद : तुरुंग फोडायला मोठा धीर लागतो कुंदा!

कुंदा : तुरुंग?

मुकुंद : हो, तुरुंग! खेड्यापाड्यातलं प्रत्येक बातमीपत्र मला टाहो फोडून सांगतंय – शेतकरी दारिद्र्याच्या तुरुंगात तडफडत....

कुंदा : नाही कोण म्हणतं?

मुकुंद : या तुरुंगाभोवती अज्ञानाच्या नि मिरासदारीच्या उंच-उंच भिंती उभ्या आहेत.

कुंदा : कबूल!

मुकुंद : या दुर्दैवी कैद्यांचं कण्हणं बाहेरच्या जगाला ऐकूसुद्धा जात नाही. ते ऐकू जावं म्हणून मी आता खेडोपाडी फिरणार आहे. खेड्यात जे-जे दुःख मला दिसेल, ते-ते मी वर्तमानपत्राच्या वेशीवर टांगणार आहे!

कुंदा : पण खेड्यात जायला केव्हा निघायचं, ते सांग ना?

मुकुंद : म्हणजे?

कुंदा : तुझे एकट्याचे प्रवासात हाल होतील म्हणून –

मुकुंद : तू माझ्याबरोबर येणार?

कुंदा : हो! तुरुंग फोडायला मोठा धीर लागतो ना! या फुलांना विचार, ती म्हणतील, कुंदा तुरुंग फोडून बाहेर यायला तयार आहे; पण मुकुंदच तिला बाहेर येऊ देत नाही!

मुकुंद : कुंदा!

कुंदा : चलायचं ना उद्या खेड्यात?

(१८)

(कुंदाच्या घरी भय्यासाहेब आलेले असतात. त्यांच्याकडे लक्ष न देता ती पुढे जाऊ लागते.)

काकी : कुंदा, अगं चाललीस कुठं? भय्यासाहेब केव्हापासून तुझी वाट पाहत

बसले आहेत ना? (कुंदा नाखुशीनंच भय्यासाहेबांना नमस्कार करते.)

भय्यासाहेब : नमस्कार!

कुंदा : केव्हा आलात आपण?

भय्यासाहेब : आत्ताच! मजेत आहात ना तुम्ही?

कुंदा : थँक्स! अगदी मजेत आहे.

काकी : अगं! मोठा सुंदर बेत केला आहे त्यांनी!

कुंदा : सांगितला ना त्यांनी तुला? मग मी माझी तयारी करायला जाते तर!

काकी : थांब! पाहिलंत-पाहिलंत भय्यासाहेब. लाखात अशी मुलगी शोधून मिळायची नाही तुम्हाला. आपण न सांगता ओळखलंन् तिनं. अगं, काश्मीरला जायचं ठरवलं आहे त्यांनी!

कुंदा : हो? मीसुद्धा जाणार आहे माझ्या काश्मीरला; पण माझ्या काश्मिरात काय काय आहे ते सांगू? शेतकऱ्यांच्या झोपड्या, त्यांची पाठीला लागलेली पोटं, त्यांची उघडीनागडी पोरं – काकी, उद्या मी मुकुंदांच्या बरोबर खेड्यात फिरायला जाणार आहे.

काकी : त्या भिकारड्याबरोबर? कुंदा, उद्या संध्याकाळी भय्यासाहेबांबरोबर आपल्याला काश्मीरला जायचंय; समजलीस?

कुंदा : काकी, उद्या सकाळी मी मुकुंदांच्याबरोबर खेड्यात फिरायला जाणार आहे; समजलीस? (जाते.)

काकी : या मुकुंदाचा काटा काढून टाकल्याशिवाय –

भय्यासाहेब : हातात सुई असल्यावर काटा काढायला वेळ लागणार नाही. हा आपला पुंडोपंत संपादक आहे ना! त्याचा हात ओला केला की – (फोनजवळ जातो.)

(१९)

(रात्रीची वेळ. चंद्रप्रकाशात सात-आठ बैलगाड्या एका घाटातून उतरत आहेत. एक गाडीवान गाणे म्हणत असून, बाकीचे त्याला साथ देत आहेत. त्यांपैकी एक गाडी मुकुंद हाकीत असून त्याच्या बाजूला कुंदा बसली आहे.)

गाडीवान : चल ढवळ्या, चल पवळ्या
बिगी बिगी रे, चल खुशीत ।
दिसत न वाट । जंगल दाट ।
हसत न चांद । आडवी बांध ।
नसे फिकीर । आमुचे वीर ।
पळती अधीर । चल ढवळ्या ।।

शुक्र तारा करी पहारा ।
रातराणीही गाई गीत ।
काळोखा या देखा ।
उजळवते एक प्रीत ।
कोण ही घरी जागे ।
चल राजा । चल सरजा ।
प्रीत कुणा नाही भीत ॥

(मुकुंद व कुंदा खेड्यापाड्यांतले शेतकऱ्यांचे दुःखमय जीवन पाहत फिरत आहेत. एका शेतकऱ्याचे कुटुंब गाईला विकताना तिली मिठी मारून ढळढळा रडत आहे. आठवड्याच्या बाजाराच्या दिवशी शेतकरी बायका-पोरांचे चांदीचे दागिने विकून धान्य विकत घेत आहेत. एका शेतकरणीचे दोन-तीन वर्षांचे मूल एकसारखे रडत असते. तिचा नवरा बाहेरून ओरडतो, 'पोराला गप्प कर की!' ती म्हणते, 'कशी गप्प करणार? गायबी तुम्ही विकून टाकलीत! तिचं तरी दूध पाजलं असतं पोराला!' व उठून चुलीपाशी असलेले जोंधळ्याचे पीठ पाण्यात कालवून त्याला देते. शेतकऱ्यांची ही दैन्यावस्था पाहून 'सत्पक्षा'त लेखमाला लिहिण्यास मुकुंद सुरुवात करतो.)

(एका खेड्यातला उसाचा मळा. एक म्हातारा शेतकरी व त्याची बायको खोकत-खोकत ऊस तोडीत आहेत.)

मुकुंद : आजोबा, तुमच्या मदतीला नाही का कुणी?

शेतकरी : झोपडीत सून बाळंतीण आहे, मुलाला ताप भरलाय! गडी लावायला पैसे कुठून आणायचे बाबा?

मुकुंद : आम्ही तुम्हाला मदत करू का?

शेतकरी : तुम्ही पांढरपेशी माणसं! तुमची कसली मदत होणार आम्हाला?

(मुकुंद व कुंदा खेड्यातल्या शेतकऱ्यांच्या वेशात काम करीत आहेत.)

कुंदा : ये ना, ये ना
कुणी नाही पाहत अपणा ।
रस मधुर मधुर घे रमणा ।
घे ना, घे ना,
कुणी नाही पाहत अपणा ॥

मुकुंद : गरिब बापडा शेतकरी मी ।
भुलविसी बाले कोणा?
मोह कशाला? जा ना!

कुंदा : का रुसला मम राणा?
कुणी नाही पाहत अपणा ॥

मुकुंद : जा ना, जा ना नाचत राणी ।
गाऊ नको परी गाणी ।
हृदयी गाई प्रीत खुळी ही ॥

कुंदा : मी राधा तू कान्हा ।
कुणी नाही पाहत अपणा ॥

(२०)

('सत्पक्ष' कचेरी. पुंडोपंत लिहीत बसले आहेत. मंजूचा फोटो हातात घेऊन 'पुंडोपंतऽ पुंडोपंत' अशा हाका मारीत बाबूराव येतात.)

बाबूराव : पुंडोपंत, अहो पुंडोपंत, पोरीवाचून चैन पडत नाही हो मला आता! पोरीला आई मिळवायला आलो आणि माझ्या सोन्यासारख्या पोरीलाच घालवून बसलो! बायको मिळवीन हो मी कुठं तरी जाऊन, पण माझी पोरगी मला आणून द्या हो! सांगा ना कुठं नेऊन ठेवलीत तुम्ही तिला? सांगा ना?

पुंडोपंत : ते आमचं ट्रेड शिक्रेट आहे!

बाबूराव : खड्ड्यात गेली तुमची ती शिग्रेट! (मोटारीचा हॉर्न वाजतो.)

पुंडोपंत : भय्यासाहेब आले वाटतं? जा-जा, आधी वर आपल्या खोलीत जाऊन बसा. अहो, पोरगी पण मिळेल आणि बायकोपण मिळेल! जा-जा! (बाबूरावाला ढकलून बाहेर घालवतो व दार लावून घेतो. समोरच्या दरवाजातून भय्यासाहेब येतात.) भय्यासाहेब, या-या! नमस्कार, नमस्कार.

भय्यासाहेब : हे पाहा पुंडोपंत, मुकुंदाचा लेख तुम्ही जहाल केलाय खरा; पण आता एकदम भडका उडायला यात आणखी दहा-वीस तरी भयंकर वाक्यं घातली पाहिजेत.

पुंडोपंत : हो-हो, जरूर!

भय्यासाहेब : स्वारी एकदम तुरुंगातच –

पुंडोपंत : वा! वा! फार छान कल्पना आहे. अहो, पण प्रत्येक भयंकर वाक्याला शंभर रुपये पडतील हं! अहो, त्यात जरा आमची डिप्लोमशी आहे. (दार वाजल्याचा आवाज होतो.) कोण आहे? कोण आहे? गाढव कुठला! (दार उघडतो. शांता दृष्टीस पडते.) कोण, शांताबाई? नमस्कार, नमस्कार!

शांता : मुकुंदाचं – त्याचं काही पत्र आलं होतं का?

पुंडोपंत : मुकुंद ना? अहो, त्याला काय झालंय? अगदी मजेत आहे तिकडं त्या कुंदाताईच्याबरोबर!

शांता : पण – (भय्यासाहेबाला पाहून दचकते.)

पुंडोपंत : काय हो? काय झालं?

शांता : साप दिसला मला!

पुंडोपंत : साप? अरे बाप रे! भय्यासाहेब, साप-साप! अस्तिक, अस्तिक, काळभैरव! (खुर्चीवर उभा राहतो.)

भय्यासाहेब : गप्प बसा. इथं कुठला येईल साप?

पुंडोपंत : ही त्या मुकुंदाची बायको, बरं का?

भय्यासाहेब : म्हणजे? मुकुंदाचं लग्न झालंय?

पुंडोपंत : लग्न? अहो, नुसतं लग्नच काय, चांगली पाच-सहा वर्षांची मुलगीसुद्धा आहे त्याला! काय गोड नाव आहे म्हणता तिचं! मंजू!

भय्यासाहेब : कुंदेला हे माहीत आहे?

पुंडोपंत : नसायला काय झालं? अलीकडच्या या पोरींना सवती फार आवडतात! हो, कारण घरात निराळी स्वयंपाकीण ठेवायला नको! बाकी भय्यासाहेब, आपल्याला कुंदेसारखी सोबतीण मिळाली, तर आपणसुद्धा खेड्यापाड्यात जन्मभर दौरा काढायला तयार आहोत!

भय्यासाहेब : बरं, मग या मुकुंदाच्या लेखाचं –

पुंडोपंत : तो काय उद्याच्या सत्पक्षाच्या अंकात प्रसिद्ध होईल. पण दर नवीन वाक्याला शंभर रुपये हं!

(२१)

(‘सत्पक्षा’चा नवीन अंक विकत घेण्यासाठी ‘सत्पक्ष’ कचेरीबाहेर लोकांची प्रचंड गर्दी. ‘मुकुंदाचा नवीन लेख!’, ‘शेतकरी जीवनावर झगझगीत प्रकाश!’ वगैरे आरोळ्या वर्तमानपत्रे विकणारी मुले देत आहेत. सर्व जण मुकुंदाचा लेख वाचीत आहेत.)

एक : हा मुकुंद लेखणीचा मोठा बाका आहे हं!

दुसरा : मुकुंद अगदी रक्तानं लिहिणारा लेखक आहे बुवा!

तिसरा : कुणास ठाऊक, ते खरं रक्त आहे की, नुसती तांबडी शाई आहे?

चौथा : अगदी टिळकांची आठवण होते हा लेख वाचून!

पाचवा : पण असल्या जहाल लिहिण्यानंच टिळक तुरुंगात गेले होते!

(२२)

(नदीच्या उथळ प्रवाहातून कुंदा काठाकडे धावत येत आहे. मुकुंद तिचा पाठलाग करीत आहे.)

मुकुंद : असं धावायला काय झालं?

कुंदा : संगमाची मोहिनी आहे ही!

मुकुंद : पण या संगमातली एक नदी कोरडीच आहे – (स्वत:कडे बोट दाखवीत) ही!

कुंदा : एकमेकींना मिळण्याकरिता या दोन नद्यांनी किती वळणं घेतली असतील!

मुकुंद : आता त्याचा विचारसुद्धा त्यांच्या मनात येत नसेल. संगम झाल्यावर दोन नद्या एकमेकींपासून कधीच दूर होत नाहीत!

कुंदा : अगदी खोटं!

मुकुंद : खोटं?

कुंदा : हो! ही पाहा एक नदी पळून चालली!

(मुकुंद 'कुंदा, कुंदा' म्हणून तिच्या मागून धावतो. धावता-धावता 'अगं आई गं!' म्हणून ती ओरडते व खाली बसते. मुकुंद कुंदेला सावरतो व 'काय चावलं?' म्हणून विचारतो. ती कंपित स्वराने उद्‍गारते, 'साप!' मुकुंद घाबरून म्हणतो, 'साप?' तो तिला उचलून घेऊन चालू लागतो.)

(२३)

(कुंदेला दवाखान्यात टेबलावर झोपविली आहे. जवळ मुकुंद उभा आहे. डॉक्टर इंजेक्शन देत आहेत, कंपौंडर जवळच उभा आहे.)

डॉक्टर : अहो मिस्टर, केस फार सीरियस आहे, साधा साप नाही; बहुधा नागच डसला असावा. तेव्हा नुसत्या इंजेक्शननं काम भागणार नाही.

मुकुंद : मग आपण –

डॉक्टर : हो, हो, जखम कापली पाहिजे.

मुकुंद : कापली पाहिजे? मग आपण क्लोरोफॉर्म द्यालच?

डॉक्टर : हो, हो, क्लोरोफॉर्म देऊन ऑपरेशन जरा जबाबदारीचं आहे आणि या खेड्यात दुसरा डॉक्टर मिळणार नाही. म्हणून म्हटलं, फीचं जरा–

मुकुंद : फीची काळजी करू नका! डॉक्टर, पन्नास रुपये घ्या, शंभर घ्या, दोनशे घ्या.

डॉक्टर : ओ, डोन्ट वरी! डोन्ट वरी! (डॉक्टर व कंपौंडर जातात.)

मुकुंद : कुंदा –

कुंदा : काय म्हणाले डॉक्टर?

मुकुंद : ते म्हणाले की, ऑपरेशन करायचं!

कुंदा : ऑपरेशन करायचं! मग त्यात काय भ्यायचं? क्लोरोफॉर्म देणार आहेत ना? कदाचित या क्लोरोफॉर्मच्या गुंगीतून मी पुन्हा जागी होणार नाही. माझा मुकुंद मला पुन्हा दिसणार नाही.

मुकुंद : कुंदा... (त्याचे अश्रू तिच्या गालावर पडतात. तो ते पुसू लागतो – ती पुसू देत नाही.)

कुंदा : पुसू नकोस ना हे अश्रू! माझ्या सौभाग्याचे अलंकार आहेत ते! सौभाग्यवती होऊनच मी मरणार आहे!

मुकुंद : कुंदा, नको नं असं बोलू!

कुंदा : नको नं रे, अडवूस मला! मला बोलू दे! माझं एक मागणं आहे तुझ्यापाशी – एकच – अगदी शेवटचं –

मुकुंद : शेवटचं नाही – पहिलं – कुंदा –

कुंदा : तुझं माझ्यावर खरंखुरं प्रेम आहे? सांग ना? असं नको, तोंडानं सांग ना? सांग ना! किती दिवस माझे कान तान्हेलेले आहेत. तो गोड गोड शब्द एकदा तरी ऐकू दे मला –

मुकुंद : खरंच, माझं तुझ्यावर प्रेम आहे, कुंदा –

कुंदा : पुन्हा बोल ना! एकदा बोल!

मुकुंद : माझं तुझ्यावर खरंच प्रेम आहे.

कुंदा : मुकुंद, आणखी एक गोष्ट मागणार आहे मी तुझ्यापाशी!

मुकुंद : माग ना –

कुंदा : पण रागावणार नाहीस ना?

मुकुंद : नाही, कुंदा!

कुंदा : मग नको, नको; माझे ओठसुद्धा आता विषारी झाले असतील.

मुकुंद : असू दे कुंदा, आपण दोघेही मिळून मरू, मिळूनच अमर होऊ!

कुंदा : नको! नको!

मुकुंद : कुंदा –

(डॉक्टर व कंपौंडर ऑपरेशनच्या तयारीने येतात.)

डॉक्टर : हं, हात जरा घ्या. बरं व्हायचं आहे ना तुम्हाला? मोजा बरं एक – हं, हं –

कुंदा : एक, दोन, तीन.

(पोलीस इन्स्पेक्टर पोलिसासह येतो.)

पोलीस इन्स्पेक्टर : तुमचंच नाव मुकुंद ना?

मुकुंद : का?

पोलीस इन्स्पेक्टर : तुमच्यावर वॉरंट आहे.

मुकुंद : वॉरंट? कशाबद्दल?

पोलीस इन्स्पेक्टर : ‘सत्पक्षा’तील लेखाबद्दल.

मुकुंद : पण –

पोलीस इन्स्पेक्टर : पणबिण काही नाही. चला आत्ताच्या आत्ता आमच्याबरोबर! पोलीस–

कुंदा : मुकुंद –

मुकुंद : कुंदा, घाबरू नकोस हं!

डॉक्टर : काही काळजी करू नका. नुकतीच गुंगी आली आहे. मिस्टर, पैसे–

मुकुंद : डॉक्टर, पैशाची तुम्ही काळजी करू नका! मी तारसुद्धा केली आहे. सगळी व्यवस्था केली आहे. हिला –

डॉक्टर : काही काळजी करू नका! त्यांना घरी पोचवण्याची व्यवस्था करतो, हं!

पोलीस इन्स्पेक्टर : मिस्टर मुकुंद –

मुकुंद : कुंदा – डॉक्टर –

डॉक्टर : डोंट वरी! डोंट वरी!

मुकुंद : थँक यू! (पोलीस मुकुंदाला घेऊन जातात.)

डॉक्टर : कंपौंडर –

कंपौंडर : डॉक्टर, मी जातो बुवा आता! आपल्याला रक्त पाहवत नाही.

डॉक्टर : कोण लेकाचा रक्त काढतोय इथं!

कंपौंडर : म्हणजे, तुम्ही जखम कापणार आहात ना?

डॉक्टर : कसली जखम नि कसलं काय? साधं दुतोंडं चावलंय तिला! श्रीमंत लोकांचे चोचले आहेत बाबा हे सगळे! कसलं विष नि कसलं काय घेऊन बसला आहेस? चार पैसे मिळविण्यासाठी हा सारा खटाटोप! जा, जा! अमोनियाची बाटली आणा. तिला शुद्धीवर आणायची आहे! जा, घाबरू नकोस हं! (डॉक्टर स्वत:शीच कुंदेची व मुकुंदाची नक्कल करतो – मुकुंद, आणखी एक गोष्ट मागणार आहे तुझ्यापाशी! रागावणार नाहीस ना? पण नको, माझे ओठसुद्धा विषारी झाले असतील. असू दे कुंदा, आपण दोघे मिळून मरू, दोघे मिळूनच अमर होऊ!) हात् लेकाचे! काय लेकाचे मरताहेत! अरे, काय हे? आम्ही काय प्रेम केलं नाही? (कंपौंडर बाटली घेऊन येतो व डॉक्टर त्याला मिठी मारतो.) कुंदा, माझं तुझ्यावर खरंखुरं प्रेम आहे!

(२४)

(कुंदा फोनवरून वकिलाशी बोलत आहे.)

कुंदा : हॅलो, मुकुंद नक्की सुटेल ना? खरं? अगदी खरं? मग मी आत्ताच

पैसे घेऊन येते हं, वकीलसाहेब! हॅलो! पण हे पाहा, तुम्ही कुठं बाहेर जाऊ नका हं! मी आलेच! थँक्स, थँक्स!

(कुंदा काकाच्या खोलीत येते. काकी व भय्यासाहेब पत्ते खेळत आहेत.)

कुंदा : काका, काका, काका, वकीलसाहेब म्हणतात की मुकुंद हा-हा म्हणता जामिनावर सुटेल! काढा पाहू आपलं चेकबुक! काढा ना, काढा ना!

काका : अगं, पण हो-हो!

काकी : काही जरूर नाही. वाटेवरच्या चोराचा कैवार घेण्याइतका पैसा ठेवला नाही तुझ्या बापानं!

कुंदा : पण मी वाटेवरल्या चोराचा कैवार थोडाच घेते आहे काकी?

काकी : मग? तो भिकारडा मेला असा कोण सज्जन लागून गेला आहे?

कुंदा : पण हे पाहा काकीसाहेब, उद्या हुंडा म्हणून तुम्ही जी रक्कम देणार आहात, तीच आज जामीन म्हणून द्या ना?

काकी : हुंडा जावयाला द्यायचा असतो!

कुंदा : होय ना! मग मी कुठं नाही म्हणते? पण काकांचं भविष्य म्हणतंय, की मुकुंदच तुझा जावई होणार!

काकी : कुंदा –

कुंदा : तेव्हा जामीनाची रक्कम –

भय्यासाहेब : अवश्य भरावी. हा भूतदयेचा प्रश्न आहे. मुकुंदाची बायको आणि मुलगी घरी धाई-धाई रडत असतील.

काकी : म्हणजे? त्या मुकुंदाचं लग्न झालंय?

भय्यासाहेब : अहो, नुसतं लग्नच झालेलं नाही, त्याला एक सहा वर्षांची मुलगीसुद्धा आहे!

कुंदा : भय्यासाहेब –

भय्यासाहेब : त्याच्या बायकोचं नाव शांता.

काकी : ऐक, ऐक! तुझं प्रेम चांगलं आंधळं आहे म्हणायचं!

भय्यासाहेब : आणि त्याच्या मुलीचं नाव मंजू!

कुंदा : भय्यासाहेब, मुकुंदाविषयी असं खोटंनाटं बोलायचं असेल तर – (दरवाजाकडे बोट दाखवते.)

भय्यासाहेब : कुंदाबाई, कानापेक्षा डोळे प्रामाणिक असतात. काकीसाहेब, आत्ताच्या आत्ता चला म्हणजे खरं आणि खोटं यांचा एका घटकेत निकाल लागेल.

(२५)

(भय्यासाहेब, काकी व कुंदा मुकुंदाच्या घरासमोर मोटारीतून उतरतात व दारात येतात.)

कुंदा : मुकुंद इथं राहतात?

भय्यासाहेब : म्हणजे! स्वारीनं आतापर्यंत घरसुद्धा दाखवलं नव्हतं ना?

काकी : असल्या भामट्यावर कसा गं विश्वास ठेवलास तू?

(कुंदा दारात जाऊन उभी राहते. मंजू शांताला मिठी मारून 'आई, मुकुंददादा केव्हा येणार गं?' असं विचारीत आहे. शेजारच्या चार-पाच बायका शांताचे सांत्वन करीत आहेत.)

भय्यासाहेब : ती मुकुंदाची बायको आणि ती मुलगी; कळलं?

मंजू : आई, आई, मुकुंददादा केव्हा येणार गं? आई, सांग ना गं!

१ली बाई : मंजू, बाळ, रडू नये असं! तुझा दादा लवकर परत येईल हं! मुली, पोरीची समजूत घाल आधी.

२री बाई : कशी ढसढसा रडते आहे बघ!

३री बाई : अशी रडू नकोस शांता. मुलीला पोटाशी घे, तुझा नवरा लवकर परत येईल.

मंजू : आई!

शांता : मंजू, थांब हं बाळ! (शांता उठून दाराशी येते व कुंदाशी बोलू लागते.) या ना आत, कोण हवंय आपल्याला?

कुंदा : मला देव हवा होता; पण दगड मिळाला!

(शांता आश्चर्याने पाहते व कुंदा रागाने जाते.)

(२६)

(काका कुंदाचे सांत्वन करीत आहेत. काकी तिच्या पाठीवरून हात फिरवीत आहेत.)

कुंदा : काका, मुकुंदानं मला असं का हो फसवलं?

काकी : उगी, उगी बाळ; बाळ कुंदा, सारे पुरुष एकाच माळेचे मणी असतात बरं!

काका : मीसुद्धा?

काकी : हो, तुम्हीसुद्धा! माझ्याशी लग्न करून आता सदान्‌कदा त्या कुंडल्या आणि पंचांग घेऊन बसता ते?

काका : बरं बुवा, मग आता यापुढं सारा वेळ तुम्हालाच घेऊन बसतो; मग तर झालं?

(भय्यासाहेब, पुंडोपंत येतात.)

पुंडोपंत : नमस्कार, नमस्कार काकीसाहेब! अर्रर! कुंदाताईंचा शोक चाललाय वाटतं? बरं!

काकी : का हो पुंडोपंत, तुमच्या त्या मुकुंदाचं लग्न झालेलं आहे, हे आमच्या कुंदेला आधीच का नाही सांगितलंत?

पुंडोपंत : अहो, पण काकीसाहेब, या त्याच्यावर प्रेम करणार आहेत असं काय स्वप्न पडलं होतं आम्हाला? वाटलं, साधं फिरणं आहे हे! अहो कुंदाताई, प्रेमसुद्धा डिप्लोमशीनं करायला हवं!

काकी : त्या भिकारड्याच्या नादी लागून माझी बाळ उगीच वणवण फिरली. सकाळी टेनिस, दुपारी झोप, संध्याकाळी पत्ते आणि रात्री सिनेमा, असा रोज कार्यक्रम ठेव आता; म्हणजे त्या मुकुंदाची आठवणसुद्धा येणार नाही तुला!

कुंदा : मला मुकुंदाला विसरून जायचं आहे! पण मी पाहिलेल्या त्या गोरगरीब शेतकऱ्यांना – नाही, मी त्यांना कधीही विसरणार नाही. त्यांच्यासाठी –

भय्यासाहेब : काही तरी अवश्य केलं पाहिजे; कारण बोलाची कढी आणि बोलाचा भात वाढणारे मुकुंद पुष्कळ आहेत; पण शेतकऱ्यांना प्रत्यक्ष पैशाची मदत होईल असा एखादा कार्यक्रम –

पुंडोपंत : बस्स – ठरलं! शेतकऱ्यांसाठी आपण एखादं नाटक करू या, म्हणजे त्यात आमच्या काकीसाहेबसुद्धा –

काकी : मी राणीचं काम करीन; मोलकरीण-बिलकरीण होणार नाही हं!

भय्यासाहेब : आमच्या पुंडोपंतांनासुद्धा डोकं आहे म्हणायचं! अशी नामी कल्पना काढली आहे म्हणता!....

पुंडोपंत : अहो, हे तर आमचं ट्रेड शिक्रेट आहे.

काका : बरं का भय्यासाहेब, कॉलेजातल्या संमेलनात आमची कुंदा फार छान काम करीत असे हं!

भय्यासाहेब : असं का? मलाही असल्या गोष्टीची फार हौस आहे काकासाहेब!

काकी : वा! वा! फार छान! मग तुमचा आणि कुंदेचा एखादा प्रवेश फारच सुंदर होईल हं! मात्र तो प्रेमाचा हवा!

भय्यासाहेब : काय पुंडोपंत?

पुंडोपंत : हा पाहा, तयारीला लागतोच.

भय्यासाहेब : अहो, पण जरा डिप्लोमशीनंच तयारीला लागा!

(२७)

(मुकुंदाच्या घरी पुंडोपंत व शांता बोलत आहेत.)

शांता : पण, ते तुरुंगात असताना मी नाटकात काम कशी करू?

पुंडोपंत : काम कशी करू? तुम्ही वीरपत्नी आहात शांताबाई! ज्या या भारतभूमीत जोहार करणाऱ्या रजपूत स्त्रिया होऊन गेल्या; चांदबिबी, झाशीची राणी लक्ष्मीबाई, आणखी एक कुणीतरी... मोठ्या शौर्यानं लढल्या; त्याच या पूज्य आणि पवित्र देशात तुमचा जन्म झालेला आहे!

शांता : पण तिकडे त्यांचे हाल होत असताना!...

पुंडोपंत : नवऱ्याला सरकारनं पकडलं म्हणून तुम्ही नाटकात काम करायला कचरता? छे, छे, छे! अहो, सहा वर्षांची हद्दपारीची शिक्षा झाली असताना आपले लोकमान्य शांतपणानं, डिप्लोमशीनं झोपले होते, हे तुम्ही विसरू नका. उद्या मुकुंद फासावर गेला तरी –

शांता : पुंडोपंत –

पुंडोपंत : अरेच्या! खरंच की! ही सभा नाही, हे विसरलोच होतो मी! हे पाहा शांताबाई, ज्या शेतकऱ्यांसाठी मुकुंदराव आज तुरुंगात जात आहेत, त्यांच्या मदतीसाठीच हा करमणुकीचा कार्यक्रम आहे, तेव्हा –

शांता : पण....

पुंडोपंत : पण नाही नि बिण नाही. नुसती दोन गाणी म्हणा म्हणजे बस! अं! हा! (मुकुंदाचा फोटो आणतो व त्याला मस्तकी लावतो.) आहाहा! अहो, दुसऱ्या कोणासाठी नसलं तरी या थोर विभूतीच्या महान कार्यासाठी तरी –

शांता : बरं!

पुंडोपंत : मग मी हेच सांगत होतो. मुकुंदरावांच्या कार्यासाठीच सारं करायचं आहे.

पुंडोपंत : मंजू कुठं दिसत नाही?

शांता : शाळेत गेली आहे.

पुंडोपंत : असं का? मग याच वेळी आमचे बाबूराव तुमची गाणी बसवतील.

(२८)

(बाबूराव शांताला एका गाण्यातील प्रसंग सांगत असतो.)

बाबूराव : समजलं? अशा रीतीनं राधा म्हणजे तुम्ही – श्रीकृष्णाचा शोध करीत आहात! सर्वांची, खुद्द श्रीकृष्णाची तुम्ही विनवणी करीत आहात. कृष्णा-मुकुंदा, मुकुंदा, धाव-धाव आता! आता दाखवा

बरं, कसं कराल ते?

शांता : करू मी सुरुवात?

बाबूराव : हो, हो! पण ताल आणि सुरांकडे लक्ष ठेवायचं हं!

शांता : किती विनवू आता? लगबग ये, झुरते तुझी बाला ॥
फिरते रानी वणवण राधा ।
सोडुनी कान्हा गेला ॥
गोकुळी या बघ व्याकूळ गोपी ।
म्लान फुलांच्या माळा ॥
कुणी तरी मम हरि शोधुनी आणा ।
तळमळ सांगू कोणा ॥
धाव मुकुंदा, सोड अबोला ।
का रुसला हो बोला ॥

बाबूराव : आहाहा! वा! वा! छान, छान! वन्स मोअर! वन्स मोअर! (शांताचे डोळे अश्रूंनी थबथबलेले पाहून) काय हो, काय झालं एकदम?

शांता : मला थोडा खोकला झालाय.

बाबूराव : खडीसाखर नाहीतर लवंग तोंडात धरली की... भारीच नाजूक आहात बुवा तुम्ही! एवढ्याशा खोकल्यानं डोळ्यांत गंगा-यमुना आल्या की!

शांता : इश्श!

बाबूराव : काही चुकलं नाही ना आमचं?

शांता : किती भोळे आहात तुम्ही! मला खोकल-बिकला काही नाही. मुकुंद, मुकुंद असं म्हणताना मला मुकुंदाची आठवण झाली.

बाबूराव : साहजिक आहे, साहजिक आहे! पाहा ना! आमचं कुटुंब जाऊन तीन वर्षं झाली, पण अजून आठवण आली की... (डोळे पुसतो.) तुमचं ठीक आहे हो! तुमचे यजमान अजून हयात तरी आहेत. (शांता हसते.) काही चुकलं वाटतं आमचं?

शांता : छे! माझंच चुकत होतं! एक गोष्ट मी उगाच लपवून ठेवली. मुकुंद मला भावासारखे आहेत.

बाबूराव : आँ! अहो, मग मला हे अगोदर का नाही सांगितलंत?

शांता : म्हणजे? काय करणार होतात तुम्ही?

बाबूराव : नाही, तसं काही नाही! तसलं काही नाही – पण म्हटलं, एखादा फक्कड प्रवेश बसवला असता! (आठवून) हांऽ हां! पुरुरवा राजा वनात उर्वशीचा शोध करीत फिरतोय. शेवटी एका वेलीला तो मिठी मारतो. लगेच त्या वेलीतून उर्वशी – (इतक्यात बाहेरून मंजू

'आई-आई' म्हणून हाका मारते.)

बाबूराव : कोण? माझी मंजू?

(धावत जाऊन दार उघडतो. मंजू बाबूरावाला पाहताच त्याला मिठी मारते. शांता साश्रुनयनांनी त्यांच्याकडे पाहते.)

(२९)

(पुंडोपंत भय्यासाहेबांजवळ धावत येतो.)

पुंडोपंत : भय्यासाहेब, भय्यासाहेब मोठा अपघात झाला हो –

भय्यासाहेब : अपघात झाला? कुणाला? कसला?

पुंडोपंत : नाही-नाही, म्हणजे मोठा घात झाला.

कुंदा : काय हो पुंडोपंत, काय झालं?

पुंडोपंत : मोठी आनंदाची बातमी आहे! अहो, तुमचा मुकुंद सुटतोय!

कुंदा : केव्हा?

पुंडोपंत : उद्या सकाळी! माफी मागितली त्यानं!

कुंदा : मुकुंदानं माफी मागितली?

पुंडोपंत : साधी माफी नाही, अगदी सपशेल माफी! अगदी डिप्लोमशी केली बेट्यानं! बाकी माफीचं शास्त्रच ठाऊक नाही बेट्याला! दर वर्षी आमच्यावर काय कमी फिर्यादी होतात? पण हाच खटला पाहा ना! आम्ही नाही माफी मागितली अगदी पोलीस दारात आल्याबरोबर? याला म्हणतात टेक्निक! नाही तर हा मुकुंद; शिपायाप्रमाणं लढायला गेला नि शेंदाड शिपाई बनून परत आला.

कुंदा : मुकुंद असा भित्रा नव्हता.

पुंडोपंत : दाखवायचे दात खायला उपयोगी पडत नाहीत कुंदाताई! मी एकदा सोडून दहादा फाशी गेलो असतो; पण अशी लाजिरवाणी माफी! छे छे!

भय्यासाहेब : पुंडोपंत, सत्यसुद्धा सांभाळून बोलावं लागतं जगात! मुकुंद यांचा मित्र आहे.

कुंदा : माफी मागणारा दुबळा मुकुंद माझा मित्र नाही आणि मी त्याची मैत्रीण नाही! (निघून जाते.)

भय्यासाहेब : मुकुंद पुन्हा कुंदेला तोंड दाखविणार नाही अशी व्यवस्था –

पुंडोपंत : अशी व्यवस्था करायचं काम माझ्याकडं लागलं! पैसा मोठा जादूगार आहे. तो माणसाचं पिसाळलेलं कुत्रं करतो. अशी शे-दोनशे कुत्री जमवली आणि उद्या 'छू:' म्हणून मुकुंदावर सोडली म्हणजे –

(रस्त्यात मुकुंदाच्या भोवती लोकांचा गराडा. 'शेम-शेम' म्हणून सारे लोक ओरडत आहेत. 'मी माफी मागितली नाही' म्हणून तो ओरडून सांगत असतो; पण पुंडोपंताने गोळा केलेले गुंड 'देशद्रोही, माफी मागणारा पळपुटा, शेम शेम' वगैरे शब्द उच्चारीत त्याच्याभोवती कडे करून चालतात. रस्त्याने जाणारा एक हमाल ओरडणाऱ्यांपैकी एकाला विचारतो, 'बेंबीच्या देठापासून ओरडतोय?' तो सांगतो, 'पुंडोपंतानं दोन रुपये दिलेत बाबा, दोन रुपये!' शांता व मंजू गर्दीतून मुकुंदाला गाठण्याचा प्रयत्न करीत असतात; पण लोक त्यांना पुढे जाऊ देत नाहीत.)

मुकुंद : आपण सर्व लोक थकला असाल आता ओरडून-ओरडून! पाच मिनिटं आपण विश्रांती घ्याल तर इतक्यात मी पुंडोपंतांना भेटून येतो.

लोक : जाऊन या – जाऊन या –

('सत्पक्ष' कचेरी. पुंडोपंत लिहीत बसले आहेत. मुकुंद छापखान्यातील नोकरलोकांची विचारपूस करीत पुंडोपंतांच्या खोलीकडे वळतो.)

पुंडोपंत : ओहोहो! मुकुंद! या-या, या ना आत! (मुकुंदाबरोबर सर्व नोकरवर्ग दाराशी गोळा झालेला पाहून) इथं काय काम आहे तुमचं? चला, चालते व्हा इथनं सर्व! मुकुंद, या-या, बसा ना! पण हे काय हो मुकुंद, हे काय ऐकतो आम्ही? माफी मागून तुम्ही आपली सुटका करून घेतलीत ना? अरेरे! देशभक्त होण्याची मोठी संधी गमावलीत तुम्ही! तुम्ही तुरुंगात गेला असता, तर 'सत्पक्षा'चा खप दोन हजारांनी तरी वाढला असता!

मुकुंद : आणि मी फाशी गेलो असतो, तर तो वीस हजारांनी वाढला असता! बेशरम! शरम नाही वाटली तुम्हाला माझ्या लेखात बदल करायला?

पुंडोपंत : लेखात बदल? आणि तो कशासाठी बुवा? तुम्ही पाठविलेत तसेच मी तुमचे लेख छापून काढले!

मुकुंद : नीच! हलकट! खोटं बोलता पुन्हा वर?

पुंडोपंत : अहो सत्यमूर्ती, नि त्या कुंदाताईजवळ खोटं बोलताना तुमच्या मनाला काहीच कसं का हो वाटलं नाही?

मुकुंद : पुंडोपंत!

पुंडोपंत : तुम्हाला बायकोमुलं आहेत, हे कधीतरी त्या भोळ्या मुलीला तुम्ही सांगितलं होतं का? आँ? ही डिप्लोमशी काय?

मुकुंद : पुंडोपंत, आत्ताच्या आत्ता माझ्याबरोबर कुंदेच्या घरी चला आणि तिला सगळी खरी हकिगत माझ्यासमोर सांगा!

पुंडोपंत : अरे गंप्या, झंप्या, सोम्या, धावा! खून! खून! खून!

(छापखान्यातील लोक खिडकीपाशी जमून आत काय चालले आहे ते पाहतात आणि आपापसांत हसतात. दाराकडे मुकुंद पुंडोपंताला ओढीत नेतो, इतक्यात शांता व मंजू येतात. शांता मुकुंदाला तार देते.)

मुकुंद : शांता! कोण, मंजू?

मंजू : दादा!

शांता : मावशीची तार आली आहे.

मुकुंद : मावशीची? काय म्हणते आहे मावशी?

शांता : फार आजारी आहे, आत्ताच जायला हवं आहे.

मुकुंद : पण –

पुंडोपंत : हो, हो, जा लवकर, दहाच मिनिटं राहिली आहेत गाडीला – मावशी फार आजारी आहे!

मंजू : दादा, मी येते तुझ्याबरोबर!

मुकुंद : हे काय बरं मंजू! तुला सोन्याच्या डोंगराकडे जायचं आहे ना? मी आलो म्हणजे घेऊन जाईन हं! हं! जातो बरं शांता!

(मुकुंद जातो. त्याच्या पाठोपाठ शांता व मंजू जातात.)

(३१)

(अंथरुणावर आजारी पडलेल्या मावशीचे पाय मुकुंद चेपीत आहे. ती 'पुरे, पुरे' म्हणून सांगते; पण तो ते आग्रहाने चेपीत राहतो.)

मावशी : मरणाचं नाही रे मला भय वाटत! पण हा भय्यासाहेब मला माझ्या झोपडीत मरूसुद्धा देणार नाही! चार-सहा दिवसांतच जप्त्या सुरू होतील बघ!

मुकुंद : अगदी भिऊ नकोस तू मावशी –

(बाहेर शेतकऱ्यांचा गलका सुरू होतो. शेतकरी मुकुंदाला उद्देशून तावातावाने बोलू लागतात. मुकुंद कान देऊन ऐकू लागतो.)

पहिला : त्या दिवशी त्या मुकुंदानं भरीला घातलं म्हणून –

दुसरा : हा सापाच्या शेपटीवर पाय देऊन गेला!

तिसरा : पण तो साप आता आमच्या पोराबाळांना डसायला लागलाय!

चौथा : भय्यासाहेबाचा कारभारी आता जप्त्यांची तयारी करतुया!

पहिला : आता आमच्या झोपड्यांवरनं गाढवांचे नांगर फिरतील!

दौलती : असं वेड्यावानी बोलू नका काहीतरी. या खोड्यातून बाहेर कसं पडायचं, ते मुकुंदच तुम्हाला सांगेल.

मुकुंद : (बाहेर येऊन) दौलतबाबा, ग्येनू, माझा प्राण गेला तरी बेहत्तर; पण तुमची घरंदारं मी जाऊ देणार नाही. बाहेरच्या लोकांना तुमच्या हालाची कल्पनासुद्धा नाही. अस्साच मी परत जातो नि उद्यापासून संध्याकाळी शहरात सभा घेतो. तुमची सारी गाऱ्हाणी वेशीवर टांगतो नि मग हा भय्यासाहेब तुम्हाला कसं छळतो, ते पाहतो. (मुकुंद वेगाने उठून चालू लागतो. मावशी फरफटत दारात आली आहे, हे पाहून तो तिच्याजवळ येतो.) मावशी!

मावशी : जा बाळ तू! माझा विठोबा तुला यश देईल!

(३२)

(मुकुंद रात्री आगगाडीतून उतरतो ते थेट कुंदाच्या घरापाशी येतो. दरवाजावरील बेल वाजविण्याकरिता तो पुढे होतो तोच दार उघडते आणि भय्यासाहेब व कुंदा बाहेर येतात. भय्यासाहेब व कुंदा मोटरीकडे जाऊ लागतात. मुकुंदाकडे कुंदा तिरस्काराने पाहते. भय्यासाहेब हसत-हसत मुकुंदाकडे पाहतो. मोटर सुरू होते.)

(३३)

(बाहेर मोटरीचा हॉर्न वाजतो. आत शांताची वेशभूषा चाललेली असते.)

शांता : मंजू, मंजू, जा बरं – पुंडोपंतांना सांग मी आले म्हणून! जा, जा लवकर, पळ – (मंजू जाऊ लागते – वाटेतच पुंडोपंत दिसतात.)

मंजू : पुंडुकाका, पुंडुकाका!

पुंडोपंत : तू होय? मला वाटलं, मांजर आडवं आलं! अगं, आई कुठं आहे?

मंजू : निघायचीच तयारी करते आहे.

पुंडोपंत : चूऽचूऽचू! आमच्या या इंडियन लोकांना वेळेची किंमत केव्हा कळणार, कुणाला ठाऊक? चल, चल, चल, शांताबाई, अहो शांताबाई....

शांता : आलेच हं!

पुंडोपंत : अहो, चला-चला, हाउस कसं रेकॉर्ड-पॅक्ड झालंय!

शांता : पण बाबूराव कुठं आहेत?

पुंडोपंत : थिएटरात उर्वशीची वाट पाहताहेत! चला-चला, लवकर!

शांता : पण मंजूला कोण सांभाळणार तिथं?

पुंडोपंत : मंजूला? अहो, मोठी अवखळ पोर आहे ही! मधेच स्टेजवर येऊन उर्वशीला मिठी मारायची! त्यापेक्षा हिला घरात ठेवून बाहेरून कुलूप लावलं तर?

मंजू : आई, मी येणार! ऊं, ऊं, मी येणार!

पुंडोपंत : अगं गप! चला चला – मोठमोठ्या नट्या लग्न करीत नाहीत ते अगदी बरोबर आहे. चला एकदा ही ब्याद घेऊन!

शांता : चला पुंडोपंत.

पुंडोपंत : हं, चला-चला. (पुंडोपंत, मंजू, शांता जाऊ लागतात. इतक्यात मुकुंद येतो.)

मंजू : दादा –

मुकुंद : कुठं चाललीस शांता?

पुंडोपंत : शेतकऱ्यांच्या मदतीकरिता करमणुकीचा कार्यक्रम आहे. शांताबाई काम करणार आहे त्यात.

मुकुंद : शेतकऱ्यांच्या मदतीकरिता तुम्ही कार्यक्रम करता? शेळ्या जगाव्यात म्हणून लांडग्यानं फंड उभारायला काही हरकत नाही आता! शांता, जायचं नाहीस तू यांच्याबरोबर!

शांता : पण, पण –

पुंडोपंत : पण नाही नि बिण नाही. अहो शांताबाई, चला तुम्ही! उद्या हा फारच त्रास देऊ लागला, तर घटस्फोट करा. नवरोबाच्या गुरकावणीला भिण्याचा काल आता मागं पडला! अहो, तुमच्यासारख्यांना काय कमी! दररोज नवा नवरा!

शांता : पुंडोपंत! (मुकुंदाला) जाऊ ना मी? कारण मी गेले नाही तर बाबूरावांना फार वाईट वाटेल.

मुकुंद : आणि त्या पुंडोपंताला राग येईल! जा, खुशाल जा!

मंजू : आणि दादा, मी?

मुकुंद : जा, तूसुद्धा जा! सगळे चालते व्हा इथनं! मला कोणी नको आहे!

पुंडोपंत : चला, चला लवकर. (शांता व पुंडोपंत जातात. मंजू एकदम मुकुंदाजवळ येते.)

मंजू : दादा, दादा!

(३४)

(मुकुंदाची खोली – रात्रीची वेळ – मुकुंद व मंजू अंथरुणात – दोघांची तोंडे दोन दिशांना – मंजू एकसारखी चुळबूळ करीत असते.)

मंजू : दादा – दादा –

मुकुंद : काय गं मंजू?

मंजू : आई गेलीय त्या नाटकाला खूपच खूप गंमत असेल नाही दादा?

मुकुंद : महाभिकार आहे ते नाटक; मी दहा-वीस वेळा तरी पाहिलंय! काय

बरं त्याचं नाव? पण जाऊ दे ते. मी तुला एक छान छान गोष्ट सांगतो हं. एक आटपाट नगर होतं. तिथं एक होता राजा आणि त्याची एक राणी –

मंजू : आणि त्यांना होती एक मुलगी. तिला नाटक बघायला नेलं नाही म्हणून ती रडायला लागली!

मुकुंद : मग राजानं तिला जवळ घेतली.

मंजू : तरीसुद्धा तिचं रडं थांबेना. तेव्हा राजा म्हणाला –

मुकुंद : आपण दोघंही नाटकाला जाऊ, चल-चल.

मंजू : आणि मग ती दोघंही नाटकाला गेली! चल, चल ना दादा!

मुकुंद : अगं, हो-हो! थांब, थांब!

(३५)

(थिएटरमध्ये बाबूराव व शांता या दोघांमधील पुरुरवा व उर्वशी यांच्या नाटकातील प्रवेश चालला आहे. मुकुंद-मंजू आत येतात.)

राजा : वनी वसंत हा खेळे ।
मधू सुगंध उधळी बाले ।

उर्वशी : स्वप्नात येऊन राया कशाला ।
मोहून छळिसी कशाला?

राजा : लाजून लपसी कशाला?
स्वप्नात कोणी न लाजे, न डोले ।
नव गुलाब गाली फुले का?
कशी नयनात नाचे गं नौका?
तव मनात कोकिळ बोले ।

उर्वशी : मज नेसी कुठे मोहोनी ।
गुणगुणसी असा रे कानी?

राजा : चल महाली प्रियकर बोले ।

मंजू : दादा, दादा, ते माझे बाबा – बाबा, बाबा –

प्रेक्षक : अहो मिस्टर, मुलीच्या तोंडाला जरा कुलूप घाला की!

(मुकुंद मंजूच्या तोंडावर हात ठेवतो; पण ती काही केल्या ऐकत नाही. ती ओरडते, 'बाबा, बाबा!')

मुकुंद : मंजू –

(लोक 'पोरीला बाहेर घेऊन चला' म्हणून गलका करतात. मुकुंद मंजूला घेऊन बाहेर येतो.

(३६)

(स्टेजच्या आत शांता व बाबूराव हसत-हसत खोलीत येतात.)

बाबूराव : मला वाटलं, हा प्रवेश कधीच संपू नये!

शांता : मलासुद्धा तसंच वाटलं. 'उर्वशी, उर्वशी' म्हणता-म्हणता मधेच तुम्ही शांता अशी गोड हाक मारलीत ना, तेव्हा मला वाटलं –

बाबूराव : काय वाटलं तुम्हाला?

शांता : काही नाही.

बाबूराव : डोळे मिटून मी वेलीला घट्ट मिठी मारली आणि डोळे उघडून पाहतो तो माझ्या मिठीत शांता! तेव्हा मला वाटलं –

शांता : काय वाटलं?

बाबूराव : काही नाही.

शांता : आत्ताच इतके लाजायला लागलात; मग उद्या मुकुंदांना सारं सांगताना–

बाबूराव : मी घाबरलो तर तू आहेसच की मदतीला!

(बाहेर मुकुंद मंजूसह आलेला असतो.)

मुकुंद : ए, अरे, त्या शांताबाई कुठं आहेत?

गडी : कोन शांताबाई? हतं काय एकच आवा हाय?

मुकुंद : अरे, आता स्टेजवर गात होत्या त्या.

गडी : त्या व्हय, तकडं जावा. पन राव, तथं कशाला जाताया – रागुमैनाची ग्वाड-ग्वाड गुलगुल चाललीय नव्हं का!

मुकुंद : मंजू, इथं बैस! मी त्यांना घेऊन येतो हं!

मंजू : दादा, लवकर ये हं! (मंजू तिथे बाकावर बसते. मुकुंद आत जातो.)

(३७)

(रूममध्ये कुंदा वेषभूषा करून आपल्या प्रवेशाची वाट पाहत आहे व आपले भाषण आरशात पाहून अभिनय करून म्हणत आहे. तिच्यासह काम करण्याकरिता रंगलेला भय्यासाहेब हे सारे विजयी मुद्रेने पाहत आहे.)

कुंदा : माझी चूक झाली, मला क्षमा करा. मी सर्वस्वी तुमचीच आहे.

भय्यासाहेब : नाही कुंदा, अजून नाही चांगलं जमत! मघाशी उत्कृष्ट नृत्य करणारी कुंदा ही नव्हे, असंच सारे प्रेक्षक म्हणतील.

कुंदा : मग मी करू तरी कसं?

भय्यासाहेब : प्रत्यक्ष मुकुंदानं आपला हा प्रवेश प्रेक्षकांतून पाहिला, तर त्याच्यासुद्धा अंत:करणाला वेदना झाल्या पाहिजेत, इतका –

कुंदा : माझ्यासमोर त्याचं नावसुद्धा घेऊ नका!

भय्यासाहेब : ठीक आहे. मग आता असं करा पाहू – माझ्या खांद्यावर मान ठेवा आणि आता म्हणा – नाथ, माझी चूक झाली –

कुंदा : नाथ, माझी चूक झाली, मला क्षमा करा. मी तुमची आहे, सर्वस्वी तुमचीच आहे.

(याच वेळी एकदम दार उघडून मुकुंद आत येतो. भय्यासाहेबांच्या खांद्यावर डोके ठेवून हे वाक्य म्हणणाऱ्या कुंदेला पाहताच तो एकदम 'कुंदा!' एवढाच दुःखाचा उद्‌गार काढतो. कुंदा व भय्यासाहेब दूर होतात.)

भय्यासाहेब : वाटेल त्यानं इथं यायला ही धर्मशाळा नाही.

मुकुंद : हा आपला रंगमहाल आहे, हे ठाऊक नव्हतं मला!

कुंदा : मुकुंद! चोर तो चोर आणि वर शिरजोर!

मुकुंद : पोलीस चोराला सामील झाल्यावर चोर शिरजोर व्हायचाच!

भय्यासाहेब : चूप!

मुकुंद : मी तुमच्याशी बोलत नाही, कुंदेशी बोलतो आहे.

कुंदा : पण मीच तुमच्याशी बोलायला तयार नाही.

मुकुंद : कुंदा, मी तुरुंगात गेल्याच्या दिवशी आपण संगमावर होतो – सगळंच विसरलीस तू एकूण! संगम झाल्यावर दोन नद्या एकमेकींपासून कधीही दूर होत नाहीत.

कुंदा : अगदी खोटं. हेच मी तुम्हाला त्या वेळी सांगितलं होतं.

मुकुंद : पण त्या वेळी मला ते पटलं नाही! प्रेम हे मृगजळ आहे, असंच मी मानीत आलो; पण ते अमृत आहे, असं तूच मला दाखवलंस!

कुंदा : पण ते भयंकर विष आहे, हे तुम्ही मला पटवून दिलंत.

मुकुंद : कोणी, मी? अमृताचं विष कुणी केलं माहीत आहे? याच्या श्रीमंतीनं.

कुंदा : यांच्या श्रीमंतीनं नाही, तुझ्या लबाडीनं, भित्रेपणानं.

मुकुंद : कोण, मी लबाड? मी भ्याड?

कुंदा : हो, हो! तू लबाड आहेस, लुच्चा आहेस!

भय्यासाहेब : आणि लफंगा आहेस. आपल्याला बायकोमुलं आहेत, हे तू हिला सांगितलं होतंस?

कुंदा : ज्या मुकुंदावर मी प्रेम केलं, तो पराक्रमी होता. शिक्षेला भिऊन त्यानं माफी मागितली नसती!

मुकुंद : कुणी माफी मागितली?

(घंटा वाजते.)

भय्यासाहेब : चला-चला, आपला प्रवेश आला.

मुकुंद : जा ना – आपले श्रीमंत मित्र बोलावताहेत! आणि हे पाहा, उद्या तुमची सारी प्रेमपत्रं परत तुमच्याकडे पाठवतो.

भय्यासाहेब : उगीच दगदग कशाला करताय! जाळून टाका ती! काय कुंदा?

कुंदा : ठीक आहे. (कुंदा जाते. मुकुंदही रागाने निघून जातो.)

(३८)

(कुंदा खोलीत बसली आहे. जवळ मुकुंदाच्या प्रेमपत्रांचा हातरुमाल आहे. तो ती सोडते, त्यातून तिने जपून ठेवलेले मक्याचे अर्धे कणीस बाहेर पडते. त्या स्मृतीने तिचे अश्रू उभे राहतात. मुकुंदाचे एक पत्र उचलून ते फाडण्याचा ती निश्चय करते. इतक्यात दारातून भय्यासाहेब व काकी चोरून पाहत आहेत, असे तिला दिसते. त्यांना फसविण्याकरिता ती काही पत्रे फाडून टाकते. ते पाहून भय्यासाहेब व काकी हसत बाहेर येतात.)

भय्यासाहेब : या दोघांच्या प्रेमातलं एक अक्षरसुद्धा शिल्लक राहिलं नाही म्हणायचं!

काकी : तसं मात्र नाही हं! कुंदेनं मुकुंदाला लिहिलेलं एक पत्र आहे माझ्यापाशी! कसं छान लिहिलं आहे म्हणता! चला, दाखवते तुम्हाला!

(काकी लगबगीने जाते व पत्र घेऊन येते आणि ते भय्यासाहेबाच्या हातात देते. भय्यासाहेब स्वत:शीच ते पत्र वाचतो.)

(३९)

(पुंडोपंतांचे 'सत्पक्ष' ऑफिस. पुंडोपंत मुकुंदाच्या जाहीर सभेचे हस्तपत्रक वाचीत आहे. 'राणी मैदानावर सायंकाळी सहाच्या सभेला अवश्य या. फंडगुंडांची कारवाई, जमीनदारांच्या सैतानी लीला, माझ्या माफीचे रहस्य....')

पुंडोपंत : कोण आहे रे तिकडे? (कंपॉझिटर येतो.) ए गाढवा, ही त्या मुकुंदाची जाहिरात –

कंपॉझिटर : आपल्याच छापखान्यात छापली आहे.

पुंडोपंत : अरे पण गद्ध्या, मला विचारायचं की नाही? मी काय मेलो होतो?

कंपॉझिटर (जाता-जाता) : हे मेले असते तर छापखान्याला सुट्टी तरी मिळाली असती! मग आम्ही जाहिरात तरी कशाला छापली असती?

पुंडोपंत : काय म्हणालास?

कंपॉझिटर : नाही, काही नाही, काही नाही. (जातो. इतक्यात बाबूराव पेढे घेऊन येतो.)

बाबूराव : हे पेढे घ्या पुंडोपंत.

पुंडोपंत : मूर्ख आहेस, महामूर्ख आहेस!

बाबूराव : आमचं काही चुकलं वाटतं? म्हटलं, पुंडोपंत लग्नाची पहिल्यापासून खटपट करीत होते, तेव्हा पहिल्यांदा त्यांनाच पेढे द्यावेत.

पुंडोपंत : म्हणजे तुमचं लग्न ठरलं वाटतं? कुणाशी?

बाबूराव : ती शांता आहे ना?

पुंडोपंत : तिला बहीणबिहीण आहे वाटतं?

बाबूराव : अंऽहं!

पुंडोपंत : मग?

बाबूराव : तिच्याशीच!

पुंडोपंत : म्हणजे! एकदम किती नवरे करणार आहे ती?

बाबूराव : अहो मिस्टर संपादक, मुकुंद तिचा नवरा नाही, भाऊ आहे. नोकरी मिळवण्यासाठी त्यानं नाटक केलं तसं!

पुंडोपंत : अस्सं काय? अशी डिप्लोमशी केली काय माझ्याशी! अरे बेट्या –

बाबूराव : अहो पुंडोपंत, पेढे घ्या ना!

(४०)

(नखशिखांत घाबरलेला पुंडोपंत कुंदेच्या घरात येतो.)

पुंडोपंत : भय्यासाहेब कुठं आहेत रे?

नोकर : आत हैती नव्हं का?

पुंडोपंत : अहो भय्यासाहेब, अहो भय्यासाहेब –

भय्यासाहेब : अहो, असं ओरडायला काय झालं? छापखान्याला आगबिग –

पुंडोपंत : काल रात्रीच लागली! ही जाहिरात वाचा. या कंपॉझिटरची जात मोठी निमकहराम असते. आता संध्याकाळी तो मुकुंद आमची उलटीसुलटी करणार हो! भय्यासाहेब, तेवढे पैसे तरी देऊन टाका बरं! म्हणजे माझ्या ड्रॉवरमधला मुद्देमाल तरी नाहीसा करता येईल. उगीच ब्याद नको. मुकुंदाचा मूळचा लेख, तुमची पत्रं –

भय्यासाहेब : ही संध्याकाळची सभा होणं शक्य नाही.

पुंडोपंत : शक्य नाही?

भय्यासाहेब : (कुंदाचे पत्र देऊन) हे पत्र संध्याकाळी मुकुंदाच्या हातात पडेल असं करा. आणि हे पाहा, चार मवाली – समजलं? आपल्या मार्गातला हा काटा अगदी कायमचा निघाला की, तुमच्या 'सत्पक्षा'साठी एक हजार रोख!

पुंडोपंत : आहाहा! वा, वा! भय्यासाहेब, कर्णानंतर आपल्यासारखा दाता

झाला नाही बरं! बरं येतो, नमस्कार. हो, आणखी एक बातमी राहिली. अहो, ती शांता त्या मुकुंदाची बायको नव्हे म्हणे!

भय्यासाहेब : कुणी सांगितलं तुम्हाला?

पुंडोपंत : बाबूरावानं! तो बाबूराव तिच्याशी लग्न करणार आहे. बरं आहे, येतो. नमस्कार! आता आलं मला अवसान!

(पुंडोपंत जातो. दुसऱ्या बाजूने कुंदा येते. खाली पडलेल्या जाहिराती तिच्या नजरेस पडतात. त्यांतील एक उचलून ती वाचू लागते. तिची मुद्रा विचारी होते.)

कुंदा : आजच्या सभेला आपल्याला गेलं पाहिजे भय्यासाहेब!

भय्यासाहेब : हो, म्हणजे त्याचं म्हणणं काय आहे, ते तरी कळेल आपल्याला! बाकी मुलखाचा भित्रा आहे तो. आजच्या सभेला येणार नाही.

कुंदा : पण माझी खात्री आहे, तो आजच्या सभेला आल्यावाचून राहणार नाही.

(४१)

(मुकुंदाच्या घरी नोकर येऊन दारावर थाप देतो.)

मुकुंद : कोण पाहिजे?

नोकर : कुंदाताईंनी हे पत्र दिलंय.

मुकुंद : कुणी?

नोकर : कुंदाताईंनी.

मुकुंद : कुंदानं? माझं नाव मुकुंद.

नोकर : हां-हां, मुकुंदरावास्नीच.

मुकुंद : बरं बरं, मी आलो म्हणावं! शांता, ए शांता, मी जाऊन येतो हं!

शांता : सहाला सभा आहे ना? मग इतकी घाई कशाची?

मुकुंद : घाई? लग्नाची! पण माझ्या नव्हे हं! आम्ही तर आता ब्रह्मचारी राहायचं ठरवलंय!

शांता : अरे, पण जरा थोडं थांब ना!

मुकुंद : अगं, पण मला काम आहे ना? मला जायलाच पाहिजे.

शांता : पण आता येतील ते!

मुकुंद : ते – हे कोण बुवा?

(बाबूराव येतो.)

बाबूराव : नमस्कार मुकुंदराव. (मंजू येते.)

मंजू : ते म्हणजे कोण सांगू मी दादा? ते म्हणजे हे माझे बाबा, आणि ही माझी आई.

मुकुंद : असं का? नमस्कार बाबूराव.

बाबूराव : आमचं म्हणणं तर एकदा ऐका मुकुंदराव! आमची मंजू आहे की नाही, तिला आई हवीच आहे; आणि यांना तर ती आपली आईच म्हणते, तेव्हा म्हटलं नवी आई कशाला आणू? हिलाच –

मुकुंद : मी सभेला चाललो आहे. सभेहून आलो म्हणजे आपण विचार करू आणि मग बोलू!

बाबूराव : माझं म्हणणं एकदा – अहो मुकुंदराव, आमचं काही चुकलं वाटतं!

(४२)

(मुकुंद वडाच्या झाडाखाली अस्वस्थपणे फेऱ्या घालीत कुंदेचे पत्र खिशातून काढून वाचू लागतो. कुंदा, भय्यासाहेब व काकी मोटरीतून चालले आहेत.)

भय्यासाहेब : काय सांगितलं होतं मी तुम्हाला? अहो, मुकुंद एक नंबरचा भित्रा आहे!

काकी : मेल्यानं माझ्या कुंदेला फसवलं तरी अजूनसुद्धा विश्वास आहे तिच्यावर!

भय्यासाहेब : सभेच्या जाहिराती रुपायाला दीड हजार छापून मिळतात!

कुंदा : या रस्त्यानं चला ना!

भय्यासाहेब : पण –

कुंदा : माझा आवडता रस्ता आहे तो! त्याच ठिकाणी मला शांती मिळेल!

(चाकावर हात ठेवते. भय्यासाहेब नाइलाजाने त्या रस्त्याला गाडी वळवतो. मुकुंद निराश होऊन झाडाच्या बुंध्याशी बसतो. सुकून गेलेल्या फुलांच्या राशीकडे पाहतो. इतक्यात गुंड त्याच्यावर हल्ला करतात, मोटरीचा हॉर्न वाजतो. गुंड मुकुंदाला बाजूला टाकतात.)

भय्यासाहेब : (वडाच्या झाडाकडे जाण्याचे टाळण्याच्या उद्देशाने) चला, काकीसाहेब–

कुंदा : थांबा, इकडं चला!

भय्यासाहेब : इकडं?

कुंदा : होय, माझ्या मित्राकडे!

भय्यासाहेब : (घाबरून) मित्राकडे?

कुंदा : होय. चला दाखवते! (वडाच्या झाडाखाली येतात.)

कुंदा : हा पाहा माझा मित्र! याच्या सहवासात स्वर्गसुख मिळतं मला! फार दिवसांपूर्वी एक सुंदर वस्तू मला इथं मिळाली होती!

भय्यासाहेब : कसली वस्तू?

कुंदा : मुकुंदाचं प्रेम! (मुकुंद बेशुद्ध दिसताच ती घाबरून ओरडते. मुकुंदाला गाडीत आणून ठेवतात. भय्यासाहेब गाडी सुरू करताना विचारतो.)

भय्यासाहेब : हॉस्पिटलमधे जायचं ना?

कुंदा : अंऽहं! घरी!

(४३)

(मुकुंदाचे घर. शांता स्वयंपाक करीत आहे. बाहेरून भय्यासाहेब दार ठोठावतो. दार ठोठावल्याचा आवाज ऐकू येताच मुकुंद आला अशा समजुतीने घाईघाईने स्वत:शीच बोलत येते.)

शांता : आले हं! अहो ब्रह्मचारी, सभा नीट पार पडली ना? (दार उघडते व भय्यासाहेबास पाहताच दचकते.)

भय्यासाहेब : मी तुला न्यायला आलोय!

शांता : मला? कुठं?

भय्यासाहेब : मुकुंदाकडे!

शांता : मुकुंदाकडे?

भय्यासाहेब : होय, सभेत मारामारी झाली. चल, लवकर चल, म्हणजे तुझी दृष्टभेट तरी होईल.

शांता : अरे देवा!

(४४)

(घरात अंथरुणावर मुकुंदाला निजविले आहे. डॉक्टरांनी येऊन बँडेज वगैरे बांधले आहे.)

कुंदा : डॉक्टर, जखमा लहानच आहेत ना?

डॉक्टर : जखमा मोठ्या असल्या तरी घाबरण्याचं काहीच कारण नाही; पण पोलिसांना कळवलं आहे ना?

काकी : भय्यासाहेब पोलिसांना कळवायला गेले आहेत.

(४५)

(भय्यासाहेबांची मोटर भरधाव जात आहे.)

शांता : कुठं जायचं आपण?

भय्यासाहेब : सापाच्या बिळात!

शांता : भय्यासाहेब, गाडी परत घ्या! मी येणार नाही तुमच्याबरोबर!

भय्यासाहेब : पण तुला मी माझ्याबरोबर राहायला थोडाच घेऊन जातो आहे! तू मुकुंदाची बहीण नव्हेस, हे लोकांना कळू नये म्हणून; समजलीस?

(४६)

(मुकुंद कुंदेच्या खोलीत पलंगावर बेशुद्ध स्थितीत पडला असून बडबडत आहे.)

मुकुंद : मावशी, मावशी – आई गं – मावशी, सहा वाजून गेले... मला

मीटिंगला जायचं आहे. कुंदा, कुंदा – नाही मावशी, मी तुझ्या घरावर जप्ती येऊ देणार नाही. आलोच मी तुझ्याकडे! कुंदा –

कुंदा : मुकुंद –

मुकुंद : तुमच्यात नि माझ्यात फार साम्य आहे. दोघांनाही तांब्यांच्या कविता आवडतात. दोघांनाही भुईमुगाच्या शेंगा – हे पाहा गार्डसाहेब, नियमाविरुद्ध हा इथं बसला आहे; पण मीच याला इथं बसवून घेतला आहे. संगम-संगम झाल्यावर दोन नद्या एकमेकींपासून दूर होत नाहीत. कुंदा –

कुंदा : मुकुंद – मुकुंद –

मुकुंद : मुकुंद, कुंदेला वेडी म्हण, खुळी म्हण, ती तुझीच आहे. तू मला आत्ताच्या आत्ता येऊन भेटशील का? आपल्या नेहमीच्या जागी – वडाच्या झाडाखाली? सोड, मावशी मला – कुंदा, कुंदा, पत्र पाठवून तू मला फसवलंस!

(कुंदा मुकुंदाच्या खिशात पत्र चाचपू लागते. पत्र तिच्या हाताला लागते. पत्र वाचून ती रागाने काकीच्या खोलीत जाते.)

कुंदा : काकी, माझं हे पत्र मुकुंदाला कुणी पाठवलं?

काकी : पत्र? मला काय ठाऊक? ज्यांनी लिहिलं असेल, त्यांनीच पाठवलं असेल!

कुंदा : मुकुंदांनी वेळेवर सभेला येऊ नये म्हणून तू नि भय्यासाहेबांनी हे कारस्थान केलं आहे!

(मुकुंद जोराने कण्हत आहे. भ्रमात 'कुंदा, कुंदा' म्हणून हाका मारीत आहे.)

मुकुंद : कुंदा – कुंदा –

कुंदा : मुकुंद –

मुकुंद : मला पाणी द्या कुणीतरी –

कुंदा : मुकुंद –

मुकुंद : कोण?

कुंदा : मी तुझी कुंदा.

मुकुंद : कुंदा – कुंदा –

कुंदा : हे दूध घे.

(तो तिच्या हातचे दूध घेत नाही. कुंदा दुःखित अंतःकरणाने बाजूला जाऊन बसते.)

कुंदा : बाला शरण ही आली ।
मिठी तव पाया रघुराया घाली ।
मंदिरी पूजा पुरी न झाली ।
कापे धरणी पायाखाली ।

कोण दुजा मग वाली ।
थांब, थांब प्रीतीच्या हरिणा ।
उभे शिकारी नच त्या करुणा ।
जनी वनी किती जाळी ।।

(टेबलावरील उदबत्त्यांचे घर घेऊन त्यात उदबत्त्या लावते. काही फुले मुकुंदाच्या उशाशी ठेवते. इतक्यात काका येतात.)

काका : कुंदा –

कुंदा : काय काका?

काका : तू तर या खोलीचं अगदी देवघर बनवून टाकलंस?

कुंदा : पण माझा देव काही मला अजून प्रसन्न होत नाही!

(४७)

(भय्यासाहेब शांताला तळघरात ढकलून देत आहेत.)

भय्यासाहेब : देवाच्या देवालासुद्धा या तळघराचा पत्ता लागणार नाही; समजलीस? (बाहेर कारभारी उभा असतो.) मी परत येईपर्यंत एकूण एक जप्त्या झाल्या पाहिजेत. उद्याच्या उद्या कामाला सुरुवात करा. पहिली जप्ती त्या म्हातारीची – त्या उर्मट मुकुंदाच्या मावशीची!

(४८)

(पुंडोपंतांच्या कचेरीत बाबूराव व मंजू. मंजू अगदी पेंगुळलेली असते. तिला तो थोपटून झोपवीत असतो.)

मंजू : बाबा, माझी आई केव्हा सापडेल हो?

बाबूराव : सापडेल हं बाळ, सापडेल!

मंजू : कुठं गेली मला एकटीला टाकून?

बाबूराव : असं काय बरं मंजू? आपण सांगितलंय ना पोलिसांना तुझ्या आईचा शोध लवकर लावून या म्हणून? तू झोप आता! खूप रात्र झाली आता!

मंजू : आई सापडली तर मला उठवा हं बाबा! (भय्यासाहेब कुंदेच्या घरून टेलिफोन करीत आहेत. घंटा वाजते. बाबूराव फोनकडे जातो.)

भय्यासाहेब : हॅलो, अहो पुंडोपंत, शांतेची व्यवस्था लावून नुकताच परत आलो मी!

बाबूराव : आं? काय म्हणता?

भय्यासाहेब : आता तुमच्या त्या बाबूरावाला म्हणावं, कर बेट्या आता लग्न शांताशी!

बाबूराव : (पुंडोपंतांची नक्कल करीत) वा! वा! वा! छान! छान! अशी

डिप्लोमशी केलीत काय? कुठं-कुठं ठेवलीत तिला? काय... काय? तुमच्या बंगल्याच्या तळघरात? छान! छान! सुंदर, सुंदर!

भय्यासाहेब : हे पाहा पुंडोपंत, कुंदाचं मन पुन्हा त्या मुकुंदाकडं ओढ घ्यायला लागलंय! तेव्हा आणखी एखादा डाव टाकावा लागेल. तुमच्या ड्रॉव्हरमध्ये मुकुंदाचे मूळचे लेख, माझी पत्रं असतील, तर ती ताबडतोब जाळून टाका. हॅलो, आणि मुकुंदाला मारणाऱ्याचे पैसे कमी करू नका. नाही तर फितूर होऊन पोलिसांना जाऊन सांगतील! समजलं का?

बाबूराव : अहो, छे-छे! ते तर आमचं ट्रेड शिक्रेट आहे! अं!

भय्यासाहेब : गुड नाईट!

बाबूराव : गुड-गुड नाईट नाईट! हं-हं- नमस्कार, नमस्कार!

मंजू : बाबा, आई सापडली का?

बाबूराव : हो-हो, बरं बाळ! सापडली! (फोन करीत) पोलीस! पोलीस चौकी!

(४९)

(हॉलमध्ये कुंदा, काकी, काका, भय्यासाहेब बसले आहेत.)

कुंदा : थांब हं, मी पैसे देते, त्याची मुसुंबी घेऊन ये हं मुकुंदांच्याकरता. काका, थोडे पैसे द्या, मुकुंदांच्याकरता मुसुंबी आणायला देते.

काकी : पाहिलंत भय्यासाहेब, दोन दिवसांत किती सुकून गेलीय माझी बाळ!

भय्यासाहेब : अहो, नसता व्याप लावून घेतला आहे पाठीशी. तेव्हा आता प्रकृतिस्वास्थ्याकरिता आमच्या हरिपूरलाच पाठवून द्या त्यांना!

कुंदा : हो, मग मुकुंदांनासुद्धा हवापालट करण्यासाठी हरिपूरलाच घेऊन यावं म्हणते मी! चालेल ना?

काकी : तर तर! या मुकुंदाची पीडा घरात आली नसती, तर उद्या कुंदेचा वाढदिवस कसा छान साजरा करता आला असता. साधा वाढदिवस नाही हा – एकविसावा!

कुंदा : अगं, पण वाईट काय झालं त्यात? मुकुंद असल्यामुळं तर फारच गंमत येईल माझ्या वाढदिवसाला!

भय्यासाहेब : बाकी मोठा सुंदर योगायोग आहे हा! माझ्यावरसुद्धा उद्याच लक्ष्मीची कृपा होणार आहे.

काकी : म्हणजे?

भय्यासाहेब : अहो, आमच्या त्या हरिपूरच्या शेतकऱ्यांच्या जप्त्या उद्या सुरू

व्हायच्या आहेत ना!

(मुकुंद सर्व ऐकून हरिपूरला जाण्यासाठी निघून जातो. तो गेल्यावर लगेच कुंदा खोलीत येते.)

कुंदा : काकी, अगं काकी!

काकी : काय गं, काय झालं?

कुंदा : मुकुंद कुठं तरी निघून गेला गं!

काकी : मेला पळून गेला? अगं बाई, तुझी ती दागिन्यांची पेटी कुठं आहे? कुठं बाहेर तर नाही ना टाकलीस? चला-चला भय्यासाहेब, पाहू या!

(इतक्यात कुंदाला मुकुंदाने लिहून ठेवलेले पत्र मिळते. त्यावरून तो हरिपूरला गेला असल्याचे तिला कळते. ती पत्र लपविते.)

भय्यासाहेब : उद्या सकाळी आपली सारी बिंगं बाहेर फुटतील म्हणून स्वारीनं आजच पळ काढलेला दिसतोय!

काकी : आयती कटकट गेली! उद्या कुंदाचा वाढदिवस तरी थाटामाटाने साजरा करता येईल. नाही कुंदा?

भय्यासाहेब : नुसता वाढदिवस करण्यात काय अर्थ आहे? त्याबरोबर वाङ्‌निश्चयही झाला तर –

कुंदा : वाङ्‌निश्चय हरिपूरलाच व्हायला हवा. उद्या सकाळी उठल्याबरोबर!

भय्यासाहेब : हरिपूरला जायचं; होय ना?

(५०)

(शेतकरी आपल्या झोपड्यांतून निराशेने बाहेर पडत आहेत. त्यांच्या बायका झोपड्यांकडे पाहून स्फुंदत आहेत. हा गोंधळ सुरू असतानाच मुकुंद प्रत्येक झोपडीपुढे जाऊन शेतकऱ्याशी एक-एक वाक्य बोलत आहे.)

मुकुंद : चला, झोपड्यांत परत चला. या झोपड्याचे मालक तुम्ही आहात; भय्यासाहेब नाहीत. या झोपड्या तुम्ही बांधल्या आहेत. या जमिनी पिकविण्याकरिता तुम्ही आपल्या रक्ताचं पाणी केलं आहे. या झोपड्यांवर, या जमिनीवर तुमचा हक्क आहे. ही धरित्री तुमची आई आहे. ती तुम्हाला कधी अंतर देणार नाही. लोकहो, असं भागूबाईसारखं भिऊन कसं चालेल?

एक : आम्ही भित्रे नि तू मर्द?

तीन, चार : वा रे मर्द!

दुसरा : हे काय छापून आलंय पाहिलंत का?

तिसरा : तू नाक घासून माफी मागितलीस –

चौथा : नि सभा घ्यायला भ्यालास!

तिघे-चौघे : थू: थू: तुझ्या जिनगानीवर!

मुकुंद : यातलं अक्षर नि अक्षर खोटं आहे!

पुष्कळ शेतकरी : अरे वा! छापून आलेलं कधी खोटं असतं वाटतं?

(मुकुंद धावत मावशीच्या झोपडीकडे येतो. ती विठोबाची तसबीर घेऊन त्याच्याकडे भाविकपणे पाहत बाहेर येते.)

मुकुंद : कुठं चाललीस?

मावशी : माझ्या घरी!

मुकुंद : हे घरं तुझंच आहे?

मावशी : अंऽहं! माझं होतं, आता घटकेत ते भय्यासाहेबाचं होईल. त्याचा लोभ धरून काय करायचा बाबा? आता माझं घर – खाली जमीन नि वर आभाळ –

(बाहेर येऊन एका झाडाखाली बसते. सर्व शेतकरी झाडाखाली गोळा होतात.)

मावशी : पूजा शेवटची । पायीं तुझ्या ही पूजा ।
जाऊ कुठे? बघ धीर सुटे ।
पंढरीच्या रे राजा ।
वाहात वारा । कुठला थारा ।
वादळ खवळुनी घोर उठे ।।
प्रभू गिरीधर गोकुळ अजी बुडले ।
धाव झडकरी, आस तुटे । मम राजा ।।

(कारभारी व जप्तीदार मावशीच्या झोपडीकडे वळतात. मुकुंद दरवाजात उभा राहतो.)

कारभारी : मुकाट्यानं वाट सोड!

मुकुंद : ही धर्मशाळा नाही, हे देऊळ आहे! जन्मभर या जमिनीची सेवा करणाऱ्या माझ्या मावशीचं घर आहे हे.

बेलिफ : सरकारी कामात असा अडथळा कराल तर –

मुकुंद : तर काय कराल? पोलीस आणाल? खुशाल आणा! माझा प्राण गेल्याशिवाय मी या झोपडीत कुणालाही पाय टाकू देणार नाही!

कारभारी : हे पाहा, वितंडवाद करीत बसायला आम्हाला वेळ नाही! (तार दाखवीत) भय्यासाहेब आमच्या नव्या मालकिणीला घेऊन इतक्यात इथं येतील. (बेलिफाला पुढं होण्याची खूण करतो. मुकुंद निश्चयाने दारात उभा राहतो. कारभारी हातातली काठी वर करून मुकुंदाला भय दाखविण्याचा प्रयत्न करतो. त्याबरोबर दौलती धावत येऊन

मध्ये उभा राहतो. कारभारी दौलतीला काठी मारतो. ती लागल्याचे पाहताच सारे शेतकरी खवळतात. ते या दोघांना मारतील, या भीतीने मुकुंद मध्ये पडतो. बेलिफ व कारभारी जीव मुठीत धरून निसटतात. जाता-जाता धमकी देण्याच्या दृष्टीने कारभारी म्हणतो, 'याद राखून ठेवा! भय्यासाहेब तुमची पाळंमुळं खणून काढतील!')

(५१)

(काकी, कुंदा, भय्यासाहेब, पुंडोपंत चहा घेत आहेत; इतक्यात कारभारी आणि बेलिफ धापा टाकीत येतात. भय्यासाहेब उठून त्यांच्याकडे जातात.)

कारभारी : तो मुकुंद इथं आला आहे!

भय्यासाहेब : मुकुंद इथं आला आहे?

कारभारी : हो, त्याच्या चिथावणीनंच सारे शेतकरी खवळले आहेत. आम्ही पाठीला पाय लावून पळत सुटलो म्हणूनच बचावलो, नाहीतर एव्हाना आमचे मुडदे पडले असते तिथंच.

भय्यासाहेब : इनामदारांची माणसं मरत नाहीत – मारतात. (आत जातो व बंदूक घेऊन येतो.)

पुंडोपंत : कुठं चाललात?

भय्यासाहेब : शिकारीला!

पुंडोपंत : शिकारीला? चला, काकीसाहेब! शिकार तरी पाहू! पुढल्या 'सत्पक्षा'ला फक्कड बातमी तरी देता येईल. 'काकीसाहेबांची शिकार!' चला.

(५२)

(मुकुंद मावशीच्या झोपडीच्या दारात उभा आहे. दौलती व इतर शेतकरी बाजूला गर्दी करून उभे आहेत. भय्यासाहेब रागारागाने बंदूक घेऊन येतो.)

भय्यासाहेब : वाटेतून दूर हो!

मुकुंद : ही वाट नाही, दार आहे! एका पवित्र झोपडीचं – देवळाचं दार आहे!

भय्यासाहेब : मुकाट्यानं बाजूला हो!

मुकुंद : देवळाचं दार हा काही रहदारीचा रस्ता नाही!

भय्यासाहेब : तुझी बडबड ऐकायला मी इथं आलो नाही! आपल्या हक्काच्या आड येणाऱ्याला शिक्षा केल्याशिवाय कोणीही राहणार नाही!

मुकुंद : कसं बरोबर बोललात! यातला प्रत्येक शेतकरी हेच म्हणतोय!

भय्यासाहेब : शेतकऱ्याला कसला आलाय हक्क?

मुकुंद : जग काही तुमच्यासारख्या ऐतखाऊ लोकांकरिता निर्माण झालं

नाही! यातल्या प्रत्येक जमिनीवर, या झोपडीवर तुमच्यापेक्षा अधिक हक्क आहे. हक्क जन्मानं मिळत नसतात; ते कष्टानं, निढळाच्या घामानं, स्वत:च्या रक्तानं मिळवावे लागतात.

भय्यासाहेब : कायद्याच्या एका ठोकरीनं या हक्काचे तुकडे-तुकडे होतील!

मुकुंद : जगात कायद्यापेक्षा श्रेष्ठ अशी एक गोष्ट आहे!

भय्यासाहेब : कुठली?

मुकुंद : माणुसकी!

भय्यासाहेब : माणुसकीपेक्षा अधिक श्रेष्ठ अशी एक गोष्ट आहे, मालकी! मी या गावचा मालक आहे. (कुंदा वगैरे मंडळी येत असलेली दिसतात.)

भय्यासाहेब : मुकाट्यानं दूर होतोस की पोलिसांना –

(त्याच वेळी पोलिसांच्या मदतीने बाबूरावने शांताला सोडविलेले असते. मावशीच्या झोपडीपाशी कुंदा वगैरे मंडळी आली आहेत.)

भय्यासाहेब : या भय्यासाहेबाच्या आड येण्याची आजपर्यंत कुणाची छाती झाली नाही!

मुकुंद : या मुकुंदाला ती छाती आहे! या छातीतून गोळी जाऊन मुकुंदाचं शरीर जेव्हा जमिनीवर पडेल, तेव्हाच तुम्हाला या झोपडीत – (भय्यासाहेब संतापाने बंदुकीच्या चापाला हात घालतो. याच वेळी कुंदा पुढे होऊन उभी राहते.)

भय्यासाहेब : दूर व्हा! या उद्धट माणसाच्या चिंधड्या –

कुंदा : तुम्हाला उडविता येणार नाहीत!

भय्यासाहेब : उद्या बायको होणाऱ्या पोरीचा हक्क आज गाजवून घेण्याची माझी इच्छा नाही!

कुंदा : कोण तुमची बायको होणार? मी? तुम्हाला या गोरगरिबांच्या घरांची जप्ती करू देणार नाही! (भय्यासाहेब नुसता हसतो. मुकुंद तिच्याकडे आश्चर्याने पाहतो.)

कुंदा : यांना कर्जातून मुक्त करण्याकरिता मी माझी इस्टेट यांना देऊन टाकीत आहे!

काकी : कार्टीचं डोकं फिरलं वाटतं? अहो, थांबा! इस्टेट देऊन टाकण्याचा हिला काही हक्क नाही! ही अज्ञान आहे!

कुंदा : काकी, आज माझा एकविसावा वाढदिवस आहे. आजपासून मी सज्ञान झाले, हे विसरू नकोस. मला माझ्या इस्टेटीचं वाटेल ते करता येईल!

भय्यासाहेब : तुम्ही हिचं ऐकू नका. आपल्या कामाला सुरुवात करा.

बेलिफ : पण भय्यासाहेब, का उगाच गरिबांचा छळ करताय? या पैसे

द्यायला तयारच आहेत; तेव्हा पैसे घ्या नि –

(पोलीस, शांता, बाबूराव व मंजू येतात.)

पुंडोपंत : अरे बापरे! पोलीस! (पोलीस पुढे येतात आणि भय्यासाहेब व पुंडोपंत यांना वॉरंट दाखवितात.)

इन्स्पेक्टर : भय्यासाहेब, मुकुंदावर गुंड घालून त्यांचा खून करण्याचा प्रयत्न केल्याबद्दल –

बाबूराव : नि शांताला – माझ्या बायकोला पळवून नेऊन –

कुंदा : म्हणजे?

मुकुंद : माझं लग्न झालेलं नाही!

कुंदा : खरंच!

इन्स्पेक्टर : याबद्दल तुम्हाला; नि पुंडोपंत, मुकुंदाच्या लेखात फरक केल्याबद्दल–

बाबूराव : तुम्हाला पकडण्यात येत आहे.

पुंडोपंत : अहो, पण माझं ऐका – यात मी थोडीशी डिप्लोमशी –

इन्स्पेक्टर : होय, म्हणूनच आम्ही तुम्हाला गिरफतार करीत आहो!

(पोलीस भय्यासाहेब व पुंडोपंत यास घेऊन जातात.)

(५३)

(उसाच्या मळ्यातून कुंदा व मुकुंद ऊस खात येत आहेत. मुकुंदाचे लक्ष बाजूला जाते व तो थांबतो. कुंदाही त्या दिशेने पाहू लागते. बाजूला उसाच्या मळ्यात बाबूराव व शांता हातात हात घालून बसली आहेत. ते पाहून दोघेही अर्थपूर्ण दृष्टीने एकमेकांकडे पाहून हसतात.)

मुकुंद : कुंदा, माझ्यासाठी तू हसत गरिबी पत्करलीस?

कुंदा : मी गरीब झाले नाही, श्रीमंत झाले. एक नदी दुसऱ्या नदीला मिळाली आणि तिच्याबरोबर समुद्राला – जनसमूहाला – येऊन मिळाली! गरिबी-श्रीमंतीचा संगम झाला! आज माझा खराखुरा वाढदिवस झाला!

मुकुंद : आज तुझा वाढदिवस – तुला भेट म्हणून काहीतरी द्यायला हवंच, नाही का? (खिसे चाचपू लागतो. अर्धे कणीस काढून पुढे धरतो.) हे अर्धेच आहे.

कुंदा : अं-हं! ते अर्धे नाही! (तीही आपले अर्धे कणीस काढून त्याला देते.)

– समाप्त –

सरकारी पाहुणे

नवयुग चित्रपट लिमिटेड, पुणे

प्रो. चिं. वि. जोशी, एम. ए.

यांच्या मूळ कथेवर आधारलेली मराठी कलाकृती

सरकारी पाहुणे

दिग्दर्शक व निर्माते	:	विनायक
पटकथा-संवाद	:	वि. स. खांडेकर
पद्य	:	राजकवी 'यशवंत'
छाया-प्रकाश	:	वासुदेव कर्नाटकी
ध्वनी	:	वि. चव्हाण
संगीत	:	दत्ता डावजेकर
कला	:	ज. द. गोंधळेकर

भूमिका

चिमणराव	:	दामुअण्णा मालवणकर
गुंड्याभाऊ	:	विष्णुपंत जोग
राजा	:	नंदू खोटे
दडपे	:	जावडेकर
युवराज	:	बाळ दातार
कावेरी	:	शकुंतला
मनुताई	:	शांता
राणी	:	सरोज बोरकर
केशर	:	वत्सला कुमठेकर
छबी	:	बेबी लीला मराठे

याशिवाय

सावकार, अनंतराव, जोशी, पोवार, ताम्हणकर, बारगीर, लेले, अथणे, बेबी आचरेकर, शारदा, बेबी तारा, बेबी प्रभा व प्रो. दाते यांचा कुत्रा 'कोल' वगैरे.

सरकारी पाहुणे

(१)

(चंदनवाड संस्थानातील राजवाड्यात सर्वत्र चिंताजनक वातावरण पसरले आहे. डॉक्टर आणि नर्स यांची धावपळ सुरू आहे. राजवाड्यातील अधिकारी काळजी करीत उभे आहेत.)

एक नोकर : काय झालं?

दुसरा नोकर : अजून आहे तसंच आहे. तळहातावरच्या फोडासारखा वाढवला मी त्याला! महाराजांनी दरबार सर्जनकडे जायला सांगितलं आहे.

(खासगी कारभारी दडपे शास्त्रीबुवांना सांगतो.)

दडपे : शास्त्रीबुवा, जप सारखा सुरू ठेवा बरं!

शास्त्री : हे पाहा कारभारीसाहेब, काही काळजी करू नका म्हणावं श्रीमंतांना!

दडपे : हो, त्यांना फार त्रास होऊ लागला आहे म्हणून तुम्हाला सांगतो.

शास्त्री : आणि म्हणूनच पाच ब्राह्मण बसवले आहेत जपाला! हे पाहा, श्रीमंतांच्या आज्ञेप्रमाणं चंदनवाडच्या प्रत्येक देवालयात अभिषेक सुरू आहे. महारुद्रही सुरू केला आहे. काही काळजी करण्याचं कारण नाही.

(संस्थानाधिपती श्रीमंत बाबासाहेबमहाराज येतात.)

राजा : अजून नाही आले दरबार सर्जन?

आश्रित : नाही आले सरकार.

भालदार : श्रीमंत बाबासाहेबमहाराज –

राजा : बस, बस करा तुमच्या ललकाऱ्या! खासगी कारभारी, दरबार सर्जनना बोलवा.

कारभारी : आज्ञा. (कारभारी जातो. दरबार सर्जन येतात.)

राजा : डॉक्टर, मी तुमची केव्हापासून वाट पाहत आहे!

(२)

(राजवाड्याच्या आतल्या महालात युवराज आजारी आहे.)

युवराज : आई, आई, आई गंऽ माझ्या पोटात कळ येते ना! आई, आईसाहेब,

आईसाहेब! (राणी येते.)

राणी : आईसाहेब, आईसाहेब! बाळमहाराज, आईसाहेब म्हणवून घ्यायला मी म्हातारी झाले नाही अजून! कुठं गेली ती मनुताई? मनुताई, मनुताई, मने, ए मने – (मनुताई येते.) हेच शिकवलंस वाटतं बाळ-महाराजांना? मी आईसाहेब; नाही का? (मनुताई युवराजाच्या कानात सांगते.)

युवराज : सरकार –

राणी : कित्ती शहाणं आहे माझं बाळ! काय होतंय बाळमहाराजांना?

युवराज : पोटात दुखतंय माझ्या!

राणी : होय? कुणा मेल्याची दृष्ट लागली, कुणाला ठाऊक?

मनु : दृष्ट कुठली सरकार! बाळमहाराज, ती मुंबईची मिठाई किती खाल्लीत काल खादाडासारखी?

राणी : मने, लहान तोंडी मोठा घास शोभत नाही. तो केव्हा अडकेल याचा नेम नसतो. किती झालं तरी तू वाड्यावर पाळलेली मुलगी आहेस आणि ते राजपुत्र आहेत. श्रीमंतांची मुलं खादाड नसतात.

युवराज : आई, आई गंऽ! नाही, नाही, सरकार, सरकार गंऽऽ

राणी : थांबा हं! मी डॉक्टरांनाच बोलावते कशी! धोंडोपंत, गणू, सदू, गेलेत कुठं हे लोक?

धोंडो : जी सरकार! अरे सदू, गणूऽऽ आले, आले.

राणी : आणि गोविंदा –

धोंडो : आणि गोविंदाही आला.

राणी : धोंडोपंत, आत्ताच्या आता दरबार सर्जनकडे जा.

धोंडो : आलेत ना आत्ताच महाराजांच्याकडे!

राणी : मग बोलवायला सांगा.

धोंडो : गणू, दरबार सर्जनकडे जा.

राणी : सदू, तूही जा.

धोंडो : सदू, तूही जा.

राणी : गोविंदा, तू का थांबलास?

धोंडो : गोविंदा, तू का थांबलास? तू जा ना!

राणी : धोंडोपंत, तुम्हीही जा आणि लवकर या!

धोंडो : हो! चला.

(३)

(राजेसाहेबांच्या महालाजवळ धोंडोपंत येतो.)

हुजऱ्या : काय आहे?

धोंडो : बाळमहाराज आजारी आहेत.

हुजऱ्या : बरं, मग?

धोंडो : राणी सरकारांनी दरबार सर्जनना आत्ताच्या आत्ता बोलावलं आहे.

हुजऱ्या : तुम्ही इथंच उभे राहा.

धोंडो : तुम्ही इथंच येऊन सांगा.

हुजरे : बरं, बरं!

(हुजरे आत जातात. दरबार सर्जन राजेसाहेबांचा आवडता कुत्रा टॉम याची प्रकृती पाहत आहेत.)

दडपे : बरा होईल ना हा, डॉक्टर? टॉम, एकदा तरी भुंक रे! भुंक! कालपासून एकदासुद्धा तुझा आवाज ऐकला नाही रे! भुंक रे! भुः, भुः! डॉक्टर, असं कुत्रं त्रिभुवनात मिळायचं नाही. गुरुवारी मटणाला तोंड लावीत नाही.

सर्जन : त्याला थोडी विश्रांती द्या, म्हणजे बरं वाटेल.

राजा : बरा होईल ना?

सर्जन : तसा तो बरा आहे; पण इथलं वातावरण बदललं पाहिजे.

राजा : बदललं पाहिजे म्हणजे?

सर्जन : वातावरण बदललं पाहिजे. म्हणजे इथं सर्वांनी आनंदी राहिलं पाहिजे.

राजा : आनंदी?

सर्जन : आनंदी म्हणजे सर्वांनी हसलं पाहिजे.

राजा : सर्वांनी हसलं पाहिजे? (सर्व हसतात.) दडपेऽऽ

दडपे : काल आलेल्या त्या केशरबाईचं गाणं करावं सरकार.

राजा : वा, वा! छान, छान! जा, तिला लवकर बोलवा. डॉक्टर, मनुका-बदाम घ्या.

सर्जन : नो, नो, थँक्स!

राजा : थँक्स डॉक्टर.

(हुजरे दडपे यांना राणीचा निरोप सांगतात.)

दडपे : डॉक्टरांना बोलावलं आहे? दरबार सर्जनना सवड नाही म्हणून सांगा. म्हणावं, श्रीमंतांचा कुत्रा फार अत्यवस्थ आहे.

हुजरे : ठीक आहे.

(४)

(राजवाड्याच्या एका दालनातील नर्तिका केशरची खोली. दडपे येतो.)

दडपे : केशरबाई, सुनावणी तर खूप साधली! आता तुझं काम. राजा अगदी खूश झाला पाहिजे.

केशर : ते काम माझं! पहिल्या सलामीतच घायाळ नाही केलं, तर धंदा सोडून देईन.

दडपे : जशी मला कारभाऱ्याची पगडी टिकवायची आहे, तशीच तुला दरबारची कायमची नोकरी मिळवायची आहे; ध्यानात आहे ना?

केशर : हो, हो, हो! आधी घेऊन तर चला.

दडपे : बाकी हा रजपुती नखरा मात्र खूप साधला आहे हं!

केशर : असे नाना तऱ्हेचे नखरे आहेत आमच्याजवळ. पाहिलंत काय तुम्ही अजून!

(५)

(राणीच्या महालात राणी धोंडोपंतांना विचारीत आहे.)

राणी : डॉक्टरांना सवड नाही काय?

धोंडो : हो, असंच त्या दडप्यानं सांगितलं.

राणी : माझ्या नात्यातल्या कुणाला तरी खासगी कारभारी करून त्याचं नाक ठेचल्याशिवाय –

धोंडो : फार छान होईल! त्यानंच त्या नायकिणीला आणलं!

राणी : नायकीण! पांढऱ्या पायाची अवदसा! ती नायकीण वाड्यातून गेल्याशिवाय महाराजांशी एक शब्दही बोलणार नाही.

धोंडो : नका, नकाच बोलू!

राणी : धोंडोपंत, मी बोलेन, नाही तर बोलणार नाही. तो प्रश्न माझा आहे. मने, मने –

धोंडो : मने-मने-मनुताईऽऽ (मनुताई येते.)

राणी : जा, तू स्वत: जा.

मनु : जाऊ? मी चाललेच! फार वेळ झालाय मला.

राणी : अगंऽ पण कुठं?

मनु : कुठं म्हणजे? बाभूळवाडीला. पोहण्याच्या शर्यतीत नाव दाखल केलं आहे ना मी!

राणी : कुठं जायचं नाही. आधी जाऊन महाराजांना घेऊन ये. बाळमहाराज

आजारी आहेत म्हणावं!

मनु : नाही, मी गेले असते; पण तो खासगी कारभारी भारी लघळपणा करतो माझ्याशी!

राणी : लघळपणा आणि लग्न यांत खूप अंतर असतं म्हणावं त्याला! जा, महाराजांकडे जा आणि गादीला दत्तक हवा असला तरच नका येऊ, असं सांग त्यांना!

मनु : पण....

राणी : जा म्हणते ना मी! (मनुताई जाते.)

(६)

(राजेसाहेबांच्या महालात टॉम कुत्र्याची शुश्रूषा व केशरचे नृत्य चालू आहे.)

केशर : वाटेला जासी माझ्या का रे हरी?
कुलवन्ताच्या की कन्या आम्ही, तू तो खिलारी ॥
तुझा चेंडु आम्ही लपवू कशाला?
नको झोंबु रे, सोडी माझ्या अंचला ॥
मारू नको पिचकारी ।
रंग उडे लोचनी, भिजे चिंब पैठणी ।
जळ्ळी ती होरी! सोड ना हरी ॥

(गाणे संपताच टॉम कुत्रा धावत सुटतो.)

राजा : टॉम! टॉम!

(इकडे आजारी असलेला युवराजही धावत सुटतो. राणी व दासी त्याच्या पाठोपाठ धावतात. राजा व आश्रित टॉमच्या पाठोपाठ धावतात. राजा व राणी यांची पोर्चमध्ये गाठ पडते.)

राणी : बाळमहाराजऽऽ बाळमहाराज! दडपे, बाळमहाराज फार आजारी आहेत. पत्ता आहे का तुम्हाला?

राजा : धोंडोपंत, टॉम मरतो की जगतो, असं झालं होतं; पण तुला कुठं आहे त्याची काळजी?

राणी : काही काही माणसांना काळीज द्यायला देव विसरतो; कळलं कादडपे?

राजा : आणि काही काही माणसांना देव डोकं द्यायला विसरतो; कळलं का धोंडोपंत?

राणी : बाळमहाराजांना लवकर बरं वाटलं नाही, तर मी आरोग्यनगरात जाऊन स्पेशलिस्टांनाच त्यांची प्रकृती दाखविणार आहे.

राजा : अन् टॉमला जर लवकर बरं वाटलं नाही, तर मी त्याला विमानानं स्वित्झर्लंडला नेणार आहे.

राणी : ते नंतर; मी आधी आरोग्यनगराला जाणार!

(७)

(बाभूळवाडीच्या तलावावर पोहण्याच्या शर्यतीसाठी प्रेक्षकांची गर्दी जमली आहे. कोल्हापूरच्या संगीत व्यायामशाळेचे चालक प्रो. गुंड्याभाऊ दांडेकर सरपंच म्हणून काम पाहत आहेत.)

स्वयंसेवक : सोळा वर्षांवरील पोहण्याच्या शर्यतीत भाग घेणाऱ्या उमेदवारांनी तयार राहावे!

(१) शं. चिं. ताम्हनकर, (२) बा. ग. देवणे,
(३) रा. म. महाजन, (४) बा. त. अथणे,
(५) श्री. गं. जोशी, (६) कु. मनुताई.

गुंड्याभाऊ : कोण ही मनुताई?

मनु : मनुताई परांजपे!

गुंड्याभाऊ : माझा विरोध आहे.

मनु : विरोध?

गुंड्याभाऊ : पोहण्याच्या शर्यतीत बायकांनी भाग घ्यावा याला माझा विरोध आहे. मी इथं सरपंच असताना हे होऊ देणार नाही. नाही – नाही – नाही!

पंच : अहो पण, आमचं ऐका.

गुंड्याभाऊ : याला माझा कसून विरोध आहे. मी होऊ देणार नाही.

(चिमणराव धावत येतो.)

चिमणराव : अरे गुंड्याभाऊ, अरे गुंड्याभाऊ! अरे, मोठ्यानं बोलू नकोस. तू आजारी आहेस. हे घे औषध – (गोळ्या तोंडात घालतो.) डॉक्टरनी पाणी प्यायला सांगितलं आहे.

गुंड्याभाऊ : मी होऊ देणार नाही म्हणजे नाही. नाही, नाही, नाही! मी सरपंच असताना हे होऊ देणार नाही. नाही, नाही!

चिमणराव : अरे, पण तू आजारी आहेस. चल, तुला सांभाळू किती?

(मनुताई पंचांकडे येते.)

मनु : चला, मला सरपंचांना भेटायचं आहे. चला!

पंच : काय मनुताई?

मनु : आम्हांला पोहण्याला परवानगी नाही, याचा अर्थ काय?

पंच : आमच्याकडे काही नाही. सरपंचांचा याला विरोध आहे. तुम्ही त्यांना विचारा.

(तलावावरील खोलीत गुंड्याभाऊस चिमणराव औषध देत आहे.)

चिमणराव : पोहली पोरगी, त्यात बिघडलं काय तुझं? पोरसवदा आहे.

गुंड्याभाऊ : माझा विरोध आहे.

मनु : का? विरोध का?

गुंड्याभाऊ : बायकांनी पोहायचं नाही.

मनु : आधी औषध घ्या. (औषध देते.) बोला आता!

गुंड्याभाऊ : पातेलं, परात, बारडी यांपेक्षा तळं मोठं असतं.

मनु : समुद्रापेक्षा? मालवणच्या समुद्रात पोहले आहे म्हटलं मी!

गुंड्याभाऊ : पण समुद्रात शेवाळं नसतं म्हटलं आम्ही! आज पोहायला निघालात–

मनु : बरं, मग?

गुंड्याभाऊ : उद्या घोड्यावर बसाल!

मनु : मग बसतेच मी.

गुंड्याभाऊ : असं का? मग सर्कशीत जा ना. आल्या पावली परत जा कशा! शेवाळ्यात पाय अडकून बुडण्यापेक्षा –

मनु : मी बुडाले! नाही, नाही, मी बुडाले, म्हणून तुम्हाला त्याचं सोयरसुतक थोडंच लागणार आहे?

गुंड्याभाऊ : नाही – पण –

मनु : हे पाहा सरपंच – अगदी प्लीज, परवानगी द्या ना! बघा तर कशी पोहते मी!

चिमणराव : अहो मिस्टर – मिस्टर –

मनु : अहो, मी मिस मनुताई!

गुंड्याभाऊ : बरं जा, जा, काय दिवे लावता ते तर बघू!

मनु : थँक्स – थँक्स सरपंच!

चिमणराव : पळा, पळा आता.

(पोहण्याची शर्यत सुरू होते.)

लोक : बक अप, बक अप, बक अप!

(शर्यतीत मनुताई सर्वांच्या मागे राहते.)

चिमणराव : पोरगी ती पोरगी! किती मागं राहिली!

प्रेक्षक : का हो, तिकडे का लक्ष?

चिमणराव : काही नाही, काही नाही, बक अप्!

गुंड्याभाऊ : छट्! मूर्ख कुठली!

पंच : का हो?

गुंड्याभाऊ : हं, काही नाही! काही नाही!

मनु : बुडाले! बुडाले! बुडाले!

गुंड्याभाऊ : अरेरे, बुडाली! बुडाली!

लोक : बुडाली! अरे, तिला वर काढा!

गुंड्याभाऊ : आलो, आलो! तरी मी गर्जून विरोध केला होता की, बायकांचं हे काम नव्हे. (गुंड्याभाऊ उडी टाकतो व मनुताईला बाहेर काढतो.)

लोक : हियर, हियर! ब्रेव्हो, ब्रेव्हो!

(टाळ्या वाजवतात. गुंड्याभाऊ मनुताईला तलावातून वर आणतो.)

लोक : फार त्रास घेतलात बुवा!

फोटोग्राफर : थांबा, थांबा हं! वा! फार उत्तम पोज घेतली. सिनेमातसुद्धा अशी पोज मिळणार नाही. थँक्स! (फोटो घेतो.)

(८)

(चिमणरावाच्या घरी छबीचा वाढदिवस साजरा करण्यासाठी कावेरी ओवाळणीची तयारी करीत आहे. कावेरी सासूच्या फोटोस नमस्कार करते.)

कावेरी : पाहिलंत का सासूबाई? अजून येणं झालं नाही घरी! चिमूवन्संच्या बाळंतपणासाठी तुम्ही आणि यमूवन्सं मुंबईला गेलात ना, तेव्हापासून असं चाललंय! आज छबीचा वाढदिवस; तरी घरी नाहीत!
'देवाच्या देवळांत । उभी मी जागते ।
आयुष्य मागते । माझ्या बाळा ।'
छबूबाळा! बाळ!

छबी : काय आई? मी खेळते आहे ना! येऊ?

कावेरी : नको, नको, खेळ हंऽ!

छबी : डुलेल, झुलेल हत्ती, दारी अंबारी माझ्या ।।
मिळेल आई, तुज मेणा;
मोटार हिरवी बाबांना;
पळेल कशी ती भुरकन, करीत पम्पम् ।।

(माडीवरून खाली येते. चिमणराव दिसत नाही, असे पाहून कावेरीकडे जाते.)

छबी : आई, ए आई, बघ ना गंऽ हे!

कावेरी : काय बाळ?

छबी : अजून आले नाहीत बाबा!

कावेरी : न येऊ देत.

छबी : अगंऽ, पण आज माझा वाढदिवस ना?

कावेरी : हो!

छबी : आणि तरी आले नाहीत?

कावेरी : न येऊ देत. मी आहे ना! तू माझी ना?

छबी : हो, मी तुझीच.

कावेरी : हो, माझीच. जा, खेळ जा.

छबी : आई, मी माडीवर आहे हं!

(टांग्यातून चिमणराव, गुंड्याभाऊ येतात. चिमणराव उतरतो, गुंड्याभाऊला उतरावयास सांगतो. तो उतरत नाही.)

गुंड्याभाऊ : हे बघ चिमणा, मला काही उतरायचं नाही. मी व्यायामशाळेत जाऊन बसतो.

चिमणराव : अरे, पण आज छबीचा वाढदिवस आहे. चल बघू घरात!

गुंड्याभाऊ : हे बघ चिमणा, मी टांग्यातून उतरणार नाही. नाही म्हटलं म्हणजे, नाही.

चिमणराव : अरे, पण काऊला काय वाटेल? तुला आलंच पाहिजे. (दोघे भांडू लागतात. लोक जमतात.)

एक : अहो, रस्त्यावर भांडता काय?

गुंड्याभाऊ : कमाल आहे बुवा लोकांची! तुम्हाला कुणी इथं यायला सांगितलं होतं? (दोघे आत जातात.)

(९)

(गुंड्याभाऊ काही सुचत नाही अशा मन:स्थितीत गादीवर येऊन बसतो. कावेरी येते व गुंड्याभाऊकडे पाहत राहते. चिमणराव हातात पिशवी घेऊन 'टांग्यातनं मी नाही उतरणार' असे गुणगुणत आत जातो.)

कावेरी : भाऊजी, काय झालं तरी काय? प्रकृती तरी ठीक आहे ना?

गुंड्याभाऊ : वहिनी, ठीक आहे गं! पण आता –

चिमणराव : छे, छे, छे! भयंकर बिघडलीय. अगदी गरम झालेली आहे.

गुंड्याभाऊ : चिमणा!

चिमणराव : मोठा अपघात झालाय, बरं का काऊ!

कावेरी : म्हणजे, मोटरीची टक्कर झाली का?

गुंड्याभाऊ : अगं ऽ नाही वहिनी!

कावेरी	: मग?
चिमणराव	: नाही काय? टक्कर झाली; पण मोटरीची नाही. एका तरुण– 'सुंदर, खाशी, सुबक, ठेंगणी....'

(गुंड्याभाऊ चिमणरावाच्या अंगावर धावून जातो. चिमणराव दार बंद करतो.)

गुंड्याभाऊ	: चिमणा, चिमणा!
कावेरी	: पण भाऊजी, ही कोण? कुठली?
चिमणराव	: बाभूळवाडीच्या बनातली!
गुंड्याभाऊ	: चिमणा, चिमणा!
कावेरी	: अगं बाई! एकूण या विश्वामित्राला मेनका मिळाली म्हणायची!
गुंड्याभाऊ	: तसं नाही गंऽ वहिनी! या गाढवाच्या नादाला लागून तूसुद्धा तसं बोलायला लागलीस! ते काही नाही – मी जातोच कसा!
चिमणराव	: जातो म्हणजे? जायचं नाही!
गुंड्याभाऊ	: मी जाणार. आमचं ठरलं म्हणजे ठरलं!
चिमणराव	: मी सोडणार नाही. ते काही नाही. काऊ, जा गंऽ, काकडीची खमंग कोशिंबीर कर जा.
गुंड्याभाऊ	: वहिनी, मी कोशिंबीर खाणार नाही. मला कोशिंबीर नको, जेवण नको –
चिमणराव	: ते काही नाही. आमच्या घरची खीर खाऊ नकोस; पण ऐतिहासिक कोशिंबीर खाल्लीच पाहिजे.
कावेरी	: हो भाऊजी, तुम्ही कोशिंबीर खाल्लीच पाहिजे.
चिमणराव	: बाबा, माझा स्वत:चा अनुभव आहे. कोशिंबीर खाल्ल्यानं कारकुनाचा कवी होतो.
कावेरी	: आणि दोन हातांचे चार हात होतात!
गुंड्याभाऊ	: वहिनी!
चिमणराव	: काऊ, कोशिंबीर! (कावेरी हसत जाते. गुंड्याभाऊ रागाने चिमणरावाकडे पाहतो. चिमणराव आत जातो. छबी आत रुसून बसलेली असते.)
कावेरी	: तू कोणाची? तू कोणाची?
छबी	: टुकुक्ऽ टुकूक्ऽ माईची!
चिमणराव	: अंऽहं!
कावेरी	: माईची!
छबी	: मी नाही जा बाई कोणाची!
चिमणराव	: मी नाही जा बाई कोणाची ॥
कावेरी	: नाचत गरगर, घुमशी घरभर, तो हा परकर ताई, दिला कुणी गं बाई?

छबी : दिलास तू मजला आई, दिलास तू मजला!
कावेरी : मग तू कोणाची?
छबी : आईची!
चिमणराव : लबाड कुठची, बाबांची!
छबी : मी नाही जा! मी आईची!
चिमणराव : निळा जांभळा हा फुगला! फुगला, फुगला, फुगला! लांब राहुनी मात्र बघा!
छबी : द्या हीच तुतारी मजला! द्या हीच तुतारी मजला!
चिमणराव : का म्हणुनी पण दुसऱ्याच्या पोरीला?
छबी : असं काय हो? मी तुमची!
कावेरी : हां! कोणाची?
छबी : मी बाबांची!
कावेरी : वाः! पुन्हा बोल!
छबी : मी बाबांची!
कावेरी : खट्याळ कुठली मुलखाची!
चिमणराव : हुशार सोनुकली आमुची!
कावेरी : पायी पैंजण वाजती रुणझुण घेते काढुन थांब तरी!
छबी : आईची, मी आईची!
चिमणराव : ही जरतारी साडी केशरी मिळेल का तरी बघ पोरी?
छबी : खरोखरी, मी दोघांची!
चिमणराव-कावेरी : तू कोणाची?
छबी : ही आईची, ही बाबांची!
चिमणराव-कावेरी : छकुली अमुची दोघांची ॥

(बाहेरच्या खोलीत बसलेला गुंड्याभाऊ अधिकच अस्वस्थ होतो.)

(१०)

(संगीत व्यायामशाळेत गुंड्याभाऊ येऊन कपडे काढू लागतो.)

गुंड्याभाऊ : आजपासून संगीत बंद! कुणी गायचं नाही इथं! (सर्व विद्यार्थी घाबरतात, आपापसांत कुजबुजतात. गुंड्याभाऊकडे यावयास कोणाही धजत नाहीत. त्यांतले एक-दोघे जण पुढे येतात.)
गुंड्याभाऊ : का रे?
पहिला विद्यार्थी : काही नाही.

गुंड्याभाऊ : आजपासून व्यायामशाळा बंद! संगीत शाखा बंद! माझी प्रकृती बरी होईल तेव्हा पुन्हा सुरुवात करण्यात येईल.

दुसरा विद्यार्थी : मग तशी नोटीस लावू गुरुजी?

गुंड्याभाऊ : नोटीस नंतर लाव, आधी जा. माझं मन ठिकाणावर नाही.

पहिला विद्यार्थी : गुरुजी, आता आपण कुठंही जाऊ नये.

दुसरा विद्यार्थी : कुठल्याही सभेचं अध्यक्षस्थान स्वीकारू नये.

सर्व : हो, असं आमचं सर्वांचं मत आहे.

गुंड्याभाऊ : का? का? का?

पहिला विद्यार्थी : छे, छे, छे! तसं नाही. हे वर्तमानपत्रवाले काहीतरी लिहितात, घाणेरडे फोटो छापतात, आपली बदनामी करतात.

(गुंड्याभाऊ वर्तमानपत्र हातात घेऊन पाहतो. बाभूळवाडी येथील पोहणाऱ्या शर्यतीतील 'गोड अपघात' या मथळ्याखाली मनुताईला तळ्यातून वर काढल्यानंतरचा फोटो पाहतो.)

गुंड्याभाऊ : बदमाश! हरामखोर! मी कुठंही जाणार नाही! केव्हाही जाणार नाही! पण तुम्ही जा.

दुसरा विद्यार्थी : जाणार नाही ना?

गुंड्याभाऊ : नाही-नाही-नाही – जा.

विद्यार्थी : मग हे आमंत्रण घ्या.

गुंड्याभाऊ : आमंत्रण? कसलं? कुणाचं?

गोखले : चंदनवाडच्या बजरंग व्यायामशाळेच्या सेक्रेटरीकडून हे एक पत्र आलं आहे.

विद्यार्थी : आणि त्यांच्या परिषदेचं अध्यक्षस्थान आपण स्वीकारावं, अशी तिची अत्यंत कळकळीची विनंती आहे.

गुंड्याभाऊ : तिची?

सर्व : हो!

गुंड्याभाऊ : म्हणजे, सेक्रेटरी स्त्री आहे काय?

सर्व : हो!

गुंड्याभाऊ : स्त्री! स्त्री! स्त्री? मला जायचं नाही. फाडून टाका, माझ्यादेखत फाडून टाका आणि तुम्ही जा इथून! चला! मूर्ख! स्त्री-स्त्री-स्त्री! (फेकलेल्या वर्तमानपत्रातील फोटो जवळ घेतो. अधिकच अस्वस्थ होतो व 'रामचंद्रा' म्हणत सोटा घेऊन श्री रामचंद्रांच्या फोटोजवळ जातो.)
शांतवी आता दाह हा मनाचा माझ्या!

उगीच का पाहावा अंत ऐसा? धाव ना!
धाव ना, धाव ना!
पळभर शांती लाभेना,
शोधित तुझिया चरणा,
तुजविण संकटी ध्याऊ कोणा रे,
संकटी ध्याऊ कोणा?
धाव ना, धाव ना, धाव ना ।।
निशिदिनी मूर्ती तुझी खेळे!
बिजलीची चमक लोचनी;
भिवईची मोहक मोडणी;
हरघडी पदर घोळुनी गंऽ,
अधरी अन् अमृत ओतुनी!
लपशी लाजुनी का गं, साजणी?
भक्ताशी लोटू नको तू दूर गंऽ।।

गुंड्याभाऊ : रामचंद्रा, अरे! अरे! अरे! मारुतीराया, मी पापी आहे; मला क्षमा कर.
मना सज्जना भक्तिपंथेचि जावे
तरी श्रीहरी पाविजे तो स्वभावे
जनी निंद्य ते सर्व सोडोनी द्यावे
जनी वंद्य ते सर्व भावे करावे

(घाईघाईने स्नानगृहात येतो. अंगात कपडे तसेच असता बादलीने पाणी ओतून घेतो व डोळे मिटून मनाचे श्लोक म्हणू लागतो. चिमणराव आत येतो.)

चिमणराव : हे रे काय गुंड्याभाऊ?

गुंड्याभाऊ : हे काय? भयंकर आग!

चिमणराव : आग लागली तर म्युनिसिपालिटीचा बंब बोलावतात. असला तर घेऊन येऊ?

गुंड्याभाऊ : बंबानं विझणारी आग नाही ही चिमणा! नाही, तुला कळायचं नाही रे बाबा! तुला कोशिंबीर खाऊन बायको मिळाली आणि नवस न करताच मुलगी झाली. (धावत मारुतीरायाच्या फोटोजवळ जातो.)

गुंड्याभाऊ : 'जनी निंद्य ते सर्व सोडोनी द्यावे । जनी वंद्य ते सर्व भावे करावे ।' रामचंद्रा, रामप्रभो, मारुतीराया, मला क्षमा कर. मला क्षमा कर. माझ्या हातून अशी चूक पुन्हा कधी घडणार नाही.

चिमणराव : अरे, कसली चूक?

गुंड्याभाऊ : मी आजपासून आठ दिवस अगदी निर्जळी उपवास करून –

चिमणराव : उपवासाचं नाव काढू नकोस. उपासबिपास काही करायचं नाही. घरी चल, पोटभर जेव. आज आमच्या छबीचा वाढदिवस आहे.

गुंड्याभाऊ : तुला ठाऊक नाही रे चिमणा, माझ्या मनाची शुद्धी उपवासाशिवाय होणार नाही. मला काय होतं आहे, ते माझं मलाच कळेनासं झालं आहे.

चिमणराव : ते मला ठाऊक आहे, सर्व सांगतो तुला! घरी चल, काऊनं केलेली कोशिंबीर खा आणि मग तू आणि मी मिळून आरोग्यनगराला जाऊ.

गुंड्याभाऊ : आरोग्यनगराला? अरे, पण मला तसं काही होत नाही रे! माझा रोग औषधानं बरा होणारा नाही; त्याला उपवासच केला पाहिजे.

चिमणराव : अहो, अश्विनीकुमाराचे बाप! जे काही ठरवायचं, ते आपण आरोग्यनगरात ठरवू. तिथं मोठेमोठे धन्वंतरी, स्पेशालिस्ट डॉक्टर आहेत. चल, कपडे बदल.

(११)

(आरोग्यनगरात नाक, कान, घसा, दात वगैरेंच्या सर्व तज्ज्ञ डॉक्टरांना चिमणराव गुंड्याभाऊची प्रकृती दाखवितो. अखेर फुप्फुसाच्या डॉक्टरकडे ते येतात. बाहेर बरेचसे रोगी वाट पाहत बसलेले असतात. इतक्यात चंदनवाडच्या राणीसाहेब युवराजाला घेऊन तिथं येतात. त्यांचे कोणीच स्वागत करीत नाही. उलट काही जण शिंक देतात.)

राणी : मनुताई, गोंद्याला सांग, आम्ही आणि बाळमहाराज आल्याची वर्दी दे म्हणावं इथल्या लोकांना.

(मनुताई हुजऱ्याच्या कानात सांगते.)

हुजऱ्या : चंदनवाडच्या राणीसाब आणि बाळमहाराज आल्याती.

एक गृहस्थ : अरे, तुझ्या त्या राणीसाहेब राहिल्या चंदनवाड संस्थानात. इथं काय त्यांचं?

दुसरा गृहस्थ : समजलं काय?

राणी : काय झालं?

मनुताई : दिली ना वर्दी गोविंदानं.

राणी : मग मुजरा का करीत नाहीत हे लोक?

मनुताई : इथं मुजरा करायची पद्धत नाही राणीसरकार!

राणी : मग?

मनुताई : आपल्यासारखी मोठी माणसं आली म्हणजे हे लोक शिंक देतात!

राणी : शिंक देतात? अस्सं! अस्सं!

(आतल्या खोलीत डॉक्टर गुंड्याभाऊला तपासत असतात.)

डॉक्टर : वेल! प्रो. दांडेकर, दगडासारखं घट्ट काळीज आहे तुमचं! वा!

गुंड्याभाऊ : उगीच नाही इतके दिवस संगीत व्यायामशाळा चालवली!

चिमणराव : बरं, मग हे घ्या डॉक्टर, दहा. आता आमचा गुंड्याभाऊ चांगला झाला ना?

डॉक्टर : हे पाहा मि. जोग, रोग नुसते शरीराचे नसतात; तर ते मनाचेही असतात. तेव्हा आता माझे प्रिय मित्र डॉ. मनकवडे यांच्याकडे जाऊन –

गुंड्याभाऊ : डॉक्टर, डॉक्टर!

(बाहेर युवराज गुंड्याभाऊचा सोटा घेऊन बागेत जातो. राणी त्याचा शोध करते.)

राणी : अगं, पण बाळमहाराज कुठं गेलं ते?

मनु : खरंच की! गेले वाटतं बागेत!

राणी : जा, जा, बघ तरी! तू कशाला थांबलास गोंद्या? तू पण जा – (मनुताई व गोविंदा जातात. गुंड्याभाऊ व चिमणराव येतात.)

गुंड्याभाऊ : आता कोण, डॉक्टर मनकवडे काय? आता किती पैसे खर्च करणार आहात तुम्ही?

चिमणराव : अरे, पण बरा तर झाला पाहिजेस तू? तुला काय सांगायचं, ते मावशीला सांग.

(राणी बसलेल्या कोचापाशी दोघे येतात, दचकतात.)

गुंड्याभाऊ : अरे, कोण रे या?

चिमणराव : बाई!

गुंड्याभाऊ : कुठल्या बाई?

चिमणराव : अरे, मला तरी काय माहीत?

गुंड्याभाऊ : आम्ही बाक तर चुकलो नाही ना?

चिमणराव : नाही, माझी काठी दिसली तिथं!

गुंड्याभाऊ : अरे, पण माझा सोटा?

चिमणराव : माझी हॅट? अहो मिस्टर, एक्स्क्यूज मी हं! मिसेस, मिसेस –

राणी : सरळ जाता की गोविंदाला बोलावू?

गृहस्थ : अहो मिस्टर, कोण तुम्ही?

गुंड्याभाऊ : काठी नवीन आहे वाटतं? अरे चिमणा – (सोटा घेऊन खेळत

असलेला युवराज गुंड्याभाऊला दिसतो. तो त्याच्या मागोमाग सोटा काढून घेण्याकरिता जातो.) दे, माझा सोटा दे!

युवराज : नाही देणार सोटा. तो माझा घोडा आहे. मी आईसाहेबांना सांगेन, आईसाहेब –

राणी : कोण, बाळमहाराज?

गुंड्याभाऊ : कुठं आहेत तुझ्या आईसाहेब? पाहू बरं! (राणी येते.) हे आपले चिरंजीव वाटतं?

राणी : हो, एक शब्द बोलू नका तुम्ही! सोडा माझ्या बाळाला. ते राजपुत्र आहेत.

गुंड्याभाऊ : राजपुत्र का? आणि आमचा सोटा कशाला पळवतात?

राणी : बाळमहाराज, देऊन टाका त्यांचा तो सोटा.

युवराज : मी नाही, मला हाच सोटा पाहिजे. हा माझा घोडा आहे!

डॉक्टर : काय चाललंय इथं? ओ हो! यावं, यावं राणीसाहेब, यावं!

राणी : घेऊन जा हा सोटा. (सोटा फेकून देते व युवराजासह जाते.)

राणी : परवापासून बाळमहाराज आजारी आहेत.

डॉक्टर : काय होतंय त्यांना?

राणी : तेच मुळी कळत नाही. तेव्हा म्हटलं, स्वत:च येऊन दाखवावं.

डॉक्टर : बरं. चला, चला. (राणीसह जाऊ लागतात. चिमणराव मागून जाऊ लागतो तो राणीच्या पदराला चिकटलेली त्याची हॅट खाली पडते.)

चिमणराव : वा, वा! माझी हॅट! वेल, मिस्टर डॉक्टर, डॉक्टर, नमस्कार. मनकवडे नाही का?

डॉक्टर : हो, हो, मनकवडे.

चिमणराव : झालं, माझं काम झालं! बराच वेळ थांबावं लागलं. (दाराकडे जाऊ लागतात तोच वाटेत मनुताईची गाठ पडते.)

मनुताई : कोण, सरपंच?

गुंड्याभाऊ : आणि इथं तू? नाही, नाही, तुम्ही –

मनुताई : हो, हो, आम्ही! पण तुम्ही इथं कसे? काय आजारीबिजारी तर नाही ना?

गुंड्याभाऊ : छे, छे, छे! मला काय झाली आहे धाड! पण का हो, तुमची तब्येत वगैरे ठीक आहे ना?

मनुताई : हो, छान! मला काय झाली आहे धाड! (दोघे हसतात.)

(१२)

(डॉ. मनकवडे यांच्या दवाखान्यात डॉक्टरांनी गुंड्याभाऊची तपासणी केली आहे.)

मनकवडे : तुम्ही फ्रॉईड वाचला आहे का?

चिमणराव : फ्रॉईड? हे काय आणखी प्रकरण?

मनकवडे : मि. जोग, फ्रॉईड जन्माला आला नसता, तर तुमचे हे प्रोफेसर दांडेकर आज कैलासवासी झाले असते!

चिमणराव : बरं झालं, फ्रॉईड जन्माला आला! तो काय म्हणतो?

मनकवडे : फ्रॉईड सेज, "The dream is not a pathological phenom enon. It is the supressed psychic material, which in the waking state, has been prevented from expres sion and cut off from internal perception, by the mutual nutralisation of contradictory attitudes."

डॉक्टर : स्वप्नात तुम्ही आभाळात उडता की समुद्रात बुडता? तुमच्या स्वप्नात एक सुंदर तरुण मुलगी –

गुंड्याभाऊ : डॉक्टर, डॉक्टर, हे अगदी खोटं आहे. या चिमणानं जे-जे म्हणून सांगितलं, ते सगळं खोटं आहे.

चिमणराव : मी कुठं काय सांगितलं?

गुंड्याभाऊ : मग यांना कसं कळलं?

चिमणराव : अरे, हे डॉक्टर आहेत ना?

डॉक्टर : मि. दांडेकर –

गुंड्याभाऊ : डॉक्टर, माझ्यावर अगदी विश्वास ठेवा. माझ्या आयुष्यात अशी काही भानगड नाही.

चिमणराव : भानगड नाही; फक्त दारात उभं राहून तेवढी प्रकृतीची चौकशी करतो.

गुंड्याभाऊ : अहो, उलट मी स्त्रीद्वेष्टा आहे! माझ्या आयुष्यात अशी काही भानगड नाही!

डॉक्टर : (फोनची घंटा होते.) थांबा हं! (फोन घेतो.) हॅलो! कोण डॉ. प्रधान का? गुड मॉर्निंग डॉक्टर, गुड मॉर्निंग! हां द्या, लावून द्या हं! असं, असं! कोण, राणीसाहेब आहेत त्या? वा! डॉक्टर, आजचा दिवस लाभाचा दिसतोय! आजारी कोण आहे? स्वत: राणीसाहेब का? नाही? मग कोण? प्रिन्स! राजपुत्र! काही झालं नाही म्हणता? श्रीमंत लहर आहे? येणार केव्हा त्या? आल्याच असतील?

चिमणराव : आल्याच असतील! (दोघेही गडबडीने उठतात.) अरे गुंड्याभाऊ, माझी हॅट?

गुंड्याभाऊ : चिमणा, माझा सोटा?

चिमणराव : अरे मग – (दोघेही जाऊ लागतात. डॉक्टर मागून येतो.)

डॉक्टर : अहो दांडेकर, अहो जोग, जोग – (गुंड्याभाऊ व चिमणराव सोटा व हॅट पाहतात. समोरच राणी बसलेली दिसते.)

गुंड्याभाऊ : आपले चिरंजीव आलेत की नाहीत?

राणी : बाळमहाराज?

गुंड्याभाऊ : हो, हो! बाळमहाराज का सरकार! पण आलेत की नाहीत?

राणी : का? ते बाहेर गेले आहेत.

गुंड्याभाऊ : बाहेर गेले आहेत ना?

चिमणराव : अरे गुंड्याभाऊ – (टोपी दाखवतो व सोटा कुठे म्हणून खुणेने विचारतो.)

गुंड्याभाऊ : ते झालंच! मग आता असं करा, आपल्या बाळमहाराजांना खरोखरचा घोडा घेऊन द्या! (दोघे जाऊ लागतात.)

डॉक्टर : अहो जोग, अहो दांडेकर – फी?

गुंड्याभाऊ : चिमणा, एकशे साठ!

चिमणराव : बरं, बरं, तुझा आधी सोटा बघ! डॉक्टर, तुमची फी दिल्याशिवाय मी काही पळून जात नाही; मी कोल्हापूरचा आहे.

राणी : तुम्ही कोल्हापूरचे?

चिमणराव : हो, मी! का? वांग्याच्या बोळात राहतो. म्हणजे –

राणी : चिमणराव जोग? आमच्या काऊताईचे यजमान!

चिमण : म्हणजे, आपण चंदनवाडच्या राणीसरकार का? अहो डॉक्टर, आमची ही, म्हणजे आमची मिसेस, राणीसरकारांची चुलतमावस भाची लागते.

राणी : हो, आणि हे आमचे भाचेजावई!

(डॉक्टरच्या बंगल्यामागील बगीचात युवराज गुंड्याभाऊचा सोटा घेऊन धावत आहे; त्याच्या पाठोपाठ मनुताई धावत येत आहे.)

मनुताई : महाराज, बाळमहाराज, थांबा ना! महाराज, बाळमहाराज!

गुंड्याभाऊ : हं! अहो राजपुत्र, थांबवा तुमचं घोडं! अरेच्या! अहो घोडेस्वार! युवराज, अहो श्रीमंत! घोड्याला लगाम घाला की! पळून-पळून माझ्यापुढं किती पळशील रे? (युवराजला धरतो.) दे माझा सोटा.

युवराज : मी नाही देणार!

मनुताई : बाळमहाराज! (गुंड्याभाऊकडे पाहून) कोण, सरपंच? तुम्ही पुन्हा इथं? (गुंड्याभाऊ तिच्याकडे पाहत राहतो.) बोला ना! गप्प का? सरपंच, अहो सरपंच! बाई, बाई, बाई, अहो प्रोफेसर! अहो दांडेकर! थांबा हं! (कारंज्यामधील पाणी गुंड्याभाऊच्या तोंडावर मारते. गुंड्याभाऊ भांबावतो.)

गुंड्याभाऊ : हो, मला वाटलं, नेहमीप्रमाणे उगीचच भास होतो आहे मला!

मनु : नेहमीप्रमाणे? म्हणजे, नेहमी मी दिसते तुम्हाला?

गुंड्याभाऊ : छे, छे! तसं नाही हं! नेहमी दिसायचं काय कारण? तुमचा-माझा काय संबंध?

मनु : पण मी कुठं म्हणते तसं? काहीच संबंध नाही. तुम्ही कोण, मी कोण! तुम्ही कुठले, मी कुठली! नमस्ते. (जाऊ लागते.)

गुंड्याभाऊ : अहो, अहो, पण – म्हणे तुम्ही कुठले, मी कुठली! अरे, वा रे मी! कुठल्या हो तुम्ही?

मनु : का?

गुंड्याभाऊ : का म्हणजे? नाही तर आम्ही सांगतो, आम्ही कुठल्या गावचे ते!

मनु : काही जरूर नाही.

गुंड्याभाऊ : आणि मला तरी कुठं जरूर आहे?

मनु : मला माहीत आहे.

गुंड्याभाऊ : काय माहीत आहे?

मनु : तुम्ही कोल्हापूरचे ते!

गुंड्याभाऊ : हो, हो, आहेच मी कोल्हापूरचा!

मनु : आम्ही तुम्हाला आमच्या गावच्या व्यायामशाळेतून आमंत्रण पाठवलं आहे. मोठ्या मिशांचा अध्यक्ष पाहिजे होता ना!

गुंड्या : म्हणजे, तुम्ही चंदनवाडच्या वाटतं?

मनु : हो, हो! मी चंदनवाडची. येणार आहात की नाही तुम्ही आमच्या चंदनवाडला?

गुंड्याभाऊ : कशाला यायचं?

मनु : नका येऊ! आलात तर आपली –

गुंड्याभाऊ : आलात तर काय?

मनु : त्या व्यायामशाळेची मी सेक्रेटरी म्हणून एक हार घालीन गळ्यात.

गुंड्याभाऊ : पण हार तरी मिळतात का तिथं?

मनु : पण, तुम्ही नकाच येऊ कसे! नमस्ते.

गुंड्याभाऊ : ते आमचं आम्ही बघून घेऊ, कसे?

(१३)

(दिवाणखान्यात राजेसाहेबांच्या पुढे केशरचे गाणे चालले आहे.)

केशर : मेरी आँखें नशीली, रसीली, हैं प्यारी प्यारी ।
मोरा बालासा जोबन री हाय ।

काहे देख जिया ललचाय ।
सैया मोरा बांका मैं उनपर वारी ।
हमारे हुस्न की दूनी बहार हो जाये ।
नजर हुजूर की अगर एकबार हो जाये ।
हमारे दिलकी उन्हे तब हो कैफियत मालूम ।
किसी हंसीं का अगर दिलपे वार हो जाये ।
सोचो मेरे राजा मैं विरहा की मारी ।
(गाणे चालू असताना मनुताई येते व दडपे यास बोलावते.)

(१४)

(राणीच्या महालात राणीच्या सांगण्याप्रमाणे खासगी कारभारी दडपे पत्र लिहीत आहे.)

राणी : काय कारभारी, गाणं-बजावणं सध्या फार चाललंय?

दडपे : चाललंय, चाललंय; श्रीमंतांच्या करमणुकीसाठी चाललंय! काय म्हटलंत, चिमणराव जोग, नाही का?

राणी : हो, हो, चिमणराव जोग. माझे नातेवाईक आहेत ते.

दडपे : असं का? वा! वा! छान, छान! फार दिवसांनी नातलगांची आठवण झाली सरकारांना म्हणायची!

राणी : येत्या शनिवारी स्टेशनवर नंबर एकची सरकारी मोटार पाठवा आणि त्याची व्यवस्था गेस्टहाउसमध्ये स्वत: जातीनं ठेवा.

दडपे : हे काय सांगायला पाहिजे सरकार? परत गेल्यावर जन्मभर सरकारांची आठवण काढतील, अशी सरबराई ठेवतो त्यांची!

राणी : ते परत जाणार नाहीत.

दडपे : नाही का? राहू देत, राहू देत!

राणी : ते इथंच राहणार आहेत.

दडपे : असं का?

राणी : तक्रार येता कामा नये.

दडपे : छे, छे! सरकार, मी असल्यावर –

राणी : हो, हो, तुम्ही आहात म्हणूनच सांगते.

(१५)

(कोल्हापुरात चिमणरावास चंदनवाडच्या राणीसाहेबांकडून निमंत्रण पत्र आले आहे.)

चिमणराव : सामान्य असामी नव्हे आता मी! अहो, कारभारी!

चिमणराव हो, चंदनगडचा आता कारभारी!
खाजगी आतां कारभारी ॥
कदमा कदमावरती हुजरे, वांकवांकुनी करतील मुजरे ।
'सिपॉय'! 'जी साब ।'
अशाच झडतील घरी नि दारी ललकारी फैरी ॥

मेहेरबान रावसाहेब चिमणराव जोग, खासगी कारभारी होणार; खासगी कारभारी निसबत राजवाडा संस्थान चंदनवाड – अहो, अहो, सकलसौभाग्य वज्रचुडेमंडित काऊ –

कावेरी : इश्शऽ!

चिमणराव : इश्श ऽ काय?

कावेरी : काय हे वेड्यासारखं! अहो, आता आपण सरकारी पाहुणे होणार!

चिमणराव : आणि चंदनवाडचा खासगी कारभारी रावसाहेब चिमणराव जोग होणार.

कावेरी : होच मुळी! पण वशिला कुणाचा?

चिमणराव : कबूल आहे, कबूल आहे बुवा.

कावेरी : पण गुंडुभाऊजी गेलेत कुठं?

चिमणराव : तो बसला असेल आपल्या संगीत व्यायामशाळेत ठाण ठोकून!

कावेरी : ते आले असते तर नसती का झाली मदत मला?

चिमणराव : हो, मी खासगी कारभारी झाल्यावर माझा खासगी कारभारी त्याला करणार होतो.

कावेरी : हं, काहीतरीच!

चिमणराव : काहीतरीच काय? अगं खरंच, मनुताईची भीती वाटते त्याला.

कावेरी : हं, भीती वाटते.

चिमणराव : आता काय करावं! अगं खरंच, पुन्हा एखाद्या वेळी मिठी मारली तर!

कावेरी : चला, काहीतरीच.

चिमणराव : अगदी भित्रट कुठला! तेवढ्याकरिता चंदनवाडला येणार नाही तो.

कावेरी : येणार नाहीत? आणि व्यायामशाळेचे अध्यक्ष होणार आहेत ते?

चिमणराव : त्याची किंमत कुठं आहे त्या गाढवाला?

कावेरी : हं, बघते कसे येत नाहीत ते! ओढून आणीन मी त्यांना.

चिमणराव : हो, हो, तुम्ही नेणार ना? न्या, न्या, आता येईलच तुझा भाऊजी!

कावेरी : बघू, बघूयाच.

चिमणराव : बघ! बघाच! हातच्या काकणाला आरसा नको बरं!

(गुंड्याभाऊ बाहेरून ऐकतो व आत येतो.)

गुंड्याभाऊ : अहो वहिनी, चिमणा म्हणतो ते अगदी बरोबर आहे.
चिमणराव : घे, ऐकलंस?
कावेरी : ऐकलं बरं! काय बरोबर आहे हो भाऊजी?
गुंड्याभाऊ : आमचं ठरलं म्हणजे ठरलं! चंदनवाडला आम्ही काही येणार नाही. तुम्ही जा, पाहुणचार खा, गंमत करा.

(१६)

(चिमणराव, कावेरी व छबी चंदनवाडला सेकंड क्लासच्या डब्यातून चालले आहेत.)

चिमणराव : छबे, हा सेकंड क्लास आहे. मऊ-मऊ गाद्या आहेत ना?
कावेरी : आले असते गुंड्याभाऊजी तर?
चिमणराव : मूर्ख आहे झालं! नशिबात नको संस्थानी पाहुणचार?
कावेरी : पण तिथं गेल्यावर जरा नीट वागा हं!
चिमणराव : हे तू मला सांगतेस होय? तूच सांभाळून वाग म्हणजे झालं! अरे, स्टेशन आलं वाटतं? पाहिलंस, किती गर्दी जमली आहे आपल्या स्वागताकरता!

(स्टेशनवर पुष्कळ गर्दी जमली आहे. स्वयंसेवक, स्वयंसेविका व इतर लोक आले आहेत.)

चिमणराव : अहो, अहो, आम्हीच जोग! कोल्हापूरचे सरकारी पाहुणे! काय मूर्ख आहेत लोक हे! (चिमणरावाकडे कोणीच पाहत नाही. गाडीतून गुंड्याभाऊ खाली उतरतो.) आं! गुंड्याभाऊ!
कावेरी : अगं बाई!

(लोक गुंड्याभाऊचे स्वागत करतात. चिमणराव व कावेरी सामान घेऊन उतरू लागतात.)

चिमणराव : 'तुका म्हणे देवा, तुझा मी हमाल!' चला, घ्या आपलं सामान; चला, उचला.

(स्वत:चं सामान घेऊन प्लॅटफॉर्मवरून चालू लागतात.)

(१७)

(चिमणराव व कावेरी, छबीसह आपले सामान घेऊन स्टेशनबाहेर येतात. संस्थानची मोटर त्यांना घेण्यासाठी स्टेशनबाहेर उभी आहे.)

ड्रायव्हर : अहो, कोल्हापूरचे पाहुणे आले आहेत का? अहो, सरकारी पाहुणे–
चिमणराव : अहो, अहो, मीच कोल्हापूरचा चिमणराव जोग. पण काय हो, हे बैल का जोडले?

ड्रायव्हर : वाटेत गाडी बंद पडली, तेव्हा धरले झालं बैल वेठीला.

चिमणराव : वेठीला काय? पण काय हो? याचा मेक् काय?

ड्रायव्हर : आमच्या महाराजांच्या आजोबांच्या वेळची ही गाडी आहे. मला मेक् माहीत नाही.

चिमणराव : पण मला नाव माहीत आहे. ऑक्स-फोर्ड!

ड्रायव्हर : ऑकस फोर्ड काय?

चिमणराव : नाही, नाही, ऑक्स-फोर्ड!

ड्रायव्हर : वरूनच बसा हं!

चिमणराव : काऊ, छबे, वरूनच चला. बसा, बसा. ड्रायव्हरसाहेब, हाणा चाबूक.

बैलवाला : अहो साहेब, कुठं जायचं? गेटावर काय?

चिमणराव : अरे बाबा, गेटावर नाही, गेस्टहाउसमध्ये. (मोटर जाऊ लागते.)

(१८)

(चंदनवाडच्या 'गेस्टहाउस'जवळ मोटर येऊन थांबते. तेथील अधिकारी सहस्रभोजने सामोरे येतात.)

सहस्रभोजने : सुस्वागतम्! सुस्वागतम्! वेल्कम्! यावं, यावं, रावसाहेब चिमणराव जोग, सुस्वागतम् – वेल्कम्!

चिमणराव : अहो, क्लीनरसाहेब, हे काय हे? दार उघडा, दार उघडा! ही काय ऑक्सफोर्ड गाडी आहे, का काय आहे?

क्लीनर : आलो, आलो! थांबा, थांबा. उतरा, सावकाश उतरा. (गाडीचा दरवाजा उचलून ठेवतो.)

चिमणराव : हे तुमचं गेस्टहाउस काय? आमचं सामान तेवढं उतरायला सांगा.

भोजने : सामान आहे नाही का तुमचं? अरे गेन्या, सख्या, मारुत्या, कुठं गेले लेकाचे? काय हरामखोर आहेत. अरे, कुणी आहे की नाही? अरे, पाहुणे आले आहेत.

चिमणराव : अहो, कळलं, कळलं! ज्यानं स्टेशनबाहेर सामान आणलं, त्याला गाडीतून उतरणं काही अशक्य नाही. चल काऊ.

(चिमणराव, कावेरी, छबी सामान घेऊन येतात.)

भोजने : ही आपली खोली. हे सामान आम्ही घेतलं असतं; पण ते काम आमचं नाही! आमचं उपनाव सहस्रभोजने!

चिमणराव : नाही, नाही, आमचंच ते काम आहे! आमचं सामान आहे. सहस्रभोजने काय? ठीक, ठीक, थांबा हं! सामान ठेवून हात मोकळे तर करतो. (सामान आणून आत ठेवतो.) काय म्हटलंत,

सहस्त्रभोजने काय?

भोजने : पण साहेब –

चिमणराव : आलं, लक्षात आलं. मला वाटलं, विसरला असाल! म्हटलं, पाहावं आपलं. (खिशातून एक आणेली काढतो व सहस्त्रभोजने यांना देतो. बराच वेळ झाला तरी कोणी पाहुण्यांची चौकशी करीत नाही. अखेर छबी भुकेने व्याकूळ होऊन झोपते.)

चिमणराव : तास झाला, चहा-चहा करतोय; पण इकडे कुणी फिरकेल तर शपथ! छबी आपली लहान आहे, रडून-रडून झोपली! आम्हांला तर तसं काही करता येत नाही! झक् मारली आणि तुझ्या मावशीच्या संस्थानात आलो.

कावेरी : कुणी सांगितलं होतं तुम्हाला यायला? उगीच कशाला मला दोष देता? तुम्हीच आलात, मावशीला हे माहीतसुद्धा नसेल!

चिमणराव : नसेल, तर कळणार कसं? 'दिल्ली तो बहोत दूर है।' त्या तिकडे राजवाड्याच्या दिल्लीत आणि आम्ही इथं! अहो, सहस्त्रभोजने, अरे गोंद्या, सख्या, कुणी आहेत का नाही तिकडे?

(आतल्या खोलीत सहस्त्रभोजने, गोविंदा आचारी, सख्या, मारुत्या हे सर्व नोकर फराळावर ताव मारीत बसलेले असतात. सहस्त्रभोजने रागाचा आविर्भाव करून बोलतो.)

भोजने : अरे, कुणी आहेत की नाही? अरे गोंद्या, सख्या, मारत्या, मघापासून पाहुणे एकसारखे हाक मारीत आहेत आणि तुमचे कान फुटले की काय? कुठं गेला मारत्या?

मारुती : काय दिवानजी?

भोजने : काय दिवाणजी! केव्हापासून हाका मारताहेत पाहुणे. ऐकू येत नाही? कान फुटले वाटतं तुझे?

मारुती : काम करीत होतो दिवानजी.

भोजने : काम करीत होतो म्हणे! जा लवकर. कुठं आहे गोंद्या? अरे, हे पाहुणे म्हणजे काय समजलात तुम्ही? नुसते लेक्चर देणारे, पगडी घालणारे, येस-फेस करणारे विद्वान नाहीत! आणि वहिनीसाहेब म्हणजे काय समजलास तू? राणीसाहेबांच्या मावसभाच्या आहेत त्या! आणि ते जोग राणीसाहेबांचे भाचेजावई आहेत. गोंद्या!

गोविंदा : काय दिवानजी?

भोजने : अरे, चहा झाला की नाही? पाहुण्यांना चहा घ्यायचा आहे.

गोविंदा : ठेवला आहे.

भोजने : ठेवला आहे, ठेवला आहे! काय लोक आहेत हरामखोर, निर्लज्ज, डॅमफूल लेकाचे. (रागारागाने चिमणरावांच्या खोलीत जातो.) पाहिलंत? कसे हरामखोर आणि ढोंगी लोक आहेत हे! आता वहिनीसाहेबांना काय वाटेल? दुसरं काही नाही; यामुळे माझं नाव बद्दू होतं! आता हे पाहा, कोणच्या गाढवानं पाडली, कुणाला ठाऊक! (पडलेली खुर्ची दाखवतो.) बरं, पाडली ती पाडली; ठेवली नाही पुन्हा व्यवस्थित! दुसरं काही नाही, शिस्त बिघडते. गोंद्या, चहा घेऊन ये.

चिमणराव : हां, तेवढं तरी काम करा म्हणावं!

(गोविंदा आचारी विडी ओढीत-ओढीत ट्रेमधून चहा घेऊन येतो.)

चिमणराव : छबे, ऊठ, ऊठ. आपल्या नशिबानं सुंदर चहा आलाय!

भोजने : अगदी सुंदर! चांगला लिप्टनचा पिवळा आहे ना? अरे, बेबींना भूक लागली आहे. काही लाडू, बिस्किटं, पाव आण ना! (गोविंदा जातो.)

चिमणराव : अहो, पण कशाला विनाकारण त्रास घेता?

भोजने : विनाकारण कसला? घेतलाच पाहिजे.

(नोकर लाडू, बिस्किटे वगैरे ताटातून घेऊन येतो.)

चिमणराव : कशाला त्रास घेता?

भोजने : नको? बरं, मर्जी आपली, राहू दे! नको रे! (गडी ताट घेऊन जातो.)

कावेरी : घ्या, आता नुसता चहाच घ्या.

चिमणराव : छबे, घे बाई चहा. घ्या, घ्या, चहा घ्या.

(गेस्टहाउसच्या मागील बाजूस विहिरीवर चिमणराव, कावेरी स्नानाच्या तयारीत असतात. कावेरी बंबातून पाणी काढावयास जाते; पण बंबात विस्तव नाही, हे पाहून दोघे चिडतात.)

कावेरी : पाणी गार!

चिमणराव : काय, पाणी गार? बरोबर आहे; बंबात नुसतं पाणी घालायला सांगितलं होतं ना? सांगकामे लेकाचे! हरामखोर! चला, आपण तिकडे विहिरीकडे जाऊ; तिथं तरी पाणी आहे की नाही?

कावेरी : मग आता छबीचं स्नान?

चिमणराव : आज तिच्या स्नानाला सुट्टी! (विहिरीत खडा टाकतो.) हॅलो, मिस्टर पाणी!

(गेनू गडी – 'नार कुणाची गरारा फिरवित नेत्र' गुणगुणत येतो.)

चिमणराव : अरे गेन्या, विहिरीतलं पाणी काढून दे पाहू!

गेनू : ती माझी डूटी नाही साहेब, ती सख्याची! मी वरचं काम करतुया!

चिमणराव : अस्सं काय? वरचं काम! डूटी! अरेच्या! बरं!

(चिमणराव व कावेरी पाणी काढू लागतात.)

कावेरी : अहो, पडाल!

चिमणराव : पडतोय! हरामखोर लेकाचे! काऊ, तुला आठवतं का गं?

कावेरी : काय?

चिमणराव : आपली 'पहिली ओळख गोडीची!' साताराची! विहिरीवरची!

कावेरी : हो, सगळं आठवतं.

चिमणराव : 'झोक तोल, तोल, तोल गं, आडाचं पाणी लई खोल गं!' आपण खूप खेळलो! जलविहार आणि ती कोशिंबीर! (दोघेही स्नान करतात.)

चिमणराव : 'शांताकारम्, भुजंगशयनम्'... अरे सख्या, एवढं धुऊन वाळत घाल बघू!

सख्या : साहेब, ही डूटी माझी नव्हं, मारत्याची हाय्!

चिमणराव : जा, जा! चला, आपण आपलं काम केलं पाहिजे. 'तुका म्हणे देवा, तुझा मी हमाल!' हरामखोर लेकाचे!

(चिमणराव, कावेरी कपडे धूत आहेत. इतक्यात दडपे येतो.)

दडपे : हो, हो, रावसाहेब! नमस्कार, नमस्कार रावसाहेब चिमणराव जोग! वा! वा! वा! आपल्यासारख्या बड्या लोकांमध्ये इतकं स्वावलंबन कधीच पाहिलं नव्हतं! बरं का, आपले हे असले फोटो वर्तमानपत्रांत छापून आले पाहिजेत.

चिमणराव : छापा ना तुमच्या चंदनवाडच्या गॅझेटात! तेवढीच बातमी होईल एक नवीन.

दडपे : त्याशिवाय तरुण पिढीची सुधारणा होणं शक्य नाही.

चिमणराव : बरोबर आहे – 'जय स्वावलंबन की जय!'

दडपे : बरं रावसाहेब, चहाबिहाचा बेत ठीक होता ना?

चिमणराव : ठीक! काय काऊ? (कावेरी नाक मुरडते.) तुमच्या या गेस्टहाउसच्या चहापेक्षा आमच्या कोल्हापूरच्या बोळांतल्या हॉटेलांत चहा सुंदर मिळतो. तो चहा होता, का कुणाचं तरी काही तरी ते होतं! हे पाहा, त्या गोंद्या आचाऱ्याला, मारुती धोब्याला आणि सख्या पाणक्याला – अगोदर काळ्या पाण्यावर पाठवतो मी खासगी कारभारी झाल्याबरोबर, काय समजलात?

दडपे : म्हणजे, आपण खासगी कारभारी होणार?

चिमणराव : हो, हो, मग काय धुणं धुवायला इथं आलो आहोत की काय?

'जय स्वावलंबन की जय!' चला, पाणी येईल पंच्याचं अंगावर! (पुन्हा दोघे धुऊ लागतात.)

दडपे : ठीक, ठीक! रामराम कारभारीसाहेब! (जातो.)

कावेरी : कोण होता हा?

चिमणराव : असेल वाड्यांतला कुणीतरी तिस्मारखान पगडीबहाद्दर! लागलीच जाऊ राणीसाहेबांच्याकडे –

कावेरी : आणि सगळी हकिगत सांगू या त्यांना!

चिमणराव : खोड मोडू या गुलामांची. अगदी जेवण झाल्याबरोबर जाऊ या!

(चिमणराव व कावेरी धुतलेले कपडे घेऊन खोलीकडे धावत जात आहेत.)

दडपे : खासगी कारभारी होणार म्हणे! हं! (सहस्त्रभोजने येतो.) त्यांना सळो की पळो करून सोड. ते लोक इथं राहता कामा नयेत! गेस्ट हाउसपेक्षा तुरुंग बरा, असं त्यांना वाटलं की, ते आपोआप पोबारा करतील. आणि हे पाहा, आज त्यांना इथून कुठं बाहेर पडू देऊ नकोस! टांगाबिंगा मागायला लागले तर सारे टांगेवाले त्या बजरंग व्यायामशाळेच्या सभेला गेलेत म्हणून सांग! ते लोक इथं राहता कामा नयेत!

(गेस्टहाउसमध्ये गोविंदा जेवणाची घंटा वाजवितो.)

गोविंदा : जेवणाची घंटा झाली. जेवायला चला.

(चिमणराव, कावेरी, छबी येतात.)

चिमणराव : छबे, भूक लागली ना तुला? अहो, सहस्त्रभोजनेऽऽ (सहस्त्रभोजने येतो.) आणा बुवा, फार भूक लागली. अहो, भूक म्हणजे भूकच ती!

(भोजने गोविंदाला वाढण्याबद्दल खुणेने सांगून जाऊ लागतो.)

चिमणराव : गोंद्या, गोविंदा, अहो गोविंदराव –

गोविंदा : हाक मारलीत मला?

चिमणराव : भूक! छबीला फार भूक लागली. वाढा बुवा आता लवकर.

(१९)

(बजरंग व्यायामशाळेच्या परिषदेतील मेजवानीत अध्यक्ष प्रो. गुंड्याभाऊ दांडेकर यांना आग्रह चालू आहे.)

व्यवस्थापक : सावकाश होऊ द्या हं.

१ला गृहस्थ : वाढा, अध्यक्षांना वाढा!

गुंड्याभाऊ : बाकी, इथली व्यवस्था पाहून फार आनंद झाला.

२रा गृहस्थ : अध्यक्षांना बासुंदी वाढा हं.

गुंड्याभाऊ : नको, नको. फार झाली बुवा.

स्वयंसेविका : बाबा, सांगा ना, वाढू का?

व्यवस्थापक : अध्यक्षांना वाढ. (मनुताई गुंड्याभाऊला पुऱ्या वाढू लागते.)

गुंड्याभाऊ : नको हो, आणखी पुऱ्या कशाला?

सर्व : वाढा हो, वाढा तुम्ही. घ्या हो.

गुंड्याभाऊ : नको, नको. फार झालं बुवा.

स्वयंसेविका : अहो, अध्यक्षमहाराज, बासुंदी केलीय कुणी?

गुंड्याभाऊ : कुणी, कुणी?

स्वयंसेविका : यांनी, आमच्या सेक्रेटरींनी!

गुंड्याभाऊ : तरी म्हटलं, बासुंदी गोड का लागते?

मनुताई : आहे ना गोड? मग घ्या ना आणखी पुऱ्या.

गुंड्याभाऊ : नको, नको! म्हणजे आम्ही बासुंदी गोड म्हटलं, हे चुकलं वाटतं आमचं?

मनुताई : हो, चुकलं तर. (ती वाढते – सर्व हसतात.)

गुंड्याभाऊ : आता कमाल झाली बुवा!

(२०)

(इकडे गेस्टहाउसमध्ये चिमणराव, कावेरी व छबी भुकेने व्याकूळ होतात. गोविंदा भात वाढायला घेऊन येतो.)

चिमणराव : छबे, भात आला! भात आला!

भोजने : चांगला आंबेमोहोर तांदळाचा भात आहे रावसाहेब! अरे, तूप चांगलं लोणकढं आहे ना? पहिल्या वर्गाचं जेवण आहे रावसाहेब! सावकाश होऊ द्या! आत्तापर्यंतचे सगळे सरकारी पाहुणे अजीर्ण होऊन गेले इथून!

चिमणराव : अस्सं का? म्हणा, पार्वतीपते हरहर महादेव. हां, छबे!

(तिघेही जेवू लागतात. प्रत्येक घासाला खडे लागतात. चिमणराव खडा लागताच कानांवर हात ठेवतो. कावेरी तोंडावर हात ठेवते. छबी डोळ्यांवर हात ठेवते. गोविंदा सहस्रभोजन्यांना काड्याच्या पेटीवरील तीन माकडांची चित्रे दाखवतो.)

(२१)

(व्यायामशाळेच्या दुसऱ्या दालनात पानसुपारी होऊन मंडळी अध्यक्षांचा निरोप

घेऊन जात आहेत.)

व्यवस्थापक : बरं, अध्यक्षमहाराज, आता आपण वामकुक्षी करावी. आणखी थोड्या वेळानं बरंच काम आहे. आम्हीही येतो आता. आम्हांलाही मंडपात थोडी तयारी करावयाची आहे. नमस्कार!

(आतील बाजूस इतर स्वयंसेविका मनुताईला गुंड्याभाऊकडे जाण्यास सुचवतात. ती लाजते. बाकीच्या सर्व जणी तिला दरवाजाकडे नेतात.)

मनुताई : आत यावयास परवानगी आहे का?

गुंड्याभाऊ : परवानगी परक्या माणसांनी विचारायची असते.

मनुताई : माझ्या मुठीत काय आहे, ओळखा पाहू?

गुंड्याभाऊ : मुठीत?

मनुताई : हो!

गुंड्याभाऊ : बायकांच्या मुठीत नवरे असतात, असं ऐकलंय आम्ही!

मनुताई : इश्श!

गुंड्याभाऊ : मग नाही बुवा आपल्याला ओळखत.

मनुताई : नाही? मग हरलात?

गुंड्याभाऊ : हो, म्हणजे आता –

मनुताई : हे घ्या. (विडा दाखवते.)

गुंड्याभाऊ : काय, विडा? विडा मी खात नाही कधी.

मनुताई : अगं बाई! हे नव्हतं ठाऊक मला! मग आणा तो हार इकडे.

गुंड्याभाऊ : म्हणजे काय?

मनुताई : नाही, म्हणजे ज्यांना विडा आवडत नाही, त्यांना फुलं तरी कशाला हवीत? आणा तो हार माझा मला.

गुंड्याभाऊ : छे! छे! आम्ही नाही देणार.

मनुताई : मग हा घ्या.

गुंड्याभाऊ : अगदी कमाल आहे बुवा. राजहट्टापेक्षा स्त्री-हट्ट बिकट असतो, हे अगदी खरं! (विडा खातो. मनुताई दुसरा विडा देते. तोही खातो.) बरं का, हा हार आम्ही अगदी जपून ठेवणार आहोत.

मनुताई : का?

गुंड्याभाऊ : एका माणसाची आठवण म्हणून!

मनुताई : मग त्या माणसानं आठवण म्हणून काय जपून ठेवायचं?

गुंड्याभाऊ : हो खरंच, काय बरं?

मनुताई : मी सांगू?

गुंड्याभाऊ : काय, काय?

मनुताई : तुमच्या मिशा? (दोघे हसतात. एक स्वयंसेवक येतो.)

गुंड्याभाऊ : काय काम आहे रे?

स्वयंसेवक : राजेसाहेबांना घालावयाचा हार चुकून आपल्याला घातला आज सकाळी स्टेशनवर!

गुंड्याभाऊ : बरं, मग?

स्वयंसेवक : तो परत न्यायला आलो आहे मी! चूक-भूल झाली, क्षमा असावी वगैरे वगैरे. तो हार परत मिळावा, ही विज्ञप्ती.

गुंड्याभाऊ : वा! वा! लग्न झाल्यावर मुलगी परत मिळत नसते म्हणावं! आणि हा हार तर बिलकूल मिळणार नाही. कळावे, लोभ असावा, ही विनंती. आज्ञा.

मनुताई : तो हार तेवढा –

गुंड्याभाऊ : अहो, पण –

मनुताई : हे पाहा, ज्या माणसानं तुम्हांला हा हार घातला, त्या माणसाला तुम्हांला दुसरा हार घालणं काही अशक्य नाही.

गुंड्याभाऊ : हो, पण त्याच्या मनात नसेल तर?

मनुताई : नाही पण, असेल तर?

गुंड्याभाऊ : मग, हा घ्या. (हार देतो.)

(२२)

(चिमणराव, कावेरी, छबी गेस्टहाउसमध्ये राजवाड्यात जायला निघतात.)

चिमणराव : सहस्रभोजने, अहो सहस्रभोजने, एखादा टांगा तरी आणून द्या ना, आम्हांला वाड्यावर जायला!

भोजने : रावसाहेब, आज कुठला टांगा मिळायला?

चिमणराव : का?

भोजने : सगळे टांगे त्या सभेला गेले आहेत.

चिमणराव : सभेला?

भोजने : म्हणजे बजरंग व्यायामशाळेचा आज उत्सव आहे ना!

चिमणराव : वा! इथले टांगेवालेसुद्धा विद्वान दिसतात.

कावेरी : मग आता?

चिमणराव : आता काय? आपले पाय तरी शाबूत आहेत ना? चला.

भोजने : रावसाहेब, आपल्याला मात्र विनाकारण त्रास पडला.

(२३)

(बजरंग व्यायामशाळेच्या परिषदेसाठी घातलेल्या मंडपात अध्यक्ष प्रो. गुंड्याभाऊ दांडेकर कार्यकर्त्यांसह येतात.)

स्वयंसेवक : 'अध्यक्षमहाराज की जय! प्रो. गुंड्याभाऊ दांडेकर की जय!' (गुंड्याभाऊ, व्यवस्थापक, मनुताई, स्वयंसेवक, स्वयंसेविका येतात. गुंड्याभाऊ मंडपामधील मारुतीच्या फोटोला नमस्कार करून, अध्यक्षाकरिता तयार केलेल्या आसनावर बसतो.)

गुंड्याभाऊ : बरं, आता परिषदेच्या कामकाजाची सुरुवात –

व्यवस्थापक : संस्थानाधिपती श्रीमंतांची स्वारी जातीनंच हजर राहणार आहे. तेव्हा ते आल्यावर मगच आपण –

लोक : 'श्रीमंत सरकार बाबासाहेबमहाराज की जय!'

(२४)

(राजवाड्यांत राजेसाहेबांच्यापुढे कुत्र्याचे खेळ चालले आहेत.)

राजा : शाबास टॉम! आता रोल – बब्या, आता रोल! (हुजऱ्या कुत्र्याप्रमाणे लोळण घेतो.) अरे दडपे, दडप्या, अरे, इतका वेळ तू होतास कुठं? आत्ता काय गंमत झाली. अरे, पण हो, किती वाजले? अरे, कुठल्याशा सभेला जायचं आहे आपल्याला. कायसं उघडायचं आहे, शाळा की लॉटरी?

दडपे : हां, हां! त्या बजरंग व्यायामशाळेच्या परिषदेला ना? कोण जातो इतक्या उन्हात! सरकारस्वारींना सवड नाही म्हणून एक चिठ्ठी पाठवून देतो, म्हणजे झालं!

राजा : अरे, पण पुण्या-मुंबईची वर्तमानपत्रं माझ्यावर टीका करतील ना!

दडपे : काही नाही टीका करीत. आपण केशरबाईचं गोड-गोड गाणं ऐकू या.

राजा : असं? बरं, ते तुझं तू पाहा! चिठ्ठी पाठवायला मात्र विसरू नकोस हं!

दडपे : ते करतो बरोबर! बंब्यालाच पाठवतो.

(२५)

(परिषदेच्या मंडपांत राजेसाहेबांची वाट पाहून गुंड्याभाऊ कंटाळून जातो.)

गुंड्याभाऊ : का हो, आले की नाही तुमचे राजेसाहेब?

व्यवस्थापक : नाही आले अजून.

गुंड्याभाऊ : नाही आले? आम्ही असले बुद्धिबळातले आणि पत्त्यांतले राजे

खूप पाहिले आहेत.

व्यवस्थापक : अध्यक्षमहाराज, असली राजद्रोहाची भाषा कुणी ऐकली तर?

गुंड्याभाऊ : तर काय होईल? लोकांसाठी राजा आहे की राजासाठी लोक आहेत?

व्यवस्थापक : नाही; पण –

गुंड्याभाऊ : मित्रहो, तुम्ही असेच जांभई देत बसणार? ते शक्य नाही. आपण हनुमंताचे भक्त आहोत, समर्थांचे सेवक आहोत! 'समर्थाचिया सेवका वक्र पाहे। असा सर्व भूमंडळी कोण आहे?' आपण कुणालाही भिण्याचं कारण नाही; राजेलोकांच्या लहरीप्रमाणे नाचायला तुमचा-आमचा जन्म नाही; तेव्हा आपणच आपल्या कार्यक्रमाला सुरुवात करू या.

लोक : अवश्य! अवश्य! हो, पण कार्यक्रमाला सुरुवात गाण्यानंच केलेली बरी.

गुंड्याभाऊ : हो, राष्ट्रगीतानंच सुरुवात करू या.

गुंड्याभाऊ : शृंखलांत जखडली जननी प्रिय बंधो! प्रिय बंधो!
केवी घोर दैन्य करी न विद्ध हृदय, सुप्ती हरूनी बंधो!
इतिहास दिव्य आपुला स्मरा,
फुलवा पुन्हा त्या अंगारा,
करीत जयकार, जय बोला!
जन येती, जन जाती, अवमानिती
गवतापरी तुडविती!
सहन होई कां बोला?॥
अंगनाही संगरांत जेथं अघाडी!
आर्यतेज कां तिथेंच आज दे दडी?
ही पोटीं चाड धरुनी, जागे व्हा बंधुभगिनी!
मातृदास्यमुक्ती साधुं या!
हिंदू भूमी की जय, जय जय, हिंद भूमी की जय!
रणभेरी फुंकूं या, मृतांना चेतना द्याया,
गतविभव सकल मिळवाया, अन्याया निवटाया,
नभांत गरुडापरी भरारी मारूं या त्वेषानें!
स्वातंत्र्याचा सुधाकुंभ हो, जिंकूं जयघोषानें!
पंचखंड हे दिपवूं या, झेंडा उंच उभाराया!
बोला! जय बोला! जय, जय बोला!
हिंद भूमी की जय बोला ॥

लोक : वंदे मातरम्, वंदे मातरम्, वंदे मातरम्!

सेवक : महाराजांचा हुजऱ्या आला आहे.

व्यवस्थापक : बोलाव, बोलाव त्याला. (हुजऱ्या पत्र घेऊन येतो व व्यवस्थापकांकडे देतो. गुंड्याभाऊ ते मागून घेतो व वाचू लागतो.)

गुंड्याभाऊ : काय, हुजूर आज्ञेनं आपल्याला कळविण्यात येतं की, सरकारांचा आवडता कुत्रा चि. टॉम आजारी असल्यामुळे स्वारीला आजच्या समारंभाला हजर राहता येत नाही.

व्यवस्थापक : मला वाटतं, यात काहीतरी चुकीचं –

लोक : हो, हो, चुकीचं –

गुंड्याभाऊ : मग बरोबर कोणतं?

व्यवस्थापक : काय रे, आजारी कोण आहेत? महाराज की टॉम?

हुजऱ्या : टॉमसाहेब!

गुंड्याभाऊ : लोकहो, ऐकलंत? टॉमसाहेब आजारी आहेत. तुम्हांला या संस्थानात कुत्र्याइतकीसुद्धा किंमत नाही. या पत्राचं उत्तर तुम्ही असेच स्वस्थ बसून देणार? अशी मुकी मेंढरं बनू नका. मी असाच वाड्यावर जाऊन महाराजांना जाब विचारणार. माझ्याबरोबर यायला कोण तयार आहे? (लोकांच्या गर्दीमधून एक लहान मुलगा पुढे येतो. मुलाला पाहून गुंड्याभाऊ दचकतो. लोक हसू लागतात.)

गुंड्याभाऊ : हसायला काय झालं? ए हुजऱ्या, चल, हो पुढं. वाडा दाखव! (व्यवस्थापकांच्या विनवणीला न जुमानता गुंड्याभाऊ निघून जातो.)

(२६)

(राजवाड्याच्या प्रवेशद्वारात चिमणराव, काऊ-छबीसह येतो. शिपाई त्याला सोडीत नाहीत.)

चिमणराव : हे पाहा शिपाईमामा, आम्ही सरकारी पाहुणे आहोत.

शिपाई : ते काही नाही. तुम्ही बोलू नका हो!

कावेरी : अहो, राणीसरकार माझ्या मावशी आहेत.

चिमणराव : आणि मी त्यांचा भाचेजावई आहे.

शिपाई : पण महाराजांचा हुकूम नाही आत सोडण्याचा.

चिमणराव : अहो, मी खासगी कारभारी झाल्यावर तुम्हा सगळ्यांना पोलिससुपरिंटेंडेंट करीन.

शिपाई : पण तो पुढचा प्रश्न आहे.

(गुंड्याभाऊ व स्वयंसेवक 'जय जय रघुवीर समर्थ!' म्हणत येतात व शिपायांना बाजूला करून आत जातात. त्यांच्या मागून चिमणरावही जातो.)

(२७)

(राजाच्या महालात केशरचे गाणे चालले आहे. गुंड्याभाऊ, मनुताई, स्वयंसेवक, चिमणराव वगैरे आत येतात.)

गुंड्याभाऊ : बंद करा, बंद करा ते गाणं!

राजा : कोण तुम्ही?

गुंड्याभाऊ : प्रोफेसर दांडेकर! आजच्या परिषदेचा अध्यक्ष! हे पत्र पाठवायला तुम्हांला काही वाटलं नाही? चि. टॉम आजारी आहे काय?

राजा : हे, हे दडप्याचं काम! गाढव!

गुंड्याभाऊ : मग बाळगलीत कशाला असली ही दरबारात? तुम्हांला सभेला यायला फुरसत नाही आणि असलं भिकार गाणं ऐकायला मात्र सवड आहे?

केशर : भिकार गाणं काय!

गुंड्याभाऊ : हो-हो, भिकार गाणं!

केशर : तुम्हांला गाढवाइतकं तरी गातां येतं का?

गुंड्याभाऊ : तोंड बंद कर! चल, बाजूला हो. राजा –

गुंड्याभाऊ : नाचे संगीत नटवर भेख धरे, तांडव नृत्य करे ।
नृत्य करे, धरन्ऽ मुरन्ऽ परन्ऽ सूंऽ! नाचे संगीत ।।
सासाऽ रेरेऽ ममऽ पपऽ धधऽ नीनीऽ सानीऽ धनीऽ
रेऽ सासाऽ पनीऽ पमऽ गममऽ सानीऽ धनीऽ
रेऽ सासाऽ पनीऽ पमऽ गममऽ पपऽ धधऽ नीनीऽ सासाऽ
रेऽ सारेगऽ रेऽ सारेगऽ मपऽ धनीसाऽ धनीसाऽ धनीसा ।।
यली लोम्ऽ यली लोम्ऽ यली लोम्ऽ यली लोम्ऽ
लोम् यलीऽ लोम् यलीऽ लोम् यलीऽ
यला यला याऽ याले यललल लालेऽ उदनितात देरेना
नादिर दिरतुम्ऽ देरेना दिरतुम् देरेनात्ऽ देरेनाऽ
तदा तदा तेरेऽ दानी दिर दिर दिर दिरऽ देरेना दिर दिर दिर दिरऽ
दिर दिर दिर दिर देरेनाऽ तदा तुंदरतदा रेतानित दानी तदा ।।
धींतर किडनग तिगीनकऽ तित् धा कडान् धाऽ गद्दी कत धाऽ
किडनग तिरकिट तकऽ धीरकिट तकधा कडान् धाऽ
किडनग तिर किडतक धीरऽ कीडतक धा कडान् धा ।।

किडनग तिर किडतकऽ धीर कीडतक धा कडान् धा ॥

चिमणराव : गुंड्याभाऊ की जय ! शाबास, शाबास! चांगला दाखवलास कोल्हापुरी हिसका! शाबास! (लोक टाळ्या वाजवितात.)

राजा : शाबास, शाबास! आम्हांला तुमचं गाण फार आवडलं बुवा! आम्ही जन्मात कधी असलं गाणं ऐकलं नाही. खरं की नाही?

लोक : खरंच, ऐकलं नाही.

राजा : हे पाहा प्रो. दांडेकर! मागा, तुम्हाला काय पाहिजे ते मागून घ्या. आम्ही तुमच्यावर भयंकर खूश आहो.

गुंड्याभाऊ : मग सरकारांनी आत्ताच्या आत्ता सभेला उपस्थित व्हावं, अशी आमची इच्छा आहे.

राजा : अहो, ते तर ठरलेलंच आहे! दुसरं काही मागा, मागा लवकर.

चिमणराव : सरकार, आमचा गुंड्याभाऊ लाजतोय! गुंड्याभाऊचं असं म्हणणं आहे की, चिमणराव जोगांना, म्हणजे आपल्या राणी सरकारांच्या भाचेजावयांना –

राजा : कुठं आहेत ते?

चिमणराव : म्हणजेच अस्मादिकांना खासगी कारभारी करावं.

राजा : कबूल! कबूल! एवढंच? आजपासून तुम्ही आमचे खासगी कारभारी. (खासगी कारभारी दडपे यांच्या डोक्यावरील पगडी काढून चिमणरावाच्या डोक्यावर ठेवतो.)

दडपे : पण सरकार, मी – मी आहे ना खासगी कारभारी! आपल्या पायाचा दास –

राजा : ते काही नाही. आमचा शब्द म्हणजे रामबाण!

दडपे : सरकार – सरकार –

चिमणराव : आहाहा! ही खासगी कारभाऱ्याची पगडी!

दडपे : सरकार, पगडी गेली तर गेली; पण निदान बायको तरी –

राजा : बायको?

चिमणराव : सरकार, एक गोष्ट आठवली.

राजा : ती कोणती?

चिमणराव : आपण गुंड्याभाऊचं काही चांगलं करणार आहात ना?

राजा : अवश्य! अवश्य!

चिमणराव : मग आपल्या वाड्यात वाढलेली मनुताई –

राजा : अस्सं! मनुताई –

चिमणराव : मनुताईचा विवाह गुंड्याभाऊशी करावा.

गुंड्याभाऊ : चिमणा – चिमणा –

दडपे : सरकार, सरकार, माझ्याशी –

राजा : गप्प बसा हो.

गुंड्याभाऊ : सरकार, तसं काही नाही.

राजा : कळलं, कळलं आम्हाला!

दडपे : सरकार, सरकार!

राजा : मने, लबाड पोरी –

गुंड्याभाऊ : तसं काही नाही सरकार, माझं म्हणणं तरी ऐकून घ्यावं.

राजा : ते काही नाही. ठरलं म्हणजे ठरलं! आमचा शब्द म्हणजे रामबाण!

- मध्यंतर -

(२८)

(राणीच्या महालात चिमणराव खासगी कारभाऱ्याच्या पोशाखात येतो. हुजरे मुजरे करतात.)

दासी : खासगी कारभारी आले आहेत.

राणी : येऊ देत. कोण, चिमणराव!

चिमणराव : आपल्या दर्शनासाठी आलो राणीसरकार!

राणी : ठीक आहे. तुम्हाला या दरबारी पोशाखात पाहून आमचं एक स्वप्न खरं ठरलं. तुम्ही चंदनवाडचे खासगी कारभारी झालात!

चिमणराव : आपली कृपा राणीसरकार!

राणी : तुमच्या गुंड्याभाऊ दांडेकरांचं आमच्या मनुताईशी लग्न ठरलं.

चिमणराव : आपलाच आशीर्वाद.

राणी : ही नात्याची माणसं मी एवढ्याचसाठी जवळ केली, की राजाबद्दल नात्याची माया नोकरांनाही वाटली पाहिजे.

चिमणराव : खरं आहे आपलं म्हणणं! नाहीतरी, कायद्यापेक्षा प्रेमानंच व्यवहार सुखाचे होतात.

राणी : माझी खात्री आहे, त्या तुमच्या प्रेमाच्या दृष्टीला राजाराणीची खरी सुख-दुःखं दिसतील.

चिमणराव : म्हणजे?

राणी : सध्या राजाराणींत त्या केशरमुळे अबोला उत्पन्न झाला आहे.

चिमणराव : माहीत आहे मला ते!

राणी : माझ्या संसाराला लागलेली ती जळती मशाल आता राज्याच्या

कारभारालाही लागली आहे.

चिमणराव : मग त्याचा सक्त विचार तुमचा जावई म्हणूनच नव्हे, तर खासगी कारभारी या नात्यानं मला केलाच पाहिजे.

राणी : होय ना?

चिमणराव : अवश्य! कारण आपल्या वरदहस्ताबरोबरच या पगडीचा भारही मी जाणलाच पाहिजे. या पवित्र पगडीमुळेच माझ्या चर्मचक्षूंना दिव्य दृष्टी मिळाली! त्या पाहा, असंख्य प्रजाजनांच्या संसाराच्या चिता आता मला दिसू लागल्या.

राणी : त्या विझविण्यासाठी –

चिमणराव : हा पाहा, मी निघालो. आपण निर्धास्त असा.

(२९)

(चिमणरावांच्या घरी रात्री अकरा वाजायची वेळ. कावेरी व छबी झोपल्या आहेत. चिमणराव बाहेरच्या दालनात 'वेश्या आणि त्यांचे जीवन' हे पुस्तक एकाग्रतेने वाचीत आहे.)

चिमणराव : 'वेश्या या समाजाची नीती सांभाळणाऱ्या देवता आहेत! पापपंकांतून आपण केव्हा बाहेर पडू, असं प्रत्येक वेश्येला वाटत असतं! आपला उद्धार करणाऱ्या पुरुषाच्या वाटेकडे ती डोळे लावून बसलेली असते. भाऊ म्हणून भेटायला येणाऱ्या पुरुषासाठी ती –'

(पुस्तकातील वरील भाग वाचून झाल्यावर स्वत:शी विचार करीत तो उभा राहतो.) वेश्या या समाजाची नीती सांभाळणाऱ्या देवता आहेत! वेश्या –

(कावेरी दारात बोलणे ऐकत उभी असते. ती एकदम पुढे येऊन त्याच्या हातातील पुस्तक काढून घेते.)

कावेरी : कसलं हे पुस्तक?

चिमणराव : काऊ! काऊ!

कावेरी : 'वेश्या आणि त्यांचं जीवन' काय? मी जिवंत असताना का हो ही अवदसा आठवली तुम्हाला?

चिमणराव : शांतम् पापम्! शांतम् पापम् ।। फार मोठा, मोठा भयंकर गैरसमज होत चाललाय तुझा!

कावेरी : गैरसमज? हा – हा, हा गैरसमज?

चिमणराव : राजकारणी पुरुषाचं पोलिटिकल सिक्रेट आहे हे!

कावेरी : जळ्ळी मेली ही पोलिटिकल सिक्रेटं!

चिमणराव : छे, छे, छे, छे! काऊ! काऊ, कारभाऱ्याची राणी झालीस तरी

कारकुनाच्या बायकोचा मत्सर गेला नाही तुझा! खासगी कारभारीण म्हणून विचार कर, स्त्रीच्या संगतीनं देहाचा गुलाम व्हायला मी आता साधा माणूस राहिलो नाही; कर्तव्यानं बांधलेला मी आता खासगी कारभारी आहे! माझ्या या पगडीकडे पाहा! जोपर्यंत ही कारभाऱ्याची पवित्र पगडी माझ्या डोक्यावर आहे, तोपर्यंत कसलीही पापवासना मला शिवणार नाही! वेश्येलासुद्धा देवता बनविण्याचं सामर्थ्य या माझ्या पगडीत आहे; समजलीस? आता तुला म्हणून सांगतो, तुझ्या मावशीचीच कामगिरी आहे ही. राणीसाहेबांचा हुकूम आहे.

कावेरी : म्हणजे?

चिमणराव : काहीही करून केशरला राजवाड्यातून काढून लावली पाहिजे. आपले महाराज अगदी तिच्या मुठीत आहेत.

कावेरी : मग त्याला असलं घाणेरडं पुस्तक कशाला वाचायला हवं?

चिमणराव : त्याशिवाय वेश्येचं जीवन काय आहे, हे मला कळणार कसं? अजून तरी मला त्याचा अनुभव नाही.

कावेरी : घाण खराट्यानं झाडायची असते; स्वतःच्या हातांनी झटकायची हौस कशाला? त्या सटवीचा अस्सा दंड धरा आणि –

चिमणराव : पण दंड धरायला तरी तिथं जायला पाहिजे ना?

(कावेरी चिमणरावाला ओढीत आणते व पलंगावर झोपवते.)

चिमणराव : अगं, पण मला तिकडे जायला पाहिजे.

कावेरी : मी तिकडे जाऊ देणार नाही.

चिमणराव : काऊ, माझ्या कर्तव्याच्या आड येतेस, याचं पातक –

कावेरी : मी माझ्या शिरावर घेते. (चिमणरावाला पांघरूण घालते; पलंगावर येऊन झोपते. साडेअकरा वाजतात. चिमणराव पोशाख करून केशरकडे जायला निघतो. त्याला कावेरीचे शब्द ऐकू आल्याचा भास होतो.)

चिमणराव : काऊ, मला क्षमा कर! मी तुला फसवून चाललो आहे. माझा नाइलाज आहे, मला क्षमा कर!

कावेरी : कुठं चाललात? कुठं चाललात?

चिमणराव : केशरकडे!

कावेरी : नका जाऊ! नका जाऊ! नका ना जाऊ! (चिमणराव जातो.)

चिमणराव : नाही, नाही, मला गेलंच पाहिजे! माझं कर्तव्य मला बोलावीत

आहे. माझी राजनिष्ठा मला हाक मारते आहे.

(३०)

(राजवाड्यातील केशरची खोली. बाहेरून घंटा वाजते.)

केशर : जा, बघा ना कोण आलंय ते. (दासी जाते. चिमणराव येतो. केशरबाई त्याला सामोरी जाते.)

केशर : अगं बाई! या ना! आपण खासगी कारभारी! तिथं काय उभं राह्यचं ते?

चिमणराव : हो, येतो; पण माझ्या ब्रह्मगाठीशपथ, मी अगदी पवित्र हेतूनं इथं आलो आहे.

केशर : पवित्र?

चिमणराव : वाटेल तर आमच्या कुटुंबाला विचारा, म्हणजे – आमच्या काऊला!

केशर : मी नाही जा! मला माहिती आहे, माझ्याबद्दल तुम्हांला काही वाटत नाही.

चिमणराव : असं कसं म्हणतां हो?

केशर : मग अजून तिथंच उभे का?

चिमणराव : हो, मी आपला इथंच उभा राहतो. हवं तर मी इथंच बसतो.

केशर : काय हे?

चिमणराव : नको का?

केशर : असं काय बरं देवा? देवानं कुठं बसायचं, हे स्वत: देवानं ठरवायचं नसतं; आमच्यासारख्या भक्तांनी ठरवायचं असतं!

चिमणराव : आहाहा! देव! भक्त! काय पवित्र विचार आहेत हो तुमचे!

केशर : आपल्यामुळे देवा! आपल्यासारख्यांचा सहवास केव्हातरी घटकाभरच मिळत असतो.

चिमणराव : खरं आहे; अगदी खरं! मी वाचलेलं अगदी खरं! आपला उद्धार करणाऱ्या पुरुषाच्या वाटेकडे ती डोळे लावून बसलेली असते.

केशर : का बसू नये तिनं? कस्तुरीचा वास मातीलासुद्धा लागतो; मग ती तर काय मनुष्यच आहे. (ती पगडी काढू पाहते.)

चिमणराव : छे, छे, छे! अहो, या पगडीमुळेच मी पवित्र राहिलो आहे. केशरताई, तुम्ही किती पवित्र; पण तुमचा धंदा किती किळसवाणा!

केशर : कित्ती घाणेरडा, कित्ती पापी! हे माझ्या उद्धार करणाऱ्या रामा, मला आज्ञा व्हावी – मी काय करू?

चिमणराव : महाराजांची नोकरी तुम्हाला आवडत नसेल?

केशर : अगदी ओकारी येते; पण काय करू?

चिमणराव : एकदम सोडून द्या.

केशर : पण काय करायचं? पोट आहे ना! अजून वाटतं, चांगलं लग्न करून संसार करावा, चार मुलांबाळांशी खेळत-खेळत –

चिमणराव : अरेरे! आमचा समाज किती क्रूर! किती निर्दय! किती निष्ठूर आहे!

केशर : अगदी भयंकर आहे; पण माझ्यासारख्या चिखलात पडलेल्या गरीब गाईला कोण वर काढणार? (रडू लागते.)

चिमण : मी आहे! मी आहे ना केशरताई? अशा रडू नका बुवा तुम्ही.

केशर : चल ये ना, चल ये ना, रुसवा सोड सारा,
आली राया, दासी घरा ॥
न्याहाळून घेऊ द्या हो, मला मुख-चंद्रमा
नयनांत नाचूं द्याना सख्या, प्रीतिपौर्णिमा
कशी घालू वारा? सरदारा, दिलदारा!
आटला जिव्हाळा अजि का राजेश्वरा? ॥
पुरे राग बाई, आता, चला मनमोहना,
पुरी पुरी झाले वेडी तुझ्यासाठी बोल ना!
गुन्हा काय झाला? अलबेला हा रुसला!
शोभतो अबोला तुज का प्राणेश्वरा? ॥

(चिमणराव व केशरबाई पलंगावर बसतात. चिमणराव केशरबाईकडे फुले मागतो. केशरबाई त्याच्याजवळ पगडी मागते. चिमणराव 'नाही-नाही' म्हणत शेवटी पगडी काढून देतो.)

चिमणराव : केशरताई, तुमचा आवाज आणि स्वभाव यांत अधिक गोड काय, हेच मला कोडं पडलं आहे.

केशर : तुम्हाला माझा स्वभाव आवडला ना?

चिमणराव : हो!

केशर : मग चला, मला या वाड्यात एक क्षणभरसुद्धा राहायचं नाही.

चिमणराव : मग छान! आत्तांच्या आत्तां हा वाडा आणि हे संस्थान सोडा.

केशर : चला ना मग! मला तुमच्या घरी घेऊन चला.

चिमणराव : घरी! तेवढं मात्र बोलू नका. मी तुमचा उद्धार करीन.

केशर : म्हणून म्हणते ना, चला घरी.

चिमणराव : तुमच्या हाकेला दत्तासारखा उभा राहीन. (घंटा वाजते) आँ!

केशर : तुम्ही इथंच थांबा. कोण आलं आहे ते पाहून येतो.

चिमणराव : अहो, पण मी इथं एकटाच आहे हं! दत्तमहाराज –

(दत्तमहाराजांचा फोटो म्हणून नमस्कार करायला जातो, तो स्त्रियांचे फोटो दिसतात, म्हणून डोळे मिटतो व पलंगावर बसतो. केशरबाई पगडी आपल्या

डोक्यावर ठेवून बाहेर जाते. दासी व कावेरी बोलत येतात.)

दासी : अहो बाई, कोण तुम्ही? मला बाईसाहेबांना कळवलं पाहिजे ना.

कावेरी : मीच कळवते की स्वतः!

(केशर येऊ लागते. दोघींची वाटेतच भेट होते.)

कावेरी : कुठं आहेत गं ते?

केशर : ते! कोण गं हे ते?

कावेरी : कोण ते काय? (शोधू लागते. कोणी सापडत नाही.)

केशर : काय, सापडला नाही तुला तुझा नवरा?

कावेरी : वर आणि हे काय? दुसऱ्याचे नवरे लपवून ठेवायला लाज नाही वाटत?

केशर : लाज? बाळ, आमचा धंदा आहे तो! पण काय गं, एवढा अपूर्वाईचा नवरा होता, तर फडताळात मोरंब्यासारखा जपून ठेवायचा होतास! हं! आपलाच दाम खोटा आणि –

कावेरी : गप्प बैस! त्यांच्याविषयी असं वेडवाकडं बोलशील तर –

केशर : तर? एकदा सोडून दहादा बोलेन. काय करशील गं?

कावेरी : काय करीन?

केशर : हो, हो, काय करशील?

कावेरी : पहाऱ्यात नेऊन बसवीन. अशी हसू नकोस. मी खासगी कारभाऱ्याची बायको आहे म्हटलं.

केशर : आणि मी महाराजांची आवडती गायिका आहे म्हटलं! चालती हो माझ्या घरातनं. ज्यांना नवरे सांभाळायची अक्कल नाही, त्यांनी लग्नं तरी कशाला करावीत?

कावेरी : अगं अवदसे, वाड्यात पाऊल ठेवलंस आणि महाराजांच्यांत अन् राणीसाहेबांच्यात वाकडं आणलंस!

केशर : इतकंच? अजून तर मी काहीच केलेलं नाही.

कावेरी : आता माझ्या संसारावर वळली काय संक्रांत?

(चिमणराव बाहेर येतो.)

चिमणराव : काऊ, काऊ –

कावेरी : बरे सापडलात.

चिमणराव : काऊ, काऊ, असं बोलू नकोस.

कावेरी : का बोलू नकोस?

चिमणराव : अगंऽ आमचं नातं अगदी शुद्ध –

कावेरी : आहाहा! पुरुषजात म्हणजे शुद्ध गोचडी.

चिमणराव : गोचडी?

कावेरी : नवी बाई दिसली, की बसले तिथं चिकटून! मग ती एखादी शूर्पणखा का असेना!

केशर : कोण शूर्पणखा? कुणाला म्हणालीस शूर्पणखा?

कावेरी : तू, तू शूर्पणखा!

केशर : तू, तू!

चिमणराव : काऊ, काऊ, माझ्या बहिणीला शूर्पणखा म्हणू नकोस. वन्सं म्हण तिला.

कावेरी : अडलंय माझं खेटर!

केशर : अस्सं काय? चल, चालती हो इथून!

कावेरी : होणार नाही!

चिमणराव : चल, चल घरी.

केशर : अहो मास्तर, ही तुमची पगडी, ही तुमची काठी, चालते व्हा.

चिमणराव : अहो केशरताई, मी जातो; पण मी तुमचा उद्धार करीन.

कावेरी : अगोदर मी तुमचा करते उद्धार! चला!

केशर : चालते व्हा!

चिमणराव : केशरताई! केशरताई! (कावेरी चिमणरावाला ओढीत घेऊन जाते.)

केशर : गुलाब, आता माझ्याकडे कुणी यायचं नाही. (केशर खोलीत जाते व पलंगावर रडत बसते. इतक्यात दडपे येतो.)

दडपे : रडतेस कशाला?

केशर : कोण तुम्ही? कशाला आलात इथं? जा! कशाला आणलंत मला इथं?

दडपे : रडत बसायला खास नाही.

केशर : अपमानानं हसायला मी काही मेलेली नाही. त्या चिमण्यानं माझा अपमान केला; त्याच्या बायकोनं दावा साधला. वाड्यातली कुत्री भुंकू लागली तरी मी काय हसू?

दडपे : अशी मूर्खासारखी बडबडू नकोस! अपमान काही तुझा एकटीचाच झाला नाही; तो माझाही झाला आहे. अपमानाची आग अशी दुबळ्या अश्रूंनी विझवायची नसते; सूडाचं तेल डोळ्यांतनं गाळता आलं तर पाहा!

केशर : म्हणजे?

दडपे : तुझ्यामुळे राजाराणीचा अबोला सुरू झाला आहे, तो तसाच टिकून राहिला पाहिजे; तरच उद्या हत्तीच्या अंबारीतून मिरवू. नाहीतर लक्षात ठेव, उलटी अंबारी हाती घेऊन देशोधडी भटकण्याची पाळी येईल.

केशर : सांगा, मी काय करू?

दडपे : तो चिमण्या महाराजांच्या मर्जीतून उतरेल, असं काहीही कर. मघाशी मी सर्व पाहिलं आहे. तूच त्याला खेळवू शकशील!

केशर : एवढंच?

दडपे : आत्ता एवढंच!

(३१)

(राजवाड्यात युवराज व त्यांचे सवंगडी यांनी 'जादूचा सोटा' या नाटिकेचा प्रयोग बसविला आहे. पाहुणेमंडळी येत आहेत.)

चिमणराव : या मनुताई, आज तुमचा मान आहे. बसा! गुंड्याभाऊ, बैस – नाही, नाही – प्रो. दांडेकर, बसा, बसा! (केशरकडून पत्र घेऊन येणारी दासी चिमणरावांना खुणेने बोलाविते व चिमणरावाला केशरचे पत्र देते.) असं? बरं, आलोच म्हणून सांग. जा, जा लवकर. (चिमणराव राणीसाहेबांकडे जातो.)

चिमणराव : राणीसरकार, आपल्याकडे थोडं काम आहे.

राणी : बोला ना!

चिमणराव : केशरकडून पत्र आलं आहे.

राणी : केशरकडून? काय म्हणते ती?

चिमणराव : राजवाडा सोडून निघाली आहे.

राणी : निघाली? घालवून द्या तिला. जा-जा लवकर!

चिमणराव : जशी आज्ञा. ते सर्व मी करतो. हा राजकारणाचा डाव खेळताना महाराजांविरुद्ध एखादा शब्द माझ्या तोंडून गेला, तर त्याची जबाबदारी राणीसरकार घेतील ना?

राणी : अवश्य! चंदनवाडची राणी आपला शब्द कधी मागं घेत नाही. जा.

चिमणराव : जशी आज्ञा.

(३२)

(राजवाड्यातील केशरची खोली. राजा व दडपे बोलत येतात.)

राजा : चिमणराव इथं हिच्या घरी येईल, असं वाटत नाही; आलाच तरी तिच्याशी लगट करील, हे शक्य नाही; आणि लगट केलीच, तरी आमचा अपमान करील ह्यावर कुणाचाच विश्वास बसणार नाही.

केशर : आणि महाराजांची खात्री झाली तर?

राजा : तर? आमचा शब्द म्हणजे रामबाण! दडप्यांना पुन्हा कारभारीपद

बहाल करू!

केशर : आणि मला?

राजा : तुला दरबारात कायमची नोकरी देण्यात येईल. मग राणीसाहेबांना काहीही वाटो! (चिमणराव केशरच्या खोलीकडे येतो. दासी दार उघडते.)

चिमणराव : एकट्याच आहेत?

दासी : हो.

चिमणराव : मी आलो आहे म्हणून कळव. (आत जाते.)

दासी : बाईसाहेब, कारभारी आलेत.

केशर : जा, जा. घेऊन ये त्यांना. चिमणराव येणार नाहीत, असं महाराजांना वाटत होतं; ते आले!

राजा : हं!

केशर : आता महाराजांनी आत चलावं. महाराजांच्या बाबतीत काही कमीजास्त बोलावं लागलं तर – ते महाराज सर्व नाटकच समजतील ना?

राजा : अर्थात! (राजा आत जातो.)

दडपे : नाटक यशस्वी झालं पाहिजे.

केशर : केशरला अपयश माहीत नाही. (दडपे आत जातो. केशरबाई सचिंत बसते. चिमणराव आत येतो.)

केशर : चिमणरावराया! देवा! कुठं होतास तू?

चिमणराव : देवी! देवते! राजवाडा सोडून तू का निघालीस? (हुंदका देऊ लागतो.) काय झालं माझ्या बाईला?

दडपे : (दाराच्या फटीतून राजाला दाखवितो.) महाराज, लगट!

राजा : हं!

चिमणराव : छे-छे! केशरताई, आमच्यासारख्यांनी तुमच्या पायाचं तीर्थ घ्यावं, अशी तुमची योग्यता आहे. (रडू लागतो.)

केशर : असे रडू नका मोठ्यानं! नाही तर सारा राजवाडा गोळा होईल इथं. मग माझ्याऐवजी तुम्हालाच पळून जावं लागेल इथून.

चिमणराव : हो, अगदी खरं आहे हे! पण आमच्या त्या मूर्ख काऊनं काल तुमचा अपमान की हो केला!

केशर : कशाला दोष देता तिला? कुणी नाही माझा अपमान केला? ज्या राजाकरिता मी माझं तन-मन वाहिलं, त्याच – त्याच राजानं –

चिमणराव : काय, महाराजांनी तुमचा अपमान केला?

(महाराजांचा फोटो दाखवितो.)

केशर : (फोटोकडे बोट दाखवून) हो, हो! यांनी, यांनीच!

चिमणराव : यांनी? यांनीच ना?

दडपे : (दाराच्या फटीतून) : महाराजांचा अपमान!

राजा : हं!

चिमणराव : रागावू नका. सरकार, गरिबावर दया करा (फोटोकडे पाहून मोठ्याने) केशरताई, तुम्ही इथं राहू नका. या राजवाड्याच्या नरकात राहू नका. तुमचा जो अपमान, तो माझा अपमान! तुम्ही चला, मी तुम्हाला मदत करतो.

(फोटोजवळ जातो व फोटो काढण्याचा प्रयत्न करतो. इतक्यात आतील दालनांतून राजा व दडपे येतात.)

राजा : हरामखोर! दडपे, काढा ती पगडी; घाला तुमच्या डोक्यावर! आजपासून तुम्हांला कारभारीपद बहाल केलं आहे.

चिमणराव : सरकार, सरकार! गरिबावर दया करा. मी जे काही केलं आहे, ते राणीसाहेबांना विचारा –

राजा : चूप! केशर, आजपासून तुला दरबारात कायमची नोकरी देण्यात आली आहे. आता राणीसाहेबांना काहीही वाटो! कारभारी –

दडपे : सरकार!

राजा : राजद्रोहाबद्दल याला पहाऱ्यात ठेवा.

दडपे : शिपाई – (शिपाई येऊन चिमणरावाला पकडतात.)

चिमणराव : सरकार, सरकार, माझी काही चूक नाही! गरिबावर दया करा!

राजा : घेऊन जा.

चिमणराव : सरकार, सरकार, राणीसरकारांना सगळं माहीत आहे. (चिमणरावाला शिपाई घेऊन जातात.)

(३३)

('जादूचा सोटा' या नाटिकेचा प्रयोग चालू आहे. सभोवार रम्य वनश्री बहरली आहे. तीन मुली नाचून गात आहेत.)

'नाचू या, गाऊ या, नितांत वनीं या!
रवीं प्रशांत उजळी दाही दिशा!
कोकिळ लाजत मंजुळ गाई
कुहूऽ कुहूऽ कुहूऽ

(वनदेवता प्रकट होते.)

देवता : बाळांनो, भिऊ नका, तुमचं सुंदर नृत्य पाहून, गाणं ऐकून प्रसन्न झाले मी! काय, काय पाहिजे तुम्हांला? मागा, मागा.

पहिली : मी मागते.

दुसरी : नाही, मी मागते.

तिसरी : नाही, मी मागणार.

पहिली : तू कोण एवढी? मी मागते.

दुसरी : तू कुठं गातेस? मी गाते.

तिसरी : तू कुठं नाचतेस? मी नाचते.

दुसरी : मी गाते.

तिसरी : मी नाचते.

पाहिली : तू नाही, मी.

तिघी : मी, मी, मी, मी, मी, मी, मी!

देवता : बाळांनो, भांडू नका.
गाईल जी एखादे सुंदर गाणे,
देईन तिलाच मी, ती मागेल ते.
गाशील का तू?

पहिली : हो, हो, हो, गाईन की!

देवता : गाशील? ऐक तर!
रंगल्या दिशा!
उमलल्या जशा कलिका मधुरशा!
हळू हळू येती बाई, गगन फुलविण्या।।

देवता : गाशील का तू आता?

दुसरी : उंऽहूं।

देवता : गा की।

दुसरी : उंऽहूं!

देवता : गा, गा!

दुसरी : उंऽऽहूं!

देवता : तू गा मग!

तिसरी : हो, हो! गाईन की! तुम्ही न् मी मिळून गाऊ!

देवी : जरूर!
उमलल्या जशा कलिका मधुरशा!
हळू हळू येती बाई, गगन फुलविण्या।।

दुसरी : किती छान! किती गोड!

देवता : काय तुला देऊ बोल!

तिसरी : मागेन ते द्याल? मागू? अंऽ अंऽ अंऽऽ जादूचा सोटा!

देवता : जादूचा सोटा? तुला नाही मिळायचा जादूचा सोटा. राजाच्या मुलाला मिळेल तो सोटा. जा, जा, जा – राजपुत्राला घेऊन ये आणि त्याला सांग, त्या झाडाची फांदी तोड; तळ्यात फांदी सोड; बुडवून काढ. मग त्याचा होईल सोटा. एक गोष्ट ध्यानात ठेव. जमिनीवर ठेवू नको. खाली ठेवला की, गेलाच तो सोटा!
(देवता अदृश्य होते.)

तिसरी : चला, चला, चला, चला, राजपुत्राला शोधून आणू.
(तितक्यात राजपुत्र येतो.)

राजपुत्र : कोण चाललंय ते शोधायला?

तिसरी : कोण आहेस तू? राजपुत्र?

राजपुत्र : हो, राजपुत्र!

तिसरी : मग तुला सांगू का? दिलाय मजला सुंदर सोटा देवीने.

राजपुत्र : कुठं आहे सोटा?

दुसरी : उंऽहूं!

तिसरी : चल, चल तिकडे.

तिघी : चल, चल, चल, चल, चल, चल, चल, चल. (सर्व जण झाडाकडे जातात.)

दुसरी : झाडाची फांदी तोड. (राजपुत्र फांदी तोडतो.)

तिसरी : तळ्यात फांदी सोड. (राजपुत्र तळ्यात फांदी बुचकळतो. तोच फांदीचा सोटा बनतो. सर्व जण सोट्यासाठी भांडू लागतात.)

तिसरी : हा माझा सोटा.

राजपुत्र : तुझा नाही, माझा.

दुसरी : नाही, नाही जा – माझा.

तिसरी : वा, वा गं, वा-वा! माझा आहे तो सोटा.

राजपुत्र : चल, चल, तो माझा आहे!

सर्वजण : माझा आहे! माझा, माझा, माझा, माझा. (भांडणात सोटा खाली पडून अदृश्य होतो. राजपुत्र सोटा शोधू लागतो. दडपे युवराजाला गुंड्याभाऊचा सोटा काढून घेण्याबद्दल सांगतो. युवराज सोटा पळवतो. प्रेक्षक हसतात.)

गुंड्याभाऊ : माझा सोटा, बाळमहाराज, आणा, आणा, तो सोटा इकडे.

युवराज : नाही देणार.

गुंड्याभाऊ : नाही देणार म्हणजे? दिलाच पाहिजे. (सोटा हिसकावून घेऊ लागतो.)
युवराज : आईऽ आईसाहेब! नाही, सरकार!
दडपे : अहो, दांडेकर, देऊन टाका ना तो सोटा!
गुंड्याभाऊ : मी देणार नाही.
दडपे : द्या ना तो सोटा. तुम्ही तरी लहान पोरासारखं काय करता?
गुंड्याभाऊ : मी नाही म्हटलं म्हणजे, नाही.
दडपे : अहो, युवराज मागताहेत.
राणी : बाळमहाराज, देऊन टाका पाहू तो सोटा, यापेक्षा सुंदर सोन्याच्या काठ्या आपल्याशी आहेत.
युवराज : मला नकोत त्या. मला हाच सोटा पाहिजे.
गुंड्याभाऊ : पण मी देणार नाही.
दडपे : अहो दांडेकर, देऊन टाका ना! बाळमहाराजांचा हट्ट आहे.
गुंड्याभाऊ : माफ करा! मी चालू देणार नाही. प्राण गेला तरी मी हा सोटा सोडणार नाही.
प्रेक्षक : अहो, द्या ना! द्या ना! द्या ना! देऊन टाका तो सोटा! तुम्ही तरी एवढ्याशा सोट्यासाठी –
कावेरी : भाऊजी, द्या ना.
गुंड्याभाऊ : गप्प बैस गं वहिनी, तू.
मनु : अहो, द्या ना!
गुंड्याभाऊ : मी देणार नाही.
मनु : असं काय करता वेड्यासारखं?
गुंड्याभाऊ : नाही, नाही, नाही!
राणी : दांडेकर, चंदनवाडची राणी म्हणून मी तुम्हांला हुकूम करते आहे. देऊन टाका तो सोटा.
गुंड्याभाऊ : हुकूम! मला हुकूम? तुमचे वाटेल ते हुकूम ऐकायला मी काही चंदनवाडचा भेंड्यांची भाजी खाणारा प्रजाजन नाही.
दडपे : आम्ही भेंड्यांची भाजी खातो काय? लोकहो, हा अपमान –
एक : आम्ही सहन करणार नाही. चंदनवाडच्या प्रजाजनांचा हा अपमान आहे. काय हो?
इतर : अर्थात.
राणी : चंदनवाडची राणी आपल्या प्रजेचा अपमान कधीही सहन करणार नाही. दडपे, काढून घ्या तो सोटा.
दडपे : सोड! शिपाईऽऽ शिपाई – (गुंड्याभाऊला शिपाई धरतात. दडपे

सोटा काढून घेतो.)

राणी : या उर्मट, उद्दाम, राजद्रोही माणसाला पहाऱ्यात नेऊन ठेवा.

दडपे : जशी आज्ञा.

गुंड्याभाऊ : ठीक आहे!

राणी : आणि हे पाहा दडपे, मनुताईचं लग्न मी तुमच्याशी ठरवलं आहे.

गुंड्याभाऊ : अन्याय आहे हा!

दडपे : राणी सरकारांची कृपा.

राणी : घेऊन जा यांना. (गुंड्याभाऊला घेऊन जातात.)

लोक : राणीसरकार की जय! राणीसरकार की जय!

(३४)

(चिमणराव कैदेत आहे. गुंड्याभाऊला त्याच तुरुंगात आणतात.)

गुंड्याभाऊ : मला पहाऱ्यात ठेवायला सांगितलं आहे; हा तुरुंग आहे.

दडपे : पहारा आणि तुरुंग यांतला भेद आम्ही ठरवायचा असतो.

गुंड्याभाऊ : ठीक आहे.

चिमणराव : (आतून) : कोण, गुंड्याभाऊ?

गुंड्याभाऊ : कोण चिमणा?

चिमणराव : मला वाटलं, तू मला सोडवायला आला आहेस म्हणून!

(३५)

(राणीच्या महालात राणी परत आलेली आहे.)

राणी : चंदनवाडचे प्रजाजन भेंड्यांची भाजी खातात काय! पाहा म्हणावं आता! चंदनवाडचा कैदी झालास – कोंड्याच्या भाकरीलाही महाग होशील. मने, बरं झालं बाई, तुझं त्याच्याशी ठरलेलं लग्न मोडलं.

मनु : मला नाही वाटत, की हे बरं झालं! पण राणीसरकार –

राणी : चूप! एक शब्द बोलू नकोस. तुझं मला काही ऐकायचं नाही. (कावेरी येते.)

कावेरी : मावशी, मावशी, मावशी –

राणी : कोण, कावेरी? काय झालं तुला रडायला?

कावेरी : मावशी, अशी शोभा करायला का तू आम्हांला चंदनवाडला बोलावलंस?

राणी : पण काय, झालं काय?

कावेरी : भाऊजींना तू पहाऱ्यात ठेवलंस.

राणी : हो, हो, ठेवलं!

कावेरी : आणि महाराजांनी यांना पहाऱ्यात ठेवलं.

राणी : कुणाला? चिमणरावांना?

कावेरी : हो, हो, तुझ्या जावयांना!

राणी : चिमणराव माझे नातेवाईक आहेत, हे महाराज विसरले असतील! मने, ही अंगठी घे आणि पहारेकऱ्याला दाखीव आणि म्हणावं, त्यांचा कसलाही अपराध असला, तरी नात्याची लाज मला राखलीच पाहिजे.

कावेरी : मावशी, मावशी, खरंच? मग भाऊजींनाही –

राणी : ते शक्य नाही.

कावेरी : शक्य नाही?

राणी : शक्य नाही.

कावेरी : मग त्यांनाही सोडवू नकोस तर! हे जसे तुझे जावई आहेत, तसे ते माझे भाऊजी आहेत. नात्याची लाज मलाही राखली पाहिजे. घे तुझी ही अंगठी!

राणी : कावेरी, पाहुण्यांना जास्त हट्ट शोभत नाही.

कावेरी : एकच हट्ट आहे माझा! सोडायचं असेल तर दोघांनाही –

राणी : जा, मी कुणालाच सोडीत नाही. (राणी निघून जाते.)

कावेरी : मावशी – (रडू लागते.)

मनु : कावेरीबाई, काय हे? चला बघू!

कावेरी : नको मनुताई, मी जाते. माझी छबी तिकडे एकटीच झोपली आहे.

मनु : नाही जायचं इतक्यात. (दोघी मनुताईच्या खोलीकडे जातात.) अशा रडता काय वेड्यासारख्या? तुम्हाला ठाऊक नाही; संस्थानांत संकटं लहरीनं येतात, तशी लहरीनं जातातही पण! तुम्ही थांबा इथं, मी महाराजांकडे जाऊन येते.

(३६)

(मनुताई राजाकडे येते.)

राजा : केशरनं मला दाखवलं नसतं, तर त्या बदमाशाची बदमाशगिरी मला केव्हाच कळली नसती! मस्तवाल, बदमाश, उर्मट!

मनु : महाराज, संस्थानात कुणाचंही आयुष्य सुरक्षित असूच नये का?

राजा : म्हणजे?

मनु : चंदनवाडमध्ये आणलेल्या पाहुण्यांची शोभा –

राजा : झाली ती योग्यच झाली!

मनु : काय योग्य आहे? एका सोट्यासाठी तुरुंगात जाण्याची शिक्षा?
राजा : सोटा? कसला सोटा? कुणी शिक्षा दिली? कुणाला?
मनु : प्रो. दांडेकरांना राणीसाहेबांनी तुरुंगात टाकलं आहे.
राजा : प्रोफेसर दांडेकर आणि तुरुंगात? प्रो. दांडेकर दरबारचे खास पाहुणे आहेत, ही गोष्ट राणीसाहेब विसरल्या वाटतं? मने, ही अंगठी घे आणि त्यांना लवकर सोडवून आण. संस्थानची इज्जत आम्हालाच राखली पाहिजे.
मनु : पण महाराजांनी त्या बिचाऱ्या चिमणरावांनाही –
राजा : बिचारा! कोण बिचारा? तो चिमणराव? त्या बदमाशाला मी सोडणार नाही.
मनु : मग दांडेकरांनाही सोडू नका.
राजा : मूर्ख आहेस तू! पोरींना अधिक हट्ट शोभत नाही.
मनु : एकच हट्ट आहे माझा! सोडायचं असेलं तर दोघांनाही – नाहीतर–
राजा : मला कुणालाही सोडायचं नाही.

(३७)

(चिमणराव, गुंड्याभाऊ तुरुंगात आपल्या कोठडीत आहेत. बाहेर पहारेकरी तंबाखू ओढीत बसला आहे.)

पहारेकरी : जे पूर्ण दयेने भरले, ते मन निष्ठुर का केले?
गजेंद्राच्या हाकेसरशी धावुनिया जे आले;
प्रल्हादास्तव प्रगटुनी स्तंभी, गुरगुरले ॥
गुंड्याभाऊ : पुरे, पुरे!
चिमणराव : अरे, पुरे काय? नारसिंहा, तू आपला ये आणि हा तुरुंग फोड पाहू. थांब, फोडलास? हं:! हं:! बरं, मग आता विठ्ठला, संत सखूसाठी तू स्त्रीपार्ट घेतलास; मग माझ्यासाठी पहारेकरी हो आणि कुलूप काढ पाहू! काढलंस? अरेरेरे! पंढरीनाथा! ज्ञानेश्वरासाठी, त्या संन्याशाच्या पोरासाठी तू भिंत चालवलीस, तेव्हा तू आजच्यापेक्षा तरुण होतास, हे खरं! पण तुझ्या या ब्राह्मण भक्तासाठी म्हातारपणीही तो चमत्कार तुला करता येणार नाही का? अरे, प्रयत्न कर! कष्ट करून पाहा!
गुंड्याभाऊ : चिमणरावा, चिमणा, हा काय तमाशा मांडला आहेस?
चिमणराव : हा तमाशा काय?
गुंड्याभाऊ : तमाशा! तमाशा! तमाशा!

(३८)

(राजवाड्यातील मनुताईच्या खोलीत कावेरी येते.)

मनु : चिमणरावांना तुरुंगात फार त्रास होत असेल नाही?

कावेरी : हं! त्यांची निदान प्रकृती तरी ठीक आहे; पण भाऊजी? कित्ती दिवस झाले, त्यांना बरंच वाटत नाही. आजारीच आहेत ते!

मनु : आजारी! कशानं?

कावेरी : कोण जाणे! खरंच, मनुबाई, भाऊजींचा कित्ती जीव आहे तुमच्यावर! तुम्ही त्या दडप्याशी लग्न करणार?

मनु : दडप्याशी? लोचट मेला! (दडपे राणीच्या महालाकडे येतो.)

धोंडो. : अहो, नाही म्हटलं, कुठं चाललात?

दडपे : राणीसाहेबांना भेटायला.

धोंडो. : असं, असं! इथला खासगी कारभारी मी आहे. माझी परवानगी घेतल्याशिवाय तुम्हाला आत जाता येणार नाही. चला.

(छबी, मनुताई व कावेरी यांच्याकडे येते.)

छबी : आई, आईऽऽ, बाहेर दडप्या आला आहे, दडप्या!

मनु : कोण दडपे? का?

छबी : राणीसाहेबांकडे गेला.

मनु : गेला?

छबी : होय.

मनु : कावेरीबाई, आज काहीतरी वाईट होणार.

(राणीच्या महालात दडपे विनंती करीत असतो.)

दडपे : सरकार, केवळ आपल्या कृपेमुळेच माझं हे लग्न होत आहे. एका गरीब ब्राह्मणाचं घर बांधता आहात आपण! सरकारांच्या चरणांजवळ माझी एक प्रार्थना आहे, उद्याच्या मुहूर्तावर हे लग्न जर आटोपलं तर–

राणी : उद्या?

दडपे : उद्या. म्हणजे मी एका काळजीतून मुक्त होईन. उद्याच्या मुहूर्तावर माझा संसार थाटला तर –

राणी : कबूल! पण एका अटीवर!

दडपे : दासाला आज्ञा व्हावी! मी आपल्या हुकमाबाहेर का आहे?

राणी : त्या केशरला इथून हाकलली पाहिजे.

दडपे : जी सरकार.

राणी : मग उद्या तुमचं लग्न नक्की! जा तुम्ही आता. तयारीला लागा. मी मनीला बोलावून सांगते.

दडपे : उगीच सरकारांनी तसदी कशाला घ्यायला पाहिजे? मीच पाठवून देतो त्यांना.

राणी : जा लवकर.

(दडपे मनुताईला बोलावतो.)

दडपे : राणीसरकार!

मनु : मी युवराजांची मास्तरीण आहे; वाड्यावर पाळलेली एक मुलगी आहे; राणी नाही.

दडपे : आज नसाल, उद्या होणारच आहात! खासगी कारभारी हाच इथला राजा असतो.

मनु : दडपे!

(मनुताईला राणीसाहेब बोलावतात; दडपे निघून जातो.)

राणी : मने, मने, कालच तुझं लग्न मी ठरवलं होतं; आत्ता त्याचा मुहूर्तही ठरवला. उद्या तुझे लग्न नक्की! धोंडोपंत, धोंडोपंत – (धोडोपंत येतो.) मनुताईच्या लग्नाच्या तयारीला लागा. रोषणाईक, आबदार, जामदार सर्वांना जादा हुकमानं कळवा, जा.

धोंडोपंत : जी सरकार. (जाऊ लागतो.)

मनु : धोंडोपंत, थांबा! राणीसरकार, या लग्नाचा माझ्यावर जुलूम होतो आहे.

राणी : एक शब्द बोलू नकोस. तुझं हित मला कळतं.

मनु : स्वत:चं हित दुसऱ्यापेक्षा स्वत:लाच अधिक कळतं.

राणी : फार मोठा घास घेऊ लागलीस तू! लहानाची मोठी केली म्हणून मला शिकवू लागलीस?

मनु : कबूल करते मी! तुमच्या अन्नानंच माझा पिंड बनला आहे. तुम्ही पाळलेली मी एक वाड्यावरची पोरकी पोर आहे; म्हणून तुम्हांला मान देण्यासाठी आजवर मी माझी वाचा मारली होती; पण राणीसरकार, माफ करा! आता मरताना मी मनातलं सारं, सारं बोलून टाकणार आहे.

राणी : मरताना? मी काही तुला सुळावर चढवीत नाही!

मनु : लग्नाच्या होमांत माझा बळी देत आहात तुम्ही!

राणी : मने –

मनु : राणीसरकार, आजवर तुम्ही मला खेळवलंत, वाढवलंत; पण

आज मला कळून चुकलं आहे की, तुमची ती माया नव्हती; स्वत:च्या समाधानासाठी केलेला तो विलास होता!

राणी : असेल! पण त्यामुळेच तुला खायला अन्न मिळालं, लाज झाकायला वस्त्र मिळालं, हे विसरू नकोस.

मनु : सरकार, मी इतकी कृतघ्न नाही. त्या मायेनंच मी आपल्याला विनवते आहे, की लग्नाचा जुलूम माझ्यावर करू नका! नाहीतर, टाहो फोडून मी जगाला सांगेन की –

राणी : काय सांगणार तू जगाला?

(कावेरी येते.)

कावेरी : की राणी होताच तुझी माया मेली! रक्ताचा ओलावा तुझ्यात उरला नाही, नात्याची चाड राहिली नाही, साधी माणुसकीही तू विसरलीस! नाहीतर, गुंड्याभाऊजींवर या पोरीचं प्रेम असताना –

राणी : त्याचं नाव काढू नकोस माझ्यासमोर! उर्मट!

कावेरी : कोण उर्मट?

राणी : चालत्या व्हा इथनं!

कावेरी : ठीक आहे, जाते बरं! चल मनुताई, माझी अंबाबाई तुझं रक्षण करील! (दोघी जातात.)

धोंडोपंत : खरंच, मग मी लग्नाच्या तयारीला लागू की नको?

राणी : म्हणजे, अजून तुम्ही गेला नाहीत? चंदनवाडची राणी आपला शब्द कधी फिरवीत नाही. जा. हे लग्न उद्या झालंच पाहिजे! (धोंडोपंत जातो.)

(३९)

(मनुताई गौरीहरापुढे अस्वस्थ मन:स्थितीत बसली आहे.)

मनु : कावेरीबाई, माझ्या हातून नाही ही पूजा पुरी होत. काय होणार हो माझं?

कावेरी : काहीही वाईट होणार नाही. माणसाला नसली तरी देवाला दया आहे. तुम्ही नुसता धीर धरला पाहिजे.

मनु : कल्पांतापर्यंत धीर धरायची माझी तयारी आहे; पण कसंही करून हे लग्न मोडलं पाहिजे.

कावेरी : आणि त्याचकरिता वाटेल त्या उपायानं भाऊजींची आणि त्यांची आधी सुटका केली पाहिजे.

मनु : पण कशी?

कावेरी : हे पाहा – (कानात सांगते.)

मनु : बरं, बरं! राणीसाहेबांकडून अंगठी मिळवण्याचं काम माझं. तुम्ही तिकडचं पाहा.

कावेरी : माझी अंबाबाई मला मदत करील! पण तुम्ही मात्र अंगठी मिळताच छबीबरोबर पाठवून द्या हं.

(४०)

(शेजारच्या दिवाणखान्यात राणी धोंडोपंतास विचारीत आहे.)

राणी : धोंडोपंत, धोंडोपंत, अजून का नाही बसली मनी गौरीहराच्या पूजेला? का हो, ऐकू येतं की नाही? धोंडोपंत, का नाही बसली?

धोंडोपंत : अहो, मनुताई, अहो मनुताई –

राणी : गौरीहराच्या पूजेला बसायला सांगा.

(मनुताई येते.)

मनु : राणीसरकार, रागावलात तुम्ही माझ्यावर? कालपासून बोललासुद्धा नाहीत माझ्याशी! ही पाहा, मी लग्नाला तयार आहे; अगदी आनंदानं तयार आहे.

राणी : माझी गुणाची बाळ ती! वेडे, मला तरी कुठं चैन आहे कालपासून! मी नाही-नाही ते टाकून बोलले माझ्या बाळीला! जा, गौरीहराच्या पूजेला बैस जा.

मनु : नाही, आईच्या आशीर्वादाशिवाय नाही.

राणी : कसला आशीर्वाद देऊ मी तुला?

मनु : माझा एकच हट्ट आहे.

राणी : मग सांग ना!

मनु : कावेरीबाईंचा किती जीव आहे माझ्यावर! चिमणराव माझ्या लग्नाला हजर असते तर –

राणी : माझी कुठं ना आहे त्याला? घेऊन जा ही अंगठी आणि सोडव त्यांना. (अंगठी देते.)

(४१)

(केशरच्या खोलीत कावेरी आलेली आहे.)

कावेरी : हे पाहा, कालच गुंड्याभाऊजी म्हणत होते.

केशर : काय, काय म्हणत होते?

कावेरी : की, केशरबाई म्हणजे नुसती कोकिळा आहे.

केशर : आणि?

कावेरी : केशरबाईचा गळा म्हणजे नुसता दिलरुबा!

केशर : खरंच?

कावेरी : हो, आणि तुमचा नाच तरी त्यांना किती आवडला म्हणून सांगू!

केशर : आवडणारच; खरा गवईच आमचं चीज करू शकतो. आणखी काय काय म्हणाले?

कावेरी : म्हणत होते की, तुम्हांला घेऊन अमेरिकेचा दौरा काढणार म्हणून.

केशर : अमेरिकेचा दौरा! मला घेऊन? जाईन मी.

कावेरी : हो, पण –

केशर : पण काय?

कावेरी : महाराजांची त्यांच्यावर मर्जी आहे ना? म्हणून राणीसरकारांनी त्यांना पहाऱ्यात ठेवलं आहे.

केशर : राणीसरकारांनी त्यांना पहाऱ्यात ठेवलं आहे? हे बघ, महाराज अगदी माझ्या मुठीत आहेत. चल, मी आताच सोडवते त्यांना!

(४२)

(कावेरी तुरुंगात पहारेवाल्याला बोलावते.)

कावेरी : ही राजेसाहेबांची मुद्रिका. ही राणीसाहेबांची मुद्रिका. चला लवकर. मोकळं करा त्यांना.

पहारेकरी : जशी आज्ञा! (चिमणरावाच्या कोठडीचे कुलूप काढतो.) राणीसरकारांच्या आज्ञेवरून तुम्हांला मोकळं करण्यात येत आहे.

चिमणराव : कुणाला? मला?

पहारेकरी : हो.

चिमणराव : राणीसरकार की जय! आणि आमच्या गुंड्याभाऊला हो?

पहारेकरी : श्रीमंत सरकारांच्या हुकमावरून तुम्हाला मोकळं करण्यात येत आहे. (कोठडीचं कुलूप काढतो.)

गुंड्याभाऊ : ठीक आहे! लवकरच सुचलं म्हणायचं सरकारांना!

चिमणराव : श्रीमंत सरकार की जय! अरे गुंड्याभाऊ, आता एकदम कोल्हापूर!

कावेरी : कोल्हापूर? लाज नाही वाटत सुटल्याबरोबर पळत सुटायला?

चिमणराव : माझे आई, आता माफ कर. या संस्थानच्या सावलीलासुद्धा राहण्याची माझी तयारी नाही. चल गुंड्याभाऊ.

कावेरी : तरीपण तुम्हांला जाता येणार नाही. तुम्हांला सोडवण्यासाठी इच्छेविरुद्ध ती मनुताई लग्नाला तयार झाली.

गुंड्याभाऊ : काय वहिनी? इच्छेविरुद्ध? ठीक आहे!

कावेरी : हो, हो, इच्छेविरुद्ध. भाऊजी, तुमच्यावर तिचं किती प्रेम आहे म्हणून सांगू? तुम्ही दडप्याच्या स्वाधीन करणार तिला? माकड मेला!

गुंड्याभाऊ : शक्य नाही. माझा सोटा मिळेतोपर्यंत मी हे संस्थान सोडणार नाही.

कावेरी : भाऊजी, काही करून हे लग्न मोडलं पाहिजे.

चिमणराव : अर्रर! काय, लग्न मोडणार?

कावेरी : हो, हो, लग्न मोडणार! होय ना भाऊजी?

गुंड्याभाऊ : हो, हो, माझा सोटा मिळवलाच पाहिजे.

चिमणराव : अरे, पण कसा?

गुंड्याभाऊ : थांब.

(४३)

(राजवाड्यातून खासगी कारभारी दडपे याची लग्नाची मिरवणूक निघते. मनुताई गौरीहरापुढे अस्वस्थ झालेली आहे.)

मनुताई : धोंडोपंतऽ

धोंडोपंत : का बोलवलंत तुम्ही?

मनु : कावेरीबाई नाही आल्या अजून?

धोंडोपंत : पुष्कळ शोधलं त्यांना; पण कुठं दिसल्या नाहीत!

मनु : धोंडोपंत, काही करा आणि त्यांना हुडकून काढा.

धोंडोपंत : तुम्ही रडू नका हं, मी हुडकून काढतो!

(४४)

(तुरुंगाच्या दरवाजात गुंड्याभाऊ विचार करीत आहे.)

गुंड्याभाऊ : बस! ठरलं, ठरलं!

कावेरी-चिमणराव : ठरलं? काय ठरलं!

गुंड्याभाऊ : आमचं ठरलं म्हणजे ठरलं! वहिनी, जाऊन सांग तिला.

चिमणराव : तिला? अरे, तिला म्हणजे कुणाला?

गुंड्याभाऊ : गप रे!

कावेरी : काय सांगू भाऊजी?

गुंड्याभाऊ : जाऊन तिला सांग – रामानं धनुष्य मोडलं! कृष्णानं स्वयंवर उधळलं; रुक्मिणीला पळवलं! चिमणरावा, उचल ते खाटलं.

कावेरी : उचला ना! मग मी जाते हं मनुताईकडे.

(चिमणराव खाटले उचलून घेतो. गुंड्याभाऊ वळकटी घेऊन जाऊ लागतो.)

पहारेकरी : अहो, अहो, आमचं ते खाटलं!

चिमणराव : आमच्या डोक्यावर आहे.

(४५)

(लग्नमंडपात दडप्याच्या लग्नाची तयारी झालेली आहे.)

भालदार : खडी ताजीम! श्रीमंत सरकार राजाधिराज बाबासाहेबमहाराज! आस्ते कदम महाराज, आस्ते कदम!

(राजा, राणी, युवराज आसनावर बसतात.)

भटजी : चला, चला, मुलीला बोलवा. (इतक्यात चिमणराव बाजले व गुंड्याभाऊ वळकटी घेऊन येतात.)

गुंड्याभाऊ : थांबा, वाट सोडा! वाट सोडा! चिमणा, ठेव ते खाटलं इथं.

चिमणराव : टाक बिछाना!

(राजा-राणी दचकून उभे राहतात. राजपुत्र सोटा लपवितो.)

राजा : या चिमणराव जोगाला कुणी सोडलं? बेइमान, राजद्रोही!

राणी : बाळमहाराज, मी सोडलं म्हणावं महाराजांना! पण या गुंड्याभाऊ दांडेकरांना कुणी सोडलं? मी त्यांना पहाऱ्यात ठेवलं होतं.

राजा : बाळमहाराज, आम्ही सोडलं म्हणावं राणीसाहेबांना!

गुंड्याभाऊ : लोकहो, ही राजाराणीची कुजबुज ऐकलीत? आता माझं ऐका! बोहल्यावरच्या या बाहुल्यावर अक्षता टाकायला मी इथं आलो नाही.

चिमणराव : मुळीच नाही, मीसुद्धा आलो नाही.

गुंड्याभाऊ : माझ्या नैतिक हक्काची दाद मागायला आलो आहे.

चिमणराव : बरोबर!

गुंड्याभाऊ : माझा सोटा अन्यायानं हिरावून घेण्यात आला आहे. राजाच्या पोराचं ते खेळणं असेल; पण माझ्या हक्काचं ते प्रतीक आहे! तो परत मिळेपर्यंत मी इथून हलणार नाही. संस्थानी न्याय जागा होईपर्यंत या खाटल्यावर प्राणांतिक उपोषण करणार!

राजा : बाळमहाराज, द्या ना तो सोटा परत.

युवराज : मी नाही देणार! हा जादूचा सोटा आहे. मला हवा आहे हा.

राणी : नका देऊ तुम्ही बाळमहाराज! घेतला सोटा जरा, तर बिघाडलं काय त्यात? (लोकांत गोंधळ होतो. राजा उठून खाली येतो.)

राजा : दडपे, मांडवातला हा गोंधळ मला बरा वाटत नाही. हा अपशकुन आहे.

दडपे : हो, पण –

राजा : पुढच्या मुहूर्तावर तुमचं लग्न उरकून टाकू.

दडपे : पण सरकार, इतकी तयारी झाल्यानंतर –

राजा : आमचा शब्द म्हणजे रामबाण! हा सत्याग्रह, हा उपवास!

राणी : किती दिवस टिकणार आहे? भूक लागल्यावर उद्या आपोआप जेवतील हे!

गुंड्याभाऊ : राणीसाहेब, हा हरतालिकेचा उपवास नाही; सत्याग्रह आहे हा! काय चिमणा?

चिमणराव : हो, एकवीस दिवसांचा!

गुंड्याभाऊ : सोटा नाही मिळाला तर प्राणांतिक!

चिमणराव : असेल तितका – (राजा, राणी, इतर लोक व दडपे त्यांच्याकडे रागाने पाहत जातात.) हे बघ गुंड्याभाऊ, पुण्याच्या, मुंबईच्या वर्तमानपत्रांतून आपल्या उपवासाच्या बातम्या आणवतो. कोल्हापुराहून सहानुभूतीच्या तारा याव्यात म्हणून स्वत:च रिप्लाय पेड तारा करतो.

गुंड्याभाऊ : चिमणरावा, तसं काही करायचं नाही. मला प्रसिद्धी नको आहे.

चिमणराव : मग निदान खाटल्यावर बसलेला, थोडी थोडी दाढी वाढलेला, असा एखादा फोटो तरी –

गुंड्याभाऊ : कशाला?

गुंड्याभाऊ : उद्या आभारप्रदर्शक पत्रांखाली छापायला!

गुंड्याभाऊ : काय वाटेल ते कर, मला नको सांगूस.

चिमणराव : ठीक आहे.

(४६)

(वर्तमानपत्रे विकणारी मुले गुंड्याभाऊ व चिमणराव यांच्या सत्याग्रहाची बातमी मोठ्याने ओरडत चालली आहेत.)

१ ला : चंदनवाड संस्थानात सोट्यासाठी प्राणांतिक उपोषण! बोहोल्यावर बाजल्याची स्थापना!

२ रा : खासगी कारभाऱ्याच्या लग्नात ब्रह्मचाऱ्याचं विघ्न! दांडेकरांचा सोट्यासाठी अन्नसत्याग्रह!

३ रा : चंदनवाड संस्थानात स्वातंत्र्ययुद्धाला सुरुवात! सोट्यासाठी अन्नसत्याग्रह!

४ था : खासगी कारभाऱ्याचं लग्न मोडलं! 'सत्पक्ष', किंमत अर्धा आणा.

५ वा : लग्नमंडपातील बोहल्यावरून प्राणांतिक उपोषणाची घोषणा! संस्थानी न्याय जागा होईपर्यंत प्रो. दांडेकर अन्नसत्याग्रह करणार.

६ वा : सोट्यासाठी प्राण पणास लावणारा व्यायामशाळेचा प्रोफेसर! चंदनवाड संस्थानात प्रोफेसर दांडेकरांचं प्राणांतिक उपोषण!

(४७)

(लग्नमंडपात गुंड्याभाऊ व चिमणराव यांच्या खाटेजवळ वर्तमानपत्रे, तारा व पत्रे यांचा ढीग पडला आहे.)

चिमणराव : (तार वाचीत) : वा! काय ही जनतेची प्रीती! काय ही लोकांची सहानुभूती! अरे गुंड्याभाऊ, ही पाहिलीस का आपली लोकप्रियता? (नोकराला) तू वाचलं नाहीस ना?

नोकर : नाही.

चिमणराव : नाही ना? तर वाचून दाखव राजवाड्यातल्या सगळ्या लोकांना. उचल तो वर्तमानपत्रांचा ढीग, ही पत्रं, या तारा – आणि रचून ठेव महाराजांपुढे. (नोकर पत्रांचा ढीग उचलून घेऊन जातो.)

(४८)

(राजेसाहेबांना दडपे वृत्तपत्रे वाचून दाखवीत आहे.)

दडपे : संस्थानी न्याय जागा होईपर्यंत आम्ही उपोषण सोडणार नाही.

राजा : अस्सं!

(नोकर वर्तमानपत्रे, तारा पत्रे वगैरे घेऊन येतो.)

नोकर : चिमणरावांनी दिल्याती ही.

राजा : वर्तमानपत्रंच ना?

नोकर : व्हय जी.

राजा : त्यांनी केलेला शंख आम्ही वाचला म्हणावं!

नोकर : पत्रंबी हैती, ताराबी हैती.

राजा : सहानुभूतीची असतील?

दडपे : दुसरं काय?

राजा : महात्मा गांधींनी उपवास केला म्हणून हे करतात. कुठं महात्मा गांधी आणि कुठं हे! कुठं तो महापुरुष आणि कुठ हे! यांना सहानुभूती आणि आम्हांला शिव्या! अरे, आम्ही काय सहानुभूतीला अगदी अयोग्य आहोत?

दडपे : पण महाराजांनी विश्वासच ठेवू नये या पत्रांवर आणि तारांवर.

राजा : विश्वास ठेवू नये? आम्ही नाही विश्वास ठेवला म्हणून लोक काय अविश्वास दाखवतील? नवीन विचार येऊ लागले आहेत ना? लोकशाही, समता, स्वातंत्र्य!

दडपे : पण महाराजांनी या गोष्टींचा विचारच कशाला करावा?

राजा : विचार करू नये, तर काय करावं?

दडपे : केशरबाईचं गाणं ऐकावं; मन रमेल!

राजा : मूर्ख आहात तुम्ही! तुमच्यासारखे लोकच आमचा बुद्धिभेद करतात! त्या केशरबाईला तुम्ही आणलीत; बाळमहाराजांना सोट्यासाठी तुम्ही हट्ट धरायला लावलात; तुमच्यामुळेच हे संकट आमच्यावर आलं!

(४९)

(राणी मनुताईवर रागावली आहे.)

राणीसाहेब : मने, तुझ्यामुळे हे संकट आमच्यावर आलं; तुझ्यासाठी त्या दांडेकरानं उपवास सुरू केला!

मनु : पण सरकार, माझ्यासाठी नाही.

राणीसाहेब : बोलू नकोस! त्या दांडेकरानं उपवास सुरू केला म्हणून माझा भाचेजावईसुद्धा आमच्यावर उलटला. (युवराज सोटा घेऊन पळत येतो.)

युवराज : बाजू! बाजू! बाजू!

राणीसाहेब : बाळमहाराज, देऊन टाका ना तो सोटा! कशाला हवा आहे आपल्याला?

युवराज : मी नाही देणार. मला खेळायला हवा.

राणीसाहेब : बरं, बरं, खेळा हं! कुठला मेला सैतान माझ्या राज्यात शिरला आहे, कोण जाणे!

मनु : सरकार, सैतान नाहीत ते!

राणीसाहेब : सैतान नाहीत ते?

मनु : त्यांचं माझ्यावर प्रेम आहे.

राणीसाहेब : प्रेम, प्रेम, प्रेम! त्या राक्षसाचं तुझ्यावर प्रेम असतं, तर तो तुझ्या हातचा घास घ्यायला तयार झाला नसता का? तुझ्यापेक्षा त्या भिकारड्या सोट्याचीच किंमत त्याला अधिक वाटते.

धोंडो : इतकं मात्र खरं आहे सरकार! म्हणजे, सोटा मिळेपर्यंत हा प्राणांतिक उपास करणार. अरे, कर!

मनु : (वेडावून) कर!

धोंडो : बिघडलं कुठं? मूर्ख!

राणीसाहेब : आणि ही वर्तमानपत्रं शतमूर्ख! कुठं कोणी कोपऱ्यात शिंकलं तरी वरून बॉंब पडल्यासारखा आरडाओरडा केल्याशिवाय चैन पडत नाही मेल्यांना!

धोंडोपंत : खरं आहे, खरं आहे!

(५०)

(चिमणराव व गुंड्याभाऊ यांची डॉक्टर प्रकृती तपासत आहेत.)

डॉ. मनकवडे : 'माय केस इज ऑल राईट. हाऊ इज युवर पेशंट?'

डॉ. २ : 'ओ. के!' पण जोग जरा नर्व्हस दिसतात.

डॉ. ३ : पण भिण्याचं काहीच कारण नाही. 'पल्स इज ऑल राइट.'

डॉ. मुंगळे : मग मी पत्रक काढतो तर.

डॉ. मनकवडे : 'व्हाय नॉट? बाय ऑल मीन्स!'

(५१)

(लग्नमंडपाबाहेरील बाजूस गुंड्याभाऊ व चिमणराव यांच्या प्रकृतीसंबंधीचे पत्रक वाचून दाखविले जात आहे.)

'आज दोन प्रहरी आरोग्यनगरातील सगळ्या डॉक्टरांनी प्रोफेसर दांडेकर व चिमणराव जोग यांची अर्धा तास तपासणी केली. दोघांच्याही प्रकृतीत अजून कसलाच बरावाईट बदल झालेला नाही. तथापि, लोकांनी त्यांना भेटण्याचा हट्ट धरू नये. डॉक्टरांनी या गोष्टीला सक्त मनाई केलेली आहे. मात्र सकाळी व संध्याकाळी होणाऱ्या प्रार्थनेस हजर राहण्यास सर्वांना पूर्ण मुभा आहे.'

(५२)

(मनुताईच्या खोलीत कावेरी येते.)

मनु : काय झालं?

कावेरी : आताच दुपारचं पत्रक निघालं. प्रार्थनेच्या वेळेशिवाय त्यांना कोणालाच भेटायची परवानगी नाही.

मनु : पण डॉक्टर काय म्हणतात?

कावेरी : अजून तरी काळजी करण्याचं कारण नाही, असं म्हणतात ते!

मनु : काळजी करण्याचं कारण नाही! काळजीशिवाय दुसरं काय करणार आम्ही?

कावेरी : खरंच मनुबाई, लग्न झाल्यापासून मी त्यांची जेवणाची वेळ कधी टळू दिली नाही. दिवसातून तीन वेळा तरी खायला लागतं दोघांना! आणि आता –

मनु : असा राग येतो त्या बाळमहाराजांचा! दिला असता सोटा तर –

छबी : मीसुद्धा मागितला; पण देतच नाहीत ते!

कावेरी : आमचं नशीब! पण – मग येणार ना मंडपात प्रार्थनेला?

मनु : कोण मी?

कावेरी : फक्त याच वेळी त्यांना भेटायला मिळेल.

मनु : कावेरीबाई, आले असते मी; पण मला नाही बघवायचं ते! तुम्ही जा. येऊन कळवा मात्र हं. (कावेरी जाते.)

(५३)

(गुंड्याभाऊ व चिमणराव खाटेवर बसले आहेत. कावेरी व छबी येतात.)

कावेरी : भाऊजी, काय चालवलंय तुम्ही हे?

गुंड्याभाऊ : वेडबीड लागलं नाही ना तुला? रडू नकोस अशी! वहिनी, एवढंच शस्त्र आपल्या हाती आहे. छबूताई, बैस बाळ!

छबी : भाऊकाका, बिस्किटं खाता?

गुंड्याभाऊ : नको बाळ, तूच खा हं!

छबी : असं काय? खा ना!

चिमणराव : छबे, गुंड्याभाऊला कशाला त्रास देतेस? (कावेरी व छबी चिमणरावाकडे जातात.) ये बाळ. काय खातेस, बिस्किटं? मला मात्र आग्रह करू नकोस हं! माझी छकुली ती! मी मोडून देतो. (छबीला बिस्किटांचे तुकडे करून देता देता, तेच बोट तोंडात घालतो आणि जिभल्या चाटू लागतो.) खा, खा, बिस्किटं खा! मी तुझ्या तोंडात घालतो. आता तुम्हाला केव्हा भरवायला मिळणार, कोणाला ठाऊक? (छबी खाऊ लागते. चिमणराव इकडेतिकडे पाहतो. कावेरीला बिस्किटे देतो. कावेरी चिमणरावाच्या तोंडात बिस्किटे घालते. चिमणराव बाजूला पाहतो.) थोडं घाल! माझा उपास आहे; नाही तर उपास मोडेल!

कावेरी : सहन होत नाही, तर उपास करायला सांगितलं होतं कुणी?

चिमणराव : कुणी पाहत नाही ना?

कावेरी : कुणी पाहत नाही. (तोंडात बिस्किटे घालते. गुंड्याभाऊ व इतर लोक 'रघुपति राघव राजाराम' हे भजन करीत आहेत. इतक्यात

गर्दीतून डॉक्टर गुंड्याभाऊकडे येतो. चिमणराव सारखे पाणी पितो.)

कावेरी : अहो, पुरे, पुरे! पाणी किती पिता?

डॉक्टर : काय गुंड्याभाऊ?

चिमणराव : डॉक्टर, डॉक्टर, अहो डॉक्टर मुंगळे, (डॉक्टर चिमणरावाकडे येतो.) माझी नाडी पाहा. मला आत ओढल्यासारखं होतंय! फक्त पाचच मिनिटं उरली; मी चाललो!

डॉक्टर : (नाडी पाहू लागतो.) थांबा हो!

चिमणराव : डॉक्टर, मी चाललो! मी चाललो!

डॉक्टर : अहो, कुठं?

चिमणराव : अप्, अप्, अप्!

गुंड्याभाऊ : चिमणा! (चिमणराव घाबरून खाली बसतो.) लोकहो, आता प्रार्थनेची वेळ झाली. मंडळींना आत बोलवा.

(बाहेरून लोकांची गर्दी आत येते. भजन सुरू होते.)

गुंड्याभाऊ : रघुनंदना, करी करुणा,
झणीं आता उडी घाली!
या गांजल्या पिडल्यांना
तुजपरता कुणी न वाली ।।
सूर अनंत बंदी घालितां,
शर-धनु धरूनी वधिलें रावणा!
स्मरूनी ब्रीदा, ब्रीदा,
झणी आता उडी घाली!
या गांजल्या पिडल्यांना
तुजपरता कुणी न वाली ।।

(५४)

(मध्यरात्रीची वेळ. गुंड्याभाऊ व चिमणराव खाटेवर झोपले आहेत. चिमणरावाला भुकेमुळे झोप येत नाही. पहारेकरी झोपलेला आहे. त्याच्याजवळच चिमणराव व गुंड्याभाऊ यांच्याकरिता आणलेले फराळाचे ताट झाकून ठेवलेले असते.)

चिमणराव : गुंड्याभाऊ, गुंड्याभाऊ! (चुकून एकतारी वाजते तरी गुंड्याभाऊ उठत नाही असे पाहून, फराळाचे ताट घेऊ लागतो.)

पहारे : (झोपेत) कोण आहे?

चिमणराव : म्यांव, म्यांव! सरकारी बोका आहे. (हळूच ताट घेऊन जातो व कठड्यापाशी येऊन खाऊ लागतो.)

(५५)

(उपोषणाचा आठवा दिवस. डॉक्टर चिमणराव व गुंड्याभाऊ दोघांची तपासणी करतात.)

१ला डॉक्टर : आज आठवा दिवस! दिवसेंदिवस परिस्थिती अगदी गंभीर होत चालली आहे.

डॉ. मनकवडे : दांडेकरांचं वीस पौंड वजन घटलं.

डॉ. मुंगळे : पण चिमणरावांचं पाच पौंड वाढलं.

डॉ. प्रधान : एकूण चिमणरावांना उपास मानवतात तर!

डॉ. मनकवडे : मग डॉक्टर भडकमकरांना बोलावू का?

गुंड्याभाऊ : हे पाहा डॉक्टर, मी उपासानं मरणार नाही असं वाटत असेल, तरी तुम्ही आणखी डॉक्टर्सना बोलवा. डॉक्टर भडकमकरच काय, तुम्ही अश्विनीकुमारांना जरी बोलावलंत, तरी माझा सोटा मिळाल्यावाचून मी उपास सोडणार नाही.

(५६)

(मनुताईच्या खोलीत कावेरी व छबी आल्या आहेत.)

छबी : असं काय बरं? अशा रडू नका बाई!

मनु : तुला नाही कळायचं बाळ ते!

छबी : ऊं! मला कळत नाही!

कावेरी : आई अंबाबाई, आता आमची ही तरी युक्ती यशस्वी कर बाई. मी तुझी खणानारळांनी ओटी भरीन, अभिषेक करीन, सवाष्ण ब्राह्मण जेवायला घालीन. आता आमची लाज तुलाच!

मनु : छबे, जा, जा – लवकर तुझा घोडा घेऊन.

छबी : हो, जाते ना.

कावेरी : छबे, काम चांगलं झालं पाहिजे हं!

छबी : बघ तरी!

(५७)

(राजवाड्यात छबी आणि युवराज काठीचा घोडा करून खेळत येतात.)

छबी : बाळमहाराज, पाहिलात माझा घोडा?

युवराज : घोडा? काय छबे, घोडा तुझा वाटतं?

छबी : हो, हो, माझा! चांदीचा रंग आहे याला, हिऱ्यांचे दागिने आहेत.

यावर बसलं की जादूच्या घोड्यावरनं आभाळात गेल्यासारखं वाटतं.

युवराज : काय, जादूच्या घोड्यावरनं?

छबी : हो, हो, जादूच्या घोड्यावरनं! आता मी आभाळात गेले आहे! तिथं चंद्र आहे, चांदण्या आहेत, किती किती गंमत आहे म्हणून सांगू!

युवराज : अस्सं? बरं, मग छबे, मी जरा बसतो ना तुझ्या घोड्यावर. आण की इकडे घोडा. मी बसतो. थोडा. जाऊ या तरी तुझ्या आभाळात!

छबी : आण? तर, तर! (पळत जातात.)

(५८)

(राजेसाहेबांचे जवळ ज्योतिषी आले आहेत.)

राजा : काय शास्त्रीबुवा, काय म्हणताहेत ग्रह?

शास्त्री : योग फार वाईट आहेत! हो, शनी-मंगळाची युती! संस्थान खालसासुद्धा व्हायचं अशा युतीत!

राजा : खालसा?

शास्त्री : नाही, म्हणजे अगदी तसंच नाही काही. योगसुद्धा टळतात. काही शुभकार्य राज्यात घडेल –

राजा : शुभकार्य कसं घडावं? आम्ही आणि राणीसाहेब बोलतसुद्धा नाही ना!

दडपे : आमचं लग्न होईल तर –

राजा : चूप! तुमच्यासारखे शनी-मंगळ आमच्या दरबारी आहेत, म्हणूनच राणीसाहेबांचा आणि आमचा अबोला सुरू झाला आहे. चला, चालते व्हा. चला म्हणतो ना.

राजा : एक महिनाभर आम्ही बोलत नाही, तर साऱ्या अशुभ गोष्टी राज्यात घडू लागल्या आहेत. सत्याग्रह काय, उपवास काय, लग्न काय, गाणं-बजावणं काय, डोकं फिरून जायची वेळ आली आहे!

(५९)

(राणीच्या महालात राणी धोंडोपंताला सांगते.)

राणी : डोकं फिरायची वेळ आली! अगंऽ, नको तुझा पंखा. कुठली मला अवदसा आठवली आणि आमच्या बाळमहाराजांचा हट्ट पुरवला! नसता सोटा घेतला, तर त्या गुंड्याभाऊनं उपवास तरी कशाला केला असता? आमच्या संस्थानचं आता काय होणार, कोण जाणे!

धोंडोपंत : संस्थान खालसासुद्धा होईल, असं म्हणतात लोक.
राणी : मूर्ख आहेत ते लोक.
धोंडोपंत : हो, नाही तर काय? अगदी मूर्ख, गाढव!
राणी : पण गाढव तरी कसे? संस्थान जर खरंच खालसा झालं, तर महाराजांना काय वाटेल? किती त्रास होईल त्यांना! आणि याच वेळी आमचा अबोला. काय केलं हे मी!

(६०)

(राजाचा दिवाणखाना. राजेसाहेब आश्रितांस सांगतात.)

राजा : मूर्खपणा केला आम्ही. ते काही नाही. राणीसाहेबांकडे जाऊन हे सर्व कबूल केलंच पाहिजे. सोडलं तर सोडलं त्यांनी चिमणरावांना!

(६१)

(राणीच्या महालात राणी धोंडोपंतास सांगते.)

राणी : सोडलं तर सोडलं त्यांनी गुंड्याभाऊला! मला त्यांच्याकडे गेलंच पाहिजे. मला बोललंच पाहिजे त्यांच्याशी!

(६२)

(छबी व युवराज खेळत येतात.)

युवराज : मी युवराज आहे. मला हा घोडा पाहिजे.
छबी : मी नाही देणार.
युवराज : नाही देणार म्हणजे? मला पाहिजे.
छबी : नाही देणार! (दोघे सोटा ओढू लागतात. कावेरी व मनुताई येतात.)
कावेरी : छबे, छबे, छबे! दे ना तो!
छबी : नाही कुठं म्हणते मी? (युवराज गुंड्याभाऊचा सोटा फेकून देतो. मनुताई तो झेलते.)
मनु : बाळमहाराज, कावेरीबाई, कावेरीबाई, आटपा. चला लवकर.

(६३)

(राजवाड्याच्या प्रवेशद्वारात राजाराणीची भेट होते.)

राजा : आम्ही आपल्याचकडे चाललो होतो! होय ना लेले?
आश्रित : होय सरकार.

राणी : मीपण आपल्याकडेच चालले होते! होय ना धोंडोपंत?

धोंडोपंत : होय.

राजा : आम्हाला माफ करा. आम्ही तुम्हाला फार फार त्रास दिला!

राणी : नाही, नाही! मीच आपल्याला फार छळलं. आपणच मला क्षमा करावी.

राजा : छे, छे, तुमची काहीच चूक नाही. आम्ही तुम्हाला न विचारता चिमणरावांना पहाऱ्यात ठेवलं; तुम्हाला न विचारता प्रो. दांडेकरांना मोकळं केलं; तुम्हाला न विचारता केशरला –

राणी : तरी पण चूक माझीच होती. आपल्याला न विचारताच प्रो. दांडेकरांना मी पहाऱ्यात पाठवलं; आपल्याला न विचारता चिमणरावांना मी मुक्त केलं –

राजा : पण आता काय बरं त्याचं?

राणी : नाही कसं? शिवाय इतके दिवस आपल्याशी विनाकारण अबोला धरला.

राजा : हे मात्र खरं! पण आता नाही ना अबोला?

राणी : छे!

राजा : घ्या. (बदाम देतो. दोघे खाऊ लागतात. त्याच वेळी युवराज, छबी, मनुताई, कावेरी, इतर मुली, हुजरे वगैरे बँड वाजवीत गुंड्याभाऊकडे जात असलेले दिसतात.)

राजा-राणी : अरे, निघालात कुठं?

युवराज : सोटा परत द्यायला.

राजा-राणी : आणि तुम्ही?

कावेरी-मनु : दोघांचा उपवास सोडायला!

(६४)

(गुंड्याभाऊ, चिमणराव खाटेवर पडले आहेत. युवराज, छबी, इतर मुले-मुली बँड वाजवीत येत आहेत. बरोबर कावेरी, मनुताई, चपराशी वगैरे येतात आणि चिमणराव-गुंड्याभाऊंच्या खाटेभोवती उभे राहतात.)

चिमणराव : काय हो, काय हे?

मनुताई : मोर्चा!

चिमणराव : मोर्चा?

कावेरी : हो, हो, मोर्चा!

सर्व : हो, खरंच, मोर्चा!

गुंड्याभाऊ : हेतू? (मनुताई हुजऱ्याकडे जाते व ताटातून एक मुसंब्याच्या रसाची वाटी घेते. कावेरी एक वाटी घेते. गॅलरीत राजा व राणी पाहत आहेत.)

मनुताई : हा रस घ्या पाहू आणि उपवास सोडा!

गुंड्याभाऊ : शक्य नाही.

मनु : तुम्हाला तसा हुकूम आहे.

गुंड्याभाऊ : हुकूम? परमेश्वराशिवाय मी कुणाचाही हुकूम मानीत नसतो! मला कोण हुकूम करणार?

मनु : कोण? मी!

गुंड्याभाऊ : पण सोटा मिळाल्याशिवाय –

मनु : (सोटा आपटते.) घेता की नाही? (सोटा व वाटी देते.)

चिमणराव : अरे गुंड्याभाऊ, आपला सोटा मिळाला!

कावेरी : तुम्ही घेता की नाही?

गुंड्याभाऊ : आमचा सोटा आम्हाला मिळाला! आम्हाला पाहिजे ते मिळालं!

चिमणराव : गुंड्याभाऊनं उपास सोडला; आता आम्हालाही सोडायला हरकत नाही.

गुंड्याभाऊ : जय जय रघुवीर समर्थ! बलशाली हनुमान प्रभु की जय! (दोघेही रस घेतात. मुले टाळ्या वाजवितात. इतक्यात राजा-राणी येतात.)

राजा : शाब्बास! मनुताई, आज तू आमच्या संस्थानाची अब्रू राखलीस! प्रोफेसर दांडेकर, उद्या याच मंडपात तुमचं मनुताईशी लग्न होणार! (मुले टाळ्या वाजवितात. खासगी कारभारी घाईघाईने येतो.)

दडपे : सरकार, सरकार, आपला शब्द –

राजा : आमचा शब्द म्हणजे रामबाण! काढ ती पगडी आणि घाल चिमणरावाच्या डोक्यावर! (चिमणराव –)

(चिमणराव पुढे येतो.)

चिमणराव : जी हुजूर!

(दडपे चिमणरावाच्या डोक्यावर पगडी घालतो. चिमणराव आपली टोपी त्याच्या डोक्यावर ठेवतो.)

राजा : चिमणराव, आजपासून तुम्ही आमचे खासगी कारभारी!

चिमणराव : आहाहा! 'ना विष्णुः पृथिवी-पतिः'

राजा : खासगी कारभारी –

(दडपे पुढे येतो. चिमणराव त्याला मागे ढकलून आपण पुढे होतो.)

चिमणराव : सरकार –

राजा : गुंड्याभाऊच्या लग्नाची सर्व तयारी करा.

चिमणराव : सर्व तयारी आहे सरकार!

राजा : राणीसरकार, चला.

(६५)

(राजवाड्यातील लग्नमंडपात गुंड्याभाऊ व मनुताई यांचा विवाह समारंभ साजरा होतो.)

(६६)

(चंदनवाड स्टेशनवर कावेरी, छबी, गुंड्याभाऊ, मनुताई परत कोल्हापूरास जात आहेत. त्यांना पोहोचविण्यासाठी राजेसाहेब, राणी, चिमणराव, दडपे वगैरे येतात.)

भालदार : श्रीमंत बाबासाहेबमहाराज! आस्ते कदम! (गाडी येते.)

राजा : गुंड्याभाऊ, चला, चला.

कावेरी : भाऊजी, नमस्कार करा.

(गुंड्याभाऊ राजाला व राणीला नमस्कार करतो.)

राजा : गुंड्याभाऊ, कोल्हापूरच्या अंबाबाईचं दर्शन घ्या आणि लगेच पन्हाळ्याला पळा! गुंड्याभाऊ, आमच्या मनुताईला सांभाळा, बरं का!

मनु : राणीसरकार, येते हं!

राणी : ये बरं बाळ! नीट सांभाळून राहा हं!

कावेरी : मावशी, तू काही काळजी करू नकोस. मीच यांना घेऊन जाते.

राजा : छान, छान! ठीक, ठीक!

कावेरी : मनुताई, काय बरं हे? (कावेरी सर्वांचा डोळा चुकवून चिमणरावांकडे जाते. चिमणराव बाजूला रडत उभा असतो.)

छबी : टॉम, मी आईबरोबर कोल्हापूरला जाते, बरं का!

युवराज : खरंच का!

छबी : युवराज, सांभाळ बरं का!

राणी : मनुताई, तू काही काळजी करू नकोस.

राजा : अगं वेडे, अशी रडतेस काय?

कावेरी : येते हं, सांभाळायचं!

चिमणराव : तू आपल्या प्रकृतीला सांभाळ! छबीला सांभाळ! (डोळे पुसतो.)

कावेरी : पण त्या केशरकडे जायचं मात्र नाही हं!

चिमणराव : काय भलतंच बोलतेस हे? काऊ, लग्न झाल्यापासून आपण दूर

राहिलो नाही, म्हणून मला कसंसंच होतंय!

कावेरी : असं काय बरं?

चिमणराव : काही नाही.

गुंड्याभाऊ : चिमणा, काय रे हे असं वेड्यासारखं? लहान मुलासारखं तू जर असं करू लागलास तर कसं व्हायचं? वहिनी, तुम्ही गप्प बसा बघू. चिमणा, येतो हं. वहिनी, चला.

कावेरी : येते हं!

चिमणराव : काऊ, छबीला सांभाळ हं! जा, जा, लवकर.

राजा : हं चला, बसा, बसा! छबे, सांभाळून चढ हं! चला, बरं आहे. येतो आम्ही आता. दया-लोभ असू द्या!

मनु : राणीसरकार, येते हं!

राणी : ये बरं बाळ!

राजा : ये मने, ये.

(गाडी चालू होते. चिमणराव धावत राजाकडे येतो.)

चिमणराव : सरकार, सरकार, मला मुंबईहून आत्ताच तार आली! आमच्या चिमीला मुलगा झाला आहे.

लोक : काय मुलगा?

चिमणराव : मला आता गेलं पाहिजे.

राजा : अहो, पण आम्हाला खासगी कारभारी?

चिमणराव : त्या दडप्याला बदल्या म्हणून घ्या आणि ही पगडी –

(चिमणराव धावत जातो व चालत्या गाडीत चढतो. पगडी फेकतो. कुत्र्याच्या डोक्यावर पगडी पडते. कुत्रा नाचतो.)

राजा : टॉम, टॉम, दडप्या, दडप्या, ते बघ – आता टॉमच आजपासून आमचा खासगी कारभारी!

दडपे : पण सरकार, मी आहे ना?

राजा : ते काही नाही. आमचा शब्द म्हणजे रामबाण!

(टॉम पळत सुटतो.)

– समाप्त –

'सरकारी पाहुणे'मध्ये नंदू खोटे व वत्सला कुमठेकर.

तुझाच

नवयुग चित्रपट लिमिटेड, पुणे

मराठी कलाकृती

तुझाच

दिग्दर्शक : र. शं. जुन्नरकर

कथा-संवाद	:	वि. स. खांडेकर
पद्य १	:	वि. स. खांडेकर
पद्य २	:	राजकवी यशवंत
पद्य ३	:	बाबूराव गोखले
कथा सहायक	:	अ. गो. रानडे
छाया-प्रकाश	:	अण्णासाहेब गुणे
ध्वनी	:	चिंतामणराव मोडक
संगीत	:	दादासाहेब चांदेकर
कला	:	ज. द. गोंधळेकर
सजावट	:	बाळ ढवळे
रंगभूषा	:	जावडेकर
वेशभूषा	:	विश्वास
स्थिरचित्रण	:	बी. एन. पाटील
संकलन	:	माधव कांबळे
मुद्रणविशेष	:	माधव शिंदे

सहायक

दिग्दर्शक : राजा परांजपे

छाया-प्रकाश : बाळ ढवळे

ध्वनी : वसंत धारगळकर

भूमिका

मालती : स्नेहप्रभा प्रधान

अक्कासाहेब : वत्सला कुमठेकर

शेवंती : लीला आचरेकर

बाळासाहेब : साळवी

बन्याबापू : दामुअण्णा मालवणकर

जगन्नाथ : जोग

मधू : विजय

दातार : राजा परांजपे

गबाळे : सावकार

यांशिवाय बारगीर, अथणे, अमर शेख, देवणे, शारदा, वगैरे.

तुझाच

(१)

(मुंबईतील सुप्रसिद्ध 'डेक्कन क्लॉथ मिल्स लि.'चे भव्य आवार. कामगार इतस्तत: कामात असताना दिसतात. सर्वत्र शांतता आहे. फक्त यंत्रांचाच काय तो धुमधडाका ऐकू येतो. गिरणीची निरनिराळी खाती कामात चूर आहेत. खुद्द मालकांच्या ऑफिसात तर कामाची आणि शिस्तीची कोण घाई उडाली आहे! मात्र मधुकर कविता करण्यात रंगला असून, त्याच्या या धाडसाचे त्याचे शेजारी कारकून-मित्र कौतुक करीत आहेत. त्याच वेळी मिलचा व्यवस्थापक दातार काखेत फाइलचे ओझे घेऊन बाहेर येतो; पण हातातील कसले तरी कागद वाचण्यात गढल्यामुळे बाकाला अडकून तो कोलमडतो. सर्व त्याला उठवण्याकरिता धावतात; परंतु कविता रचण्यात व गुणगुणण्यात रंगल्यामुळे मधुकराच्या ध्यानात हे काहीच येत नाही. त्यामुळे व्यवस्थापकाच्या रागाचा पारा उकळत्या बिंदूप्रत चढतो.)

दातार : मिस्टर मधुकर देशमुख!

मधुकर : येस सर!

दातार : काय चाललं होतं तुमचं?

मधुकर : काम करीत होतो मी!

दातार : मी पडलो, हे तुमच्या लक्षात आलं नाही वाटतं?

मधुकर : 'एक्सक्यूज मी!' मी कामात होतो.

दातार : असं काय? हे पाहा मिस्टर मधुकर, तुम्ही बाळासाहेबांच्या शोफरच्या, त्या जगन्नाथाच्या वशिल्यानं जरी इथं नोकरीला लागला असलात, तरी तुमच्या वरिष्ठांना मान द्यायला तुम्हाला समजलं पाहिजे. समजलं? मी इथला मॅनेजर आहे! बघता काय? लागा कामाला. (जाऊ लागतो. त्याच वेळी तारेचा शिपाई येतो आणि ऑफिसबॉयला मधुकर देशमुख कोण आहेत, म्हणून विचारतो. तो नोकर मधुकराकडे अंगुलिनिर्देश करतो.)

मधुकर : कुणाची? माझी तार आहे?

(तारेचा शिपाई तार देऊन जातो.)

मधुकर : (तार वाचतो.) 'रीचिंग बॉंबे इव्हिनिंग. अटेंड स्टेशन.' (उठून) नाही, नाही मालू, तू माझ्या इच्छेविरुद्ध येऊ शकणार नाहीस.

१ ला कारकून : काय हो, काय झालं?

२ रा कारकून : काय हो मिस्टर देशमुख, काही विशेष तर नाही ना? नाही म्हटलं, काही विशेष नाही ना?

मधुकर : नाही, काही नाही.

(बाहेर गिरणीच्या आवारात बाळासाहेबांची मोटर येते. बाळासाहेब उतरतात. जगन्नाथ गाणे गुणगुणत असतो. पहारेकऱ्याला तो बोलावतो.
मॅनेजर आपल्या खोलीतून बाहेर पडतो व नेहमीप्रमाणे वाटेत बाकाला धडकतो. सर्व हसतात. फक्त मधुकर त्याच्या मदतीला धावतो.)

दातार : हसायला काय झालं? अँऽ? चला, लागा कामाला.

(बाळासाहेब प्रवेश करतात.)

बाळासाहेब : अर्रर! दातार, लागलं होय तुम्हाला?

दातार : छे, छे, नाही – काही विशेष नाही.

(बाळासाहेब व दातार ऑफिसमध्ये जातात.)

दातार : हे त्या अमरावतीच्या व्यापाऱ्याचं पत्र. लढाईमुळे कापसाचे भाव खूप कडाडले आहेत; तर आपल्यासाठी कापूस रिझर्व्ह करू का नको, म्हणून तो विचारतो आहे. हे झंवरचंद घेलाभाईचं पत्र. आपल्याला डिस्काऊंट जास्त दिलंत तरच आपणास व्यापाऱ्यांना कमिशन देता येईल, असं त्याचं म्हणणं आहे. हे त्या नागपूरच्या एजंटाचं पत्र. नंबर दोन हजार तीनचे तागे बाजारात लोकांना फारच आवडले आहेत; पण त्यांना त्यांची किंमत परवडत नाही, असं तो म्हणतो. तेव्हा त्याचं काय करायचं?

बाळासाहेब : जरा त्या कामाची फाईल घ्या बरं!

दातार : अरे गोविंदा, तो आपला नवीन कारकून आहे ना? देशमुख – त्याच्याकडून त्या नागपूरच्या एजंटाची फाइल आण बरं.

(गोविंदा शिपाई मधुकराकडे येतो.)

गोविंद : अहो, नवे साहेब, त्या नागपूरच्या एजंटाची फाइल द्या. मोठे साहेब मागत्यात नव्हं का?

मधुकर : हे घे बाबा, जा! – (गोविंदा गेल्यावर) अरे गोविंदा!

(आपली कवितासुद्धा त्या फाइलमधून गेली आहे, हे मधुकरच्या लक्षात येते. मधुकर घाईने उठून ऑफिसकडे धावतो.)

दातार : ही त्या नागपूरच्या एजंटाची फाइल.

बाळासाहेब : (ती चाळून पाहात.) आपल्या गिरणीत इतका चांगला माल निघतो, याची कल्पना नव्हती मला.

दातार : वा, वा! परवाच्या प्रदर्शनात आपल्या धोतरांना सुवर्णपदक मिळाले ना, बाळासाहेब!

बाळासाहेब : अहो, तसं नाही. आपल्याकडे कापडाबरोबर काव्य केव्हापासून तयार व्हायला लागलं?

दातार : आँ! काव्य? (रागाने) गोविंदा, त्या मधुकर देशमुखांना हाक मार बघू.

बाळासाहेब : थांबा हं; ऐका तरी.

दातार : हो, ऐकतो ना!

(बाळासाहेब कविता वाचतो. दातार वरपांगी हसतात आणि त्याच वेळी टेलिफोनची घंटा खणखणून वाजते.)

बाळासाहेब : (फोन घेऊन) हॅलो, कोण पाहिजे?

अक्कासाहेब : (फोनवर) हॅलो, ते आहेत का तिथं?

बाळासाहेब : ते? थांबा हं! (कविता वाचतो.)

क्षण चल ये बसू
हळू गाली हसू
नको काही पुसू
नको बाई रुसू
डोळ्यांत का उगी धारा?

अक्कासाहेब : हॅलो, कोण आहे? कळत नाही का, मी अक्कासाहेब बोलते आहे फोनवरून?

बाळासाहेब : अर्रर्र माफ करा हं! बाईसाहेब, मी बाळासाहेब बोलतो आहे.

अक्कासाहेब : अय्या, तुम्ही होय? मी ओळखलाच नाही आवाज तुमचा! आम्हालासुद्धा थट्टा करता येते हं!

बाळासाहेब : मग करा ना, नाही कोण म्हणतंय तुम्हाला?

अक्कासाहेब : हे पाहा गडे, आज बाँबे क्लबात कुठलीशी राणी येणार आहे. तिला मी 'ॲटहोम' द्यायचं ठरवलं आहे. तेव्हा ती माझ्याकडे एकसारखी पाहत राहील, असं एक सुंदर पातळ हवंय मला!

बाळासाहेब : हॅलो, पण तुमच्याकडे असलेल्या शंभर पातळांपैकी एकसुद्धा चालणार नाही का?

अक्कासाहेब : असं काय बरं? अगदी १९४२ च्या फॅशनचं आणा हं!

बाळासाहेब : अहो, पण मी आणलेलं तुम्हाला पसंत पडेल ना?

अक्कासाहेब : या घाईत दुसऱ्या कुणाला सांगणार बाई! अगदी छानदार आणा

हं. लवकर, एकदम लवकर! मी वाट पाहत बसते तुमची!

(बाळासाहेब फोन ठेवतो.)

दातार : बरं मग, त्या नागपूरच्या एजंटांना –

बाळासाहेब : त्यांना तुम्हीच काय ते लिहा. अहो, पण दातार, सुंदर पातळं कुठं मिळतात?

दातार : सुंदर पातळं ना? त्या आपल्या –

बाळासाहेब : सेंट्रल क्लॉथ स्टोअर्समध्ये!

दातार : हो, हो, सेंट्रल क्लॉथ स्टोअर्समध्ये. (बाळासाहेब जातो. मॅनेजर चिडलेला असतो. मधुकराकडे तो येतो.)

दातार : मिस्टर मधुकर देशमुख –

मधुकर : येस सर!

दातार : हा काय चावटपणा आहे?

मधुकर : ही कविता आहे.

दातार : कविता करायला आम्ही तुम्हाला पगार देत नाही. म्हणे कविता आहे ही! जा. जागेवर जाऊन बसा.

मधुकर : संध्याकाळी रजा मिळेल मला?

दातार : कशाला? महाकाव्य करायला?

मधुकर : स्टेशनवर जायचं आहे मला.

दातार : रजा मिळायची नाही.

मधुकर : मला जायलाच हवं आज!

दातार : चालाय लागा. कायमचीच रजा देतो तुम्हाला! आम्हाला कारकून हवेत, कवी नकोत. (बाकाला धडकून पडतो. लोक हसू आवरून धावतात.)

(२)

(बाळासाहेब आपल्या मोटारीत बसून अक्कासाहेबांना घेतलेल्या पातळाकडे कौतुकानं पाहत आहेत. जगन्नाथ गाडी बिघडल्याचे दाखवून गाडी आपल्या घराच्या चाळीसमोर थांबवितो.)

जगन्नाथ : छे:! छे:! छे:! झालंच काही तरी या गाडीला!

बाळासाहेब : काय रे जगन्नाथ, या रस्त्याचं नि आपल्या गाडीचं अगदी हाडवैर दिसतंय?

जगन्नाथ : भारी खराब रस्ता आहे हा साहेब. अख्ख्या मुंबईत गाडी कशी पाखरासारखी धावते; पण या रस्त्याला आली की –

बाळासाहेब : की, नेमकी बिघडते – अगदी याच चाळीपाशी!

जगन्नाथ : छे:! छे:! तसं काही नाही साहेब – तसं काही नाही! (गाडीचा हॉर्न ऐकून शेवंती गाडीजवळ येते.) ते काही नाही साहेब, आपण कॉर्पोरेशनमध्ये गेल्याशिवाय हा रस्ता दुरुस्त व्हायचा नाही नि आमचे गरिबांचे हाल थांबायचे नाहीत! (शेवंतीकडे पाहत.) अगं, तू होय? मग अशी शुंभासारखी उभी काय राहिलीस नुसती? नवऱ्याला थोडी मदत करायची की नाही? या अलीकडच्या बायका म्हणजे दुकानातल्या बाहुल्या नुसत्या. नटवाव्या-सजवाव्या –

(बाळासाहेब कौतुकाने दोघांकडे पाहत असतात.)

जगन्नाथ : (शेवंतीस) ए, ही शेवंती गोड आहे, का ही? (म्हणून खिशातली शेवंतीची वेणी काढून तिला देतो.)

शेवंती : इश्श! (लाजून पळून जाते.)

जगन्नाथ : (मोटर दुरुस्त झाल्यासारखी दाखवून) चला साहेब, झाली गाडी दुरुस्त! वाऱ्यासारखी सोडतो आता!

बाळासाहेब : पण काय रे, बिघडलं होतं काय, ते तरी कळू दे.

जगन्नाथ : साहेब, या नव्या नव्या मॉडेल्सच्या गाड्या आणि या अलीकडच्या बायका, यांचं केव्हा काय बिघडतं, तेच कळत नाही.

(मोटर सुरू करतो.)

बाळासाहेब : अरे, हे पाहा जगन्नाथ, गाडी उजवीकडून घे.

जगन्नाथ : म्हणजे? बंगल्यावरच जायचं होतं ना?

बाळासाहेब : हं – पण त्या अगोदरच मला एक वेणी घ्यायची आहे.

(३)

(बाळासाहेबांचा बंगला. पातळाचे पार्सल आणि फुलांची वेणी घेऊन बाळासाहेब अधीरतेने मोटारीतून उतरतात, तर अक्कासाहेब ड्रेसिंग रूममध्ये पातळांची निवड करीत आहेत.)

अक्कासाहेब : बाई, बाई, बाई! दोन वाजायला आले तरी अजून यांचा पत्ता नाही. म्हणतात ना, साप म्हणून नये धाकला आणि नवरा म्हणू नये आपला! यांचं पातळ येणार केव्हा आणि मी नेसणार केव्हा? सावित्री, जा बाई, फोन तरी कर यांना ऑफिसमध्ये. (बाळासाहेबांना येताना पाहून) किती चांगले आहात तुम्ही! अगदी नवीन फॅशनचे आहे ना! द्या ना –

बाळासाहेब : अंऽहं! लढाईमुळं सध्या उधारी बंद आहे.

अक्कासाहेब : बरं बाई, पण मालाची किंमत द्यायला ती कळायला तरी हवी!

बाळासाहेब : किंमत फार थोडी आहे. एक गोड –

अक्कासाहेब : चहाचा कप?

बाळासाहेब : चहाचा कपच म्हणायचा! पण चहा मात्र अगदी गोड, (सहेतुकपणे तिच्या गालाकडे पाहत) गुलाबी –

अक्कासाहेब : इश्श! माझ्या गालाचा रंग पुसून जाईल ना?

बाळासाहेब : अंऽहं! अधिकच गुलाबी होईल तो!

अक्कासाहेब : पुरुषांना काय – काळ नाही न् वेळ नाही.

बाळासाहेब : खरं आहे. ही दुपारची वेळ आहे. मी या वेळी गिरणीतच असायला हवं होतं. बरं आहे. (जाऊ लागतो.)

अक्कासाहेब : अहो, थांबा, थांबा! म्हणतात ना, अडला हरी – हं, घ्या –

(बाळासाहेबांपासून पातळ घेऊन चुंबन मात्र चुकवते.)

बाळासाहेब : आणखी एक गंमत आहे आमच्यापाशी! ही घ्या सुंदर फुलांची वेणी.

अक्कासाहेब : बाई, बाई, बाई! अगदी पेशवाईतच आहात तुम्ही! अहो, पुरुषांची पागोटी आणि बायकांच्या वेण्या – आता यांचा काळ राहिला नाही. (पार्सल उघडून) शीः! मी एकोणीसशे बेचाळीसची साडी आणायला सांगितली होती; तर तुम्ही अठराशे बेचाळीसचा सुताडा घेऊन आलात. देवा रे देवा! आता मी काय करू?

बाळासाहेब : याचं अंग तरी पाहा किती सुंदर आहे ते?

अक्कासाहेब : काही नको पाह्यला! त्या राणीसमोर माझी फजिती व्हावी, म्हणून मुद्दामच तुम्ही हा गोणपाट आणलात! दोन वाजून गेले. देवा रे देवा! आता मी नेसू तरी काय? म्हणतात ना, साप म्हणू नये धाकला आणि नवरा म्हणू नये आपला!

(४)

(व्हिक्टोरिया टर्मिनस स्टेशन. प्लॅटफॉर्मवर मधुकर असून, स्टेशनात येणाऱ्या गाडीतील मालती त्याला पाहून रुमाल हलवीत आहे. गाडी थांबताच मालती उतरते.)

मालती : मधू, तुला गाडीतनं पाहिलं नि मला वाटलं की –

मधुकर : काय वाटलं?

मालती : की एकदम गाडीतून उडी टाकावी आणि तुझ्या बाहुपाशात येऊन पडावं.

मधुकर : मला मात्र तसं वाटलं नाही. मालती, मला असं वाटलं की, तुझ्याच धावत्या गाडीखाली एकदम उडी मारावी –

मालती : मधू! नेहमीसारखा कवी संचारला वाटतं तुझ्या अंगात? तुझ्या नोकरीचं नक्की झालं ना? मग आता आपल्या लग्नाचा नको का विचार करायला?

मधुकर : एक शब्दसुद्धा बोलू नकोस तू! मला दिलेलं वचन तू का मोडलंस? मी नको म्हणत असताना तू इथं मुंबईला का आलीस? साताऱ्याला आपल्या आत्याच्या घरी आणखी काही दिवस राहिली असतीस, तर जग काय बुडालं असतं?

मालती : वा! मग तुला तुझी मालती कशी मिळाली असती? अरे, मी आत्याला नुसतं म्हटलं, की मी तुझ्याशीच लग्न करणार आहे... आणि तिनं मला तुझ्याच घराचा रस्ता दाखवला. म्हणून मग –

मधुकर : तर, तर! तुला काय वाटलं, मी इथं अगदी चैनीत आहे; असंच ना? खरं आहे बाईसाहेब! सध्या मी मलबार हिलवर राहतो, रात्रंदिवस रोल्सराईसमधून हिंडतो, ताजमहालमध्येच जेवतो – झालं तुझं समाधान?

(आसपास तमासगिरांची गर्दी होते.)

पोर्टर : बाबांनो, नवरा-बायकोनी घरात हवं तितकं भांडावं; पण इथं स्टेशनवर काय? छे-छे रे! ह्यो चव्हाटा हाये.

मधुकर : बरं, बरं आजोबा.

(मालतीला घेऊन जातो. लोक हसतात.)

(५)

(मधुकर व मालती बागेत येतात.)

मधुकर : प्रेम करण्याइतकं संसार करणं सोपं नाही मालू.

मालती : आणि आपल्या आवडत्या माणसापासनं दूर-दूर राहणं, हेही काही सोपं नाही. मधू आणि राह्यचं ते तरी कुठं – एका खाष्ट आत्याच्या कोंडवाड्यात?

मधुकर : आमच्या रूक्ष मॅनेजरापेक्षा तुझी खाष्ट आत्या बरी!

मालती : मधू, रागवलास होय माझ्यावर? तुझं नोकरी लागल्याचं पत्र आलं मात्र... मला राहवेना अगदी. कमी पगाराची नोकरी मिळाली म्हणून तुला वाईट वाटतंय, होय ना? वेडा कुठला! जरा हास बघू. कोंड्याचा मांडा करून अगदी सुखानं राहू आपण.

मधुकर : पण – कोंडा तरी कुठं शिल्लक आहे इथं?

मालती : म्हणजे तुझी नोकरी गेली?

(मालतीच्या डोळ्यांत अश्रू जमतात.)

मधुकर : वेडी कुठली! चल पाहू, असली भिकार नोकरी गेली म्हणून हसायचं की रडायचं? मालू, तुझा मधू गिरणीतली नोकरी करण्यासाठी जन्माला आलेला नाही. तो मोठा कवी होणार आहे; कथालेखक होणार आहे, होय ना? मग हास पाहू आधी! तुला वेड तर लागलं नाही, मालू?

मालती : लागलंय, एका माणसाचं! (थांबून) मधू, लहानपणी बाबांनी मला नाचायला शिकवलं होतं. त्याचा नाही का आपल्याला उपयोग करून घेता येणार? तुला नोकरी मिळेपर्यंत मीच एखाद्या सिनेमा कंपनीत काम केलं तर?

मधुकर : सिनेमा कंपनीत? तुला सिनेमात नाचवून संसार करायची इच्छा नाही मालू. मला वचन दे.

मालती : कसलं वचन?

मधुकर : आधी वचन दे – मग कसलं ते सांगतो.

मालती : लग्न व्हायच्या आधीच पुरुषाच्या अंगात नवरा संचारतो म्हणायचा!

मधुकर : मालू, मला वचन हवं आधी! (ती हातात हात देते.) हे घे.

मालती : हे काय?

मधुकर : पुण्याचं तिकीट! आलीस तशी संध्याकाळच्या साडेपाचच्या गाडीनं पुण्याला परत जा अन् उद्या सकाळी सातारला.

मालती : पण –

मधुकर : ते काही नाही, साडेपाचची गाडी! (मालती बाजूला जाऊन गप्प उभी राहते.) रागावलीस होय माझ्यावर? मालू, मी किती जरी गरीब असलो, तरी तू माझी राणी आहेस. आपल्या राणीनं जगात दासीसारखं राबावं, हे कुठल्या तरी राजाला आवडेल का?

मालती : नुसतं तोंडानं राणी म्हणून काय उपयोग?

मधुकर : मग आपल्या राणीसाठी राजानं काय करायला हवं, ते तरी सांग मला. तिच्यापायी आज त्याची नोकरीसुद्धा गेली!

मालती : माझ्यापायी?

मधुकर : हो, तुझ्यापायी! हे पाहा, आज ऑफिसात तुझ्यावर कविता करीत बसलो होतो मी!

मालती : (वाचते.) 'चल बोलू सखे जरा!' किती सुंदर आहे रे! जरा म्हणून

दाखव ना.

मधुकर : आवडली तुला? चल, इकडे ये.

मधुकर : चल बोलू सखे जरा,
नाचू दे या मन-मोरा
क्षण चल ये बसू,
हळू गाली हसू
नको काही पुसू,
नको बाई रुसू
डोळ्यांत का उगी धारा ॥
नाचू दे या मन-मोरा॥
ढग काळा वरी
परी दोघे दुरी
बीज हासे परी
फुले आशा उरी
गुंफू गं हासत हारा ॥
नाचू दे – ॥

मधुकर : चला राणीसाहेब, पाच वाजले, साडेपाचच्या गाडीनं निघणार ना?

(६)

(मालती रेल्वेत बसण्यासाठी जागा पाहत आहे. एका म्हातारीला जागा मिळत नसल्यामुळे ती तेथेच बसलेल्या तरुणास विनंती करते.)

म्हातारी : दे रे बाबा, थोडी जागा करून म्हातारीला, नेरळला उतरायचं आहे मला.

तरुण : जागा कुठं आहे आजीबाई, पाहा ना कशी गर्दी आहे ती! (इतक्यात त्या तरुणाला मालती दिसते.) (मालतीला) बसा ना, बसा ना. (तरुण उठून मालतीला जागा करून देतो. मालती त्या म्हातारीला तिथं बसण्यास सांगते.)

तरुण : (मालतीस) जवळच उतरणार आहात वाटतं?

मालती : नाही.

तरुण : पुण्याला जाणार असाल बहुतेक!

मालती : नाही.

तरुण : मग कुठं?

मालती : तीर्थयात्रा करायला निघाले मी – काशीला.

तरुण : इतक्या तरुणपणी तीर्थयात्रा –

मालती : अगं बाई! आलंच की स्टेशन! (मालती दादर स्टेशन आले म्हणून उतरू लागते.) नमस्कार सभ्य गृहस्थ! आली आमची काशी.

तरुण : अहो, अहो मिस – अहो, तुमचं नाव – बरं, निदान ओळख तरी ठेवा आमची.

(७)

– बॉम्बे क्लब –

(क्लबच्या बाहेर बन्याबापू व गबाळे मोटरीतून खाली उतरतात.)

बन्याबापू : चला गबाळे.

पठाण : साब, यहाँ से अंदर जाना है।

बन्याबापू : हमें अंदर कुछ काम नहीं है, बाहरही है, चल गबाळे. (बन्या व गबाळे बाजूला जातात.) हे पाहा गबाळे, आपल्या कंपनीसाठी आपल्याला जो पैसेवाला गाठायचा आहे, तो असा गाठायचा की, त्याच्या बायकोमार्फतच काम फत्ते झालं पाहिजे. अरे, या बायका म्हणजे – चल – कर बघू सुरुवात. (मोटरीचे नंबर पाहतात.) गाडीचा मालक सर दोराबजी पाटलीवाला.

गबाळे : इस्टेट सात लाख.

बन्याबापू : बायको मिसेस लेडी रतन पाटलीवाला– वय वर्षे साठ. अरेरे! म्हणजे म्हातारी – नापास. म्हातारी बायको आपल्या नवऱ्याला मुठीत कशी ठेवणार आणि आम्हाला फायनान्स कसा मिळणार? हं गबाळे, दुसरी गाडी.

(जगन्नाथ आपल्या गाडीजवळ उभा आहे.)

जगन्नाथ : अरे-अरे, ते पाहा काय करताहेत ते!

बन्याबापू : गाडीचा मालक श्रीमंत सासवडकर.

गबाळे : स्थावर इस्टेट पंधरा लाख.

बन्याबापू : बायको तरुण व सुंदर-छान.

गबाळे : पण साहेब, बायकोला घराबाहेर न जाऊ देण्याबद्दल ख्याती आहे श्रीमंतांची – म्हातारे आहेत ना ते – म्हणून घाबरतात जरा.

बन्याबापू : असं होय – म्हणजे निरुपयोगी – हं – पुढे चल.

जगन्नाथ : अरेच्चा! आमच्या गाडीपाशी आले की ते?

बन्याबापू : गाडीमालक, बाळासाहेब गोखले.

गबाळे : मिल ओनर. इस्टेट आठ लाख.

बन्याबापू : बायको मध्यम वयाची, गाण्याची शौकीन, मोठेपणाची हौस, मूलबाळ नसल्यामुळे घरात दुर्लक्ष. वा-वा-छान! नाव अक्कासाहेब! गबाळे, आपल्याला हवी होती ती गाडी सापडली. काम फत्ते! दे टाळी. (गबाळे टाळी द्यावयास लागतो.) गबाळे, अरे, मी तुझा मालक ना?

गबाळे : होय साहेब.

बन्याबापू : मग, टाळी कसली देतोस माझ्या हातावर? अं – पाच रुपये दंड केला आहे तुला. कापून दे पुढल्या पगाराला.

गबाळे : पण साहेब –

जगन्नाथ : अहो मिस्टर –

बन्याबापू : काय हो मिस्टर – नमस्कार! नमस्कार ड्रायव्हरसाहेब, तुम्हालाच शोधीत होतो मी. (सिगारेट काढून देतो.) हे पाहा मिस्टर –

जगन्नाथ : माझं नाव जगन्नाथ आहे.

बन्याबापू : असं का? माझं नाव, तुम्हाला अप्सरा पिक्चर्स माहीत आहे ना –

जगन्नाथ : बाजार-मास्तर आहात वाटतं तुम्ही तिथं?

बन्याबापू : अप्सरा पिक्चर्सचा मी मालक आहे – माझं नाव बन्याबापू बडवे. हे पाहा जगन्नाथ, सिनेमाइतका मोबदला दुसरीकडे कुठेच मिळत नाही. पाच रुपयांची मोलकरीण; पण नटी झाली की, पाचशे रुपये देतो आम्ही तिला.

जगन्नाथ : पण तुमचं काम काय आहे, ते तरी सांगा?

जगन्नाथ : (नोट हळूच घेऊन) त्या पाहा तिथं आहेत अक्कासाहेब –

(जगन्नाथ निघून जातो.)

अक्कासाहेब : अद्याप आली नाही ती नाचणारी. आता काय करायचं? नाग-नृत्य सुंदर करते म्हणून राणीसाहेबांसाठी मुद्दाम तिचा कार्यक्रम ठेवला मी – आता काय म्हणतील त्या? जा-जा – सेक्रेटरी, पुन्हा फोन कर तिला.

(सेक्रेटरी फोन करण्यास जाते.)

अक्कासाहेब : (दुसऱ्या बायकांना) राणीसाहेबांना हे माझं पातळ फार फार आवडलं. नाच झाल्यावर त्यांना दुकानात घेऊन जाणार आहे मी.

(सेक्रेटरी परत येते.)

सेक्रेटरी : अक्कासाहेब, ती नाचणारी बाई म्हणते की, आपलं डोकं फार दुखतंय, तेव्हा आपल्याला आज काही नाचता येणार नाही.

अक्कासाहेब : मेलीनं चांगलाच गळा कापला आमचा. आयत्या वेळी आजारी पडायचं होतं, तर कबूल कशाला करावं? आता काय करावं बाई!

(बन्याबापू येतो.)

बन्याबापू : नमस्ते-नमस्ते अक्कासाहेब. (आपल्या नावाचे कार्ड देतो.) मी बन्याबापू बडवे – अप्सरा पिक्चर्सचा मालक.

अक्कासाहेब : बरं बाई – देवच पावला म्हणायचा! काय हो, तुमची सिनेमा कंपनी आहे ना? मग चांगली नाचणारी माणसं तुमच्या ओळखीची असतीलच.

बन्याबापू : हो-हो – मेनका-अझुरी-उदयशंकर...

सेक्रेटरी : अहो पण, उदयशंकर सध्या अमेरिकेत आहेत म्हणे.

बन्याबापू : असेना – माझी तार गेली की, विमानानं येतील ते. तो नि मी अगदी लंगोटीयार आहोत. हे पाहा ना – (नाचून दाखवितो.) अगदी बरोबरीनं अभ्यास केला मी त्याच्या.

अक्कासाहेब : अहो पण बन्याबापू, आताच्या आता आम्हाला चांगली नाचणारी बाई हवी आहे –

बन्याबापू : असं ना – मग दहा मिनिटांतच मी नाचणारी बाई आणतो पाहा.

(गबाळे व बन्या जातात.)

(मालती अप्सरा पिक्चर्सच्या गाडीजवळ मोटरच्या ड्रायव्हरकडे चौकशी करते.)

मालती : हे पाहा ड्रायव्हर – तुमच्या कंपनीचे मालक कुठं आहेत?

ड्रायव्हर : ते तिकडं – बोलत येताहेत तेच.

(बन्याबापू व गबाळे बोलत येत आहेत.)

बन्याबापू : काय रे गबाळे, आता नाचणारी बाई कुठून आणायची?

गबाळे : साहेब, आपल्या एक्स्ट्रॉजमध्ये ती साळू आहे ना –

बन्याबापू : बरं, मग?

गबाळे : ती पूर्वी तमाशात नाचत होती – तेव्हा –

बन्याबापू : गाढव आहेस. त्या साळूला पाहून या साऱ्या बायका बेशुद्ध पडतील ना!

मालती : माफ करा हं. तुमची अडचण मी दूर करू का?

बन्याबापू : म्हणजे तुम्हाला नाचता येतं?

मालती : हो – येतं तसं –

बन्याबापू : तुमचे डान्साचे कपडे कुठं आहेत?

मालती : आहेत माझ्या बॅगमध्ये. चला –

बन्याबापू : वा-वा! गबाळे, आपल्याला अगदी देव भेटला – चला-चला –

(८)

(मालती नागनृत्य करीत आहे. बन्याबापू, अक्कासाहेब व राणीसाहेब कौतुकाने पाहत आहेत. नाच संपल्यानंतर –)

अक्कासाहेब : किती सुंदर नाचते हो तुमची मालन?

बन्याबापू : अहो, हिला शिकविता-शिकवता आमच्या कमरेचा काटा अगदी ढिला झाला. नाचाला फिगर कशी तुमच्यासारखी हवी, होय ना राणीसाहेब?

राणीसाहेब : फारच छान फिगर आहे तुमची.

अक्कासाहेब : खरं?

बन्याबापू : आम्ही सिनेमातले लोक कधी खोटं बोलत नाही. तुमच्यासारख्या कुलीन विदुषीचा नाच एखाद्या चित्रपटात आला तर लोक भयंकर वेडे होऊन जातील.

अक्कासाहेब : पण मला शिकवणार कोण?

बन्याबापू : आमची मालती आहे की!

अक्कासाहेब : खरं?

बन्याबापू : ठरलं ना मग? उद्या दुपारी स्टुडिओत या ना! अगदी सहकुटुंब यायला हवं हं. आपलं सहकुटुंब – म्हणजे बाळासाहेबांना घेऊन.

(९)

अक्कासाहेब : नाजुक गाली गुलाबी फुला हास गे,
का रुसोनी बसे फुलराणी
बोला ना,
खेळा ना,
खजिना खोला ना,
फुलवित गोड सुवास गे ॥ नाजुक – ॥
पाहुनी तव डोळे
मोहुनी जग गेले,
गुलगुल बघ बुलबुल हा बोले,
हसुनी जरा गे, करी किती चाळे
आली उषाही,
वाकुनी पाही,
जाई लाजुनी गे
रवीराणा, नजराणा,

घेऊनी आला ना,

भुलवित गोड विलास गे ॥ नाजुक गाली – ॥

(अक्कासाहेब गाणे संपवून टेबलापाशी बाळासाहेब लिहीत असतात त्या ठिकाणी येते व त्यांचे लक्ष वेधून घेते.)

बाळासाहेब : अंऽ! हे कसलं नवीन खूळ काढलंय आज?

अक्कासाहेब : मी नाचायला शिकणार आहे आजपासून!

बाळासाहेब : नाचायला शिकणार आहात? म्हणजे बायका नाचऱ्या नसतात, असं का तुम्हाला म्हणायचं?

अक्कासाहेब : बरं बाई! पण बायका नाचऱ्या असतात म्हणून तर पुरुषांनी नेहमी त्यांच्याबरोबर असायला हवं, नाही का?

बाळासाहेब : कुठं तरी बाहेर जायची प्रस्तावना आहे वाटतं ही?

अक्कासाहेब : अप्सरा पिक्चर्सच्या स्टुडिओत जायचंय आपल्याला. मी तुम्हाला घेऊन येते, म्हणून कबूल केलं आहे त्यांना.

बाळासाहेब : आता? (ती मानेने 'हो' म्हणते. बाळासाहेब त्याला नकार देतात.)

अक्कासाहेब : असं काय बरं? थांबा! मी तुमचा कोट आणून देते इथं. हं, घ्या. कधी नाही तो हट्ट धरला; पण म्हणतात ना, कुणाची होऊ नये बाईल –

बाळासाहेब : आणि कुणाचा होऊ नये नवरा!

अक्कासाहेब : ही सारी बोलणी मला कळतात बरं! मीच तुम्हाला नकोशी झाले आहे, बरं आहे.

बाळासाहेब : अहो, हे पाहा –

अक्कासाहेब : मग! उगीचच मला चिडवलंत! हं, घ्या. (कोट देऊ लागते.)

बाळासाहेब : तुम्हालासुद्धा मी जाऊ देणार नाही आज.

अक्कासाहेब : गोषाबिषात ठेवणार आहात की काय मला?

बाळासाहेब : वालचंद वगैरे आपल्या मिलचे भागीदार काही महत्त्वाच्या कामासाठी आपल्याकडे येणार आहेत आत्ता. फार जरुरीची मीटिंग आहे. तेव्हा तुम्ही घरी राहणं योग्य होईल.

अक्कासाहेब : त्यांना म्हणावं, तुमच्या गिरणीच्या बंबात माझ्या बायकोला एकदा ढकलून टाका, म्हणजे सुटका होईल तुमची!

बाळासाहेब : हे काय बरं वेड्यासारखं?

अक्कासाहेब : जगन्नाथऽऽ

जगन्नाथ : (दारात येऊन) काय बाईसाहेब?

अक्कासाहेब : हे पाहा जगन्नाथ –

बाळासाहेब : त्या अप्सरा पिक्चर्समध्ये जाऊन सांग, की हिला यायला आज

सवड नाही म्हणून.

जगन्नाथ : जी साहेब!

अक्कासाहेब : थांब रे!

जगन्नाथ : जी बाईसाहेब!

अक्कासाहेब : मी चिठ्ठी लिहून देते, ती बन्याबापूंना नेऊन दे.

(अप्सरा पिक्चर्स. कामगारांना बाळासाहेब व अक्कासाहेब यांच्या स्वागतार्थ दारातच उभे केले असून, बन्याबापू त्यांची पाहणी करीत आहेत.)

बन्याबापू : हे काय, हे काय उभा राहिला आहेस तू? बाळासाहेब आल्यावर असाच उभा राहणार का? गबाळे, याला तीन रुपये दंड ठोका. आणि हे पाहा, तुम्ही सर्वांनी लक्षात ठेवा, बाळासाहेबांची मोटर तुमच्या अंगावरून जाऊ लागली, की त्यांना एकदम सलाम ठोका – आणि मोठ्यांदा ओरडा, श्रीमंत बाळासाहेब गोखले यांचा जयजयकार असो! (सर्व तसे ओरडतात.)

(बन्याबापू जाहिरात खाते तपाशीत आहे.)

बन्याबापू : अरे, ते पोस्टर आण इकडे! काय रे, हे पोस्टर रंगवलंस का तुझा चेहरा? आणि हा चेहरा बघून लोक आम्हाला फायनान्स करणार? गबाळेऽऽ

गबाळे : साहेब.

बन्याबापू : याला दहा रुपये फाईन करा.

गबाळे : पण साहेब –

बन्याबापू : काय?

गबाळे : साहेब, (बाजूस) या लोकांना असा दंड करायला लागलात तर लोक बिथरतील ना सगळे?

बन्याबापू : गाढव आहात तुम्ही! तुमच्या लक्षात कसं येत नाही? तीन महिन्यांचा पगार आपल्या कंपनीवर चढला आहे ना! एका महिन्याचा तरी कमी होईल यानं? हे पाहा चपाले, नीट लक्षात ठेवा, अक्कासाहेब व बाळासाहेब इकडूनच माझ्या ऑफिसमध्ये येणार आहेत. त्या वेळी सर्वांनी एकदम उभं राहून सलाम ठोकायचा. कळलं का? चल रे गबाळे, आता तुझ्या उपाहाराची तयारी दाखव.

(बन्याबापू व गबाळे उपाहाराच्या खोलीत येतात. तिथे गोट्या 'डोळे हे जुल्मी गडे' हे पद गात फराळावर ताव मारताना दिसतो.)

बन्याबापू : काय रे, कोण रे तू? एकदम आत कुठं घुसलास?

गबाळे : साहेब, हा नवीन बॉय ठेवलाय मी तुमच्यासाठी! चांगला शोभेल तुमच्या ऑफिसला. अगदी तुमच्यासारखा दिसतोय!

बन्याबापू : काय, माझ्यासारखा? (गोट्याला पकडतो.) 'डोळे हे जुल्मी गडे', काय लेका?

(१०)

(बाळासाहेबांची गाडी चालू असून, पुढच्याच जागेवर जगन्नाथ व शेवंती आहेत.)

शेवंती : इश्श! हे काय? रस्त्यावरचे लोक पाहतील ना!

जगन्नाथ : अगदी लाजाळूचं झाड आहे जसं काही. अगं, आता मी आहे बाळासाहेब; कळलं का? आता कंपनीत गेल्यावर तो बन्याबापू आपल्याला 'गुड मॉर्निंग' करील, तेव्हा आपणसुद्धा 'गुड मॉर्निंग' म्हणायचं!

शेवंती : बरं!

जगन्नाथ : तसं नको, म्हणून दाखीव.

शेवंती : गुड मोर्निंग!

जगन्नाथ : काय काय काय? – पुन्हा म्हणा पाहू?

शेवंती : गुड मोर्निंग!

जगन्नाथ : बरं, चालेल! आणि त्या बन्यानं शेकहँडकरिता हात पुढं केला की, असा घट्ट धरून हालवायचा.

शेवंती : इश्श!

जगन्नाथ : आणि चहा बशीतनं प्यायचा नाही; कपातनं प्यायचा.

शेवंती : पण माझं तोंड भाजेल ना?

जगन्नाथ : हो, पण भाजलं तरी चेहऱ्यावर दिसू देऊ नकोस. तशी एटिकेट का फेटिकेट आहे. आणि हे पाहा, मधून मधून मला हाक मारायची, डिअर बाळासाहेब, माय डिअर बाळासाहेब!

(शेवंती व जगन्नाथ दोघे हसतात.)

(११)

(अप्सरा पिक्चर्सच्या कचेरीनजीकचे जाहिरात खाते. बन्याबापू व रामदासभाई प्रवेश करतात.)

बन्याबापू : अरे, शु मगजमारी करो छो रामदासभाई! अरे, तुमचा पैसा घेऊन मी पळून तर गेलो नाही? पैसा, पैसा, पैसा – (सर्व कामगार त्यांना नमस्कार करतात.) मूर्ख आहात सगळे! अरे, बाळासाहेब गोखले आले की त्यांना सलाम करायला सांगितला! यांना कशाला?

चपाले : म्हणजे, हे बाळासाहेब नाहीत वाटतं?

बन्याबापू : आणि हे पाहा, त्यांच्याबरोबर बाई असतील, त्यांनाही नमस्कार करा. विसरू नका. नाही तर पट्टेवाल्याला कराल. (दोघेही कचेरीत येतात. तेथे आधीच त्याचे घेणेकरी येऊन बसलेले आहेत.)

पठाण : देखो बन्याबापू, हमारा पैसा किधर है? अभी मंगता!

मारवाडी : अरे, म्हारा पैशानूं शूं थयूं, हा बन्याबापू!

पठाण : बोलो, वायदा करो! हमारा पैसा लाव!

बन्याबापू : अरे ए लाला, आता कायदा दाखवीन तुला; वायदा देणार नाही.

पठाण : लेकिन हमारा पैसा?

बन्याबापू : देखो लाला, जादा बात मत करो. अब्रुनुकसानीची फिर्याद लावीन तुझ्यावर? काय समजलास तू मला? मराठी शाळेचा मास्तर? अरे, फिल्म कंपनीचा प्रोड्युसर आहे – निर्माता!

रामदास : तो म्हारी बत्रिससोनी बाकी अपिदो भाई! शूं काम माथूं मारो छो!

बन्याबापू : बस! बत्तीशेच? अरे, आमच्या नटीचा पगार असतो चार हजार!

रामदास : पण तमारी नटीसाथे तो अमारी कई व्यवहार थयो नथी.

बन्याबापू : हँऽ! नटीशी काय व्यवहार करणार तुम्ही? घेऊन जा तुमचे चेक. बोलो लाला, कितना पैसा है तुम्हारा? बोलो जल्दी.

लाला : बस, हमारा सतरासो रुपिया!

बन्याबापू : आणि फकीरचंद, तुमचे?

मारवाडी : बावीससो रुपिया!

बन्याबापू : बस्स, तर मग घ्या हे तुमचे चेक्स! (टेबलाचा खण उघडतो. त्यात दारूच्या बाटल्या खळखळतात. त्या लपविण्यासाठी पुन्हा तो खण बंद करतो. त्याच वेळी बाळासाहेबांच्या गाडीचा हॉर्न वाजतो.) आं! आली गाडी आमच्या नव्या फायनान्सरची! बाळासाहेब गोखले तुम्हाला ऐकून माहीत आहेत ना?

सर्व : हां, हां!

बन्याबापू : तेच आम्हाला यापुढे फायनान्स करणार आहेत. बसा तुम्ही. तुमची त्यांची इंट्रोडक्शन करून देतो. अगदी सॉलिड पार्टी आहे हं! (जातो.)

रामदास : हां भाई, सामळ्युं छे खरूं बाळासाहेब विषे! बहु मोटो माणस छे!

(बाळासाहेबांची गाडी स्टुडिओच्या आवारात प्रवेश करते. गाडीत फक्त जगन्नाथ व शेवंती आहेत. सर्व कामगार त्यांना नमस्कार करतात.)

शेवंती : गुड् मोर्निंग! गुड् मोर्निंग!

(गाडी पोर्चमध्ये थांबल्यावर जगन्नाथ व शेवंती उतरून व्हरांड्यात येतात.)

बन्याबापू : नमस्कार, नमस्कार बाळासाहेब. जग्या! गबाळे! (हार त्याच्या हाती देतो.)

जगन्नाथ : नमस्कार बन्याबापू, नमस्कार!

शेवंती : गुड् मोर्निंग!

(जगन्नाथ बळेच बन्याबापूशी हस्तांदोलन करून, आपली टोपी त्याच्या हाती देतो. बन्याबापू ती गबाळेकडे धाडतो, तरी निरनिराळ्या खात्यांतील लोक जगन्नाथला स्वत:चा परिचय करून देतातच. सर्व आत जातात.)

बन्याबापू : काय रे गबाळे, हा ड्रायव्हर कुठून मध्येच आला? आणि बाळासाहेब कुठं आहेत?

गबाळे : साहेब, आपल्या हापटन्‌मधून आणू का त्यांना? एकदम उचलून आणतो! आपण एवढी तयारी केलीत –

बन्याबापू : बस्स झाला गाढवपणा! ही ब्याद एकदा टाळली पाहिजे, चल.

(सर्व प्रमुख कामगारांच्या समवेत जगन्नाथ व शेवंती ऑफिसमध्ये येतात. वाटेत लहानथोर कामकरी त्यांना नमस्कार करतात. शेवंती सर्वांना 'गुड् मोर्निंग' करीत आहे.)

जगन्नाथ : हे तुमचं ऑफिस वाटतं? छान आहे बुवा अगदी! काय हो बन्याबापू, ही मंडळी कोण? यांची आमची जरा ओळख करून द्या.

बन्याबापू : ही मंडळी ना? ही मंडळी – आज आमचा लव्हसीन आहे ना? त्यातले मेकप केलेले एक्स्ट्रॉज!

रामदास : आमी तेचे घेणेकरी आहोत!

लाला-मारवाडी : हां, हां!

जगन्नाथ : असं, असं – नमस्कार, नमस्कार!

शेवंती : गुड् मोर्निंग!

बन्याबापू : बाळासाहेब, मला यांची काही बिलं द्यायची आहेत. तेव्हा आपण चेक्स दिले तर ठीक होईल.

जगन्नाथ : हाततेच्या! अहो, त्यात काय आहे? बसा, बसा मंडळी, बसा ना.

बन्याबापू : थांबा, थांबा बाळासाहेब, इकडे बसा बाजूला. इकडे चांगली खुर्ची आहे.

जगन्नाथ : नाही. यांनाच एक खुर्ची आणून द्या बसायला.

बन्याबापू : ठीक आहे. बसा, बसा. अरे गबाळे, (बाजूस) ते उपाहाराचं सामान तसंच झाकून ठेवा. या ड्रायव्हरला तसंच हाकलून देऊ या. हरामखोर लेकाचा! खुर्चीवर बसतोय! (जवळ येऊन) बरं बाळासाहेब,

यांच्या बिलाची काय व्यवस्था करता?

जगन्नाथ : चला, चहा तयारच आहे. तिथं टेबलावरच सर्व ठरवून टाकू!

बन्याबापू : चहा?

जगन्नाथ : नाही, म्हणजे सर्व तयारी आहेच. चला ना मंडळी! आपणही चलायचं.

गबाळे : अरे बबन, घेऊन जा आत, बघत काय राहिलास?

जगन्नाथ : अहो गबाळे, थांबा, थांबा. अहो, सर्व मंडळींचं झाल्यानंतर मग रिकाम्या बशा घेऊन जायच्या असतात.

गबाळे : तसं नाही. कमी भरल्यात, त्या आणखी भरायला सांगतोय.

जगन्नाथ : बरं, बरं. आपण बसा ना मंडळी! अरे, पण बन्याबापू कुठं आहेत? अहो बन्याबापू, तुमच्याशिवाय टेबलाला मजा नाही.

बन्याबापू : म्हणा आता, पार्वतीपते हरहर महादेव!

जगन्नाथ : होय, ऐकलंस का? चहा बशीतनं पिऊ नकोस, कपातनं पी बरं का! हं, काय बन्याबापू, कसं काय?

बन्याबापू : ठीक आहे.

जगन्नाथ : आहाहा, काय सुंदर चहा झालाय हो! (जोराने बन्याच्या पाठीवर थाप मारतो. बन्याला ठसका लागून त्याचा जीव हैराण होतो. गबाळे पाणी घेऊन धावतो.)

बन्याबापू : हे पाहा जग्या, हा वात्रटपणा आता पुरे कर! नाहीतर तुझ्या मालकाला फोन करीन मी!

जगन्नाथ : अहो, चहा तर घेऊ द्या मला! मग काय वाटेल ते करा तिकडं.

बन्याबापू : बरं, तुझे बाळासाहेब कुठं आहेत? अक्कासाहेब का नाही आल्या?

जगन्नाथ : खरंच त्यांचंच पत्र घेऊन आलोय मी!

बन्याबापू : पत्र? दे, दे लवकर! अरे गबाळे, (पत्र वाचून त्याला बाजूस नेतो.) हापटन बाहेर काढायला सांग. आज सगळा म्युझिक स्टाफ घेऊन बाळासाहेबांच्याकडं जायचंय आपल्याला. अक्कासाहेबांची नाचाची तालीम बंगल्यावरच होणार आहे. आणि हे पाहा, मालतीबाईंना फोन कर. (गबाळे जातो. बन्याबापू लोकांजवळ येऊन) हे पाहा रामदासभाई, लाला, तुमच्या पैशाबद्दलचे चेक्स आमचे बाळासाहेब देतील. मी जरा जातो. माझं थोडं बँकेत काम आहे. (जातो.)

मारवाडी : हां भाई, हवे पैसानी बातचित करो.

लाला : हमारा पैसा मंगता. वायदा बोलो.

जगन्नाथ : पैसे? अरे, कायकू? पैसे? अरे, मी काही बाळासाहेब नाही. ड्रायव्हर आहे त्यांचा, ड्रायव्हर!

सर्व : कोण? ड्रायव्हर! पकडो –

(जगन्नाथ शेवंतीला हाताशी धरून तेथून पळ काढतो.)

(१२)

(बाळासाहेबांच्या घरी 'डेक्कन क्लॉथ मिल्स'च्या पार्टनर्सची सभा चालू आहे.)

बाळासाहेब : शेठ वालचंद, शेठ चंदूलाल आणि इतर भागीदारहो, आता दुसरा एक महत्त्वाचा मुद्दा मला आपल्यासमोर मांडायचा आहे. मजूर, नोकरवर्ग आणि व्यापारी यांना जास्तीत जास्त सवलती देण्याबद्दलचा आपल्या मिलचा लौकिक आहे. सध्याच्या महायुद्धाच्या परिस्थितीमुळे, उद्‌भवलेल्या महागाईमुळे आपल्या मिलमधील कामगारांनी महागाई भत्ता मिळण्यासाठी आपणाकडे अर्ज केला आहे. आपण सर्वांनी तो पाहिला आहे. त्यांचं म्हणणं योग्य आहे, असं मलाही वाटतं. म्हणून, पुरेसा महागाई भत्ता देऊनसुद्धा आपणास किती फायदा होऊ शकेल किंवा त्याकरिता आपलं उत्पादन आपणास कसं वाढविता येईल, याचा अंदाज देणारे आकडे मी आपणासमोर ठेवले आहेतच. तेव्हा आतापर्यंत आपण माझ्या स्कीम्सना जसा पाठिंबा दिलात, तसा या वेळेसही एकमतानं द्यावा, अशी माझी सर्वांना विनंती आहे. तेव्हा याला आपणा सर्वांचा पाठिंबा आहे ना?

सर्व : आहे, आहे, 'Of course!'

वालचंद : थांबा, थांबा, माझा याला पूर्ण विरोध आहे. मला यावर पुष्कळच बोलायचं आहे. (बोलण्यासाठी टाय नीट करून, घसा साफ करतो. त्याच वेळी बन्याबापूच्या संगीत-संचाचा गोंधळ ऐकू येतो. सर्व गोंधळून पाहतात. तो बन्याबापू व त्याची संगीतमंडळी पोर्चमध्ये गाडीतून उतरून आत येतात.)

बन्याबापू : नमस्कार बाळासाहेब, नमस्कार बाळासाहेब! माझा म्युझिक स्टाफ घेऊन आलो आहे. अक्कासाहेबांच्या नाचाची तालीम आहे. कुठं बसतात त्या?

बाळासाहेब : अक्कासाहेब वर आहेत. तिथंच जा तुम्ही.

बन्याबापू : इकडून जायचं का? ठीक आहे. अरे गबाळे, आपल्या लोकांना बोलाव सगळ्या. अगदी हलक्या पावलानं जायचं आहे हं! आवाज काढायचा नाही. चला मालतीबाई. (शांतपणे जाताना एकाचे हत्यार पडते. तो ते वाजवून धड आहे का पाहतो.) काय

रे, माणूस आहेस का कोण आहेस? कळत नाही तुला? हा काय स्टुडिओ आहे? गबाळे, याला शिस्तभंगाबद्दल दहा रुपये दंड करा.

गबाळे : फक्त दहा? कंपनीत गेल्यावर सही दे रे.

(अक्कांच्या दिवाणखान्यात मालतीचे नृत्य संपते.)

अक्कासाहेब : आहाहा, किती सुंदर नाचता हो तुम्ही!

बन्याबापू : 'Marvellous!' मग उगीच का काल मी यांची स्तुती केली? अहो, माझं फाइंड आहे मालतीबाई म्हणजे!

अक्कासाहेब : अगदी असं तुमच्यासारखं नाचता आलं पाहिजे मला.

बन्याबापू : हो, हो, त्याला काय हरकत आहे? आमच्या मालतीबाईच तुम्हाला शिकवणार आहेत.

मालती : मग चला ना, आत्ताच करू या सुरुवात आपण!

(माडीवरील या नाचाच्या शिक्षणाने खाली सभेला अडथळा होतो. बाळासाहेब चिडतात.)

चंदूलाल : आवों ने बाळासाहेब, उपरनुं संगीत बंद थयूं एम लागे छे. त्यारे आपणेच करी थी शरवात करी शूं! हं वालचंदशेठ! चालवा दो.

(वालचंद उठून टाय नीट करू लागतो व पुन्हा बोलू लागणार इतक्यात वर नृत्याचे संगीत पुन्हा सुरू होते. वालचंद चिडतो.)

बन्याबापू : आहाहा, सुंदर!

म्युझिक डायरेक्टर : बाबूजी, इनको उम्रभर डान्स नहीं आयेगा – और –

बन्याबापू : चूप बैठो यार! तुमको पिछले तीन महिने का तनखा चाहिये या नहीं? तो जाव – अपना काम करो. वा, वा! अक्कासाहेब, छान, छान, सुंदर!

(संगीत-दिग्दर्शक आपल्या साथीदारांना वाद्ये जोराने वाजविण्याची सूचना करतो.)

वालचंद : 'My God!' हे काय घर की काय आहे? असल्या या गोंधळात मी बोलू इच्छित नाही; परंतु बाळासाहेबांच्या सूचनेला माझा पूर्ण विरोध आहे. (निघून जातो.)

बाळासाहेब : अहो, वालचंदशेठजी –

चंदूलाल : वालचंदशेठ घुस्से थया नहीं भाई! डोन्ट वरी बाळासाहेब, आपण फरीथी एकवार मळी सूं! चालो त्यारे, आपणे जई सूं. (सर्व जातात. बाळासाहेब अस्वस्थ होऊन माडीवर येतात.)

बन्याबापू : आहाहा ब्यूटी! नमस्कार, नमस्कार बाळासाहेब! काय सुंदर नाचतात हो अक्कासाहेब? आहा, सुंदर! आता उदयशंकरालासुद्धा

अक्कासाहेबांच्याकडेच शिकायला यावं लागेल! आमचं स्कूलच तसं आहे.

बाळासाहेब : तुम्हीच या सर्कसचे मॅनेजर वाटतं? बंद करा तुमचा हा बँड! बंद करा!

अक्कासाहेब : हं चला, वाजवा रे!

मालती : पण त्यांना त्रास होतोय ना आपला?

अक्कासाहेब : त्यांचं काय – नेहमीचंच आहे. चला.

मालती : पण थांबा हं! माफ करा, पण खरंच का आपल्याला त्रास होईल, आम्ही पुढं सुरुवात केली तर?

बाळासाहेब : तसं काही नाही.

अक्कासाहेब : यांच्या त्रासाचा विचार करायला सवड आहे कुणाला? म्हणतात ना, रोज मरे त्याला कोण रडे! चला.

मालती : नको बाई, मला नोकरी मिळाली नाही तरी चालेल; पण दुसऱ्याचं मन दुखवणं बरं नाही.

अक्कासाहेब : ऐकलं का? मी यांना आपल्याकडेच ठेवून घेणार आहे. नाच शिकवायला आणि कंपॅनियन म्हणून!

बाळासाहेब : असं का? मग जरूर ठेवून घ्या तर. पुष्कळच शिकण्याजोगं आहे तुम्हाला यांच्यापासून.

बन्याबापू : शेक हँड करा – मालतीबाई, शेक हँड करा. तुम्हाला यांच्याकडे नोकरी करायची आहे ना? नमस्ते बाळासाहेब. मी बन्याबापू बडवे, बरं का? अप्सरा पिक्चर्सचा मालक आहे. मालतीबाई म्हणजे माझं फ्रेंड आहे हं! काय मालतीबाई? घ्या रावसाहेब –

(बाळासाहेबांना सिगारेट देऊ करतो.)

(१३)

(जगन्नाथाचे घर. जगन्नाथ 'चल डौलात गं' हे गाणे गात दुपारी पाहिलेल्या मालतीच्या नृत्याचा अभिनय करतो.)

जगन्नाथ : चल डुलत गं, सखी डौलात गं
पदी पैंजण छुमछुम वाजत गं,
नाचत गं – सखी डौलात गं ॥ चल डुलत गं ॥
सुरात कंकण बाई तुझे वाजू दे,
तालात पैंजण बाई तुझे नाचू दे
झंकार मंजुळ त्यांचा घुमू दे,

कानात गं – चल थाटात गं॥ चल डुलत गं ॥
प्रीतीची फुलवू फुलबाग,
लाजुनी खुलतील गुलाब
गाली लाली चढेल गं,
सखी क्षणात गं ॥ चल डुलत गं ॥

(शेवटी भाकरी करपल्याचे पाहून हसत कपडे काढू लागतो.)

शेवंती : झालं नाचून? कोण अंगात आलं होतं, कुणास ठाऊक?

जगन्नाथ : अगंऽ अक्कासाहेब आल्या होत्या अंगात! आता दुसरी बात नाही. चोवीस तास नाच, नाच, नाच! (दार उघडून पाहतो, तो मधू पलीकडेच असल्याचे दिसते.)

जगन्नाथ : अगं, सांगायचं नाही मला, की मधू आत आहे म्हणून?

शेवंती : हो, एकसारखी खुणावत तर होते मी तुम्हाला, की भावोजी आत आहेत म्हणून! पण तुमचं आपलं –

जगन्नाथ : मला वाटलं, की तुझ्या त्या खुणा दुसऱ्याच कसल्या तरी असतील!

शेवंती : इश्श!

जगन्नाथ : मधू, ए मधूऽऽ अरे कवी, इकडं ये जेवायला.

मधू : तू जेवून घे जगू. मला नाही भूक, बरं का वहिनी!

जगन्नाथ : वा रे वा, केव्हापासून वाट बघतोय आम्ही! हो की नाही गं? कवी आहेस झालं! तुझी नोकरी गेली म्हणून पेढे वाटणार आहे मी! बरं झालं, त्या डॅमेजर दातारची कटकट तरी चुकली तुझ्यामागची! आता दुसरी अशी फक्कड नोकरी मिळवून देतो –

शेवंती : की ताबडतोब आपण भावोजींचं लग्न उरकून टाकायचं!

जगन्नाथ : बरं, बरं! आता जेवायला वाढ अगोदर!

(१४)

(बाळासाहेब, अक्कासाहेब आणि मालती जेवीत आहेत.)

बाळासाहेब : काय रे गोविंदा –

गोविंद : काय साहेब?

बाळासाहेब : तुला हजारदा सांगितलं की टोमॅटोच्या कोशिंबिरीत भुईमुगाची पूड घालत जाऊ नकोस म्हणून. मला आवडत नाही ती.

गोविंद : होय साहेब, पण बाईसाहेबांना फार आवडते म्हणून –

बाळासाहेब : परत तेच! अरे, पण माझ्या आवडीनिवडीचा विचार करायला

सवड आहे का नाही इथं?

अक्कासाहेब : तू जा रे, आपल्या कामाला लाग.

गोविंदा : होय बाईसाहेब. (जातो.)

मालती : अक्कासाहेब, मी करून आणू का थोडी कोशिंबीर?

अक्कासाहेब : काही नको. जेव तू! म्हणते ना, गरीब नाही – श्रीमंत नाही; बायकांचा जन्मच मेला वाईट! रात्रंदिवस चूल, ताट, पाट आणि–

बाळासाहेब : आणि थाट! दुसरं काय माहिती आहे तुम्हाला?

अक्कासाहेब : तर, तर! म्हणतात ना, शालूचा केला थाट आणि घासते नवऱ्याचं ताट! तुझं बरं आहे मालती, आलं मनात की, अमेरिकेचा दौरादेखील काढशील तू!

बाळासाहेब : पण आता तुमच्या मनात कधी तरी स्वयंपाक करण्याचं येणार आहे काय? काय रे भगवान, या पुऱ्या कालच्या आहेत का परवाच्या?

अक्कासाहेब : आजच्या आहेत. जा रे तू भगवान!

मालती : चांगलं थालीपीठ करून आणू का?

अक्कासाहेब : त्यांचं काय ऐकतेस? नेहमीचंच आहे हे! बाहेर इराण्याची बिर्याणी खायची; मग घरातली प्रेमाची पुरी कशी आवडणार त्यांना?

बाळासाहेब : तुमच्या प्रेमामुळंच हे ताकसुद्धा गोड झालेलं दिसतंय!

अक्कासाहेब : माझ्या नव्हे, तुमच्या आचाऱ्याचा! किती दिवस झाले सांगते, की दुसरा आणा! पण आपलंच म्हणणं, लहानपणापासूनचा आहे; असू दे! असू दे तर मग!

बाळासाहेब : स्वैंपाकी बदलून सुधारणा होणार नाही; बायकोच्या हातानंच अन्नाला चव येत असते.

अक्कासाहेब : ऐकलंस बाई मालती? लग्नाच्या भानगडीत कधी पडू नकोस, बरं का? पुरुषांना बायको हवी असते ती मैत्रीण म्हणून नव्हे; स्वैंपाकीण म्हणून!

बाळासाहेब : ठीक आहे, मग कधीच आमच्या आवडीनिवडीकडे लक्ष देऊ नका. (रागाने उठून जातात.)

अक्कासाहेब : पुरुषांची रीतच मेली अशी! लाडके, लाडके म्हणून प्रेमपत्र लिहायला फौंटनपेन देतील; पण डोक्यावर अक्षता पडल्या की त्याच फौंटनची फुकणी करायला सांगतील! जेव तू आपली.

(मालती जेवण टाकून उठते आणि रिफ्रेजटरमधील फळे घेऊन माडीवर जाऊ लागते.)

(१५)

(बाळासाहेब आपल्या खोलीत अस्वस्थ आहेत. त्याच वेळी मालती फळे घेऊन येते व दार वाजवते.)

बाळासाहेब : कुणीसुद्धा येऊ नका माझ्या खोलीत! ज्यांना आपल्या नवऱ्याच्या आवडीनिवडीकडे लक्ष द्यायला वेळ नाही, त्यांनी आपला वेळ उगाच व्यर्थ घालवू नये.

मालती : अक्कासाहेब नाही आल्या; मी आहे.

बाळासाहेब : कोण? मालतीबाई, तुम्ही?

मालती : बाई म्हणायला मी आजीबाई नाही झाले अजून, मुलगीच आहे. तुम्ही अहो-जाहोदेखील म्हणायचं नाही मला. घ्या ना हे!

बाळासाहेब : पण तुम्ही बसा ना.

मालती : परत तेच! तुम्ही अहो-जाहो म्हणणार असाल, तर मी आपली जाते निघून!

बाळासाहेब : मालती, कुठं शिकलीस, कुठं शिकलीस तू हे?

मालती : बोलायला?

बाळासाहेब : अंहं! अशी माया करायला.

मालती : माझे बाबा नेहमी म्हणत असत, 'अन्नदाता सुखी भव!' ते आठवले! घ्या ना.

(अक्का जेवण उरकून हात धूत आहेत. किसन जवळच उभा आहे.)

अक्कासाहेब : किसन, मालतीबाई कुठं आहेत रे?

किसन : वर मालकांच्या हालात हैती.

अक्कासाहेब : वर?

(अक्का साशंक होऊन वरती जाऊ लागते. मालती बाळासाहेबांना फळे देत आहे.)

मालती : बरं तर मग, आता जरा कॉफी करून आणू तुमच्यासाठी?

बाळासाहेब : छे, छे, काही नको. तू मात्र इथंच बसून राहा कशी.

मालती : इश्श, असं काय करता वेड्यासारखं? मी आणतेच थोडी कॉफी करून. जेवणावरून तसेच उठून आलात.

बाळासाहेब : मला काही नको. तुझ्या मायेनंच माझी सारी भूक शमली; पण तू मात्र काहीच खाल्लं नाहीस. आण – ती सुरी इकडे आण.

(अक्का तेथे येते.)

अक्कासाहेब : भरलं ना आता भरपूर पोट तुमचं? चल गं मालती, इतकं नको काही यांचं कोडकौतुक पुरवायला. म्हणतात ना, शेळी जाते

जिवानिशी आणि खाणारा म्हणे वातड कशी! तशातली गत आहे यांची. चल तू.

बाळासाहेब : थांब मालती, हा आंबा खाऊन जा. (बाळासाहेब आंबा कापू लागतात, तेव्हा नकळत त्यांचे बोटच कापते.)

मालती : अगं बाई, बोट कापलं तुमचं?

अक्कासाहेब : अहो, खरंच की हो बोट कापलं तुमचं! डॉक्टर – थांबा हं! मी डॉक्टरना फोन करते. (अक्का धावत जाते. मालती पातळाची चिंधी फाडते आणि बाळासाहेबांच्या बोटाला बांधते.)

मालती : आग होती फार? थांबा हं –

(अक्का धावत फोनवर येऊन.)

अक्कासाहेब : हॅलो डॉक्टर, लवकर या हं! आणि हे पाहा, येताना डॉ. मुळगावकरांना घेऊन या कन्सल्टेशनसाठी. एकदम भळभळ रक्त की हो चाललंय त्यांच्या बोटातून! काय म्हणता? रक्त थांबवू? बरं हं! किसन – गोविंद –

मालती : फार नाही ना दुखत आता? तुम्ही आता स्वस्थ झोपा बघू.

बाळासाहेब : पण मालती, तुझी साडी विनाकारण नाही का फाडलीस तू?

मालती : माणसापेक्षा साडीची का अधिक किंमत आहे? येऊ मी आता?

(मालती जाते. बाळासाहेब सद्‌गदित होतात.)

(१६)

(सेंट्रल क्लॉथ स्टोअर्स. मालती व बाळासाहेब पातळ निवडताना दिसतात.)

दुकानवाला : हे आणखी एक बघा साहेब. समद्या मुंबईमंदी असली डिझाईन मिळणार नाही साहेब. चालू फॅशन छे आ तो.

बाळासाहेब : हो, पण मागच्या खेपेला आमच्या बायकोला पसंत पडलं नाही ना हे! तेव्हा हे ठेवा हं! आणि बिल करा बघू सगळ्याचं!

मालती : झालं ना सिलेक्शन पुरं? ही ठेवून द्या बघू सारी पातळं! हे एकच राहू द्या मला.

बाळासाहेब : आंऽ!

मालती : मला काही पातळांचं दुकान नाही काढायचं!

बाळासाहेब : पण –

मालती : हेच फार फार छान आहे. बिल करा पाहू याचं.

बाळासाहेब : या सगळ्यांचं बिल करा हं!

दुकान : बरं, बरं!

बाळासाहेब : माहीत आहे ना? तरुण माणसांना सुंदर कपड्यांशिवाय शोभा येत नाही.

मालती : खरं ना हे? म्हणूनच तुम्हालासुद्धा नवीन सूट शिवायला हवेत.

बाळासाहेब : म्हणजे – मी तरुण आहे?

मालती : आरसा तर कधी खोटं बोलत नाही ना? इकडे या. (आरशासमोर त्यांना नेऊन) तूच सांग बाबा यांचं वय. न सांगेनास! मीच सांगते, सांगू? बत्तीस!

बाळासाहेब : नाही.

मालती : चौतीस.

बाळासाहेब : अजून थोडी चूक आहे.

मालती : चूक? ते पाहा. ('चूकभूल द्यावी घ्यावी' ही पाटी दाखवते.) तुम्ही माझी पातळं पसंत केलीत ना?

बाळासाहेब : बरं मग?

मालती : मग तुमच्या सुटाचं कापड पसंत करण्याचा हक्क माझा आहे.

बाळासाहेब : छे, छे, काहीतरीच काय!

मालती : अंऽ! बोलू देणार नाही मी काही आता! (दुकानदारास) जरा चांगली चांगली सूटिंग्ज दाखवा बघू.

मालती : किती सुंदर कापड आहे नाही?

बाळासाहेब : हो, सुंदर माणसानंच पसंत केलंय ना ते?

मालती : इश्श!

अक्कासाहेब : (रागाने पुढे होऊन) घरात इतके कपडे कुजत पडले आहेत; पण म्हणतात ना, नावडतीचं मीठ अळणी? चला घरी.

बाळासाहेब : चल मालती.

बन्याबापू : हो, पण अक्कासाहेब, तुमच्या त्या डान्सचं कापड बघता ना?

अक्कासाहेब : चुलीत घाला तुमचा तो डान्स!

बाळासाहेब : अहो, ते सुटाचं कापड द्या.

दुकानदार : कुठलं?

बाळासाहेब : मघाशी त्या मुलीनं पसंत केलं ते.

दुकानदार : असं, असं!

(बाळासाहेब पैसे देण्यासाठी कॅशिअरकडे जातो. तेथे बन्या त्यांना गाठतोच.)

बन्याबापू : अंऽ, बाळासाहेब, इकडे द्या ना ते.

बाळासाहेब : छे, छे, काही नाही त्यात.

बन्याबापू : हे पाहा, एकदम एका कामाची आठवण झाली म्हणून पुन्हा

आलो. आमचं पुढलं पिक्चर – अक्कासाहेबांनी सगळं सांगितलंच असेल आपणाला. डान्स घालणार आहोत आम्ही त्यांचा. पैसे काही फार लागणार नाहीत पिक्चरला. ओन्ली दीड-दोन लाख! हे पाहा, सहा महिन्यांत लाखाचे दोन लाख ईझी-ईझी होतील!

बाळासाहेब : बन्याबापू, मी जरा आता गडबडीत आहे. तेव्हा तुम्ही मला एक-दोन दिवसांनी भेटा ना.

(१७)

(बाळासाहेब ऑफिसमध्ये येतात. सोबत नवीन कपड्यांचे बंडल घेतलेला त्यांचा शिपाई आहे. बाळासाहेब खुर्चीवर बसतात व नोकराला 'आण, आण लवकर' म्हणून घाई करतात.)

दातार : हे फकीरचंद किसनचंदांचं पत्र –

बाळासाहेब : जरा थांबा हं. (जवळच्या टॉयलेट रूममध्ये जातात आणि मालतीने निवडलेल्या कापडाचा सूट घालून येतात. दातारला याचे आश्चर्य वाटते.)

बाळासाहेब : अहो, काय दातार – अहो, असे वेड्यासारखे काय पाहताय?

दातार : किती तरुण दिसता तुम्ही या सुटात! मीसुद्धा असा कोट करीन म्हणतो या पगाराला.

बाळासाहेब : हे पाहा दातार, जरा बाहेरच्या खोलीत काम करीत बसा.

दातार : पण ही पत्रं?

बाळासाहेब : मी जरा वेळानं हाक मारीन तुम्हाला.

दातार : बरं.

बाळासाहेब : आणि – मिस मर्सी!

मर्सी : येस सर!

बाळासाहेब : 'विल यू प्लीज वेट आऊट साईड?'

मर्सी : येस सर!

(दातार व मर्सी जातात, तेव्हा फोनची डायल फिरवून बाळासाहेब बोलू लागतात.)

बाळासाहेब : हॅलोऽ कोण, किसन? अरे, मी बाळासाहेब बोलतोय. ती घरी आहे का?

किसन : जी साहेब, हाइता, हाइता.

बाळासाहेब : अरे, कोण आहेत?

किसन : ती – नवीन आवा व्हय साहेब!

बाळासाहेब : मूर्ख कुठला! अरे, बाईसाहेब आहेत का घरी?... नाहीत?...

बाहेर गेल्यात? हे पाहा किसन, त्या मालतीबाईंना जरा फोनवर बोलाव बघू!

किसन : जी साहेब.

(जाऊ लागतो. त्याच वेळी अक्कासाहेब येतात.)

अक्कासाहेब : कुणाचा फोन आहे रे?

किसन : मालतीबाईस्नी मालक हटिकत्याती.

अक्कासाहेब : बरं, तू जा आपल्या कामाला. मी बोलते. हॅलो!

बाळासाहेब : हॅलो, कोण मालती?

अक्कासाहेब : हं!

बाळासाहेब : ती बाहेर गेलीय ना? अं! भटकण्याशिवाय दुसरा उद्योग काय आहे तिला? नाचाबरोबर थोडी अक्कल शिकव तिला. काय, खरं की नाही?

अक्कासाहेब (चिडून) : अक्कासाहेबसुद्धा फार चांगल्या आहेत हं!

बाळासाहेब : बरं बुवा, हे पाहा मालती, मी आताच घरी येतोय.

अक्कासाहेब : आता? कशाला?

बाळासाहेब : हॅलो, एक फार गंमत आहे.

अक्कासाहेब : गंमत! सांगा ना मग –

बाळासाहेब : अंऽहं! सांगण्यासारखी नाही ती; पाहण्यासारखी आहे! आलोच मी! दातार –

(अक्का फोन ठेवून जाऊ लागते. मालती तिला जिन्यात भेटते.)

मालती : तुम्हालाच शोधीत होते मी. येता ना वर नाचाच्या तालमीला?

अक्कासाहेब : हं!

मालती : आज मी तुम्हाला एक सुंदर गाणं म्हणून दाखवणार आहे राधा-कृष्णाचं – अगदी अभिनय करून!

अक्कासाहेब : हं!

(मालतीमागून अक्का रागातच वर जाते.)

(१८)

(अक्कासाहेबांची बेडरूम)

मालती : पाही कान्हा रोखुनी गाली,
नाही मी गौळण बाळी

मी बाई माळीण भोळी
हरी काही ना फुलाविण शिरी
घे ना घे सगळी,
दूध दही आणू मी कुठुनी
छळ तव हा जाळी ॥ पाही कान्हा ॥
कान्हा बोले का गं माझ्याशी चोरी ॥
अमृताचा घडा पोरी,
लपविसी, छपविसी का अशी आण जवळी ॥
पाही कान्हा रोखुनी गाली ॥

(गाणे संपताच मालतीला दिसते की, अक्का आज खुशीत नाहीत.)

मालती : आज लक्ष कुठं गेलंय? गिरणीत वाटतं?

अक्कासाहेब : गिरणीत लक्ष जायला मी काय नवी नवरी थोडीच आहे?

(बाळासाहेब येतात. मालतीसोबत अक्कांना पाहून ते दचकतात.)

अक्कासाहेब : कुठं आहे तुमची गंमत?

बाळासाहेब : गंमत? कसली गंमत?

अक्कासाहेब : जी सांगण्यासारखी नाही; पण पाहण्यासारखी आहे ती?

बाळासाहेब : हे काय प्रकरण आहे? काय गं मालती?

अक्कासाहेब (बाळासाहेबांचा पोशाख बघून) : हीच ती गंमत वाटतं?

बाळासाहेब : बाकी कसा काय झाला आहे सूट, मालती?

मालती : किती सुंदर दिसतो तुम्हाला!

अक्कासाहेब : हा भिकारडा सूट हिला दाखवायला आलात होय?

बाळासाहेब : नवे कपडे दाखवत सुटायला मी काय लहान मूल आहे? माझा सूट ज्या शिंप्यानं शिवला, त्यानंच तुमचाही नाचाचा पोशाख शिवला. तेव्हा म्हटलं घरी जाऊन पाहावं, कसा काय दिसतो तो! बाकी छान दिसतो हं तुमचा पोशाख!

अक्कासाहेब : खरंच का आवडला तुम्हाला?

बाळासाहेब : तर! नाही मालती?

मालती : खरंच, छान दिसतो.

अक्कासाहेब : मग थांबा, नाचूनच दाखवते तुम्हाला या पोशाखात.

(अक्का नाचू लागते.)

मालती : नाही, नाही, नाही अक्कासाहेब, असं नाही नाचायचं; असं नाचायचं! (नाचून दाखवते.)

अक्कासाहेब : बरं, बरं, तू गप्प उभी राहा बघू तिथं. मी नाचून दाखवते यांना शेवटपर्यंत. (नाचू लागते.)

बाळासाहेब : बरं, बरं, पुरे आता.

अक्कासाहेब : कशी नाचते मी?

बाळासाहेब : तशा तुम्ही बऱ्या नाचलात.

अक्कासाहेब : तशी म्हणजे?

बाळासाहेब : इथं दोनच प्रेक्षक होते! एक तुम्हाला शिकवणारा; आणि दुसरा तुमचा नवरा! अधिक प्रेक्षक असते तर मात्र कठीण काम होतं. काहींनी डोळे मिटले असते, काही पळून गेले असते आणि एखाद्यानं तुमचा हा पोशाखसुद्धा फाडला असता.

अक्कासाहेब : कळलं-कळलं!

बाळासाहेब : अहो, अशा रागावू नका आमच्यावर! त्याचं असं आहे, उद्या आम्ही गाऊ लागलो, तर तुम्ही आमची रवानगी वेड्याच्या इस्पितळात कराल की नाही? नाचाचं तसंच आहे. नाच सुंदर व्हायला फिगर पण तशीच सुंदर हवी – अगदी मालतीसारखी!

अक्कासाहेब : मालती, मालती, मालती! उठल्यासुटल्या मालती! मी काही बोळ्यानं दूध पीत नाही. सारं कळतंय मला. मीच कुठं तरी जाते निघून.

बाळासाहेब : अहो, अहो –

(अक्का रागाने जातेच.)

(१९)

(अक्कासाहेब रागाने पोर्चमधील व्हरांड्यात येते.)

अक्कासाहेब : जगन्नाथ, जगन्नाथऽऽ

जगन्नाथ : आलो बाईसाहेब.

अक्कासाहेब : चल गाडी घेऊन.

(गाडीत बसते.)

जगन्नाथ : कुठं जायचं बाईसाहेब?

अक्कासाहेब : मसणात!

(जगन्नाथ आश्चर्यचकित होतो.)

(२०)

(गाडी चालू असून, पुढच्या जागेवर जगन्नाथ आणि मागच्या बाजूस अक्का आहेत.)

जगन्नाथ : गाडी उजवीकडे घेऊ, का डावीकडे घेऊ बाईसाहेब?

अक्कासाहेब : वर घे, नाही तर खोल समुद्रात नेऊन घाल! कुठं तरी जाऊन जीव देणार आहे मी. देवा रे देवा! आता हे माझ्यानं बघवत नाही.

जगन्नाथ : काय झालं बाईसाहेब?

अक्कासाहेब : तुम्ही सारे आंधळे आहात. ही मेली मालती! कुठल्या वाईट वेळेला तिला मी घरात आणली, कुणाला ठाऊक! सवत व्हायला बघतेय माझी!

जगन्नाथ : हात्तेच्या! एवढ्यासाठी काय कुणी जीव देत नाही बाईसाहेब. तुमच्या जागी माझी शेवंती असती, तर तिनं तिच्या अशा करकचून झिंज्या धरल्या असत्या आणि मग –

अक्कासाहेब : ते तुमचं ठीक आहे; पण आमच्यासारख्या श्रीमंत बायकांना असं वागता येत नाही.

जगन्नाथ : एक युक्ती सुचवू का बाईसाहेब? तिच्या जोडीला एक फक्कड तरणाबांड मनुष्य घरात आणून ठेवला –

अक्कासाहेब : कशाला रे?

जगन्नाथ : पैशाकडे पैसा जातो ना बाईसाहेब; तसं आहे हे. तरण्या-तरण्या माणसांचं मेतकूट हां-हां म्हणता जमतं!

अक्कासाहेब : खरंच, छान कल्पना आहे! पण या मालतीच्या नजरेत भरण्याइतका सुंदर तरुण आणायचा कुठून?

जगन्नाथ : आहे की आपल्याजवळ एक.

अक्कासाहेब : एखादा ड्रायव्हर नाही तर क्लीनर आणायचास तू!

जगन्नाथ : छे, छे! हा माझा दोस्त कवी आहे अक्कासाहेब.

अक्कासाहेब : कवी आहे ना? मग त्याचं प्रेम अगोदरच कुणावर तरी बसलेलं असायचं.

जगन्नाथ : कुठलं प्रेम नि कुठलं काय? बेकार आहे बिचारा. तो नेहमी म्हणतो बाईसाहेब, अगोदर नोकरी आणि नंतर बायको!

अक्कासाहेब : दोन्ही एकदम देऊ त्याला. चल, अगोदर गाडी घरी परत घे. मी बन्याबापूंना फोन करून घरी बोलावून घेते. तोपर्यंत तू तुझ्या दोस्ताला घेऊन ये. चल लवकर.

(२१)

(जगन्नाथाचं घर)

जगन्नाथ : चल, चल बाबा लवकर – अक्कासाहेबांना सांगून आलो आहे,

तुला आत्ता घेऊन येतो म्हणून! प्रेमावर कविता लिहिणं सोपं आहे; पण प्रेमावर नोकरी मिळवणं कठीण आहे मिस्टर!

मधुकर : वेड तर नाही लागलं तुला जगू? एका अनोळखी पोरीवर प्रेम करायची कसली नोकरी आणलीस ही?

जगन्नाथ : तर, तर! फार त्रासाचीच नोकरी आहे, नाही? का बेकारच राहणार आहेस? अगं ए, ऐकलंस का? याच्या लग्नाची तयारी करायला लाग पाहू. नोकरी आणि बायको आता एकदम मिळणार आहे याला.

(अक्कासाहेबांच्या कपडे करण्याच्या खोलीत अक्का, मधुकर व बन्याबापू.)

बन्याबापू : अहो, दरमहा दोनशे रुपये पगार! आलं का लक्षात? आणि काम काय, तर एका सुंदर मुलीवर प्रेम करायचं, तिला आपल्या प्रेमपाशात अडकवायची आणि यांच्या त्यांना तिच्या प्रेमाच्या खाईतून ओढून काढायची?

मधुकर : पण बन्याबापू, असं खोटं प्रेम करणं म्हणजे त्या मुलीला फसवण्यासारखं नाही का?

अक्कासाहेब : तर, तर, म्हणे फसवण्यासारखं आहे! आणि आमच्या यांना प्रेमात पडताना माझ्या फसवणुकीचा विचार केला होता का तिनं?

बन्याबापू : 'That's it!'

अक्कासाहेब : कानामागून आली आणि तिखट झाली!

बन्याबापू : जाऊ द्या हो अक्कासाहेब! आपण एकदा प्रायव्हेट सेक्रेटरी म्हणून नेमलात की, तुमच्या यांना हे सोडवून आणतील, त्या मुलीला प्रेमात अडकवतील आणि पुढचं सर्व काही उरकून घेतील. का हो? आणि हे पाहा अक्कासाहेब, तुमचं नाव एकदा स्टेजवर आलं की त्याची झकास जाहिरातही करतील.

अक्कासाहेब : पण जाहिरात मात्र फार सुंदर झाली पाहिजे, बरं का?

बन्याबापू : अगदी झकास! का हो मधुकर, तुम्ही कवी आहात ना? यांच्या नृत्याची कशी जाहिरात कराल – सांगा पाहू?

मधुकर : कशी म्हणजे?

बन्याबापू : नुसती एक कल्पना तरी द्या.

मधुकर : एका कुलीन स्त्रीचं सुंदर नृत्य!

बन्याबापू : कवी कसले, मास्तर आहात! हे पाहा, जाहिरात अशी झाली पाहिजे. रंभा आणि उर्वशी यांनी जीव दिला! तिलोत्तमा पळत सुटली! स्वर्ग ओस पडला! नृत्यसाम्राज्ञी अक्कासाहेब यांचे नृत्य! अशी जाहिरात पाहिजे. नुसता स्ट्रोक! मार्व्हलस!

अक्कासाहेब : जरा गप्प बसा पाहू बन्याबापू आता. (चहा देत) घ्या. हं, पाहा मधुकर, मुलगी फार सुंदर आहे. अगदी बघता-बघता प्रेम बसेल तुमचं! मग तुम्ही असं करा, उद्या सकाळी इथं या. म्हणजे मी तुमची नि तिची ओळख करून देईन.

बन्याबापू : ओळख आणि इथं? छे, छे, छे! अक्कासाहेब, प्रेम कधी इथं जमायचं नाही. ते अपघातात, सिनेमातल्या अंधारात नाहीतर बागेत–

अक्कासाहेब : ती दोघं रोज संध्याकाळी कुठल्या तरी बागेत फिरायला जातात. उद्या आपण तिथंच गेलो तर?

बन्याबापू : 'Ah Beauty! Marvellous!' काय सुंदर कल्पना आहे! 'संगम' सिनेमातल्या मुकुंद-कुंदेच्या गाडीतल्या ओळखीप्रमाणं तुमची ओळख झाली पाहिजे. अगदी सिनेमॅटिक ओळख! हे दोघं कुठं फिरायला जातात म्हणता?

अक्कासाहेब : कुठल्यात तरी बागेत जातात बाई.

बन्याबापू : ठीक आहे. आता मधुकर, तुम्ही असं समजा – ते दोघं असे बागेत गुलूगुलू गप्पा मारीत बसले आहेत. तुम्ही असे इकडून रुबाबात चालला आहात आणि तिने तुमच्याकडे पाहिल्याबरोबर तुमच्या पोटात एकदम कळ येते. अयाऽयाऽयाऽऽ! काय झालं, काय झालं, असं म्हणत मग ती तुमच्याजवळ येते. मग हळूच तुम्ही तिचा हात धरून तुमच्या हातात घेता आणि मग काय हो? 'वाकडी जराशी इकडे, नजर लागू दे –'

(२२)

(एक बाग. अक्कासाहेब, बन्याबापू व मधुकर हे बाळासाहेब व मालती यांना शोधीत आहेत.)

अक्कासाहेब : काय हो बन्याबापू, आता कुठं शोधायचं यांना? कुठं पळून तर गेले नाहीत ना?

बन्याबापू : हे पाहा अक्कासाहेब, एक स्त्री आणि पुरुष फिरायला निघतात ते काही असं उघड्यावर बसण्याकरिता नाही. अहो, जडजवाहिर नेहमी तिजोरीतच ठेवलं पाहिजे. तुम्ही जरा विश्रांती घ्या इथं; तोपर्यंत मी पाहून येतो त्यांना, कुठं दिसतात की काय ते! बसा मधुकर, थोडी उरली कळ सोसा आणि मग एका फक्कड मुलीला घेऊन बसा. (जातो.)

मालती : मला वाटतं, आपण दोघांनी असं रोज-रोज फिरायला येणं बरं नव्हे.

बाळासाहेब : मग उद्यापासून आपण एक जंगी प्रभातफेरीच काढू या.

मालती : असं नव्हे हो, अक्कासाहेबांना नको का बरोबर आणायला?

बाळासाहेब : छान! म्हणजे आपल्या साऱ्या आनंदाचा एका क्षणात निकाल लागायला हरकत नाही! दोन माणसांत तिसरं आलं की –

मालती : की तीन होतात!

बाळासाहेब : अंऽहंऽ! भयंकर गर्दी होते.

मालती : असं ना? म्हणजे आता मलाच कुठं तरी निघून जायला हवं! तुमच्या घरात मी आले नि गर्दी मात्र झाली.

बाळासाहेब : मुळीच नाही मालती, तू येण्यापूर्वी घर आणि गिरणी यांमध्ये काहीच फरक वाटत नव्हता. मालती, तूच मला सांगितलंस ना, की या जगात तुझं कुणीच मायेचं माणूस नाही म्हणून? तसं माझंही कुणी मायेचं माणूस नाही. म्हणून मला वचन दे की, मला सांगितल्याशिवाय कुठं जाणार नाहीस, तसं वचन दे मला. दे ना?? (बन्याबापू त्यांना गाठतो.)

बन्याबापू : नमस्कार बाळासाहेब.

बाळासाहेब : नमस्कार. माफ करा हं, बन्याबापू, मी जरा घाईत आहे. चल मालती.

बन्याबापू : होय ना, तेच म्हणत होतो मी! कामात होता तुम्ही.

मालती : अरे हो, बन्याबापू, तुमच्या फायनान्सचं काय झालं मग?

बन्याबापू : हो, तेवढ्यासाठी मी इकडे आलो होतो. परवा सेंट्रल क्लॉथ स्टोअरमध्ये यांनी मला कबूल केलं आहे. हे पाहा, तुम्हीसुद्धा हिरोईनचं काम केलं पाहिजे.

मालती : खरंच, माझीदेखील फार इच्छा आहे सिनेमात काम करण्याची!

बन्याबापू : शिवाय, तुम्ही इतक्या सुंदर नाचता! परवाचं तुमचं ते क्लबातलं नागनृत्य! आ:! ब्यूटी – मार्व्हलस्!

बाळासाहेब : हे पाहा बन्याबापू, एक मिनिट! हे पाहा, आमच्या हिला यातलं काही कळू देऊ नका. म्हणजे आता मी आणि मालती इथं भेटलो होतो, ते!

बन्याबापू : छे-छे! त्याबद्दल काळजीच सोडा तुम्ही. अहो, आम्ही सिनेमातले लोक. आमच्या दोन कानांत दोन ध्रुवांइतकं अंतर असतं. बाकी आमच्या फायनान्सचं मात्र विसरू नका हं, म्हणजे यातलं अक्षरसुद्धा कळणार नाही अक्कासाहेबांना! शिवाय मालतीबाई काम करणार आहेत, तेव्हा त्यांच्यासाठी तरी –

बाळासाहेब : ठीक आहे. ते आपण सर्व उद्या करून टाकू. ठीक आहे? चल मालती.

अक्कासाहेब : अगं बाई, ती पाहिलीस का दोघं! तीच ती मुलगी!

(बाळासाहेब, मधू व मालती सर्वांची स्थिती चमत्कारिक होते.)

अक्कासाहेब : पाहिलंत? जमलं वाटतं दोघांचं प्रेम – ते काहीसं म्हणतात – प्रथमदर्शनी प्रेम – चला, मी बाई घेऊन जाते यांना! (बाळासाहेबांना) सिनेमाला येणार ना माझ्याबरोबर? फार चांगलं चित्र आहे म्हणे. कुठलं हो बन्याबापू?

बन्याबापू : पिक्चर ना? ते आपलं – ते आपलं 'बर्थ ऑफ ए बेबी!'

अक्कासाहेब : खरंच छान आहे ते. चला ना –

(बाळासाहेबांना घेऊन जाते.)

मधुकर : बरी सापडलीस तू!

मालती : म्हणजे, चोर आहे की काय मी?

मधू : चोर नाहीस, दरोडेखोर आहेस तू!

मालती : कवी वेडे असतात, असं नुसतं ऐकलं होतं मी! आता मात्र पाहण्याचा प्रसंग आला आहे.

मधुकर : अशा हसण्यानं फसण्याइतका मूर्ख नाही मी! तुझे चाळे चांगलेच समजले मला. तुझ्यावर मी इतकं प्रेम केलं, तुझ्यासाठी नाही नाही त्या नोकऱ्या पत्करण्याचा प्रयत्न केला मी आणि तू मात्र –

मालती : मधू, तू माझं जरा ऐकून घेशील का? तुझ्या नोकरीत तुला मदत करण्याकरिताच म्हणून मी साताऱ्याला गेले नाही. म्हटलं, स्वत: नोकरी मिळवून तुला मदत करावी आणि लवकर लग्न करून आपला संसार थाटावा!

मधू : साफ खोटं आहे ते! तुला मधू नको होता, तुला चैन हवी होती म्हणून तू मुंबईला परत आलीस आणि एक श्रीमंत थेरडा गाठून –

मालती : त्यांचं नाव बाळासाहेब आहे.

मधू : ठाऊक आहे मला ते! त्या बुढ्ढ्याला एकांतात काय हाक मारतेस–

मालती : मधू, तुझा गैरसमज दूर करायला मी तरी असमर्थ आहे. तोपर्यंत–

मधू : काही नको थांबायला. यापुढं जन्मात तुझं तोंड पाहण्याची माझी इच्छा नाही. पुरुषाचं प्रेम स्त्रीवर असतं; पण स्त्रीचं प्रेम मात्र पुरुषावर असत नाही; ते पैशावर असतं. (रागाने निघून दूर जातो.)

(२३)

(जगन्नाथाचे घर. बॅगमध्ये मधुकर पत्रे वगैरे सामान भरीत असता मालतीच्या

फोटोकडे पाहत असताना तो शेवंतीला दिसतो.)

शेवंती : कुणाचा फोटो आहे भावोजी?

मधू : एक आवडतं कुत्रं होतं माझं वैनी; पुढं पिसाळलं ते!

शेवंती : पण तुम्ही कुठं चाललात भावोजी?

मधू : वैनी, जगूला सांग की, मी गेलो म्हणून!

शेवंती : आज रजा काढली वाटतं?

मधू : हो, कायमची!

शेवंती : म्हणजे, ही सोन्यासारखी नोकरी सोडून जाणार तुम्ही?

(जगन्नाथ घाईने येतो.)

जगन्नाथ : अरे, चल, चल. चल लवकर. अरे, मुहूर्त टळेल ना!

मधू : मुहूर्त? कसला?

शेवंती : अगं बाई, बरेच आहात की हो भावोजी!

जगन्नाथ : माझे आई, हा लग्नाचा मुहूर्त नाही. बन्याबापूच्या चित्रपटाचा मुहूर्त आहे हा; आणि त्या चित्रपटात याच्या त्या मालतीचं काम आहे.

मधू : जगू, वैनी, माझा आणि त्या मालतीचा काही संबंध नाही.

जगन्नाथ : पण आहे असं म्हणतोय कोण लेकाचा?

मधू : पोटाची खळगी भरावी म्हणून मी तिच्यावर प्रेम करीत होतो.

जगन्नाथ : कबूल!

मधू : माझं खरं प्रेम दुसऱ्याच एका मुलीवर आहे.

जगन्नाथ : अरे वा वा! म्हणजे कवी इतके लबाड असतात, हे ठाऊक नव्हतं आम्हाला!

शेवंती : मग तिच्याकडेच निघालात ना भावोजी?

मधू : नाही, जिथं प्रेम हा शब्दसुद्धा ऐकू येणार नाही; जिथं स्त्रीचं तोंडसुद्धा दिसणार नाही –

जगन्नाथ : अगं धाव, धाव, जा लवकर! थोडा बर्फ घेऊन ये. अरे बाप रे! काय इंजीन गरम झालंय! तू अगोदर आत चल पाहू!

मधू : सोड मला.

जगन्नाथ : बस बघू, इथं बस. आता सांग, प्रेमात थप्पड मिळाली वाटतं तुला?

मधू : जगू, तू अगदी शुद्ध ड्रायव्हर आहेस बघ. नुसती गाडी हाकावीस तू! प्रेमभंगाचं दुःख तुला नाही कळायचं.

जगन्नाथ : अरे मित्रा, त्यातसुद्धा रेकॉर्ड मोडलंय म्हटलं आम्ही! हिच्याशी लग्न व्हायच्या आधी शंभर पोरींवर प्रेम बसलं होतं आमचं! दोस्त,

टायर बर्स्ट व्हावा तसं दर वेळी काळजात माझ्या धस्स होई! पण आता सॉलिड टायरपेक्षाही टणक झालंय माझं काळीज.

मधू : हे पाहा जगू –

जगन्नाथ : शुद्ध गाढव आहेस तू! तुझी बेकारीची हौस अजून फिटली नाही वाटतं? अरे बाबा, जग प्रेमाचं नाही; पैशाचं आहे पैशाचं! उद्या तुझ्या खिशात जरा पैशाची खुळखुळ खुळखुळ सुरू होऊ दे, की तुझी ती पोरगी – फार काय, ही मालतीसुद्धा तुझ्या –

मधू : जगू!

जगन्नाथ : अरे हो, विसरलोच होतो मी! पोटाची खळगी भरायला हवी म्हणून तू तिच्यावर प्रेम करतोस, नाही का? बाकी म्हणजे तसं काही नाही.

मधू : हो.

जगन्नाथ : ठीक आहे, पण मालतीवर तुझं प्रेम नाही याची दाद मात्र अक्कासाहेबांना लागू देऊ नकोस. प्रेमापायी पैसा गमावणं फार सोपं आहे राव! पण दोनशे रुपयांची नोकरी मिळवणं फार कठीण आहे. खोटं बोल, थापा मार, काय वाटेल ते कर; पण ही नोकरी मात्र सोडू नकोस. एका पोरटीनं तुला झिडकारलं म्हणून स्वत:च्या आयुष्याची नासाडी करून घ्यायची? छे:! ही नोकरी सोडू नकोस. माझ्या गळ्याची शपथ आहे तुला.

शेवंती : आणि माझ्या गळ्याचीसुद्धा! सुटली म्हणा, सुटली म्हणा.

मधुकर : सुटली!

जगन्नाथ : येतोस ना माझ्याबरोबर?

मधू : कुठं?

जगन्नाथ : अरे, मुहूर्त चुकेल ना?

मधू : प्राण गेला तरी मी स्टुडिओत येणार नाही. बायकांनी सिनेमात काम करणं मला पसंत नाही.

जगन्नाथ : अरे हो, हो, हो. ती मालती तुझी अगदी बायको असल्यासारखं बोलायला लागलास की अगदी! अरे हो, विसरलोच होतो मी! मालतीचा आणि तुझा काही संबंध नाही; नाही का? अगं ए, ऐकलंस का? जरा लक्ष राहू दे, या कविराजांवर. प्रेमापुढं यांना नोकरीचीसुद्धा किंमत राहत नाही.

(२४)

(अप्सरा पिक्चर्सचा शूटिंग मुहूर्त चालू आहे.)

तो : हे काय?

मालती : (नटीच्या वेशात) फुलं!

तो : फुलं टेबलावर वाहायची नसतात; आपल्या आवडत्या माणसांना द्यायची असतात. (तिला फुले देत.) आपल्या आवडत्या माणसांच्या केसांत घालायची असतात ती!

(दोघं थांबतात तरी क्लॅप होत नाही, म्हणून गोंधळतात.)

गबाळे : साहेब, शॉटचे डायलॉग संपले. आता क्लॅप द्यायचा का?

बन्याबापू : अर्रर, क्लॅप, क्लॅप, लाईट्स ऑफ! (बाळासाहेब बन्याबापू व विशेषत: मालतीचे अभिनंदन करतो. अक्कासाहेब याने चिडते, लोक टाळ्या वाजवतात.)

बाळासाहेब : मालती, आज मला इतका आनंद झाला आहे! तू मोठी होशील, कीर्तीच्या कळसावर चढशील, अशी मला आजच स्वप्नं पडू लागली आहेत; पण मला मात्र विसरू नकोस हं!

मालती : काहीतरीच काय म्हणता? आलेच हं मी कपडे बदलून! (जाते.)

(गबाळे दोन मोठे हार घेऊन येतो.)

बन्याबापू : अरे गबाळे, आण-आण लवकर.

गबाळे : साहेब, म्हातारा फार खुशीत दिसतोय. फार आवडलेली दिसते आपली स्टोरी त्याला.

बन्याबापू : अरे, त्याला आवडावी म्हणून तर म्हातारा आणि तरुण मुलीची गोष्ट शोधून काढली. पाहा तर खरा, आणखी कसा बोकड कापतो तो!

(बाळासाहेब अक्कांच्या शेजारी बसतो. बन्याबापू त्यांना हार घालतो. लोक टाळ्या वाजवितात.)

बन्याबापू : मित्रहो, मी श्रीमंत बाळासाहेब गोखले यांचे आभार मानण्याकरिता उभा राहिलो आहे; पण माझं अंत:करण भरून आल्यामुळे माझ्या तोंडावाटे शब्दच बाहेर पडत नाहीत. शब्दांपेक्षा माझ्या डोळ्यांतले हे अश्रूच त्यांचे आभार मानण्याला अधिक समर्थ आहेत. म्या पामरे, बाळासाहेबांचे काय वर्णन करावे! त्यांची बुद्धी अगाध आहे. राजकारणात पडले असते, तर गांधी नुसता चरखाच

फिरवत बसले असते. ते पैलवान झाले असते तर गामा, गुंगा ही नावं तुम्हाला ऐकूसुद्धा आली नसती! फार काय, ते घोड्याच्या जन्माला गेले असते तर रेस जिंकणारा घोडा झाले असते. आज ते यशस्वी गिरणीमालक म्हणून प्रसिद्ध आहेत. वयाच्या मानानं त्यांची कर्तबगारी फारच मोठी आहे. त्यांच्याकडे पाहता त्यांची तिशी अजून उलटलीसुद्धा नसेल. काय गबाळे, ठीक आहे ना?

गबाळे : अगदी शब्दन्‌शब्द बरोबर आहे.

अक्कासाहेब : अहो बन्याबापू, बेचाळिसावं वर्षं आहे त्यांना.

मालती : बेचाळीस! चौतिसावं ना?

बन्याबापू : आता काय करावं? या म्हणतात बेचाळीस आणि या म्हणतात चौतीस! मला वाटतं, पस्तीसच बरोबर आहे. काय गबाळे?

गबाळे : हो, एकोणीसशे सात डिसेंबर!

अक्कासाहेब : तर, तर... अहो, मलाच छत्तिसावं वर्ष आहे ना?

बन्याबापू : छे-छे-छे! अक्कासाहेब, तुम्हाला छत्तिसावं वर्ष असणं शक्यच नाही मुळी.

अक्कासाहेब : माझं वय मला ठाऊक, की तुम्हाला?

बन्याबापू : अहो, तसं नव्हे अक्कासाहेब... हे पाहा, तुम्ही आता रुपेरी पडद्यावर येणार! तेव्हा तुमचं जाहीर वय विसापेक्षा जास्त असणं चांगलं नाही.

दातार : अहो, पण हे पाहा – माझं ऐका, उगीच वाद कशाला? इतकं मात्र खरं आहे की, आमचे साहेब अजून पंचविशीतल्या तरुणाप्रमाणं काम करतात. त्यांचा एक केससुद्धा पांढरा झाला नाही अजून.

बाळासाहेब : अहो, पण दातार, पुरे करा ना आता तुमचं!

अक्कासाहेब : तोंडपुजे मेले! त्यांचं लग्नाचंच वय आहे अजून – मग तर झालं? आणि काय हो दातार, तुम्हाला काय ठाऊक आहे? हल्ली केसांचा कलप करायला लागले आहेत ते! (सर्व हसू लागतात.)

दातार : खरंच?

बन्याबापू : लोकहो, हसू नका. बाळासाहेब कलप लावीत असले, तरी ते तरुणच आहेत. अगदी पंचविशीतले तरुण आहेत.

(लोक हसतात. बाळासाहेबांना ते असह्य होते. ते उठून चालू लागतात. मालतीही पाठोपाठ जाते. दातार त्यांच्या मागून जातो. याने अक्काही विलक्षण अस्वस्थ होते.)

बन्याबापू : काय हो अक्कासाहेब, ही मालती बाळासाहेबांचा पिच्छा अद्याप

सोडीत नाही!

अक्कासाहेब : त्या मधूची चांगलीच हजेरी घ्यायला हवी. ही पोरटी आपल्यावर भाळली आहे, म्हणून उगीचच सांगत होता मला. मघापासून पाहते आहे ह्यांचं आणि तिचं! अगदी जशी काय लग्न झालेली नवराबायकोच!

(२५)

(बाळासाहेब आणि मालती कारंज्याच्या कठड्यावर बसली आहेत. बाळासाहेब शून्य नजरेने क्षितिजाकडे पाहत असून मालतीही स्तब्धच आहे.)

मालती : बाग फार छान आहे, नाही?

बाळासाहेब : अंऽ?

मालती : तुम्हाला बरं का वाटत नाही? घरी जाऊ या आपण?

बाळासाहेब : मालती, खूप राग आलाय तुला माझा; होय ना?

मालती : तुमचा? मला माझाच राग आलाय फार!

बाळासाहेब : नाही मालती, तुझी काहीच चूक नाही. तू देवता आहेस.

मालती : हे नव्हतं मला माहीत! बाकी तुम्ही मिलच्या धंद्यात उगीच पडलात. नाही तर फार मोठे कवी झाला असता.

बाळासाहेब : ही थट्टेची गोष्ट नाही. तू येण्यापूर्वी माझं आयुष्य हे एक ओसाड वाळवंट होतं. आज ती एक फुलबाग झाली आहे. मालती नावाचं एक दिव्य फूल त्यात फुललं आहे.

मालती : ती पाटी पाहिलीत ना? 'या बागेतील फुलांना हात लावण्याची सक्त मनाई आहे.'

बाळासाहेब : मालती, तुला असं नाही का वाटत, की तरुण माणसांपेक्षा प्रौढ माणसंच अधिक पराक्रमी असतात. आपल्या आवडत्या माणसांना फुलांसारखं सांभाळण्याचं सामर्थ्य त्यांनी संपादन केलेलं असतं.

मालती : बाळासाहेब, मला किनई तुमच्याबद्दल फार फार वाईट वाटतं. पण काही झालं तरी अक्कासाहेबांचाच तुमच्यावर हक्क आहे. तुमच्या वयाच्या मानानं मी –

बाळासाहेब : मालती, तूच सांग, मी तसा म्हातारा दिसतो का? बेचाळिसावं वर्षं म्हणजे काही म्हातारपण नव्हे. युरोपात या वयात माणसं कुठं लग्नाचा विचार करायला लागतात. आज माझं वय तुझ्या वयाच्या दुप्पट असेल; पण आणखी वीस वर्षांनी ते दीडपटच होईल. नाही का? मालती, मालू – (मालती दूर होते.) मी माझं बोट कापून

घेईन, बरं का!

मालती : पण या वेळेला अक्कासाहेबांच्याच पातळाची चिंधी बांधावी लागेल तुम्हाला. मी माझं पातळ नाही फाडणार पुन्हा!

बाळासाहेब : न फाडीनास. हे बँडेज आहेच की आमच्यापाशी! (खिशातली चिंधी काढतो.)

मालती : शीः!

बाळासाहेब : नाही मिळणार ते तुला. मालू, मी एक गोष्ट तुला विचारणार आहे. अगदी खरं सांग – (मोटारीचा हॉर्न ऐकू येतो.)

मालती : अगं बाई! आपल्या गाडीचा हॉर्न वाजला वाटतं! तुमचे मॅनेजर आहेत ना? चला, चला, घाई झाली असेल त्यांना. चला ना लवकर.

(निघून जाते. तिच्याकडे बाळासाहेब निराशेने पाहतात.)

(२६)

(बाळासाहेबांच्या हॉलमध्ये मधुकर, बन्याबापू व अक्कासाहेब.)

बन्याबापू : छे, छे, छे, तुमच्यात इतकासुद्धा पुरुषार्थ नाही? मालतीसारखी एवढीशी चिमुरडी पोरगी ती काय! आमच्या सिनेमात काम करताना ती नायकाच्या प्रेमपाशात हां-हां म्हणता सापडते. बरं, दिसायला तरी असा बावळट दिसतो म्हणता! तुमच्यासारख्या तरण्याबांड पोराला एवढं तिला भाळून घ्यायलासुद्धा जमत नाही? अहो, दुसरं तुम्ही पुढं करणार काय?

अक्कासाहेब : आणि तुमची नोकरी कशी टिकवाल?

बन्याबापू : चांगला दोनशे रुपये पगार!

अक्कासाहेब : ते काही नाही. मी आपलं चक्क सांगून ठेवते. मालतीशी तुमचं लग्न लागेल, तेव्हाच तुमच्या पगाराचा चेक तुम्हाला मिळेल!

मधू : झालं तुमचं बोलून? आता मला थोडं बोलू द्या. हे पाहा अक्कासाहेब, आमचं दोघांचं एकमेकांवर अगदी भयंकर प्रेम आहे.

बन्याबापू : भयंकर प्रेम! म्हणजे आमच्या सिनेमातल्या हिरो-हिरोईनसारखं?

मधुकर : हो ना, अगदी भयंकर प्रेम आहे आमचं दोघांचं! मी रोमिओ आहे, ती माझी ज्यूलिएट आहे! ती लैला आहे; मी मजनू आहे! मी कृष्ण आहे; ती माझी राधा आहे!

बन्याबापू : अहो कविमहाराज, खरंच का तुमच्यावर तिचं एवढं प्रेम आहे?

मधू : का हो?

बन्याबापू : नाही, नाही; तसं काही नाही म्हणा. पण अक्कासाहेब, मालतीबाई आणि यांचे प्रेमाचे संबंध आहेत, यावर आपण कसा विश्वास ठेवायचा?

अक्कासाहेब : का हो मधुकर, आम्ही कसा विश्वास ठेवायचा?

मधू : हे पाहा, हातच्या काकणाला आरसा कशाला? उद्या सकाळीच मी तुमची खात्री करून देतो, आमचं दोघांचं किती प्रेम आहे ते! मधू, प्रियकरा, या शब्दाखेरीज शब्दच ऐकू येणार नाहीत तुम्हाला. तुम्ही तुमच्या खोलीत पडद्याआड राहून सर्व पाहत राहा. लग्नाचा मुहूर्तसुद्धा ठरवून घेतो तुमच्यादेखत! अहो, एका पायावर तयार आहे ती लग्नाला; पण माझ्याच नोकरीचं सुरळीत नव्हतं, म्हणून मीच तयार नव्हतो इतके दिवस.

अक्कासाहेब : मालतीचं तुमच्यावर इतकं प्रेम आहे, असं तुम्ही म्हणता; मग ती आमच्या यांच्याबरोबर कशी इतकी लघळपणानं वागते हो?

मधुकर : अहो, तुमचे हेच तिच्याबरोबर लघळपणा करतात, त्याला ती काय करणार बिचारी! हे पाहा अक्कासाहेब, आपलं हे महायुद्ध सुरू आहे. बाळासाहेब आणि मालती यांच्याविरुद्ध तुम्ही, मी आणि बन्याबापू ही दोस्तराष्ट्रं लढत आहोत. मी एकट्यानं लढून आपल्याला ही लढाई जिंकता येणार नाही. मोठ्या शौर्यानं मालतीला जसं मी अडवून धरलं आहे, तसं तुम्हीसुद्धा बाळासाहेबांना अडवून धरलंत, तर ते तुमच्या मुठीत सापडलेच म्हणून समजा.

बन्याबापू : हां, मार्व्हलस!

अक्कासाहेब : ते कसं काय जमायचं बाई?

मधू : अगदी सोपं काम आहे ते! मालती जे-जे करते, ते-ते करायला लागा. तिच्यासारखं पातळ नेसा, त्यांच्याजवळ जाऊन बसा, उगीच रुसा, थोड्या वेळाने हसा की तुम्ही राणी झालाच म्हणून समजा. काय हो बन्याबापू?

बन्याबापू : ओ.के.! ब्यूटी, मार्व्हलस! काय सुंदर कल्पना आहेत हो तुमच्यापाशी! मग नुसते कवीच कसे राहिलात? चित्रपटाचे कथा-लेखक व्हायचे तुम्ही! मला आता तुम्हालाच चान्स देऊन पाहिलाच पाहिजे. (मोटरीचा हॉर्न वाजतो.)

अक्कासाहेब : अगं बाई! स्वारी आलीच वाटतं? आलेच हं मी पातळ बदलून. पाहा तरी मालतीच्या हातून त्यांना कशी सोडवून आणते ती!

(बाळासाहेब, मालती व दातार मोटरीतून उतरून आत येतात.)

दातार : नमस्कार, नमस्कार, बन्याबापू. (मधुकरला पाहून दचकतो.)

बन्याबापू : काय हो दातार, एकदम काय झालं?

दातार : काही नाही. म्हटलं, ही वल्ली तुम्ही कुठनं पैदा केलीत?

बन्याबापू : म्हणजे?

दातार : हे महाराज आमच्या गिरणीत कारकून होते. तिथं त्यांना काव्याचे झटके यायला लागले. तेव्हा दिला आम्ही त्यांना जमालगोटा! काय हो मधुकर, कोणती तुमची ती कविता? 'चल बोलू, सखे जरा- नाचू दे या मनमोरा!'

बन्याबापू : वाहवा, मार्व्हलस!

बाळासाहेब : बरं का मधुकर, फार सुंदर होती हं तुमची कविता. मालती, तुलासुद्धा फार आवडेल ती! म्हणून दाखवता का हिला?

मालती : माफ करा हं, मी जरा वरती जाते. मला काम आहे. (जाते.)

बाळासाहेब : माफ करा हं, मीसुद्धा वर जाऊन येतो.

(जाऊ लागतात, अक्का त्यांना वाटेत भेटते.)

अक्कासाहेब : चला गडे, आज मी खूप खूप गंमत करणार आहे. स्वतः स्वयंपाक करणार आहे, तुम्हाला वाढणार आहे.

बाळासाहेब : अहो पण –

अक्कासाहेब : बरं का मधुकर, उद्याचं विसरू नका!

(बाळासाहेबांच्या पाठोपाठ वर जाते.)

बन्याबापू : चला मधुकर, दोस्त राष्ट्रांचा विजय असो! जिंकली!

दातार : चल बोलू सखे जरा –

(२७)

अक्कासाहेब :
कोणासाठी लाडीगोडी सागरा
होतोस बेहोश नाचरा,
लागे नद्यांना तुझी ओढणी
तूही तयास्तव हावरा ।। – कोणासाठी ।।
बेहोश लाटा फुले उधळती
तुषार फेसाळ मोगरा, हासरा ।। – कोणासाठी ।।
कठोरा, विचारा करूनी बघ जरा
तुला धरणीचा शेवट आसरा
मायापाखर घालून विळखा

ढाळी तुझ्यावर चामरा ।। – कोणासाठी ।।

(बाळासाहेब व मालती जेवणाच्या टेबलापाशी बसले असून अक्का त्यांना वाढीत आहे.)

बाळासाहेब : अहो, पुरे आता!

अक्कासाहेब : अंऽहं! आणखी घ्यायला हव्या.

बाळासाहेब : अहो, पण जागा नाही आमच्या पोटात.

अक्कासाहेब : ते काही नाही. आज मी स्वतः स्वयंपाक केला आहे, तेव्हा तुम्हाला माझं ऐकलंच पाहिजे.

मालती : पण अक्कासाहेब, तुम्ही आता बसा ना जेवायला; मी वाढते तुम्हा दोघांना.

अक्कासाहेब : नको गं बाई, आजपासून मी स्वतः जातीनं त्यांचं सर्व काही करणार आहे. थोडं श्रीखंड घालू का?

(बाळासाहेब जेवण उरकून झोपण्याच्या खोलीत येतात. पाठोपाठ अक्काही येतात.)

बाळासाहेब : छे, छे, फार जेवलो बुवा! पोटाला अगदी तडस लागलीय!

अक्कासाहेब : आवडला ना माझा स्वैंपाक? मग घ्या ना हे औषध!

बाळासाहेब : औषध?

अक्कासाहेब : तडस लागलीय ना? मग घ्या ना.

बाळासाहेब : द्या बघू काय आहे ते.

अक्कासाहेब : घ्या ना मूठ उघडून. (दूर होत.) अं हंऽ! इथं येऊन उघडा. असं काय बरं? उघडा ना माझी मूठ. उघडा, उघडा ना. घ्या ना पानाचा विडा. मी स्वतः केलाय तो.

बाळासाहेब : एकूण, आज माझ्या राशीला शुभग्रहांचं संमेलन भरलेलं दिसतंय!

(ते पान घेऊ लागतात. तेव्हा त्यांचे बांधलेले बोट अक्काला दिसते.)

अक्कासाहेब : अगं बाई! अजून बोट बरं झालं नाही?

बाळासाहेब : ठेच लागून बोट आंधळं होतं ना, तसंच काहीतरी झालंय याला.

अक्कासाहेब : म्हणून काय याला असली घाणेरडी चिंधी बांधायची? शीः! थांबा हं! (पातळ फाडते.) उगीचच असल्या घाणेरड्या कपड्याची चिंधी बांधू नये गडे. त्यानं सेप्टिक-बिप्टिक व्हायचं. तुमची दाही बोटं कापली असती तरी प्रत्येक बोटासाठी एकेक उंची पातळ फाडलं असतं मी माझं!

बाळासाहेब : देव पावला म्हणायचा! नाही तर तुमच्या दाही पातळांची मला किंमत द्यावी लागली असती!

अक्कासाहेब : अगं बाई, खरंच! विसरलेच की मी!

बाळासाहेब : काय शिल्लक राहिलंय अजून?

अक्कासाहेब : या पातळाची किंमत द्यायची राहिली आहे ना? लढाईच्या दिवसांत जास्त दिवस उधारी राहिली म्हणून, रागावू नये हं. हं... घ्या. (गाल पुढे करते.)

बाळासाहेब : काय घेऊ?

अक्कासाहेब : पातळाची किंमत.

बाळासाहेब : पण तुमच्या गालाचा रंग पुसून जाईल ना?

अक्कासाहेब : इश्श, असं काय बाई!

बाळासाहेब : झोप आली बुवा. जा, तुम्हीसुद्धा फार दमला असाल आज – जा, झोपा जा.

अक्कासाहेब : नाही बाई, आज तुम्हाला झोपवल्याशिवाय जाणार नाही मी इथून. (बाळासाहेबांचे पाय चेपू लागते तोच 'ते हवेत माझे मला' हे गाणे ऐकू येते. मधूचा फोटो घेऊन मालती गात असते. अक्का जाताच बाळासाहेब बाल्कनीतून ते ऐकू लागतात. अक्का परत येते.)

मालती : ते हवेत माझे मला,
सखे परी, भवती सदा गलबला ॥
हे मधुप फुलाभोवती
डोलती जसे गुंजती,
लाभले तेवी सोबती
तयांचा ओघ न कधी आटला ॥ ते हवेत....
ही कितीक बोलावणी
घडी मुळी न जाई सुनी
परी विचार न करी कुणी
किती हा असेल जीव भागला ॥ ते हवेत ॥

अक्कासाहेब : झोपमोड झाली ना तुमची? मोठी वाईट आहे ही पोरटी! अश्शी जाते आणि तिला सांगते की, हे सभ्य गृहस्थाचं घर आहे. हा काही सिनेमा कंपनीचा स्टुडिओ नाही.

बाळासाहेब : म्हणू दे बिचारी. गाण्याचंच वय आहे तिचं.

(गाणे संपताच अक्का आधी रागाने बाळासाहेबांना बिछान्यावर बसवते.)

अक्कासाहेब : इतकं काही नको भाळून जायला तिच्या गाण्यावर. मी म्हणते हवं तर एखादं गाणं.

बाळासाहेब : पण तिचं इतकं सुंदर गाणं ऐकल्यावर तिचंच गाणं जन्मभर ऐकत राहावंसं वाटतं.

अक्कासाहेब : तर, तर! उद्या तिचं लग्न झाल्यावर?

बाळासाहेब : लग्न?

अक्कासाहेब : हो, त्या मधूबरोबर लग्न करणार आहे ती! अगदी राधाकृष्णासारखं प्रेम आहे त्या दोघांचं!

बाळासाहेब : अंहं! ते शक्य नाही. मालतीचं मधूवर प्रेम असणं शक्य नाही. मला माहीत आहे –

अक्कासाहेब : शक्य नाही काय? उद्या सकाळीच दाखवते तुम्हाला, हा सूर्य आणि हा जयद्रथ! इतकं भयंकर प्रेम बसलंय दोघांचं!

(बाळासाहेबांना निजवून अक्का जाते. बाळासाहेब विलक्षण अस्वस्थ होतात.)

(२८)

(अक्कासाहेबांची झोपण्याची खोली. अक्का व बाळासाहेब बाल्कनीकडे येताना दिसतात.)

अक्कासाहेब : इकडे या, इकडे या लवकर. इथं गप्प उभे राहा. (बाल्कनीचे पडदे लावून घेते.) अगदी जरासुद्धा आवाज करू नका हं. नाहीतर खोकालबिकाल. अगं बाई, आलीच ती दोघं!

(मालती व मधुकर येतात.)

मालती : कुठं आहेत हो अक्कासाहेब?

मधू : या इकडे. आत ये ना.

मालती : अक्कासाहेब, कुठं आहेत हो?

मधू : अक्कासाहेबांनी बोलावलंय म्हणून खोटंच सांगितलं तुला मी!

मालती : असं? (जाऊ लागते.) ठीक आहे.

मधू : मालती, मालू!

मालती : वाट सोडा माझी. मला खोटी माणसं मुळीच आवडत नाहीत. पैशासाठी प्रेमाचं नाटक करणारी –

मधू : असं काय बरं मालू? माझं तुझ्यावर खरंखुरं प्रेम आहे.

मालती : तर, तर! मला काय माहीत नाही वाटतं, अक्कासाहेबांनी तुम्हाला माझ्यावर प्रेम करण्याच्या नोकरीवर ठेवलं आहे ते.

मधू : पण नोकरीपुरतंच नाही माझं प्रेम मालू! सांग ना, आपल्या लग्नाचा मुहूर्त कधी धरायचा ते?

मालती : धरा आणखी शंभर वर्षांनी! मी म्हातारी झाल्यावर!

मधू : पण मालती –

मालती : हे पाहा, मला आता वेळ नाही. तुम्ही आहात कवी म्हणजे वेडे! तुमच्याशी अधिक बोलण्यात काय बरं अर्थ आहे?

मधू : मालू, परवा बागेत तूच लग्नाची घाई केली होतीस!

मालती : गुरू आहात अगदी! अहो, परवा तुम्हीच नाही का म्हणालात की जन्मात तुझं तोंड पाहणार नाही म्हणून!

मधू : ते वाटेल ते असू दे. एकदा मला सांग, की तुझं माझ्यावर प्रेम आहे की नाही?

मालती : अंऽहं! अहो, अक्कासाहेबांच्या वेड्या सेक्रेटरीवर प्रेम करण्याइतकी खुळी नाही मी! माझं किनई दुसऱ्याच एका माणसावर प्रेम आहे.

मधू : दुसऱ्याच! मला वाटलं होतं ते खरं आहे तर?

मालती : हं!

मधू : श्रीमंतच असेल तो?

मालती : अहो, बायका पैशावरच प्रेम करतात, एवढंदेखील तुम्हाला ठाऊक नाही? बरं आहे, स्टुडिओत जायची वेळ झाली. अरे हो, लवकरच लग्न होणार आहे माझं. त्या वेळी सहकुटुंब, सहपरिवार अगत्य या हं! अगदी बोहोल्यावर!

मधू : बोहोल्यावर?

मालती : हो, अंतरपाट धरायला! आणि कविराज, येताना मंगलाष्टकं जरूर आणा हं!

(मालती निघून जाते. मधुकरही निराशेने वाट चालू लागतो. बाळासाहेब आनंदाने, तर अक्कासाहेब रागाने बाहेर येतात.)

अक्कासाहेब : लुच्चा, लबाड, लफंगा कुठला! म्हणे, आमचं भयंकर प्रेम आहे. आहे खरं भयंकर! ती राधा, मी कृष्ण – कृष्ण कसला, पेंद्या आहेस तू, पेंद्या! आताच्या आता इथून चालता हो इथून. एक दमडीसुद्धा मिळणार नाही तुला. जा. (अक्का रागाने निघून जाते.)

बाळासाहेब : मधू, हे पाहा, तुला इथून जाण्याचं काहीच कारण नाही.

मधू : अंऽ?

बाळासाहेब : तू कवी आहेस ना? म्हणूनच तुझ्यासारखा सेक्रेटरी हवा होता; पण काय रे, मालतीवर तुझं खरंच प्रेम आहे? नाही ना? मला वाटलंच तसं. केवळ नोकरी मिळवण्यासाठी तू हे नाटक केलंस. मग चल, इकडं ये. बस ना इथं. हे बघ, आमचं दोघांचं एकमेकांवर फार प्रेम आहे; पण आम्हा दोघांनाही ते व्यक्त करून दाखवायला धीर होत नाही. तेव्हा मला तिला एक सुंदरसं पत्र लिहायचंय.

तेव्हा असं कर, मी तुला चारशे रुपये पगार देतो. तुझं सर्व सामान घेऊन तू इथंच राहायला ये. चल माझ्याबरोबर. (दोघेही जातात.)

(२९)

(रात्रीची वेळ. झोपण्याच्या खोलीत बाळासाहेब मधुकरला पत्र लिहायला सांगत आहेत.)

बाळासाहेब : छे, छे, छे! सुरुवातीलाच 'प्रिय मालती' असं नको. अरे, दुसऱ्या कोणाच्या हाती हे पत्र पडलं, तर विनाकारण रणं माजायची आमच्या घरी. नुसतं 'लाडके' असंच लिही. हं, पुढं वाच बघू.

मधू : 'लाडके, माझं पत्र पाहून तुला नवल वाटेल; पण खरं सांगू? संसाराचा प्रवास आजवर मी अंधारातूनच करीत आलो.'

बाळासाहेब : तसं नको. 'खरं सांगू, तूच माझी चंद्रिका आहेस' असं जुळवून घे.

(मधुकर पत्र वाचतो.)

बाळासाहेब : शाब्बास, शाब्बास! किती सुंदर पत्र लिहिता रे, तुम्ही हल्लीची पोरं! उगीच नाही हल्लीच्या पोरी तुमच्यावर भाळत! आता असं कर, हा ड्राफ्ट इथंच राहू दे. तू आपल्या खोलीत जा. जेवण करून घे आणि झोप बघू. मी त्याची कॉपी करतो आता.

(मधुकर जातो. बाळासाहेब 'ते हवेत माझे मला' हे गाणे गुणगुणत पत्राची नक्कल करू लागतात.)

(बाळासाहेब चोरपावलांनी अक्कासाहेबांच्या खोलीत येतात. तेथे दोन सारखेच पलंग दिसतात. मालतीचा पलंग कोणता असेल, या शंकेने ते पाहतात, तो त्यांना अक्काची हाक ऐकू येते.)

अक्कासाहेब : किसन, ए किसनऽ, यांना झोप लागली का पाहून ये जा.

(अक्का दारात येते. तोच घाईने पत्र लपवून जाणारे बाळासाहेब तिला दिसतात.)

बाळासाहेब : काही नाही. मी सहज आलो होतो. (तिच्या वेणीतले फूल घेऊन जातात व बाहेरून चोरून पाहतात. अक्काला बाळासाहेबांचे पत्र मिळते. बाळासाहेब अस्वस्थ होतात. अक्काला आनंद होतो.)

अक्कासाहेब : किसन, अरे किसन, सावित्री, अगं सावित्री, गोविंदा –

(नोकर धावत येऊन गर्दी करतात.)

अक्कासाहेब : अरे किसन, सावित्री, हे पाहा किती सुंदर पत्र लिहिलंय ह्यांनी मला. मालतीबाई कुठं आहेत?

किसन : हाइती खालती.

अक्कासाहेब : जा, जा किसन, लवकर बोलावून आण त्यांना. कित्ती कित्ती दिवसांनी पत्र लिहिलंय यांनी मला.

(मालतीला घेऊन किसन येतो.)

अक्कासाहेब : मालती, मालती, अगं, ये लवकर. पाहिलंस यांचं किती प्रेम आहे माझ्यावर. उगीच बाई मी यांचा संशय घेतला! अगं, बैस तरी. अरे, बसा रे तुम्हीही तिथं! मी तुम्हाला वाचूनच दाखवते हं.

बाळासाहेब : अहो, थांबा, थांबा. वाचू नका ते पत्र.

अक्कासाहेब : ते का? यांना नको का समजायला तुम्ही किती सुंदर पत्र लिहिता ते?

बाळासाहेब : मालती, तू तरी यांना सांग असली पत्रं उघडपणे वाचायची नसतात म्हणून!

अक्कासाहेब : तर, तर! मी तुमची लग्नाची बायको आहे. मला काय चोरी आहे वाटतं? ऐक गं मालती, कशी सुंदर सुरुवात केली आहे. 'लाडके – माझं पत्र पाहून तुला नवल वाटेल; पण खरं सांगू, तूच माझी चंद्रिका आहेस आणि तुझ्या शीतल प्रीतिप्रकाशानं मला – तुझ्या चकोराला – आता नवजीवनाचा उत्साह वाटत आहे –'

मालती : अक्कासाहेब, आले हं. आत्ता येते. (जाते.)

अक्कासाहेब : बरं, मी यांना वाचून दाखवते. 'माझी श्रद्धा आहे, केव्हा तरी या तृषार्त चातकावर मेघमालेच्या मायेनं तू आपल्या प्रीतिजलाचं सिंचन करशील.'

(बाळासाहेब झोपण्याच्या खोलीत येतात. मालतीही पाठोपाठ येते व दार वाजवते.)

बाळासाहेब : कोण आहे?

मालती : मी आत येऊ का?

बाळासाहेब : कोण, मालती?

मालती : का? मी आल्यामुळे एका माणसाची निराशा तर झाली नाही?

बाळासाहेब : छे, छे; पण ते पत्र पाहून तुला माझा राग तर नाही ना आला?

मालती : राग? मी उलट तुमचं अभिनंदन करण्याकरिता आले आहे.

बाळासाहेब : अभिनंदन! ते कशाबद्दल?

मालती : एक माणूस कवी झाल्याबद्दल! कवी झाल्याशिवाय का कुणी घरातल्या घरात बायकोला प्रेमपत्रं लिहीत असतात? बरं बाई, जाते मी. अक्कासाहेब वाट पाहत असतील!

बाळासाहेब : थांब, मला तुझ्याशी काही बोलायचं आहे. चल, इकडं ये. बैस इथं. मालू, मला कवी कुणी केले सांगू – सांगू? तू! तू!

मालती : मी?

बाळासाहेब : हो, तू! करपून गेलेल्या माझ्या मनावर अमृताचा वर्षाव करणाऱ्या तुझ्या या डोळ्यांनी! माणसाला आपलं हृदय उघडं करून दाखवता आलं असतं, तर याच क्षणी मी तुझी खात्री केली असती, की माझ्या हृदयात ज्या देवतेची पूजा चालली आहे, ती मूर्ती –

मालती : अक्कासाहेबांची आहे.

बाळासाहेब : नाही, मालतीची आहे. ते पत्र चुकून तिच्या हाती पडलं आहे. लग्नाच्या हक्कामुळे ती त्यावर अधिकार गाजवील; पण त्या पत्राची आणि प्रेमाची मालकीण तू आहेस. स्वत:च्या बायकोशी प्रतारणा करणारा गुन्हेगार म्हणून मी बोलत आहे; पण माझी कैफियत ऐकून कोणालाही माझी करुणाच वाटेल. बायको असून नसल्यासारखी आहे मला. सांग मालती, लग्न झाल्यापासून या सतरा वर्षांत मी प्रेमाचे बोल कधी ऐकले आहेत? सहानुभूतीचा स्पर्श मला कधी झाला आहे? मायेचा घास मला कोणी घातला आहे? जगाच्या धकाधकीत दमून असहायपणे मी अंथरुणावर पडतो तेव्हा धीराचा हात तरी माझ्या पाठीवरून कधी फिरला आहे? मालती, मुंबईच्या बाजारात मी एका गिरणीचा मालक आहे; पण या घराच्या चार भिंतींत केवढा कंगाल आहे मी! बोल मालू, मी हक्कानं कुणाशी बोलू? कुणाशी हसू? हृदयाच्या जखमा घेऊन मी कुणाशी रडू?

मालती : नको, नको बाळासाहेब, कुणी ऐकलं तर?

बाळासाहेब : साऱ्या जगाला मी सांगत सुटणार आहे, की माझं खरंखुरं प्रेम मालतीवर आहे. मालतीनं माझं जीवन फुलवलं, मालतीनं माझ्या आयुष्यात आनंद निर्माण केला. मालती माझ्या हृदयाची राणी आहे. तूच सांग, या बादशाही बंगल्यात तुझ्यावाचून कोण काळजी घेतंय माझी? तू येण्यापूर्वी गिरणीच्या धुराड्याप्रमाणं माझं जीवन काळवंडलं होतं. त्यावर कळसाचा उजाळा कुणी दिला? मेलेल्या माझ्या आशा कुणी जिवंत केल्या?

मालती : बाळासाहेब, बाळासाहेब, नका हो असं वेड्यासारखं काही करू!

बाळासाहेब : प्रेमानं वेडं होण्यात जो आनंद आहे, तो शहाणपणानं निष्प्रेम आयुष्य जगण्यात नाही. माझं प्रेम एका श्रीमंत माणसावर आहे, हा तुझा विचार तू मधूला ऐकवलास ना, तेव्हापासून मी वेडा झालो आहे! मालती, मी तुझा आहे; सर्वस्वी तुझा आहे. बोल,

मालू, एकच शब्द बोल, की तू माझीच आहेस! बोलत का नाहीस मालू? माझ्या दुसऱ्या लग्नाच्या कल्पनेमुळं – लोकनिंदेच्या भीतीमुळं तू माझ्यापासून दूर राहणार का? मग तुझं प्रेम दुबळं आहे, असंच कोणीही म्हणेल! किंवा सांग मालती, आपल्या वयातील अंतर तुला डाचतं का? बोल ना मालती!

मालती : बाळासाहेब! (रडू लागते.)

बाळासाहेब : मालू, काय झालं तुला? रागावलीस तू माझ्यावर? मी तुला आवडत का नाही?

मालती : नाही, तुम्ही मला आवडता; पण –

बाळासाहेब : मालू, तुझ्या आयुष्यात जर मला जागा नसेल, तर या जगात एक क्षणभरसुद्धा राहण्याची माझी इच्छा नाही; पण एकच गोष्ट मला सांग, तुझं माझ्यावर प्रेम आहे की नाही?

मालती : प्रेम? आहे – पण –

बाळासाहेब : मालती, मग आता अधिक काही बोलू नकोस! मी आता आनंदानं वेडा झालो आहे. त्या सुखानं एक रात्र तरी मला जगू दे! जा तू आता. आता माझी निराशा करू नकोस. जा, जा, तू. तुला काही सांगायचं असेल तर ते उद्या सांग आणि ते पण एवढंच सांग, की तू माझी आहेस. मी तुझा आहे. मी सर्वस्वी तुझाच आहे!

(मालतीला बाहेर पोहोचवून बाळासाहेब मोठ्या समाधानाने खोलीचे दार लावून घेतात.)

(बाळासाहेबांच्या खऱ्या भावनांची जाणीव झाल्यानंतर मालती भांबावून जाऊन आपल्या मनाला स्थिरता देण्याकरिता आपल्या लाडक्या मधूची पत्रे चाळीत बसते. प्रत्येक पत्रातील शेवटची सही 'तुझाच मधू', 'तुझाच मधू', हे वाचून आपल्या व्यथित हृदयाला शांती देण्याकरिता मधूकडे धाव घेते.)

मालती : मधू, माझ्या वागण्याने साराच गैरसमज झाला रे! मला तुला भेटलंच पाहिजे! मी तुझीच आहे.

(मधूच्या खोलीकडे जायला निघते.)

(३०)

(रात्रीची वेळ. मालती मधूच्या खोलीत विषण्ण चित्ताने प्रवेश करते.)

मधू : 'चल, भांडू सखे जरा.'

(तो आपल्या प्रेमगीताचे विडंबन रचित आहे.)

मालती : मधू, मधू, मी आले आहे.

मधू : दिसलं मला ते!

मालती : असं रे काय करतोस? केव्हापासून झालास तू इतका परका?

मधू : केव्हापासून? माझी प्रेमळ मालती मेली तेव्हापासून!

मालती : नाही मधू, तुझी मालती जिवंत झाली आहे. ही बघ तुझ्याशी बोलतेय ती!

मधू : माझ्याशी बोलण्यात काय अर्थ आहे? मी कवी आहे, म्हणजे वेडा.

मालती : मीसुद्धा वेडी आहे रे!

मधू : सिनेमात नाचणारी नटी वेडी? उघड्या डोळ्यांनी श्रीमंताला विकून घेणारी स्त्री वेडी असत नाही.

मालती : असं रे काय करतोस मधू? एवढ्या अपरात्री मी तुझ्या खोलीत आले ती –

मधू : ती वाट चुकून! बाळासाहेबांच्या महालात जाता-जाता!

मालती : मधू, मधू, तुझा एवढा गैरसमज होईल असं जर मला माहीत असतं–

मधू : गैरसमज? उलट चांगली ओळख पटली मला तुझी! तुझं कोडकौतुक पुरवता येणार नाही म्हणून माझ्या इच्छेविरुद्ध, मला न सांगता, तू मुंबईला आलीस आणि एक श्रीमंत प्रियकर गाठून त्याच्याशी प्रेमाचे खेळ खेळू लागलीस –

मालती : माझं ऐकून तरी घे रे!

मधू : एक शब्दसुद्धा बोलू नकोस. आणखी शंभर वर्षांनी आपल्या लग्नाचा मुहूर्त आहे ना? तुझ्या सुरकुतलेल्या चेहऱ्यावर पांढऱ्या केसांचं बाशिंग बांधून येशील, तेव्हाच काय बोलायचं ते बोलू! जा, चालती हो इथून! तुझ्यासारख्या चंचल मुलीवर प्रेम करण्याचा गाढवपणा मी केला तो केला; आता अपरात्री मालकाच्या प्रियकरणीशी बोलत राहून नोकरी गमावण्याची माझी इच्छा नाही. चल, जा, चालती हो.

(मालती दु:खित अंत:करणाने तेथून निघून जाते.)

(३१)

(रात्र. मालती विचाराने वेडी झाली असून, आपल्या खोलीत विचार करीत पडली आहे. घड्याळाचे काटे अकरा वाजल्याचे दाखवून वेगाने फिरू लागतात. बाळासाहेब 'मालती आपली होणार' या विचाराने आनंदित होऊन, बेहोश होऊन पडले आहेत. याच वेळी मधूच्या डोक्यातसुद्धा निराशेचे विचारचक्र सुरू आहे.)

मालती : मधू, मधू, मी वेडी आहे रे!

मधू : तू वेडी? श्रीमंताला विकून घेणारी स्त्री वेडी असत नाही.

बाळासाहेब : तुझं प्रेम एका श्रीमंत माणसावर आहे, असं सकाळी तू मधूला सांगितलंस ना, तेव्हापासून मी वेडा झालो आहे!

मालती : बाळासाहेब, बाळासाहेब, असं हो काय वेड्यासारखं? तुम्ही मला आवडता, पण –

मधू : आता अपरात्री मालकाच्या प्रियकरणीशी बोलत राहून हातची नोकरी गमावण्याची माझी इच्छा नाही.

बाळासाहेब : माझ्या प्रेमाची मालकीण तू आहेस! मालती, मी तुझा आहे; सर्वस्वी तुझा आहे. बोल मालू, इतकंच बोल, की तू माझी आहेस!

मालती : नाही, नाही. मी मधूची आहे. मधू माझा आहे. मधू, बोल ना रे, बोल ना रे मधू!

मधू : एक शब्दसुद्धा बोलू नकोस. शंभर वर्षांनी पांढऱ्या केसांचं बाशिंग बांधून येशील तेव्हाच काय बोलायचं ते बोलू!

बाळासाहेब : बोलत का नाहीस मालू? लोकनिंदेच्या भीतीमुळे तू माझ्यापासून दूर राहणार का? मग तुझं प्रेम दुबळं आहे, असंच कोणीही म्हणेल!

मालती : नाही, नाही बाळासाहेब, मी तुमच्यावर कधी प्रेम केलं नाही. माया केली, माया केली! पण माझ्या वागण्यानं माझा मधू मला दुरावला की हो, कायमचा दुरावला! या जन्मी तरी त्याचा गैरसमज दूर होणार नाही. बाळासाहेब, तुम्ही मला वडीलभावासारखे आहात!

(उठून पत्र लिहिते. सहा वाजतात. ती ते पत्र बाळासाहेबांच्या खोलीत टाकते व चालती होते.)

(३२)

(मालती बॅग घेऊन बंगल्यासमोर येते. गॅरेजमध्ये जगन्नाथ मोटर साफ करीत 'प्रेम लाभे प्रेमळांना' ही कवितेची ओळ गुणगुणत आहे. मालतीला पाहताच गाडी बाहेर काढून तिच्या पाठोपाठ जातो.)

जगन्नाथ : मालतीबाई, मालतीबाई, मालतीबाई – गाडीत बसा पाहू अगोदर. बसा.

(गाडीत बसताच गाडी पुन्हा सुरू होते.)

जगन्नाथ : हं, कुठं जायचं मालतीबाई? स्टुडिओत ना? मग परत घेऊ मलबार हिलकडे? आँऽ? बरं, तर आता गाडी डावीकडे घेऊ की उजवीकडे?

मालती : वर घेतलीस तरी चालेल.

जगन्नाथ : म्हणजे?

मालती : जगन्नाथ, कुठं तरी जाऊन जीव द्यावा, असं वाटतं.

जगन्नाथ : ही गाडीच अपशकुनी आहे. जी बाई हिच्यात बसते, ती आपला जीवच द्यायला निघते. माफ करा हं मालतीबाई, मधू माझा जिवलग – जिवलग दोस्त आहे – अगदी लहानपणापासून! त्यानं मला काहीच दाद लागू दिली नाही; पण खरं सांगा, तुमचं त्याच्यावर प्रेम होतं ना?

मालती : जगन्नाथ! (रडू लागते.)

जगन्नाथ : काही काळजी करू नका मालतीबाई. समजलं मला. मी मधूला भेटून सर्व काही विचारून घेतो.

मालती : नको, नको. तुम्ही त्यांना काहीच विचारू नका. या जन्मी तरी त्यांचा गैरसमज दूर होणं शक्य नाही.

जगन्नाथ : ठीक आहे. आता माझ्या घरी चला आणि माझ्या शेवंतीला सगळं मोकळेपणानं सांगा.

मालती : पण....

जगन्नाथ : पण नाही नि बिण नाही. तुमच्या भावाची तुम्हाला आज्ञा आहे. चला–

(३३)

(बाळासाहेबांना मालतीचे पत्र मिळते. ते अधीरतेने वाचू लागतात.)

बाळासाहेब : 'आणि बाळासाहेब, तुम्हालाही माझ्या जीवनात स्थान आहे; पण ते वडीलभाऊ म्हणून! माझं तुमच्यावर किती प्रेम आहे; पण प्रेमाला पावित्र्याचे पैलू असतात, हे मी कधीच विसरले नाही.' मालती, मालती –

(अक्का चहा घेऊन येते.)

अक्कासाहेब : हा चहा घ्यायचा ना एवढा! मी केलाय तो.

बाळासाहेब : अंऽ? मालती-मालू! किसन, गोविंदा, सारं घर शोधा, सारी मुंबई शोधा; पण मालतीचा काही पत्ता लागतो का बघा. जा – मालती, मधू! (धावत मधूच्या खोलीत येतात.)

मधू : बाळासाहेब!

बाळासाहेब : मालती गेली रे!

मधू : गेली? कुठं?

बाळासाहेब : घर सोडून!

मधू : गेली असेल तिसरा प्रियकर शोधायला!

बाळासाहेब : नाही रे मधू, मालती तुझी आहे, सर्वस्वी तुझी आहे. हे पाहा तिचं पत्र! (पत्र देऊन) मधू, मी तुमचा अपराधी आहे. माझ्यामुळेच तुमचा दोघांचा गैरसमज झाला. मीच तुमच्या सुखात विष कालवलं! प्रेम हे स्त्रीचं जीवन आहे, एवढंच मी मानीत आलो; पण स्त्रीचं प्रेम मुकं असतं आणि म्हणूनच मी माझी स्वत:ची फसवणूक करून घेतली. मधू, मला क्षमा कर.

मधू (पत्र वाचतो) : 'मधूला सांगा, तू मालतीचा नसलास तरी मालती तुझीच आहे. जन्मभर ती तुझीच राहील.' बाळासाहेब, कुठं गेली हो माझी मालती?

बाळासाहेब : चल मधू, तुझी मालती कुठंही असू दे; आपण तिला शोधून काढू! तुला आणि मालतीला एकत्र पाहिल्याखेरीज माझ्या मनाला शांती मिळणार नाही. चल-चल.

(बाळासाहेब आणि मधुकर मालतीला शोधण्यासाठी बाहेर जाण्याच्या तयारीने पोर्चमध्ये धावत येतात.)

बाळासाहेब : जगन्नाथऽ अरे जगन्नाथ!

किसन : साहेब, मालतीबाई कुठंबी सापडत नाहीत!

बाळासाहेब : पण जगन्नाथ कुठं गेला?

किसन : जगन्नाथबी जाग्याला नाही.

बाळासाहेब : मधू, जगन्नाथ गाडी घेऊन स्टेशनवरच गेला असला पाहिजे तिला पोचवायला! तू तिकडे जा प्रथम. मी बन्याबापूंना फोन करून पाहतो. जा, जा, जा लवकर. हे बघ, टॅक्सी करून जा हं!

(मधुकर जातो. बाळासाहेब फोनवर येतात.)

बाळासाहेब : हॅलो बन्याबापू, मी बाळासाहेब बोलतो आहे.

बन्याबापू : हॅलो, कोण बाळासाहेब? अहो बाळासाहेब, आज मालतीबाईंचा लव्हसीन आहे. आपण शूटिंग बघायला लवकर याल ना? काय?

बाळासाहेब : अहो, बेपत्ता झाली आहे ती! घर सोडून गेली. तुमच्याकडे तर आली नाही ना?

बन्याबापू : मालती पळाली? अरे बापरे! ठार झालो, सर्वस्वी बुडालो! गबाळे, धाव रे रामराया! किती अंत पाहासी? अरे गबाळे, आपली हिरॉईन मालती पळाली! जा, जा, त्या निळूला हाप्टन बाहेर काढायला सांगा आणि या आठवड्याचं म्हापणकराचं भविष्य पाहा बरं काय आहे ते?

गबाळे : चाललोच मालवणला.

बन्याबापू : आता मला थोडी घेतलीच पाहिजे.

(बाळासाहेबांची खोली. चहाचा ट्रे घेऊन अक्कासाहेब येतात.)

अक्कासाहेब : चहा घ्यायचा ना थोडा? दुसरा केलाय मी!

बाळासाहेब : मालतीचा पत्ता लागेपर्यंत आता काही सुचणार नाही मला!

अक्कासाहेब : मालती, मालती, मालती! जिथं तिथं मालती!

बाळासाहेब : अशी रागावू नकोस गं तिच्यावर! माझ्या चुकीमुळे बिचारी मधूच्या प्रेमाला पारखी झाली.

अक्कासाहेब : म्हणजे?

बाळासाहेब : मालती मधूची आहे. मधूच तिचा आहे. तू माझी आहेस आणि मी तुझा आहे.

(अक्का आनंदाने बाळासाहेबांकडे पाहते.)

(३४)

(जगन्नाथाचे घर. मधुकर मोटरीतून तिथे येतो. मालती त्याला पाहून लपून बॅग घेऊन घराबाहेर पडते. मधुकर जगन्नाथाला हाक मारीतच येतो.)

जगन्नाथ : काय रे, काय झालं?

मधुकर : मालती कुठं आहे?

जगन्नाथ : आमच्यासारख्या गरिबांच्या घरी कशाला येतील त्या? असतील स्टुडिओत अप्सरालोकांत!

मधू : नाही रे, ती घरात नाही, स्टुडिओत नाही, कुठंही नाही.

जगन्नाथ : तू समुद्रावर गेला होतास का?

मधू : समुद्रावर!

जगन्नाथ : हो, म्हणजे समुद्रात बुडून मरायची आपली फार इच्छा आहे, असं काल त्या माझ्याजवळ म्हणत होत्या बुवा!

मधू : म्हणजे? तिनं आत्महत्या केली? मालती, मालूऽऽ

जगन्नाथ : मरेना ती! ती कोण, तू कोण! पोटाची खळगी भरायला हवी म्हणून तू तिच्यावर प्रेम करीत होतास ना?

मधू : नाही रे, माझं तिच्यावर खरंखुरं प्रेम होतं. माझी मालू म्हणजे एक रत्न होतं. बाळासाहेबांना हे कळलं, तर ते वेडे होऊन जातील! तिची केव्हा क्षमा मागीन, असं झालंय त्यांना!

जगन्नाथ : खरंच आमच्या साहेबांना पटलं का हे? मग चल तर. आपण तिघंही जाऊ या.

मधुकर : तिघं?

जगन्नाथ : हो. तू, मी आणि मालती.

मधू : कुठं आहे ती?

जगन्नाथ : सबूर, सबूर – जरा सबूर! हे पाहा, आता तरी तिच्याशी नीट वागायला शीक! मला फक्त मोटर हाकता येते. पण एक लक्षात ठेव, स्वत:च्या डोक्यात राख घालून प्रेम जमत नसतं मिस्टर, ते बायकोच्या डोक्यात वेणी घालून जमतं. समजलं का कवी? काय गं?

शेवंती : हो, हा तुमचा व्यवहारज्ञानाचा काढा मग पाजा त्यांना. आधी त्यांच्या डोळ्यांचं पारणं फिटू द्या. चला हो भावोजी.

जगन्नाथ : आणि हे पाहा, जरा माणसासारखं बोल तिच्याशी! आणि तू कुठं चाललीस? तुझं काय काम आहे?

(मधुकर अधीरतेने आत जाऊन येतो.)

मधू : काय रे जगन्नाथ, ही काय थट्टा मांडलीस? कुठं आहे मालू?

जगन्नाथ : म्हणजे? आत्ता होती आत! तू पुढं हो टॅक्सीतून; मी कपडे करून आलोच! अगं, चल, कपडे घाल लवकर.

(३५)

(मधू घाईघाईने मोटरीजवळ येऊन ड्रायव्हरजवळ चौकशी करतो.)

मधू : अरे, एक बाई गेल्या का इथनं?

ड्रायव्हर : कोणत्या बाई?

मधू : हातात बॅग असलेल्या – त्या चाळीतून बाहेर पडल्या –

ड्रायव्हर : होय साहेब, टॅक्सी करून त्या स्टेशनकडे गेल्या –

मधू : स्टेशनकडे? चल-चल लवकर – स्टेशनकडे घे गाडी.

(३६)

(मालती खिन्नपणाने गाडीत बसलेली आहे. मधुकर प्लॅटफॉर्मवर येऊन सर्व डब्यांतून मालतीला शोधतो. त्याला मालती दिसते; पण इतक्यात गाडी सुटते. मधुकर ताबडतोब धावपळ करून गाडी गाठण्याच्या इराद्याने टॅक्सी करून दादर स्टेशनकडे जातो.

दादर स्टेशनवर गाडी उभी राहते न राहते, तोच मधुकर टॅक्सीतून खाली उतरून मालती ज्या डब्यात असते, त्या डब्यात जाऊन तिला उतरण्यास सांगतो.)

मधुकर : चल मालू – चल लवकर –

मालती : पण –

मधुकर : पण नाही न् बिण नाही; चल लवकर. गाडी सुटेल इतक्यात.

(तिला ओढून नेऊ लागतो.)

एक गृहस्थ : अहो – हे काय? हे काय?

मधुकर : अहो – हिचं लग्न ठरलंय – आणि ही चालली पळून – पाहा ना – (मधुकर तिला डब्यातून खाली उतरवितो.) मालू, मला तुझ्याशी कितीतरी बोलायचं आहे. मालू – इकडे पाहा बरं – हास पाहू जरा.

(पोर्टर येतो.)

पोर्टर : अरे पोरांनो, नवरा-बायकोनं हवं तेवढं प्रेम करावं; पण – इथं स्टेशनवर – अरे बाबा, हा चव्हाटा आहे चव्हाटा. जा, घरी जा.

(मालती व मधुकर जातात.)

मधुकर : चल बोलू सखे जरा
नाचू दे या मन मोरा,

मालती : क्षण चल ये बसू,

मधू : हळू गाली हसू,

मालती : नको काही पुसू,

मधू : नको बाई रुसू,
डोळ्यांत का उगी धारा – नाचू दे या –

मालती : ढग काळा वरी,
किती दोघे दुरी,

मधू : वीज हासे परी,

दोघे : फुले आशा उरी.

– समाप्त –

माझं बाळ

प्रफुल्ल – चित्र

माझं बाळ

निर्माते व दिग्दर्शक

मास्टर विनायक

कथा-संवाद-पद्य	:	वि. स. खांडेकर
छाया-प्रकाश	:	माधव बुलबुले
ध्वनिलेखन	:	वि. चव्हाण
संगीत	:	दत्ता डावजेकर
कला	:	सदाशिव गायकवाड

भूमिका

पात्र		**कलाकार**
शशी	:	मीनाक्षी
गीता	:	सुमती गुप्ते
म्हाळसा	:	सरोज बोरकर
लता	:	लता मंगेशकर
शकू	:	बेबी नलिनी
मनोहर	:	साळवी
बाजीराव	:	दामुअण्णा मालवणकर
अण्णा	:	भाऊराव दातार
डॉ. सरदेशपांडे	:	दामुअण्णा जोशी
रवींद्र	:	विनायक

याशिवाय

श्रीपाद जोशी, विद्याधर जोशी, अथणे, इंगवले, अब्दुल, अनंतराव, रेणूका वगैरे.

गुहेत राहणारा रानटी मनुष्य घरात राहू लागला. तेव्हा माणूस माणसाचा वैरी नाही त्याचा भाऊ आहे, याची जाणीव त्याला झाली. ही जाणीव म्हणजेच माणुसकीचा जन्म.

या चिमुकल्या ठिणगीची मोठी ज्योत व्हावी, म्हणून मनुष्य धडपडू लागला. त्यामुळे नीती आणि कायदा यांचा जगात अवतार झाला. त्यांनी काही दिवस माणुसकीचे लालनपालन केले. ती लहानाची मोठी झाली – तिचे जग बदलले; पण कायदा जुन्या जगातच रेंगाळत राहिला. नवे-नवे जीवनग्रंथ वाचण्याऐवजी जुनी पाने चाळण्यात नीती गर्क होऊन गेली. आईचे वात्सल्य, प्रेमिकांची प्रीती, देशसेवकांची भक्ती, मानवधर्माच्या उपासकांचा त्याग, अशा उत्कट व उज्ज्वल भावनांतूनच जीवनविकास होतो, याचा तिला विसर पडला. माणुसकीचा कोंडमारा सुरू झाला.

आज साऱ्या जगभर तिचे आक्रंदन ऐकू येत आहे. या आक्रंदनात जसे आपल्या बाळापासून दूर राहावे लागलेल्या आईचे आर्त सूर आहेत, तसे ध्येयासाठी बलिदान करणाऱ्या महात्म्याचे उदात्त उद्गारही आहेत. हे आक्रंदन आजच्या जगाला बजावून सांगत आहे, 'उद्या नवे सुखी जग निर्माण करायचे असेल, तर एक गोष्ट विसरू नकोस – आयुष्य हा नुसता बुद्धीचा खेळ नाही; ती अंतःकरणाची पूजा आहे.'

– वि. स. खांडेकर

माझं बाळ

(१)

(न्यायमंदिर. रवींद्रच्या खटल्याचा साक्षीपुरावा संपला आहे.)

न्यायाधीश : आरोपी रवींद्र, तुम्हाला काही सांगायचे असेल, तर ते सांगण्याची वेळ हीच आहे.

रवींद्र : या खटल्यात मी एका शब्दानेही भाग घेणार नव्हतो; पण माझं एका मुलीवर प्रेम आहे, या एका साध्या गोष्टीचा सरकारतर्फेच्या साक्षीपुराव्यात मोठा बाऊ करण्यात आला. तुमच्यापुढं उभा असलेला रवींद्र नुसता अत्याचारी नाही; तो दुराचारी आहे, हे सिद्ध करण्याचा हा दुष्ट आणि निंद्य प्रयत्न आहे; पण तो यशस्वी नाही होणार! पोरीच्या प्रेमात मश्गुल होऊन गेलेला तरुण तिच्यावर कविता करील, तिच्या फोटोला फुलं वाहील, फार तर तिच्यासाठी सुस्कारे सोडील; पण तो परवान्यावाचून हत्यारं बाळगणार नाही, श्रीमंतांच्या घरांवर छापे घालणार नाही, आपल्या आड येणाऱ्या माणसांवर गोळ्या झाडणार नाही. या सर्व गोष्टी मी केल्या आहेत. रवींद्राचं प्रेम फक्त एका मुलीवर नव्हतं; जुलमाच्या आणि अन्यायाच्या टाचांखाली चिरडल्या जाणाऱ्या आपल्या गोरगरीब बांधवांवरही त्याचं निःसीम प्रेम होतं. त्या प्रेमानंच मी अत्याचारी बनलो! साऱ्या गोरगरिबांच्या दुःखांत मला माझ्या आईचं दुःख दिसत होतं. माझी आई – देवता होती ती! पण ती दरिद्री देवता अन्नावाचून, औषधांवाचून तडफडून मेली, हे ज्या क्षणी मी पाहिलं; त्याच क्षणी माझ्या डोळ्यांतलं पाणी आटलं! मी अत्याचारी झालो! माझं ध्येय – कदाचित – कदाचित चुकीचं असेल! पण माझ्या शीलावर शिंतोडे उडवून, माझ्या चारित्र्याला काळिमा फासून माझ्या ध्येयनिष्ठेची किंमत कधीही, कुणीही कमी करू शकणार नाही. (लोक टाळ्या वाजवितात व 'हिअर-हिअर' म्हणून ओरडतात. सरदार बाजीराव टाळ्या वाजवू लागतात.)

न्यायाधीश : ऑर्डर, ऑर्डर!

गृहस्थ : अहो, सरदार बाजीराव!

बाजीराव : काय हो? टाळ्या वाजविल्यात वाटतं? अहो, हे कोर्ट आहे.

माणसानं नेहमी कायदेशीर असावं.

न्यायाधीश : ऑर्डर, ऑर्डर! (सरकारी वकील मनोहर पंडित भाषण करावयास उठतात.)

मनोहर : मिलॉर्ड आणि ज्यूरींतील सभ्य गृहस्थहो! प्रेक्षकांप्रमाणं मलाही आता टाळ्या वाजविण्याचा मोह झाला होता. टिळक, गांधी यांच्या तोडीची एक अलौकिक, असामान्य, महान विभूती आपल्यापुढं उभी आहे, असा भास आरोपीच्या आताच्या भाषणानं अनेकदा झाला असेल; पण भास नेहमीच फसवे असतात. थोरांच्या तोंडची नुसती सुभाषितं पाठ करून गावठी देशभक्तांची पैदास आज गल्लोगल्ली झाली आहे. आरोपीचं आताचं भाषण हा त्यानं आपल्या काळ्याकुट्ट गुन्ह्यांवर चढविलेला सोनेरी मुलामा आहे. ध्येयाच्या पांघरुणाखाली नीतीचा खून करण्याचा त्याचा पद्धतशीर प्रयत्न आहे. आरोपीला गोरगरिबांविषयी पान्हा फुटला आहे. कारण काय? गोरगरिबांच्या दुःखांत त्याला त्याच्या आईचं दुःख दिसू लागलं; पण यानं आजवर झाडलेल्या गोळ्या किती निरपराध आयांच्या हृदयांतून आरपार गेल्या असतील, याची जाणीव आहे याला? ती असती, तर आपल्या खांद्यावर निष्कपटपणे मान टाकणाऱ्या एका भोळ्या मुलीचा गळा कापण्याचा क्रूरपणा यानं केला नसता.

रवींद्र : खोटं आहे, साफ खोटं आहे!

मनोहर : आरोपी रवींद्र, ओरडून सांगितलं म्हणून असत्य कधीही सत्य होत नाही. वकील पुराव्याशिवाय बोलत नसतो. मिलॉर्ड आणि ज्यूरीतील सभ्य गृहस्थहो, हे पत्र आणि यासोबतचा सर्व साक्षीपुरावा मी योग्य वेळी कोर्टासमोर हजर करीनच; पण त्यापूर्वी न्यायमूर्तींना मी एकच गोष्ट नम्रपणानं सांगू इच्छितो की, यानं फसविलेली ती गरीब बिचारी मुलगी अनाथ होऊन दारोदार हिंडत असेल –

रवींद्र : पण ती अनाथ नाही; मावशी आहे तिला.

मनोहर : कुमारी मातेला आईबापसुद्धा पारखे होतात. आपल्याला दिवस गेले, हे कळताच –

रवींद्र : नाही, तिनं मला तसं कधीच सांगितलं नाही.

मनोहर : या घटकेला ती दुर्दैवी मुलगी कुठं तरी उन्हात उपाशी, अनवाणी भटकत असेल; आपल्या कलंकित चारित्र्याचा कंटाळा येऊन आयुष्याचा शेवट करण्याकरिता ती एका विहिरीच्या काठावर उभी

असेल; न जाणो, एखाद्या चांडाळाच्या हाती सापडून आपल्या रूपाचा तिनं बाजारसुद्धा मांडला असेल!

(मनोहरचे भाषण रवींद्रला असह्य होते.)

रवींद्र : इंदूऽऽ (पिंजऱ्यात कोसळून पडतो.)

(२)

(शशीला रवींद्रपासून दिवस गेले असल्याचे कळताच तिच्या मावशीने तिला घराबाहेर काढलेले असते.)

एक बाई : चुलीत गेलं तुझं प्रेम! लगीन व्हायच्या आधी प्रेम करायचं होतं, तर अवदसे, वेसवा का नाही झालीस, वेसवा? जा, मर जा अवदसे!(शशीला समाजात कुठंच आश्रय मिळत नाही. असहाय स्थितीत ती अखेर अनाथाश्रमाच्या दाराशी येऊन विसावते. त्याच वेळी आश्रमाच्या चालकांची मुलगी गीता आश्रम सोडून चाललेली असते.)

अण्णा : गीता, गीता! नको, आश्रम सोडून जाऊ नकोस. माझं ऐक बाळ.

गीता : कुणाला हाक मारलीत अण्णा?

अण्णा : तुला बाळ.

गीता : बाळ-बाळ! बाळपणाचा आता मला वीट आला आहे.

अण्णा : बाळ!

गीता : मी बाळ नाही. माझी दुधाची तहान केव्हाच मेली आहे.

अण्णा : आईबापांना आपलं मूल नेहमीच लहान दिसतं.

गीता : आईबापांना दिसतं! पण मूल मात्र हळूहळू आपल्याच डोळ्यांनी जगाकडं पाहत असतं.

अण्णा : गीता, कुठं जाणार आहेस तू?

गीता : कुठंही! तुमच्या या रूक्ष आश्रमाबाहेर, या भयंकर तुरुंगाबाहेर, कुठंही! आयुष्य ही धर्मशाळा आहे, हा अनुभव जिथं मला येणार नाही; त्यागाची पोपटपंची जिथं माझ्या कानांवर पडणार नाही; मी तरुण आहे, हे जिथं मला विसरावं लागणार नाही; माझ्या रक्तामांसाची भूक जिथं मारली जाणार नाही – अशा ठिकाणी जाणार आहे मी!

अण्णा : आपल्या बापाला सोडून जाणार तू?

गीता : कोवळी अर्भकं इथं आईशिवाय जगतात अण्णा! बापाशिवाय मी काही मरणार नाही बाहेर.

अण्णा : आश्रमाच्या कामात मला मदत करायची सोडून, जाणार तू?

गीता : आश्रमासाठी मी जन्माला आले नाही. स्वत:साठी, स्वत:च्या सुखासाठी जाणार मी! (निघून जाते.)

अण्णा : गीता, गीता! (शशीला भोवळ येते. ती आश्रमाच्या दारात पडते. पडता-पडता घंटेची दोरी तिच्या हाताने खेचली जाते. आश्रमातील दाया धावून येतात.)

बायका : अगं बाई! अण्णा, अण्णा!

अण्णा : बाळ – बाळ –

(३)

(न्यायमंदिरात रवींद्रच्या खटल्याच्या निर्णयाचा दिवस.)

न्यायाधीश : ज्यूरींतील सभ्य गृहस्थहो, तुम्ही निकाल देणार तो एकमतानं की भिन्नमतानं?

प्रमुख ज्यूरी: एकमतानं.

न्यायाधीश : चारीही आरोपांच्या बाबतींत?

प्रमुख ज्यूरी : हो, चारीही आरोपांच्या बाबतींत.

न्यायाधीश : तुमचा निकाल काय आहे?

प्रमुख ज्यूरी: आरोपी रवींद्र दोषी आहे.

मनोहर : गोविंदपंत, आपण जिंकली. (कोर्टाबाहेर येताच मनोहरावर अभिनंदनांचा वर्षाव होतो. बाजीराव हार घेऊन येतात.)

मनोहर : अहो बाजीराव, कशाला हे?

बाजीराव : हे काय बोलणं झालं मनोहरपंत? अहो, क्रिकेटच्या ग्राऊंडवर धावत जाऊन अमरनाथाच्या गळ्यात हार घातला आहे ह्या सरदार बाजीरावनं; वाचलं असेलच तुम्ही! मघाशी आपलं भाषण संपलं तेव्हाच मी हार घालणार होतो; पण म्हटलं, हे कोर्ट आहे. माणसानं नेहमी कायदेशीर असावं.

(४)

(घरी आल्यानंतर मनोहर मद्यपानात गर्क होतो. मध्येच तो आईच्या फोटोकडे येतो.)

मनोहर : आई, आजचा माझा विजय पाहायला तू हवी होतीस. रागावू नकोस हं. मी प्यायलोय, मी प्यायलोय. (तो स्वत:च्या फोटोजवळ जातो.) वैभवाच्या शिखरावर चढलेल्या बुद्धिमान माणसा! (फोटोत मनोहरला रवींद्रची आकृती दिसू लागते.)

रवींद्र : काय यशस्वी वकील?

मनोहर : कोण, रवींद्र? कशाला आलास तू इथं?

रवींद्र : कशाला? तुम्हाला क्षमा करायला. अध:पातापासून तुम्हाला वाचवायला.

मनोहर : चालता हो.

रवींद्र : काय पोरीसारखी भीती दाखवता?

मनोहर : चल, चालता हो. तुझी जागा आता फासावर आहे!

रवींद्र : मरणातसुद्धा मोठी मौज असते वकीलसाहेब.

मनोहर : मौज? जगण्याइतकी?

रवींद्र : जगण्यासारखं काय आहे तुमच्याजवळ?

मनोहर : बुद्धीवर जगतो मी!

रवींद्र : बुद्धी! बुद्धी!! माणूस नुसत्या बुद्धीवर जगत नाही; कायद्याच्या कलमांनी आयुष्याचा अर्थ लागत नाही, हा अनुभव तुम्हालाही एके दिवशी येईल. त्या दिवशी तुम्ही रवींद्राची आठवण काढाल, मनात पस्तावाल –

मनोहर : चालता हो. (दारूचा प्याला फेकतो. फोटोची काच फुटते. रवींद्रची आकृती नाहीशी होते.)

मनोहर : कायद्याच्या कलमांनी आयुष्याचा अर्थ लागत नाही!!

(५)

(अनाथाश्रमातील एक दाई लहान मुलीला बाटलीने दूध पाजीत आहे. मूल रडते. शशी धावत येते.)

शशी : कोण, शकू? इकडं आणा माझ्या बाळाला. मी तिला दूध पाजणार! तिची आई जिवंत असताना तिला वरचं दूध का म्हणून पाजता? आणा, आणा इकडं माझ्या बाळाला. मी दूध पाजणार!

एक दाई : बाई, तुम्ही आता इथून जाणार.

दुसरी दाई : आणि बाई, तुम्ही गेल्यावर मुलाला आईचं दूध कसं बरं मिळणार?

तिसरी दाई : आणि बाई, अण्णा काय बरं म्हणतील तुम्हाला?

शशी : अण्णा काय म्हणतील? अण्णा पुरुष आहेत. पुरुष किती जरी मायाळू झाले तरी – महात्मा गांधींनासुद्धा – आईचं मन कळायचं नाही. आणा, आणा ना माझ्या बाळाला इकडं! (अण्णा येतात.)

अण्णा : बाळ, या जगात नुसती मनाची पर्वा करून चालत नाही. आधी घन आणि मग मन –

शशी : अण्णा!

अण्णा : मी कटू बोलतो आहे; पण तेच सत्य आहे बाळ. उद्या तुझी शकू मोठी होईल. तिचं पुढचं आयुष्य सुखाचं जावं, म्हणून तुला नर्स होऊन चार पैसे मिळवायला हवेत. तुला आश्रम सोडून जायला हवं.

शशी : अण्णा, अण्णा, किती कठोर आहात हो तुम्ही? एका आईला तिच्या मुलापासून दूर करता? गुरं विकणारेसुद्धा गाय-वासरांची ताटातूट करीत नाहीत अण्णा! आणि तुम्ही मात्र –

अण्णा : मी तुला जायला सांगतो आहे. आश्रमात येणाऱ्या अनाथ मुलांच्या दुधालासुद्धा पुरेसा पैसा मिळत नाही; तिथं मुलांबरोबर त्यांच्या मातांनाही ठेवणं किती कठीण काम आहे बाळ!

शशी : अण्णा, रोजानं काम करणारी एक मोलकरीण म्हणून मी इथं राहते. शकूची 'आई, आई,' ही गोड हाक ऐकत मी माझे सारे कष्ट विसरून जाईन अण्णा.

अण्णा : नाही, मोलकरीण म्हणूनसुद्धा तुला इथं राहता येणार नाही. शकू, तुला 'आई, आई' म्हणून हाक मारू लागली म्हणजे, बाकीची मुलंही 'आमची आई कुठं आहे?' म्हणून विचारायला लागतील. त्या वेळी त्या बालजीवांचं समाधान मी कसं करू? सांग बाळ, तूच सांग.

शशी : अण्णा, मग माझ्या बाळाला सोडून मला गेलंच पाहिजे तर?

अण्णा : होय बाळ. आणखी एक गोष्ट तुला लक्षात ठेवली पाहिजे. जोपर्यंत तू या समाजात वावरते आहेस, तोपर्यंत तू आई आहेस, ही गोष्ट समाजापासून लपवून ठेवली पाहिजेस!

शशी : लपवून? ते काय म्हणून?

अण्णा : वेडे, समाजाचे कायदे रूढीनं घडविलेले असतात; भावनेनं नाही. त्या कायद्यांना कुमारिकेचं मातृपद मान्य नाही.

शशी : तरीही मी लपविणार नाही. कायद्याकरिता माणसं जन्माला आली नाहीत; माणसांकरिता कायदे आहेत.

अण्णा : माणसांकरिता कायदे अजून व्हायचे आहेत बाळ! ते झाले असते, तर तुझं आणि रवींद्राचं प्रेम जगाच्या दृष्टीनं पाप ठरलं नसतं. त्याच्या नावाला कलंक लागू नये म्हणून तुला ते जगापासून चोरून ठेवावं लागलं नसतं. माणसाकरिता कायदे असते तर तुझा रवींद्र–

शशी : रवींद्र! काय झालं रवींद्रचं?

अण्णा : आज फाशी गेला नसता! (शशी बेशुद्ध पडते.) शशी, शशी,

(शकूला घेऊन येतात.) बाळ, ही बघ शकू आली. बोल ना तिच्याशी.

शशी : कोण? शकू! शकू! (शकूला जवळ घेऊन रडू लागते.)

अण्णा : शशी, रडू नको बाळ. (शकू रडू लागते.)

शशी : आता रडू नको हं बाळ. मीसुद्धा माझं रडू आवरून टाकलं आहे बाळ. तुझी आई होण्याचासुद्धा हक्क नाही मला, आता तुझी आई! – अण्णा, माझ्या शकूला नीट सांभाळा. मी तुमचे उपकार कसे फेडणार?

अण्णा : शशी –

शशी : अण्णा, मला नर्सिंग शिकायला कुठं पाठविणार आहात?

अण्णा : डॉक्टर सरदेशपांडे यांच्याकडे.

(६)

(डॉ. सरदेशपांडे यांचे नर्सिंग होम)

डॉक्टर : हे पत्र घेऊन आलेल्या बाई बाहेर आहेत ना? त्यांना आत पाठवून दे.

* * *

(नर्सिंग होममध्ये शशी आपल्या कामांत गढून जाते. एक वर्ष निघून जाते.)

शशी : पण भय्या, बोलू नकोस हं कुणाजवळ.

भय्या : नाही बाईजी.

शशी : मी तुझ्यावरच विश्वास टाकला आहे.

भय्या : हा जी!

शशी : उद्या माझ्या शकूचा पहिला वाढदिवस. जा, जा लवकर.

भय्या : मगर बाईजी, रोना मत. ये भी दिन जायेंगे! मैं अभी आता हूँ!

शशी : ये भी दिन जायेंगे!

* * *

शशी : उद्या माझ्या शकूचा दुसरा वाढदिवस. भय्या, हे पार्सल कर. यात माझ्या शकूकरिता खेळणी आहेत.

भय्या : बाईजी, धीरज धरो. दिन जा रहे है!

* * *

शशी : गगनी दीप लागले!
कुठे बाई कान्हा?
लगबग पाखरा,
परतुनी ये घरा!
चंद्रकोर लोपली;

फुलें झोपली ना!
मंदिरी मी एकटी फिरे;
घांस तुझा हाती हा उरे!
हृदय रे, तुजविण झुरे;
वाट किती पाहू!
नंदलाल ये ना!

(७)

(मनोहरचे मद्यपानाचे व्यसन वाढतच असते. मद्याच्या बेहोशीत तो कोर्टात येतो. न्यायाधीश आले असता तो उठून उभा राहत नाही. त्याचा कारकून गोविंदपंत त्याला उभा करतो. मनोहर एकदम भाषणास सुरुवात करतो.)

मनोहर : मिलॉर्ड आणि ज्यूरींतील सभ्य गृहस्थहो! (मनोहर दारूच्या नशेत असल्यामुळे शब्द तुटक येतात.) ही सामाजिक दगलबाजी आहे. प्रेमाश्रम ह्या सोज्वळ नावाखाली आरोपीनं क्रूर असा कसाईखाना उघडला आहे. या खटल्यातल्या मुलीप्रमाणं आणखी किती तरी मुलींना या उलट्या काळजाच्या राक्षसानं नरकात ढ.... (अडखळत त्याचा शब्दांवरचा ताबा जातो.) नरकांत म्हणजे स्वर्गात! हो, स्वर्गात ढकललं असेल.

गोविंद : ३६६ कलमाखाली हा गुन्हा. ३६६ कलमाचा गुन्हा....

मनोहर : ३६६ कलमाखाली हा गुन्हा – नाही – ४६६ कलमांखाली हा गुन्हा आहे.

गोविंद : ३६६ रावसाहेब.

मनोहर : हा गुन्हा नाही – मिलॉर्ड! मिलॉर्ड! (त्यास समोरचे अंधूक अंधूक दिसू लागते.) ज्यूरींतील सभ्य गृहस्थहो! मिलॉर्ड, हे काम मी चालवू शकत नाही. मी हे काम तुमच्यावरच सोपवितो. (तो प्रेक्षकांकडे पाहतो. प्रेक्षक शांतच असतात. पण त्यास ते हसल्यासारखे दिसतात.) हसू नका; हसू नका. (त्यास भोवतालचे सर्व फिरल्यासारखे दिसते.) मिलॉर्ड! (जज्ज 'यू लॉस्ट, यू लॉस्ट एव्हरिथिंग' असे बोलल्याचा भास होतो.) ज्यूरींतील सभ्य गृहस्थहो – (ज्यूरी 'तुमचा पराजय झाला. यू आर डिफिटेड' असे बोलल्याचा भास होतो.)

मनोहर : मला माहीत आहे, मला माहीत आहे, माझा पराभव झाला! (लोक हसल्याचा भास होतो.) 'फॉर दि फर्स्ट टाईम आय ॲम डिफिटेड.' (लोक 'शेम-शेम' बोलल्याचा भास होतो.)

(८)

(डॉ. सरदेशपांडे यांच्या नर्सिंग होममध्ये मनोहर मोटरीतून उतरतो.)

मनोहर : डॉक्टर, डॉक्टर –

डॉक्टर : या, या, मनोहरपंत, या.

मनोहर : डॉक्टर, मी तुमचं ऐकलं नाही... मी कुणाचंच ऐकलं नाही. मी प्यायलोय.

डॉक्टर : जाऊ द्या मनोहरपंत. ते सारं विसरून जा तुम्ही.

मनोहर : विसरून जा! विसरून जा! डू यू नो डॉक्टर? आज माझा पराभव झाला. कोर्टात माझा पराभव झाला, किसन –

किसन : रावसाहेब, ही तुमची बॅग. यातच बाटल्या आहेत.

मनोहर : शू:! बाटल्या? मोठ्यानं बोलू नकोस, डॉक्टरांना आवडत नाही हे. नाही ऐकलं डॉक्टरांनी. आण ती इकडे. जा, तू जा. (डॉक्टरांना) माझी कायद्याची पुस्तकं आहेत यात.

डॉक्टर : बरं, बरं, चला. मी तुम्हाला तुमची खोली दाखवतो.

(डॉक्टर मनोहरला त्याची खोली दाखवतो. परत येताना त्यांना शशी भेटते.)

डॉक्टर : मिस शशी, आज मी तुम्हाला रजा देऊ शकलो नाही.

शशी : छे: छे:! मी ते सारं विसरूनसुद्धा गेले डॉक्टर!

डॉक्टर : गुड! ही केस पूर्णपणे मी तुमच्या स्वाधीन करतो आहे.

शशी : थँक यू डॉक्टर.

डॉक्टर : नीट सांभाळून घ्या. स्वारी आता प्यायली आहे. त्यांच्या बॅगेत दारूच्याच बाटल्या आहेत. समजलं? लहान मुलासारखं चुचकारून त्यांना सावरलं पाहिजे. लक्षात ठेवा नीट. एका लहरी मनाशी तुम्हाला खेळायचं आहे. यांचं हे दारूचं व्यसन सुटेल तर! माझी खात्री आहे, तुम्हीच ते करू शकाल! गुड नाईट सिस्टर!

शशी : गुड नाईट, डॉक्टर!

डॉक्टर : गुड नाईट!

शशी : गुड नाईट! (स्पेशल वॉर्डमधील मनोहरच्या खोलीत जाते. खोलीत जाताच शशी बिछाना नीट करू लागते.)

मनोहर : राहू दे ते. तुम्ही आता इथून जा पाहू बाहेर! मी प्यायलो आहे.

शशी : आणा पाहू ती बॅग इकडे.

मनोहर : बॅग? छे: छे:, जड आहे ती. कायद्याची पुस्तकं आहेत त्यात.

शशी : कायदा फार जड असतो म्हणायचा!

मनोहर : अंऽ?

शशी : मुलं फार खोटं बोलतात, नाही?

मनोहर : मुलं?

शशी : हो, पेशंट म्हणजे लहान मुलासारखाच असतो की!

मनोहर : छे: छे:!

शशी : मला माहीत आहे त्यात काय आहे ते.

मनोहर : माहीत आहे?

शशी : हो, बाटल्या आहेत त्यात. आणा ती बॅग इकडे. तुम्ही बरे होण्यासाठी इकडे आलात; प्रकृती बिघडून घेण्यासाठी नव्हे. प्यायचंच नाही आता. (बॅग घेते व आतल्या बाटल्या कपाटात ठेवते.)

(९)

(सरदार बाजीराव कुबेरवाडा. सरदार बाजीराव संतापले आहेत.)

बाजी : चहा, चहा, चहा! अरे, इथं कोणी नाही? संतू, परसू, धोंडू! (तीन नोकर येतात.)

सर्व : व्हय जी!

बाजी : किती ओरडायचं मी? काय रे, आता शंख तेवढा करायचा बाकी राहिलाय.

धोंडू : व्हय जी.

बाजी : अरे, मला चहा पाहिजे.

(तिघे नोकर केविलवाण्या चेहऱ्याने आपसांत कुजबुजतात. नंतर एकाला पुढे करतात.)

परसू : हुकमाबिगार तुमास्नी च्या द्यायचा नाही.

बाजी : च्या द्यायचा नाही?

सर्व : व्हय जी.

बाजी : कुणाच्या हुकमाबिगार?

परसू : बाईसाबांनी सांगितलंया नव्हं!

संतू : मलाबी सांगितलंया नव्हं!

धोंडू : अक्षी कान धरूनशान!

परसू : माजाबी कान धरला नव्हं का!

संतू : अन् माजाबी कान धरला नव्हं का!

बाजी : अगदी कान धरून नं? तशी सवयच आहे म्हणा त्यांना.

धोंडू : तुमास्नीबी आनबाव असंलच की.

बाजी : धोंडू, मला चहा पाहिजे. माझा हुकूम आहे. घर माझं आहे.

तुम्हांला पगार त्या देत असल्या तरी पैसे माझे आहेत. मला चहा पाहिजे. काय सांगतोय मी? चहा, चहा, चहा!

(म्हाळसाबाई येतात.)

म्हाळसाबाई : चहा, चहा, चहा! अगदी प्राण चाललाय वाटतं?

बाजी : हैल हिटलर!

म्हाळसाबाई : काय हे? चहा मिळणार नाही.

बाजी : अं-अंऽ का?

म्हाळसाबाई : सूर्याला नमस्कार घातले?

बाजी : नाही.

म्हाळसाबाई : नाही? एवढं सोन्यासारखं घर आहे आणि घरात मेलं मूल नाही. घरात आपली मी एकटीच. ते काही नाही. सूर्यासारखा मुलगा हवा मला.

बाजी : हो, हो, पण –

म्हाळ : पण-बिण काही नाही. आधी सूर्याला नमस्कार घाला, मग चहा. शास्त्रीबुवाऽऽ

(बाहेरून 'जय अलख निरंजन' असा आवाज येतो.)

म्हाळसाबाई : अरे संतू, परसू, तू त्या बुवांना आत बोलाव.

बाजी : आणि हे पाहा, एक कप चहा घेऊन ये.

म्हाळसाबाई : चहा मिळणार नाही. प्रथम नारळ आणि दक्षिणा घेऊन बोलव.

बुवा : जय मच्छिंद्रनाथ! अलख निरंजन. बाई, भिक्षा.

म्हाळसाबाई : महाराजांनी आधी आत तरी यावं.

बुवा : आदेश!

(म्हाळसाबाई बुवास भिक्षा घालतात.)

म्हाळसाबाई : बसावं महाराजांनी.

बुवा : जय भोलानाथ!

म्हाळसाबाई : महाराज, आम्हांला सर्व काही आहे, पण –

बुवा : संतती नाही. बाई, बुवाला आनंद झाला. (भस्म देत.) हे भस्म घे. मूठभर तांदळाचा भात करून तुम्ही दोघांनी खा. मच्छिंद्रनाथासारखा मुलगा होईल. जय मच्छिंद्रनाथ!

बाजी : मच्छिंद्रनाथ! काय हो, दाढीवालेबुवा, माफ करा हं, तोच ना तो मच्छिंद्रनाथ – जो स्त्रीराज्यात पळून गेला आणि राणी तिलोत्तमेच्या

नादी लागला. शिवाय आपला सोन्यासारखा मुलगा टाकून, पळून गेला; तोच ना तो? छे, छे,छे! आणि शिवाय त्याची दाढी किती लांब – नाही, तुमची ठीक आहे. आम्ही पाहिलंय; त्याला मायामच्छिंद्रात.

म्हाळसाबाई : आपल्या मुलाला टाकून गेला? मग नको गं ऽ बाई मला तसला मुलगा!

बुवा : अच्छा बेटा, मग आमच्या गुरू गोरखनाथासारखा?

बाजी : हां, म्हणजे आमच्या मास्टर विनायकांनी सिनेमात काम केलेला तोच गुरू गोरखनाथ ना?

बुवा : हा बेटा.

बाजी : वाऽ! चांगला गुटगुटीत आहे. चालेल, चालेल आपल्याला! काय हो, आपलं काय मत आहे?

म्हाळसाबाई : हा, तसला चालेल.

बुवा : ठीक आहे. मग माई, बुवाच्या धुनीकरिता आणखी दक्षिणा दे. जय गुरू गोरखनाथ! अलख निरंजन! जय गुरू गोरखनाथ!

(१०)

(डॉ. सरदेशपांडे यांचे नर्सिंग होम. दुसऱ्या दिवशी सकाळी चहाच्या वेळी मद्याच्या आठवणीने मनोहर अस्वस्थ होतो.)

मनोहर : किसनऽ किसनऽऽ

शशी : काय झालं? काय झालं? रामूऽ रामूऽऽ

मनोहर : कुणाला हाक मारू नका. मला काही झालेलं नाही. मला त्या कपाटाची किल्ली हवी.

शशी : किल्ली?

मनोहर : हो.

शशी : असं काय करता वेड्यासारखं?

मनोहर : वेड्यासारखं? वेडं झाल्याशिवाय ते कळायचं नाही. ती किल्ली हवी मला.

शशी : परवानगीशिवाय देता येणार नाही मला ती.

मनोहर : मला ती किल्ली हवी!

शशी : नका ना मागू माझ्याजवळ.

मनोहर : का?

शशी : एवढंसुद्धा ऐकणार नाही माझं?

मनोहर : तुम्ही सारी पवित्र माणसं आहात. सामान्य माणसं व्यसनी का

होतात, ते तुम्हाला नाही कळायचं. एकलेपणाची आग विझविण्यासाठी ज्याला रोज नरड्याखाली दारू ओतावी लागते, त्याचं दुःख वेळेवर दूध मिळालं नाही म्हणजे मूल रडून रडून आकांत करतं – ते तरी? तेसुद्धा तुम्हांला कळायचं नाही. ते कळायला खरोखर आई व्हावं लागतं.

शशी : आई!

मनोहर : हो, आई! नुसतं दाईसेविका होऊन चालत नाही.

शशी : क्षमा करा. मूल मांडीवर घेऊन पान्हा परतवणारी आई मला माहीत आहे. (किल्ली देत.) ही घ्या किल्ली. पण एकच अट आहे माझी. एवढी तरी मानाल का?

मनोहर : कसली?

शशी : आज अगदी थोडी घ्यायची; उद्या त्याहून थोडी आणि परवा –

मनोहर : त्याहून थोडी – असंच ना?

शशी : हो.

मनोहर : एकदम कबूल.

शशी : चला.

(दुसरी नर्स चोरून ऐकते. निघून जाते. मनोहर कपाट उघडून ग्लासात दारू ओतून घेतो.)

मनोहर : माफ करा हं.

शशी : हो, पण ही थोडीच आहे ना?

मनोहर : हो, हो, अगदी थोडी.

शशी : बरं, मग घ्या.

मनोहर : पण डॉक्टरांनी पाह्यलं तर?

शशी : नाही पाहणार ते. हे पाहा, मी दारात जाऊन उभी राहते व डॉक्टर आले की, मी तुम्हाला खूण करते. मग मात्र तुम्ही आटोपलंच पाहिजे हं.

मनोहर : मग जा ना तुम्ही लवकर.

शशी : (दारात उभी राहते) हं, घ्या-घ्या.

(मनोहर पुन्हा बाटलीकडे वळतो. शशी पाहते.)

शशी : अं-अं-अं?

मनोहर : काही नाही, सोडा.

शशी : वा:! म्हणे सोडा. (डॉक्टर येत असल्याचे तिला दिसते.) अगं

बाई, आले. अय्या, हो-हो – आलेच. आटपा-आटपा.

मनोहर : आले? अरेरे! (पिऊ लागतो.) आले?

शशी : डॉक्टर! हो, आटपा लवकर. घ्या, जा, घ्या लवकर. पिऊन टाका ना लवकर एकदम. (बाटली कपाटात ठेवते. मनोहर घाईघाईने ग्लाससह बिछान्यावर झोपतो व पांघरूण ओढून घेतो. डॉक्टर येतात.)

डॉक्टर : गुड मॉर्निंग सिस्टर.

शशी : अं? येस, गुड मॉर्निंग डॉक्टर.

मनोहर : गुड मॉर्निंग डॉक्टर.

डॉक्टर : गुड मॉर्निंग! काय मनोहरपंत? कसं काय वाटतं आमचं नर्सिंग होम?

मनोहर : फार छान. अगदी घरच्यासारखं वाटतंय इथं.

डॉक्टर : (त्यांना दारूचा वास येतो.) आँ? घाण कसली येतेय इथं?

मनोहर : घाण? घाण? छे: छे:, घाण नाही.

डॉक्टर : नाही कशी?

मनोहर : छे, छे! मुळीच नाही. इथे कुठून येईल घाण? दवाखानाच आहे तेव्हा कसल्या तरी औषधाची –

(डॉक्टर मनोहरजवळ येतात व त्याच्या अंगावरील पांघरूण दूर करतात. त्यांना मनोहरच्या हातातील ग्लास दिसतो.)

डॉक्टर : अस्सं! काय आहे हे? कुणी दिली तुम्हाला किल्ली? कुणी दिली?

शशी : मी दिली त्यांना किल्ली.

डॉक्टर : तुम्ही? तुमच्यावर केवढा विश्वास होता माझा! मिस शशी, सरदेशपांड्यांचं नर्सिंग होम म्हणजे मुंबईतलं हॉटेल नव्हे. तुम्ही नर्सिंग होमच्या शिस्तीचा भंग केलात. माझा हुकूम मोडलात. नर्सच्या धंद्याला काळिमा येईल, असं वर्तन केलंत. तुम्हाला रजा हवी होती ना? आताच्या आता कायमची रजा घेऊन चालत्या व्हा.

शशी : पण डॉक्टर –

डॉक्टर : बस्स! मला तुमचं काही ऐकायचं नाही. (शशी जाऊ लागते.)

मनोहर : थांबा डॉक्टर!

डॉक्टर : माफ करा मनोहरपंत, शिस्त म्हणजे शिस्त.

मनोहर : डॉक्टर, गुन्हा माझा असताना यांना शिक्षा का? मी किल्ली मागितली. मी किल्लीसाठी हट्ट धरला. शिक्षा मला करा. ही घ्या किल्ली. आजपासून मी दारू पिणं सोडलं.

शशी : सोडलं?

(११)

(बाजीरावांचा वाडा. ब्रह्मवृंद प्रवेश करतो.)

सर्व ब्राह्मण : नमो नम:! नमो नम:! हरि: ॐ! हरि: ॐ! हरि: ॐ!

पुरोहित : ब्राह्मण परिषदेचे हे विद्वान सदस्य आपल्या खास निमंत्रणावरून आपल्या भेटीसाठी आले आहेत.

बाजी : कुणाच्या निमंत्रणावरून?

म्हाळसाबाई : अहो, माझ्या!

बाजी : आपल्या का? मग सुस्वागतं! सुस्वागतं! सुस्वागतं! बसा, बसा.

म्हाळसाबाई : आता बसावं ब्रह्मवृंदानं.

प्रमुख ब्राह्मण : हो, आपणही बसावं.

पुरोहित : ब्रह्मवृंदानं आपणा उभयतांच्या पत्रिका पाहिल्या.

प्रमुख ब्राह्मण : आणि अभ्यासिल्या. आमचं मतैक्य आहे –

सर्व ब्राह्मण : अगदी!

म्हाळसाबाई : मग आपलं काय मत आहे?

प्रमुख ब्राह्मण : आपल्याला मूल होणं शक्य नाही.

म्हाळसाबाई-बाजी : शक्य नाही?

सर्व ब्राह्मण : शक्य नाही.

एक ब्राह्मण : सर्वथैव अशक्य!

दुसरा ब्राह्मण : अगदी अशक्य!

प्रमुख ब्राह्मण : अंगारे-धुपारे, व्यर्थ उपासतापास –

सर्व ब्राह्मण : निष्फळ!

म्हाळसाबाई : असलं कोणतं पाप आमच्या हातून घडलं आहे?

सर्व ब्राह्मण : पाप?

प्रमुख ब्राह्मण : ब्रह्महत्या!

बाजी : ब्रह्महत्या? मग यांच्या माहेरच्या लोकांनीच ती केली असेल.

म्हाळसाबाई : शक्य नाही. असलं पाप तुमच्या कुबेर कुळातच शक्य आहे.

प्रमुख ब्राह्मण : बरोबर आहे.

म्हाळसाबाई : ऐका.

प्रमुख ब्राह्मण : कुबेर कूळच असंस्कृत आहे. यजमानांच्या पणजोबांनी हे कुबेर धन मिळविलं. तरीही त्यांची इच्छापूर्ती न झाल्यामुळं पिशाच योनीतच लटकत राहिलेला त्यांचा आत्मा नाग होऊन –

बाजी : नाग होऊन?

प्रमुख ब्राह्मण : हो, धनराशीवर फणा काढून राहिला. त्या ब्राह्मण नागाची हत्या–

बाजी : कुणी केली?

प्रमुख ब्राह्मण : (बाजीरावाकडे बोट दाखवून) यांच्या वडिलांनी केली. ते पाप, तो शाप तुम्हाला बाधतो आहे. पितरांचा कोप तुमच्या संततीआड आला आहे.

म्हाळसाबाई : मग याला उपाय? पितरांचा कोप कसा शांत होईल?

प्रमुख ब्राह्मण : नागबळी करा. नागबळीखेरीज कुबेर कुळाला संततीचा लाभ नाही.

म्हाळसाबाई : बरं, नागबळी करायचा?

प्रमुख ब्राह्मण : शाबास. आता क्षौर करून यजमानांनी नागबळी करायचा असतो.

बाजी : क्षौर करून?

सर्व ब्राह्मण : अर्थात!

म्हाळसाबाई : कबूल!

प्रमुख ब्राह्मण : तीन दिवस उभयतांनी अशौच पाळायचा.

म्हाळसाबाई : कबूल!

बाजी : कबूल काय? अशौच म्हणजे सुतक.

म्हाळसाबाई : कळलं, कळलं मला ते.

बाजी : कळलं काय? नागासाठी सुतक?

म्हाळसाबाई : हो, पाळायचं. कबूल.

प्रमुख ब्राह्मण : छान, छान! सहस्र ब्राह्मणांना भोजन घालायचं.

म्हाळसाबाई : कबूल!

प्रमुख ब्राह्मण : आणि मग नारायणबळी करून या विधीची पूर्तता करायची.

म्हाळसाबाई : ऐकलं का?

बाजी : ऐकलं. जरा इकडे यां बघू! (म्हाळसाबाईंना जरा बाजूला नेत) हे बघा, क्षौर करून मी काही विद्रूप-बिद्रूप होणार नाही.

म्हाळसाबाई : म्हणजे?

बाजी : म्हणजे काय? (मिशांना हात लावत) हे काढायचं आपल्याला नाही जमणार.

म्हाळसाबाई : ते काही नाही, काढलंच पाहिजे. सुंदर दिसून काय दुसरं लग्न थोडंच करायचं आहे?

बाजी : म्हणजे काय झालं?

म्हाळसाबाई : अहो, पुढं नऊ महिने त्रास मी भोगणार आहे.

बाजी : मग त्यात काय हरकत आहे?

म्हाळसाबाई : घटकेला रडत बसता. यासाठी नाही माझ्या बापानं दहा हजार

रुपये हुंडा दिला.

बाजी : जेव्हा तेव्हा तुमचं आपलं ते आहेच.

म्हाळसाबाई : हो, आहेच. मग हे ठरलं ना?

बाजी : ठरलं?

म्हाळसाबाई : हो, ठरलं.

बाजी : हैल हिटलर!

(बाजीरावाच्या वाड्यात नागबळीचे राज्य चालू झालेले आहे.)

म्हाळसाबाई : नारायणबळीचा विधी उद्या पूर्ण होईल. उद्याचं श्राद्ध संपलं की सुटले एकदाची.

शास्त्री : अजून सरदारसाहेब आले नाहीत.

म्हाळसाबाई : नाही ना आले अजून? किती वेळ खोळंबायचं ब्रह्मवृंदानं! कोपरान्‌कोपरा शोधून काढा घराचा. कुठंतरी लपून बसले असतील, दुसरं काय? जा, आणि हे पाहा; त्यांना म्हणावं, सकाळपासून माझं उपोषण आहे; भूक लागली आहे मला.

(१३)

(त्याच वेळी डॉ. सरदेशपांडे यांच्या नर्सिंग होममध्ये बाजीराव धावत येतो.)

बाजी : डॉक्टर, डॉक्टर, माझी नाडी तपासा. अहो, ही, ही – माझी छाती तपासा. हे, हे तुमचं काय ते घ्या.

डॉक्टर : अहो बाजीराव, झालंय काय तुम्हाला?

बाजी : काय झालंय? डॉक्टर, हे जरा मला कळलं असतं, तर मीच स्वत: डॉक्टर नसतो का झालो? आणि तुमच्या नर्सिंग होमसारखी शंभर नर्सिंग होम नसती का काढली?

डॉक्टर : अहो, तुमची प्रकृती चांगली ठणठणीत आहे.

बाजी : असं कसं होईल डॉक्टर! माझी प्रकृती फार चिंताजनक झाली आहे. बघा, अशा स्थितीत मी अंघोळ करणं योग्य आहे का?

डॉक्टर : अहो, झालंय काय तुम्हांला?

बाजी : एखाद्या अगडबंब रोगाचं नाव घ्या!

डॉक्टर : अगडबंब रोग?

बाजी : हो, तोच झालाय मला! तुमचा तो क्रॉनिक मेनिनजायटिस म्हणा, ॲक्युट ट्युबरक्युलर अपेंडिसायटिस म्हणा; काहीतरी भयंकर रोग झालाय, असं म्हणा.

डॉक्टर : तुम्हाला काही झालं नाही.

बाजी : नाही काय म्हणता डॉक्टर? माणसांनी नेहमी कायदेशीर असावं.

डॉक्टर : हो.

बाजी : मी माणूस आहे?

डॉक्टर : हो.

बाजी : बहात्तर रोग आहेत?

डॉक्टर : हो, आहेत.

बाजी : मग बहात्तर रोगांपैकी कुठलाही एक मला झाला नाही?

डॉक्टर : नाही, नाही, नाही!

बाजी : नाही, नाही, नाही! मोठं अजब आहे तुमचं. हसू नका डॉक्टर, आजची रात्र मला तुमच्या नर्सिंग होममध्ये राहू दे. उद्या सकाळी थोडी दाढी आणा.

डॉक्टर : दाढी?

बाजी : हो! चोवीस तासांची चालेल. ती दाढी लावून मी फोटो काढतो. दाढी वाढली आहे, बिछान्यावरसुद्धा उठून बसता येत नाही आणि डोळे अगदी जगापलीकडे अनंताकडे लागून राहिले आहेत, असा तो फोटो परवा दिवशी वर्तमानपत्रात छापून येऊ द्या की, महायुद्ध संपून हिटलर शरण आलाच म्हणून समजा!

डॉक्टर : हिटलर?

बाजी : अहो, तो हिटलर नव्हे हो.

डॉक्टर : मग?

बाजी : तो कशाला येतोय आमच्या हिंदुस्थानात मरायला? आमचा घरचा हिटलर.

डॉक्टर : म्हणजे?

बाजी : म्हणजे आमची बायको हो!

डॉक्टर : बरं, बरं. (टेबलावरची घंटा वाजवतात. शशी येते.)

शशी : येस डॉक्टर!

डॉक्टर : तो तुमचा स्पेशल वॉर्डमधला पेशंट बरा झाला ना?

शशी : हो ना, आणि उद्या ते घरीसुद्धा जाणार आहेत.

डॉक्टर : हो, आता हा पेशंट तुमच्या ताब्यात घ्या!

बाजी : हो, मी!

डॉक्टर : यांना काही होत नाही.

बाजी : अहो डॉक्टर –

डॉक्टर : पण ते इथंच राहणार आहेत.

बाजी : येस, येस.

शशी : पण तिकडं?

डॉक्टर : तिकडं विमलाबाईंना पाठवून देतो.

शशी : चला.

बाजी : थँक्यू डॉक्टर, गुड नून! आज पौर्णिमा आहे ना?

(१४)

(शशी स्पेशल वॉर्डमध्ये बाजीरावास त्याच्या खोलीकडे घेऊन येते. इतक्यात मोटरीचा हॉर्न वाजतो. गाडी दवाखान्याच्या दारात थांबते.)

बाजी : अहो, आमचा हिटलर तो. जा, जा, लवकर.

शशी : जाते हं मी.

बाजी : अहो, हे पाहा, तिला काही केल्या इकडं येऊ देऊ नका हं.

शशी : हं, मी सांगते त्यांना.

बाजी : तुमचं कुठलं आलीय ऐकायला ती? ती येणारच. हे पाहा आणि ती इकडे येणारच असली, तर मला आगाऊ सूचना देण्याची व्यवस्था करा. (शशी जाते.) ती यांचं कुठलं ऐकायला? ती यांना कडेवरच घेऊन येणार.

(१५)

(शशी आणि म्हाळसा यांची व्हरांड्यात भेट होते.)

शशी : अहो बाई, तुम्ही माझं ऐका.

म्हाळसाबाई : तुमचं ऐकू? काय ऐकू? माझ्या बापानं चांगला दहा हजार रुपये हुंडा दिला, तो तुमचं ऐकण्यासाठी नव्हे.

शशी : तसं नव्हे; पण ही भेटायची वेळ नव्हे.

म्हाळसाबाई : पुन्हा तेच. बायकोनं नवऱ्याला केव्हा भेटायचं, हे तुम्ही कोण गंऽ सांगणार? कुठं आहेत ते?

बाजी : (आत) डॉक्टरऽऽ अं?

शशी : इकडे आहेत ते. (दोघी आत जातात.)

बाजी : डॉक्टर, डॉक्टरऽऽ अहो डॉक्टर, आमच्या सौभाग्यवतीला बोलवा. आमच्या हिला बोलवा डॉक्टर, आमच्या सौभाग्यवतीला बोलवा. (म्हाळसा त्याच्याकडे जाते.) तिची-माझी एकदाची दृष्टभेट होऊ दे हो.

म्हाळसाबाई : अहो, मी आले आहे ना?

बाजी : अहो, तुम्ही कशाला आलात डॉक्टर? आमच्या हिला बोलवा.

म्हाळसाबाई : मीच आले आहे ना? इतकी लाडकी होते, तर पळून कशाला आलात इथं? (बाजीराव दुसऱ्या कुशीला वळतो. म्हाळसा जवळ बसते.) हे पाहा – अहो, हे पाहा, मी आले आहे ना?

बाजी : कोण-कोण – आलात? (उठतो व तिच्याकडे पाहून तोंड फिरवून बसतो.)

म्हाळसाबाई : अहो, असं काय करता? ती बाई आहे ना!

बाजी : माहीत आहे मला ती. नर्स आहे नर्स!

म्हाळसाबाई : उठा, उठा, उठा पाहू!

बाजी : मी नाही उठणार!

म्हाळसाबाई : चला घरी.

बाजी : घरी नाही येणार!

म्हाळसाबाई : चला, चला म्हणते ना घरी?

बाजी : मी नाही येणार!

म्हाळसाबाई : सोन्यासारखं तुमचं घर आहे ना?

बाजी : कुणाचं घर?

म्हाळसाबाई : तुमचं!

बाजी : माझं? माझं म्हणायला राहिलंय कुठं माझं घर? त्याचा केव्हाच झालाय –

म्हाळसाबाई : काय झालाय?

बाजी : राणीचा बाग! ते भिक्षुक, ते पुराणिक, ते देवर्षी, ते ज्योतिषी, तो नागबळी, तो नारायणबळी, छे, छे, छे, छे, छे! पानपतच्या लढाईत सापडल्यासारखं झालं होतं मला! अरे राम, राम! (म्हाळसाबाई बाहेर येते.)

शशी : काय हवंय तुम्हाला?

म्हाळसाबाई : मला? काही नाही! पाहायला आले होते. मला वाटलं, तुम्ही गेलात!

शशी : मग मी जाऊ का?

म्हाळसाबाई : छे, छे! तसं नाही; पण हे पाहा, तुम्ही जा अन् डॉक्टरांना घेऊन या. आणि हे पाहा, त्यांना म्हणावं, हे काही तरी फार बडबडायला लागलेत. ऐकलं ना तुम्ही मला कसं बोलले ते? कुणाला वाटेल की मीच आपली त्यांच्याशी भांडते म्हणून. (आत जाते.)

म्हाळसाबाई : हे पाहा, आता घरी चला पाहू.

बाजी : घरी! अंऽहं!

म्हाळसाबाई : चुकलं माझं! मग तर झालं?

बाजी : आता कळलं; पण कळलं हे तरी कशावरून?

म्हाळसाबाई : मी पाया पडते तुमच्या.

बाजी : नुसती भाषा. बोलाचीच कढी आणि बोलाचाच भात.

म्हाळसाबाई : हे पाहा, खरोखरीच मी पाया पडते आता. मग तरी झालं? (पाया पडते.) हे पाहा, आता तुमचा हा तमाशा पुरे करा नि चला घरी.

बाजी : तमाशा? मी तमाशा करतो काय? येत नाही घरी!

म्हाळसाबाई : चुकून एखादा शब्द तोंडातून गेला; काय त्याचं आकांडतांडव तरी!

बाजी : चुकून काय?

म्हाळसाबाई : हो, हो, चुकून. काय मेलं माझं तोंड तरी!

बाजी : तेच ते!

म्हाळसाबाई : हे पाहा, हे पाहा, चुकले मी. क्षमा करा ना मला! असं काय करावं ते? आता असं नाही करणार!

बाजी : बरं, बरं! पण हे पाहा, माणसानं आपलं नेहमी कायदेशीर असावं. तीन अटींवर तुमचा-आमचा तह होईल.

म्हाळसाबाई : कुठल्या मेल्या अटी त्या?

बाजी : मेल्या अटी त्या? येत नाही घरी!

म्हाळसाबाई : नाही, नाही, चुकले! तीन अटी!

बाजी : पहिली अट, आजपासून देवदर्शन अजिबात बंद!

म्हाळसाबाई : कबूल! आता चला घरी.

बाजी : ही एक अट झाली.

म्हाळसाबाई : बरं, दुसरी?

बाजी : कोणताही भिक्षुक, पुराणिक, ज्योतिषी, देवर्षि, वासुदेव घराची पायरी चढून आला, तर त्याला लंगडत परत जावं लागेल.

म्हाळसाबाई : कबूल! आता चला.

बाजी : ह्या दोन अटी झाल्या!

म्हाळसाबाई : आता कुठली मेली तिसरी ती?

बाजी : पुन्हा मेली?

म्हाळसाबाई : नाही, नाही – तिसरी.

बाजी : तिसरी अट – तुझ्या-माझ्या सर्व पत्रिका बंबात घालून त्या पाण्यानं तू आणि मी एकदम स्नान करायचं – अगदी लग्नातल्यासारखं.

म्हाळसाबाई : हे एकदम कबूल. आता माझी एक अट आहे.

बाजी : एकच?

म्हाळसाबाई : होय, एकच.

बाजी : हट्! माणसानं नेहमी कायदेशीर असावं. तू माझी अर्धांगी; माझ्या तीन अटी झाल्या. तेव्हा तुझी दीड अट असायला हरकत नाही.

म्हाळसाबाई : आधी एक तरी पुरवा.

बाजी : चल बोल, बोल.

म्हाळसाबाई : तुम्ही मला –

बाजी : म्हणजे मी तुला –

म्हाळसाबाई : एक चांगलं –

बाजी : एक चांगलं –

म्हाळसाबाई : गोरंगोमटं –

बाजी : गोरंगोमटं –

म्हाळसाबाई : मूल आणून द्यायचं.

बाजी : मूल आणून – मूल! वा? मुलं काय झाडाला लागतात? चांगलं आणि गोरंगोमटं मूल! भीक मागू, का चोरी करू? (दारावर टक्टक् होते.)

बाजी : येस, कम इन!

डॉक्टर : काय बाजीराव?

बाजी : डॉक्टर, मोठ्या आनंदाची बातमी! महायुद्ध संपलं. हिटलर शरण आला. आमचा क्रॉनिक मेनिनजायटिस आणि ॲक्युट ट्युबरक्युलर अपेंडिसायटिस एकदम एका क्षणात बरा झाला. येस! क्विक मार्च! (बाजीराव व म्हाळसा जातात.)

(१६)

(मनोहरची प्रकृती पूर्ववत सुधारली आहे.)

शशी : चंदेरी दरिया नाचे रे, सखया!
जाऊ चल निवांत पैलतटा!
झरझर झरझर कापीत पाणी
जाई बाई, जलराणी हरिणीवाणी
आल्या नाचत डोलत लाटा!
हळू हळू वल्हव साजणा!
थरथरे उरी नाव ना,
खट्याळ नयनीं बघु नको;
जा छळू नको!

मनोहर : गाणं थांबवलंत?

शशी : थांबवलं नाही; गाणंच संपलं.

मनोहर : छे:! मला वाटत होतं, हे चांदणं असंच फुलत राहावं. तुम्ही इथं असंच गात राहावं आणि मी असं इथं एकसारखं ते ऐकत राहावं.

शशी : ते शक्य झालं असतं तर –

मनोहर : तर काय झालं असतं?

शशी : उद्या तुमची कोर्टातली कामं बुडाली असती ना? पाहिलंत, चंद्र अगदी पूर्ण झाला आहे. तुम्हीही आता बरे झाला आहात. बघा तरी, किती वेगानं धावतो आहे गुलाम!

मनोहर : फारच वेगानं धावतोय तो! फार लवकर पूर्ण झाला तो चंद्र, नाही?

शशी : लवकर?

मनोहर : खरंच लवकर. उद्याच मला इथून जावं लागणार.

शशी : हो, आता काय, तुम्ही आपल्या घरी जाणार आणि –

मनोहर : घरी!

शशी : हो-नाही, नाही, चुकले हं! बंगल्यात जाणार –

मनोहर : बंगल्यात? धर्मशाळेत! त्या उजाड धर्मशाळेत वाट चुकलेला एकटा एक भिकारी!

शशी : अंऽहं! वैभवाच्या शिखरावर चढलेला एक यशस्वी वकील!

मनोहर : यशस्वी वकील! इथं येईपर्यंत लोकांच्या तोंडून हे शब्द ऐकले की मला विलक्षण आनंद होत असे! आजपर्यंत वकिलीत मी नेहमी यशच मिळवत गेलो; पण आयुष्यात मात्र पदोपदी माझा पराभवच झाला. आईची माझ्यावर खूप माया होती. मी सात-आठ वर्षांचा असताना ती मला सोडून गेली! पुढं सावत्र आईनं मला इतकं छळलं – इतकं छळलं की, मी नकळत साऱ्या स्त्रीजातीचा द्वेष करू लागलो.

शशी : साऱ्या स्त्रीजातीचा?

मनोहर : हो, साऱ्या स्त्रीजातीचा! सूडबुद्धीला सारासार विचार राहत नाही; वकील झाल्यावर सांगून आलेली प्रत्येक मुलगी मी नाकारीत सुटलो. वकिलीनं मला पैसा दिला, प्रतिष्ठा दिली, कीर्ती दिली. पैसा, प्रतिष्ठा, कीर्तीच्या कैफानं मी धुंद झालो होतो. मला कुणाचीच जरुरी वाटली नाही. त्या आसुरी जगात मला एकच मित्र दिसत होता – माझं व्यसन.

शशी : व्यसन?

मनोहर : क्षमा करा. पुष्कळ वर्षांनी मी आज बोलू लागलो आहे. माझ्या आईपाशीसुद्धा मी असाच वेड्यासारखा बोलत असे! वेड्यासारखा – त्या वेडेपणाच्या सुखाचा – त्या यशाच्या धुंदीत मला विसर पडला होता. पण – इथं आल्यापासून मला वाटू लागलं की, माणूस पैशावर जगत नाही; तो सहानुभूतीवर जगतो. पण ती सहानुभूती, तो जिव्हाळा मला का मिळावा? केवळ स्वत:साठीच जगलो मी! मग आपल्याबरोबर हसणारं, आपल्याबरोबर रडणारं, आपल्या जिवाला जीव देणारं असं माणूस मला कसं मिळावं? खरंच, किती दुर्दैवी आहे मी!

शशी : असं का म्हणता? पंधरा दिवसांच्या सोबतीनं आपल्यामध्ये नाही का नवा स्नेह उत्पन्न झाला? गेली तीन वर्षं मी इथं आहे. त्या अवधीत, खरंच सांगते मी, दुसऱ्या कुणाशीच मी इतक्या जिव्हाळ्यानं वागू शकले नव्हते – मनोहर!

मनोहर : मनोहर! मनोहर! शशी, पुन्हा हाक मार – थांबू नको शशी. सांग शशी, ही हाक मला नेहमी ऐकू येईल का? शशी, तू माझी होशील? विवाहानं आपण एकत्र –

शशी : मनोहर, स्वार्थी आहात तुम्ही! मला राग आलाय तुमचा. तिटकारा वाटतो; अगदी तिटकारा वाटतो! जा-जा-जा तुम्ही इथून. मला विसरून जायचं आहे तुम्हाला. (रडत बाहेर निघून जाते.)

(१७)

(अनाथाश्रम. आकाशात मेघ जमले असून, दारात गीता उभी आहे.)

अण्णा : कोण, गीता? (गीता जाऊ लागते.) बाळ!

गीता : कुणाला हाक मारलीत तुम्ही अण्णा?

अण्णा : तुला बाळ.

गीता : मला वाटलं, माझ्या पोटातल्या गर्भाला.

अण्णा : गीता!

गीता : का, दचकलात?

अण्णा : मी तुलाच हाक मारली होती; पण आश्रम आता तुम्हा दोघांनाही बोलावत आहे. बाळ, ये बाळ!

गीता : आग लावा त्या आश्रमाला –

अण्णा : गीता, जाऊ नकोस बाहेर. बाहेरचं जग तुला आणि तुझ्या बाळाला फाडून खाईल.

गीता : आणि... आश्रमात मला आणि माझ्या बाळाला जन्मभर कुजत पडावं लागेल.

अण्णा : गीता! (विजेचा कडकडाट होतो. गीता काळोखात निघून जाते.)

अण्णा : गीता! गीता! गीता!

(गीता गेली, त्या दिशेला बघत अण्णा तसेच उभे राहतात. शशी धावत येते.)

शशी : अण्णा!

अण्णा : कोण, शशी? इतक्या अपरात्री एकटी आलीस तू?

शशी : मी नोकरी सोडून आले आहे अण्णा.

अण्णा : नोकरी सोडून? का? तू आई आहेस, हे कुणाला कळलं तर नाही ना?

शशी : नाही.

अण्णा : मग?

शशी : मला त्या मनोहरांचा तिटकारा आला आहे. मला चीड आली आहे त्यांची. (त्याच वेळी नर्सिंग होममध्ये मनोहर स्वत:शी म्हणतो, मला तुम्हाला विसरून जायचं आहे.)

शशी : मला त्यांना विसरून जायचंय.

अण्णा : शशी, चुकतेस तू. मनोहरला निराश करू नकोस. त्याच्याशी लग्न करून–

शशी : अण्णा, शशीला आपल्या स्वत:च्या सुखासाठी जगायचं नाही. माझ्या बाळासाठी – माझ्या शकूसाठी – तिच्या सुखासाठी जगणार आहे मी.

अण्णा : तिच्या भावी सुखाच्या विचारानंच मी हे बोलतो आहे. जगाच्या बाजारात दयेच्या नाण्याला मोल नाही. समाजात पैशावाचून मान नाही. माझ्या दरिद्री आश्रमातली ही अनाथ, बेवारशी मुलं – त्यांतीलच एक तुझी शकू –

शशी : शकू!

अण्णा : होय शकू! काय करणार आहेस तू शकूच्या सुखासाठी?

(शशी व्याकूळ होऊन आत जाते.)

अण्णा : परमेश्वरा, शशीला तू धीर दे.

(१८)

(अनाथाश्रमात शशी विचारात बसली आहे. आपल्या मुलीला ती मायेने पांघरूण घालू लागते. त्याच वेळी तिला शकू मोठी झाल्याचा भास होतो.)

शकू : सांग, काय करणार आहेस तू माझ्यासाठी? मी मोठी झाल्यावर

मला रस्त्यावर टाकून देणार आहेस काय?

शशी : मोठी झाल्यावर!

शकू : मी जन्मताच मला का नाही मारून टाकलंस? काय केलंस हे? जिच्या बापाचा पत्ता नाही, तिच्याशी कोण लग्न करणार? काय होणार माझं?

शशी : शकू, कुठं चाललीस तू?

शकू : मला हाक मारू नकोस... नको मला हाक मारूस.

(शशीच्या मनाचा निर्णय होतो. अण्णा व मनोहर यांचे विचार तिच्या कानी घुमू लागतात.)

अण्णा : जग दयेवर चालत नाही; जग पैशावर चालतं! शशी, शकूचं पुढचं आयुष्य सुखात जावं, अशी तुझी इच्छा असेल, तर तू मनोहरशी लग्न कर.

मनोहर : आपल्याबरोबर हसणारं, आपल्याबरोबर रडणारं, आपल्या जिवाला जीव देणारं माणूस मला मिळेल का? सांग शशी, तू माझी होशील? बोल शशी –

(ती बाहेर येते. अण्णा एकटेच विचार करीत असतात.)

अण्णा : शशी!

शशी : अण्णा, मी लग्न करायचं ठरवलंय – माझ्या शकूसाठी!

(मध्यंतर)

(१९)

(सरदार बाजीरावांनी मनोहर व शशी यांच्या विवाहानिमित्त मित्रमंडळींना मेजवानी दिली आहे.)

बाजी : या, या, या – घ्या – घ्या, सिगरेट घ्या. चिरूट घ्या.

मनोहर : बाकी पार्टी द्यावी, तर बाजीरावांनीच हं.

बाजी : थँक यू! बसा. मी अत्तरगुलाब घेऊन येतो.

डॉक्टर : बरं का मनोहरपंत, याचं सारं श्रेय तुम्हाला आहे. तुमच्या दोन हातांचे चार हात झाले, म्हणूनच बाजीरावांचे गोड-गोड हात आमच्या पोटात गेले.

एक रावसाहेब : पण डॉक्टर, या पार्टीत आम्हाला काहीतरी कमी वाटतं बुवा.

दुसरे : अरे, याला का तो पार्टी म्हणते?

तिसरे : ना, ना, आ पार्टीच नथी!

चौथे : रावसाहेबांच्याकरिता पार्टी आणि ती अशी ड्राय?

रावसाहेब : छे बुवा, अगदीच गद्य.

सर्व : अगदी शुष्क!

रावसाहेब : अहो बाजीराव, पुन्हा तशी पार्टी झालीच पाहिजे बुवा एकदा.

सर्व : बाजीराव, पुन्हा तसली पार्टी झालीच पाहिजे.

बाजी : हे पाहा, ही चूक आपली नाही.

लोक : मग कोणाची?

बाजीराव : मी काही असली बैठक वाया जाऊ दिली असती? माणसानं नेहमी कायदेशीर असावं. ही सर्वस्वी चूक आमच्या वकीलसाहेबांची आहे.

सर्व : ती कशी काय बुवा?

बाजी : अहो, यांचं लग्न झाल्याचं जसं लग्न झाल्यावर आम्हाला कळलं – तसं यांनी पिणं सोडल्यावर आम्हाला कळलं!

सर्व : काय? पिणं सोडलं? छे, छे! शक्य आहे काय? काय रावसाहेब?

मनोहर : हो, मी पिणं सोडलं आणि आता मला त्याची मुळीच गरज वाटत नाही. लग्न झाल्यापासून मी अतिशय सुखी आहे. हे ऐकून खरंच, माझ्या सगळ्या मित्रांना आनंद वाटेल. त्या आनंदाची कल्पना जोपर्यंत मला माहीत नव्हती, तोपर्यंत मी मद्याच्या बेहोशीत मस्त होतो; पण आता खरंच, मला त्याची जरूर नाही.

डॉक्टर : मनोहरपंत, या तुमच्या विजयाबद्दल मी तुमचं अभिनंदन करतो.

मनोहर : थँक यू, डॉक्टर. याचं सर्व श्रेय तुम्हांला आणि माझ्या आवडत्या पत्नीला आहे.

रावसाहेब : माफ करा हं. बरं, यापुढं हा विषय अगदी बंद. पण रावसाहेब, आमच्या सरकारी वकिलीणबाईचं नाव तरी कळू द्या आम्हाला. हं, बोला –

मनोहर : बरं, बाजीराव, तुम्हाला माहीतच आहे. तुम्हीच सांगा ना मंडळींना.

सर्व : बरं, बाजीराव, तुम्ही नाही सांगायचं हं!

बाजी : अहो, मला आठवतंय कुठं आता? अहो, सध्या आमचं डोकं ताब्यातनं गेलंय. घटकेघटकेची आठवण राहत नाही. काय बरं यांच्या त्यांचं नाव ते? (मनोहरकडे पाहून) काय बरं वकीलसाहेब? काय ते?

मनोहर : अहो बाजीराव, खूळ लागलंय काय तुम्हाला? सांगून टाका न झटकन!

(शशी व म्हाळसाबाई येतात).

शशी : सांगू का मीच माझं नाव? सांगू? चालेल मीच सांगितलं तर?

बाजी : माफ करा हं, मला वाटतं की, आपण यांचं नाव घ्यावं आणि

यांनी आपलं नाव घ्यावं. काय हो मंडळी?

सर्व : अगदी बरोबर!

शशी : बरंऽ!

बाजी : पण अगदी उखाणा घेऊन हं.

सर्व : उखाणा घेतलाच पाहिजे.

शशी : हे पाहा, उखाणा नको! आम्हा दोघांनाही येणार नाही तो.

सर्व : बरं!

बाजी : बरं-बरं काय? वकिलीणबाई, माणसानं नेहमी कायदेशीर असावं. आपल्याला उखाणा पाहिजे बुवा. हो, हं-हं! अगदी उखाणा घेऊन–

म्हाळसाबाई : कशाला? काही नको उखाणा घ्यायला!

बाजी : हैल हिटलर!

म्हाळसाबाई : घ्या हो, तुम्ही नुसतं नावच घ्या हं!

बाजी : बरं, आता नुसती एकमेकांना गोडशी हाक मारा म्हणजे झालं. आम्हाला आयुष्यात कधी ऐकायला मिळाली नाही.

म्हाळसाबाई : का?

बाजी : काही नाही. हं – बोला, बोला.

म्हाळसाबाई : थांबा हं.

(म्हाळसाबाई व बाजीराव शशी-मनोहरला हार घालतात. लोक टाळ्या वाजवतात.)

बाजीराव : हं, आता बोला.

लोक : बोला, बोला.

शशी : प्रथम कोण?

मनोहर : प्रथम? प्रथम तुम्ही.

शशी : मनोहर.

मनोहर : शशिकला. (लोक टाळ्या वाजवितात.)

बाजी : गुड नेम्स. गुड नेम्स. मनोहर-शशिकला.

मराठे : अहो, शशिकला नेहमी मनोहरच असते.

(लोक हसतात. बाजीराव तुरे वाटू लागतात. बाहेरून त्यांना गाणे ऐकू येते. अनाथाश्रमाचे चालक अण्णा, मुलांसह येत असतात.)

आश्रमातली मुले :

चला, चला नवबाला!
गुंफु चला सुमनमाला!
मानवतेची मंगल मूर्ती
तेजाचा ध्वज घेऊनी हाती,

आली उषा उदयाला!
पुढे चला ध्वज झेला!
उमलल्या कळ्या, सुरम्य बाला,
गाती मुखे 'वंदे मातरम्!'
सोन्यांत नाहूनिया
करू विहार या सुंदर नभांत!
ही परी धुळी फुलली फुलें!
नयनी हाय! आशा ना खेळे!
तळमळती मनी! कोणी न उचली!
गोड बोल ते कुणी ना बोले!

बाजी : अरे संतू, पळ, पळ! त्यांना बोलाव. आत घेऊन ये. अहो, तुमची ती अनाथाश्रमाची मंडळी आली वाटतं. पाहा-पाहा!

मनोहर : अनाथाश्रमाची?

बाजी : हो, आज आम्ही त्यांना जेवायला बोलावलंय.

शशी : म्हणजे बाजीराव, मुलंसुद्धा येणार आहेत?

बाजी : हो.

मनोहर : मग शशी, मला वाटतं, आपण चलू या.

शशी : बरं!

सर्व : वाहवा, रावसाहेब, किती आनंदाचा प्रसंग हा! बसा, बसा. (शशी अस्वस्थ होते. अनाथाश्रमाची मुले गाणे म्हणत आत येतात. अण्णांच्या खांद्यावर शकू असते.)

बाजी : वा! वा:! छान! छान! मी शंकराचार्य असतो, तर मुली, स्वरकोकिळा ही पदवीसुद्धा तुला दिली असती.

सर्व : हिअर! हिअर!

बाजी : काय हो अण्णा, या चिल्यापिल्यांना घेऊन तुम्ही वणवण फिरता? छे, छे, छे! ते काही नाही. या मुलांच्या गाण्याचा एक सुंदर कार्यक्रम करा. काय मुलींनो? (मुली 'हो' म्हणतात.) शाबास! मी तुम्हाला एका दिवसात पाचशे रुपये मिळवून देतो. काय हो मंडळी?

मंडळी : अवश्य करा.

बाजी : हं, शिवाय हे आमचे बडे वकीलसाहेब आहेत ना – पाचशेच काय, हजार रुपयेसुद्धा मिळवून देतील तुम्हाला. काय हो प्रासिक्युटरसाहेब?

मनोहर : एका पैचीसुद्धा मदत करणार नाही मी या कामाला.

रावसाहेब : पण रावसाहेब, ही संस्था –

मनोहर : असल्या संस्थांना माझी सहानुभूती नाही.

अण्णा : या अनाथ मुलांकडे पाहून तुम्हाला काहीच वाटत नाही?

मनोहर : आईबापाचं पाप दुर्दैवानं यांच्या चेहऱ्यावर लिहून ठेवलंय, असं वाटतं.

अण्णा : वकीलसाहेब, जगातली सारी मुलं निष्पाप असतात हो! आईबापांचं पाप या दुर्दैवी अर्भकांवर का लादता?

मनोहर : शाळामास्तरांनासुद्धा पटायचं नाही, हे तुमचं बोलणं; मग माझ्यासारख्या वकिलाला–

शशी : पण हे कोर्ट नाही; घर आहे. अनाथ-अपंगांना जवळ करण्यातच घराचं मोठेपण असतं.

मनोहर : शशी, हे काय वेड्यासारखं? मी माझे विचार बोललो होतो. तुला करायचीय का मदत त्यांना?

शशी : हो!

(२०)

(अनाथाश्रमात शकू आजारी आहे. डॉक्टर तिला तपासत आहेत.)

शकू : (तापात बडबडत आहे.) आई, आई, माझं डोकं दुखतं गं! कुठं आहेस तू? आई! आई, आई गं ऽ (म्हणून विव्हळू लागते.)

लता : आई, गंऽ आई ऽ!
प्रेमस्वरूप आई! वात्सल्यसिंधू आई!
बोलावू तूज आता मी कोणत्या उपायी?
तू गाय वासरू मी! तू माय लेकरू मी!
ताटातुटी जहाली; आता कसे करू मी?
आई तुझ्या वियोगे,
ब्रह्मांड आठवे गे!
कैलास सोडुनी ये,
उल्केसमान वेगे!
वाटे इथून जावे;
तुझ्या पुढे निजावे!
नेत्री तुझ्या हसावें; चित्ती तुझ्या,
ठसावे! आई गंऽ आई ऽऽ!

– माधव जूलियन

(२१)

(शकू आजारी असल्याचे कळल्यापासून शशी अस्वस्थ होते.)

मनोहर : अमृतांजन, ॲस्पिरिन वगैरे आणू का?

शशी : माझं डोकं नाही दुखत. खरंच, मला काहीसुद्धा होत नाही.

मनोहर : काहीसुद्धा होत नाही. शशी, जिभेपेक्षा डोळेच अधिक खरं बोलतात. शशी, तू आणि मी दोन आहोत का? मला न सांगण्यासारखं कोणतं दुःख होतं तुला? माझ्यापासून तू चोरून ठेवणार?

शशी : मला राहून राहून शकूची – त्या मुलीची – आठवण होते.

मनोहर : शशी, किती हळवी आहेस तू? या घटकेला जगात हजारो मुलं तापानं फणफणत असतील. त्यांतलीच ती एक. बाकी कुणाची तरी काळजी करीत बसल्याशिवाय चैनच पडत नाही बायकांना. माझी आईसुद्धा अगदी तुझ्यासारखीच होती म्हणे. मी व्हायच्या आधी दुसऱ्यांची मुलं घरी आणून चार-चार दिवस सांभाळीत बसायची ती.

शशी : घरी आणून?

मनोहर : हो.

शशी : अगदी तसंच! माझ्यासुद्धा मनात आलं होतं.

मनोहर : काय?

शशी : की शकूला इथं घरी – काही नाही.

रेणूका : पाणी काढलंय बाईसाहेब. येता ना अंघोळीला?

शशी : मी येऊ?

मनोहर : हो. (शशी अंघोळीला जाते.)

मनोहर : गोविंदपंत, किसनला गाडी आणायला सांगा. मी आलोच कपडे बदलून.

गोविंद : हो, किसन, किसन, साहेबांना गाडी लवकर पाहिजे पळ. आता येतील ते.

(२२)

(अनाथाश्रमातील छोटी लता अण्णांचा पोशाख करून गात आहे.)

लता : नाही मी पोरटी छोटी आता!
डोक्याला बांधला हा मोठा फेटा;
शोभे किती मजला चाळशी!
लगबग कागद घेई
कामाची घाई
नाही मी पोरटी छोटी आता!

येई न काहीच वाचाया
हं, हं, हं, कळलं बाई
नाही गं, दाढी नाही
आणू कशी कोठूनिया?
चल गडे शोधाया!

(गाणे संपताच दारावर टक्टक् ऐकू येते. लता लपते. मनोहर दरवाजा उघडून आत येतात.)

(२३)

(बाजीराव व म्हाळसा मोटरीतून अनाथाश्रमात चालले आहेत.)

म्हाळसाबाई : गणपत, गाडी थांबव.

बाजी : का? का? का?

म्हाळसाबाई : अगोदर ठरवा. पाळायला काय घ्यायचं? मुलगी की मुलगा?

बाजी : मुलगा. गणपत, गाडी सुरू कर.

म्हाळसाबाई : गणपत, गाडी सुरू करू नकोस. मुलगी!

बाजी : गणपत, मुलगा!

म्हाळसाबाई : गणपत, मुलगी!

बाजी : गणपत, माणसानं नेहमी कायदेशीर असावं. मी तुझा मालक आहे. गाडी सुरू कर.

म्हाळसाबाई : गणपत, गाडी सुरू करू नकोस. माझ्या बापानं दहा हजार रुपये हुंडा फुकट नाही दिला.

बाजी : मग बसा आता!

म्हाळसाबाई : बसा.

बाजी : बसा काय? टायर पंक्चर झाल्यामुळं किंवा पेट्रोल संपल्यामुळं जगात हजारो गाड्या बंद पडल्या असतील; पण नवराबायकोच्या भांडणामुळं बंद पडलेली ही आमचीच मोटर पहिली.

म्हाळसाबाई : म्हणजे, मीच भांडखोर.

बाजी : नाही तर काय?

म्हाळसाबाई : आणि तुम्ही? गोगलगाय आणि पोटात पाय. मेलं मूल पाळायला घ्यायचं, तर त्यातसुद्धा माझ्या हौसेची पर्वा नाही.

बाजी : अहो हौसाबाई, माझी इस्टेट फार मोठी आहे. तेव्हा मुलीपेक्षा मला मुलगाच घेतला पाहिजे.

म्हाळसाबाई : आणि उद्या मला मुलगा झाला म्हणजे? भांडणं होतील ती?

म्हाळसाबाई : छान, छान! हे आहे का आणखी वर? तुम्हाला मुलगा? आणि उद्या?

म्हाळसाबाई : हो, हो, उद्या! का नाही होणार? मी काही तशी म्हातारी नाही झाले अजून.

बाजी : छे, छे, छे! काय टाप लागून गेली आहे तसं म्हणायची! होईल, मुलगा होईल, उद्या होईल. आशा अमर आहे ना! गणपत, मुलगी पाळायला घ्यायची. मोटर सुरू कर.

म्हाळसाबाई : हं, आता गाडी सुरू कर गणपत.

(२४)

(अनाथश्रमातून शकूला घेऊन मनोहर बाहेर येतात.)

मनोहर : बरं, मग अण्णा, दोन दिवसांनी हिला परत पाठवून देतो.

(बाजीराव म्हाळसाबाईसह आश्रमात येतात.)

बाजी : ओहो, होऽहो, वकीलसाहेब, तुम्ही आणि इथं आश्रमात?

मनोहर : नाही, म्हणजे ह्या शकूला न्यायला आलो होतो.

बाजी : कुठं?

मनोहर : घरी.

म्हाळसाबाई : म्हणजे, तुम्ही हिला न्यायला आलात की काय?

मनोहर : हो, पण मी दोनच दिवसांनी परत पाठविणार आहे.

बाजी : छान, छान! घरात मूल हे पाहिजेच. बरं, नमस्कार. (मनोहर शकूला घेऊन जातात.)

बाजी : मुलगी मोठी भाग्यवान आहे बुवा.

म्हाळसाबाई : सगळंच मुसळ केरात!

बाजी : आणखी काय झालं?

म्हाळसाबाई : काय झालं काय? ह्या शकूलाच मी नेणार होते घरी.

बाजी : अहो, शकू नसली, तर दुसरी कुकू मिळेल. हा अनाथाश्रम आहे. नगाला नग असला म्हणजे झालं! चला तुम्ही.

म्हाळसाबाई : ते झालंच हो आता.

(२५)

(मनोहर शकूला घेऊन घरी येतो.)

मनोहर : गोविंदपंत, शशी कुठं आहे?

गोविंद : माडीवर आहेत.

मनोहर : अहो, मी आलो आहे म्हणून सांगा ना – (किसनला) चल, लवकर ये. अहो, गोविंदपंत, थांबा, मीच जातो. (गणूला) बाईसाहेब वरच आहेत ना?

गडी : हो.

मनोहर : (किसनला) तिला खाली उतर ना? शशी, हे पाहा, मी कुणाला आणलंय –

(शशी जिन्यावर येते व शकूला पाहते.)

शशी : कोण, शकू, शकू! कुणी आणलं तुला इथं? मनोहरनी? माझी बाळ ती. आता तुला बरं वाटतं ना? तुझा ताप निघाला ना? बोल ना गं शकू!

मनोहर : आणि बरं का शशी, आपल्याकडंच राहणार आहे दोन दिवस ती.

शशी : इथंच राहणार? ऐकलंस शकू, तू इथंच राहणार. तुला आता इथंच राह्यचं. हा तुझा बंगला. चल, तुला सगळा बंगला दाखवते. रेणूका, ए रेणूकाऽऽ कुठं गेली ही रेणूका?

रेणूका : जी बाईसाहेब.

शशी : जी बाईसाहेब! तुला कुणी बोलावलं? गणू, ए गणू –

गणू : जी –

शशी : त्या बॉंबे स्टोअर्सकडे जा बघू. जा, जा, जा, पळ! (जाऊ लागतो.) अरे, अरे, अरे; पण त्यांना जाऊन तू सांगणार तरी काय?

गणू : काय सांगू बाईसाहेब?

शशी : त्यांना म्हणावं, निरनिराळ्या फॅशनचे जरीचे कपडे घेऊन ताबडतोब या म्हणावं. आणि हे बघ, चांगले वेलबुट्टीचे –

गणू : वेलबुट्टीचे होय?

शशी : हो-हो! आणि नव्या डिझाईनचे हं – (गणू जातो.) चल, चल शकू, आपण जाऊ या.

(२६)

(बाजीरावाचे घर. बाजीराव व म्हाळसाबाई अनाथाश्रमातील एका मुलीला घेऊन येतात.)

बाजी : बेबी, छबडी, बबडी, काय गंमत आहे!

म्हाळसाबाई : असं काय करता? तिला त्रास होईल. माझी छबडी तू!

बाजी : आपण घ्या. (मुलीला देतो.)

म्हाळसाबाई : माझी छबडी! (मुलीला घेऊन कुरवाळते.)
बाजी : अरे, संतू-परसू –
म्हाळसाबाई : अरे धोंडू – मंजीऽऽ (सर्व गडी येतात. बाजीराव मुलीला कोचावर ठेवतो. मुलगी किंचाळून उठते) का? काय झालं बाळ?
मुलगी : (कोचाकडे बोट दाखवीत) ते मऊ, मऊ आहे.
मुलगी : हो.
बाजी : असू दे बाळ. ते चांगलं असतं. चला, चला – बसा, बसा.
मुलगी : मी नाही.
म्हाळसाबाई : मी कशी बसते बघ हं! हंऽऽ हंऽऽ (मुलीला घेऊन कोचावर बसते.)

(२७)

(मनोहर बंगल्यात शकूला नवे कपडे व दागिने घातले असून शशी तिला खेळवत आहे.)

शशी : फुलराणी नटुनी आली!
ही डोले, घे झोले,
कशी खेळे हो!
भुरुभुरु कुंतल हाले.
घालू वेण्या!
कानी मोत्यांचे
शोभती डूल ना!
उगीच कां गं घाई?
नाही आज शाळा!
हाय, ऊन भाजे!
वेळ काय खेळा?
चिमुकला प्रवाशी
निघे कुठे जाया?
निघे हा खलाशी
बोट चालवाया!

(मनोहर ऑफिसहून येतो; पण शशी नेहमीप्रमाणे त्याच्या स्वागताला जायचे विसरते. मनोहर मोटरीचा हॉर्न वाजविण्यास सांगतो तरी शशी येत नाही. अखेर तो स्वतःच वर येतो. पण शशी शकूमध्येच गुंग झाल्याचे पाहून खाली निघून जातो.)

रुसली कां गं, माझी बाई,
छकुली जेवेना मुळी ही!

किती किती समजावू!
काळा बागुल आला दारी;
त्याच्या कांबळ्यांत किती
या पोरी! हात रे!

(२८)

(रात्री मनोहर वाचत बसला असून शशी शकूसह झोपी जाते. मनोहर एकटाच राहतो.)

(२९)

(बाजीरावांच्या वाड्यात पाळायला आणलेल्या मुलीला घेऊन म्हाळसाबाई झोपल्या आहेत. बाजीराव दुसऱ्या पलंगावर झोपले आहेत.)

मुलगी : (झोपेत) हत्ती! (म्हाळसाबाई दचकतात व कुशीवर वळतात.) घोडा-घोडा, पाहिजे मला घोडा. चल, चल, चल घोड्या, घोड्या – (म्हाळसाबाईंना लाथा मारू लागते.)

म्हाळसाबाई : बाई, बाई, बाई! (उठतात. मुलीला बाजीरावांच्या जवळ नेऊन ठेवतात.)

मुलगी : (परत झोपेत किंचाळते.) चल, चल, घोड्या! (लाथा झाडते.)

बाजी : (झोपेत) अहो, अहो! (उठतात व मुलीला पाहतात.) कुठलं घोडं आणलंय हिनं? (मुलीला उचलतात व म्हाळसाबाईच्या पलंगाजवळ येतात.)

म्हाळसाबाई : अहो, अहो, तुमच्याकडेच झोपवा तिला.

बाजी : माझ्याकडे कशाला? मला अगोदर झोप नाही. (मुलीला देत.) हे घ्या.

म्हाळसाबाई : मलाही झोप येत नाही.

बाजी : हे पाहा, माणसांनी नेहमी कायदेशीर असावं. आणलीत कशाला तिला?

म्हाळसाबाई : मी नाही आणली; तुम्हीच आणलीत.

बाजी : नाही, तुम्ही आणलीत. (दोघेही वर्दळीवर येतात.)

मुलगी : (एकदम दचकून) चाबूक – चाबूक –

बाजी : उठलीस? जागी झालीस का? तो बघ, चाबूक बाहेर आहे. (मुलगी बाहेर 'घोडा-घोडा' करीत जाते.) याला म्हणतात युक्ती! (डोक्याला हात लावून) पण हे कुठं आहे?

(पलंगावर जाऊन दोघेही झोपतात. बाहेरून काचेचे सामान फुटल्याचा आवाज येतो. दोघेही दचकून उठतात.)

बाजी : तुम्ही का? कोण आहे? बघता का? बघा बघा.

म्हाळसाबाई : नाही, नाही, तुम्ही जा.

बाजी : बरं. फुकट नाही इतके दिवस नमस्कार घातले. (परत आवाज होतो व दोघे अधिकच घाबरतात.)

म्हाळसाबाई : जा ना, जा लवकर.

(बाजीराव उसने अवसान आणून बाहेर जातात. सभोवार पाहून त्यांची गाळण उडते.)

बाजी : सॅबोटाज! सॅबोटाज! अरे बापरे! अहो, अहो, उठा. पळा, पळा. (म्हाळसाबाई येतात. मुलगी वरून हंडी फोडते. म्हाळसाबाई एकदम येऊन किंचाळतात.)

म्हाळसाबाई : बाई, बाई, बाई, काय हे? अगं बाई मेले! मेले!

बाजी : काय झालं? काय झालं?

म्हाळसाबाई : अहो, कुणी माझं टाळकं फोडलं!

बाजी : संतू – धोंडू – परस –

म्हाळसाबाई : मंजे – (सर्व गडी धावत येतात.)

संतू : कुठं आहे साप?

धोंडू : कुठं आहे किरडू?

बाजी : साप, किरडू काही नाही; त्या पोरीला शोधून काढा.

गडी : ताईसाहेबास्नी व्हय?

बाजी : ताईसाहेबास्नी नव्हे, ती पोरगी!

(सर्व गडी शोधू लागतात. मुलगी सापडते.)

बाजी : सापडली? आण, आण! वा रे, वा मुलगी! आत्ताच्या आत्ता हिला अनाथाश्रमात पोहोचवा आणि हे पाहा, माणसांनी नेहमी कायदेशीर असावं. पोरगी परत पोहोचल्याची अण्णांकडून पावती घेऊन या.

(३०)

(मनोहरच्या घरी शशी सिनेमाला जाण्याच्या तयारीत आहे.)

शशी : शकू, आपण सिनेमाला जायचं ना? इकडं ये, मी तुला बो बांधते.

शकू : मला बो नको. मला पातळ नेसव.

शशी : वा गंऽ वा! लहान मुली कधी पातळ नेसतात वाटतं?

शकू : (टाचा उंच करून) हे बघ, मी मोठी झाले.

शशी : याहून मोठी.

शकू : (खुर्चीवर चढून) ही बघ, मी मोठी झाले.

शशी : याहून मोठी झाली पाहिजेस.

शकू : (पलंगावर चढून) हे बघ, मी मोठी झाले. माझे अगदी चांदोबाला

हात लागतात.

शशी : हो, पण पातळ नेसायला याहून मोठं झालं पाहिजे.

शकू : याहून मोठी? आई मोठी असते; नाही का गं?

शशी : हो, म्हणूनच ती पातळ नेसते.

शकू : मग तू का गं पातळ नेसतेस? तू आई आहेस?

शशी : हो!

शकू : मग तुझं बाळ कुठं आहे?

शशी : माझं बाळ? कुणाला सांगू नकोस हं – माझं बाळ हे!

शकू : मग मी तुला आई म्हणू?

शशी : हो, म्हण!

शकू : आई!

शशी : पुन्हा म्हण.

शकू : आई!

शशी : पुन्हा म्हण.

शकू : आई! (मोटरीचा हॉर्न ऐकू येतो.)

शशी : हे आले वाटतं कोर्टातून! तू रेणूकाकडून बो बांधून घे हं. रेणूका, हिला बो बांध हं आणि तूही कपडे करून तयार राहा.

(शशी खाली जाते.)

मनोहर : शशी!

शशी : जायचं ना सिनेमाला?

मनोहर : हो.

शशी : मग बोलावू शकूला?

मनोहर : शकूला? थांब, मला तुझ्याशी थोडं बोलायचं आहे! (शशीला बाजूच्या खोलीत घेऊन जातो.) मी दोनच तिकिटं आणलीत. आपण दोघांनीच आज सिनेमाला जायचं.

शशी : आणि शकू?

मनोहर : शकू! शकूच्या नादात मला विसरत चाललीस तू. एका पोरक्या पोरीचं किती स्तोम माजवायचं? तिची पापी आई कुठंतरी मजेत असेल.

शशी : मनोहर –

मनोहर : हो, मजेत असेल आणि तू मात्र चोवीस तास – शकू! शकू! शकू! (शकू जिन्यावरून खाली येते.)

शकू : ए आई, ए आई, कुठं आहेस तू? आई –

मनोहर : आई? तुझी आई इथं नाही. किसन –
किसन : जी साब –
मनोहर : त्या आश्रमातल्या अण्णांकडे नेऊन पोहोचव हिला.
शशी : थांबा! शकू – (शकूला जवळ घेते.)
शकू : (रडत) मी अण्णांकडे जाऊ? हे तुझे नवे कपडे घे.
शशी : नको बाळ, ते तरी तुला राहू देत. चल, मीच तुला अण्णांकडे पोहोचवीन. चल तू माझ्याबरोबर. (शकूला घेऊन वर जाते.)

(मनोहर सिनेमाची तिकिटे फाडून टाकतो. दारावरची घंटा वाजते. बाजीराव व म्हाळसाबाई येतात.)

बाजी : ओऽ होऽ हो हो हो! वकीलसाहेब, आम्ही अगदी सहकुटुंब आलो आहोत. आयुष्यातला पहिला प्रसंग आहे हा!
म्हाळसाबाई : काय हे?
बाजी : काही नाही.
मनोहर : या, बसा. काय बाजीराव?

(३१)

(माडीवर शशी शकूला घेऊन बसली आहे.)

शकू : ते का गं तुझ्यावर रागावले? मी तुला आई म्हटलं म्हणून? तू रडू नकोस. मला अण्णांकडे पोहोचव.
शशी : शकू! (गोविंदपंत येतात.)
गोविंद : वहिनीसाहेब, रावसाहेबांनी तुम्हाला खाली बोलावलंय! (शशी शकूला गोविंदपंतांजवळ देते व खाली जाते.)
बाजी : वकिलीणबाई, नमस्ते!
मनोहर : शकूला न्यायला आलीत ही मंडळी!
शशी : शकूला न्यायला?
बाजी : हो, म्हणजे मी आता दत्तक बाप होणार म्हणानात!
म्हाळसाबाई : आणि मी दत्तक आई.
शशी : दत्तक आई?
मनोहर : (शशीला) कुठं आहे ती शकू?

(शकूला गोविंदपंत खाली घेऊन येतात.)

बाजी : बबडे, बबडे –
म्हाळसाबाई : माझं छबडं गं – माझं बबडं गं – माझं बबडं गं – (शकूला

शशीजवळून घेऊ लागते.)

शकू : मी नाही जाणार.

म्हाळसाबाई : असं काय बरं बाळ? का नाही यायचं माझ्याकडं? आता मी तुझी आई होणार. आता मीच तुझी आई. ये ना ये, ये.

शकू : तुम्ही नाही माझी आई.

म्हाळसाबाई : (शशीकडे) यांना विचार हवं तर –

शकू : (शशीला) होय, कोण माझी आई?

मनोहर : ह्या म्हाळसाबाई तुझी आई.

बाजी : हो, हो.

शशी : होय बाळ, ह्याच तुझी आई! जा त्यांच्याजवळ. (शकूला म्हाळसाबाईकडे देते.)

म्हाळसाबाई : होय बाळ, मीच तुझी आई. माझं बाळ तू.

बाजी : माझी बगडी तू – माझी छबडी तू.

म्हाळसाबाई : आता चला ना लवकर.

बाजी : हो, चला, चला. वकीलसाहेब, थँक यू. थँक यू. वकिलीणबाईसाहेब, नमस्कार, नमस्कार! चला. (जातात.)

शकू : आई! आ ऽऽऽ ई!

(शशी वर जाऊ लागते. एवढ्यात फोनची घंटा वाजते. मनोहर फोन घेतो.)

मनोहर : हॅलो, कोण? पोलीस हेडक्वार्टर्स! काय हो? अं? आताच पकडली? बालहत्येची केस! दॅट्स गुड. फार छान बातमी दिलीत बुवा. हं! आणि या म्हणे, समाजसेवा करण्यासाठी निघालेल्या संस्था! या सगळ्यांची ढोगं मला बाहेर काढायचीच आहेत. अं? हे पाहा, केस लवकर वर पाठवा. मी बोलेनच मॅजिस्ट्रेटशी. मला या वेळी असली केस पाहिजेच होती. चांगली गाजवायला मिळेल! पाहा तर कशा चिंधड्या उडवतो त्या! थँक यू! (फोन ठेवतो. शशी वर जाऊ लागते.)

मनोहर : शशी! (शशी थांबते.) बरं झालं, आपण त्या शकूला पाठवली. या आश्रमातल्या मुली केव्हा कुणाच्या तोंडाला काळं फासतील... आताच पोलिसांनी एक मुलगी पकडली. बालहत्या केली आहे तिनं.

शशी : आश्रमातली आहे ती?

(३२)

(बालहत्येच्या आरोपावरून पकडलेल्या गीताला तुरुंगात आणून ठेवतात.)

(३३)

(अनाथाश्रम. बाजीराव व म्हाळसाबाई शकूला घेऊन येतात.)

बाजी : अहो, मिस्टर अण्णा –

अण्णा : या, या सरदारसाहेब, बसा.

बाजी : आम्ही इथं बसायला आलो नाही.

म्हाळसाबाई : सांगायला आलो आहोत.

अण्णा : काय सांगणार आहात आपण?

बाजी : अगोदर हे आपलं सांभाळा बघू. (शकूला अण्णांच्या हवाली करतात.) त्याचं असं आहे अण्णा –

म्हाळसाबाई : सांगताय कशाला? ऐकलंच असेल की सारं गाव काय म्हणतं ते!

बाजी : हो, ऐकलंच असेल!

(३४)

(तुरुंगात फौजदार गीतेची तपासणी घेत आहेत.)

गीता : पुन्हा का आलात इथं?

इन्स्पेक्टर : न्यायासाठी.

गीता : न्याय-न्याय-न्याय! आणखी किती प्रश्न विचारणार आहात तुम्ही मला? आणखी किती छळणार आहात?

इन्स्पेक्टर : आमच्या प्रश्नांची उत्तरं मिळेपर्यंत.

गीता : हजारदा तुम्ही मला प्रश्न विचारलेत; हजारदा मी त्यांची उत्तरं दिली. मी अण्णांची मुलगी. आश्रमात वाढले, तिथंच लहानाची मोठी झाले, तिथल्या अनाथपणाला कंटाळले. तो तुरुंगवास नको म्हणून मी मूलसुद्धा मारलं, त्याला घेऊन मी जीव द्यायला गेले! पण तुम्हाला माझं तेवढंसुद्धा सुख पाहवलं नाही.

(३५)

(अनाथाश्रमाचे आश्रयदाते रागारागाने अण्णांकडे येतात.)

सर्व : कुठं आहेत अण्णा?

अण्णा : इथं आहे मी रावसाहेब.

रावसाहेब : हे धंदे करण्यासाठी आमच्याकडून फंड गोळा केलेत वाटतं?

दुसरे : ते काही नको. संस्थेला देणगी देणाऱ्यांच्या नावांचे जे बोर्ड आहेत, ते अगोदर काढा.

सर्व : हो, आमची बदनामी आम्ही मुळीच चालू देणार नाही.

अण्णा : लोकहो, थांबा! अगोदर सांगा, मी काय चूक केली? कोणता गुन्हा माझ्या हातून घडला?

तिसरे : आश्रमाचा कुंटणखाना झाला!

अण्णा : कुंटणखाना!

चौथे : कुंटणखान्याच्या दारावर आमची जाहिरात नको.

(लोक चिडून बोर्ड काढून टाकतात.)

रावसाहेब : वाईट वाटून घेऊ नका अण्णा; पण त्या बोर्डावरल्या नावामुळे आम्हाला कोर्टात यावं लागेल आणि तुमच्या या कारवायांत आमची मदत आहे, असं सिद्ध होईल.

पाचवे : काही झालं तरी आम्हाला अब्रू आहे; आम्हाला लौकिक आहे.

अण्णा : पण तुमची बेअब्रू व्हावी, तुमचा दुर्लौकिक व्हावा, असं मी काय केलंय?

रावसाहेब : ते उद्या मनोहर तुम्हाला कोर्टात सांगतील! बरं आहे, येतो हं!

पाचवे : हो, आमची नावं मात्र कोर्टात घेऊ नका आणि शक्य तर ही संस्था एकदम बंद करा कशी. पुष्कळ झालं!

रावसाहेब : हो, हवं कशाला हे विकतचं श्राद्ध! (सर्व जातात.)

लता : अण्णा!

अण्णा : लता –

लता : अण्णा, कोण हो हे? असं का हो करतात हे लोक?

अण्णा : लोक आहेत ते! लोक असेच असतात बाळ!

लता : आणि तरीही तुम्ही त्यांच्यावर प्रेम करता?

(दुसरा जनसमुदाय चिडून आश्रमावर चालून येतो.)

अण्णा : लता, शकूला घेऊन तू आत जा.

लता : मी राहू का तुमच्याजवळ?

अण्णा : नको बाळ, तू जा!

(लोक आश्रमावर शेणमारा करतात. दोन मवाली तर अण्णांवर दगडांचा मारा करतात. अण्णांना खोक पडते. मवाली पळून जातात. आश्रमातील बायका-मुले धावत अण्णांकडे येतात.)

लता : लागलं तुम्हाला?

अण्णा : नाही बाळ! लता, या मुलांबरोबर खेळ, शकूला खेळव. नानी, आश्रमाकडे लक्ष ठेव. (अण्णा आश्रमाबाहेर पडतात.)

(३६)

(मनोहरच्या घरी अण्णा येतात.)

अण्णा : शशी, शशी –

शशी : कोण, अण्णा?

अण्णा : शशी –

शशी : अण्णा, हे काय अण्णा?

अण्णा : माझ्या सतरा वर्षांच्या समाजसेवेचं हे बक्षीस!

शशी : थांबा, मला ते अगोदर रक्त पुसू द्या.

अण्णा : वाहू दे, तसंच वाहू दे. शरीराच्या जखमा जशा दिसतात, तशा मनाच्या दिसत असत्या तर –

शशी : असं का बोलता अण्णा?

अण्णा : का? तू अगोदर सांग, वकीलसाहेब कुठं आहेत?

शशी : बाहेर गेले आहेत ते. कोर्टात जाताना येतो म्हणालेत ते.

अण्णा : त्यापूर्वी मला तुला थोडं काही सांगायचं आहे.

शशी : बसा अण्णा.

अण्णा : आज मनोहरच्या कोर्टात केस सुरू होईल. मनोहर गीतेवर चार्ज ठेवील.

शशी : मला माहीत आहे, ते अण्णा.

अण्णा : मला गीतेची, तिच्या बेअब्रूची, तिला होणाऱ्या शिक्षेची – कशाचीही काळजी नाही मला. पण बाळ, स्त्रीच्या अब्रूपेक्षा संस्थेची अब्रू हजारपटींनी नाजूक असते. आश्रम – माझा आश्रम –

शशी : आश्रमाशी या केसचा काय संबंध? आश्रमाला काय होणार? अण्णा, आश्रमानं आजपर्यंत आंधळ्या रूढीशी टक्कर दिली, भयंकर दारिद्र्याशी टक्कर दिली, समाजाच्या तिरस्काराशी टक्कर दिली.

अण्णा : हो, आणि तरीही आश्रमानं आपलं डोकं वर ठेवलं; पण आता त्याला कायद्याशी टक्कर द्यायची आहे. मनोहरसारख्या कायदेपंडितांशी टक्कर द्यायची आहे. शशी, मनोहर कोर्टात आश्रमाचे धिंडवडे काढील, आश्रमाच्या तो चिंधड्या उडवील. शशी, आश्रमाकरिता तू काय करणार आहेस?

शशी : काय करू? काय करू मी अण्णा?

अण्णा : काहीही कर; पण त्यांचं मन वळवून –

शशी : त्यांचं मन वळवायचं?

अण्णा : हो.

शशी : त्यांचं एक मन फुलासारखं आहे; पण दुसरं मन –

अण्णा : बाळ, तूच असे हातपाय गाळल्यावर तुझ्या आश्रमानं कुणाच्या तोंडाकडे पाहायचं?

शशी : माझा आश्रम! होय, आश्रम माझाच आहे अण्णा! त्याच्या छायेतच मला विसावा मिळाला, त्याच्या सावलीतच माझं बाळ लहानाचं मोठं होत आहे. त्याच्यासाठी –

अण्णा : मनोहरला समजावून सांग, रुसून सांग, रागावून सांग; पण कोर्टात आश्रमावर शिंतोडा उडणार नाही, त्याला कलंक लागणार नाही, असं काही कर.

शशी : काय करणार मी अण्णा? मी दुबळी आहे!

अण्णा : शशी, तुझ्या शकूसारख्या अनेक अर्भकांची आश्रम ही आई आहे. बाळ, तू त्यांची आई हो, आश्रमाची आई हो! (मोटरचा हॉर्न वाजतो.)

(३७)

(न्यायमंदिरात गीतेवर खटला सुरू झाला आहे.)

मनोहर : आरोपीवर बालहत्येबद्दल इंडियन पीनल कोडच्या ३१५ कलमाखाली आणि आत्महत्येच्या प्रयत्नाबद्दल ३०९ कलमाखाली चार्ज ठेवण्यात आला आहे. या बाबतीतला सर्व साक्षीपुरावा कोर्टापुढं येईलच. फक्त एक गोष्ट नम्रपणे मी न्यायमूर्तींच्या नजरेला आणू इच्छितो. एका तरुण मुलीच्या हातून चुकून घडलेला गुन्हा असं या केसचं साधंसुधं स्वरूप नाही.

(वर्तमानपत्रात या खटल्यासंबंधी बातम्या प्रसिद्ध होत जातात.)

(३८)

(न्यायमंदिरात अण्णा साक्षीदाराच्या पिंजऱ्यात उभे आहेत. मनोहर त्यांची उलटतपासणी घेत आहे.)

मनोहर : पाच वर्षांपूर्वी तुम्ही मुंबईतील इसमाशी आश्रमातल्या एका सुंदर मुलीचं लग्न करून दिलंत, हे खरं आहे का?

अण्णा : हो.

मनोहर : त्या इसमाचा धंदा कुंटणखान्याला मुली पुरविण्याचा होता.

अण्णा : हो.

मनोहर : त्यानं तुम्हाला किती रुपये दिले?

अण्णा : (गोंधळून) रुपये?
मनोहर : त्यानं तुम्हाला किती रुपये दिले?
अण्णा : मला नाही – आश्रमाला.
मनोहर : किती रुपये दिले?
अण्णा : पाचशे.
मनोहर : 'दॅट्स ऑल.'

(३९)

(आश्रमातल्या एका बाईची मनोहर उलटतपासणी घेत आहे.)

मनोहर : बाई, तुम्ही आश्रमात काय करता?
दाई : दाईचं काम करते.
मनोहर : म्हणजे काय करता?
दाई : मुलांना दूध पाजते, बाळंतिणीकडे पाहते.
मनोहर : मग आश्रमातल्या सगळ्या बायकांना तुम्ही ओळखत असाल?
दाई : हो.
मनोहर : पाच महिन्यांपूर्वी सोयराबाई नावाची बाई तुमच्या आश्रमात आली होती?
मनोहर : म्हणजे तिच्या भावानंच आणून ठेवली होती.
दाई : हो.
मनोहर : भाऊच होता का तो?
दाई : असं सांगत होता तो.
मनोहर : अस्सं! बाळंत झाल्यावर काय केलं तिनं?
दाई : आपल्या मुलाला मारत होती ती.
मनोहर : अगदी ठार मारीत होती ना?
दाई : पण आपणाला कसं कळलं हे?
मनोहर : म्हणजे, आश्रमातली असली पापं तुम्ही कुणाजवळ बोलत नाही वाटतं?
दाई : छे, छे! मग आश्रमात येईल कोण?
मनोहर : बरोबर आहे. दॅट्स ऑल. (आश्रमाची ही विटंबना सहन न होऊन अण्णा तेथून बाहेर पडतात.)

(४०)

(मनोहरचे घर. शशी जिन्यातून घाईघाईने येते.)

शशी : गणू, तू कोर्टात जाऊन आलास?

गणू : नाही जी. का, जाऊन येऊ?

शशी : नको, जा तू. सासूबाई, आईचं मन आईलाच कळतं. तुम्ही तरी त्यांना सद्‌बुद्धी द्या. (अण्णा येतात.)

अण्णा : शशी – शशी –

शशी : कोण, अण्णा? काय झालं कोर्टात? काय करताहेत ते?

अण्णा : खून!

शशी : म्हणजे?

अण्णा : गीतेनं नुसतं मूल मारलं; पण मनोहर दया, माणुसकी ठार करीत आहे. चवताळलेल्या वाघाप्रमाणे तो कोर्टात मोकाट सुटला आहे.

(४१)

(न्यायमंदिरात दुसऱ्या एका आश्रमातल्या बाईची मनोहर उलटतपासणी घेत आहे.)

मनोहर : मग आश्रमात चालणारे हे अत्याचार, असली पापं बाहेर कुणालाच का बोलत नाही?

बाई : कसं बोलणार आम्ही?

मनोहर : का? तुम्हाला कुणी बोलू नका म्हणून सांगितलं होतं?

बाई : हो.

मनोहर : कुणी सांगितलं? बोला, कुणी सांगितलं?

बाई : अण्णांनी?

मनोहर : 'दॅट्‌स ऑल.'

(४२)

(मनोहरचे घर.)

अण्णा : शशी, जातो मी.

शशी : कुठं चाललात अण्णा?

अण्णा : आश्रमाची प्रेतयात्रा पाहायला.

शशी : शशी जिवंत असताना ते शक्य नाही!

(४३)

(न्यायमंदिरात न्यायाधीश येताच मनोहर आपल्या भाषणास प्रारंभ करतो.)

मनोहर : मिलॉर्ड आणि ज्यूरींतील सभ्य गृहस्थहो! आवेशानं एखादी बाजू मांडणं, हे सरकारी वकिलाचं काम नाही. न्यायदेवतेला न्याय देण्याच्या कामी मदत करणं, हेच त्याचं कर्तव्य आहे; पण

आजचा खटला नेहमीपेक्षा अगदी वेगळ्या तऱ्हेचा आहे. आपल्यापुढं आलेला बालहत्येचा गुन्हा पोटासाठी भटकणाऱ्या एखाद्या भिकारणीच्या हातून घडलेला नाही; कुंटणखान्याच्या घाणेरड्या वातावरणात वाढलेल्या एखाद्या बेछूट तरुणीच्या हातून तो झालेला नाही. सेवेचं कंकण हातात बांधणाऱ्या, पदोपदी त्यागाचा डांगोरा पिटणाऱ्या, पतितांच्या कैवाराची पताका मिरविणाऱ्या, अबलांच्या उद्धारासाठी अहोरात्र तळमळणाऱ्या एका पवित्र आश्रमातल्या मुलीचा हा गुन्हा आहे! दाईच्या साक्षीतला शब्दन्‌शब्द आपल्याला काय सांगतो? आश्रमात पापं लपविली जातात, गुन्हे छपविले जातात, आश्रमातल्या तरुण, सुंदर मुली पाचशे रुपड्यांसाठी बेदरकारपणे बदमाशांच्या हवाली केल्या जातात, अशी कबुली खुद्द अण्णांच्या साक्षीतून निघत आहे! आश्रमानं आजवर आश्रय दिलेल्या प्रत्येक पापी स्त्रीनं जगात आणखी शंभर पापांची भर घातली असेल. नको असलेला पोटचा गोळा गुप्तपणानं टाकून देण्याची राजरोस सोय असल्यावर कुठली स्त्री व्यभिचाराचं भय बाळगील? कुठली स्त्री नीतीची पर्वा करील? कोठल्या बाईला पापाची खंत वाटेल? असल्या बदफैली आईबापांच्या पोटी आलेल्या पोरांमध्ये सद्‌गुणांचे अंकुर कुठून असणार? असल्या संस्कारांत वाढलेली गीता आश्रमाबाहेर पडताच मिळेल त्या तरुणाबरोबर मजा मारू लागली. एकानं झिडकारताच दुसऱ्याच्या गळ्यात पडली. व्यभिचाराच्या चिखलात खोल-खोल रुतून बसली आणि शेवटी एका वेश्येच्या आश्रयाला जाऊन राहिली. तिला वाचविण्याकरिता अण्णांनी काय केलं? आश्रमानं काय केलं? उद्या ज्या असल्या गीता आश्रमाबाहेर पडतील, त्यांच्याकरिता आश्रम काय करणार आहे? मिलॉर्ड, गीतेच्या हातून बालहत्या चुकून झालेली नाही. पवित्र मातृपदाची आश्रमात चालणारी क्रूर विटंबना पाहतच ती लहानाची मोठी झाली. तिचं मन मरून गेलं. मिलॉर्ड आणि ज्यूरींतील सभ्य गृहस्थहो! व्यभिचारातून आलेलं मातृपद उदात्त असू शकत नाही. व्यभिचारी आई ही आई होऊ शकत नाही आणि म्हणूनच गीता गुन्हेगार असली, तरी तिला असली शिकवण देणारा आश्रम तिच्यापेक्षा शतपटीनं अधिक गुन्हेगार आहे. आश्रम व्यभिचाराला आश्रय देतो. असल्या आश्रमामुळंच एखाद्या साथीप्रमाणं व्यभिचार समाजात फैलावत आहे. असल्या आश्रमामुळंच पावित्र्याच्या कल्पनेकडे तरुण तुच्छतेने

पाहत आहेत. असल्या आश्रमामुळंच नीतीची पावलोपावली पायमल्ली होत आहे. म्हणून मी म्हणतो, या खटल्यात खरा गुन्हेगार आश्रम आहे. खरे गुन्हेगार आश्रमाचे चालक आहेत.

(आश्रमावर व अण्णांवर केलेले हे आरोप शशीला असह्य होऊन ती प्रेक्षकांमधून एकदम उठते.)

शशी : खोटं, खोटं! साफ खोटं आहे हे.

न्यायाधीश : कोण तुम्ही?

मनोहर : माझी पत्नी आहे ती.

शशी : आणि ज्या आश्रमावर आता इथं आग पाखडण्यात आली, त्या आश्रमाच्या सावलीत वाढलेली एक आईही!

मनोहर : आई!

शशी : हो, न्यायाला मदत करण्याकरिता मला काही सांगायचं आहे.

मनोहर : मिलॉर्ड, अशी परवानगी देणं कायद्याला सोडून आहे.

आरोपीचे वकील : मिलॉर्ड, न्यायाला अडथळे करण्याकरिता कायदे नसतात. या बाईंना बोलायला परवानगी द्यावी, अशी न्यायमूर्तींना माझी विनंती आहे.

मनोहर : ही विनंती न्यायमूर्तींनी मान्य करू नये. याला माझा विरोध आहे.

न्यायाधीश : या खटल्याला तुम्ही सामाजिक स्वरूप दिल्यामुळं तुमच्या भाषणातील मूळ आरोपाला लागू नसणाऱ्या गोष्टींना मी हरकत घेतली नाही. तुम्हाला दिलेल्या सर्व सवलती न्यायासाठी मला इतरांनाही देणं भाग आहे. बाई, तुम्हाला काय सांगायचं असेल, ते सांगा.

शशी : मला कायदा कळत नाही; माणसांची सुखदु:खं तेवढी कळतात. माझं हृदय उघडून तीच आता मी सांगणार आहे. आश्रमानं आईच्या मायेनं मला पोटाशी धरलं नसतं, तर तीन-चार वर्षांपूर्वीच माझं प्रेत पोलिसांना सापडलं असतं. सतरा-अठरा वर्षांची असेन मी तेव्हा. गोडगोड स्वप्नांचा काळ होता तो. प्रेमाच्या कविता गाता-गाता मीही नकळत प्रेम करू लागले. पहिल्या प्रेमाच्या गुंगीत आम्ही दोघं बेभान होऊन गेलो, आपल्या मर्यादा विसरलो. फार मोठी चूक होती ती. मी आई होणार, हे गुपित ज्या दिवशी मी सांगणार होते, त्याच दिवशी रवींद्र पकडला गेला.

मनोहर : रवींद्र?

लोक : कोण – रवींद्र?

शशी : हो, रवींद्र! एका दिवसात पुढं माझं जग बदललं. कुमारी माता

म्हणून जो-तो मला महारोग्याप्रमाणं टाळू लागला; दूर लोटू लागला. ज्या बंगल्यात कुत्र्या-मांजरांनासुद्धा पक्वान्नं चारतात, तिथं मला शिळा-पाका भाकरीचा तुकडासुद्धा मिळाला नाही. दगडाची उशी करून रात्रीच्या रात्री मी रस्त्याच्या कडेला रडत काढल्या. जिकडंतिकडं बंद दारं मला दिसत होती. एक दार मात्र उघडं होतं – मरणाचं! त्या दारापर्यंत मी गेले. पुढं जायचा धीर होईना मला. मी फिरून मागं वळून पाह्यलं. एका कोपऱ्यातलं एक उघडं दार मला प्रेमानं बोलवीत होतं. ते दार अण्णांच्या आश्रमाचं होतं. अण्णा! माझ्यासारख्या कितीतरी दुर्दैवी मुलींचा पुनर्जन्म तुमच्या आश्रमात झाला आहे. कितीतरी तान्ह्या बाळांना दूध मिळावं म्हणून अण्णा, एकेक दिवस तुम्ही उपाशी राहिला आहात. गीताताई, अण्णांनी तुझ्या सुखाचा बळी दिला. पण तो कुणासाठी? जगानं लाथाडलेल्या अनाथ, दुबळ्या जिवांसाठी! त्यांच्या निष्पाप, चिमण्या बाळांसाठी! उंची कपड्यालत्त्यांचा तुझा हट्ट त्यांनी पुरवला नाही. माझ्यासारख्या आयांच्या फाटक्या अब्रूवर पांघरूण घालायचं होतं त्यांना. ताई, तू मला राक्षसीण म्हण, माझ्या बाळाला दुष्ट म्हण; पण अण्णांना –

गीता : अण्णा दुष्ट नाहीत... अण्णा गुन्हेगार नाहीत.

शशी : अण्णा पवित्र आहेत. आश्रम पवित्र आहे. माणुसकीचं पवित्र मंदिर म्हणून जगानं आश्रमाला मान दिला असता, तर गीता गुन्हेगार झाली नसती. श्रीमंतांनी, कुलीन म्हणविणाऱ्यांनी अनाथ म्हणून आश्रमातल्या मुलांना हिणवलं नसतं. कुमारी मातेकडं समाजानं दयेनं पाह्यलं असतं, तर माझ्या शकूला सोडून मनोहरांजवळ जाण्याचा गुन्हा मी केला नसता. आज ना उद्या माझं रहस्य मनोहरना सांगता येईल, ते उदार मनानं मला क्षमा करतील, माझ्या बाळाला पोटाशी धरतील, या वेड्या आशेला बळी पडले मी. क्षमा करा मला. मी पत्नीचा धर्म विसरले नाही; पण पत्नीच्या धर्मापेक्षा आईचा धर्म मोठा आहे. आज तुमची आई इथं असती, तर... क्षमा करा. मी तुम्हाला सुखी करू शकले नाही... आता माझ्या बाळाला तरी... शकू – शकू!!

(शकूला घेऊन जाते. मनोहर तिकडे पाहत राहतो. रवींद्राचे उद्‌गार त्याला ऐकू येतात. 'आयुष्य हा नुसत्या बुद्धीचा खेळ नाही. कायद्याच्या कलमांनी आयुष्याचा अर्थ लागत नाही; तो भावनेनंच लावावा लागतो.')

मनोहर : मिलॉर्ड, आता कोर्टापुढं आलेल्या गोष्टींमुळं माझं मन सुन्न होऊन गेलं आहे. या खटल्याचं काम पुढं चालवायला मी असमर्थ आहे. मी हा खटला सर्वस्वी न्यायमूर्तींवर सोपवतो.

न्यायाधीश : आता कोर्टात घडलेली घटना इतकी विलक्षण आणि विस्मयजनक आहे, की या मन:स्थितीत कोर्टाचं काम पुढं चालू ठेवणं मला इष्ट वाटत नाही; म्हणून हा खटला मी उद्यापर्यंत तहकूब ठेवतो.

(४४)

(शशी शकूला घेऊन बागेतील महात्मा गांधींच्या पुतळ्याजवळ येते. इतक्यात मनोहर तिथे येतो.)

प्रेमस्वरूप आई! वात्सल्यसिंधू आई!
तूझा विदेह आत्मा माझ्या फिरे सभोंती
अव्यक्त अश्रुधारा; की तीर्थरूप होती!

मनोहर : शशी –

शशी : मनोहर, क्षमा करा मला. मी तुमच्या आयुष्यात यायला नको होतं; पण जगाकडून अनाथ, पापी असं म्हणून घेत माझी शकू— माझं बाळ- मोठं व्हायला नको होतं. या अफाट जगात माझे मनोहर एकटे, उदास, दु:खी राहायला नको होते मला. क्षमा करा मनोहर, मी दोघांनाही सुखी करायला गेले आणि आज तुम्हाला दु:खी मात्र करून चालले आहे मी. (शकूला घेऊन जाऊ लागते.)

मनोहर : शशी, कुठं चाललीस तू?

शशी : दूर —माझ्यामुळं तुम्हाला लागलेल्या कलंकाची कुणाला आठवणसुद्धा होणार नाही, इतक्या दूर जाणार आहे मी.

मनोहर : शशी, पण तुझं जग आता दोघांचं नाही; ते तिघांचं आहे.

शशी : म्हणजे—

मनोहर : तू माझी आहेस! शशी, तू माझी आहेस. मग तुझं बाळ ते माझं बाळ नाही का?

शशी : मनोहर!

मनोहर : (शशीकडून शकूला घेत) होय, माझं बाळ!

— समाप्त —

सोनेरी सावली

रघुवीर चित्र निकेतन

सोनेरी सावली

निर्माता – दिग्दर्शक : सी. रघुवीर

कथा-पटकथा-संवाद : वि. स. खांडेकर **कला** : बाबूराव पोकळे

पद्य : राजा बढे	रंगभूषा : के. बी. मोरे
संगीत : डी. पी. कोरगांवकर	वेशभूषा : फ्रान्सिस फर्नांडिस
छाया : एम. एन. कुळकर्णी	प्रसिद्धी चित्रकार : टेमगिरे, आठले
ध्वनी : एस. आर. मेहरा : पंचोली	स्थिरचित्रण : ए. आर. अमीन
निर्मितिप्रमुख : कमलनाथ दिवाडकर	रसायन : गजाननराव पै / नारायणराव दुकले
संकलन : वसंत सुळे	

सहायक

दिग्दर्शन : बाबू पेडणेकर, रामदत्त पाटील	चित्रकार : प्रेमचंद शर्मा
ध्वनी : वीरेंद्र गांधी, रामन	संकलन : विश्वकांत शेट्ये, एकनाथ शिंदे
छाया : बाळ जयकर, नरिमन कोतवाल, दारा इंजिनियर, मधु साने, एस. व्ही. ढोले	संगीत : डी. सुमंतराज, शाम कांबळे,
वेशभूषा : रामदास भटकळ	कला : पांडुरंग लोंढे, केशवराव मिस्त्री
रंगभूषा : पांडुरंग भोळे	

निर्मितिस्थळ

अशोक स्टुडिओ, अंधेरी / मूव्ही आर्ट सेंटर, ताडदेव

रसायन क्रिया

मिस्त्री आणि कंपनी, मुंबई नं. ७

कलाकार

मीनाक्षी, चित्रा, हिरा सावंत, कृष्णराव चोणकर, मनोहर घारपुरे, विजया गुप्ते, ओंकार देवासकर, वसंत इनामदार आणि राजा नेने.

सोनेरी सावली

वि. स. खांडेकर

– मुख्य पात्रे –

१) बाळासाहेब	:	(वकील)
२) सुनंदा	:	(पत्नी)
३) दिगंबर	:	(कारकून)
४) लक्ष्मी	:	(पत्नी)
५) ब्रह्मानंद	:	('आत्मकल्याण'चा पुरस्कर्ता)
६) उर्वशी	:	(नर्तकी आणि ब्रह्मानंदाची शिष्या)
७) श्रीकांत	:	(श्रीमंत, सर्व काही पचविणारा – 'आराम'चा मालक आणि ब्रह्मानंदाचा सांप्रत आश्रयदाता)
८) माया	:	(बाळासाहेबांची लहानपणी हरवलेली बहीण)
९) रामेश्वरय्या	:	(मायाचा पालनकर्ता)
१०) दादा	:	(देशभक्त आणि सुनंदाचा पिता)

सोनेरी सावली

कथासार

बाळासाहेब व त्यांची पत्नी सुनंदा आपल्या नव्या बंगल्यात राहू लागले आहेत. या दिवसांचा बाळासाहेबांना मोठा आनंद व अभिमान वाटतो आहे; कारण अत्यंत प्रतिकूल परिस्थितीशी झगडून हा सोनेरी दिवस उगवलेला आहे. बाळासाहेब तेरा वर्षांचे होते; तेव्हा त्यांचे वडील वारले. वडिलांच्या निधनानंतर पैशांच्या आमिषाने नातेवाइकांनी आईला घराच्या बाहेर काढले. बाळूशिवाय माया नावाची सात-आठ महिन्यांची मुलगी तिच्या पदरात होती. ती मुलांना घेऊन कशीतरी गुजराण करत असे; पण प्रकृती, नातेवाईक आणि समाज तिला काही साथ देत नाहीत. दारिद्र्याचा कळस होतो. जगणं नाकी नऊ येतं. एके दिवशी ती मायाला दारात भिक्षा मागण्यासाठी आलेल्या संन्याशाच्या हवाली करून आत्महत्या करते.

या अफाट जगात बाळू एकाकी पडतो. ना कुणाचे साह्य ना कुणाची सहानुभूती; पण तो जात्याच बुद्धिमान व हिंमतबाज असतो. प्रतिकूल परिस्थितीस तोंड देत पदवीधर होतो. शिक्षकाची नोकरी धरतो. कायद्याचा अभ्यास करतो. वकील होतो. ज्या दारिद्र्यापायी आपल्या कुटुंबाची त्रिस्थळी यात्रा झाली, त्या दारिद्र्याचा सूड घेण्याच्या महत्त्वाकांक्षेने प्रेरित होऊन, तो रात्रंदिवस काम करतो. कायद्याचा कीस पाडतो व लवकरच श्रीमंत फौजदारी वकील म्हणून ख्याती पावतो. पैसा हेच त्याचं सर्वस्व होतं.

बाळासाहेबांचा सुनंदाशी विवाह होतो, तेव्हा ते शिक्षक असतात. सुनंदा ही दादांची मुलगी. दादा थोर गांधीवादी कार्यकर्ते. ते १९२० च्या सत्याग्रहात कॉलेज सोडतात नि तुरुंगात जातात. तुरुंगातून सुटून आल्यावर ते आपल्या गावी येऊन स्थायिक होतात. लोकांची सेवा करतात. त्यागी वृत्ती, साधी राहणी स्वीकारून उर्वरित आयुष्य सुखा-समाधानाने कंठत राहतात.

सुनंदा आपल्या नव्या घरी सत्यनारायण पूजा करण्याचा घाट घालते. बाळासाहेब नित्याप्रमाणे आपल्या कोर्ट केसच्या कामात व्यग्र असतात. तेवढ्यात त्यांचा एक अशील श्रीकांत, त्यांना आपल्या नव्या 'आराम' बंगल्यात होणाऱ्या आध्यात्मिक समारंभाचे निमंत्रण देण्यासाठी येतो. समारंभास बाळासाहेबांनी सपत्निक येण्याचा आग्रह तो करतो. ब्रह्मानंद नावाचे आत्मकल्याण योगी आपल्या दौऱ्यात 'आराम' बंगल्यात मुक्काम करणार असतात. त्या निमित्ताने होणाऱ्या समारंभाचे प्रमुख पाहुणे म्हणून बाळासाहेबांनी यावं, असा श्रीकांत हट्ट धरतो. श्रीमंत माणसांना हेरून

त्यांना आपलंसं करण्याचा श्रीकांतचा नेहमीचाच उद्योग असतो.

बाळासाहेबांचा गरीब दिवाणजी दिगंबर स्वामी ब्रह्मानंदांचे प्रवचन ऐकतो. आणि प्रभावित होतो. पत्नीच्या डोळ्यास डोळा लावणेही आता त्याला कठीण होऊन बसते. स्वामीजींच्या साह्याने जगाचे गूढ प्रश्न सोडवू शकण्याची तो शक्यता अनुभवीत असताना दुसरीकडे शब्दकोडे सोडवीत बसलेल्या बायकोस अडलेला साधा शब्द मात्र तो सांगू शकत नाही.

एके दिवशी मध्यरात्रीची गोष्ट. बाळासाहेब आपल्या कामात व्यग्र आहेत. सुनंदास आज काही केल्या झोप येत नव्हती, म्हणून ती अंगणात येरझाऱ्या घालत आहे. लग्न होऊन अनेक वर्षे उलटली तरी आपणास अपत्य नसल्याचं शल्य तिला डाचत आहे. देवांनी दोन-तीन मुलं दिली असती, तर हे सुनं घर भरून पावलं असतं... तिच्याकडे मुलामुलींचे ट्रंकभर कपडे पडून असतात. या साऱ्या मनोरथात ती गुंग असताना बाळासाहेब काम आवरून येतात. ती आपली खंत त्यांच्याजवळ व्यक्त करते 'आपण किती दुर्भागी...' तेवढ्यात तिला बाळासाहेबांच्या हरवलेल्या बहिणीची – मायाची आठवण येते. 'मायाचे आपण लग्न केले असते, तिला मुले-बाळे झाली असती, तर आपला बंगला गजबजून गेला असता!'

सुनंदा अशा आंतरिक तगमगीत असतानाच तिचे वडील आजारी असल्याची तार येते. वडिलांना भेटण्यासाठी जात असताना गाडीत शेजारी बसलेल्या एका विधवेशी तिचा परिचय होतो. बोलता-बोलता ती विधवा आपली कर्मकहाणी तिला सुनावते. तिच्या नवऱ्याच्या विम्याची रक्कम तिच्या दिराने लुबाडलेली असते. त्या दिराचे वकीलपत्र बाळासाहेबांनी घेतलेले असते; म्हणून बाळासाहेबांच्या नावे ती विधवा बोटे मोडते. 'तो सुखी होणार नाही, त्याची मुले-बाळे जगणार नाहीत,' अशी शापवाणी तिच्या तोंडून वैतागाने बाहेर पडते. आपला नवरा इतक्या अन्यायाने पैसा मिळवीत असेल, याची कल्पना नसलेल्या सुनंदेला ती शापवाणी असह्य होते. अर्ध्यावरूनच ती घरी परतते. गाडीत घडलेली हकिगत बाळासाहेबांना निवेदन करते; पण पैसा हेच ध्येय असलेल्या बाळासाहेबांना सुनंदेच्या नीतीविषयक भाष्याचे काहीसुद्धा वाटत नाही. या प्रेमळ पतिपत्नीत त्या वेळेपासूनच दुरावा निर्माण होऊ लागतो.

सुनंदाचे वडिलांना आपण शेवटच्या घटका मोजत असल्याची जाणीव होते. जीवनाच्या इतिकर्तव्यतेमुळे ते कृतकृत्य असतात. संध्याकाळच्या एका निवांत वेळी घराच्या मागे असलेल्या अंगणात फिरत असताना एका सतीच्या समाधीजवळ विसावतात. दादा सुनंदाला सती स्मारकाविषयी समजावतात. तेव्हा तिच्या लक्षात येतं की, मानवी मूल्यांना जीवनात असाधारण महत्त्व असतं.

त्याच वेळी रामेश्वरय्या नावाचा एक गरीब मद्रासी वृद्ध गृहस्थ त्या शहरात

येतो. त्याच्याबरोबर एक तरुण मुलगी असते. एका धर्मशाळेत ते उतरलेले असतात. आजारी रामेश्वरय्यासाठी काही मदत मिळते का, हे पाहण्यासाठी बाहेर गेलेली ती मुलगी बेपत्ता झालेली असते. तिचा शोध करीत-करीत हैराण झालेला रामेश्वरय्या शेवटी बाळासाहेबांकडे येतो. त्या वेळी बाळासाहेब श्रीकांत नावाच्या आपल्या एका श्रीमंत मित्राकडे गेलेले असतात. रात्र झाली तरी बाळासाहेब आले नाहीत, म्हणून रामेश्वरय्याला घेऊन सुनंदा श्रीकांतच्या घरी जाते. ते दोघेही घराजवळ येतात तोच श्रीकांतच्या घराच्या माडीवरील खिडकीतून एक मुलगी खाली उडी टाकते आणि ही मुलगी म्हणजे माया असते.

सुनंदा मायाला दवाखान्यात घेऊन जाते. ती परत येते, तेव्हा ती श्रीकांतला आपल्या नवऱ्याबरोबर पाहते. नवऱ्याने श्रीकांतचे वकीलपत्र घेतलेले असते. सुनंदा निष्पाप व गरीब मायाची बाजू घेते. बाळासाहेब सुनंदास त्याबद्दल जाब विचारतात. आपला तिच्याशी सुतराम संबंध नसल्याचे समजावतात. बाळासाहेब श्रीकांतची केस लढवितात. आपले सर्वस्व पणास लावून त्याला निर्दोष मुक्त करतात. माया खजील होते. ती आपल्या वडिलांसह शहर सोडायचा विचार करते. रामेश्वरय्या निरोप घेण्यासाठी म्हणून मायासह सुनंदाकडे येतात. तेथील बघे तिच्याकडे अंगुलिनिर्देश करीत राहतात. ती बेचैन होऊन त्या जमावातून तोंड लपवून पळ काढते. समोर अंधार असतो. अंधारच तिचा आधार होतो.

रामेश्वरय्या आपण या शहरात येण्याचे प्रयोजन सुनंदास सांगतो. मायाच्या दंडावरील गोंदणाची खूण सांगतो. तेव्हा तिच्या लक्षात येतं की, ही तर बाळासाहेबांची हरवलेली बहीण माया! ते मायास आणण्यासाठी पुढे सरसावतात; परंतु, ती त्यांना मृतावस्थेत आढळून येते. बाळासाहेबांना पश्चात्ताप होतो. व्यवसायातही नीतिमूल्ये पाळली पाहिजेत, याची त्यांना जाणीव होते. ते सुनंदास म्हणतात, 'मला क्षमा कर. मायाच्या मृत्यूने मला बरंच काही शिकवलं. कुठल्याही माणसास कुणाच्या अश्रूंच्या मोबदल्यात सुख मिळवायचा अधिकार नाही.'

* * *

दृश्य रचना

Titles Fade in

टायटल्स संपल्यावर –

Exterior

(०१)

मोटरमधून बाळासाहेब, त्यांची पत्नी सुनंदा उतरतात. दिगंबर (कारकून) घाईघाईने त्यांच्या पुढे जातो आणि दाराचे बंद असलेले कुलूप उघडू लागतो. त्याच वेळी घराची पाटी आपले लक्ष वेधते.

Mix

वास्तुशांती होऊन गेली, असे दाखविणारी तोरणे दरवाजावर आहेत. दरवाजे उघडे आहेत.

Cut

पहिला दिवस – (०१) (अ)

(बाळासाहेबांचे घर)

बाळासाहेब सुनंदेला घर दाखवीत आहेत. ते देवघरात येतात. बरोबर दिगंबर आहे. संभाषण चालू आहे. इतक्यात दारावरची घंटी वाजते. दिगंबर जातो. सुनंदा सत्यनारायण करण्याची सूचना करते. दिगंबर येऊन पक्षकार आल्याची वर्दी देतो.

(०१) (ब)

(बाळासाहेबांची बैठकीची जागा)

बाळासाहेब आल्यावर पक्षकार उठतो. केसबद्दल बोलणे होते. 'काही काळजी करू नका,' असे आश्वासन बाळासाहेब देतात.

Inter Cut

(०१) (क)

(देवघराजवळ)

दिगंबरला सुनंदा त्याच्या पत्नीला सत्यनारायणाच्या दिवशी मदतीसाठी लवकर पाठविण्यास सांगते.

(०१) (ड)

(बैठकीची जागा)

पक्षकाराजवळ बोलत असताना मोटारीचा हॉर्न ऐकू येतो. निमिषार्धात दिगंबर येऊन श्रीकांत आल्याची वर्दी देतो. पाठोपाठ श्रीकांत येतो. पक्षकार रजा घेतो. श्रीकांतचा 'आराम' नावाचा बंगला असतो. त्या ठिकाणी मोठमोठे लोक राहावयास येतात. 'आत्मकल्याण' ह्या तत्त्वाचा पुरस्कार करणारे ब्रह्मानंद नावाचे योगी ह्या बंगल्यात राहण्यास येणार असतात; म्हणून बाळासाहेबांना सन्माननीय पाहुणे म्हणून येण्याचे आमंत्रण करतो. बाळासाहेब त्याची टिंगल करतात. श्रीकांत ब्रह्मानंदाचे तत्त्वज्ञान सांगावयास लागतो.

Quick Dissolve

दुसरा दिवस – (०२)

('आराम'चा दिवाणखाना)

ब्रह्मानंद आपल्या तत्त्वावर प्रवचन देत आहेत. बाळासाहेब, दिगंबर, सुनंदा, श्रीकांत वगैरे मंडळी ऐकत आहेत. ब्रह्मानंद प्रवचन संपताच तडक आत जातो. सर्व मंडळी कुजबुजू लागतात.

(०२) (अ)

(आतील बाजू)

ब्रह्मानंद आणि उर्वशी. कॉफीपानाचा प्रसंग.

(०२) (ब)

(दिवाणखाना)

दिगंबरला एक माणूस हलवून भानावर आणतो. दिगंबरला ह्या तत्त्वज्ञानाचे कोडे उलगडत नाही.

Mix

(०३)

(दिगंबरचे घर) (स्वयंपाकघर) (संध्याकाळ)

लक्ष्मी कोंडे सोडवीत असताना चूल फुंकत असते. दिगंबर येतो. लक्ष्मी त्याची हजेरी घेते. दिगंबर आस्तेच सत्यनारायणाचे निमंत्रण सांगतो. (त्याचे

घड्याळाकडे लक्ष जाते.)

Dissolve

(०४)

(त्याच रात्री १२ वाजता) (बाळासाहेबाची बैठकीची जागा) बाळासाहेब कामाचे कागद पाहत आहेत. त्याच वेळी –

(०४) (अ)

(शयनगृह)

सुनंदा अस्वस्थतेने येरझाऱ्या घालीत आहे. नव्या घरात तिला झोप लागत नाही. ती ट्रंक उघडते. तीमध्ये लहान मुलाचे व मुलीचे कपडे व भरतकाम केलेले लहान मुलाचे चित्र असते. तिच्या मनाला हुरहूर लागते. ती गाऊ लागते. (गाणे नं. १) (सुनंदा) बाळासाहेबांची चाहूल लागताच ती झोपेचे सोंग घेते. आई व बहिणीच्या आठवणी निघतात. हातावरील खूण वगैरे... शेवटी ते लहान मुलाचे चित्र भिंतीवर लावण्याचे ठरते.

Fade Out

दिवस तिसरा – (०५)

(बाळासाहेबांचे घर - संध्याकाळची वेळ.)

Fade in

भटजी सत्यनारायणाची तयारी करीत आहे. इतक्यात बाळासाहेब कोर्टातून येतात. सुनंदा पूजेला बसावयाचे आहे म्हणून आठवण करून देते. बाळासाहेब सांगतात – आज केस जिंकली आहे म्हणून पूजेला बसणारच. पूजेच्या साहित्यात मध नसल्यामुळे दिगंबराची त्रेधा उडते.

Quick Dissolve

भटजी पूजा सांगत आहे. सुनंदा-बाळासाहेब कथा ऐकत बसले आहेत. इतक्यात दारावरची घंटी वाजते. दिगंबर बाहेर जातो. तार घेऊन येतो. बाळासाहेबाला वाटते, पक्षकाराची तार आहे. तो वाचावयास सांगतो. दिगंबर वाचतो. सुनंदाचे वडील – दादा – गावी आजारी असतात. पूजा अर्धवट सोडून सुनंदा जायला तयार होत नाही.

Dissolve

(०६)

(त्याच रात्री – स्टेशन)

सुनंदा सेकंड क्लास लेडीज कंपार्टमेंटमध्ये बसलेली असते. दिगंबर सर्व्हंट्स कंपार्टमेंटमध्ये बसणार आहे, असे बाळासाहेब सांगतात. ती एकटी असल्यामुळे अस्वस्थ होते व दुसऱ्या स्टेशनवर उतरते. दिगंबर येतो. ती तिसऱ्या वर्गाच्या बायकांच्या डब्यात बसण्याची इच्छा दर्शविते. थर्ड क्लास डब्यामध्ये सर्व माणसे झोपलेली आहेत. एका कोपऱ्यात एक तरुण विधवा लहान मुलाला घेऊन बसली आहे. सुनंदा तिची चौकशी करते. ती आपल्या केसबद्दल सांगते आणि 'बाळासाहेब वकिलाचे नि:संतान होवो', असे म्हणते. ती आत्महत्येशिवाय गत्यंतर नाही, असे सांगते. इतक्यात गाडी थांबते. सुनंदा उतरून दिगंबरकडे जाते. केसबद्दल विचारते आणि सामान बाहेर काढ, आपणास परत जायचे आहे, असे सांगते.

Quick Fade Out

(०७)

(बाळासाहेबांची बैठकीची जागा – मध्यरात्र)

बाळासाहेब कॉफी पीत कामाचे कागद चाळीत आहेत. इतक्यात घंटी वाजते. नोकर दरवाजा उघडतो. सुनंदा येते. ती बाळासाहेबांना जाब विचारते. तिला चांगला वकील मिळाला नाही म्हणून ती हरली, असे सांगते. पैशाबद्दल व मास्तरकीबद्दल बोलणे होते आणि शेवटी तो मोटरने जायला सांगतो.

Fade Out

दिवस चौथा – (०८)

Fade in

खेडेगावच्या वातावरणाची दृश्ये. त्यातून शेवटी एक बैलगाडीवाला लावणीची लकेर मारतो.

(०८) (अ)

(सतीची समाधी)

दादा आणि सुनंदा त्या जागी येतात. दादा तुकारामाचा अभंग गुणगुणतो व आपले तत्वज्ञान सांगतो.

Fade in

(०९)

(धर्मशाळा – वेळ दुपारची)

रामेश्वर आणि माया धर्मशाळेत असून, प्रवासाच्या त्रासाने आणि वृद्धत्वामुळे तो फार थकून गेला आहे, शिवाय थंडीवाऱ्यामुळे आजारी आहे. रामेश्वराला माया ही मुलगी संन्याशाने दिलेली असून, ती कोणत्या गावची आहे, हे रामेश्वराला माहीत असून, आपल्या वृद्धत्वामुळे त्या मुलीचे पालनपोषण आणि संरक्षण ह्यापुढे आपणाकडून होणे शक्य नाही, तरी त्या मुलीच्या माणसांचा शोध घेण्यासाठी तो तिला घेऊन ह्या गावी आला असून, धर्मशाळेत उतरला आहे. माया काहीतरी उद्योग मिळविण्यासाठी बाहेर पडते.

(०९) (अ)

Fade in

(गावचा रस्ता)

माया गावामधल्या रस्त्यामधून हिंडत असते.

(१०)

(बाळासाहेबांच्या बंगल्याची पुढची बाजू. वेळ : संध्याकाळ.)

माया काही अपेक्षेने त्या बंगल्याकडे पाहून त्या बंगल्याच्या मागील दारी जाते.

(१०) (अ)

(बंगल्याची मागील बाजू. वेळ : संध्याकाळ.)

बंगल्याच्या मागील बाजूस लक्ष्मी आणि दिगंबर शब्दकोड्यासंबंधी वादविवाद करीत असतात. त्याच वेळी माया येऊन आपली करुण कहाणी सांगते. परंतु, तिच्या बोलण्यावर लक्ष्मी आणि दिगंबर ह्या दोघांचा विश्वास बसत नाही.

(११)

(बाळासाहेबांची बैठक. वेळ : संध्याकाळ.)

श्रीकांत बाळासाहेब यास ब्रह्मानंदस्वामींच्या व्याख्यानास येत नाहीत याबद्दल विचारपूस करीत असून, त्या बोलण्यात ते दोघे पापपुण्याचा, बऱ्यावाईटाचा ऊहापोह करतात. उदईक श्री ब्रह्मानंदांची पटशिष्या उर्वशी हिच्या पारमार्थिक नृत्याच्या कार्यक्रमात बाळासाहेब यांनी जरूर यावे, असा श्रीकांत बाळासाहेब यास आग्रह करतो. निदान एक करमणूक या भावनेने बाळासाहेब

श्रीकांतचे आमंत्रण स्वीकारतात.

(१२)

(बाळासाहेबांच्या बंगल्याची बाहेरची बाजू. वेळ : संध्याकाळ.)

श्रीकांत आपल्या मोटरीत बसण्यासाठी बंगल्याच्या आवाराबाहेर पडल्याबरोबर त्याला जरा जवळच माया उभी असलेली दिसते. त्या मुलीबद्दल काही अंत:कोपी हेतू मनात भरून तो मायेला बोलावून तिची विचारपूस करतो. माया आपली हकिगत सांगते. श्रीकांत तिला संरक्षण देण्याचे आश्वासन देतो आणि सगळी चिंता दूर होणार, ह्या एकमेव भावनेने माया श्रीकांतच्या मोटरीत बसून श्रीकांतबरोबर जाते.

Dissolve

(१३)

('आराम'ची बाहेरची बाजू – दिवेलागणीची वेळ)

श्रीकांत आणि माया त्या बंगल्याच्या आतील दालनातून वर जातात. त्याच वेळी आत्मकल्याणचे लोक आणि इतर शिष्यगण आत-बाहेर, जात-येत असतात. ब्रह्मानंद आशीर्वाद देतो. प्रार्थना.

(१४)

(धर्मशाळा – रात्रीची वेळ)

रामेश्वर मायाची वाट पाहत उभा असतो. रात्र फार झाली असल्यामुळे मायाची त्याला फार काळजी लागली असून, त्यामुळे तो फारच अस्वस्थ आणि बेचैन झालेला आहे. त्याला त्याच वेळी एक मुलगी रस्त्याने जाताना दिसते. ती माया आहे असे समजून तिला 'माया', 'माया' म्हणून तो कळवळून हाक मारतो.

(१५)

(वेळ रात्रीची – 'आराम'मधील श्रीकांतची खासगी जागा)

मायाच्या बापाच्या शोधार्थ श्रीकांत गेला असून, तो अजून का आला नाही म्हणून ती अस्वस्थ झालेली असते. त्याच वेळी तिला श्रीकांतच्या मोटरीचा हॉर्न ऐकू येतो.

(१५) (अ)

('आराम'ची बाहेरील बाजू – वेळ रात्रीची)

मोटर थांबते. श्रीकांत मोटरीतून एकटाच उतरतो.

(१५) (ब)

(वेळ रात्रीची – खासगी जागा)

श्रीकांत मायेला येऊन सांगतो की, पुष्कळ तपास केला; परंतु वडिलांचा पत्ता लागला नाही. काळजी करण्याचे काही कारण नसून, आपण उदईक वडिलांचा पत्ता नक्की लावतो, असे श्रीकांत तिला आश्वासन देऊन जातो. माया अस्वस्थ होते बेचैन होऊन फेऱ्या मारू लागते. तिला झोप येत नाही.

Fade Out

(१६)

दुसरा दिवस

(सकाळची वेळ – बाळासाहेबांची बैठक आणि त्यालगत अशिलांना बसण्याची जागा)

एक-दोन अशील येऊन जातात. त्याच वेळी रामेश्वर तिथे येतो. रामेश्वर हे एक अशील समजून दिगंबर त्याला बसवून घेतो. बाळासाहेब रामेश्वराची विचारपूस करतात. त्या वेळी ते अशील नसून तो आपल्या मुलीच्या शोधार्थ आला आहे, असे बाळासाहेब यास कळून येते. मुलीच्या शोधासाठी पोलीस ठाण्याचे साह्य घ्यावे, असा उर्मटपणाने जबाब देऊन बाळासाहेब रामेश्वराची बोळवण करतात. रामेश्वर गेल्यानंतर दिगंबर बाळासाहेबांना नृत्याच्या कार्यक्रमाचे स्मरण करून देतो.

Dissolve

(१७)

('आराम'मधील प्रशस्त दिवाणखाना – वेळ संध्याकाळ)

त्या प्रशस्त दालनात पुष्कळ लोक पारमार्थिक नृत्याच्या कार्यक्रमासाठी जमले असून, आपसांत बोलत आहेत.

(१७) (अ)

(श्रीकांतची खासगी खोली)

श्रीकांत मायेला सांगतो की, काळजी करू नकोस. वडिलांचा शोध आपण करीत असून, काळजी करण्याचे कारण नाही. मन:स्वास्थ्यासाठी पारमार्थिक नृत्याला येण्यासाठी तो मायेला सांगतो.

(१७) (ब)

(प्रशस्त दालन. नृत्याची सगळी तयारी झालेली आहे.)

बाळासाहेब आणि दिगंबर त्या दालनात प्रवेश करून योग्य अशा आसनावर जाऊन बसतात. त्याच वेळी जमलेल्या समुदायातले प्रतिष्ठित नागरिक बाळासाहेबांना योग्य तो मान देतात. श्रीकांत व माया त्याच वेळी खाली उतरून श्रीकांत पुरुषांच्या जागेत व माया बायकांच्या जागेत जाऊन बसते. अशा वेळी ब्रह्मानंदस्वामींचे शिष्य बाहेर येतात. त्यांच्या पाठोपाठ एक खास शिष्या ब्रह्मानंदांचा हात धरून त्यांना त्यांच्या खास बैठकीवर बसविते. त्याच वेळी ब्रह्मानंदांची उर्वशी नाचत-नाचत बाहेर येते आणि गाऊ लागते. (गाणे नं. २) नृत्याचा कार्यक्रम सुरू असता दिगंबरला कोणीतरी बाजूला नेऊन सांगतो आणि त्यानंतर दिगंबर बाळासाहेबांच्या कानाशी लागतो. बाळासाहेब आणि दिगंबर त्या कार्यक्रमातून उठून जातात.

Dissolve

(१८)

(वेळ रात्रीची – बाळासाहेबांची बैठक. पक्षकार अधीरतेने बसलेले आहेत.)

घड्याळात बराच वेळ झालेला आहे. बाळासाहेबांनी पुष्कळशी माहिती पक्षकारांना विचारून कागदावर उतरून घेतली असून, ते कागद चाळीत आहेत. नवऱ्याने बायकोचा खून केलेली ती केस आहे. त्या गुन्ह्याचे स्वरूप लक्षात येऊन आरोपीला त्या कचाट्यातून सोडविणे, हे अतिशय बुद्धिचातुर्याचे काम आहे. त्यासाठी मोबदला फार द्यावा लागेल, असे बाळासाहेब त्या पक्षकाराला सांगतात. पक्षकार आपली गरिबी बाळासाहेबापुढे मांडतात. त्या वेळी 'गरीब मनुष्यसुद्धा खून करू शकतो', असा बौद्धिक वाद खेळून पैशाशिवाय काही होणार नाही, असे पक्षकारांना बाळासाहेब चोख बजावतात व पक्षकारांना उद्या आपल्या फीची व्यवस्था करण्यास सांगतात.

Dissolve

(१८) (अ)

(वेळ रात्रीची – शयनगृह)

त्या एकाकी एकांतात बाळासाहेबांना सुनंदेची तीव्रतेने आठवण येते. त्या बेचैन स्थितीत ते सिगारेट शिलगावतात. त्या वेळी त्यांना आपल्या पूर्वायुष्यातले काही अविस्मरणीय प्रसंग दिसतात.

त्या आरामखुर्चीवर सिगारेट ओढत असलेले बाळासाहेब जागृत होऊन गाऊ लागतात. (गाणे नं. ३)

गाणे संपताच श्रीकांतच्या मोटरीचा हॉर्न त्यांना ऐकू येतो. ते बाहेर पडतात.

(१८) (ब)

(बंगल्याच्या आवाराजवळ – वेळ : रात्रीची)

श्रीकांत मोटरीतून जात असताना बाळासाहेबांच्या गाण्याचे सूर ऐकून तो बंगल्याकडे मोटर थांबवितो. श्रीकांत बाळासाहेबांना गाण्याचे कारण विचारतात. श्रीकांत बाळासाहेबांना एकटेपणा कसा काय मानवतो याबद्दल बोलतो. स्वत:च्या पापपुण्याचे तत्त्वज्ञान सांगतो. त्या वेळी दादा आजारी असल्याची तार येते.

Fade Out

(१९)

Fade in

(संध्याकाळची वेळ – खेडेगावातली दादांची खोली – त्या खोलीतून समाधी दिसते.)

दादा स्वर्गवासी झाले असून, त्यांची देण्याची यादी बाळासाहेब पाहत असून, ते सगळे देणे देऊन टाकण्याचा निर्णय घेतात. बाळासाहेब बाहेर पडतात. त्यांच्या पाठोपाठ सुनंदा बाहेर पडते.

(१९) (अ)

(वेळ तीच – समाधीजवळ)

सुनंदा समाधीजवळ निरंजन लावीत आहे. थोड्या अंतरावर बाळासाहेब उभे असून, त्यांच्यापासून जरा थोड्या अंतरावर बाळासाहेबांची गाडी दिसत आहे. सुनंदा समाधीसमोर हात जोडते. बाळासाहेब लांबूनच नमस्कार करतात.

Cut

(२०)

त्याच वेळी ब्रह्मानंद आराममध्ये आत्म्याच्या शोधावर शिरा ताणून बोलत असतो. थोड्या वेळाने प्रत्येकाच्या शंकेचे निरसन करीन, असे सांगून तो आतमध्ये निघून जातो. काही मुमुक्षू प्रश्नांच्या याद्या काढू लागतात.

(२०) (अ)

(श्रीकांतची खासगी खोली – वेळ तीच)

श्रीकांत मायेला सांगतो की, रामेश्वर कंटाळून मद्रासला परत गेला असावा. ब्रह्मानंदस्वामी आता प्रश्नांची उत्तरे देणार आहेत, तरी त्यांना प्रश्न विचार. ती त्या गोष्टीला विरोध दर्शविते.

(२०) (ब)

(प्रशस्त दिवाणखान्यात प्रश्नोत्तरे सुरू आहेत)

पुष्कळ लोक नाना तऱ्हेचे प्रश्न विचारीत आहेत. त्याच वेळी रामेश्वर तेथे येतो. आपल्या मुलीचा शोध लागेल किंवा नाही, या प्रश्नाला 'मुलीच्या शोधापेक्षा आत्म्याचा शोध कर', असा उपदेश ब्रह्मानंद करतो.

Fade Out

(२१)

Time Gap

बाळासाहेब पक्षकारांबरोबर बोलत आहेत – वेळ रात्रीची.

Fade in

पक्षकार बाळासाहेबांबरोबर बोलत आहेत.

(सुनंदा हे सगळे ऐकून अस्वस्थ होते.)

(२१) (अ)

सुनंदा शयनगृहात येते. ती अस्वस्थ आहे. ती त्याच आरामखुर्चीवर बसते व तिचे लक्ष त्या मुलाच्या फोटोवर केंद्रित होते. तिला स्वप्न पडते.

Dissolve

(२१) (ब)

Dream Sequence

स्वप्नात मूल दिसत असून, ते रांगत-रांगत बाळासाहेबांच्या बैठकीपर्यंत जाते. त्याच वेळी पैशांच्या राशी त्याच्या अंगावर पडून त्याखाली ते मूल चेंगरून गतप्राण होते. त्या भीषण दृश्याने जागी होऊन सुनंदा किंचाळते.

(२१) (क)

(शयनगृह)

सुनंदाच्या किंचाळण्यामुळे बाळासाहेब त्या ठिकाणी धावत येतात. गुन्हेगाराची बाजू घेऊन तुम्ही का भांडता वगैरे प्रश्न सुनंदा बाळासाहेबांना सांगते. बाळासाहेब पैशासाठी म्हणून सांगतात. सुनंदा हा पैसा पापाचा आहे म्हणून त्यांना निरुत्तर करण्यास जाते. पैशाशिवाय जगात काही होत नाही – पैसा नसता तर दादांचे कर्ज कसे देता आले असते, दादांच्या तत्त्वज्ञानाची फोलपटे जगाच्या व्यवहारात कुचकामी ठरतात वगैरे बाळासाहेब सुनंदाला सांगतात आणि यापुढे या बाबतीत सुनंदेने त्यांना कोणत्याही प्रकारे व्यत्यय करू नये, म्हणून सुनंदाबरोबर त्यांचा खटका उडतो.

.... **मध्यंतर** ....

Fade in

(२२)

श्रीकांतची खासगी खोली – वेळ संध्याकाळ.
(श्रीकांतच्या खोलीमध्ये पोपटाचा पिंजरा)

श्रीकांत अनेक प्रकारच्या साड्या आणि शृंगारसाधने आणून मायाला खूश करण्याचा प्रयत्न करीत आहे. स्त्रीसुलभ मोह तिला पडत नाही. संन्याशाच्या सहवासाने अंगात विरक्तपणा आला आहे, असे श्रीकांत तिला सांगतो. श्रीकांत आपली येथून सुटका करील, अशी तिला आशा वाटते आणि त्या दृष्टीने त्याचे मन वळविण्याचा प्रयत्न करते; परंतु, त्याचा काही उपयोग होत नाही, अशी तिला खात्री होते. कारण श्रीकांत तिला त्याप्रमाणे स्पष्ट बजावून सांगतो की, आरडाओरड करून फुकट तुझे श्रम वाया जातील. आत्मकल्याण केंद्राचे लोक खाली आहेत. हताश अंत:करणाने ती त्या पोपटाच्या पिंजऱ्याकडे जाते – पोपटाच्या पिंजऱ्याकडे पाहून ती पोपटाशी काही बोलल्यासारखी करते. काहीतरी डावपेच खेळून पळून जाण्याचे विचार तिच्या मनात येतात आणि काही कल्पना त्या दृष्टीने तिच्या मनात स्थिर होतात. त्या अनेक साड्यांतून एक सुंदर साडी ती नेसते व श्रीकांतला लडिवाळपणे हाक मारते. श्रीकांत येतो. कोणती साडी आपल्याला सुंदर दिसेल वगैरे लज्जायुक्त हावभाव करून ती श्रीकांतकडे नजर टाकते. तिच्या मनाचा हा पालट श्रीकांतला थोडाफार चमत्कारिक वाटतो – त्याला आश्चर्य वाटते. आपली

युक्ती सफल होणार, असे त्याला वाटू लागते.

Cut - Night effect

(२३)

(आत आत्मकल्याण लोकांची बैठक)

दिगंबर ब्रह्मानंदबुवांचे प्रवचन ऐकत आहे.

(२३) (अ)

ब्रह्मानंदाबुवांचे शिष्य आत एकमेकांत भांडत आहेत.

(२३) (ब)

ब्रह्मानंदबुवांचे प्रवचन संपत असताना लक्ष्मी प्रवेश करते. प्रवचन संपल्यावर लक्ष्मी दिगंबरला ब्रह्मानंदबुवांकडे आणते. आतापर्यंत आपणाला आलेल्या शब्दकोड्याच्या अपयशाविषयी ती बुवांकडे हिरीरीने वाद घालते – सरतेशेवटी बुवा निरुत्तर होऊन निघून जातात.

Quick Fade Out

(२४)

बाळासाहेब मोटरीतून उतरून बंगल्यात शिरतात.

Dissolve

(२४) (अ)

ते कपडे बदलीत असताना सुनंदा चहा घेऊन येते. बाळासाहेब बोलणी सुरू करतात. परंतु 'हां-हां' या पलीकडे त्या त्यांच्या बोलण्यात सुनंदा फारसे लक्ष घालीत नाही, ही गोष्ट बाळासाहेबांच्या लक्षात येते. बाहेर फिरण्यास जाऊ या, सिनेमाला जाऊ या – नाना तऱ्हेने सुनंदाला खूश करण्याची त्यांची धडपड असते; परंतु त्याचे पर्यवसान सुनंदा आणि बाळासाहेब यांच्यात शब्दांची मारामारी होण्यात होते. बाळासाहेब चिडून श्रीकांतकडे जाण्यास निघतात – त्यांना क्षणभर त्या गोष्टीपासून परावृत्त करण्याचा मोह सुनंदेला होतो. परंतु त्या क्षणीच तिचा स्वाभिमान तिला तसे करू देत नाही – बाळासाहेब निघून गेल्यावर तिला भावना अनावर होऊन हुंदका येतो.

(२४) (ब)

(देवघर)

सुनंदा गात असते. (गाणे नं. ४) गाणे संपल्यावर बाहेर कोणीतरी आल्याची वर्दी तिला नोकराकडून मिळते. ती बाहेर येते.

Evening

(२४) (क)

रामेश्वर बाहेर बसलेला असतो. रामेश्वर आपली दु:खद परिस्थिती सांगतो. आपल्या स्वभावाला अनुसरून सुनंदा त्याचे सांत्वन करते व रामेश्वराला आपल्या घरी राहण्यास सांगते.

(२५)

(श्रीकांतची खासगी खोली)

त्या खोलीत बाळासाहेब बसलेले आहेत. श्रीकांत बाळासाहेबांची थट्टामस्करी करतो. घरी बायको असून, बाळासाहेब या वेळी अचानक का? श्रीकांत बाळासाहेबांची करमणूक करतो. बाळासाहेबांना त्यांच्या त्रस्त मन:स्थितीतून जास्त आराम पडावा म्हणून नर्तकीला बोलावून तिची त्यांच्याशी ओळख करून देतो.

दृश्य पंचवीस चालू

श्रीकांत उर्वशीला बोलावण्यास खाली जातो. माया बाहेर (खोलीच्या) येते आणि बाळासाहेबास पाहते. तिच्या मनात बाळासाहेबांबद्दल आदर उत्पन्न होतो. बाळासाहेबांना वाटते की, हे एक श्रीकांतचे पात्र असावे. इतक्यात श्रीकांतचा आवाज ऐकू येतो. माया चटकन खोलीत निघून जाते. श्रीकांत नर्तकीची बाळासाहेबांबरोबर ओळख करून देतो. तिच्याबरोबर बाळासाहेबांनी फिरावयास जावे म्हणून सुचवितो. (नर्तकी बाळासाहेबास आपलीच महत्त्वाकांक्षा आणि इतर गोष्टी सांगत सुटते.)

Inter Cut Dissolve

(२६)

(वेळ : संध्याकाळ – गावाबाहेरील दृश्य)

नर्तकी (उर्वशी) बाळासाहेबांना आपल्या महत्त्वाकांक्षा, भावी बेत – परदेशात

दौरे काढण्याची ईर्षा वगैरे गोष्टी सांगते. बाळासाहेब त्या बडबडीला कंटाळतात. उर्वशी बाळासाहेबांचा हात धरते – बाळासाहेब हात झटकतात. ती पुन्हा हात पकडते. तिच्या हाताऐवजी बाळासाहेबांना सुनंदाचा (पत्नीचा) हात दिसतो. बाळासाहेब उठतात आणि मोटर ड्रायव्हरला सांगतात की, बाईंना घेऊन जा. मी पाठीमागून येईन. उर्वशी मोटरीने निघून जाते. बाळासाहेब फिरत-फिरत नदीकाठावरून गात-गात जातात. गाण्याची पार्श्वभूमी दु:खी आणि उदासीन. वैफल्याची जाणीव.

(२७)

'आराम'मधील मायाची खोली. श्रीकांत पापी वासनेने मायाचे सौंदर्य लुटण्याचा प्रयत्न करतो. त्याच्या पाशवी इच्छेला माया कठोरपणे प्रतिकार करते.

(२८)

बाळासाहेबांचे घर. मोटरीचा आवाज ऐकून सुनंदा बाहेर येते. गाडी येऊन थांबते. (ड्रायव्हर उतरतो.) बाळासाहेब श्रीकांतच्या मोटरीतून येणार आहेत म्हणून ड्रायव्हर सुनंदाबाईंना सांगतो. ती बाळासाहेबांना भेटण्यासाठी जाण्याचा बेत करते. रामेश्वर रात्रीची वेळ असल्यामुळे सुनंदाबाईंबरोबर येण्याची इच्छा दर्शविती.

Dissolve

(२९)

गावाबाहेरील रस्ता – गाडी एका बंगल्यापाशी थांबते. ड्रायव्हर उतरतो व बंगल्यात जातो. पुन्हा बाहेर येऊन तो मोटरीतून निघून जातो.

(३०)

श्रीकांतची खोली. श्रीकांत मायाशी लगट करण्याचा प्रयत्न करतो. माया अगतिक होऊन पळण्याचा प्रयत्न करते. खोलीची खिडकी उघडून ती उडी मारते.

(३०) (अ)

'आराम'ची बाहेरील बाजू. माया खाली बेशुद्ध पडते. त्या क्षणीच ज्या मोटरीत सुनंदा आणि रामेश्वर बसलेले असतात, ती मोटर तिथे थांबते. सुनंदा आणि रामेश्वर खाली उतरतात. मायेला ओळखून 'माया' म्हणून रामेश्वर हाक मारतो. ब्रह्मानंदबुवांचा शिष्य त्या ठिकाणी येतो. तो घाबरून पळण्याचा प्रयत्न करतो. त्या वेळी आपली बाजू सावरण्यासाठी श्रीकांत तिथे येऊन मायाने जीव देण्याचा प्रयत्न केला, असे सांगतो. सुनंदा मायाला उचलते आणि मोटरीतून उपचारासाठी हॉस्पिटलमध्ये नेते.

त्या वेळी श्रीकांतला पाहून 'हा जहरी साप-साप' म्हणून माया बोलते. श्रीकांत गर्भगळीत होतो.

Dissolve

(३१)

(वेळ रात्रीची – बाळासाहेबांची बैठक)

श्रीकांत घाबऱ्या-घाबऱ्या बाळासाहेबांच्या बैठकीकडे येऊन कोणी नाही असा कानोसा घेतो व दार लावून बाळासाहेबांना हकिगत सांगतो.

Inter Cut

(३२)

(वेळ रात्रीची – हॉस्पिटलचा एक वॉर्ड)

माया बँडेज बांधून जखमी अवस्थेत झोपली आहे. सुनंदा रामेश्वरला धीर देऊन निघून जाते.

(३३)

(वेळ रात्रीची – बाळासाहेबांची बैठक)

सुनंदा मायेला घेऊन हॉस्पिटलमध्ये गेली आहे, असे श्रीकांत बाळासाहेबांना सांगत असताना सुनंदा येते. ती संतप्त झालेली असते. बाळासाहेबांना ती काही खासगी गोष्टींसाठी बोलाविते. बाळासाहेब तिला सांगतात की, श्रीकांत आपला स्नेही आहे, तेव्हा त्याच्या समक्ष काय ते सांग. तो नालायक आणि नादान माणूस आहे, म्हणून सुनंदा बाळासाहेबांना सांगते. त्या वेळी श्रीकांतचे वकीलपत्र घेतल्याचे बाळासाहेब सुनंदेला सांगतात. सुनंदा सांगते की, असा अविचारीपणा करू नका. ती सांगते की, या जगात कायद्यापेक्षा दया श्रेष्ठ आहे. त्या वेळी श्रीकांत बाळासाहेबांना नेत्रपल्लवी करून डिवचतो. बाळासाहेब सुनंदेला सांगतात की, 'छाया देणे हे वृक्षाचे कार्य असते. तो त्या बाबतीत आपपरभाव दाखवीत नाही.'

(३३) (अ)

देवघरात सुनंदा हताश होऊन बसली आहे. वेळ : रात्रीची.

Fade Out

(३४)

Fade in

(दवाखान्यातील कॉट – वेळ : सकाळची)

रामेश्वर मायेचे समाधान करतो. वकिलीणबाई फार मायाळू आहेत. न्याय मिळेल, म्हणून सांगतो.

(३५)

(बाळासाहेबांची बैठक – वेळ : रात्रीची)

बाळासाहेबांची मनःस्थिती. न्यूज फ्लॅशेस, मायेचे हुंदके. श्रीकांत निर्दोष म्हणून वर्तमानपत्रांतील मथळा.

Fade Out

(३६)

(वेळ : संध्याकाळ – धर्मशाळा)

गाव सोडून जाऊ या, म्हणून माया रामेश्वराला सांगते. गाव सोडण्यापूर्वी सुनंदाला भेटणे आवश्यक आहे, म्हणून रामेश्वर सांगतो. माया नापसंती दर्शविते. रामेश्वर भेटण्यास जातो. तो गेल्यावर लोक मायेची निर्भर्त्सना करतात.

(३७)

(बाळासाहेबांचे घर – देवघर)

रामेश्वर माया ही आपली मुलगी नाही म्हणून सुनंदेला सांगतो. त्याबाबतीत तो एका खुणेचा आधार देतो. सुनंदा ती खूण बघण्याची इच्छा दर्शविते.

(३८)

(वेळ : संध्याकाळ – धर्मशाळा)

माया उभी आहे. लोक तिची हेटाळणी करीत आहेत.

(३८) (अ)

(वेळ : संध्याकाळची – धर्मशाळेतील बाहेरची जागा)

माया धावत असते. त्या वेळी जवळपास असलेल्या विहिरीत अचानक तोल जाऊन ती पडते.

(३८) (ब)

धर्मशाळेत सुनंदा व रामेश्वर येतात. माया या बाजूला पळत गेली म्हणून लोक सांगतात. सुनंदा आणि रामेश्वर त्या दिशेने जातात.

(३९)

त्याच रात्री बाळासाहेबांच्या बंगल्याची बाहेरील बाजू. मायाचे पार्थिव दिसत आहे. सुनंदा, बाळासाहेब, दिगंबर, रामेश्वर व इतर मंडळी उभी असून, बाळासाहेबांना माया ही आपली बहीण आहे, याची जाणीव झालेली आहे. बाळासाहेब शोक करतात. सुनंदा त्यांना आत घेऊन जाते.

(३९) (अ)

(बाळासाहेबांची बैठक)

बाळासाहेबांना पश्चात्ताप झालेला आहे. पश्चात्ताप पराकोटीला जातो. आपल्या बहिणीच्या मृत्यूला आपण कारणीभूत झालो, ही घटना त्यांच्या मनावरील आघातास कारणीभूत झालेली असते. त्या मन:स्थितीत ते कायद्याची पुस्तके फेकून देतात. भिंतीवरच्या महात्मा गांधी, गौतम बुद्ध, ख्रिस्त यांच्या तसबिरी पाहून कायद्यापेक्षा – मानवता – माणुसकी आणि मानवधर्म श्रेष्ठ आहे, असे त्यांच्या मनोदेवतेला वाटते.

गीत नं १

सुनंदा

गाऊ कुणा अंगाई, नाही बाळराणा ।
हा सुना पाळणा गं, पाळणा हलेना ।। धृ. ।।

घ्यावयास पदराखाली कळी जीवनाची ।
ओठ पाकळीचा चावा वेदना सुखाची ।।
राजहंस राजस राणा का गं येईना ।।
हा सुना पाळणा गं, पाळणा हलेना ।। १ ।।

निळावंतिच्या ओटीत हसे चंद्रकोर ।
कधी यावयाचा माझ्या उदरी चित्तचोर ।
माझिया मनी हौसेचे चांदणे फुलेना ।
हा सुना पाळणा गं, पाळणा हलेना ।। २ ।।

रूप गोजिरे या डोळा कधी दावशील रे ।
मिठी कोवळी ही माझ्या गळां घालशील रे ।।
उचंबळे रे मन माझे आस ही पुरेना ।
हा सुना पाळणा गं, पाळणा हलेना ।। ३ ।।

दूध ओठ गं छकुल्याचे गाल गुलाबाचे ।
किती किती घेऊ बाई मुके तानुल्याचे ।।
मुका बाळराजा मजला आई ही म्हणेना
हा सुना पाळणा गं, पाळणा हलेना ।। ४ ।।

गीत नं २

उर्वशी

छुम् छुम् छन्नन्, छुम् छुम् छुम् छुम् ।
छुम् छुम् छन्नन्, छुम् छुम् छुम् छुम् ।
छुम् छुम् छन्छन्, छुम् छुम् छुम् छुम् ।
छुम् छुम् छुम् छुम् छुम् छुम् छुम् छुम् छुम् ।।
रुणझुणती पैंजण चरणी गं
मी गौळण नवतरणी ।। धृ.।।

घट भरला डोईवरी
आला कुठून बाई तरी
अडवितो वाट श्रीहरी
भयभीत थबकले जशी रानची हरिणी गं
मी गौळण नवतरणी ॥ १ ॥
वेणूरव भरला मनी
मज बोलवी वृंदावनी
ने सहज मला ओढुनी
कशी केली गडे मजवरी जादूची करणी गं
मी गौळण नवतरणी ॥ २ ॥
रुणझुणती पैंजण चरणी गं
छुम् छुम् छन्नन्, छुम् छुम् छुम् छुम् ।

गीत नं ३

बाळासाहेब

अंत:पट सरताच भेटले नयन हसुनी
सात पावले सोबत आलीस गौरीहर पुजुनी
दिन ते आठवती अजुनी
नयनी भरले कसले कुतूहल
पायी पैंजण हळूच हसतील
शेजफुले ही चुरुनी सांगतील
संसाराचे गुपित लाजरे कानी कुजबुजुनी ॥१॥
आपले चिमणे घरकुल सजले
संसाराचे चित्र रंगले
सुखद वेदना सोशित सरले
सुखदु:खाचे रेशिम शेले विणले गं मिळुनी ॥ २॥
पडे जीवनी सोन सावली
सुखस्वप्ने ती पळांत विरली
गीतें आपुली मुकी जाहली
आसवासवे सूर मंजुळे गेले गं भिजुनी ॥ ३ ॥
दिन ते आठवती अजुनी ॥ धृ. ॥

गीत नं ४

माया

जनांत जपलं मनात लपलं
गुपित आपुलं – कळेल ना, हो कळेल ना ॥ धृ. ॥
दवबिंदूचा भार न साहे, फूल जाईचं गळेल ना ॥ १॥

नका मला बोलवू – राजसा
नका जनी लाजवू
नका जीवलगा नका मोहवू
मन माझे हे चळेल ना ॥ २ ॥
जनांत जपलं मनात लपलं... ॥ धृ.॥

कुंवारपणचे खेळ लाजरे
येतील अंगाशी अविचारे
दूर लोटता तुझ्या प्रीतिची, भाव चंद्रिका जळेल ना ॥ ३॥

पायदळीं चुरडिते अहंता
कलंकिता मी कुलवंता
सहवासे माझिया मोहना, लौकिक तुमचा मळेल ना ॥ ४॥
जनात जपलं मनात लपलं... ॥ धृ.॥

गीत नं ५

सुनंदा

तुटते रे अंतर हे सांग तरी जाऊ कुठे
हात दिले रे हाती सावरिता तोल सुटे
सोनेरी सावलीत सुकते आधारलता
होईल कधी फुलवंती – अंतरीची आस मिटे
संसारी रंग भरी स्वरसरिता सारंगी
साज बोलतो न आज ही मधेच तार तुटे
जवळी असुनी दूर दूर
ऐलतीर पैलतीर

तरतांही वादळात नौकेचा ऊर फुटे
तुजविण रे मज आता
कोण दुजा सावरिता
असुनी नाथ मी अनाथ
प्रीतीची हौस फिटे
तुटते रे अंतर हे... ॥ धृ.॥

गीत नं ६

उर्वशी

प्रीत ही अशी गडे मुळी न आवडे मला
जाणते न प्रीतीची आजची नवी कला
प्रीत ही अशी गडे... ॥ धृ. ॥

येथ उभे राहू नका रोखूनी मज पाहू नका
नयन तीर वाकडा काळजास लागला
प्रीत ही अशी गडे... ॥ १ ॥
अजाण खेळ खेळता भुलावणीस भाळता
मोहजाली गुंतली हरिणी भुलुनी मृगजळा
जाणते न प्रीतीची आजची नवी कला ॥ २ ॥

पापणी खुणावते भीती ही दुणावते
काय जे हवे तुला ते न आवडे मला
रीत अशी ही गडे ॥ ३ ॥

वसन गर्भ रेशमी नको कशी म्हणेन मी
एकदा बघा तरी काय साज शोभला
काय जे हवे तुला ते न आवडे मला
प्रीत ही अशी गडे... ॥ ४ ॥

— समाप्त —

निर्मल चित्र
अंतरिचा
दिवा
दिग्दर्शक
माधव शिंदे
निर्माता व संगीत
हृदयनाथ मंगेशकर
कथा
वि.स.खांडेकर

अंतरीचा दिवा

निर्मल चित्र, कोल्हापूर

अंतरीचा दिवा

कथा-संवाद-पदे : वि. स. खांडेकर   दिग्दर्शक : माधव शिंदे

निर्माता-संगीत : हृदयनाथ मंगेशकर

कलाकार

सीमा, सूर्यकांत, साळवी, वसंत शिंदे, रत्नमाला, संजीव, इंदिरा चिटणीस, सुधा आपटे, बर्चीबहाद्दर, वसंत लाटकर, आशा, बी. माजनाळकर आणि नवतारका उमा.

पार्श्वगायक	:	लता, मीना, उषा, हृदयनाथ मंगेशकर आणि आशा भोसले
गीतमुद्रण	:	कौशिक
निर्मितिप्रमुख	:	प्रभाकर पेंढारकर
छाया	:	वसंत शिंदे
ध्वनी	:	रामनाथ जठार
कला	:	पांडुरंग हावळ
संकलन	:	बाबूराव भोसले (A. F. E.)
स्थिरचित्रण	:	शाम सासने
रंगभूषा	:	दिनकर जाधव
वेशभूषा	:	विठ्ठल इंगवले
रचना	:	हिंदुराव मेस्त्री
सजावट	:	विष्णुपंत भोसले
चित्रव्यवस्था	:	वसंत सरनाईक
सहायक दिग्दर्शक	:	माधव भोईटे, अरुण कर्नाटकी

सहायक

छाया	:	शिकंदर बारगीर
ध्वनी	:	दिनकर जाधव
रंगभूषा	:	गणपत शिंदे

निर्मितिस्थळ

जयप्रभा स्टुडिओज, कोल्हापूर.

अंतरीचा दिवा

कथासूत्र

नैतिक मूल्ये प्राणांहूनही प्रिय मानणारा एक पिता आणि प्रवाहपतित होऊन, ती मूल्ये झुगारून द्यायला प्रवृत्त झालेला एक पुत्र यांची ही कथा आहे.

देशभक्तीच्या पायी सज्जन बापूमास्तरांची नोकरी जाते. ते आपल्या खेड्यात येऊन राहतात. अठरा वर्षे कसाबसा प्रपंच चालवितात. आनंद व मीरा ही त्यांची दोन मुले मोठी होतात; पण बापूंना आनंदला नोकरी मिळवून देता येत नाही. मोठ्या झालेल्या मीराचे लग्न जमविता येत नाही. ते जुळण्याचा योग येतो तेव्हा दोन हजार रुपये कुठून उभे करायचे, ही विवंचना त्यांच्यापुढे दत्त म्हणून उभी राहते.

कुटुंबाच्या सर्व दुर्दशेला बापूंचा फाजील सज्जनपणाच कारणीभूत झाला आहे, अशी बेकार आनंदची ठाम समजूत झालेली असते. बहिणीचे जुळत आलेले लग्न मोडू लागते, तेव्हा चार महिन्यांत दोन हजार रुपये पैदा करून ते पार पाडण्याची तो प्रतिज्ञा करतो व तिरीमिरीने घर सोडतो.

आनंद शहरात येतो. पैसे मिळविण्याचा राजमार्ग या जगात नाही, हे कटू सत्य त्याला कळते; पण ते त्याला पचविता येत नाही. अशा मन:स्थितीतच स्वामी नावाच्या एका जुन्या शाळासोबत्याशी त्याची गाठ पडते. शाळेत शेवटचा नंबर न सोडणाऱ्या स्वामीची डोळे दिपविणारी श्रीमंती पाहून अतृप्ततेत वाढलेला व अगतिक मन:स्थितीत असलेला आनंद चकित होतो. पैसे मिळविण्याच्या इच्छेने तो स्वामीच्या हातचे खेळणे होतो. स्वामीच्या गुप्त गुन्हेगारीतला तो एक दुवा बनतो.

याच वेळी आशा नावाच्या एका प्रेमळ पण दुर्दैवी मुलीच्या सहवासात तो येतो. अनेक कारणांनी दोघांच्या मैत्रीचे चटकन प्रेमात रूपांतर होते. आशेला दिवस गेले आहेत, असे दिसताच घरातून बाहेर काढण्यात येते. ती आनंदचा शोध करीत जाते; पण त्याचे बधिर झालेले मन तिला लाथाडून दूर लोटायला कचरत नाही.

याच वेळी दैवचक्र फिरते. पोलिसांना आनंदचा पूर्वीच संशय आलेला असतो. ते त्याच्या मागावर असतात. आनंद पकडला जातो. आणि पुढे –

आशेचे पुढे काय होते? आनंद आपला गुन्हा कबूल करतो की नाही? एकुलत्या एका मुलाचा हा अध:पात पाहून जन्मभर सत्याची पूजा करीत आलेले बापू काय करतात? या प्रश्नांची उत्तरे पडद्यावरच पाहा.

गीत नं १

नको रे हरी । नको बासरी
वाजवू कातरवेळी ॥१॥
जा ना घरी । का रे मुरारी
छळिसी सांजसकाळी? ॥२॥
कसे आवरू? । माझे वासरू
मी तर गवळण भोळी ॥३॥
तुटे रे दावे । वेडे हे धावे
तुजजवळी वनमाळी ॥४॥
नको रे हासूं । नणंद सासू
बघती टकमक सगळी ॥५॥

गीत नं २

हरिभजनावीण काळ घालवू नको रे ॥ धृ. ॥
विवेकाची ठरेल ओल,
ऐसे बोलावे की बोल,
अपुल्या मते उगीच चिखल कालवू नको रे ॥१॥
दोरीच्या सापा भिऊनी भवा
भेटी नाही जीवशिवा,
अंतरिचा ज्ञानदिवा मालवू नको रे ॥२॥

— सोहिरोबानाथ आंबिये

गीत नं ३

मी हरणुली होईन,
चौखुर धावेन,
मुरडत मिरवीन,
तू परी येता, वनात लपुनी, तुला न गवसीन ॥१॥
मी चांदणी होईन,
चमचम चमकेन,
नटुनी नाचेन,
तू वरी येता, ढगांत लपुनी, तुला न गवसीन ॥२॥

मी मासोळी होईन,
जळांत खेळेन,
शिंपली शोधेन,
तू परी येता, मोती बनुनी, तुला न गवसीन ॥ ३ ॥

– (जुन्या गीताच्या आधारे)

गीत नं ४

आशा

येशील कधी परतून?
जिवलगा, येशील कधी परतून? ॥ धृ. ॥
वाट पाहू किती?
कुठे दिसेना तुझी एकही खूण
उदास भासे सुंदर पिवळे श्रावणांतले ऊन ॥१॥
हिरवे सोने हे दसऱ्याचे, हाती जाई सुकून
गोड गुपित मम सांगू कुणाला
गेले बाई भिऊन ॥२॥

मीरा

भाऊबिजेचे हे निरांजन
बघते वाट अजून
ये लवकरी ये भाऊराया
जाऊ नको विसरून ॥३॥

गीत नं ५

लावुनिया कां लळा रे,
कापिसी आता गळा?
सांगू कोणा अंतरीच्या
मूक माझ्या या कळा? ॥१॥

'मी तुझा' हे बोल कानी
गुंजती भृंगांपरी
चालवीसी तोच उरी कां
विस्मृतीची ही सुरी ॥२॥

मूर्ती तुझी पुजिली मी
या मनाच्या मंदिरी
गीत गाऊ सांग कैसे?
भग्न वीणा ही करी ॥३॥

गीत नं ६

कोण दुजा आधार?
तुजविण कोण दुजा आधार ॥ धृ. ॥
अवतीभवती पाहा दाटला,
अवसेचा अंधार
काजळले नभ, काजळले मन
व्याकूळले मी फार ॥१॥
वादळवारा झोंबत अंगा,
झिंगुनी हा अनिवार
पदराखाली इवली दिवली
थरथरते हळुवार ॥२॥
कशी सांभाळू? कुठे निवारा?
घालू कुणावर भार?
पतितपावना एक तुझे मज,
उघडे आता दार ॥ ३ ॥

— समाप्त —

सुरेल चित्र
माणसाला पंख असतात
निर्माता दिग्दर्शक: माधव शिंदे
मे. नवचित्र फिल्म एक्श्चेंज प्रकाशन

'माणसाला पंख असतात'

सुरेल चित्र, कोल्हापूर

'माणसाला पंख असतात'

कथा-संवाद : वि. स. खांडेकर

दिग्दर्शक : माधव शिंदे (राष्ट्रपतिपदक विजेते) संगीत : मीना मंगेशकर

कलाकार

उषाकिरण, सूर्यकांत, साळवी, इंदिरा चिटणीस, वसंत शिंदे,
चंद्रकांत गोखले, माई भिडे, जोग, आशा, बर्चीबहाद्दर, गोविंद साळोखे,
श्रीकांत जोशी, रतन, गणपत इंगवले

पाहुणे कलाकार :

प्रभाकर पेंढारकर व डॉ. व्ही. एम. वझे M. S., F. C. P. S

गीते	:	वि. स. खांडेकर, पी. सावळाराम, संत नामदेव
पार्श्वगायक	:	लता मंगेशकर, हृदयनाथ मंगेशकर
गीतमुद्रण	:	कौशिक
छाया	:	वसंत शिंदे
ध्वनी	:	रामनाथ जठार
कला	:	पांडुरंग हावळ
स्थिरचित्रण	:	शाम सासने, राम शिंदे
संकलन	:	बाबूराव भोसले
रंगभूषा	:	दिनकर जाधव
वेशभूषा	:	विठ्ठल इंगवले
रचना	:	हिंदुराव मेस्त्री
सजावट	:	विष्णूपंत भोसले, बंडू इंदुलकर
चित्रव्यवस्था	:	वसंत सरनाईक
सहायक दिग्दर्शक	:	माधव भोईटे, माधव कुलकर्णी

सहायक

संगीत	:	फ्रँकी
छाया	:	दत्ताराम भाटवडेकर, शिकंदर बारगीर
ध्वनी	:	दिनकर जाधव
रंगभूषा	:	गणपत शिंदे
संकलन	:	अरुण कर्नाटकी

‘माणसाला पंख असतात’

कथासार

‘कमल’ या टोपणनावाने कविता लिहिणारा अरविंद आजारी पडून नर्सिंग होममध्ये दाखल होतो. तिथे मंजिरी त्याची शुश्रूषा करते. हळूहळू या दोघांत परस्परांविषयी आकर्षण निर्माण होते. मंजिरी ‘कमल’च्या कवितांची भक्त असते. ‘कमल’ ही आपली मैत्रीण आहे, असे अरविंद तिला भासवितो. असा गोड लपंडाव सुरू होतो आणि यातच त्यांचे प्रेम वाढीला लागते.

मंजिरीचे वडील मुकुंदबुवा, तिची आई, अरविंदाची रूढीप्रिय आत्याबाई अक्का, त्यांचे संतवाङ्मयात रमून गेलेले वडील भाऊ या सर्वांची या प्रेमातून होणाऱ्या विवाहाला संमती मिळते. पण –?

नाथषष्ठीच्यादिवशी मुकुंदबुवांचे कीर्तन सुरू असताना मंजिरी ही त्यांची मुलगी नसून, विठोबा महाराची मुलगी आहे, या रहस्याचा स्फोट होतो. मंजिरीचे सारे जग एकदम एका क्षणात बदलते. आई तिच्या हातचे पाणी घेत नाही. लग्न करून घरी राहणे अशक्य आहे, असे अरविंद तिला सांगतो. ‘देवाच्या घरी कुठलाही भेदभाव नाही,’ असे सांगणारे भाऊ, अक्का व गावातले शास्त्री, पाटील वगैरे पुढारी मंडळी यांना भिऊन तिला घरात घेत नाहीत. मंजिरीला न्याय हवा असतो; पण तो कुठेही मिळत नाही. मंजिरी तिथल्या हरिजनवाड्यात राहते आणि आपल्या बांधवांची सेवा करू लागते. तिच्यावरले अरविंदचे प्रेम रूढीपेक्षा अधिक प्रभावी ठरते; पण त्यांचे लग्न झाले का? ते कुणी लावले? गावगंगा, अक्का यांच्या कारवायांशी त्यांना कशी टक्कर द्यावी लागली? आणि भाऊंनी काय केले? हे पडद्यावर पाहण्यातच स्वारस्य आहे.

गीत नं १

ये जवळी घे, जवळी प्रिय सखया भगवंता
वेढुनी मज राहसि कां दूर दूर आता ॥ धृ. ॥

रे सुंदर तव तीरीं
जग हिरवे धुंद उरी
पातेही न गवताचे शोभती मम गाथा ॥ १ ॥

निशिदिनी या नटुनी-थटुनी
बघ नौका जाती दुरूनी
स्पर्शास्तव आतूर मी दुर्लभ तो हाता ॥ २॥

चमचमती लखलखती,
तव मंदिरी दीप किती
झोपडीत? अंधारी वाचू कशी गाथा ॥ ३ ॥

– वि. स. खांडेकर

गीत नं २

देशील कां रे मजला क्षणभर
पंख पांखरा तुझे मनोहर ॥ धृ. ॥

मधुर फळावर मोहरलेली
परिया तरी ही पल्लवलेली
चुक्षित राहील लज्जित लाली
तुझ्या सवे मी वृत्त लतेवर ॥ १ ॥

तव स्पर्शाने पुष्पक वीणा
भाव मधूर ही सुस्वर ताना
हास्य सुगंधीत सरल्या मोहना
उधळित राहू प्रीत फुलावर ॥ २ ॥

दमयंतीच्या प्रेमळ दूता
पंख तुझे ते मला लाभता
प्रिया भेटण्या ही आतुरता
घेत भरारी बघ वायूवर ॥ ३ ॥

– पी. सावळाराम

गीत नं ३

रम्य अशा स्थानी
रहावे रात्रंदिन फुलुनी ॥ धृ. ॥

मंजुळ घंटा सांज सकाळी
गोकुळ-गीते गातील सगळी
होऊनी स्वप्नी गवळण भोळी
वहावे यमुनेचे पाणी ॥ १ ॥
रंगवल्लिका उषा रेखिते
सिंदुर भांगी संध्या भरते
रात्र तारका – दीप लावते
पहावे अनिमिष ते नयनी ॥ २ ॥
स्वैरपवन मग होईल विझण
चंद्रकोर घरी शुभ निरांजन
सृष्टी सखीची होउनि मैत्रीण
फिरावे गात गोड गाणी ॥ ३ ॥

– वि. स. खांडेकर

गीत नं ४

पतितपावन नाम ऐकुनी आलो मी द्वारा
पतितपावन न होसी म्हणूनि जातो माघारा ॥ धृ. ॥
उच्छिष्टाचे सीत न देवा टाकिसी बाहेरी
कोणी दिधली देवा तुजला भूषणाची थोरी ॥ १ ॥
सोडी आता ब्रीद न देवा न होसी अभिमानी
पतितपावन नाम तुजला ठेवियले कोणी ॥ २ ॥

– संत नामदेव

गीत नं ५

उभवुं उंच निशाण
नव्या युगाचे नव्या जगाचे उभवुं उंच निशाण
हीनदीन हे दलित गलित जे
त्या सर्वांना ध्वज हा देईल सदैव छाया छान ॥ धृ. ॥

अंध अमानुष रुढी घालिती अखंड जगी थैमान
अभंगला हे त्या क्रांतीचे मूर्तिमंत आव्हान
ताठ ठेविती मान झंजुनी भीमदेव धीमान
शूर शिपाई आम्ही त्यांचे व्यर्थ न ते बलिदान
ध्वज मिरवित हा गौतम गेले टाकुनी राज्य महान
पुसुनी आसवे मानवतेची होती बुद्ध भगवान
हे समतेचे हे ममतेचे गांधीजींचे गान
हरिजन धरूनी उरी स्वीकारी जे फकिराचे वाण.

– वि. स. खांडेकर

गीत नं ६

पंख हवे मज पोलादाचे, शूर लढाऊ जटायूचे
सीता परि जो हरण करोनी,
असह्य अबला नेईल कोणी
काळ फेक ती तिथे घालुनी
शील रक्षण्या स्त्री जातीचे ॥ १ ॥

नीज जननीला मुक्त कराया
गरुड मागता अमृत देवा,
तुच्छे हंसता इंद्र देवा
वज्र तोडण्या त्या इंद्राचे ॥ २ ॥

गर्भ पिलांना सागर मिळता,
क्रोधे उठली पक्षीण टिटवी
जळा पेटवी सागर आटवी
आगस्तीच्या सामर्थ्याने ॥ ३ ॥

– पी. सावळाराम

– समाप्त –

'माणसाला पंख असतात'मध्ये सूर्यकांत आणि उषाकिरण

'माणसाला पंख असतात'मध्ये दादा साळवी आणि इंदिरा चिटणीस

‘सूनबाई’

गाणी

(१)

प्रीतिविना सुकुनी जावो राया जीविची उषा
भासे, दूर नसे रे निशा, मिळाल्या आशा ।। धृ.।।

गुंफियले ना गंध फुला,
कंटका भ्याले, मुकले तुला
कशा पिशापरी, घोर दिशा ।। १ ।।

प्रीतीच्या या मंगल होमी
एक न समिधा वाहिली मी
मूक विणेपरी माझी दशा ।। २ ।।

(२)

हलव पाळणा मंजुळ गा गाणी गे,
गं बाई हळू ओढ, गं हळू ओढ,
झोके देई ना वेगे ।। धृ. ।।

खळी गोड पडे गाला,
चांदण्यात वृंदावनी वेणूनाद तसा तू बाळा
गं बाई हळू ओढ
सोनचाफा फुले गंध, मंद मन धुंद, धुंद
घे जवळी जपून फुला गे ।।१।।

पाळण्यात हसे बाळ तान्हा,
गोकुळात कुंजवनी नंदलाल जसा तो कान्हा,
गं बाई हळू ओढ,
नाव सखी सांगे, संगे संगे घेऊ रंगे रंगे
मुख गोड करून चला गे ।। २।।

(३)

क्षमा : धावु नको वर झर झर झर,
रंगणी गुंगुनी थांब रे जाशी का थांब रे ॥ धृ.॥
बाग पहा चल भर भर भर,
भर भर रंग हे, गंध हे सांग रे,
लागेना थांब रे,
राजसा थांब रे, जासी का लांब रे ॥
नाचे कान्हा पाहुनी तान्हा
गोपींचा राणा
गोकुळी फुलती गडे; घरे-दारे
नवे नवे, दिसे सारे
मोदे नाचती वासरे ॥ १॥

अनिल : नाचे पाणी, नाचती वेली
आभाळी खाली

क्षमा : पहा ना हलवि तुरे, कसे वारे

अनिल : नवे नवे, दिसे सारे
गाती नाचती पाखरे ॥ २॥

– वि. स. खांडेकर

– समाप्त –

'सुभद्रा'

BASVANT PRODUCTIONS
VISHWAMITRA
विश्वामित्र
BABURAO PAINTER
B.G. PAWAR
An Enthralling Epic from Indian Mythology

विश्वामित्र

B. M. ARTS LTD.

Presents

BASAWANT PRODUCTIONS

'VISHWAMITRA'

Starrting :

Sapru, Sheela Naik, Choubeji, Vivek Banke, Jog, Madhav Kale, Shri Bhagawan, Dube, Kiranbala, Sudhabai Apte, Mangala Pitale, Sukhatankar Sisters, etc.

• *Produced by*
Basawantrao Pawar
M. A., LL. B

• *Directed by*
K alamaharshi Baburao Painter

CREDITS

Story (Marathi) : V. S. Khandekar

Hindi Scenario : Manohar Khanna

Lyrics : Ajinkya

Photography : Madhave Dada

Dance Director : Parvatikar

Play Back : Asha Bhosle
Mohanantara
Sudhir Phadke (Bavare Nayan Fame)

Editing : Madhavrao Kamble

Sound : Mulgaonkar & Dave

Music : B. Laxman

Make-up : S. B. Karekar

Production : V. G. Deshpande

Executives : Raghunath

Stills : Patil Cine

Art : Baburao Jad , Ravindra B.

ASSISTANTS

Direction : Shrikant Sutar
: D. S. Deshpande
: Anand Sapru

Photography : B. N. Krandikar

Editing : Appasaheb Ghorpade

Processed at Bombay Film Laboratories Ltd., Bombay.
Produced at : Ashok & Prakash Pictures, Bombay.
Recorded on : R. C. A. Photophone
Songs of VISHVAMITRA are available on H. M. V.

'विश्वामित्र'

(कथासार)

कान्यकुब्जाधिपती महाराज अधिराज विश्वामित्र एक समय शिकार खेलते खेलते रास्ता भूलकर ब्रह्मर्षि वसिष्ठ के आश्रम की ओर आ निकले । ब्रह्मर्षि ने सत्कारपूर्वक उनका स्वागत किया, और देखते ही देखते महाराज विश्वामित्र और उनकी महारानी और अनेक सैनिकों के लिए नाना प्रकार के स्वर्गीय पदार्थ और अभूतपूर्व विश्राम का प्रबंध कर दिया। विश्वामित्र चकित रह गये; परंतु जब उन्हें ज्ञात हुआ कि यह सब कामधेनू की कृपा है, तो उनके मन में लालसा उत्पन्न हुई और वह वसिष्ठ मुनि की इच्छा के विरुद्ध कामधेनू का अपहरण करने पर तुल गये । परंतु कामधेनू के सामने उनकी सैनिक शक्ती और उनका बाहुबल असमर्थ प्रमाणित हुआ । यह उनके जीवन की पहली हार थी । उनके स्वाभिमान को एक प्रचंड धक्का पहुँचा और ब्रह्मर्षि का पद प्राप्त करके कामधेनू को पाने की इच्छा से भगवान शंकर की तपस्या में तल्लीन हो गये ।

भगवान शंकर के वरदान से विश्वामित्र को सर्वसिद्धी तो प्राप्त हो गई; परंतु वह ब्रह्मर्षि न बन सके, क्यूँ के यह पद केवल आत्मशुद्धि से ही मिल सकता था।

उन्ही दिनों अयोध्या के राजा त्रिशंकू सदेह स्वर्ग जाने की धुन में लगे हुए थे, उन्होंने अपने अंतिम यज्ञ की सफलता के लिए अपने कुलगुरू वसिष्ठ मुनि की सहायता प्राप्त करनी चाही, परंतु वसिष्ठ मुनि ने इस पाप परिपूर्ण इच्छा में भाग लेने से इन्कार कर दिया । नारद मुनि को अवसर मिला तो उन्होंने मुनि विश्वामित्र को त्रिशंकू की सहायता के लिए तैयार कर लिया और उधर इंद्र को भी जाकर सावधान कर दिया की त्रिशंकू सदेह स्वर्ग में आ रहा है ।

यज्ञ की समाप्ति पर त्रिशंकू आकाश की ओर जाने लगा; परंतु इंद्र ने उसे स्वर्ग में प्रवेश करने से रोक दिया, विश्वामित्र ने क्रोधित होकर एक प्रतिस्वर्ग निर्माण करने का निश्चय कर लिया ।

इंद्र भयभीत हो गया और अपनी मुख्य नर्तकी मेनका को विश्वामित्र का तप भंग करने के लिए पृथ्वी पर भेज दिया ।

एक ओर स्त्री के रूप और यौवन के शस्त्र और दूसरी ओर हजारो वर्षों का तपोबल, इस युद्ध में किसकी सफलता हुई, विश्वामित्र को ब्रह्मर्षि का पद प्राप्त हुआ या नहीं, यह चित्रपट पर देखने योग्य है ।

VISHWAMITRA

(Synopsis)

This enthralling episode from Indian Mythology reveals the struggle of a man with himself and his Maker in a blind search for Self-Realisation. King Vishwamitra once while hunting strayed into the Ashram of Sage Vasishtha. He and his entire retinue were treated and entertained in a heavenly manner. The King was surprised to learn that it was all due to the favour of the Heavenly Cow 'Kamdhenu' in the Ashram. In his attempt to deprive Vasishtha of Kamdhenu, the King was vanquished to the realisation that not physical valour, but only 'Brahmarshipad' could bring her to him.

He immediately started severe penance. Lord Shiva bestowed on him in the end all the Siddhis revealing to him that he could be Bhramarshi only after 'Atma-Shuddhi.'

In the meanwhile King Trishanku of Ayodhya having performed ninety-nine Yadnyas, was waiting to perform the Hundredth Yadnya to be able to reach Heaven, bodily. His Kulguru, Vasishtha refused to accept the sacrificial lead and to contribute to this unworthy aspiration. Then the Heavenly Sage Narad already interested in the whole development persuaded Vishwamitra to help Trishanku.

While trying to get into Heaven, Lord Indra cursed Trishanku to fall headlong to earth. Enraged by this audacity Vishwamitra threatened to create a separate Heaven – a Separate Indra, as well. The heavenly world was shocked to see the panorama of stars of Saptarshi. Lord Indra was immensely disturbed. It was ultimately left for his court dancer Menaka to vow to violate Vishwamitra's Tapascharya.

It was now a keen struggle between a woman with all the beguilting charms and bewitching beauty and a man – a Tapaswi – out to create a second heaven. The sweet, melodious and lovely dances of Menaka softened the spiritual temper of Vishwamitra. Nature vindicted in the end. Even in his fall he was emancipated and rendered great.

It would be absorbing to watch this development on the screen.

....

'विश्वामित्र'

(१)

आरती, कामधेनू

कामधेनू माता जय जय कामधेनू माता
सकल पदार्थ देने वाली, कष्टों को हर लेने वाली
जग के लिए तू परम पूज्य है,
तेरी पूजा करे विधाता ।। काम... ।।

मन की अविद्या दूर करो, आत्मशुद्धी से पाप हरो,
हम सबको निष्काम बनाओ,
हम बालक तू हमरी माता ।। काम... ।।

धन्य धन्य तू जग की माई,
स्वर्ग छोड पृथ्वी पर आई
अपने सुख को त्याग दिया,
जोड लिया दुखियों से नाता ।। काम... ।।

(२)

भूपाली

नमोः नमोः ब्रह्मा, विष्णू, महेश, हम तुमरी,
शरणागत आये काटो सकल क्लेश
जागो लाडले जागो,
जागो लाडले, जागो दुलारे,
जागो नींद को त्यागो ।। जागो ।।
प्रात हो गई भानु उदय भयो,
प्रभु सुमिरन में लागो ।। जागो ।।
हे सूर्य देव पृथ्वी की मंगल ज्योती, किरणों से
उज्ज्वल कर दे तू हमरे मन का मोती ।। जागो ।।
हे अग्निदेव यह आहुति स्वीकार करो,
हे पंचतत्त्व यह जीवन नैया पार करो ।। जागो ।।

गायिका – **सौ. मोहनतारा अजिंक्य**

(३)

नारद का गीत

नर तू नारायण का अंश है, तू ही परमानंद है,
एक महासागर की बिन्दू, इक महागीत का छन्द है ॥
लगा ले हरी चरण से प्रीत, बना ले उसको
अपना मीत लगा ले....
नारायण के रंग मे रंग जा,
प्रभू रूप का दर्पण बन जा
आप ही बन जा अपना प्रीतम,
आप ही अपना मीत, लगा ले...
काम, क्रोध, मद, लोभ को तज दे,
निर्विकार हो प्रभू को भज ले,
प्रेम है सच्चा प्रेम प्रभू का,
यही है सच्ची प्रीत लगा ले...

गायक – **सुधीर फडके**

(४)

मेनका

तोहे नैनों की मदिरा पिलाऊंगी,
सजनवा आन मिलो,
गोरी बैंयों में झूला झुलाऊंगी।
सजनवा आन मिलो...
रुत आ गई है फिर अलबेली,
मैं कैसे रहूंगी अकेली,
तोहे ह्रदय में अपने बिठाऊंगी।
तोहे नैनों की...
मेरे ह्रदय में नाचे उमंगे,
जैसे सागर की चंचल तरंगें,
तोहे नैनों की भाषा सिखाऊंगी ।
तोहे नैनों...

आजा आजा मेरे मन के बासी,
मन व्याकूल है अखियाँ हैं प्यासी,
कैसे जीवन की बीन बजाऊंगी।
सजनवा आन....

गायिका – **सौ. आशा भोसले**

(५)

मेनका

नील कमल पर डोले भंवरा,
गुन गुन गुन क्या गाये,
वन तितली क्यूँ कली पे नाचे,
और कली क्यूँ मुस्काए।
नील कमल....

लता वृक्ष से क्यूँ लिपटी है,
नदी किसे मिलने को चली है,
किसके लिए व्याकूल है पपीहा,
पिया पिया क्यूँ गाये।
नील कमल....

चंद्र बिना क्यूँ चकोरी तडपे,
जल बिन मीन प्राण क्यूँ त्यज दे,
कौन आग में जले पतंगा,
जल कर क्या सुख पाये।
नील कमल....
दूर क्षितिज पर फूल खिले हैं,
धरती और आकाश मिले हैं,
किससे मिलू में बिरहा की माती,
बुझ न जाये जीवन बाती,
कौन उन्हे समझाए।
नील कमल....

गायिका – **सौ. आशा भोसले**

(६)

मेनका

मन में मेरे झूलो पिया प्रेम का हिंडोलना,
तेरी मेरी प्रीत है किसीसे नहीं बोलना ।
जीवन के साथी मेरे संग संग डोलना,
तेरी मेरी प्रीत....
देखो देखो-काली घटा ले रही अंगडाइयाँ,
बरखा ने छेड दी है प्रेम की शहनाइयाँ,
धीरे धीरे-धीरे धीरे आ के पिया घुंघट
पट खोलना,
तेरी मेरी प्रीत....
बरखा ऋतू बीत गई पतझड भी आ गया,
फिर भी खिलता रहा मधुबन हमारे प्यार का
यूही मेरे जीवन में अमृत रस घोलना,
तेरी मेरी प्रीत....
आया बसंत लिये मधु रस की प्यालियाँ,
ह्रदय में झूम उठी आशा की डालियाँ,
ह्रदय की बात मेरी ह्रदय में ही तोलना,
तेरी मेरी प्रीत....

गायिका – **सौ. आशा भोसले**

– समाप्त –

दानापानी (हिंदी)

(हिंदी पटकथेची वि. स. खांडेकर लिखित मूळ मराठी प्रत)

दानापानी

(लांबून एक शाळेची भव्य इमारत दिसते. जवळ गेल्यावर तिच्यावरील 'महात्मा गांधी विद्यामंदिर' ही अक्षरे स्पष्ट दिसू लागतात. त्या अक्षरांवरून आपण अकरावीच्या वर्गाकडे जातो. या वर्गावर अशी पाटी आहे – 'इयत्ता ११'.... वर्गात अद्यापि शिक्षक आलेलेच नाहीत; त्यामुळे मुलामुलींचा कलकलाट नि गोंधळ सुरू आहे. पुढच्या एका बाकावर एका बाजूला मुली. अगदी मागच्या बाकावर एक मुलगा मदन. पोशाखावरूनच तो श्रीमंताचा लाडावलेला मुलगा दिसतो. कागदाचे बाण करून ते वर्गात सोडीत आहे. ते निरनिराळ्या मुलांच्या अंगावर पडतात. त्यांपैकी एक पुस्तक वाचीत असतो. अंगावर बाण पडताच तो वर पाहतो व चिडून, रागाने हात वर करतो. त्याच्या हातातल्या पुस्तकाचे नाव 'आठवा खून!' काही शांत मुले, काही पुस्तके उघडून बसलेली मुले. तिसरा वात्रट मुलगा पुढे बसलेल्या मुलाच्या मानेवर एक दोरा फिरवितो. त्याने मागे वळून पाहिले की, आपण गंभीर मुद्रा करून बसतो. त्याचाच भाऊ असलेला चौथा मुलगा वहीत चित्र काढीत आहे. ते चित्र असे आहे – पशूंची परिषद भरली आहे. उंट व्यासपीठावर वक्ता म्हणून उभा आहे. गाढव अध्यक्षाच्या खुर्चीवर बसले आहे. त्याच्या जवळची मुले ते पाहतात व खो-खो करून हसतात. मुलींमध्येही दोन सुखवस्तू मुली एकमेकींची काकणे, रिबिनी वगैरेंची तुलना करीत आहेत. बरीचशी मुले शांत बसून शिक्षकांची वाट पाहत आहेत.

दरवाजात शिक्षक दिसताच एक चांगला विद्यार्थी दुसऱ्याला आनंदाने सांगतो, 'देशपांडे सर आले हं, तासाला. आज आपल्याला मेजवानी मिळणार बुवा!' शांत, अभ्यासू मुले टाळ्या वाजवितात व देशपांड्यांचे स्वागत करतात. त्या मुलांच्या चेहऱ्यांवरून हे शिक्षक त्यांचे अतिशय आवडते असावेत. देशपांडे खुर्चीवर येऊन बसतात. डोळ्यांवर जाड भिंगांचा चष्मा, अंगात एक जुना कोट, कोट डावीकडे खांद्यावर थोडासा उसवलेला. मागच्या बाकावरला मदन ही गोष्ट शेजारच्या मुलाला दाखवितो. तो त्याला गप्प बसवितो. काही मुले 'सर, गोष्ट सांगा – सर, गोष्ट हवी,' असे म्हणतात. देशपांडे हसतात. येताना बरोबर त्यांनी एक पुस्तक आणलेले असते. ते उघडून ते म्हणतात, 'आज एक चांगली कविता शिकविणार आहे मी तुम्हाला. त्या कवितेचे नाव आहे –'

गंभीर स्वराने पहिले कडवे वाचू लागतात. मदन जांभई देतो व हातातील सोन्याच्या घड्याळाकडे पाहतो. त्यात ४:३० झालेले असतात. तो हळूच बाकावर

डोके टेकतो आणि डोळे मिटतो.

मदन डोळे उघडून पाहतो. घड्याळात ४:५५ झालेले आहेत. सारी मुले कवितेत रंगून गेली आहेत. मास्तरांचे बोलणे ती अतिशय उत्सुकतेने ऐकत आहेत. देशपांडे आता शेवटच्या कडव्याच्या पहिल्या ओळी वाचू लागतात; पण त्यांना ती अक्षरे नीट दिसत नाहीत. ते चाळिशी काढून पुस्तक डोळ्यांजवळ नेऊन वाचण्याचा प्रयत्न करतात. पुस्तक लांब व जवळ करतात; पण त्यांना काही केल्या अक्षरे नीट दिसत नाहीत. मदन हसू लागतो. त्याच्या शेजारचा मुलगा त्याच्या तोंडावर हात ठेवून त्याचे हसणे बंद करतो. मास्तरांच्या चेहऱ्यावर क्षणभर चिंतेची छाया. विचित्र स्तब्धता. लगेच पहिल्या रांगेतल्या एका मुलाला ते पुढे वाचायला सांगतात. तो पुढच्या दोन ओळी वाचतो.

देशपांडे : (मोठ्या उत्साहाने) या ओळी तुम्ही आपल्या हृदयात अगदी कोरून ठेवायला हव्यात. डोंगरात सुंदर लेणी असतात ना; तशा! गरिबी हा समाजाचा सर्वांत मोठा शत्रू आहे. सर्व गरीब लोकांनो, चला, उठा, आपण असे एक नवे जग घडवू की, ज्यात गरिबी हा शब्द असणार नाही. कुणी भुकेला राहणार नाही, कुणी दुःखी दिसणार नाही. (ओळी म्हणतो.)

एक मुलगा : (उठून, हात वर करून) सर, एक शंका –

देशपांडे : (हसून) विचार, एक का, दहा विचार.

मुलगा : गरिबानं श्रीमंत कसं व्हायचं सर? ते या कवितेत कुठेच सांगितले नाही.

मदन : (एकदम उठून हात वर करून) मी सांगतो सर! (देशपांडे मान हलवितात.) काळा बाज़ार करून हवा तितका पैसा मिळतो. (सारी मुले हसतात.)

दुसरा : (उठून) शब्दकोडी सोडवून. माझ्या चुलत मावशीला – (देशपांडे त्याला खाली बसायला सांगतात.)

देशपांडे : (पहिल्या मुलाची समजूत घालण्याकरिता) उद्योगी मनुष्याला लक्ष्मी माळ घालते, असं संस्कृत वचन आहे. ते आपण –

मधाचाच मुलगा : (मधेच) सर, माझे वडील तीन ठिकाणी कारकून आहेत. सकाळी सहा वाजल्यापासून रात्री दहा वाजेपर्यंत ते काम करतात. ते परवा तापातून उठले. डॉक्टरांनी त्यांना दररोज अच्छेर दूध प्यायला सांगितलं, तेव्हा ते आईला म्हणाले, 'अच्छेर दुधाला आठ आणे पडतात, ते कुठून आणायचे?'

दुसरा : (उठून एकदम) माझे वडील मास्तर आहेत सर. ते रात्रीसुद्धा शिकवणीला जातात; पण फी देता येईना म्हणून माझ्या धाकट्या

बहिणीची शाळा त्यांनी यंदा बंद केली. मी शाळेला यायला निघालो की, ती रोज रडते –

तिसरा : (उठून) माझे आजोबा म्हणतात, या जगात पाप केल्याशिवाय पैसा मिळत नाही.

(देशपांडे त्याला खाली बसवतात. चार-पाच विद्यार्थी हात वर करून एकदम बोलण्याकरिता उठू इच्छितात. देशपांडे त्यांना उठू देत नाहीत. ते हिरमुसले होऊन बसतात. इतक्यात एक मुलगी उठते. तिचे पातळ अगदी साधे, एक-दोन ठिकाणी शिवलेले असे आहे. ती काहीतरी बोलण्याकरिता म्हणून उठते. तिच्या ओठांची हालचाल होते; पण ती बोलू शकत नाही. मोठ्या विचित्र नजरेने ती मास्तरांकडे पाहते; त्यामुळे त्यांचे लक्ष आपल्या खांद्यावरून उसवलेल्या कोटाकडे जाते. ते अधिकच गोंधळतात. त्या मुलीचे डोळे पाण्याने भरतात. ती एक हुंदका देते व न बोलता खाली बसते.)

देशपांडे : (अधिकच गोंधळून विषय बदलण्याकरिता) कुठं होतो बरं आपण? (मघाच्याच ओळी पुन्हा म्हणतात; पण मघाचा उत्साह आणि आवेश आता त्यांच्या स्वरात किंवा चेहऱ्यात नाही. मंद स्वराने ओळी म्हणता-म्हणता त्या मुलीकडे पाहून ते दुःखी होतात. इतक्यात तास संपल्याची घंटा होते. तास संपला, हे फार बरे झाले, असे त्यांच्या चेहऱ्यावरून वाटते. त्यांच्या मुद्रेवर एक प्रकारची सुटकेची भावना.)

(देशपांडे मास्तर अकरावीच्या वर्गाकडून व्हरांड्यातून शिक्षकांच्या खोलीकडे येत आहेत. त्यांच्या पुढे दोघे शिक्षक बोलत-बोलत जात असतात. खोलीत येता-येता त्यांतील एक शिक्षक पाकीट उघडून दुसऱ्याला अधेली दाखवितात व म्हणतात, 'ही आमची शिल्लक!' (भिंतीवरच्या ३० नोव्हेंबर या तारखेकडे पाहत) महिन्याचा शेवटचा दिवस म्हणजे मास्तराच्या आयुष्यातला शेवटचा दिवस!'

दुसरा : (उपरोधिक स्वराने, एकीकडे हातातली पुस्तके भिरकावून देत आणि खुर्चीवर बसत.) राष्ट्राचे शिल्पकार आहात तुम्ही! घ्या छिनी, गाळा घाम, ठोका दगड आणि घडवा देवांच्या मूर्ती! मग त्या मूर्तीपुढचा पंचपक्वान्नांचा नैवेद्य कुणी का खाईना!

(देशपांडे मास्तर आत येतात. हुश्श करीत खुर्चीवर बसतात. टेबलावर पडलेले एक पुस्तक उचलून आपल्याला नेहमीप्रमाणे वाचता येते की नाही, हे पाहण्याचा प्रयत्न करतात. इतक्यात मदन क्रिकेटमधली ओव्हर बाउंडरी मारण्याचा अभिनय करीत आत येतो. त्याच्या हातात एक पत्र आहे. देशपांड्यांपाशी जाऊन तो ते त्यांच्या हातात देतो.)

देशपांडे : कुणी रे दिलंय?

मदन : माझ्या वडिलांनी – पापासाहेबांनी. तुमची शिकवणी ठेवणार आहेत ते मला इंग्रजीसाठी. (ऐटीने) महिना शंभर रुपये!

(देशपांडे रागाने त्याच्याकडे पाहतात. मदन एकदम चूप होतो. देशपांडे चाळिशी काढून डोळ्यांजवळ पत्र नेऊन ते वाचू लागतात. इतक्यात मदनचा एक दोस्त – केस, पोशाख, वगैरेवरून तो सिनेमावेडा आहे, हे उघड दिसते – बाहेरून त्याला खुणावतो. मदन हळूच बाहेर जातो. देशपांडे पत्र वाचून ते टेबलावर फेकून देतात.)

पहिला शिक्षक : (देशपांड्यांना) पत्करा की शंकरराव! अहो, पापासाहेब म्हणजे बडं प्रस्थ आहे. काळ्या बाजारात –

दुसरा : (हसत) चोराच्या हातची लंगोटी! शंभर रुपये काही वाटेवर पडले नाहीत.

देशपांडे : (समोरच्या गांधींच्या फोटोकडे पाहत.) आणि माणसाचा आत्मा? तो वाटेवर पडलाय वाटतं? केवळ पैशासाठी या मठ्ठ लाडोबाची शिकवणी पत्करणं म्हणजे –

दुसरा : आत्म्याप्रमाणं माणसाला शरीरही असतं शंकरराव!

(इतक्यात मदन परत येतो व उत्तराच्या अपेक्षेने देशपांड्यांकडे पाहू लागतो.)

देशपांडे : (खुर्चीवरून उठत) तुझ्या वडिलांना म्हणावं, हल्ली शिकवण्या करीत नाही मी! माझे डोळे बिघडले आहेत. त्यामुळं – (मानेने नाही म्हणत व हातरुमालाने चाळिशी पुशीत बाहेर पडतात.)

(शाळेच्या कोपऱ्यावरच बसस्टॉप आहे. तिथे हळूहळू देशपांडे येतात. कोटाच्या बाहेरच्या दोन्ही खिशांत हात घालून ते पैसे शोधतात. शेवटी आतल्या खिशात हात घालतात. फक्त एक तांब्याचा पैसा निघतो. त्या पैशाकडे पाहून दुपारी शाळेला येताना घरी काय घडले याची त्यांना आठवण होते.)

१) सकाळी १०:३० वाजता देशपांडे शाळेला जायला निघाले आहेत. त्यांची पत्नी उमा 'थोडे पैसे असले तर हवे आहेत,' असे दबलेल्या स्वरात म्हणते. शंकरराव खिशातली सारी मोड काढून ती तिच्या हातावर ठेवतात आणि हसत म्हणतात, 'आता खरा संन्याशी झालो मी!' उमा उत्तरते, 'तुम्ही पुष्कळ व्हाल; पण मी बरी होऊ देईन तुम्हाला?' दोघेही हसतात.

२) ते घराच्या पायऱ्या उतरणार इतक्यात चंदू आतून धावत येऊन त्यांना घट्ट मिठी मारतो आणि म्हणतो, 'दादा, सायकलची आठवण आहे ना?' शंकरराव मानेने होय म्हणतात. चंदू गाल फुगवून म्हणतो, 'लहान मुलांना फसविलं म्हणजे देवबाप्पा मार देतो हं!' शंकरराव नुसते हसतात. चंदू पुन्हा मिठी मारून 'तुम्हालाच

का हो दुकानदार देत नाही सायकल? त्या डॉक्टरांना मिळाली, त्या देवलांना मिळाली – आज आणणार ना? नक्की? देवाशपथ? नाही तर तुमची गट्टी फू करीन हं मी!' असे म्हणतो व पाठ फिरवून उभा राहतो. शंकरराव त्याच्याकडे कौतुकाने पाहतात व चालू लागतात. मध्येच ते मागे वळून पाहतात. चंदूचे 'दादा, सायकल' हे शब्द त्यांच्या कानांवर प्रथम स्पष्ट, मग अस्पष्ट असे येतात.)

याच वेळी जोरजोराने घंटा वाजवीत एक सायकलस्वार त्यांच्या अंगावरून जातो. त्याच्यामागून मदन व त्याचा दोस्त मोटारीत बसून जातात. शंकरराव हे सर्व पाहत असतात. ते आता मुकाट्याने चालू लागणार तोच इतका वेळ त्यांच्या बाजूला उभा असलेला अकरावीतला एक विद्यार्थी चटकन पुढे होतो. शंकररावांना खिशात हात घालून फक्त एक पैसा मिळाला, हे त्याने दुरून पाहिलेले असते. पुढे होऊन तो मोठ्या अदबीने व प्रेमाने म्हणतो, 'सर, चला की बसनं जाऊ या. मघाची कविता फार चांगली होती हं! किती छान शिकविता तुम्ही!' शंकरराव त्यांच्याकडे प्रेमाने पाहतात. मानेने नाही म्हणतात व चालू लागतात. मग आपल्या हातून त्या प्रेमळ विद्यार्थ्याचा अपमान तर झाला नाही ना, असे वाटून परत वळतात व त्याला म्हणतात, 'अरे जाधव, आम्हा बैठ्या माणसांना नेहमीच थोड-थोडं चालणं हवंच. त्याशिवाय प्रकृती बरी राहत नाही. शिवाय माझा एक मित्र आज माझे शंभर रुपये परत करणार आहे. त्याच्याकडे जायचंय मला! डॉक्टरांना डोळेही दाखवीन म्हणतोय. (त्याच्या खांद्यावर हात ठेवून त्याला थोपटीत) ही कामं नसती तर तुझ्याबरोबर मी आनंदानं –' (मधेच थांबतात आणि पाठ वळवून झपाझप चालू लागतात. लगेच बस त्यांच्या अंगावरून पुढे निघून जाते.)

(शंकररावांचा बालमित्र दिगंबर याची खोली. सामान्य खोलीत जिथे देवादिकांचे अथवा पुढाऱ्यांचे फोटो लावलेले असतात, तिथे या खोलीत शर्यती जिंकणाऱ्या निरनिराळ्या घोड्यांचे फोटो लावले आहेत. शब्दकोड्यांचे चौकोन व त्यात बक्षिसे मिळविणाऱ्या माणसांचे फोटो यांनी भिंती विभूषित झाल्या आहेत. खोलीचे दारिद्र्य अनेक गोष्टींवरून दिसून येत आहे. दृश्य सुरू होते ते सिगारेटच्या थोटकांनी भरलेल्या एका भांड्यावर. शंकर आत येतो व खोलीत असलेल्या एकुलत्या एका खुर्चीवर बसू लागतो. कोपऱ्यातल्या चित्रातल्या घोड्याच्या पाठीवर थाप मारीत उभा असलेला दिगंबर त्याला धरून ओढतो व खुर्चीखालची वस्तुस्थिती दाखवितो. खुर्चीला फक्त तीनच पाय असतात! शंकर हसत जमिनीवर बसतो व सतरंजीवर इकडेतिकडे पडलेली सिगारेटची थोटके गोळा करू लागतो. दिगंबर त्याला ते करू देत नाही. तो त्याच्यापुढे सिगारेट धरतो. शंकर हसत नको म्हणतो. दिगंबर सिगारेट ओढू लागतो.)

दिगंबर : (तोंडातून व नाकातून बाहेर पडणाऱ्या धुराची वलये एखाद्या

तत्त्वज्ञाप्रमाणे पाहत शंकरच्या पाठीवर थाप मारून) दोस्त, ठरल्याप्रमाणं आज आलास ते फार बरं केलंस! (शंकरचा चेहरा आशेने उजळतो. थांबून) मला मोठा एक गहन प्रश्न पडला आहे. माणसाच्या आयुष्याला कुठली उपमा द्यावी?

शंकर : (दिगंबर कवी होऊ इच्छितो की काय, याची शंका येऊन) एक मोठा कवी म्हणतो, जीवन ही पूजा आहे.

दिगंबर : तू शुद्ध मास्तर आहेस आणि तो कवी फर्स्ट क्लास गाढव आहे. (जोराने धूर सोडून कानात सांगितल्याप्रमाणे करीत स्वर बदलून) शंकर, तुझा बालमित्र म्हणून तुला हे रहस्य सांगतो. आयुष्य हा बाजार आहे बाबा – साधा बाजार नाही, सट्टेबाजार! आता हेच पाहा, गेल्या पाच-सहा वर्षांत पाच-दहा, पाच-दहा असे पाच-सहाशे रुपये तरी मी घेतले असतील तुझ्याकडून. त्यांतली एक पैसुद्धा मी तुला आजपर्यंत परत केली नाही; पण आज –

शंकर : (घाईघाईने मध्ये मोठ्या आशेने) आज काही करून शंभर रुपये द्यायचे तू कबूल केले होतेस.

दिगंबर : (तुच्छतेने) शंभर? फक्त शंभर? अवघे शंभर? अगदी शुद्ध मास्तर आहेस! आज मी तुला पाच हजार रुपये देणार – (शंकर त्याच्याकडे अविश्वासाने पाहतो.) असा काय बघतोस? पाचावर तीन शून्यं; दोन नव्हेत.

शंकर : आज शंभर रुपये पुरेत मला. कितीतरी दिवस चंदू सायकलचा हट्ट धरून बसलाय! आज ती आणतोच, असं वचन दिलंय मी त्याला! पोर घरी –

दिगंबर : माझ्यासारखा दोस्त तुझा पाठीराखा असताना तू पोराला भिकारडी सायकल घेऊन देणार? अगदी शुद्ध मास्तर आहेस. त्याला मोटर घेऊन दे.

शंकर : तेवढे शंभर रुपये दिलेस, तर डोळ्यांच्या डॉक्टरकडेसुद्धा जाईन म्हणतो.

दिगंबर : हेच तुला सांगत होतो मी! कॉलेजात तुझे डोळे अभ्यासाने बिघडले आणि माझे – अरे, इथं बसून इंद्राच्या अप्सरा मी पाहू शकतो. म्हणून एक गोष्ट लक्षात ठेव – आयुष्य हा सट्टेबाजार आहे. आज तुला मी पाच हजार रुपये –

शंकर : (त्याला पैसे मिळाले आहेत, अशी दृढ समजूत होऊन) आज मला पाच हजार रुपये कुणी दिले तर... तर माझ्या कातड्याचे

जोडे करून त्याच्या पायांत घालीन मी! दिगंबर, माझ्यासारख्या संसारी माणसानं आठ वर्षं कशी काढली, याची तुला कल्पना यायची नाही!

दिगंबर : (त्याचा हात हातात घेऊन भावनापूर्ण स्वराने) शंकर, तू संसारी. मी जुगारी; पण तुझ्या या वेड्या बालमित्राला तू कधी अंतर दिलं नाहीस. आपल्या चतकोर भाकरीतला अर्धा तुकडा तू भुकेच्या वेळी मला नेहमी दिलास. आपल्या हाताला पैसे लागले की, त्यांतले निम्मे तुला द्यायचे, हे मी कधीच ठरवून ठेवलं होतं. परवाच्या रेसमध्ये मला दहा हजार रुपये – (शंकर पुन्हा अविश्वासाने पाहतो.) असा पाहतोस काय? अरे, दैव माणसाशी नेहमीच जुगार खेळत असतं. कधी ते जिंकतं, कधी माणूस जिंकतो. त्या दहा हजारांपैकी पाच हजार मी तुला – (उठतो. भिंतीत असलेले एक कपाट किल्ली लावून उघडतो.) देणार होतो; पण – (उजव्या हाताची मूठ वळवून रागाने एका घोड्याकडे पाहत.) या गाढवानं सारा घात केला! परवाची शर्यत मी हरलो. (कपाटातून एक रुपया काढून तो बोटावर नाचवीत.) आज उभ्या जगात माझी इस्टेट काय ती एवढी आहे दोस्त!

शंकर : (निराश स्वराने) दिगंबर, चंदूला काय सांगू आता मी?

दिगंबर : (मोठ्या उत्साहाने) त्याला सांग, दिगंबरला शर्यतीत ट्रबल पूल मिळाला – आणि तो आज ना उद्या मिळणारच. माझे सारे ग्रह आता उच्चीचे आहेत. तो मिळाला की, तुला सायकलच काय, विमानसुद्धा घेऊन देतो!

(इतक्यात रस्त्यावरून जाणाऱ्या भिकाऱ्याच्या पोराची गाण्याची एक ओळ दिगंबरच्या कानांवर पडते. दिगंबर त्याला खुणावून बोलावून घेतो. पोर पुढे गाणे म्हणू लागतो. गाणे संपताच खूश होऊन तो हातातला रुपया त्या पोराच्या अंगावर फेकतो. ते पोर तो उलटासुलटा करून पाहते. त्याचा स्वत:च्या डोळ्यांवर विश्वास बसत नाही आणि चकित होऊन तो घेऊन पळत सुटते. शंकर उठतो व जड पावलांनी चालू लागतो.)

अ) (शंकर रस्त्याने घाईघाईने चालला आहे. इतर गोष्टींकडे त्याचे लक्ष नाही.)

आ) (पापासाहेबांचा दिवाणखाना. निरनिराळ्या दृश्यांतील गाण्यांची एकेक ओळ घेऊन ते सर्व एकत्र जुळवीत मदन गाणे म्हणत आहे. तो हॉलमधल्या प्रत्येक चित्रापुढे जाऊन एकेक ओळ म्हणतो. मात्र ती प्रत्येक ओळ समोरच्या चित्राशी

विसंगत असते. उदाहरणार्थ, एका रांगत्या मुलीच्या सुंदर चित्रापुढे उभे राहून डोळ्यांतल्या जहरी बाणांचे वर्णन करणारी ओळ तो म्हणतो. सूर्योदयाच्या चित्रापुढे रात्रीच्या वर्णनाची ओळ म्हणतो. बाहेर पापासाहेबांची मोटर थांबते. तरी मदनचे संगीत सुरूच असते. पापासाहेब पायऱ्या चढून वर येतात व 'मदनऽ' म्हणून रागाने ओरडतात. मदन दचकतो. पापासाहेबांचे आज काहीतरी बिनसले आहे, एवढी त्याला कल्पना येते. इतक्यात जिन्यातून आई येत असलेली पाहून तो हळूच सर्रकन वर जातो.

पापासाहेब कोचात अंग टाकून तसेच डोळे मिटून पडतात. कांचनमाला टॉमसह मागे हळूच येऊन लाडिकपणाने ती त्यांच्या उजव्या खांद्यावरून मागून जवळ तोंड नेते; पण त्यामुळे टॉमचे तोंड पापासाहेबांच्या तोंडाला लागते.)

पापासाहेब : (दचकून मान वर करीत) हडी-हडी-हडी!

कांचनमाला: इश्श, मी आहे म्हटलं मागं उभी! (अधिक लाडिकपणाने) शर्यत काय म्हणतेय आजची?

पापासाहेब : काय म्हणणार? पाचाचे पंचवीस हजार झाले –

कांचनमाला: (आनंदाने नाचत आणि टॉमच्या गालाला गाल लावीत) टॉम, टॉमी, टॉम्या, उद्या आपण नवी गाडी विकत घ्यायची हं! अगदी कोरी करकरीत स्टुड बेकर!

पापासाहेब : पाचाचे पंचवीस हजार झाले ते लोकांचे; माझे नाहीत. माझे पंचवीस हजार गेले, तेव्हा उद्या तुझी गाडी विकून टाकावी म्हणतो मी. (टॉम एकदम भुंकू लागतो, म्हणून दोघे तिकडे पाहतात. अंगावर कोट, टोपी नसलेला एक इसम आत येतो. त्याचा हा वेष व उतरलेला चेहरा पाहून पापासाहेब चकित होतात. पुढील सर्व दृश्यांत पापासाहेब अगदी वरच्या पायरीवर उभा व शंकर अगदी खालच्या पायरीवर उभा, असे संभाषण सुरू राहते.)

पापासाहेब : (कोचावरून उठून पुढे येत.) कोण? मास्तर? (त्याच्याकडे नखशिखांत न्याहाळून पाहत.) काल तर तुम्ही माझं तोंड पुन्हा पाहायचं नाही, अशी प्रतिज्ञा केली होती!

शंकर : (खोल गेलेल्या स्वराने) म्हणून आज तुमचे पाय धरायची पाळी नशिबानं माझ्यावर आणली आहे. पाच हजार रुपये हवे आहेत मला पापासाहेब. आत्ता – अगदी या क्षणी. गळ्याला फास लागला आहे माझ्या!

पापासाहेब : या पाच हजारांना तारण?

शंकर : माझे प्राण!

पापासाहेब : एका मास्तराच्या जिवाची किंमत इतकी असते, हे मी आजच ऐकतोय; हजार-दोन हजारांचा विमा तरी आहे का तुमचा मास्तर?

शंकर : (अजिजीच्या स्वराने) पापासाहेब, रात्रीचा दिवस आणि रक्ताचं पाणी करून तुमच्या मदनला मी शिकवीन, त्याला पदवीधर करीन, तो चांगला मुलगा व्हावा म्हणून मला जे-जे करणं शक्य असेल, ते-ते –

कांचनमाला: शट अप! श्रीमंतांची मुलं नेहमीच चांगली असतात मास्तर. पुन्हा मदनला वाईट म्हटलंत, तर तुमच्यावर बेअब्रूची फिर्याद –

शंकर : (तिच्याकडे लक्ष न देता.) पापासाहेब –

पापासाहेब : माझा कालचा सवाल कायम आहे.

शंकर : (आतापर्यंतची लाचारी सोडून एकदम उसळून) नाही! मी मार्क वाढविणार नाही! मी पाप करणार नाही!

पापासाहेब : (हसत) पाप? पुस्तकं वाचून नुसते तुमचे डोळेच बिघडले नाहीत मास्तर, डोकंही बिघडलंय. पाप आणि पुण्य या शब्दांचे तुमच्या पुस्तकांतले अर्थ निराळे आणि आमच्या व्यवहारांतले अर्थ निराळे. मुत्सद्दी दररोज खोटं बोलतात. व्यापारी लांड्यालबाड्या करतात, वकील पावलापावलाला गुन्हेगारांना आपली बुद्धी विकतात. या सर्वांना काय तुम्ही पापी म्हणणार?

शंकर : (ताठ मान करून निश्चल नजरेने) अलबत! जगाच्या बाजारात जो-जो आपला आत्मा विकतो, तो-तो पापी आहे.

पापासाहेब : (खो-खो हसत, पायऱ्या उतरून शंकरजवळ येऊन त्याच्या खांद्यावर हात ठेवीत.) वेडे आहात तुम्ही मास्तर!

शंकर : (पापाचा हात दूर करीत.) मला शहाणपण नकोय; पैसे हवेत.

पापासाहेब : (उपरोधाने) माझा पापाचा पैसा तुम्हाला चालतो; मात्र ज्याच्याकडून तुम्ही हा पैसा उपटणार, त्याच्यासाठी एक अगदी साधी मामुली गोष्ट करायला तुम्ही तयार नाही. मोठे कृतज्ञ दिसता तुम्ही!

शंकर : माझ्या बहिणीचा सारा जन्म पाच हजारांवर अवलंबून आहे. पापासाहेब, मी तुमच्यापुढे पदर पसरतो. भीक मागतो –

पापासाहेब : हा पापासाहेबांचा बंगला आहे; धर्मशाळा किंवा अन्नछत्र नाही. नीती-अनीती, पाप-पुण्य यांचा काथ्याकूट करून या जगात कुणी सुखी होत नाही मास्तर. ती संन्याशांची कामं; तुमची-आमची नव्हेत. माझी कालची अट तुम्हाला मान्य असेल तर –

शंकर : नाही, नाही, नाही!

पापासाहेब : (पाठ वळवून पायऱ्या चढून परत येत.) मग खुशाल कुत्र्याच्या मौतीने मरा!

कांचनमाला: (मधेच) कुत्र्याच्या? अंहं. साहेब, हा मिस्टर टॉमचा अपमान होतोय. (शंकरकडे तुच्छतेने पाहत.) डुकराच्या!

पापासाहेब : (मागे वळून पाहत उपहासाने) या जगात जगायला नालायक आहात तुम्ही मास्तर!

शंकर : (जाता-जाता मागे वळून) खरं बोललात पापासाहेब. या जगात जगायला मी नालायक आहे; कारण... कारण मी सज्जन आहे. दुबळा सज्जन आहे! (शंकर चालू लागतो. 'पापाचा पैसा' – 'डुकराच्या!' 'या जगात जगायला तुम्ही नालायक आहात,' हे शब्द त्याला एकसारखे ऐकू येऊ लागतात.

(शंकर रस्त्याने चालता-चालता एकदम थांबतो. त्याचे लक्ष एका इमारतीतील पहिल्या मजल्यावरील उजव्या बाजूच्या पाटीकडे जाते – 'डॉ. रत्नपारखी, आय स्पेशालिस्ट' अशी ती पाटी असते. तो डॉक्टरांकडे जाण्याकरिता म्हणून वळतो. दवाखान्याच्या पायऱ्या चढू लागतो. 'तेवढं बिल भागवू या आधी,' असे अंगावरून दवाखान्यात जाणाऱ्या व एकमेकांत बोलणाऱ्या दोघांचे शब्द ऐकतो. तो थांबतो. हळूहळू परत फिरतो; पण डॉक्टर याच वेळी गच्चीत येऊन उभे राहिलेले असतात. ते शंकरला पाहतात. 'अहो मास्तर, या ना!' म्हणून हाक मारतात. शंकरचा अगदी नाइलाज होतो. तो परत वळून जिना चढू लागतो.)

(दवाखान्याच्या आतल्या खोलीतून पेशंट्सना तपासून डॉक्टर बाहेर येतात व आपल्या खुर्चीवर बसतात. त्यांच्या मागून शंकरराव येतात.)

शंकर : (दुसरीकडे बघत.) आपलं मागचं बिल अजून राहिलंय.

डॉक्टर : ते सावकाश द्या; पण ही औषधे मात्र ताबडतोब सुरू करा. बिलकूल चालढकल करू नका. अधू डोळ्यांना खाणंपिणं चांगलं हवं. पोटात व्हिटॅमिन्स भरपूर जायला हवीत. अंडी खाता का तुम्ही? (ते मानेने नाही म्हणतात.) मग दररोज शेरभर दूध प्या. टोमॅटो सूप – मोसंब्याचा रस – नि हे पाहा मास्तर Stop worrying – कसलीही काळजी करायची नाही, हे लक्षात ठेवा. चिंता म्हणजे अनुस्वार नसलेली चिता, हे मी काही तुम्हाला सांगायला नको. (औषधे लिहून कागद त्यांच्या हातात देतात.)

(शहराच्या हमरस्त्यावरला एक कोपरा. शे-दोनशे लोकांची गर्दी दिसत आहे. लोक उभे राहून काहीतरी ऐकत आहेत. मध्येच टाळ्या. कसली तरी सभा चालली असावी. श्रोत्यांपैकी काही उभ्या-उभ्या भेळ खात आहेत. काही विड्या फुंकीत आहेत.

त्यांच्यापैकी बरेचसे लोक रिकामटेकडे दिसतात.

सभेच्या बाजूच्या रस्त्याने एक मोटर हॉर्न वाजवीत जाऊ लागते. आत फॅशनेबल पोशाख केलेल्या दोन-तीन बायका व एक पुरुष.)

एक बाई : अगं बाई, काहीतरी मोठा अपघात झालेला दिसतोय! बघून तरी जाऊ या. (ती खाली उतरू पाहते; पण मोटरीतला पुरुष तिच्या आधी उतरतो. तो गर्दीत घुसतो. बाई मोठ्या उत्सुकतेने त्याच्याकडे पाहत असते. तो परत येतो.)

बाई : (अतिशय उत्सुकतेने) हात गेलाय की पाय?

पुरुष : डोकं!

बाई : (भययुक्त उत्सुकतेने) म्हणजे? (मोटरीचे दार उघडून घाईघाईत बाई उतरू लागते.)

पुरुष : अगं, त्या देशपांडे मास्तरांचा एक वेडपट भाऊ आहे ना, तो व्याख्यान देतोय. (बाई निराश होऊन मोटरीत आपल्या जागी परत बसते.)

पुरुष : (मूठ वळवून जोराने वक्त्याच्या बोलण्याची नक्कल करीत म्हणतो.) क्रांती-क्रांती-क्रांती – एवढा एकच शब्द बिचाऱ्याला ठाऊक दिसतोय! (सारी हसतात. तो पुरुष खाड्कन दार उघडून ड्रायव्हरला गाडी सुरू करण्याची खूण करतो. या गाडी पुढूनच शंकर हळूहळू येत असतो. तो विचारमग्न आहे. गाडीचा हॉर्न वाजतो. शंकर दचकून बाजूला होतो. जवळच्याच गर्दीतला एक विद्यार्थी दुसऱ्याला म्हणतो, 'अरविंद देशपांडे बोलतोय!' हे ऐकताच शंकरची उत्सुकता जागृत होते. तो गर्दीत थोडा पुढे होतो. त्याला अरविंदचे बोलणे ऐकू येऊ लागते. मधून-मधून त्याचा चेहरा व हातवारेही दिसतात.)

अरविंद : (जोराने मुठी वळवून) क्रांती म्हणजे काय? क्रांती म्हणजे नवं जग निर्माण करणं, झाडून सारी विषमता नाहीशी करणं! एकानं मीठभाकरी आणि दुसऱ्यानं श्रीखंडपुरी खाणं म्हणजे क्रांती नव्हे. सर्वांनी श्रीखंडपुरी खाणं म्हणजे क्रांती! क्रांती म्हणजे मालगाडीनं मेलगाडीच्या वेगानं जाणं! पेरूनं भोपळ्याएवढं लठ्ठ होणं! मांजरानं उंदरावर प्रेम करणं –

एक श्रोता : हे कसं व्हायचं हो?

अरविंद : (रागानं) तुमच्या साऱ्या शंका मला मग विचारा. क्रांती म्हणजे – क्रांती म्हणजे –

एक आवाज : तुम्ही सूटबूट सोडून धोतर नेसायला लागणं! (सारे श्रोते मोठ्याने हसू लागतात.)

अरविंद : (चिडून) काय सांगत होतो मी? क्रांती म्हणजे – क्रांती म्हणजे – (त्याच्या बोलण्याचा ओघ तुटला आहे. तो गोंधळतो.) मला एवढंच सांगायचं आहे की, हरएक गोष्टीत आज क्रांती होणं जरूर आहे. अगदी हॉटेलात मिळणाऱ्या चहातसुद्धा! (लोक पुन्हा हसतात. शंकर खाली मान घालून चालू लागतो. त्याला दोन विद्यार्थ्यांचं बोलणं ऐकू येतं.)

एक : अरे, तो अऱ्या देशपांडे – देशपांडे मास्तरांचा भाऊ – तो बडबडतोय! बिचारे मास्तर तिकडे मर-मर मरताहेत आणि इकडे ही स्वारी सुटाबुटांत संधी सापडेल तिथं व्याख्यान ठोकते.

दुसरा : (हसून) अरे बाबा, व्याख्यानबाजी हेसुद्धा एक मोठं सामाजिक व्यसन आहे – अगदी दारूसारखं! रेससारखं! (दोघे हसत जातात. शंकर मुकाट्याने चालू लागतो.)

(केमिस्टचे दुकान. शंकर दुकानाच्या पायऱ्या चढून आत येतो. एक लठ्ठ श्रीमंत बाई केमिस्टच्या टेबलापुढे उभी आहे. टेबलावर सात-आठ प्रकारच्या रंगीबेरंगी लहान-मोठ्या बाटल्या तिच्यासाठी त्यांनी काढल्या आहेत. केमिस्ट ते पार्सल बांधायला नोकराकडे देतो. बिल तिच्यापुढे करून म्हणतो, 'अठ्ठ्याऐंशी रुपये चौदा आणे.' ती बाई पर्समधून एक हिरवी नोट काढते व कागदाचा कपटा फेकल्यासारखी ती टेबलावर टाकते. केमिस्ट 'थँक यू' म्हणत ती घेतो व मोड परत करतो. बाई एकेक पाऊल टाकीत जाते. शंकर पुढे होऊन 'या औषधांच्या किमती' असे म्हणतो. केमिस्ट 'औषधे हवीत की नुसत्या किमतीच?' असे थोड्या गुर्मीत विचारतो. इतक्यात दाराशी एक मोटर उभी राहते. तिच्यातून एक केस कापलेली, नट्टापट्टा केलेली श्रीमंत बाई उतरते. केमिस्ट उठतो, अदबीने नमस्कार करतो व 'या मिसेस पापासाहेब' असे म्हणून खुर्चीकडे बोट दाखवितो. शंकर उभाच असतो. बाईने दिलेले प्रिस्क्रिप्शन वाचतो. 'मिस्टर टॉम.' औषधाचे नाव पाहून 'तीस रुपये' असे म्हणतो. बाई चटकन पर्स उघडून हिरवी नोट पुढे करते. केमिस्ट तिच्याकडे पाहत चाचरत म्हणतो, 'पण हे जनावरांचे औषध आहे मॅडम; माणसाचं नाही.'

बाई : (ऐटीने) मिस्टर टॉम हा कुत्रा आहे माझा, मिस्टर. आता हा समतेचा काळ आला आहे ना, म्हणून आम्ही त्याला मिस्टर टॉम म्हणतो.

(केमिस्ट दंतप्रदर्शन करीत बाईच्या या विद्वत्तेचे कौतुक करतो. 'मला वाटलं, तो तुमच्या घरातला बबर्जी असेल.' असे म्हणत तो तिला औषध, बिल आणि पैसे देतो. ती जाते.)

केमिस्ट : (शंकरचे प्रिस्क्रिप्शनचे आकडे मांडीत) पंचवीस रुपये.

शंकर : (स्वत:शीच) पंचवीस?

केमिस्ट : (शंकरकडे नीट निरखून पाहत) मी तुम्हाला ओळखलंच नाही. तुम्ही देशपांडे मास्तर ना? (शंकर मानेने हो म्हणतो.) अहो, आमचा मुलगा तुमच्याच शाळेत आहे की! जरा लक्ष असू द्या हं त्याच्यावर! (शंकर मानेने हो म्हणत हसतो.) औषधं उधार हवी असतील तर घेऊन चला. (शंकरला औषधे घेण्याची इच्छा उत्पन्न होते. तो घुटमळतो. तो 'द्या' असे म्हणणार इतक्यात एक छोटा मुलगा लहानशा सायकलीवरून रस्त्याने जाताना त्याला दिसतो.)

शंकर : (मान हलवून केमिस्टला) तशी काही निकड नाही. आपली सहज चौकशी करून ठेवली. येईन पुन्हा घ्यायला. (तो केमिस्टला नमस्कार करून बाहेर पडतो व रस्त्यावरच्या गर्दीत मिसळतो.)

(आता अगदी संध्याकाळ झाली आहे. शंकर रस्त्याने जड पावलांनी चालला आहे. त्याच्या डोक्यात अरविंदाची वाक्ये राहून-राहून घोळत असतात – 'अंगावर फाटके कपडे,' 'पोटात भिकार अन्न,' 'डोक्यावर कर्जाचा डोंगर' – मध्येच तो आपल्या कोटाची उसवलेली जागा पाहतो. मध्येच 'डोक्यावर कर्जाचा डोंगर' असे पुटपुटतो. आपल्याच कर्मकहाणीचा विचार करीत असल्यामुळे रस्त्यावरच्या रहदारीकडे त्याचे नीटसे लक्ष नाही. एकदम एक मोटर त्याच्या अंगावर आल्यासारखी थांबते व जोरजोराने हॉर्न वाजवते. शंकरला वाटते, आपणच चालताना चुकलो, मोटरीच्या आड आलो. तो ड्रायव्हरला म्हणतो, 'माफ करा हं, माझं लक्ष नव्हतं.' मोटरीचा मागचा दरवाजा उघडून पापासाहेब बाहेर डोकावतात व म्हणतात, 'मास्तरसाहेब, हे काय बोलणं झालं? तुम्ही मास्तर, गुरुजी, आचार्य – 'गुरुर्ब्रह्मा गुरुर' असं काहीतरी आहे ना? आम्ही तुमची माफी मागितली पाहिजे.'

(शंकर चकित होऊन त्यांच्याकडे पाहतो.) 'तुमच्या दर्शनाकरिता घरी गेलो होतो; पण देवळात देवच नव्हता. मी मनात म्हटलं, नसेना! भाव तिथे देव. मास्तरसाहेब आज आपल्याला भेटल्याशिवाय राहणार नाहीत.' (त्याचा हात धरून त्याला आत ओढीत) या, आत या; आमच्या गरिबाच्या घरचा चहा तरी घेऊन चला. (वळून) अरे मदन, (पलीकडे मदन झोपलेला असतो. त्याला हलवितो. तो डोळे उघडतो.) मास्तरजींना नमस्कार कर.' (मदन जांभई देत नमस्कार करतो.)

(पापासाहेबांच्या बंगल्यातला दिवाणखाना. एका कोचावर शंकर अंग चोरून बसला आहे. चहा पिऊन तो कपबशी समोरच्या टेबलावर ठेवतो. पापासाहेब त्याचे आदरातिथ्य करू लागतात.)

पापासाहेब : (चांदीचा डबा पुढे करीत) पान? (शंकर मानेने नाही म्हणतो. सिगारेटची सुंदर चांदीची पेटी पुढे करीत) सिगारेट? (शंकर

मानेने नाही म्हणतो.) तपकीर... (मानेने नकार), लवंग, वेलदोडा... (नकार) तुम्ही अगदी प्राचीन काळातले ऋषी आहात मास्तर – वसिष्ठ-विश्वामित्रांसारखे! तुमचा हा साधेपणा पाहिला की, वाटतं – हा बंगला, हा व्यापार, हा संसार सारं सारं सोडावं आणि तुमच्या पायाशी बसून विद्येचा आनंद लुटावा; पण तेवढं कुठं आहे आमचं भाग्य? (सुस्कारा सोडून) आम्हाला नाही तर नाही; पण आमच्या मुलाबाळांना तरी तुमच्या तपश्चर्येचा लाभ मिळालाच पाहिजे मास्तरजी. म्हणून तर मघापासून एवढा आग्रह करतोय मी तुम्हाला मदनच्या शिकवणीचा!

शंकर : हा डोळ्यांचा त्रास नसता तर मोठ्या आनंदानं केलं असतं मी आपलं काम! पण – पापासाहेब, माफ करा मला – (उठू लागतो.)

पापासाहेब : (त्याचा हात धरून त्याला खाली बसवीत.) डोळ्यांची काय पर्वा आहे तुमच्यासारख्या विद्वानांना? अहो, तो कोण इंग्रज कवी –लिफ्टन?

शंकर : मिल्टन!

पापासाहेब : हो, हो, मिल्टन. आंधळा झाल्यावर मोठं नाटक लिहिलं त्यानं.

शंकर : नाटक नाही, महाकाव्य!

पापासाहेब : हो, हो, महाकाव्य. तसाच आपला सूरदास – त्यानं तर स्वत:चे डोळे फोडून घेतले! मास्तरसाहेब, विद्येचं कधी मोल करता येत नाही. 'न हि ज्ञानं' असं काहीतरी गीतेतच – तुमच्या विद्येवरून राज्य ओवाळून टाकावं, अशी तुमची योग्यता आहे; पण काय करू? मी राजा नाही. एक साधा, गरीब माणूस आहे. महिना शंभर रुपये मी देईन तुम्हाला! पुढच्या महिन्यात मदनची शाळेची परीक्षा आहे. तुमच्या मदतीशिवाय तिच्यात तो पास होणार नाही. पुढं दोन महिन्यांनी त्याची मोठी परीक्षा आहे.

शंकर : कुठल्याही परीक्षेत तो पास कसा व्हायचा हाच प्रश्न आहे, पापासाहेब. थोडं स्पष्ट बोलतो. क्षमा करा. तुमच्या मुलाचं अभ्यासात बिलकूल लक्ष नाही. फार पाणी घातलं म्हणजे फुलझाडाची मुळं कुजू लागतात ना, तशी लाडानं श्रीमंतांची मुलंसुद्धा – (बाहेर गाडीचा हॉर्न वाजतो. केमिस्टच्या दुकानात कुत्र्याचे महागडे औषध विकत घेणारी बाई हॉलमध्ये येते. तिच्यामागून ड्रायव्हर एका हातात 'मिस्टर टॉम' (एक कुलंगी कुत्रे) व दुसऱ्या हातात औषधाच्या बाटलीचे पार्सल घेऊन येतो. ही पापासाहेबांची पत्नी.)

पापासाहेब : (पत्नीला) हे मदनचे नवे गुरुजी – (शंकरला) या मदनच्या

मातोश्री. (नमस्कार-चमत्कार होतात.)

कांचनमाला: (नवऱ्याला) मातोश्री म्हणायला काही म्हातारी झाले नाही, मी अजून! मास्तरजी, पूर्वीच्या जमान्यात नवऱ्याचं नाव घ्यायची बायकांना लाज वाटे, (हसून) आणि हल्लीच्या जमान्यात बायकोचं नाव घ्यायला नवरे लाजतात. म्हणे मातुश्री! माझं नाव आहे कांचनमाला, मास्तर!

पापासाहेब : (मध्येच) उद्यापासून मदनला शिकवायला येणार आहेत हे. फार विद्वान, फार हुशार आहेत हे!

कांचनमाला: मास्तर, तुमच्या शाळेत आरोग्यशास्त्र शिकवितात ना? (शंकर मानेने हो म्हणतो.) मग माझ्या या लाडक्याला काय झालंय, ते सांगा पाहू. (ड्रायव्हरच्या हातून कुत्रे घेते व ते शंकरपुढे धरते. कुत्रे अपरिचित मनुष्य बघून भुंकू लागते.) चूप मिस्टर टॉम, चूप. माझं किनई मुक्या प्राण्यांवर फार प्रेम आहे. (नवऱ्याकडे रोखून पाहत.) माणसांत नसलेला एक मोठा गुण या प्राण्यांच्या अंगी असतो. ते कधी बडबडत बसत नाहीत. (लाडकेपणाने) मास्तरसाहेब, तुमच्या घरी कोणकोणते प्राणी पाळले आहेत तुम्ही?

शंकर : (हे सर्व असह्य होऊन, पण बाह्यतः शांतपणाने) फक्त उंदीर.

कांचनमाला: उंदरांतसुद्धा किती सुंदर रंग असतात! नाही? (नवऱ्याकडे पाहत.) मला प्राणी पाळायची मोठी हौस आहे. लवकरच मी हत्ती, कांगारू, जिराफ, ओरांगउटांग –

पापासाहेब : त्यापेक्षा आपण मुंबईलाच राहायला गेलेले बरे – राणीच्या बागेत!

शंकर : (न राहवून) किंवा सर्कस...!

(ती त्याच्याकडे रागाने पाहते. इतक्यात ड्रायव्हर म्हणतो, 'टॉमसाहेबांच्या औषधाची वेळ झाली बाईसाहेब.')

'अगं बाई, विसरलेच होते की मी!' असे कांचनमाला म्हणते आणि घाईघाईने उठून टॉमकडे लाडिकपणाने पाहते. जिन्यावरून वर जाते. वरून मदन सिनेमातले एक गाणे म्हणत, वेडेवाकडे हातवारे करीत येत असतो. आईची व मुलाची टक्कर होते. दोघे एकमेकांकडे रागाने पाहतात. आई वर जाते. मुलगा गातच खाली येतो. पण मास्तर अजून बसले आहेत, असे पाहताच एकदम थांबतो व चोरपावलांनी परत जातो.)

पापासाहेब : मग काय मास्तरजी, उद्यापासून – (शंकर मानेने नाही म्हणतो; पण त्या नकारात मघाच्याइतका जोर नाही, हे पापासाहेबांच्या लक्षात येते.) लोखंडाला ते काहीतरी लागते नि त्याचे सोने होते ना?

शंकर : परीस!

पापासाहेब : हां, परीस! तुम्ही परीस आहात मास्तर. तुमचा हात लागताच मदन पास होऊन जाईल. तसा फार हुशार आहे तो. अहो, चार वर्षांचा चिमुरडा होता ना, तेव्हापासून कोट्या करतोय. कुणी पापा मागितला की माझ्याकडे बोट दाखवायचा. तो समोर आहे तो त्याचा त्या वेळचा फोटो. (पापा बोट दाखवितो. शंकरला फोटो नीट दिसत नाही, म्हणून तो पुढे होऊन पाहू लागतो. त्या फोटोत चार-पाच वर्षांचा मदन ऐटीत ट्रायसिकलवर बसून ती चालवीत आहे, असे दृश्य असते. शंकरची दृष्टी त्या फोटोवर खिळून राहते. त्याला दुपारचा चंदूचा सायकलचा हट्ट पुन्हा आठवतो – 'तुम्हालाच का देत नाही दुकानदार सायकल?', 'आज आणणार ना? देवाशपथ? नाहीतर तुमची गट्टी फू करीन हं!' ही चंदूची वाक्ये त्याला ऐकू येऊ लागतात. तो आपल्या तंद्रीतच आहे. त्याचे सर्व लक्ष सायकलवर व चंदूच्या शब्दांवर केंद्रित झालेले असते. समोरच्या फोटोत चंदूच सायकलवर बसला आहे, असे त्याला वाटते.)

पापासाहेब : (त्याच्याकडे बारकाईने पाहत आणि खिशातून पन्नासाच्या नोटा काढून त्या शंकरच्या हातात देत) हे पन्नास रुपये ॲडव्हान्स घेऊन चला मास्तरसाहेब. तुमच्या कृपेनं मदन परीक्षेत पास झाल्याशिवाय राहणार नाही, अशी माझी खात्री आहे.

(ते पैसे परत करावेत, असे शंकरच्या मनात येते. तो हात पुढे करतो; पण लगेच त्याचे त्या फोटोकडे लक्ष जाते. तो आवंढा गिळतो. कोटाच्या आतल्या खिशात पैसे ठेवतो. 'उद्या संध्याकाळी सहाला मदनला तयार राहायला सांगा,' असे पापासाहेबांना बजावतो आणि त्यांना नमस्कार करून बाहेर पडतो.)

(सायकल दुकान. शंकर दुकानात येतो. निरनिराळ्या प्रकारच्या ट्रायसिकल्स पाहतो. प्रत्येक ट्रायसिकलपाशी उभा राहतो. तिच्यावर चंदू बसला म्हणजे तो कसा दिसेल, हे चित्र कल्पनेने पाहण्यात त्याला मोठा आनंद होतो. अशा दोन-तीन सायकली त्याने पाहिल्यावर दुकानाचा व्यवस्थापक त्याच्याकडे येतो.)

व्यवस्थापक: (अदबीने) आपल्याला कुठल्या कंपनीची सायकल हवी आहे?

शंकर : (गोंधळून) तशी काही कंपन्यांची माहिती नाही मला. मात्र चांगली हवी! आमच्या चंदूला आवडेल अशी – पुष्कळ दिवस टिकेल अशी–

व्यवस्थापक: (एक ट्रायसिकल पुढे करीत) ही घ्या तुम्ही. किती सुंदर आहे पाहिलीत? जशी काही नटलेली नवी नवरी! आणि जितकी सुंदर

तितकीच टिकाऊ. सध्या तुमचा मुलगा तर तिच्यावर बसेलच; पण पुढे नातवासाठीसुद्धा काही नवी ट्रायसिकल घ्यावी लागणार नाही तुम्हाला!

शंकर : (त्याच्या या बोलण्याने खूश होऊन हसतो. त्यालाही ती सायकल आवडलेली असते. तो तिच्याकडून नाजूकपणाने भीत-भीत हात फिरवितो.) किंमत?

व्यवस्थापक: फक्त शंभर रुपये!

शंकर : (आवंढा गिळून) जरा स्वस्त नमुना –

व्यवस्थापक: ही सर्वांत स्वस्त – साठ रुपये.

(शंकर त्या साठ रुपयांच्या सायकलीकडे व शंभर रुपयांच्या सायकलीकडे आळीपाळीने पाहतो. साठ रुपयांची सायकल अगदीच सामान्य आहे, हे त्याच्या लक्षात येते.)

शंकर : हिच्यापेक्षा थोडी बरी –

व्यवस्थापक: ही छान आहे पाहा. पंचाहत्तर रुपये. (शंकर शंभराच्या सायकलीकडे न पाहता पंचाहत्तराच्या सायकलीकडे पाहतो.)

शंकर : (तिच्याकडे पाहत व कोटाच्या खिशात हात घालीत) गेली दहा वर्षं इथल्या गांधी विद्यामंदिरात शिक्षक आहे मी. माझं नाव शंकरराव देशपांडे. आता रोख पन्नास रुपये देतो. तेवढे घेऊन ही सायकल – (चाचरत) घरी मुलगा – (थांबून) उरलेले पंचवीस मी उद्या आणून देईन. अगदी नक्की! उद्या पहिली तारीख आहे. पगार हातात पडताच –

व्यवस्थापक: (अदबीने) माफ करा हं मास्तरसाहेब. पंचवीस रुपये म्हणजे काय झाडाचा पाला आहे? पण – आमच्या कंपनीची शिस्त मोठी करडी आहे. धंदा म्हणजे धंदा. तिथं आईबाप, बहीण-भाऊ ही नातीसुद्धा आम्ही जाणीत नाही! (थांबून, मोठ्या गोडपणाने) असं करा ना मास्तरसाहेब, कुणातरी स्नेह्याकडून हातउसने पंचवीस रुपये घेऊन या. दुकान अजून तास-दीड तास उघडं राहील. तुमचा मुलगा घराच्या दारात सायकलीची वाट पाहत उभा असेल, हे चित्र मलासुद्धा दिसतंय. अहो, लहानपणी मी असाच हट्ट धरला होता ना वडिलांपाशी! तुम्ही येईपर्यंत दुकान बंद झालं, तर पुन्हा उघडून देईन सायकल; पण तुमच्या मुलाची निराशा होऊ देणार नाही. अहो, लहान मुलं म्हणजे फुलं! (या वाक्यावर खूश होऊन) कंपनीत येण्यापूर्वी कविता करीत होतो मी. (शंकर स्तब्ध. त्याच्या

खांद्यावर हात ठेवून) तुम्ही दहा वर्षं मास्तरकी करीत आहात ना इथं? (शंकर मानेने हो म्हणतो.) वाटेवरला चोरसुद्धा तुम्हाला पंचवीस रुपये देईल! (दुसऱ्या गिऱ्हाइकाकडे जातो.)

(निराश मनाने शंकर रस्त्याने चालला आहे. इतक्यात त्याला गोविंदराव हा एक ओळखीचा गृहस्थ भेटतो. तो कॉलेजात त्याच्याबरोबर असतो. त्याला हाक मारावी की काय, या विचारात तो असतो. इतक्यात तोच त्याच्याजवळ येतो व त्याच्या खांद्यावर थाप मारतो.)

गोविंद : काय शंकरराव, किती दिवसांत गाठभेट नाही तुमची! अहो, कितीही महागाई झाली म्हणून काय माणसं महाग व्हावीत? आणि तीही आपली? एक गोष्ट विसरू नका शंकरराव. या कंगाल दुनियेत आता किंमतवान अशी एकच गोष्ट उरली आहे –दोस्ती!

शंकर : (त्याच्या या बोलण्याने धीर येऊन) खरं आहे गोविंदराव. तुम्हाला हाक मारायला हवी होती मी, पण मी होतो माझ्याच विचारात! तुम्ही माझे जुने दोस्त आहात. तेव्हा सांगायला हरकत नाही. मला की नाही – आत्ता –

गोविंद : (चेहरा व स्वर यांवरून कल्पना येऊन दूर होत घाईघाईने) आठव्या महिन्यात बायकोच्या पोटात दुखायला लागलंय बघा. आणखी एक महिना ढकलेल, असं वाटत होतं; पण – आताच्या आता दवाखान्यात न्यायला हवी तिला. तुमच्यासारखा दोस्त दिसला. तशी काही फार मोठी अडचण नाही माझी. फक्त पंचवीस रुपये!

शंकरराव : (केविलवाण्या मुद्रेने) फक्त पंचवीस रुपये (हसून) गोविंदराव, आज महिन्याची शेवटची तारीख. विष खायला पैसा मिळायचा नाही माझ्यासारख्या मास्तराच्या खिशात!

गोविंदराव : (त्याच्याकडे रोखून पाहत) शंकऱ्या म्हणजे धर्मराजाचा अवतार – कधी खोटं बोलायचा नाही, असा कॉलेजात लौकिक होता तुझा! (त्याचे खिसे बाहेरून चाचपण्याचा प्रयत्न करीत) पाहा हं, नाहीतर – (शंकर अतिशय अस्वस्थ होतो. इतक्यात गोविंदरावाची दृष्टी दुसऱ्या एका ओळखीच्या मनुष्याकडे जाते. तो तसाच खिसे चाचपता-चाचपता शंकरला सोडून घाईघाईने 'अहो बन्याबापू, अहो बन्याबापू' अशा हाका मारीत निघून जातो.)

(शंकर हळूहळू चालत आहे. एकदम त्याच्या पाठीवर थाप पडते. ज्याचे पैसे त्याने पूर्वी उसने घेतलेले असतात, असा एक गृहस्थ.)

गृहस्थ : काय शंकरराव, तुमचा 'उद्या' कधी उजाडणार आहे? गृहस्था, हातउसने म्हणून पंचवीस रुपये नेलेस आणि तीन महिने झाले तरी पत्ता नाही त्यांचा! (कोपऱ्यावरल्या एका सिनेमाच्या उत्तान पोस्टरकडे अधाशीपणाने पाहत) सत्य, अहिंसा, ब्रह्मचर्य ही गांधींची तत्त्वे विसरून आपल्या देशाचा निभाव लागणार नाही, शंकरराव! त्यातून तुम्ही शिक्षक! तरुण पिढी तुमच्या हाताखाली वाढणार, तुमच्यासारखी होणार आणि तुम्ही असं वचन मोडावं – दुसऱ्याचा पैसा –

शंकरराव : (ओशाळून खाली मान घालीत) करतो, काहीतरी तजवीज लवकरच करतो. (टांग्यातून जाणाऱ्या बायकांकडे मागे वळून तो गृहस्थ पाहू लागतो. शंकरराव हळूच तेथून निसटतो.)

(शंकररावाला एक भिकारी – अंगावर अगदी लक्तरे असलेला – अडवितो. 'मायबाप, काही धर्म करा.' म्हणून तो हात पसरतो. शंकर खिशात हात घालतो. लगेच तो तसाच बाहेर घेतो.)

शंकर : मोड नाही रे माझ्यापाशी.

भिकारी : मोड मी देतो तुम्हाला साहेब. एक रुपयाची देऊ की पाच रुपयांची? (तो आपली गाठ सोडतो. त्यात नाना प्रकारची नाणी दिसतात. इतक्यात शंकरला खिशात असलेल्या तांब्याच्या पैशाची आठवण होते. तो चटकन पैसा काढतो आणि भिकाऱ्याच्या हातात ठेवतो. भिकारी 'मोठा आला होता नोटेची मोड मागायला' अशा अर्थाने मान उडवतो. शेजारच्या हॉटेलातून 'जिया बेकरार है' ओळ ऐकू येते. ती गुणगुणत भिकारी डोलत-डोलत पुढे चालू लागतो. शंकर त्याच्याकडे पाहत चालू लागतो.)

(शंकरचे घर. चंदू दारात बापाची वाट पाहत एखाद्या पुतळ्याप्रमाणे बसला आहे. पापणीसुद्धा न मिटता तो रस्त्याकडे पाहत आहे. मध्येच त्याला आपला बाप आला, असे वाटते. तो धावत रस्त्यावर जातो. त्या मनुष्याकडे पाहतो व निराश होऊन परत येतो आणि पुन्हा पायरीवर बसतो. उमा वाळत घालायचा एक कपडा झटकीत पुढच्या दारी येते.)

उमा : (चंदूला) तिन्ही सांजा झाल्या चंदू. चल, ऊठ, पाय धू, देवाला नमस्कार कर. (चंदू जागचा हलत नाही किंवा बोलत नाही.) असं काय करावं बाळ? आज शाळा सुटायला उशीर झाला असेल. ऊठ माझ्या राजा. (त्याला उठवू पाहते.)

चंदू : (न उठता तिच्याशी घुसळण घेत) दादा सायकल घेऊन आल्याशिवाय

उठणार नाही मी इथनं! (उमा त्याच्याकडे पाहून हसते. मग दुसरीकडे तोंड फिरविते. तिच्या डोळ्यांत एकदम अश्रू उभे राहतात. ते आवरण्याकरिता हातातला कपडा झटकीत ती आत जाते. जाता जाता ती काही ओळी म्हणते, 'देव बाप्पा सुखी ठेवी, माझा चंदू बाळ' असे त्या ओवीचे शेवटचे चरण असतात. गुणगुणत ती कपडे वाळत घालू लागते.)

(सुमित्रा आपल्या खोलीत एक प्रेमगीत म्हणत केशरचना व वेशभूषा करीत आहे. मध्येच ती एक अभ्यासाचे पुस्तक उघडते. त्यातून माधवचा फोटो काढते. त्याच्याकडे पाहून एक-दोन ओळी म्हणते व तो पुन्हा पुस्तकात घालून आरशापुढे येते. केशरचना करीत असताना ती सिनेमातल्या नट्यांच्या हावभावांचे अनुकरण करते. तिचे प्रसाधन संपल्यावर ती बाहेर जाण्याकरिता खोलीबाहेर येते. त्याच वेळी तिची आई हातात फुलपात्र घेऊन देवदर्शनाला जाण्याकरिता निघते. दोघींची माजघरात गाठ पडते.)

आई : कुठं चाललीस गं सुमे?

सुमा : (गोंधळून) मी होय? (तिच्याकडे पाहत) तू कुठं देवाला निघालीस वाटतं?

आई : (मान हलवीत) तिथं पुराण असतं. तेवढंच पुण्य पदरात पडतं. चार बायका जमतात. लग्नाची स्थळं सुचवितात. तू येतेस का आज माझ्याबरोबर?

सुमा : (हसून) मीसुद्धा देवालाच चालले आहे गं; पण तुझा देव निराळा नि माझा देव निराळा. आजच्या पिढीचा देव आहे सिनेमा. एका मैत्रिणीबरोबर जाणार आहे मी!

आई : (जाता-जाता रागाने) जन्माचा सिनेमा झाला नाही तुझ्या, म्हणजे मिळवली!

उमा : (कपडे झटकत असलेली वळून) वन्सं, आज जरा बाहेर गेला नाहीत तर चालणार नाही का? हे अजून शाळेतून परत आले नाहीत. त्यांच्या अधू डोळ्यांमुळं नाही नाही ते मनात येतं. (आवंढा गिळून) मला आता स्वयंपाकाला लागायला हवंय नि चंदू तर हट्ट धरून बसलाय दारात. या कातरवेळेचं मोठं भय वाटतं बाई मला! चंदू कुठंतरी धावत जाईल, कुठंतरी पडेल, कशाखाली तरी सापडेल–

सुमित्रा : (जवळ येऊन) वैनी, 'मुलांचं मानसशास्त्र' हे पुस्तक मी तुला उद्या लायब्ररीतून आणून देते ते वाच. (हाताने दाखवीत) एवढं जाड

आहे. चंदू काय लहान आहे आता? अगं, फाजील लाडांनीच मुलं बिघडतात.

उमा : (ओला पिळा उचलून हातात घेत) ते तुमच्यावरून दिसतंच आहे. (ओला कपडा झटकते.)

सुमित्रा : (उमेजवळ जाऊन तिचे तोंड हातांत धरून) राग अगदी नाकावर आलाय! (उमा बोलत नाही.) अगदी मास्तरीण आहेस बघ! एवढ्या-तेवढ्यासाठी छडी काढतेस! (उमा हसते.) वैनी, प्लीज, आजचा एकच दिवस –

उमा : तुम्हाला रोज रोज फिरायला नि सिनेमाला नेणाऱ्या श्रीमंत मैत्रिणी तरी कुठून मिळतात, देव जाणे! मला तरी आणून द्या एक त्यांतली.

सुमित्रा : अगं, तू कधी कॉलेजात गेली नाहीस, म्हणून अशा मैत्रिणी तुला मिळाल्या नाहीत.

उमा : जाते उद्यापासून कॉलेजात. तुम्ही चूल सांभाळाल ना?

सुमित्रा : (विंचू डसल्यासारखा आविर्भाव करीत) चूल? चित्रपटातली कुठलीच नायिका चूल फुंकत बसत नाही कधी! वैनी – तू नि दादा – दोघेही अगदी अरसिक आहात. चार-चार वर्षांत चित्रपट बघत नाही तुम्ही. म्हणून तुम्हाला माझं नि अरविंदाचं वागणं आवडत नाही. आमचं हे नवं जग आहे वैनी!

उमा : पण तुमच्या दादांना मिळणारा पगार जुनाच आहे वन्सं!

सुमित्रा : (तिच्या गळ्याला मिठी मारून) अशी रागावू नकोस बाई! माझी वैनी कित्ती कित्ती चांगली आहे! आम्ही दादाची सावत्र भावंडं आहो, असं कध्धी कध्धी वाटू दिलं नाही तिनं आम्हाला! (तिची हनुवटी वर करून) प्लीज! माझी मैत्रीण अगदी डोळ्यांत प्राण आणून वाट बघत असेल गं माझी!

उमा : अगं बाई, इतकं का प्रेम आहे तुमचं दोघींचं? मग लग्न झाल्यावर कसं होणार हो तुमचं? का दोघी एकाच पुरुषाशी लग्न करणार आहात?

(सुमा अगदी लहान पोरासारखी 'जाऊ? जाऊ?' असे पुन:पुन्हा विचारते. शेवटी उमा हसते व मानेने हो म्हणते. सुमा मघाच्याच गाण्याची लकेर घेत, नाचत चंदूच्या अंगावरून पायऱ्या उतरून जाते.)

(माजघराच्या मागची खोली. हेच देवघर, चहाघर, जेवणघर, वगैरे सर्व काही आहे. कोपऱ्यात देव आहेत. देवापुढे ठेवलेली समई लावून उमा चंदूचे हात जोडते.)

उमा : हं, म्हण, शुभं करोति कल्याणम् –

चंदू : (बोबड्या स्वरांत) शुभं कलोति कल्याणं आलोग्यं धनसंपदा – पुढे काय आहे गं?

उमा : शत्रुबुद्धिविनाशाय दीपज्योती नमोस्तु ते. (दोघेही हात जोडतात.)

उमा : दिव्या दिव्या दीपत्कार, कानी कुंडल मोतीहार....

चंदू : आई, दिव्याला मोत्यांचे हार कोण देतं गं?

उमा : देव!

चंदू : ते का?

उमा : तो कधी आपल्या आईला त्रास देत नाही म्हणून, कधी हट्ट करीत नाही म्हणून!

चंदू : मग दादांना का देव मोत्यांचे हार देत नाही? ते कुठं आजीला त्रास देतात? ते कुठं तिच्यापाशी सायकलचा हट्ट धरतात? देवानं बाबांना मोत्यांचे हार दिले की, ते मलाच मिळतील! (उमा हसते व म्हणते, 'अरे लबाडा!') आजी दादांची आई ना गं? (मानेने हो म्हणते) आणि तू माझी पहिली आई? मग माझी दुसरी आई कुठं आहे गं?

उमा : (त्याला पोटाशी धरून) वेडा कुठला! चल, लवकर उनउनीत भात करून मी तुला वाढते आणि मग छान छान गाणं म्हणून झोपवते.

चंदू : (तिचा हात झिडकारून एकदम उठत.) मी नाही आत्ता जेवणार, जा! दादा सायकल घेऊन आले की, तिच्यावर बसून घंटा वाजवीत मी स्वयंपाकघरात येईन आणि मग – (उमा कौतुकाने त्याला धरण्याचा प्रयत्न करते. तिच्या हातातून तो निसटतो व माजघरात पळत जातो. जणू काही आपण ट्रायसिकल चालवीत आहोत, असा अभिनय करीत गाणे म्हणत तो माजघरभर फिरू लागतो. त्या गाण्याचे सूर उमाच्या कानांवर पडतात. स्वयंपाकघरात काम करीत असतानाच ती मधून येते, आपल्याच नादात गुंग असलेल्या चंदूकडे पाहते, हसते; पण त्याच्या गाण्याचा अर्थ लक्षात येऊन मनात दु:खी होते. परत स्वयंपाकघरात आपल्या कामाला जाते. गाणे संपल्यावर चंदू पुढच्या खोलीत जातो. गोष्टीचे एक पुस्तक वाचू लागतो.

असा थोडा वेळ जातो. तो अश्वत्थाम्याची गोष्ट वाचीत आहे. तो स्वत:शीच वाचतो, 'आईने पिठात पाणी घातले व ते दूध म्हणून त्याला प्यायला दिले.' वाचता-वाचता तो पेंगुळतो व झोपतो. झोपेत त्याला ट्रायसिकलची शर्यत दिसते. आपण सर्वांत पुढे आहो, असा त्याला भास होतो.)

(नदीकाठी अगदी एकांत जागी एक मोठा डोह आहे. त्या डोहाच्या वरच्या खडकावर शंकर उदास मन:स्थितीत बसला आहे. तो पाण्यात एक खडा टाकतो. पाण्यात लहान-लहान वर्तुळे उठतात. त्या वर्तुळांतून त्याला ट्रायसिकलची चाके दिसतात. तो डोळे मिटून घेतो. थोड्या वेळाने ते उघडतो. किती वाजले ते पाहण्याकरिता मनगटाकडे पाहतो; पण तिथे घड्याळच नसते. रिकामे मनगट पाहता-पाहता आपल्या नादुरुस्त घड्याळाची चक्रे त्याला आठवतात. ती मोठी मोठी होत असलेली त्याला दिसतात. त्या चक्रांतून पुन्हा ट्रायसिकलची चाके त्याला दिसू लागतात. एखादे भयंकर दृश्य पाहवत नसले म्हणजे मनुष्य जसे स्वत:च्या हातांनी डोळे झाकून घेतो, तसे तो करतो.)

(नदीकाठची थोडी अधिक खालची बाजू अधिक रम्य. तिथेही एकांत आहे. सुमित्रा व तिच्यावर प्रेम करणारा माधव ही दोघे तिथे जवळजवळ बसली आहेत. किती वाजले ते पाहण्याकरिता सुमित्रेने आपले मनगट वर केलेले असते; पण माधव तिचे डोळे झाकतो व तिला घड्याळ बघू देत नाही.)

सुमित्रा : (तिला मनातून त्याच्या या वागण्याचा आनंद होतो; पण लटक्या रागाने) हे रे काय माधव?

माधव : जे मोठमोठे कवी आजपर्यंत सांगत आले आहेत, तेच! प्रेम आंधळे असते. घड्याळात किती वाजले, हे त्याला कधीच दिसत नाही.

सुमित्रा : (त्याचे हात दूर करून पण ते आपल्या हातात ठेवीत लटक्या रागाने) आणि ते बहिरेही असते. तुझ्या वडिलांना आपल्या प्रेमाची हकिगत सांग, असं कितीतरी वेळा सांगितलं मी तुला; पण ते ऐकूनच घेत नाहीस कधी.

माधव : त्यांना सांगायचं तरी केव्हा सुमा? अगं वेडे, ते बडे वकील आहेत. बायकोमुलांशी बोलायला त्यांना वर्षावर्षांत फुरसत होत नाही! सकाळी उठल्यापासून खून आणि दरोडे यांच्या भानगडीत ते जे गुंतलेले असतात ते रात्री झोपेपर्यंत. झोपेतसुद्धा 'खून खून' म्हणून ते ओरडत उठत असतील!

सुमित्रा : (त्याने केलेल्या या वडिलांच्या वर्णनाने मौज वाटून खुद्कन हसत) तूसुद्धा त्यांच्यासारखाच बडा वकील होणार हं माधव!

माधव : कशावरून?

सुमित्रा : मुद्द्याची गोष्ट बाजूला कशी टाकायची, हे कसब तुलाही साधलेलं दिसतं! (त्याचा हात हातात घेऊन त्याच्यावर हनुवटी टेकीत) तूच सांग माधव, रोज रोज आईला नि वैनीला मी सांगते, अमक्या मैत्रिणीला भेटायला गेले होते, तमक्या मैत्रिणीबरोबर फिरायला

गेले होते. (त्याच्याकडे पाहत) त्यांनी ही माझी सुटाबुटांतली मैत्रीण पाहिली तर – (हसते.)

माधव : (हसत) मीही आईला तुझ्यासारखंच सांगत असतो. आज अमक्या मित्राकडे आइस्क्रीम पार्टी होती; आज तमक्या मित्राकडे गाणं होतं! तिनं हा पाचवारी पातळ नेसलेला माझा मित्र पाहिला तर – (दोघेही हसतात.)

सुमित्रा : (क्षणभराने एकदम गंभीर होऊन) दररोज आईला नि वैनीला खोटं सांगते मी! माझ्या वडीलमाणसांना फसविते. तूच सांग, हे बरं का? असंच किती दिवस चालायचं?

माधव : (हसत) अगं, प्रेमात आणि युद्धात सर्व काही क्षम्य असतं – लबाडी, फसवणूक, वेशांतर, गुप्तपणा.

सुमित्रा : चल जा! तुला थट्टाच वाटते सारी!

माधव : अगं, एवढी कॉलेजात शिकतेस नि ही साधी गोष्ट तुला समजत नाही? गुप्तपणामुळेच प्रेमाची गोडी वाढते. फुकट... फुकट 'शाकुंतल' वाचलंस तू!

सुमित्रा : शाकुंतल वाचलंय म्हणूनच मला भय वाटतंय! दुष्यंतानं शेवटी जसं शकुंतलेला फसविलं, तसा तू –

माधव : तू फार पुढं गेलीस शाकुंतलाच्या पाचव्या अंकात. आपण सध्या दुसऱ्या-तिसऱ्या अंकाच्या आसपास आहोत. पहिल्या अंकाची गोडी अजून आपल्या मनात रेंगाळत आहे. कुठला दुष्यंत राजा, कुठली आश्रमकन्यका शकुंतला; पण शिकारीच्या निमित्तानं त्यांची ओळख झाली.

सुमित्रा : कुठला माधव, कुठली सुमित्रा! पण काव्यगायनाच्या निमित्तानं त्यांची ओळख झाली! साधी वल्कलं नेसलेली शकुंतला! पण ती दुष्यंत राजाला –

माधव : (हसत) साधे पातळ नेसणारी सुमित्राच इतर मुलींपेक्षा माधवला आवडू लागली. तो आणि ती इतरांचा डोळा चुकवून एकमेकांना भेटू लागली. कधी सिनेमाच्या थिएटरात, कधी सार्वजनिक बागांत, कधी गावाजवळच्या टेकडीवर, कधी नदीकाठी एकांतात –

सुमित्रा : दुष्यंत आणि शकुंतला मालिनी नदीच्या काठी एकमेकांना अशीच भेटत होती, नाही?

माधव : (तिचा हात हातात घेऊन नदीकडे पाहत) हीच आपली मालिनी! शाकुंतलाच्या तिसऱ्या अंकापर्यंत तर आपण आलो. त्या अंकात

दुष्यंत शकुंतलेचे मुख वर करून तिचे चुंबन घेऊ लागतो –

सुमित्रा : (त्याचा हात झिडकारून दूर होत) आपलं लग्न ठरल्याशिवाय मी तुला तसलं काही करू देणार नाही हं. आज सहा महिने झाले, माझं तुझ्यावर प्रेम आहे, एवढंच तू मला सांगतो आहेस; पण वडिलांना विचार म्हटलं की –

माधव : किती उतावळी आहेस गं तू! प्रेमशास्त्रावरले ग्रंथ वाचले नाहीस तू अजून. अगं, हां-हां म्हणता फुलायला प्रीती ही काही फुलवेल नाही; अक्रोडाचा वृक्ष आहे तो! या वृक्षाला फळं फार उशिरा येतात चाळीस वर्षांनी –

सुमित्रा : (रागाने उठत) म्हणजे आणखी चाळीस वर्षांनी तू माझ्याशी लग्न करणार आहेस होय? (जाण्याच्या पवित्र्यात) तुझ्या त्या अक्रोडाला फळं आली म्हणजे चांगली टोपली भरून ती माझ्याकडे पाठवून दे. तोपर्यंत माझे दात शाबूत असले, तर ती मी खाईन.

माधव : (तिचा हात धरून तिला मागे ओढीत आणि खाली बसवीत) सुमा, माझं तुझ्यावर किती प्रेम आहे, हे कसं सांगू? आकाशातले तारे तुला एक वेळ मोजता येतील, समुद्रातली सारी रत्ने तुला कदाचित मोजता येतील; पण तुझ्याविषयी माझ्या मनात जे नाजूक भाव क्षणोक्षणी निर्माण होतात, त्यांची गणती तुला कधीही करता येणार नाही! वडिलांना शक्य तितक्या लवकर विचारायचे मी तुला वचन देतो. मग तर झालं? (तिच्या हातावर हात ठेवतो.)

सुमित्रा : आणि तुझ्या वडिलांनी नाही म्हटलं तर रे?

माधव : (विचारात पडून) अगं, त्यांना एक अक्षर बोलायलासुद्धा फुरसत मिळत नाही. 'नाही'पेक्षा 'हो'मध्ये एक अक्षर कमी आहे. तेव्हा ते बहुधा 'हो'च म्हणतील.

सुमित्रा : आणि त्यांनी नाही म्हटलं तर आपण दोघे दूर-दूर कुठेतरी जाऊ आणि ही तू मला मघाशी दिलेली वेणी आहे ना, तिच्यातली फुलंच मला पुढला मार्ग दाखवतील. फुलं जशी बागेत फुलतात, तशी रानातही फुलतात. ती जशी राणीच्या केशकलापात हसतात, तशी भिकारणीच्या केसांतही हसतात. त्यांनी नाही म्हटलं, तर आपण दोघे दूर-दूर कुठेतरी जाऊ.

(कुठेतरी दूर नवाचे ठोके पडतात. ते शंकरला ऐकू येतात. तो आता नाइलाजाने खडकावरून उठतो व गावाकडे येऊ लागतो. मध्येच त्याला सुमित्रेच्या गाण्याचा आवाज ऐकू येतो. तो थबकतो, चकित होतो. अशा वेळी आपली बहीण

इथे कुठे जात असेल, हे त्याला खरे वाटत नाही. पण तो थांबतो. तो आवाज सुमित्रेचाच आहे, असे वाटल्यामुळे त्या दिशेने जाऊ लागतो; पण चांदणे असले तरी त्याला नीट दिसत नाही. एकदम त्याचा पाय अडखळतो. पडता-पडता तो कसाबसा सावरतो. या धडपडीत त्याची चाळिशी डोळ्यांवरून उडून चटकन बाजूला पडते. तो घाबराघुबरा होऊन ती उचलतो. काचा नीट आहेत की नाहीत, ते पाहतो. त्या शाबूत आहेत, हे पाहून तो स्वत:शी हसतो. चाळिशी लावून तो मुकाट्याने परततो.)

(शंकरचे घर. माजघरात आई देवापुढे वाती करीत बसली आहे. एका बाजूला दोन ताटे मांडली आहेत. एक शंकरकरिता नि एक चंदूचे छोटे. शंकर पाय धुऊन पानावर येऊन बसतो. पानावर इतर पदार्थ वाढले आहेत. तिखटमीठ, भाजी, आमटी, वगैरे.)

शंकर : (शेजारच्या ताटलीकडे पाहत) चंदू अजून जेवला नाही?

उमा : इकडली वाट पाहत पुढच्या खोलीत बसला होता. तिथंच पेंगळून–

शंकर : (पाटावरून उठून) तो उठतो का पाहतो मी!

उमा : (घाईघाईने त्याला भात व तूप वाढीत) उशीर झालाय. आपण बसावं जेवायला. तो जागा होतोय का, मी बघते. (उमा चंदूला उठवायला जाते. शंकर भात कालवून जेवू लागतो.)

आई : आज इतका उशीर का रे झाला शंकर?

शंकर : (काहीतरी बोलायचे म्हणून) वाटेत ओळखीची इतकी मंडळी भेटतात आई, की –

आई : (किंचित थांबून) सुमनसाठी ते स्थळ बघायला परवा सांगितलं होतं तुला. गेला होतास का तिकडं?

शंकर : (त्याच्या तोंडातला घास तोंडातच अडकतो. तो स्तब्ध राहतो. गुदमरल्यासारखा होतो. मग पाणी पितो व घास गिळतो.) तिकडे जायला सवडच झाली नाही बघ.

आई : (मनातून रागावलेली, उपरोधिक स्वराने) कशी होणार बाबा? शाळा आहे, लायब्ररी आहे, वाटेत भेटणारी मित्रमंडळी आहेत, बायको आहे, मुलगा आहे –

शंकर : (तिच्या उपरोधिक स्वराने दु:खी होऊन) आई, चुकलो मी!

आई : तुझी काय चूक आहे बाबा? सारी चूक आहे माझ्या कपाळी हे सारं दु:ख लिहून ठेवणाऱ्या सटवीची! बोलून-चालून मी तुझी सावत्र आई! तेल आणि तूप कितीही मिसळलं तरी एक कसं होणार बाबा? सावत्र बहिणीच्या लग्नाची कितीशी काळजी असणार सावत्र

भावाला? नुसतं कातडं एक असलं म्हणजे माया लागत नाही शंकर. त्याला आतडंही एक –

शंकर : (दु:खपूर्ण स्वराने) आई – आई – (व्याकूळ दृष्टीने तिच्याकडे पाहू लागतो.)

(उमा झोपलेल्या चंदूला उठविण्याचा प्रयत्न करीत आहे; पण तो गाढ झोपेत आहे. काही केल्या जागा होत नाही. तो मध्येच 'स-सांबर... अंहं! सायकल!' असे म्हणतो. उमा दचकते. त्याला उठविण्याचा नाद ती सोडून देते. त्याच्या उशापाशी उघडे पडलेले गोष्टींचे पुस्तक ती सहज उचलते. त्या पानावर अश्वत्थाम्याची गोष्ट असते. त्याची आई पिठात पाणी घालून ते दूध म्हणून त्याला पाजीत आहे, असे चित्र त्या पानावर असते. ती जड पावलांनी नवऱ्याला वाढण्याकरिता परत जाते.)

(शंकर व आई यांचे मघाचे बोलणे सुरूच आहे. आई अधिक रागावलेली. शंकर कष्टी मुद्रेने पानावर घास हातात घेऊन तसाच बसलेला. उमा दोघांच्या चेहऱ्याकडे आळीपाळीने पाहते, मनात चरकते; पण काही न बोलता स्वयंपाकघरात जाते. ती नवऱ्याला वाढण्याकरिता चपाती घेऊन येते; पण त्याचा भात पानात तसाच आहे, असे पाहून न वाढता थांबते. दारात उभी राहून ती सासू व नवरा यांचा संवाद ऐकू लागते.)

आई : मघाशी देवळात त्या भागीरथीकाकू भेटल्या होत्या. त्यांच्या त्या कमळीचं लग्न काल ठरलं. चांगलं स्थळ मिळालं. घरदार आहे, नवरा पगारदार आहे. फक्त दोन हजार रुपये हुंडा. ती कमळी आमच्या सुमीपेक्षा काळी आहे, गिड्डी आहे, नकटी आहे; पण तिचं जमलं नि आमचं मात्र जमत नाही. तिचा सख्खा भाऊ बघणारा होता म्हणून तिचं –

शंकर : आई, या अन्नाची शपथ घेऊन सांगतो. सख्खा आणि सावत्र असा भेद या दहा वर्षांत स्वप्नातसुद्धा केला नाही मी. जन्म देणारी आई मला आठवतसुद्धा नाही. कळायला लागलं तेव्हापासून तूच माझी आई आहेस.

आई : हे बघ शंकर, तुझ्यापेक्षा चार पावसाळे मी जास्त पाहिले आहेत. पुष्कळ माणसांच्या जिभेवर अमृत असतं; पण पोटात मात्र कालकूट–

उमा : (मध्येच) सासूबाई – (शंकर तिच्याकडे रागाने पाहतो. ती गप्प बसते.)

आई : आता वेळच आली म्हणून स्पष्ट बोलते. शंकर, हाताचा पाळणा आणि डोळ्यांचा दिवा करून मी तुला लहानाचा मोठा केला –

शंकर : आई, मी ते कधी विसरलो नाही. मरणाच्या क्षणापर्यंत ते विसरणार नाही.

आई : पण – तूच पाहा. तू अलीअलीकडे कसा वागतो आहेस ते – कधी मोकळेपणानं बोलणं नाही, चालणं नाही; पाहावं तेव्हा कपाळाला आठ्या. दोन्ही पोरांकडे तर तुझं काडीइतकं लक्ष नाही.

शंकर : पण आई, ती आता मोठी –

आई : तो कारटा अरविंद कुठे भटकतो, काय करतो, परीक्षेत नापास का होतो, याची चौकशी तू कधी केली आहेस का? ही पोरटी सुमा – दहा वाजायला आले तरी घरी परत आली नाही. तरणीसाठी पोर... सहा महिने झाले, मैत्रिणीकडे जाते म्हणून सांगून भटकायला जाते. तू घरातला कर्ता पुरुष. तू तिला चापायला नको का?

शंकर : (चाचरत) तुला वाईट वाटेल म्हणूनच त्या दोघांना मी कधी बोललो नाही आई.

आई : आणि मला वाईट वाटेल म्हणूनच सुमाच्या लग्नाची खटपटही तू करत नाहीस! होय ना? (शंकर स्तब्ध) बोल ना! आता का दातखिळी बसली? तिच्या लग्नाला तुझे असे काय दोन चव्वल खर्च होणार आहेत रे? तिच्या वडिलांनी मरताना पाच हजार रुपये ठेवले आहेत ना या दोन पोरांसाठी? (शंकर मानेने 'होय' म्हणतो.) मग तिच्या लग्नाची अशी टंगळमंगळ का चालविली आहेस तू? त्या पाच हजारांच्या दहा वर्षांच्या व्याजातून तिचं लग्न झालं असतं; पण बायको आणि मुलगा यांच्यापलीकडं दिसतंय कुठं काय तुला दुसरं?

शंकर : (कळवळून) नाही गं आई, अगदी चंदूची शपथ घेऊन सांगतो –

आई : पुरे झाल्या तुझ्या शपथा! म्हणतात ना, जाळावाचून कढ नाही नि मायेवाचून रड नाही. मीच मेली भोळी, मूर्ख! म्हणून तुझ्यावर इतके दिवस विश्वास ठेवून राहिले. तुला सुमाचं लग्न करायचं नसलं, तर ते पाच हजार दे माझ्याकडे. मी चार दिवसांत या पोरीच्या डोक्यावर अक्षता टाकते की नाही बघ. पण आता गोड-गोड बोलून मला फसवू नकोस. आईला फसवून नरकाचं साधन करू नकोस.

(शंकरला आईचे हे बोलणे अगदी असह्य होते. तो तसाच पानावरून उठतो व बाहेर हात धुवायला जातो.)

(शंकर बाहेर हात धूत आहे. तो हात धुतो. त्याला आपले दुःख आवरत नाही. तो एक हुंदका देतो व 'अरे देवा!' असा हताशपणाचा उद्‌गार काढून एका खांबाला डोके टेकून सुन्न... मनाने उभा राहतो.)

(आत उमा व सासू)

उमा : (शंकरच्या पानाकडे पाहत) ते उपाशी उठून गेले सासूबाई. सारा दिवस शाळेत शिकवितात. अगदी थकून येतात ते घरी. त्यात डोळ्यांची काळजी!

सासू : (चिडून) मोठी आलीय नवऱ्याचा कैवार घेणारी! उपाशी उठला म्हणून इतकं काही रडायचं नाटक करायला नको! रात्री खोलीत दार बंद करून मेवामिठाई खात बसाल की राजाराणी!

उमा : (चिडून) सासूबाई, तुमच्या जिभेला काही हाड –

आई : माझ्या जिभेला हाड नाही, डोक्यात अक्कल नाही, काळजात माया नाही. काय बोलायचं असेल ते बोलून घे. तुझ्या दारात पडलेय तुकडे मोडीत; तेव्हा मारशील त्या लाथा! (याच वेळी शंकर आत येतो. उमा आईला काहीतरी टाकून बोलली आहे, एवढंच त्याच्या लक्षात येते. तो उमावर संतापतो.)

शंकर : (उमाकडे वळून रागाने) आई-मुलाच्या भांडणात तोंड घालायचं काय कारण होतं तुला? ती मला शिव्या देईल, मारील, काय वाटेल ते करील. ती माझी आई आहे.

उमा : (खाली मान घालून) आणि मी तुमची बायको आहे. आई आपल्या मुलाचा उगीच छळ करायला लागली, तरी त्याच्या बायकोनं ते मुकाट्यानं पाहावं?

(आई 'अरे देवा, तुलाच डोळे आहेत रे बाबा,' असे म्हणत खाली फतकल मारून देवापुढे डोके आपटते. त्यामुळे शंकर अधिकच चिडतो.)

शंकर : (चिडून उमाला) आईने मला लहानाचा मोठा केला आहे. बालपणी मृत्यूच्या दाढेतून मला परत आणले आहे. माझ्या घरात तिचा अपमान मी सहन करणार नाही. पड तिच्या पाया! पड – माग माफी! (उमा त्याच्या ताटातल्या तशाच टाकून दिलेल्या अन्नाकडे पाहत उभी राहते. शंकर अधिकच चिडून ओरडतो, 'पाया पड – आईच्या पाया पड.' खूप मोठ्याने ओरडतो, 'पडतेस की नाही?')

(शंकरचे चिडून – मोठ्याने उच्चारलेले शब्द चंदूच्या कानांवर पडतात. तो एकदम दचकून उठतो, दादा घरी परत आले, हे त्या आवाजावरून ओळखतो व धावत माजघरात येतो.)

चंदू : (पुढे होऊन) दादा, दादा, माझी सायकल कुठं आहे? माझी सायकल?... (इकडेतिकडे पाहतो.) कुठे आहे माझी सायकल? (सगळीकडे पाहून दुःखी स्वराने) सायकल आणली नाही तुम्ही?

(शंकर खाली पाहतो. चंदू त्याच्या अंगाला झोंबू लागतो.) का आणली नाही? खोटं बोलता तुम्ही! आई म्हणते, दादा कधी खोटं बोलत नाहीत; पण तुम्ही खोटं बोलता. तुम्ही वाईट आहात. तुम्ही फसवलंत मला – (चिडून) दादा खोटारडे, दादा खोटारडे, दादा खोटारडे –

आई : पाहिलंस शंकर, तुझ्या लहान मुलाचासुद्धा तुझ्यावर विश्वास नाही!

चंदू : दादा खोटारडे – (उमा त्याच्या तोंडावर हात ठेवून त्याला गप्प करण्याचा प्रयत्न करते; पण तो तिच्यापासून दूर होतो आणि 'दादा खोटारडे,' 'दादा खोटारडे' असे चिडून हातवारे करीत म्हणतो. आईच्या बोलण्याने शंकरच्या मनाचा तोल जातो आणि तो त्याच्या मुस्कटात मारतो. चंदू किंचाळतो. उमा मध्ये पडते. तिलाही त्याची दुसरी चापटी लागते. माजघराच्या दारात अरविंद आणि सुमित्रा दोघेही एकदम येतात. हे दृश्य पाहून ती स्तंभित होतात. शंकर रागारागाने आपल्या खोलीत जातो व धाडकन दार लावून घेतो.)

(अरविंद व सुमित्रा यांना उमा वाढीत आहे. ती चंदूला त्याच्या पानावर आणून बसविते; पण तो मुसमुसतो. काही केल्या जेवत नाही. ती त्याला भरवू लागते; पण तो घास घेत नाही. उमा दुसरीकडे पाहते व डोळे पुसते.)

(चंदूला एका बाजूला झोपवून उमा उष्टी-खरकटी करीत आहे. त्याचे डोळे उघडेच आहेत. सुमा माजघरात पाणी प्यायला येते. ती स्वत:शीच एक गाणे गुणगुणत असते.)

सुमित्रा : (पाणी पिता-पिता उष्ट्या ताटाकडे पाहून) तू जेवली नाहीस वहिनी?

उमा : मला भूकच लागत नाही वन्सं!

(सुमा ते गाणं गुणगुणत परत जाते. उमा तिच्याकडे व चंदूकडे आळीपाळीने पाहते आणि काम करू लागते.)

(उमा चंदूला मांडीवर घेऊन त्याचे मस्तक थोपटीत माजघरात त्याच जागी बसली आहे.)

उमा : रात्र फार झाली बाळ. आपल्या खोलीत जाऊन झोपू या आता.

चंदू : अंहं, मी नाही येणार. तिथे खोलीत दादा आहेत. त्यांचं भय वाटतंय मला. (कापऱ्या स्वराने) ते मारतील मला पुन्हा. आपण इथंच झोपू या. आई, तू मला एक छान छान गोष्ट सांग.

उमा : (त्याला थोपटीत) एक होता राक्षस –

चंदू : (अंग शहारल्यासारखे करून) राक्षसाची गोष्ट सांगू नकोस आई.

ते वाईट असतात. लोकांना मारतात. फाडून खातात. ती अश्वत्थाम्याची गोष्ट सांग मला.

उमा : ते गाणंच म्हणून दाखविते तुला!

चंदू : गाणं?

उमा : अश्वत्थाम्याच्या आईचं गाणं. लहानपणी ते गमतीनं पाठ केलं होतं मी. पुढं जन्मभर तेच म्हणावं लागणार आहे हे – (तिला हुंदका येतो; पण तो ती चंदूला दिसू देत नाही.)

....गाणे....

(चंदू गाणे ऐकता-ऐकता झोपतो.)

(आतली खोली. शंकर खाटेवर – खाली उमेचं अंथरूण. चंदू तिच्या गळ्यात हात टाकून आता गाढ झोपी गेला आहे. शंकर मनाने अतिशय अस्वस्थ आहे. तो सारखा या कुशीवरून त्या कुशीवर होतो. दोन्ही हातांनी डोके घट्ट दाबून धरतो; पण काही केल्या त्याला झोप येत नाही. उमा जागीच आहे. त्याची तळमळ तिला कळते; पण चंदू जागा होईल म्हणून ती उठत नाही. शेवटी त्याला अगदी राहवत नाही. तो हळूच उठतो आणि खालच्या बिछान्यापाशी बसून चंदूच्या केसांवरून अगदी हळुवारपणे हात फिरवतो. तो भरून आलेल्या स्वराने पुटपुटतो, 'चंदू, तुझ्या गरीब बापाला क्षमा कर.' उमा हे ऐकते. पण मुद्दाम झोपेचे सोंग करते. तिच्या केसांवरून हात फिरवीत शंकर म्हणतो, 'उमा, कुणी सुंदर फुलं दिली तर त्यांचा वास घ्यायचा असतो, चोळामोळा करायचा नसतो; असं सुंदर फूल देवानं मला दिलं आहे. पण – गरिबी माणसाला क्रूर करते गं. उमा, क्षमा कर मला.' उमा एकदम डोळे उघडते व त्याचा हात हातात घेऊन हसते.)

शंकर : जागी होतीस तू?

उमा : (हसत आणि चंदूची मिठी सोडवून हळूच उठत) छे बाई, अगदी गाढ झोपले होते मी! त्या झोपेत एक स्वप्न पडलं होतं मला. त्या स्वप्नात कुणीतरी माणूस आलं आणि माझ्या कानात म्हणालं, 'उमा, क्षमा कर मला!'

शंकर : (हसत) लबाड कुठली! (लगेच गंभीर होऊन) उमा, तुझ्या या स्वप्नासारखी आपली सारी स्वप्नं खरी झाली असती तर – (तिचे दोन्ही हात हातात घेऊन) दहा वर्षं झाली आपल्या लग्नाला. आपल्या पहिल्या भेटीची ती रात्र... ती पौर्णिमा आठवते तुला? मला चांदणं फार आवडतं, म्हणून तू त्या रात्री म्हणालीस, 'प्रत्येक पौर्णिमेच्या रात्री आपण दोघे हातात हात घालून खूप-खूप

फिरत जाऊ!’ तुला फुलं फार आवडतात, हे लक्षात येताच त्या रात्री मी म्हणालो, ‘तुला दररोज सुंदर वेणी आणून देणार आहे मी!’ किती साध्या इच्छा! पण या राक्षसी महागाईनं, या दहा भयंकर वर्षांनी आपल्या त्या साऱ्या स्वप्नांचा चक्काचूर केला.

उमा : (त्याच्या खांद्यावर मस्तक ठेवून त्याच्याकडे प्रेमाने पाहत) असं काय बरं बोलायचं? आपलं सर्वांत मोठं स्वप्न खरं झालं नाही का? (ती मोठ्या वात्सल्याने चंदूकडे पाहते. तिच्या या भावनेचा त्याच्या मनावरही परिणाम होतो. तो हसतो.) देव काही झोपलेला नाही. आपली बाकीची स्वप्नंसुद्धा अशीच –

शंकर : (एकदम आठवण होऊन) तू चांगली ज्योतिषी झाली असतीस बघ. तुझं हे भविष्य खरं होणार, असं दिसतंय! निदान चंदूच्या सायकलीच्या बाबतीत तरी – (ती आश्चर्याने त्याच्याकडे बघते. तो उठून खाटेच्या एका टोकाला अडकविलेला कोट घेतो व तिच्या अंगावर टाकीत म्हणतो.) या कोटात किती पैसे असतील सांग?

उमा : (हसत) शून्य!

शंकर : (हसत) शाळेत तुझं गणित फार कच्चं असावं!

(उमा भराभर कोटाच्या खिशात हात घालते व आतल्या खिशातून पन्नासाच्या नोटा बाहेर काढते. ती आश्चर्यचकित दृष्टीने त्याच्याकडे पाहते.) उद्यापासून शिकवणी धरली आहे मी एक. तिचे हे निम्मे पैसे. चंदूच्या सायकलला पाऊणशे रुपये पडतात. उरलेले पंचवीस रुपये कोपऱ्यात शेल्फवर आहेत. खुर्दा आहे; पण तो सारा एकत्र केला तर – (उठतो व कोपऱ्यात पुस्तकांचे शेल्फ असते, त्याच्यावरले एक पुस्तक उचलून ते उमाच्या हातात देत) हे कालिदासाचं ‘शाकुंतल’ – यातल्या दुष्यंत राजाला बाजारात आठ-बारा आणे सहज मिळतील!

उमा : (उठून ते पुस्तक पुन्हा शेल्फवर ठेवीत) ही सारी आवडती पुस्तकं विकणार तुम्ही? (तो मानेने हो म्हणतो.) चंदूच्या सायकलसाठी? (पुन्हा मानेने हो म्हणतो.) मी नाही ती तुम्हाला विकू देणार! (हे सारे बोलत असताना तिचे हात कोटाचे खिसे चाचपीत असतात. त्यातून डॉक्टरने दिलेले प्रिस्क्रिप्शन निघते. ते पाहून) नि हे काय? डोळ्यांच्या डॉक्टरांकडे गेला होता वाटतं आज? (तो मानेने होय म्हणतो.) त्यांनी औषधं लिहून दिलेली दिसतात!

शंकर : (कागद तिच्या हातातून ओढून घेण्याचा प्रयत्न करीत) अगं, डॉक्टरांचं कामच आहे ते. औषधं नकोत असं त्यांनी म्हटलं तर त्यांचा धंदा कसा चालणार?

उमा : (हातातला कागद न सोडता शंकरकडे रोखून पाहत) खरं बोलताय ना हे? (तो मानेने हो म्हणतो.) मला पाहू देत तुमचे डोळे!

शंकर : तू डॉक्टरीण कधी झालीस?

उमा : तुमचा हात हातात घेऊन आणि तुमच्या पावलावर पाऊल टाकून ज्या दिवशी लाजाहोमाला प्रदक्षिणा घातल्या, त्याच दिवशी – नुसती डॉक्टरीणच नाही – (एक एक शब्द हळूहळू उच्चारीत) मास्तरीण, मोलकरीण – स्वयंपाकीण आणि – (हसत, पण लाजत) आणि राणीसुद्धा! साधी राणी नाही, महाराणी!

(त्याच्या डोळ्यांना डोळा भिडवून त्याच्याकडे पाहते. सद्हेतूने का होईना, आपण उमेला फसवीत होतो; याची जाणीव त्याला होते. तो एकदम खाली मान घालतो आणि 'उमा' म्हणून तिचे हात घट्ट धरतो.)

उमा : (झोपलेल्या चंदूकडे पाहते आणि त्याच्या मस्तकावरून हात फिरविते. चंदू झोपेत 'आई, सायकल' असे पुटपुटतो. तिला क्षणभर गुदमरल्यासारखे होते; पण लगेच मनाचा निश्चय करून ती बोलू लागते.) या पन्नास रुपयांतून उद्या तुमची औषधं आधी घ्यायची.

शंकर : उद्याचे उद्या. आज –

उमा : आज काय?

शंकर : (प्रेमाने तिच्याकडे पाहत) आज रात्रभर मी तुझ्याशी बोलत बसणार आहे.

उमा : आणि उद्या? आजारी पडणार आहे!

शंकर : वनवासात सीता आणि राम अशीच बोलत बसत. रात्र संपायची; पण त्यांच्या गोष्टी मात्र संपायच्या नाहीत.

उमा : (खट्याळपणाने) पण त्या रामाला दुसऱ्या दिवशी दुपारी शाळेत शिकवायचं नसे. त्या सीतेला दुसऱ्या दिवशी सहा-सात माणसांचा स्वयंपाक करायचा नसे... आणि – (हात धरून त्याला उठविण्याचा प्रयत्न करते. तो उठत नाही.) लहान मुलांपेक्षा मोठी माणसंच फार हट्टी असतात. अहो, त्या रामाचे डोळे अधू नव्हते, जागरणाने ते बिघडण्याचा संभव नव्हता, म्हणून तो – (शंकर हसत उठतो. उमा त्याला त्याच्या अंथरुणावर नेऊन झोपविते. त्याचे पाय दाबू लागते. तो तिला ते दाबू देत नाही. तिचा हात आपल्या मस्तकावर ठेवून घेतो व हळूहळू त्याला झोप लागते. ती आळीपाळीने चंदूकडे आणि त्याच्याकडे वात्सल्याने पाहते.)

(सकाळ. माजघर. चहा. शंकर, अरविंद, सुमा ही तिघेही चहा घ्यायला बसली आहेत. उमा सर्वांना चहा देते. अरविंद चहा पिऊ लागतो. इतक्यात चंदू 'काका, काका' म्हणून धावत येतो व त्याला वर्तमानपत्र देतो. शंकर त्याला आपल्याकडे येण्याविषयी खुणावतो; पण जणू काही आपण ते पाहिलेच नाही, असे दाखवून चंदू आपला छोटा पेला घेऊन दूर जाऊन बसतो.)

अरविंद : (डाव्या हातात चहा व उजव्या हातात वर्तमानपत्र घेऊन एकदम) या संपादकाच्या नरडीचा घोट घ्यावासा वाटतो!

शंकर : आधी चहाचा घे; मग –

अरविंद : दादा, तुम्हाला कल्पना नाही. कालचं माझं व्याख्यान असं जोरदार झालं होतं! पण या गाढवानं त्यातलं एक अक्षरसुद्धा छापलं नाही. सिली – ब्रूट –

चंदू : (चहा पिता-पिता) बूट कुणाचा काका?

अरविंद : (त्याच्याशी न बोलता शंकरला) आज समाजाला क्रांतीची किती भयंकर आवश्यकता आहे, हे अगदी रक्त ओकून मी काल सांगितलं; पण – (हातातले वर्तमानपत्र फेकून देतो.)

शंकर : (शांतपणाने) ही क्रांती कुठं करणार आहात तुम्ही अरविंद?

अरविंद : क्रांती ही नेहमी समाजात होत असते दादा, तुमच्यासारख्या विद्वान शिक्षकांनासुद्धा हे समजू नये, हे आपल्या देशाचे दुर्दैव!

शंकर : (शांतपणाने त्याच्यावर रोखून पाहत) मला काही यात नीट समजत नाही. पण माणसानं क्रांतीची सुरुवात घरापासून करावी – अगदी स्वत:पासून – असं मला वाटतं. आपल्या पायांखाली काय जळतंय, हे न पाहता दुसऱ्याच्या घराला लागलेली आग विझवण्याकरिता धावणारे – (अरविंद तुच्छतेने मान उडवीत जातो. जाता-जाता तो वर्तमानपत्र लाथेने उडवितो. ते बरोबर चंदूच्या अंगावर जाऊन पडतं. ते त्याच्या अंगावर फेकण्याकरिता घेऊन चंदू बाहेर जातो.)

शंकर : (चहा पिऊन उठणाऱ्या सुमित्राकडे पाहत) तुझा क्रांतीचा कार्यक्रम काय आहे सुमा? (ती चपापते. उत्तर देत नाही.) तुझ्या केसांत ही वेणी कुठून आली? तुझी वैनी महाचिक्कू आहे. मला फुलं इतकी आवडतात; पण फूल नाही फुलाची पाकळीसुद्धा माझ्या हाताला लागू देत नाही ती कधी! (सुमित्रा वेणी काढून त्याला देते. तिचा वास घेता-घेता) मोठा गोड वास आहे. कुणी दिली ही तुला?

सुमित्रा : माझ्या मैत्रिणीनं.

शंकर : (पुन्हा वास घेऊन) आहाहा! तुमचं दोघींचं मोठं प्रेम दिसतंय हं! हा सुवासच सांगतोय. (सुमित्रा पुन्हा चपापल्यासारखे करते.) या महागाईच्या काळात जिथं नवरा बायकोला वेणी घेऊन द्यायला तयार नाही – (उमा बंबात विस्तव टाकण्याकरिता स्वयंपाकघरातून या खोलीत आलेली असते. तिच्याकडे पाहून तो हसतो. तीही हसते. शंकर व सुमित्रा यांच्यामध्ये ती निखाऱ्यांची ताटली ठेवते.)

उमा : (ताटली ठेवता-ठेवता) उगीच भावाबहिणीत भांडण व्हायला नको!

शंकर : (हसत) सुमाचं नि माझं भांडण होणार? शक्य नाही! पैज लाव हवी तर!

उमा : केवढी?

शंकर : केवढीही!

उमा : पाच हजारांची?

शंकर : (त्याचा आनंदी चेहरा एकदम पडतो. आपण हे उगीच बोललो, असे उमाला वाटते. ती जीभ चावते आणि विस्तव घेऊन पुढे चालू लागते. शंकर हातातल्या वेणीशी खेळत सुमाकडे वळून बोलू लागतो.) काय म्हणत होतो मी? अरे हो! ही वेणी देणाऱ्या मैत्रिणीऐवजी जर मित्र असता तर – तर फार बरं झालं असतं बघ. तुझ्या लग्नाचा प्रश्न एका क्षणात सुटला असता!

सुमित्रा : (किंचित लज्जेने) हे काय हो दादा? मला नाही बाई असली थट्टा आवडत! (लगबगीने निघून जाऊ लागते. शंकर तिच्या अंगावर वेणी फेकतो. ती वेणी झेलते व केसांत घालीत गाण्याची लकेर मारीत बाहेर जाते. चंदू तिच्या अंगावरून धावत-धावत आत येतो. त्याच्या हातात वर्तमानपत्र आहेच. त्याला तिचा धक्का लागतो. ती त्याचा एक गालगुच्चा घेते. तो तिचा घ्यायला पाहतो. ती एकदम मान वर करते. सुमा बाहेर जाते.)

चंदू : (घाईघाईने आत येऊन) आई – आई – (इकडेतिकडे पाहतो. आई नाही, असे पाहून परत जाऊ लागतो. शंकर त्याच्याकडे खुणेने वर्तमानपत्र मागतो. चंदू भीत-भीत पुढे येतो. दुरूनच ते वर्तमानपत्र बापाच्या अंगावर टाकतो व हळूहळू मागे जातो. शंकर त्याच्याकडे पाहतो. तो दुसरीकडे बघू लागतो. शंकर 'चंदू, चंदू' म्हणून प्रेमाने हाक मारतो. तो वळूनसुद्धा बघत नाही. शंकर वर्तमानपत्र वाचू लागतो व ते मुद्दामच तोंडापुढे धरतो. वर्तमानपत्राच्या आडून चंदू आपल्याकडेच पाहत आहे, त्याचे डोळे पाणावले आहेत, असे

त्याला दिसते. शंकर मोठ्याने वर्तमानपत्र वाचू लागतो. इतक्यात उमा तिथे येते. तिला 'हे पाहिलंस का? आपल्या चंदूचा फोटो आलाय वर्तमानपत्रात! कुठं व्याख्यान दिलंय वाटतं? काय छापलंय खाली? चंदूराव देशपांडे यांना काही कारणाने काल सायकल मिळाली नाही, ती उद्या मिळेल!' चंदू ते ऐकून हसतो. मात्र बापाने त्याच्याकडे पाहताच तो गंभीर होतो.)

(पापासाहेबांचा दिवाणखाना. बरोबर सहाचे ठोके पडतात. देशपांडे मास्तर दिवाणखान्याच्या पायऱ्या चढून वर येतात. हॉलमध्ये मदनची स्वारी एका कोचावर तंगड्या वर करून एक चित्रपट मासिक चाळीत, त्यातले फोटो पाहत व ते पाहता पाहता डोळे मिचकावीत आणि मिटक्या मारीत पडली आहे. तो सिनेमातले एक गाणेही गुणगुणत आहे.)

शंकर : (जवळ येऊन करड्या स्वराने) मदन –

मदन : (धडपडून उठत) मास्तर, तुम्ही? (डोके खाजवीत) आज तुमची शिकवणी आहे, हे विसरलोच होतो मी! (धावत माडीवर पुस्तके आणायला जातो. शंकर सहज हॉलमध्ये फिरतो. वाघाची कातडी आणि सांबराची शिंगे वगैरे साहित्य पाहून स्वत:शीच हसतो. फोटो पाहता-पाहता तो मदनच्या ट्रायसिकलवरल्या फोटोपाशी येतो. तो त्याच्याकडे उत्कंठित दृष्टीने पाहतो व शिकवायला येऊन बसतो.)

मदन : (पुस्तक उघडता-उघडता मोठ्या लाडिकपणाने) मास्तर, तुम्ही कधी सोंगट्या खेळला आहात का?

शंकर : खेळलोय लहानपणी.

मदन : त्या खेळताना पहिला डाव देवाला देतात. तसा आजचा शिकवणीचा पहिला दिवस....

शंकर : (कठोर स्वराने) विद्या शिकणं म्हणजे सोंगट्या खेळणं नव्हे. (त्याच्या हातातले पुस्तक झटकन घेऊन एक कविता काढतो.) हं, कविता वाच. 'Say not the struggle, not availath.'

मदन : तुम्हीच वाचा मास्तर.

शंकर : मी?

मदन : (पुस्तकाकडे पाहून) फार अवघड आहे हे मास्तर! माझे मागचे गणिताचे मास्तर होते ना; ते शिकवायला आले की, तेच माझी गणिते सोडवायचे.

शंकर : (रागाने) आणि तू? तू काय भाकऱ्या भाजीत होतास?

मदन : मी सिनेमातली गाणी गुणगुणत ते बघत बसायचा!

(शंकर स्तब्ध) मास्तर, तुम्हाला कुठले कुठले सिनेमे आवडतात हो? आमची ममी तर दररोज – (एकदम घड्याळाकडे नजर जाऊन) अरेच्या! (उठतो व रेडिओपाशी जाऊन स्टेशन लावून येतो.) सिलोन स्टेशन आहे मास्तर. छान-छान गाणी लागतात या स्टेशनवर. (एका दर्दभरी प्रेमगीताची पहिली ओळ ऐकू येते.)

शंकर : ते रडगाणं बंद कर आधी. तुला अभ्यास करायचाय ना?

मदन : पण दररोज रेडिओ लावून गाणी ऐकतच मी अभ्यास करतो.

शंकर : म्हणूनच इतका विद्वान झाला आहेस तू! (पुढे होतो आणि रेडिओ बंद करीत). हं, चल, वाच.

मदन : आज फार कंटाळा आलाय मास्तर.

शंकर : ठीक आहे. (त्याला उठण्याची खूण करतो. मधल्या मोकळ्या जागी त्याला घेऊन येतो आणि करड्या मुद्रेने त्याला उठाबशा काढण्याची खूण करतो. मदन वेडेवाकडे चेहरे करीत उठाबशा काढू लागतो. तीन-चार उठाबशा होताच 'हातपाय दुखायला लागले मास्तर!' असे म्हणतो. मास्तर त्याला सांगतात, 'तुझा कंटाळा गेला म्हणजे सांग.' तो प्रत्येक उठाबशीला 'अगं आई गं, अयाई' करीत उठाबशा काढतो. त्याचे ते विव्हळणे वरच्या मजल्यावर आपल्या कुत्र्याच्या सेवाशुश्रूषेत दंग असलेल्या कांचनमालाबाईंना ऐकू जाते. 'काय झालं माझ्या बाळाला?' असे म्हणत त्या खाली धावत येतात. त्यांच्या मागोमाग कुत्रे येते. मदनचा हा अवतार पाहून त्या मास्तरांच्या जवळ येऊन म्हणतात, 'तुम्ही तालीममास्तर आहात वाटतं? आता काय करायचं बाई आमच्या यांना? डोकं आहे की खोकं आहे? पोराला इंग्रजी शिकवायला तालीममास्तर ठेवला यांनी!' इतक्यात कुत्रे येऊन शंकरच्या अंगावर भुंकू लागते.)

शंकर : (कांचनमालेला उपरोधिक स्वराने) मिस्टर टॉमसाहेबांची प्रकृती कशी आहे?

कांचनमाला : (खुशीत येऊन) कालच्या औषधानं बराच आराम वाटतोय आज त्याला!

शंकर : वाटायचाच! ते औषध तितके महाग होतेच.

कांचनमाला : (कुत्र्याचे तोंड कुरवाळीत) काय म्हणताहेत मास्टर टॉम? चुकलं हं. Excuse me – मिस्टर टॉम? आता आपण सिनेमाला जायचं, (एखाद्या तान्ह्या बाळाला आईने लाडिकपणाने खेळवावे, तशी ती बोलत असते.) मग हॉटेलात खायचं, चांदण्यांत फिरायचं

आणि घरी येऊन मऊ-मऊ गादीवर रेडिओ ऐकत झोपायचं!

शंकर : तुमचं टॉमपुराण संपलं, म्हणजे मला सांगा.

कांचनमाला: (रागाने) पुराण? मिस्टर टॉमचा हा अपमान आहे, मास्तर!

शंकर : मला आपल्याला एक नम्र विनंती करायची आहे.

कांचनमाला: (खुशीत येऊन) बोला. असलं कुत्रं हवंय का तुम्हाला एखादं? का आणखी दुसऱ्या कुठल्या जातीचं? बुलडॉग – स्पॅनियल –

शंकर : मी शिक्षक आहे; सर्कसचा मालक नाही. मला आपल्याकडून फक्त एकच गोष्ट हवी आहे. या टॉमकडे –

कांचनमाला: मिस्टर टॉमकडे –

शंकर : या कुत्र्याकडे आपण जेवढं लक्ष देता तेवढं जर आपल्या चिरंजीवांकडे द्याल, तर माझ्यावर फार उपकार होतील. मी त्याला काहीतरी शिकवू शकेन.

कांचनमाला: मी नोकर नाही तुमची!

शंकर : पण आपल्या मुलाची आई आहात. तो कुठं जातो, काय करतो, कसा वेळ घालवितो, कुणाच्या संगतीत असतो, काय वाचतो, याची कधी चौकशी तरी केली आहे का तुम्ही?

कांचनमाला: मोठे उर्मट दिसता तुम्ही मास्तर! मला उपदेश करायला तुम्हाला ठेवलेले नाही साहेबांनी. पगार काय ठरलेला असेल तो घ्या, चार पाट्या टाकायच्या असतील त्या नेमाने टाका आणि घरची वाट सुधारा.

(बाहेर पापासाहेबांची गाडी येते. ते उतरून आत येऊ लागतात. ही दोघंही तावात असल्यामुळे त्यांचे त्याकडे लक्ष नसते.)

शंकर : बाईसाहेब, आपल्या मुलाचं बरं व्हावं म्हणून जीव तोडून –

कांचनमाला: माझ्या मुलाचं बरंवाईट कळतंय मला. ते तुमच्यासारख्या भिकारड्या मास्तरांकडून –

शंकर : एक अक्षर बोलू नका पुढं – नाहीतर –

कांचनमाला: बोलू नका? तुम्ही कोण सांगणार मला? या बंगल्याची मालकीण आहे मी! मी बोलणार! ओरडून बोलणार! तुमच्यासारख्या भिकारड्या मास्तराकडून –

शंकर : (संतापून खिशातल्या पन्नास रुपयांच्या नोटा तिच्यापुढे फेकीत) हे पैसे तुमच्या यजमानांना द्या आणि त्यांना सांगा, देशपांडे मास्तर पुन्हा या घराची पायरी चढणार नाहीत. (रागाने परत जायला निघतो. त्याला पापासाहेब दिसतो.)

पापासाहेब : (हे सर्व ऐकत ऐकत पुढे येऊन त्याचा हात धरून) हे काय बरं

मास्तरजी? अहो, ही वेडी बाई आहे. (नोटा गोळा करण्याकरिता वाकतो व हळूच बायकोला गप्प बसण्याची खूण करतो. नोटा गोळा करून त्या मास्तरांच्या खिशात घालीत) म्हणजे कुत्र्यांचं जबरदस्त वेड आहे हिला. त्यामुळं ज्याला-त्याला चावायला ही शिकली आहे. अहो, तुम्हाला सांगितलं तर खरं वाटणार नाही, झोपेत भुंकतेसुद्धा ही कधी कधी! (कांचनमाला चडफडत हातवारे करीत निघून जाते.) तिच्यावतीने मी तुमची माफी मागतो मास्तर. (शंकराला घेऊन कोचावर येऊन बसतो.)

शंकर : पापासाहेब, जरा स्पष्ट बोलतो. रागावू नका. मदन पास होणं कठीण आहे. त्याचं शिकण्याकडं लक्ष नाही. त्याला कसलंही चांगलं वळण नाही. त्याच्याकडं लक्ष देणारं –

पापासाहेब : आता त्याच्याकडे लक्ष देणारे तुम्हीच. त्याला मारा, ठोका, हवं ते करा; पण – (एकदम आठवण झाल्यासारखे करून) आणखी दोन गोष्टींत मदत हवीय तुमची मला! पंचवीस-पंचवीस रुपये मिळतील तुम्हाला, प्रत्येक कामाचे. पहिले काम – एक पंधरा-वीस मिनिटांचे भाषण तयार करायचे!

शंकर : तुमचं व्याख्यान आहे की काय कुठं?

पापासाहेब : अहो, अध्यक्ष आहे मी एका शाळेच्या समारंभाचा. हे लेकाचे आम्हाला का अध्यक्ष करतात सांगू? आमच्याकडून मोठी देणगी उकळण्यासाठी. माझ्यापाशी पैसा नसता तर शाळेतल्या शिपायाची नोकरीसुद्धा दिली नसती यांनी मला? ते जाऊ द्या. भाषण जरा जोरदार लिहा. उद्धार – क्रांती – मातृभूमी – स्वार्थ – त्याग – पायातले दगड – देशाचे शिल्पकार, वगैरे शब्द भरपूर घाला भाषणात!

शंकर : (हताश स्वराने) दुसरे भाषण –

पापासाहेब : ते भाषण नको; कविता हवी!

शंकर : कुठल्या कविसंमेलनाचे अध्यक्ष आहात आपण?

पापासाहेब : (त्याच्या खांद्यावर थाप मारीत) काय मास्तर, थट्टा करता आमची? अहो, मदनचा वाढदिवस येतोय या महिन्याच्या शेवटी. त्यासाठी कविता हवीय! फक्कड-फर्स्ट क्लास हवी! सिनेमातल्या गाण्यांच्या चालीवर केलीत तरी चालेल. त्या वाढदिवसाला तुम्ही, मास्तरीणबाई आणि तुमचा छोकरा यांनी अवश्य यायला हवं हं!

शंकर : (इकडेतिकडे पाहून) मदन कुठं गेला?

पापासाहेब : तुमचा अर्धा तास फुकट गेला आज! उद्या सुरू करा त्याचा अभ्यास!

शंकर : अर्धा तास फुकट गेला तर अर्धा तास अधिक बसता येईल मला. मदनऽ मदनऽऽ (तो धावत येतो. शंकर त्याला मघाचे पुस्तक उघडायला सांगतो.) वाच माझ्याबरोबर –

'Say not the struggle not availeth....'

(शंकरची खोली. चंदू झोपला आहे. उमा त्याची पाटी-पेन्सिल घेऊन येत्या महिन्याचे बजेट करायला बसली आहे. तोंडाने शब्द उच्चारीत ती पाटीवर भराभर आकडे लिहीत आहे.

दूध –
रेशन –
कोळसा –
सासूबाईंना लुगडे –
हे शब्द ती उच्चारते व आकडे मांडते.)

शंकर : (हसत, तिच्या हातातून पाटी घेत) हा खात्याचा बदल मला मान्य नाही. उमा, आज दहा वर्षं या संसारात मी अर्थमंत्री आहे. तू गृहमंत्री आहेस. मी स्वयंपाक करणं आणि तू हिशेब करणं –

उमा : (पाटी परत त्याच्या हातातून हिसकावून घेत) तुम्हाला आजच्या पगारातले पंचवीस रुपये हवे आहेत ना, चंदूच्या सायकलीला; म्हणून मला अर्थमंत्री करायला तयार नाही तुम्ही. पण (बेरजा करीत) यापुढं अर्थमंत्री मीच आणि गृहमंत्री मीच!

शंकर : आणि मी?

उमा : तुम्ही फक्त शिक्षणमंत्री! (बेरजा करून पाहत) अगं बाई, पगारापेक्षा किती अधिक खर्च होतोय हा! नि तरी यात घरभाडं नाही, विम्याचा हप्ता नाही, डॉक्टरांचं बिल नाही, विजेचं दोन-तीन महिन्यांचं बिल राहिलंय! ते नाही –

शंकर : त्या विजेच्या बिलाची काळजी करू नकोस गं! त्या कचेरीत एक विद्यार्थी आहे माझा आणि घरमालक तर परीक्षेच्या वेळेला आपल्या मुलांच्या शिकवण्या फुकट करून घेतो माझ्याकडून. राहू दे तो तसाच लोंबकळत! आधी चंदूची सायकल – मग बाकीच्या गोष्टी. आज मला फक्त पंचवीस रुपये दे. पंचवीस मुद्दल आणि पंचवीस व्याज तुला या महिन्यात आणून देतो.

उमा : कुठं सोन्याची खाण सापडली आहे वाटत?

शंकर : हं. ते पापासाहेब! (हसत) कालचे शिकवणीचे पन्नास रुपये. शिवाय व्याख्यान – पंचवीस रुपये, एक कविता – पंचवीस

रुपये. (ती त्याच्याकडे आश्चर्याने पाहते.) या शंभरातून चंदूची सायकल घेऊ या आणि उरलेले पंचवीस –

उमा : तुमची औषधं!

शंकर : (मानेने नाही म्हणत) अं-हं. तुझं पातळ! (तिच्या पातळाचा पदर हातात घेऊन) हे काय पातळ आहे, की पातळाचं भूत आहे?

उमा : (एकदम उठून खाटेला टांगलेला कोट काढून त्याची उसवलेली जागा दाखवीत) आणि हा काय संसारी कोट आहे, की संन्याशी कोट आहे? मी नाही तुम्हाला पातळ घेऊ द्यायची. उरलेल्या त्या पंचवीस रुपयांचा कोट शिवणार मी तुम्हाला.

शंकर : मी तुला कोट शिवू देणार नाही. त्या पंचवीस रुपयांचे मी पातळच आणणार.

उमा : कोट!

शंकर : पातळ!

उमा : ('को...' म्हणते तोच तो तिच्या तोंडावर हात ठेवतो.)

शंकर : ('पा...' म्हणतो तोच ती त्याच्या तोंडावर हात ठेवते.)

(इतक्यात दारावरली घंटा जोरजोराने वाजू लागते. दोघे गडबडीने उठतात. शंकर खोलीचे दार उघडून बाहेर येतो. पुढचे दार उघडतो. दारात एक टांगा उभा. घराच्या पायऱ्यांवर एक वयस्क गृहस्थ, त्याची पत्नी व तीन लहान मुले. शंकर 'या मामा' असे म्हणून त्यांचे स्वागत करतो.)

(आई देवापाशी आपल्या भावाशी बोलत बसली आहे.)

आई : (भावाला) एकदा सुमाच्या डोक्यावर अक्षता पडल्या की, सुटले मी बाबा!

(मामा, मामी व मुले चापून जेवत आहेत. उमा वाढीत आहे.)

मामा : (त्यांचे लक्ष बहिणीच्या बोलण्यापेक्षा जेवण्यातच आहे. उमा आमटी वाढून जाते. बहिणीला) अक्का, तुझी सूनबाई मोठी सुग्रण आहे हं. आमटी मोठी झकास केली आहे तिनं. एवढ्या मोठ्या लग्नाला गेलो होतो ना आम्ही; पण तिथं काही अशी आमटी –

मामी : (भुरका मारीत) माझ्या माहेरचं लग्न होतं ना ते; तेव्हा तिथली आमटी तुम्हाला कशी आवडणार? नावडतीचं मीठ अळणी. (पुन्हा भुरका मारते.)

आक्का : (सर्वांना) सावकाश जेवा हं सारी. उभ्या दिवसाची उपाशी आहात.

मामा : (तोंडात पोळीचा तुकडा कोंबीत) अरे शंकरऽऽ (शंकर आतल्या

खोलीतून बाहेर येतो. त्याला) दहा वर्षांत अक्काच्या पायांवर डोकं ठेवलं नव्हतं, तुझा संसार कधी पाहिला नव्हता. आमचे हे नवे नंबर तुला दाखविले नव्हते, म्हणून वाकडी वाट करून आज मुद्दाम आलो. उद्या सकाळी नवाच्या गाडीनं जायलाच हवं आम्हाला! काय राणीसाहेब? (बायको मान हलवते.) तेव्हा आम्ही भिजवलेले कपडे आहेत ना, तेवढे नोकराला आताच्या आता धुऊन वाळत घालायला सांग; म्हणजे सकाळी चांगले सुकतील. (तो आमटीचा भुरका मारतो. बाकीचे सर्व तसेच भुरके मारतात. शंकरला –) फार भाग्यवान आहेस तू शंकर. तुझी बायको म्हणजे साक्षात अन्नपूर्णा आहे.

(घरात सर्व सामसूम झाली आहे. पाहुणेमंडळी झोपली आहेत. मागच्या दारी शंकर पाणी काढून देत आहे आणि उमा पाहुण्यांचे कपडे धूत आहे. मध्येच ती त्याच्याकडे पाहते व म्हणते, 'झोप येतेय वाटतं? हे पाणी लावा जरा डोळ्यांना!' ती त्याच्या अंगावर पाणी उडविते. तो उलट तिच्या अंगावर पाणी उडवितो.)

(मामांना जेवण जरा अधिक झाले असावे. ते अंथरुणावर उठून बसतात. पोट चोळतात. 'दोन घास जरा अधिकच झाले.' असे स्वत:शी पुटपुटतात. पुन्हा आडवे होतात. दोन्ही कुशीवर लोळतात व पुन्हा उठून अंधारातून हळूहळू मागील दारी येतात. उमा व शंकर कपडे धूत आहेत, हे पाहून त्यांना आश्चर्य वाटते.)

मामा : हे रे काय शंकर? गडी कुठं आहे तुमचा?

शंकर : झोपलाय तो मामा.

मामा : झोपलाय? तू मास्तर झालास ते ठीक आहे. अगदी नेभळट आहेस तू! अरे, पाठीत लाथ घालून उठव त्या गाढवाला!

शंकर : (उमाकडे पाहून मिस्किलपणाने) हल्ली गुमास्ता कायदा आहे मामा! आठ तासांपेक्षा नोकराला अधिक काम देता येत नाही. शिवाय असल्या कामामुळं व्यायाम होऊन प्रकृती चांगली राहते. हिच्याकडे बघा की! (उमा हसते, लाजते व खाली वाकून कपडे आपटू लागते. शंकर पाणी काढू लागतो.)

मामा : मी फोटोग्राफर असायला हवं होतं रे शंकर. म्हणजे तुमचे दोघांचे असे फोटो घेतले असते आणि वर्तमानपत्रात छापायला दिले असते. तू लहानपणापासून गांधींची भक्ती करीत आलास, ती काही उगीच नाही.

शंकर : तुम्ही निजा चला मामा. (पिळ्यांच्या राशीकडे बोट दाखवून) आम्ही दोघं हे संपवून –

मामा : पोट जरा बरं नाही. सूनबाईनं आमटी फार चांगली केली होती. चार घास जास्त खाल्ले, ते खायला नको होते. (पोटावर हात फिरवीत) माणसाचा स्वतःवर ताबा पाहिजे बाबा, ताबा!

(सकाळ. मामा, मामी, त्यांची मुले चहा घेत बसली आहेत. मधे थोडे फराळाचेही ठेवलेले आहे. मामा एकीकडून पोटावरून हात फिरवीत दुसरीकडे ते फस्त करीत आहेत. अरविंद, सुमित्रा, शंकर हेही चहा घेत बसले आहेत. आई देवासमोर. उमा सर्वांना चहा देत आहे. चंदू 'काका, काका, हा घ्या अंक. तुमचं व्याख्यान आलंय का बघा!' असे म्हणत अंक अरविंदाच्या हातात देतो.)

मामा : अरविंदा व्याख्यानं द्यायला लागला की! वा-वा! मोठी भाग्यवान आहेस तू अक्का! तुझा मुलगा मोठा पुढारी होणार. (अरविंद वर्तमानपत्रावरून नजर टाकून 'उं:' असा उद्गार काढतो व वर्तमानपत्र फेकून बाहेर निघून जातो.) आणि तुम्ही सुमाताई? तुम्ही लग्नाचे लाडू केव्हा देणार आम्हाला? (सुमा 'हे काय हो मामा? मला लग्नच करायचं नाही' असे म्हणते आणि शेपटा चाबकाप्रमाणे फिरवीत बाहेर जाते.) पोरीच्या लग्नाची अगदी काळजी करू नकोस तू अक्का! माझ्या डोळ्यांपुढं दोन-चार स्थळं आहेत. एखाद्या दिवशी मुलगी पाहायलाच घेऊन येतो त्यांना!

अक्का : तू तरी लक्ष घाल बाबा तिच्या लग्नात!

मामा : बरं आहे शंकर. आम्ही बांधाबांध करायला लागतो. गाडी नवालाच आहे ना? थोडं भात-पिठलं खाऊन –

अक्का : शंकर, तू एवढा मोठा झालास; पण अजून साधा व्यवहार कळत नाही तुला? दहा वर्षांनी तुझा मामा आला; पण त्याला चार दिवस राहायचा आग्रह तू एका शब्दानं केला नाहीस. इतकी माझी माणसं तुला जड झाली असतील तर मीच कुठंतरी या घरातून – (देवापुढून उठू लागते.)

शंकर : (पुढे होऊन गहिवरून) आई, मी तुझ्या पाया पडतो; पण असं काही भलतंसलतं बोलू नकोस. पण माझं डोकंच काम करीनासं झालंय हल्ली. या डोळ्यांच्या त्रासामुळं मी वेडा होणार आहे की काय – (आई शांत होऊन खाली बसते, असे पाहून मामांच्या जवळ जातो. त्यांचा हात हातात घेऊन) ते काही नाही मामा; चार दिवस तुम्ही राहायलाच हवं आमच्याकडं!

मामा : चार दिवस? अरे बाबा, परवा दिवशी कोर्टात तारीख आहे माझी. आता तुमचा सर्वांचा आग्रहच आहे तर आजचा दिवस राहू. काय

राणीसाहेब? (वेणीफणी करीत बसलेल्या मामीकडे पाहतात.)

मामी : मी आधीच सांगत होते तुम्हाला. इथं यायचं नि देवीचं दर्शन घेतल्याशिवाय जायचं? तुम्ही धर्म सोडला असेल; पण मी नाही तो सोडला अजून!

मुले : (नाचत आणि टाळ्या वाजवीत) आणि काल रात्री टांग्यातून येताना थेटरापाशी सिनेमाची जाहिरात नाही का पाहिलीत बाबा? – 'लुटारू लडकी.' तो सिनेमा पाहायचाय आम्हाला. आमच्या खेड्यात सिनेमा येतच नाही कधी!

मामा : मग काय शंकर? तहनाम्याच्या अटी ठरल्या? देवदर्शन – सिनेमा–

शंकर : काही बाजार असला तर बाजार –

मामा : बस्स. एवढं पुरे. (पोटावरून हात फिरवीत) सूनबाईऽ (उमा येते.) दुपारी जेवायचा बेत साधाच असू दे हं! (शंकर गप्प बसतो. आई रागाने त्याच्याकडे पाहते. उमा शंकरला डोळ्याने खुणावते.)

शंकर : असं कसं होईल मामा? दहा वर्षांनी तुम्ही आलात आणि अगदी साधा बेत म्हणजे – (मुलांना) तुम्हाला काय आवडतं रे?

एक : श्रीखंडपुरी!

दुसरा : जिलबी!

तिसरा लहान मुलगा : आम्लेट!

मामा : गाढवा, आम्लेट कधी खाल्लंस का तू?

तो मुलगा : आम्लेट नव्हे, चॉकलेट!

मामा : तसा मी गोडाचा भोक्ता नाही. शिवाय आज माझं पोटही बरं नाही; पण सूनबाई सुग्रण आहे. तिनं बटाटेभात केला, तर चार घास आवडीनं खाईन मी!

मामी : (वेणीफणी करता-करता) सूनबाई, आज माझा आहे मंगळवार! तू यांना काय करशील ना, ते मी रात्री खाईन. मला उपासाला फार काही लागत नाही. साबूदाण्याचं थालिपीठ, रताळ्याचा कीस, बटाट्याची भाजी, चार केळी आणि कप-दोन कप कॉफी.

शंकर : (उमाकडे पाहून हसत) ठीक आहे. मी भाजीला जातो आधी.

मामा : (उठत) मीही येतो तुझ्याबरोबर. (उठून शंकराजवळ जाऊन त्याला बाजूला नेऊन कानात) आणि हे बघ शंकर, येताना गाडीत गर्दी फार होती. इंटरमध्ये उभं राहायला जागा नाही, तेव्हा दुसऱ्या वर्गाची तिकिटं काढावी लागली नि सारे पैसे खर्च होऊन गेले. उद्या जाताना थोडे पैसे हवेत मला तुझ्याकडून! फार नकोत. पन्नास

रुपये बस होतील! (शंकर वळतो आणि शून्य नजरेने उमाकडे पाहतो.)

(दुसरा दिवस. नवाच्या गाडीला मामांचे लटांबर निघाले आहे. दारात दोन टांगे. त्यांत सामान चढविले जात आहे. भाजीपाला, केरसुण्या, वगैरे सटर-फटर वस्तू दिसत आहेत. मामा 'येतो हं अक्का' म्हणून शंकरला खुणावतात. तो एका बाजूला नेऊन त्यांना पन्नास रुपये देतो. मामा 'सवडीनं पाठवीन हं पैसे परत. अगदी मनिऑर्डरीनं पाठवीन. बिलकूल काळजी करू नकोस तू' असे म्हणतात. शंकर त्यांना नमस्कार करतो. ते त्याला तोंड भरून आशीर्वाद देतात व टांग्यात जाऊन बसतात. टांगा हळूहळू चालू लागतो. सारी मंडळी आत परततात. शंकरची दृष्टी टांग्याच्या चाकांवर खिळून राहते. त्याला दुकानात आवडलेली चंदूची सायकल दिसू लागते. त्याच्या डोळ्यांत पाणी उभे राहते.)

(शंकरचे डोळे भरून आले आहेत. तो आत येतो. चंदू त्याला दिसतो. तो 'चंदू' म्हणून हाक मारतो. तो त्याला 'ओ' देत नाही. तसाच निघून जातो. त्याच्यामागे असलेल्या कॅलेंडरवर दोन डिसेंबर ही तारीख शंकरला दिसते. कॅलेंडरच्या तारखा भरभर उलटत जातात. ४-७-११-१८ असे आकडे दिसतात... त्यांच्यावर चंदूचे निरनिराळ्या तऱ्हेचे शॅाॅ. चंदू बापाला दाढीला आरसा आणून देतो. शंकर त्याने बोलावे म्हणून त्याच्या गालांना साबणाचा फेस लावण्याचा प्रयत्न करतो; पण तो चुकवून जातो... शंकर त्याला एक चित्रांचे पुस्तक देतो. ते न बघता तो फेकून देतो व निघून जातो. याच शॅाॅ मध्ये चंदूचे दुसऱ्या तऱ्हेचे शॅाॅ तो रस्त्यावर येऊन सायकली चालविणाऱ्या मुलांकडे पाहत उभा आहे. एक मुलगा त्याला आपली सायकल देऊ करतो; पण तो ती घेत नाही. घरातल्या दारावर तो खडूने सायकलचे चित्र काढण्याचा प्रयत्न करतो. पण शंकर येत आहे, असे पाहताच ते गडबडीने पुसू लागतो. उमा व शंकर दोघेही ते पाहतात व दुसरीकडे बघतात. या सर्व शॅाॅ मधून ३० डिसेंबर ही कॅलेंडरची तारीख येते... ती तारीख असलेल्या मदनच्या वाढदिवसाची निमंत्रण पत्रिका... शंकर उमाला म्हणतो, 'मी शाळेतूनच परस्पर पापासाहेबांच्या घरी जाईन. चंदूला तिथं खूप खूप गंमत पाहायला मिळेल. त्याला आताच शाळेत माझ्याबरोबर घेऊन जातो मी.' उमा चंदूला ठेवणीतला पोशाख चढविते आणि त्याच्या कानात हळूच सांगते, 'तिथं कसलाही हट्ट करायचा नाही हं. काही काही मागायचं नाही.' चंदू मानेने हो म्हणतो... शंकर व चंदू शाळेकडे जात असतात. शंकर चंदूचे बोट धरू पाहतो; पण तो त्याच्यापासून दूर होतो आणि रस्त्याच्या दुसऱ्या बाजूने चालू लागतो.)

(पापासाहेबांच्या घरची मदनच्या वाढदिवसाची पार्टी. बाहेरच्या बागेत समारंभाची सर्व व्यवस्था आहे. दारूसामान उडत असते. माणसे चहाफराळाचा आस्वाद घेत असतात. सुटाबुटातले अनेक पुरुष आणि उंची पोशाख केलेल्या अनेक स्त्रिया.

शंकर चंदूला घेऊन एका बाजूला. शेवटी मनोरंजनाकरिता माणसे खुर्चीवर बसतात. शंकर चंदूसह एका बाजूच्या खुर्चीवर बसण्याचा प्रयत्न करतो. पापासाहेब त्याला मोठ्या अदबीने मध्यभागी आणून बसवितात. 'हे आमच्या मदनचे गुरुजी! मोठे विद्वान आहेत. आजच्या वाढदिवसाची कविता यांनीच केली आहे,' असे सर्वांना सांगतात. शंकर शरमतो. चंदूला मात्र मोठी मौज वाटते.

पाहुण्यांच्या मनोरंजनाकरिता नृत्य सुरू होते. मध्येच कुणीतरी शंकरच्या खांद्यावर मागून हात ठेवते. तो दचकतो व मागे वळून पाहतो. तो सुटाबुटात असलेला दिगंबर दिसतो. शंकर चकित होतो व 'दिगंबर?' असे उद्गारतो. नर्तिकेकडे दुर्बिणीतून पाहणारा त्याच्या बाजूचा श्रीमंत म्हातारा त्याला 'शुक्' करून गप्प बसवितो. शंकरचा आपल्या डोळ्यांवर विश्वासच बसत नाही. तो राहून-राहून त्याच्याकडे पाहतो. दिगंबर हळूच त्याच्या कानात 'असा घाबरू नकोस. हे काही दिगंबरचं भूतबीत नाही.' असे म्हणतो.)

(एक नृत्य संपते. दुसरे सुरू होते. दिगंबर हळूच शंकरला बाजूला नेतो. शंकर चंदूचा हात धरून त्याला उठवतो. त्याचा हात झिडकारतो. मात्र मुकाट्याने त्याच्या मागून जातो.)

शंकर : (आश्चर्याने) दिगंबर, तू इथं कसा?

दिगंबर : अगदी शुद्ध मास्तर आहेस. अरे, सारी पाखरं आपापले थवे करून उडतात. मग ते हंस असोत, पोपट असोत, नाहीतर कावळे असोत. (हळूच कानांत) पापासाहेबांनाही रेसचा शौक आहे. अरे हो, तुला सांगायला विसरलोच! सध्या आमची स्वारी घोड्यावर आहे. (सुटाबुटाकडे बोट दाखवीत) बघ, नीट बघ.

शंकर : (चहूकडे पाहत) मग तेवढे शंभर रुपये –

दिगंबर : अरे, ते तुला परवाच आणून देणार होतो मी; पण ही पार्टी निघाली मधे! हा सूटबूट घ्यावा लागला. (खांद्यावर थाप मारीत) आता उद्याच्या शर्यतीतले निम्मे पैसे तुझे!

(बोलत-बोलत ते दोघे हॉलच्या पायऱ्यांपाशी येतात. पाहुणे आत जाऊन वाढदिवसाची भेट देत आहेत, असे दृश्य दिसते. सर्वांत शेवटी शंकर चंदूला घेऊन आत जातो.)

(इ) (हॉलच्या मध्यभागी एका टेबलावर पाहुण्यांनी मदनला दिलेल्या नाना प्रकारच्या मौल्यवान वस्तू. चंदू त्यांच्याकडे आशाळभूतपणाने पाहू लागतो. पुढे होऊन त्यांतील वस्तू उचलून पाहाव्यात, अशी इच्छा त्याच्या मनात उत्पन्न होते. शंकर त्याला एकदम मागे ओढतो. तो बापाकडे पाहतो. खाली मान घालतो व दुसरीकडे पाहू लागतो. त्याचे लक्ष ट्रायसिकलवर बसलेल्या मदनच्या

फोटोवर खिळून राहते.)

शंकर : (वाढदिवसाची भेट म्हणून आणलेले पुस्तक मदनच्या हातात देतो. कांचनमाला ही भेट पाहून उपहासाने हसते. पापासाहेब खूण करून तिला गप्प बसवितात. शंकर मदनला –) हे गांधीजींचं आत्मचरित्र आहे. मदन, याच्या प्रकाशानं तुझं आयुष्य उज्ज्वल होवो, अशी परमेश्वराजवळ माझी प्रार्थना आहे.

पापासाहेब : वा-वा! छान मास्तर! (आठवण झाल्यासारखे करून) तुमच्या त्या व्याख्यानाचे आणि कवितेचे पैसे द्यायचे राहिलेच होते की! (खिशातून पन्नास रुपयांच्या नोटा काढून देतो. मदनच्या फोटोकडे पाहत उभ्या राहिलेल्या चंदूजवळ येऊन आणि त्याच्या पाठीवर थाप मारून) काय छोटे मास्तर, तुम्हाला कसली भेट हवी आज?

चंदू : आज काही माझा वाढदिवस नाही! (त्याचे ते उत्तर ऐकून शंकरला समाधान वाटते.)

पापासाहेब : नसली तरी आम्ही करणार आहो. आम्ही आणि मास्तरसाहेब काय निराळे आहोत?

कांचनमाला: (शंकरला चिडविण्याकरिता, त्याला जवळ घेऊन) आम्ही तुम्हाला छान छान भेट देणार आहोत. तुमच्या घरात नसेल अशी. (चंदू काही बोलत नाही. मात्र तो त्या फोटोतल्या ट्रायसिकलकडे पाहत राहतो.)

पापासाहेब : सांगा; छोटे मास्तर – (चंदू मानेने काही नको असे म्हणतो; पण त्याची दृष्टी मात्र सायकलवर खिळून राहिलेली असते.)

शंकर : चल चंदू, खूप खूप गंमत बघायचीय अजून बाहेर! (तो चंदूचा हात धरून त्याला बाहेर नेऊ लागतो. पापासाहेब त्याचा हात सोडवितो. एकीकडून पापासाहेब व दुसरीकडून कांचनमाला 'काय हवं तुला सांग ना!' म्हणून त्याला पुन:पुन्हा विचारतात. तो मानेने 'काही नको', 'काही नको' असे सारखे सांगत असतो; पण त्याची नजर मात्र त्या ट्रायसिकलवर खिळलेली असते. ते पापासाहेबाच्या लक्षात येते. 'अशी सायकल?' असे ते त्याला विचारतात. त्याच्या मनावरला ताबा सुटतो. तो मानेने हो म्हणतो – आपल्या हातून फार मोठी चूक झाली, असे वाटून तो स्फुंदू लागतो.)

(रात्रीचे दहा वाजले आहेत. चंदू मोठ्या आनंदाने सायकलवरून घराकडे चालला आहे. त्याचा आनंद पाहून शंकरही आनंदित झाला आहे. चंदू मानेने आपले सायकलचे गाणे म्हणू लागतो. रस्त्यावर कोणी नाही, असे पाहून शंकरही त्याच्या गाण्यातली एक ओळ म्हणतो व त्याच्या पाठीवर थाप मारतो. चंदू खुणेने 'माझ्या

सायकलवर तुम्ही बसा. मी तुम्हाला घरी घेऊन जातो.' असे सांगतो. शंकर हसतो. हसत-खेळत ते घरापाशी येतात. घरात जिकडेतिकडे अंधार दिसतो. मात्र दारात एक टांगा उभा असतो. त्या टांग्यातून दोन माणसे खाली उतरून उभी असतात. दारात मोठमोठ्याने ओरडत असतात. 'अगं अक्का, ए सूनबाई, दार उघडाऽ दार उघडाऽऽ' शंकर जवळ जाऊन म्हणतो, 'कोण मामा?' मामा रागाने उच्चारतात, 'होय बरं भाच्या. सुमीला बघायला आली आहेत मंडळी! पण, कुणी दारच उघडीना!'

(घरातले विजेचे दिवे गेले आहेत. फक्त एक मिणमिणता कंदील आहे. तो घेऊन उमा दार उघडते. मामा 'सूनबाई, किती हाका मारायच्या? हे कुंभकर्णाचे घर आहे की काय, मला कळेना! दिवे लावा – दिवे लावा, पाहुणे आलेत.' असे ओरडतात. (उमा कंदील सुमाच्या हातात देते व शंकरला खूण करून एका बाजूला बोलावते.)

उमा : बत्ती तोडून टाकली आहे! बिल वेळेवर भरलं असतं तर –

शंकर : (चिडून) पण शेजारचे दोन कंदील मागून आणायचे की नाही? तो अरविंद कुठे गेलाय?

उमा : ते गेले आहेत पॉवर हाऊसवर भांडायला! मी नको-नको म्हणत होते; पण... (आणखी हळू) शेजाऱ्यांनी कंदील दिले; पण त्यांत तेल नाही आणि घरातही तेल नाही!

मामा : (बाहेरून) अरे, दिवे गेलेत तर कंदील लावा, टॉर्च आणा, मेणबत्त्या पेटवा. बडी मंडळी दारात उभी आहेत. (शंकर व उमा एकमेकांकडे हताशपणाने पाहतात.)

शंकर : (उमाला) आणखी एक कंदील कुठूनतरी घेऊन येतो. (लगबगीने जातो.)

(शंकरने आणलेला एक कंदील व मूळचा एक कंदील असे एकंदरीत दोन कंदील घरात आहेत. एक उमाला स्वयंपाकघरात लागतो. त्यामुळे बाहेर सर्व मंडळींत एकच कंदील मिळतो. आलेली मंडळी वरपक्षाची असल्यामुळे ती मोठ्या चढेलपणाने वागत असतात.)

लग्नाचा मुलगा : अहो मामा, दिवा आणा, ऊन पाणी आणा, आरसा आणा. दाढी केली नाही साऱ्या दिवसांत. काय घर आहे, का धर्मशाळा आहे?

मुलाची प्रौढ आई : माझीसुद्धा वेणीफणी राहिली आहे बाई. असे भुतासारखे केस पिंजारून किती वेळ बसायचं? असलं कसलं घर बाई? चार कंदीलसुद्धा नाहीत घरात!

(देवापाशी अंधारात आई.)

मामा : (चिडलेल्या स्वरात) अक्का, काय गं हा तुझा संसार? चांगलेच दिवे लावतोय म्हणायचा हा शंकर!

आक्का : तूच बघ बाबा. (इतक्यात नवऱ्या मुलाच्या आईची किंकाळी ऐकू येते, 'विंचू, अहो कुणीतरी धावा, विंचू –')

(एका बाजूने मामा व दुसऱ्या बाजूने शंकर धावत जातात. शंकर दाढी करणाऱ्या नवऱ्या मुलापुढला कंदील घाईघाईने उचलतो. तो शंकरकडे चिडून पाहतो. शंकर बाईपाशी कंदील घेऊन येतो. सर्व मिळून बघतात. ते झुरळ निघते. शंकर हसून 'झुरळ आहे ते!' असे म्हणतो. बाई चिडून त्याला म्हणते, 'दात काढायला काय झालं? मुलखाची दरिद्री माणसं कुठली! माझ्यापाशी दिवा असता तर कशाला घाबरून ओरडले असते मी?' इतक्यात अरविंद बाहेरून धावत येतो व शंकरला म्हणतो, 'दादा, ते विजेचे बिल दिल्याशिवाय –' शंकर त्याच्या तोंडावर हात ठेवतो व त्याला गप्प करतो.)

सकाळ. पाहुण्यांचा चहाफराळ सुरू आहे. मामा मध्येच अर्धा लाडू तोंडात कोंबतात व समोर उभ्या असलेल्या शंकरला म्हणतात, 'अरे शंकर, मुलीला दाखवायला आणा ना. शुभस्य शीघ्रम्.' (नवऱ्या मुलाला उद्देशून बोबड्या स्वराने) काय जावईबापू? (तो दात काढून हसतो.)

(शंकरच्या खोलीत सुमा उमाच्या कुशीत तोंड लपवून एखाद्या लहान मुलीसारखी बसली आहे. 'वैनी, तूच सांग बाई दादाला. मला भय वाटतं.' असे ती म्हणते. बाहेरून आई, 'अगं सुमे, लवकर चल ना बाहेर. ती मंडळी वाट बघताहेत.' असे ओरडते. शंकर हळूच दार उघडून आत येतो. उमा त्याला खुणावते. बाजूला नेऊन त्याच्या कानात काही सांगते. तो प्रथम दचकतो. उमा पुन्हा त्याच्या कानात काहीतरी सांगते. तो हसतो. जाता-जाता सुमाच्या पाठीवर थाप मारून तो म्हणतो, 'नव्या पिढीच्या मुलीच मुलांपेक्षा अधिक हुशार आहेत, हं अरविंदा. क्रांतीच्या इतक्या गप्पा मारतो; पण त्यानं काही अजून आपलं जमवलं नाही कुठं!' सुमित्रा चोरून त्याच्याकडे पाहते व गालातल्या गालात हसते.)

(बाहेर मामा व वरपक्षाची मंडळी मुलीची वाट पाहत आहेत. खोलीच्या दारात आई बसली आहे. चंदू आपली सायकल चालवीत खोलीत येऊ लागतो. आई 'अरे, अरे,' म्हणून त्याला दटावते. जावईबापू 'काय चंदूराव, कुठे चालली सायकल?' असे विचारतात. चंदू हसत म्हणतो, 'देवीच्या देवळात. तुमची आणि सुमाताईची वरात घेऊन.' सारे हसतात. इतक्यात शंकर दारातून आत येतो. कसे बोलावे, या विचारात तो पडला आहे.)

आई : (चिडून) अरे, सुमा कुठं आहे शंकर? अगदी वेंधळा आहेस बघ.

शंकर : (दुसरीकडे बघत) ती – ती –

आई : (वेडावून) ती – ती – काय? शाळेत असंच शिकवतोस काय?

मामा : अक्का, तिचा नट्टापट्टा सुरू असेल. येऊ दे, सावकाश येऊ दे. आम्हाला तरी कुठं नवाच्या गाडीनं जायचंय? मुलगी पसंत केल्यावर हुंडा – मानपान –

शंकर : (एकदम सर्व धैर्य एकवटून) सुमा बाहेर येणार नाही!

सारी : (आश्चर्याने एक-एक वाक्य उच्चारतात.) म्हणजे? याचा अर्थ काय? वा:! छान!

शंकर : तिचं लग्न ठरलंय.

आई : (संतापाने व उठून अंगावर येत) ठरलंय? शुद्धीत आहेस ना शंकर? का काल रात्री कुठल्या पार्टीला गेला होतास तिथं दारूबिरू प्यायला आहेस?

शंकर : (न रागावता हसत) आई, तुझे-माझे जुने दिवस आता राहिले नाहीत. ही नव्या पिढीची मुलं. सुमानं आपलं लग्न स्वत: जमविलं आहे – ते कुबेर वकील आहेत ना, त्यांच्या मुलाशी!

मुलाची आई : (संतापून) एवढे कुबेर तुम्हाला व्याही मिळणार आहेत, तर आम्हाला कशाला बोलावलं इथं? आमचा अपमान करायला? काय हो मामा?

नवरा मुलगा : छप्पन्न मुली सांगून आल्या होत्या मामा मला! पण तुमच्या आग्रहासाठी ही आधी पाह्यची ठरविलं! आणि म्हणे, बाहेर येत नाही. वरपक्ष यांचा आहे की आमचा आहे?

त्याची आई : चल बाबा, या घरात पाणी प्यायलासुद्धा नको. स्टेशनवर जाऊन बसू या आपण. पुढची गाडी केव्हा आहे मामा?

मामा : नवाला!

वराची आई : (शंकरला) मुलगी दाखविली नाहीत, तरी जाते-येते भाड्याचे पैसे सुटणार नाहीत; लक्षात ठेवा.

मुलगा : नि वाटेतला सारा प्रवासखर्च, चहा, टांगा, वर्तमानपत्र, खाणावळ, भिकाऱ्याला दिलेला आणा, माझा तीन दिवसांचा बुडणारा पगार –

शंकर : (खिशातून पन्नास रुपये काढून ते मामाच्या हातात देत) मामा, हे पन्नास रुपये घ्या आणि मिटवून टाका सारं!

(नवाच्या गाडीला मंडळी रवाना होतात. त्यांना पोहोचवून शंकर व अरविंद आत येतात. देवघरात सुमा एका कोपऱ्यात खाली पाहत उभी आहे. आई तिला ताड्-ताड् बोलत आहे.)

आई : (सुमाला) तू एक वेडी आणि शंकर सात वेडा! म्हणे लग्न

ठरलंय! हे काय बाहुलाबाहुलीचे लग्न आहे होय, पोरापोरींनी ठरवायला? त्याच्या बापाला ठाऊक आहे का हे? (सुमा मानेने 'नाही' म्हणते.)

शंकर : (हसत) आई, मुलांच्या प्रेमाचा पत्ता आईबापांना सर्वांच्या शेवटी लागत असतो! –

आई : आणि तो लागल्यावर? उद्या अरविंदानं हवी ती मुलगी पसंत केली म्हणून मी थोडीच नांदवून घेणार आहे तिला?

अरविंद : त्या बाबतीत अगदी भिऊ नकोस तू आई. देशाची सद्य:स्थिती लक्षात घेऊन मी आजन्म ब्रह्मचारी राहायचं ठरविलं आहे. (सारी हसतात. शंकर मात्र विचारमग्न असतो.)

शंकर : आई, मी आत्ताच कुबेर वकिलांकडे जातोय.

आई : (अरविंदाला) तूही जा जरा शंकरबरोबर. शंकर आहे मऊ; नि मऊ सापडलं की माणसं कोपरानं खणायला लागतात.

शंकर : (सुमित्राकडे पाहून) काय सुमाताई, काही निरोपबिरोप आहे का त्यांना? जाऊ ना आम्ही; का तुम्ही दोघांनी अगदी दुष्यंत-शकुंतलेसारखं लग्न करायचं ठरवलं होतं, अग्नीऐवजी चंद्राला साक्षी ठेवून?

सुमित्रा : (लाजून) हे रे काय दादा? (लगेच ती तिथून पळत बाहेरच्या खोलीत जाते व पुस्तकातला माधवचा फोटो काढून त्याच्याकडे पाहत एक ओळ गुणगुणते.)

(कुबेर वकिलांचे घर. माधव आपल्या खोलीत सुमित्रेच्या फोटोकडे पाहत एक प्रेमगीत म्हणत आहे. मधेच माळी गुलाबाची फुले आणून त्याच्या टेबलावर ठेवतो. गीत संपता-संपता त्यातले अतिशय सुंदर दिसणारे फूल तो सुमित्रेच्या फोटोतल्या केसांत खोवण्याचा अभिनय करतो. तो करताना त्याच्या हाताला त्या गुलाबाचा काटा लागतो. लगेच रागाने ते फूल तो खिडकीबाहेर फेकतो.)

(ते फूल शंकरच्या डोक्यावर पडते. शंकर 'शकुन तर चांगला झाला. आजचा पुष्पवृष्टीचा दिवस दिसतो.' असे मागे वळून म्हणतो. इतक्यात ते फूल मागून येणाऱ्या अरविंदाच्या पायाखाली सापडून त्याचा चोळामोळा होतो.)

दोघेही पायऱ्या चढून आत येतात. 'ऑफिस' अशी पाटी लावलेली खोली त्यांना दिसते. त्या खोलीचे दार बंद. दारावरला मनुष्य एक कागद देऊन नाव टिपायला सांगतो. शंकर आपले नाव टिपतो. तो पुन्हा 'कोर्टाचंच काम आहे ना?' म्हणून विचारतो. शंकर 'नाही, खासगी' असे म्हणणार इतक्यात अरविंद त्याला चिमटा काढतो व स्वत:च 'होय, कोर्टाचंच' असे म्हणतो.)

(वकीलसाहेबांची आतली खोली. कायद्याची मासिके व पुस्तके यांनी गजबजलेली. बंदूक, वाघाची कातडी, वगैरे साहित्य निरनिराळ्या ठिकाणी. वकीलसाहेबांच्या शेजारच्या टेबलावर जबडा उघडलेला वाघाचा एक पुतळा आहे. त्यांचा चेहराही तसाच दिसतो. शंकर व अरविंद हळूच दार उघडून आत येतात. वकीलसाहेब हातातल्या मासिकातून मान वर करतात. डोळ्यानेच बसायला सांगतात व पुन्हा खाली मान घालतात. हातातल्या निळ्या-तांबड्या पेन्सिलीने ते मासिकावर भराभर खुणा व फुल्या करीत असतात. मासिकात पेन्सिल घालून ते ते बंद करून ठेवतात. हातातल्या घड्याळाकडे पाहतात. शंकरकडे वळून)

वकील : फक्त दहा मिनिटं वेळ आहे मला. दोन पोलीस अधिकारी चहाला यायचे आहेत माझ्याकडे. हं, बोला, काय भानगड आहे? खून? (शंकर मानेने नाही म्हणतो.) चोरी? (मानेने नाही म्हणतो.) बँकेतली अफरातफर? (मानेचा नकार) बायकोशी पटत नाही म्हणून घटस्फोट?

अरविंद : (शंकर काहीच बोलत नाही असे पाहून) घटस्फोटाचा प्रश्न लांब आहे. आधी लग्न होऊ द्या.

वकील : लग्न? कुणाचं लग्न? मी लग्न लावणारा भटजी आहे, अशी तुमची समजूत आहे की काय? (घड्याळाकडे पाहून) माझी तीन मिनिटं फुकट खाल्लीत तुम्ही. (टेबलावर बोट वाजवीत) दहा रुपये ठेवा इथं आणि –

शंकर : पण वकीलसाहेब, आम्ही खासगी कामासाठी –

वकील : खासगी काम असेल तर रात्री बारा वाजता या. तोपर्यंत मला एका क्षणाचीसुद्धा फुरसत नाही. (दरवाजाकडे बोट दाखवितो.)

अरविंद : (मधेच) तुमचा थोरला मुलगा माधव – (वकील कान टवकारून ऐकतो.) त्याच्यावर आमच्या सुमाचं प्रेम बसलंय!

वकील : माझंसुद्धा स्वर्गातल्या इंद्राच्या अप्सरेवर प्रेम बसलंय! त्याचा उपयोग काय?

शंकर : (धीर करून) माधवचंही सुमित्रेवर प्रेम आहे.

वकील : (एकाच वेळी चकित व संतप्त होऊन) तुम्ही काय करता?

शंकर : मी मास्तर आहे.

वकील : मास्तरच्या मुलीवर –

शंकर : सुमित्रा बहीण आहे माझी.

वकील : मास्तरच्या बहिणीवर प्रेम करण्याकरिता माधव जन्माला आलेला नाही.

शंकर : पण प्रेम जात-गोत, गरिबी-श्रीमंती काही ओळखत नाही.

वकील : शाळा-कॉलेजातल्या काव्याच्या पुस्तकात असं छापलेलं असतं; पण प्रत्यक्ष व्यवहारात – माझ्याबरोबर कोर्टात या मास्तर, म्हणजे जे तुम्ही नाटक म्हणून शिकविता, त्याचा पुढे तमाशा कसा होतो ते तुम्हाला – (घड्याळाकडे पाहून) बस्स! तुमचा वेळ संपला.

शंकर : आपण माधवांना एकदा या बाबतीत विचारलं तर –

वकील : (घंटा वाजवितो. बाहेरचा मनुष्य दार उघडून आत डोकावतो) माधवला बोलाव. (शंकरकडे वळून हसत) मास्तर, तुम्ही आमच्याशी नातं जोडू इच्छिता; पण हे पाहा, राजाचा हत्ती आणि कुंभाराचं गाढव यांची कधी सोयरीक होईल का?

अरविंद : (चिडून) आपल्यापैकी हत्ती कोण आणि गाढव कोण?

वकील : (संतापून) गेट आउट! मास्तर, हा मवाली कोण आणलाय तुम्ही बरोबर?

(अरविंद चांगले झणझणीत उत्तर देण्याकरिता पुढे होतो. शंकर त्याला आवरतो.)

शंकर : (हळूच) जरा बेतानं अरविंद. आपला वधूपक्ष आहे, हे विसरू नकोस. (अरविंद गप्प बसतो.)

वकील : हे पाहा मास्तर, माधवला मोठमोठ्यांच्या मुली सांगून आल्या आहेत; पण आमचं घराणं पडलं सुधारकांचं. तेव्हा हुंडाबिंडा आम्ही काही घेणार नाही; पण माझं प्रॅक्टिस किती आहे, ते तुम्हाला ठाऊक आहे ना? माझ्या साऱ्या अशिलांना चहापाणी करायलाच मला पाच हजार लागतील. तेवढे पाच हजार आधी घेऊन या. मग – (माधव आत येतो.) काय माधव, ओळखलंस काय यांना? (माधव मानेने नाही म्हणतो.) तरी मला वाटलंच! (अरविंदाकडे पाहत) हा लफंगा म्हणत होता –

अरविंद : (माधवच्या जवळ येऊन) मी सुमित्रेचा भाऊ. काय पटतेय का ओळख? (माधव गोंधळून स्तब्ध राहतो.) आता कशी पटेल? एखाद्या पोरीला थापा देऊन तिच्याशी प्रेमाच्या गुलूगुलू गोष्टी करताना तिची ओळख राहते आणि तिच्याशी लग्न करायची पाळी आली की – (एकदम अंगावर जाऊन, त्याच्या शर्टची कॉलर धरून) करतोस की नाही लग्न? बोल, नाहीतर – (शंकर त्याला आवरण्याचा प्रयत्न करतो; पण तो त्याला आवरत नाही. वकीलसाहेब 'ॲसॉल्ट – ॲसॉल्ट' करून ओरडतात. त्याच वेळी त्यांना भेटायला येणारे पोलीस अधिकारी आत येतात. त्यांतला एक अरविंदाला धरतो. दुसरा फोनकडे जाऊन ' पोलीस स्टेशन',

'पोलीस स्टेशन' असे म्हणतो.

(सुमा वरचेवर दारात जाऊन शंकर व अरविंद हे अजून आले की नाहीत, हे पाहते. ती अगदी अधीर झाली आहे. ती परत आत येते. माजघरात चंदूचे सायकल फिरविणे चालले आहे. त्याच्यापाशी येऊन ती त्याचा गालगुच्चा घेते व त्याच्याशी बोलू लागते.)

सुमित्रा : चंदू, मला दे ना तुझी सायकल बसायला!

चंदू : अं-हं!

सुमित्रा : का रे?

चंदू : ती घेऊन तू पळून जाशील!

सुमित्रा : पळून? कुठं रे?

चंदू : सासरी. आजी म्हणत होती मघाशी –

सुमित्रा : सासर म्हणजे काय रे?

चंदू : (गोंधळून) ते नाही तुला ठाऊक! पण तू आणि तुझा नवरा माझ्या सायकलवर बसाल आणि ती मोडून टाकाल. मी कुण्णा कुण्णाला देणार नाही माझी सायकल! अगदी दादांनासुद्धा!

सुमित्रा : मग मी सासरी कशी जाऊ रे?

चंदू : चालत.

सुमित्रा : चालत? अं-हं! प्रेम कधी पृथ्वीवरून चालत नसतं. ते ढगांच्या पायघड्यांवरून – (गात-गात जाते.)

(सुमित्रा आपल्या खोलीत आली आहे. मधेच ती पुस्तकातला माधवचा फोटो काढून त्याच्याकडे पाहून हसते. 'कशी गंमत झाली एका माणसाची!' असे म्हणून फोटोला गुदगुल्या करते. तिला खिडकीतून शंकर आल्याचे दिसते. ती गाणे मधेच थांबवते व हळूच पुढे होऊन माजघराच्या दाराआड उभी राहते.)

(जड पावलांनी शंकर आत येतो. देवाची पूजा करीत असलेली आई मधेच थांबते आणि त्याच्याकडे पाहते.)

आई : काय झालं रे शंकर?

शंकर : पाच हजारांशिवाय –

आई : हात्तीच्या! एवढेच ना? इतकं चांगलं स्थळ आहे तर – या मुलांसाठी ठेवलेले ते पाच हजार दडवतो बघ. (तो एकटाच आला आहे, हे लक्षात घेऊन) अरविंद कुठं आहे रे?

शंकर : त्याला पोलिसांच्या ताब्यात दिलंय.

आई : कुणी? (हे ऐकून उमाही घाबरून स्वयंपाकघरातून बाहेर येते.) अरे, बोल ना! कुणी – कुणी दिलं त्याला पोलिसांच्या ताब्यात?

शंकर : (रूक्ष स्वराने) आमच्या व्याह्यांनी.

आई : म्हणजे?

शंकर : अरविंद चिडून जावईबापूंच्या अंगावर धावला – (दाराआडून सुमा हुंदका देते. त्याचे लक्ष तिच्याकडे जाते.) तसं काळजी करण्यासारखं काही नाही. आत्ता सोडवून आणतो मी त्याला.

(शंकर खोलीत जाऊन 'हुश्श' करीत तसाच खाटेवर पडतो. उमा सासूची पाठ फिरताच चोरपावलांनी त्याच्या खोलीत जाते. ती जवळ येताच तो तिला म्हणतो, 'उमा, माझं एक काम करशील?' ती वाकून त्याचे बोलणे ऐकते. 'अरविंद', 'पैसे', 'वकील' एवढे दोन-तीन शब्दच स्पष्ट ऐकू येतात. ती जड पावलांनी बाहेर येते व माजघरात चंदू खेळत असतो तिकडे जाते.)

उमा : (लटके हसून) चंदूबाळ, आज एक मोठी मजा झालीय. (चंदू तिच्याकडे पाहतो.) या सायकलीपेक्षा चांगली सायकल बाजारात आजच आली आहे म्हणे!

चंदू : खरं?

उमा : तुझे दादाच सांगत होते ना आता! त्यांना मी म्हटलं, 'आमच्या चंदूलाही आणून द्या.'

चंदू : केव्हा आणायला जाणार आहेत ती?

उमा : आता!

चंदू : मी जाऊ त्यांच्याबरोबर?

उमा : अं-हं! त्यांना खूप खूप कामं आहेत. ही सायकल ते नेऊन देतील आणि ती दुसरी चांगली नवी घेऊन येतील.

चंदू : ही आधी द्यायची?

उमा : हो, त्याशिवाय दुकानदार ती बदलून कशी देईल?

(चंदू सायकलकडे बघत राहतो.)

(शंकर सायकल घेऊन घराबाहेर पडतो. 'ती चांगली सायकल घेऊन लवकर लवकर या हं दादा!' असे म्हणतो; पण शंकरला पाठीमागे वळून पाहण्याचा धीर होत नाही.)

(सायकल दुकान. शंकर व व्यवस्थापक बोलत आहेत. सायकल दोघांच्यामध्ये आहे.)

व्यवस्थापक: मोठे चक्रम गृहस्थ दिसता तुम्ही. अहो, महिन्यापूर्वी मुलासाठी सायकल विकत घ्यायला तळमळत होता तुम्ही आणि आज कोरी करकरीत विकायला येता? छे! छे! छे! महाराजा, मुलं म्हणजे फुलं!

शंकर : अगदी कोरी करकरीत आहे. मुलानं फक्त दोन-तीन तास वापरलीय. शंभराचे पंचाण्णव दिलेत तरी –

व्यवस्थापक: पंचाण्णव? आहात कुठं तुम्ही? फार तर पंचाहत्तर मिळतील. हा व्यवहार आहे मिस्टर.

शंकर : फक्त पंचाहत्तर? (तो मानेने होय म्हणतो.) द्या लवकर.

व्यवस्थापक: (मनात संशय उत्पन्न होऊन) लवकर? (हळूच जवळ येऊन) चोरीबिरीचा माल नाही ना?

शंकर : माझं नाव शंकरराव देशपांडे. गांधी विद्यामंदिरात शिक्षक आहे मी!

व्यवस्थापक: हां-हां. आठवलं, आठवलं सारं!

शंकर : शिक्षक चोऱ्या करीत असते, तर असे दरिद्री राहिले नसते. त्यांनी बंगले बांधले असते, दुकानं थाटली असती, मोटारी उडविल्या असत्या.

(शंकर घरी परत येतो. चंदू 'दादा, नवी चांगली सायकल कुठं आहे? माझी सायकल कुठं आहे?' म्हणून दारातच त्याला विचारतो. त्याच्याकडे पाहण्याचा त्याला धीर होत नाही. तो आत जातो आणि खाटेवर पडून एखाद्या लहान मुलासारखा रडू लागतो. चंदू हळूच त्याच्या मागून खोलीत जातो. 'दादा, रडताय तुम्ही?' असे भीत-भीत विचारतो. शंकर मान वर करून पाहतो. त्याच्या गालांवरून ओघळणारे अश्रू पाहताच चंदूला गहिवर येतो. तो आपल्या चिमण्या हातांनी त्याचे अश्रू पुसतो आणि मिठी मारून स्फुंदत म्हणतो, 'नाही दादा, पुन्हा मी सायकलचा हट्ट करणार नाही. तुमची शपथ – आईची शपथ.' शंकर त्याला घट्ट पोटाशी धरतो आणि म्हणतो, 'माझ्या राजा, किती शहाणा आहेस रे तू! आम्ही मोठी माणसं तुझ्याएवढी शहाणी असतो तर –' तो त्याचे पटापट मुके घेऊ लागतो.

उमा खरकट्या हाताने आत येऊन म्हणते, 'शाळेला उशीर होतोय. जेवायला उठावं.'

शंकर एकदम गडबडून उठतो. 'आज अकरावीची परीक्षा सुरू आहे. इंग्लिशचा पेपर आहे माझा.' असे पुटपुटत तो तसाच बाहेर येतो. आई देवापाशी हातात जपमाळ घेऊन बसलेली असते. तिच्याकडे पाहत 'अरविंद, संध्याकाळी घरी परत येईल' असे तो म्हणतो आणि लगबगीने उपाशीच शाळेकडे चालता होतो. उमा त्याच्याकडे पाणावलेल्या डोळ्यांनी पाहत राहते. तिच्या डोळ्यांत जसे दुःख आहे, तशी भक्ती आहे.)

(संध्याकाळ. उमा दारात शंकरची वाट पाहत आहे. चंदू 'काय पाहतेस गं आई?' म्हणून तिला विचारतो. ती 'कल्हईवाला कुठं दिसतोय का? भांडी कल्हईला द्यायची आहेत,' असे म्हणते. शंकर हळूहळू पेपरांचा गठ्ठा काखेत घेऊन येतो. उमा हसून त्याचे स्वागत करते.)

उमा : तिखटमिठाचा ऊनऊनीत सांजा करते. तो खावा नि मग हा गठ्ठा–

चंदू : (शंकरला) दादा, दुपारी तुम्ही जेवला नाही म्हणून आई पण जेवली नाही.

उमा : चल, चावट कुठला!

चंदू : खोटं बोलू नये म्हणून तूच मला सांगतेस ना? मग आता का?

(उमा हसत-हसत आत जाते. शंकर आपल्या खोलीत जातो.)

(शंकर बाहेरच्या खोलीत पेपर तपाशीत बसला आहे. समोर असलेला पेपर तपासताना तो भराभर पेन्सिलीने चूक अशा फुल्या करीत आहे, काट मारीत आहे. त्याच्या कपाळावर पडलेल्या आठ्या स्पष्ट दिसतात. उमा सांजा व चहा घेऊन येते; पण त्याचे तिच्याकडे लक्ष नसते. शेवटी सांजा व चहा निवेल म्हणून उमाच बोलू लागते.)

उमा : समाधीचा भंग करू का?

शंकर : मी ऋषी नाही, तू अप्सरा नाहीस आणि ही समाधी – (पेपर रागाने टेबलावर आपटीत) असला पेपर तपासणं म्हणजे जिवंतपणे स्वत:ला गाडून घेणं आहे.

उमा : (चहा-सांज्याकडे बोट करून) त्या पेपरवरल्या रागाने तुम्ही गरम झाला असाल, पण इकडे चहा थंड होतोय म्हटलं!

(शंकर चहाचा घोट घेतो. उमा सहज त्याने टेबलावर टाकलेला पेपर उचलते.)

उमा : फक्त पाच मार्क?

शंकर : उदार होऊन मी दिले आहेत इतके! (चहाचा पेला पुन्हा तोंडाला लावताना उमा उपाशी आहे, याची आठवण होऊन तिच्या तोंडाजवळ पेला नेत) हं, एक घोट तू घे, एक घोट मी घेतो.

उमा : इश्श! चंदूनं बघितलं तर?

शंकर : (हसत) तर आई नि दादा सारी सुखदु:खं वाटून घेतात, हे कळेल त्याला!

उमा : (ते टाळण्याकरिता काहीतरी निमित्त हवं म्हणून पेपर उचलून वरचे नाव वाचीत) कोण विद्वान आहेत हे? मदन –?

शंकर : (पेला वर तिच्या तोंडापाशी नेऊन) हं – अगं, लाजायला ही काही लग्नाची पंगत नाही. (उमा शंकरने पुढे केलेल्या पेल्यातील चहाचा घोट घेणार इतक्यात बाहेर मोटरीचा हॉर्न वाजतो. उमा दचकते व मागे होते. दारातून 'दादा, पापासाहेब आले, पापासाहेब आले,' असा चंदूचा आवाज कानांवर पडतो. शंकर उमाला चहा-सांजा

घेऊन जाण्याविषयी खुणावतो. ती रुसल्या चेहऱ्याने तो घेऊन जाते. चंदू पापासाहेबांना घेऊन आत येतो. शंकर त्यांना खुर्ची देतो व स्वत: जवळच्या बैठ्या डेस्कावर बसतो. क्षण-दोन क्षण विचित्र स्तब्धता. दोघांचीही नजर टेबलावर पडलेल्या पेपरावर खिळलेली.

पापासाहेब : (हात चोळीत) सहज आलो होतो. तसं काही मोठं काम नाही. उद्या जरा गमतीनं रेसला जाणार आहे. या व्यापारातल्या उलाढालींनी डोकं असं उठतं म्हणता. जरा घोड्यांच्या टापांखाली चेचलं म्हणजे बरं वाटतं. (कृत्रिम रीतीने मोठ्याने हसतो. पण शंकर हसत नाही.) आज इंग्लिशचा पेपर झाला. मदन काय म्हणतो?

शंकर : हा पेपर पाहा. पाच मार्क –

पापासाहेब : पाच?

शंकर : मी तरी काय करणार पापासाहेब? अत्तर करायला सुगंधी फुलं लागतात, तसं मार्क द्यायला पेपरात काही – (पेपर हातात देतो.)

पापासाहेब : या पेपरात आम्हाला काही कळत नाही; पण तो यात पास झाला पाहिजे, अशी आमची इच्छा आहे. मदनच्या मातुश्रींची इच्छा आहे.

शंकर : त्यांच्या टॉमसाहेबांचीसुद्धा असेल. (पापासाहेब कपाळाला आठ्या घालतात, पण शंकर तिकडे लक्ष देत नाही.) पण – मी काही करू शकत नाही. गुन्हेगार पोटचा मुलगा असला तरी न्यायाधीशानं त्याला शिक्षा दिलीच पाहिजे. त्याशिवाय जग चालणार नाही पापासाहेब!

पापासाहेब : फार जुन्या जगात राहताय तुम्ही. मास्तर, जगातल्या न्यायाशी तुमच्यापेक्षा माझीच जानपछान अधिक आहे. गेल्या दहा वर्षांत नुसत्या काळ्या बाजारापायी दहा वेळा कोर्टात जाऊन आलोय मी! तुम्ही सांगता तो न्याय जर असता, तर मी या वेळी तुरुंगात खडी फोडीत – (थांबून कठोर स्वराने) हं, बोला – तुमची किंमत?

शंकर : किंमत? कसली किंमत?

पापासाहेब : मार्क वाढविण्याची. किती पैसे?

शंकर : (तीव्र स्वराने, पण शांतपणाने) पापासाहेब, स्त्रीला जसं शील, तसा पुरुषाला प्रामाणिकपणा! माझा प्रामाणिकपणा मला लाखमोलाचा.

पापासाहेब : लाख रुपये कधी डोळ्यांनी पाहिले आहेत का? हजार? फार तर शंभराची नोट केव्हातरी दुरून पाहिली असेल तुम्ही मास्तर (खिशातून शंभराच्या पाच नोटा काढून टेबलावर फेकीत) तशी या कामाची किंमत शेशंभरच आहे; पण तुमची-आमची दोस्ती लक्षात घेऊन पाचशे रुपये देतोय मी! हे घ्या आणि त्या पाच

मार्कांचे पन्नास करा.

शंकर : (त्याचा सर्व अभिमान जागृत होऊन) पाचाचे सहासुद्धा होणार नाहीत!

पापासाहेब : आजच्या जगात हां-हां म्हणता पाचाचे पाच हजार आणि पाच हजारांचे पाच लाख होतात! पण ते कसे करायचे, हे तुमच्यासारख्या मास्तरांना कळायचं नाही.

शंकर : (अभिमानाने) ते कळत नाही, हेच आमचं मोठं भाग्य आहे.

पापासाहेब : (त्याच्या खांद्यावर हात ठेवून अगदी कानात) या पेपरावर मार्क टाकणं इतकं कठीण वाटत असलं तर पेपरच बदलून टाका म्हणजे झालं. शाळेच्या छापाचा दुसरा पेपरच मदनकडून लिहून घ्या आणि – (कानात) अहो, सगळीकडे हेच चाललंय हल्ली!

शंकर : (एकदम अंगावर येऊन) तुम्ही समजलात कोण मला? (पापासाहेब दचकतो.) चोर? गुंड? मवाली?

पापासाहेब : आजच्या जगात सावाचा भाव नाही मास्तर. कुठेही चोरांचा बाजार–

शंकर : त्या बाजारात विकून घेण्याची माझी इच्छा नाही.

पापासाहेब : काल तुमच्या मुलाला दिलेली सायकल त्या बाजारातलीच होती मास्तरसाहेब!

शंकर : ती परत घेऊन चला – (सायकल आपण विकून टाकली आहे, हे लक्षात येताच, तो जीभ चावतो व एकदम थांबतो. सावज जाळ्यात सापडू लागले, असा पापासाहेब त्याच्या या जीभ चावण्याचा अर्थ करतो.)

पापासाहेब : (नोटा उचलून त्या शंकरपुढे धरीत) प्रत्येकाची भूक निराळी असते. आणखी काही हवं असलं तर तसं सांगा मास्तर, मदन तुमच्या पेपरात पास झालाच पाहिजे. तेवढ्यासाठी तर आम्ही तुमची शिकवणी ठेवली, पुढेही ठेवू.

शंकर : (सर्व गोष्टींवर एकदम प्रकाश पडल्यासारखे होऊन संतापाने) पापासाहेब, आताच्या आता इथून चालते व्हा. माझ्या संस्कृतीने, माझ्या गुरूंनी, माझ्या वाडवडिलांनी, माझ्या विद्येनं, गांधीजींसारख्या माझ्या देशातल्या पुढाऱ्यांनी मला जन्मापासून एक गोष्ट शिकविली आहे – काही कर, पण आत्मा विकू नकोस; कुठल्याही लोभानं, कुठल्याही मोहानं – (नोटांकडे संतापून पाहात) तुमच्या हातातल्या या नोटा हिसकावून घेऊन मी त्यांचे तुकडे तुकडे करायच्या आधी – (पापासाहेब दचकून मागे सरकतो. ओरडून) चला, चालते व्हा!

अरविंद : (एकदम आत येऊन अस्तन्या वर करीत) दादा, धक्के मारून

घालवून देऊ का? (पापासाहेबांच्या अंगावर धावतो. शंकर त्याला मागे ओढतो.)

शंकर : (अरविंदला मागे ओढीत) सकाळी एकाला धक्के मारलेस तेवढे पुरे झाले नाहीत वाटतं?

(पापासाहेब जाता-जाता त्याच्याकडे वळून पाहतो. शंकर त्याच्याकडे पाठ फिरवितो. मात्र तो गेल्यावर त्याचे सर्व अवसान गळते. तो मटकन खाली बसतो आणि दोन्ही हातांत आपले तोंड झाकून घेतो.)

(संध्याकाळ. बाहेर अंधार पडू लागला आहे. चंदू दारात. आजी देवापाशी. कुबेरांच्या घरचा गडी एक पत्र आणून चंदूच्या हातात देतो. चंदू ते आत घेऊन येतो व देवापाशी बसलेल्या आजीकडे देतो. आई 'अरे शंकर, हे पत्र बघ रे,' असे म्हणते. शंकर खोलीतून अंथरुणावरून बाहेर येतो. त्याचा चेहरा तापामुळे अतिशय उतरलेला. तो ते पत्र फोडून वाचतो. त्याचा चेहरा अधिकच उतरतो.)

आई : काय रे?

शंकर : त्या कुबेर वकिलांनी उद्या सकाळी बोलावलंय, लग्न ठरवायला!

आई : बरं झालं बाबा. देव पावला.

शंकर : (सावकाश एक-एक शब्द उच्चारीत) पण नुसतं हात हलवीत नाही; पाच हजार रुपयांची दक्षिणा घेऊन.

आई : हात्तिच्या! एवढंच ना? मग काढ ते बँकेतले पाच हजार –

शंकर : (खाली पाहून स्तब्ध राहून) बँकेत पैदेखील शिल्लक नाही आई!

आई : (संताप व आश्चर्य या दोन्ही भावनांनी संमिश्र अशा स्वराने) म्हणजे? (शंकर स्तब्ध) केलंस तरी काय त्या पाच हजारांचं? (तो काहीच बोलत नाही, असे पाहून तीव्र स्वराने. एकेका वाक्याबरोबर एकेक पाऊल पुढे येत) दारू प्यालास? (शंकर मानेने नाही म्हणतो.) बाई ठेवलीस? (तो मानेने नाही म्हणतो.) शर्यत खेळलास? (तो मानेने नाही म्हणतो.) (अगदी जवळ येऊन) मग चांडाळा, केलंस तरी काय पैशांचं? (तरी शंकर स्तब्ध) का आपल्या बायकोपोरांसाठी दुसरीकडे कुठं डबोलं – (अगदी जवळ येऊन, बेभान होऊन) बोल, बोल, बोलतोस की नाही? (संताप अनावर होऊन त्याच्या थोबाडीत मारते. माजघरातून चंदू धावत येतो. मधे येऊन 'आजी, आजी, मारू नको गं दादांना.' असे तो म्हणतो. उमा याच वेळी स्वयंपाकघरातून देवापुढे ठेवण्याकरिता निरांजन घेऊन येत असते. हे विचित्र दृश्य पाहताच ते निरांजन तिच्या हातातून खाली गळून पडते नि शांत होते. ती